കണ്ണീർപ്പൂവ്

കെ. കെ. സുധാകരൻ

സ്വദേശം മാവേലിക്കര. ബിഷപ്പ് മൂർ കോളേജ്, തിരുവനന്ത പുരം കേരള യൂണിവേഴ്സിറ്റി ഡിപ്പാർട്ട്മെന്റ് എന്നിവിടങ്ങളിൽ വിദ്യാഭ്യാസം. ലൈബ്രറി സയൻസിൽ മാസ്റ്റർ ബിരുദധാരി. മഹാത്മാ ഗാന്ധി സർവകലാശാലയിൽ ലൈബ്രറിയൻ ആയിരുന്നു. നമുക്ക് പാർക്കാൻ മുന്തിരിത്തോപ്പുകൾ, നീയെത്ര ധന്യ, ആയുർ രേഖ എന്നീ സിനിമകൾക്ക് ആധാരമായ കഥകൾ യഥാക്രമം നമുക്ക് ഗ്രാമങ്ങളിൽ ചെന്ന് രാപ്പാർക്കാം, ഒരു ഞായറാഴ്ച്ചയുടെ ഓർമ്മക്ക്, രേഖയിൽ ഇല്ലാത്തത് എന്നീ നോവലുകളാണ്. എന്റെ മന സപുത്രി, പാരിജാതം, കാണാകിനാവ് തുടങ്ങിയവ ടെലിവിഷൻ സീരിയലുകൾ. അമ്പതിലേറെ നോവലുകൾ എഴുതിയിട്ടുണ്ട്. ഇപ്പോഴും ആനുകാലികങ്ങളിൽ സജീവം.

ഭാര്യ: ശ്രീദേവി. മക്കൾ : നീന, ചിത്ര

കെ.കെ. സുധാകരൻ

കണ്ണീർപ്പൂവ്

(നോവൽ)

മാക്സ് ബുക്സ്
കോട്ടയം
2021

Kannerpoovu
By K.K.Sudhakaran
Malayalam Novel

Published by:-
MAX BOOKS
Maxlive Media Solutions Pvt Ltd.
Muppathiyil Building, Muttambalom Post,
Kanjikuzhy, Kottayam 686 004
maxlivemediasolutions@gmail.com
maxbookskerala@gmail.com
Ph: 90740 98776, 73060 23373

Cover Design: Rajesh Chalode

Printed in India
at Penta Offset, Kottayam
Edition:
First Editon September 2021
Copies: 1000

ISBN: 978-93-91085-30-8

Distribution:
PUSTHAKAKADA
Thiruvananthapuram
Online Sales: www.pusthakakada.com

വായനയുടെ സർഗവസന്തമാണ് കെ. കെ. സുധാകരന്റെ നോവലുകൾ. അദ്ദേഹത്തിന്റെ ഏറ്റവും പുതിയ കൃതി 'കണ്ണീർപ്പൂവ്' ആദ്യമായി പുസ്തകരൂപത്തിൽ പ്രസിദ്ധീകരിക്കുന്നതിൽ അഭിമാനം. ഗ്രാമീണ കാഴ്ചകളുടെ നേർരൂപങ്ങളാണ് ഇതിലെ കഥാപാത്രങ്ങൾ. ഓടനാടിന്റെ പ്രാദേശിക ഭാഷയും പ്രകൃതിയും ലാളിത്യപൂർവ്വം അവതരിപ്പിക്കുന്നതാണ് ഈ നോവലിന്റെ വിജയം. മലയാളത്തിന്റെ വായനാസമൂഹത്തിന് മുന്നിൽ ഈ നോവൽ അവതരിപ്പിക്കുന്നു

അജീഷ് ചന്ദ്രൻ
പ്രസാധകൻ

1

രാവിലെ ദോശ ചുട്ടുകൊണ്ടു നിൽക്കുകയായിരുന്നു സുകുമാരിയമ്മ. ചട്ണിയുണ്ടാക്കാൻ അമ്മയെ സഹായിച്ചുകൊണ്ട് അപർണയുമുണ്ടായിരുന്നു അടുക്കളയിൽ.

അപ്പോഴാണ് വീടിനു മുന്നിലെ റോഡിൽ ഒരു കാർ വന്നു നിൽക്കുന്ന ശബ്ദം അവർ കേട്ടത്.

അവർ പരസ്പരം ഒന്നു നോക്കി.

"ആരോ വന്നെന്ന് തോന്നുന്നു..." അപർണ പറഞ്ഞു.

"പിള്ളാരുണ്ടല്ലോ അവിടെ..." സുകുമാരിയമ്മ അതത്ര കാര്യമാക്കിയില്ല.

കാറിന്റെ ഡോർ തുറക്കുന്നതും അടയുന്നതും അവർ കേട്ടു.

"അപർണ ടീച്ചറിന്റെ വീടിതല്ലേ?"

ഒരു പുരുഷശബ്ദം ചോദിച്ചു.

"അതേ..." ആശ പറയുന്നു.

"ടീച്ചറെ ഒന്നു കാണാൻ വന്നതാ..."

ആശ ഓടി അടുക്കളയിലേക്കു വന്നു. അപർണയുടെ അനുജത്തിയാണ് അവൾ. പ്ലസ്ടുവിന് പഠിക്കുന്നു.

"ചേച്ചിയെ കാണാൻ ഒരാൾ വന്നിരിക്കുന്നു. ഒരു കൊച്ചുമുണ്ട്." അവൾ പറഞ്ഞു.

"ആരാ മോളെ?"

"നമ്മൾ കണ്ടിട്ടില്ലാത്ത ആളാ..."

അപർണ അമ്മയെ ഒന്നു നോക്കി.

"ആരാണെന്ന് ഒന്നു ചോദിക്ക് അമ്മേ..." നിന്ന വേഷത്തിൽ അപരിചിതനായ ഒരാളിന്റെ മുമ്പിലേക്ക് ചെല്ലാൻ അവൾ മടിച്ചു.

"നീ ദോശ കരിയാതെ നോക്കണേ..." ആ ജോലി അപർണയെ ഏൽപ്പിച്ചിട്ട് സുകുമാരിയമ്മ മുൻവശത്തേക്കു ചെന്നു.

മുപ്പത്തിയഞ്ചോ മുപ്പത്തിയാറോ വയസ്സ് തോന്നിക്കുന്ന സുമു

ഖനായ ഒരു ചെറുപ്പക്കാരനും അയാളുടെ മകളായ ഒമ്പതുവയസ്സു കാരിയും മുറ്റത്ത് നിൽക്കുന്നുണ്ടായിരുന്നു.

"ആരാ... മനസ്സിലായില്ല..." വരാന്തയിലേക്ക് ഇറങ്ങിച്ചെന്ന് സുകുമാരിയമ്മ ചോദിച്ചു.

"എന്റെ പേര് നന്ദഗോപാൽ. ഇതെന്റെ മോൾ സുമി... ഇവിടെ സെന്റ് മേരീസ് സ്കൂളിൽ നാലാംക്ലാസിലാണ്. മാത്തമാറ്റിക്സിൽ കുറച്ച് പിന്നിലോട്ടാണ്. ട്യൂഷൻ കിട്ടിയാൽ അവൾക്ക് അതൊരു പ്രയോജനമാകുമാരുന്നു..."

വൈകുന്നേരം ഏഴെട്ട് കുട്ടികൾക്ക് അപർണ വീട്ടിൽവച്ച് ട്യൂഷ നെടുക്കുന്നുണ്ട്. അതറിഞ്ഞ് വന്നതാണ് അയാളെന്ന് സുകുമാരി യമ്മയ്ക്കു മനസ്സിലായി.

"എട്ടിലെയും ഒമ്പതിലെയും കുട്ടികൾക്കാണ് അവളിവിടെ ട്യൂഷൻ എടുക്കുന്നത്. അഞ്ചു മുതൽ ആറുവരെയും ആറുമുതൽ ഏഴുവരെയും. അവരുടെ കൂടെ നാലാം ക്ലാസുകാരിയെ ഇരുത്താൻ പറ്റില്ലല്ലോ..."

"രാവിലെയാണെങ്കിലോ?"

അയാൾ പ്രതീക്ഷയോടെ ചോദിച്ചു.

"അവളുടെ അനിയനും അനിയത്തിയും സ്കൂളിൽ പഠിക്കുന്ന വരാ. രാവിലെ അവൾക്ക് പോകാനുള്ള തിരക്കായിരിക്കും ഇവി ടെ..."

"ഞാനിവിടെ ചാവടിമുക്കിലാണ് താമസിക്കുന്നത്. ചന്ദ്രാലയം എന്ന വീട്ടിൽ." അയാൾ പറഞ്ഞു.

"അത് പനങ്ങാട്ടെ ഗോപാലകൃഷ്ണൻ ചേട്ടന്റെ വീടാണല്ലോ..." സുകുമാരിയമ്മയ്ക്ക് ആ വീട് അറിയാമായിരുന്നു.

കുറെ നാളായി ആ വീട് അടഞ്ഞുകിടക്കുകയായിരുന്നു.

"ഞാൻ ആ വീട്ടിൽ വാടകയ്ക്കു താമസിക്കാൻ തുടങ്ങിയിട്ട് ഒരുമാസമായി. പഞ്ചായത്താപ്പീസിൽ ട്രാൻസ്ഫറായി വന്നതാണ്. വീട് പത്തനാപുരത്താണ്. വീട്ടിൽ വൈഫും അമ്മയുമുണ്ട്. വിരോ ധമില്ലെങ്കിൽ വീട്ടിലേക്കു വന്നുപഠിപ്പിച്ചാൽ..."

അയാൾ അഭ്യർത്ഥന പോലെ പറഞ്ഞു.

"അവൾ വീട്ടിലെങ്ങും പോയി പഠിപ്പിക്കാറില്ല..."

"പുതിയ സ്കൂളും അന്തരീക്ഷവും ടീച്ചേഴ്സും കുട്ടികളുമൊ ക്കെ ആയതിനാൽ അവൾക്ക് ഇതുവരെ ഒന്ന് അഡ്ജസ്റ്റ് ചെയ്യാൻ കഴിഞ്ഞിട്ടില്ല. എന്നും ഹോംവർക്കുണ്ട്. വീട്ടിൽ വന്നാൽ കരച്ചിലോട് കരച്ചിലാണ്."

സുകുമാരിയമ്മ കുട്ടിയെ ഒന്നു നോക്കി. ഫ്രോക്ക് ധരിച്ച കാണാൻ നല്ല ഭംഗിയുള്ള കുട്ടി. അയാൾ പറയുന്നതിൽ കാര്യമുണ്ടെന്ന് സുകുമാരിയമ്മയ്ക്കു തോന്നി. അവർ അകത്തു ചെന്ന് അപർണ്ണയോട് പറഞ്ഞു,

"എന്തായാലും നിന്നെ കാണാൻ അയാൾ നമ്മുടെ വീടുവരെ വന്നതല്ലേ... ഒന്നു ചെന്ന് കാര്യം പറ. അല്ലെങ്കിൽ നീയൊരു അഹങ്കാരിയാണെന്ന് വിചാരിക്കും..."

അത് ശരിയാണ്. തന്നെക്കുറിച്ച് ആരും മോശമായി ചിന്തിക്കാൻ പാടില്ല.

അപർണ അവളുടെ മുറിയിലേക്കു ചെന്ന് ധരിച്ചിരുന്ന വസ്ത്രം മാറ്റിയിട്ട് ചുരിദാറും ടോപ്പുമെടുത്ത് ധരിച്ചു. മുഖം ഒന്ന് അമർത്തിത്തുടച്ച് മുടി ഒതുക്കിവച്ചിട്ട് മുൻവശത്തേക്ക് ഇറങ്ങിച്ചെന്നു.

നന്ദകുമാറും മോളും അപ്പോഴും മുറ്റത്ത് കാത്തുനിൽക്കുന്നുണ്ടായിരുന്നു.

കയറിയിരിക്കാൻ പറയേണ്ടതായിരുന്നു.

"അമ്മ വിവരമൊക്കെ പറഞ്ഞു. രാവിലെ എനിക്ക് നേരമുണ്ടാവുകയില്ല. ഇവിടെ അത്രയ്ക്ക് ജോലിത്തിരക്കുണ്ട്..."

അവൾ പറഞ്ഞു.

അയാളുടെ മുഖത്ത് നിരാശ പരക്കുന്നത് അവൾ കണ്ടു.

കുഞ്ഞിന്റെ മുഖത്തെ ചിരിയും മാഞ്ഞു.

"നമുക്ക് പോകാം മോളെ.." അയാൾ കുട്ടിയോട് പറഞ്ഞു.

"വേണമെങ്കിൽ ഒരു കാര്യം ചെയ്യാം..."

പെട്ടെന്ന് അവൾ പറഞ്ഞു.

അയാൾ പ്രതീക്ഷയോടെ അവളെ നോക്കി.

"ശനിയും ഞായറും സ്കൂളില്ലല്ലോ.. രണ്ടു ദിവസം ഞാൻ വീട്ടിൽ വന്ന് പഠിപ്പിക്കാം."

"അതായാലും മതി. അവൾക്കത് വലിയ സഹായമായിരിക്കും. പക്ഷേ ദിവസവമുള്ള ഹോംവർക്കാണ് പ്രശ്നം. എനിക്ക് ഓഫീസിൽ നിന്നും ലേറ്റായിട്ടേ ഇറങ്ങാൻ പറ്റൂ. അല്ലെങ്കിൽ തന്നെ കുട്ടികളെ പഠിപ്പിക്കാനുള്ള കഴിവോ ക്ഷമയോ എനിക്കില്ല..."

ഖേദത്തോടെ അയാൾ പറഞ്ഞു.

"ഇന്ന് ബുധൻ അല്ലേ... ശനിയാഴ്ച ഞാൻ വരാം."

"വളരെ ഉപകാരം."

അയാൾ മോളെയും കൊണ്ട് ചെറിയ ഗേറ്റ് വഴി റോഡിലേക്കിറങ്ങി കാറിൽ കയറി.

അപർണ അടുക്കളയിലേക്കു മടങ്ങി.

"അയാൾ പോയോ?" സുകുമാരിയമ്മ ചോദിച്ചു.

"ഉം."

"നീയെന്തു പറഞ്ഞു?"

"ശനിയും ഞായറും ചെല്ലാമെന്നു പറഞ്ഞു. രാവിലെ അമ്മയെ ക്കൊണ്ടു മാത്രം പറ്റില്ല ഇവിടുത്തെ ജോലികൾ."

"അതു ശരിയാ... പക്ഷേ ചെന്നു പഠിപ്പിച്ചാ പത്തു രണ്ടായിരം രൂപ കിട്ടിയേനെ."

രണ്ടായിരം രൂപ ഒരു നിസ്സാര സംഖ്യയല്ല.

അവളുടെ അച്ഛൻ രാമകൃഷ്ണൻ ടൗണിലെ ഒരു മൊത്തവ്യാപാര പലചരക്കുകടയിൽ കണക്കെഴുത്താണ് ജോലി. ശമ്പളത്തിനു പുറമെ ആവശ്യത്തിനുള്ള അരിയും പലചരക്കും അവിടെ നിന്ന് കിട്ടും. അതുകൊണ്ട് വീട്ടിൽ അല്ലലില്ലാതെ കഴിയുന്നു.

പക്ഷേ രണ്ടു പെൺകുട്ടികളാണുള്ളതെന്ന ചിന്ത എപ്പോഴും സുകുമാരിയമ്മയുടെ മനസ്സിനെ കാർന്നു തിന്നാറുണ്ട്. അപർണ കല്യാണപ്രായമെത്തി നിൽക്കുന്നു. മൂന്നാലുവർഷം കഴിഞ്ഞാൽ ആശയും.

കണ്ണനാണെങ്കിൽ പത്താം ക്ലാസിലായതേയുള്ളൂ.

രണ്ടു ലക്ഷം രൂപ സലയുള്ള ഒരു ചിട്ടിക്ക് ചേർന്നിട്ടുണ്ട് സുകുമാരിയമ്മ. അപർണയ്ക്കു കിട്ടുന്ന ട്യൂഷൻ ഫീസുകൊണ്ടാണ് അതിന്റെ മാസത്തവണകൾ അടച്ചുപോകുന്നത്.

ചിട്ടിപിടിച്ചാൽ ഒന്നരലക്ഷമായിരിക്കും കിട്ടുന്നത്. അതുകൊണ്ടെന്താകാനാണ്?

പി.എസ്.സി. നടത്തിയ എൽ.ഡി.സി. പരീക്ഷയുടെ റാങ്ക് ലിസ്റ്റിൽ അപർണയുടെ പേര് വന്നിട്ടുണ്ട് എന്നതാണ് ഏക ആശ്വാസം. പക്ഷേ ജോലി കിട്ടിയാൽ കിട്ടി എന്നുപറയാം.

അമ്പലത്തിൽ പോയിരുന്ന രാമകൃഷ്ണൻ വന്നു. അദ്ദേഹത്തിന് ചായ കൊടുക്കുമ്പോഴാണ് നന്ദഗോപാലിന്റെ കാര്യം സുകുമാരിയമ്മ പറഞ്ഞത്.

"ആ സാറിവിടെ വന്നോ. പഞ്ചായത്തിലെ എക്സിക്യൂട്ടീവ് ഓഫീസറാ." അദ്ദേഹം അത്ഭുതപ്പെട്ടു.

"രാവിലെ അവൾക്കെവിടാ സമയം... ശനിയും ഞായറും ചെല്ലാമെന്നു പറഞ്ഞു."

"അതു നന്നായി. ഒരു സഹായം ചോദിച്ച് ഒരാൾ വരുമ്പോ നമ്മളത് നിശ്ശേഷം തട്ടിക്കളയരുത്... ആവുന്നത് ചെയ്തു കൊടു

ക്കണം."

എട്ടരയായപ്പോൾ ആശയും കണ്ണനും സ്കൂളിലേക്ക് പോയി. ഒമ്പതിന് ചോറുപാത്രത്തിൽ ഉച്ചഭക്ഷണവുമായി രാമകൃഷ്ണനും സൈക്കിളിൽ ടൗണിലേക്കു പുറപ്പെട്ടു.

രാവിലെ വരുന്ന പത്രം ആ സമയത്താണ് അപർണയ്ക്ക് വായിക്കാൻ സമയം കിട്ടുന്നത്. അവൾ പത്രവുമായി ഇരുന്നപ്പോ ഴാണ് വീട്ടുപടിക്കൽ ഒരു ബൈക്ക് വന്നു നിന്നത്.

നോക്കിയപ്പോൾ അവളോടൊപ്പം കോളജിൽ പഠിച്ച രാജീവ നാണ്.

അവൾ പുറത്തേക്കിറങ്ങിച്ചെന്നു.

"എന്താ രാജീവ്?" അവൾ ചോദിച്ചു.

"തന്നെയൊന്നു കാണാൻ വന്നാ. ഒരു കാര്യമുണ്ട്..."

"എന്നാൽ കേറിവാ..."

അയാൾ ചെരിപ്പഴിച്ചു വച്ചിട്ട് വരാന്തയിലേക്ക് കയറി.

"അമ്മയില്ലേ?"

"ഉണ്ട്..."

സംസാരം കേട്ട് സുകുമാരിയമ്മ അകത്തുനിന്ന് വന്നു.

"രാജീവനോ... ഇരിക്ക് മോനേ.." അവർ പറഞ്ഞു.

അമ്പലത്തിന്റെ അടുത്താണ് രാജീവന്റെ വീട്. അയാളുടെ അമ്മയും സുകുമാരിയമ്മയും കൂട്ടുകാരികളുമാണ്.

'അപർണയുടെ ഒരു സഹായം ആവശ്യമുണ്ടമ്മേ... അതു പറ യാൻ വന്നതാ..."

"എന്തു സഹായം?" അവൾ ആശ്ചര്യത്തോടെ ചോദിച്ചു.

"മാസ്റ്റേഴ്സ് കോളജിൽ ഞാൻ പഠിപ്പിക്കാൻ പോകുന്നുണ്ടെ ന്നറിയാമല്ലോ... എനിക്ക് ഒരു ജോലി ശരിയായിട്ടുണ്ട്. അടുത്താ ഴ്ച ഞാൻ എറണാകുളത്തിനു പോകും. എനിക്ക് പകരം ക്ലാസ്സെടു ക്കാൻ ഒരാളെ കണ്ടുപിടിച്ചു കൊടുക്കണമെന്നാണ് പ്രിൻസിപ്പൽ പറഞ്ഞിരിക്കുന്നത്."

ടൗണിലുള്ള മാസ്റ്റേഴ്സ് പാരലൽ കോളജിൽ രാജീവൻ പഠി പ്പിക്കാൻ പോകുന്ന കാര്യം അവർക്ക് അറിയാമായിരുന്നു.

"അപർണ വന്നാൽ ഉപകാരമായിരുന്നു. രണ്ടുമണിക്കൂർ വീതം ദിവസവും പഠിപ്പിക്കണം. ആഴ്ചയിൽ ആറുദിവസം. എനിക്ക് എണ്ണായിരം രൂപയാണ് തരുന്നത്. അത് ഞാൻ മേടിച്ചുതരാം."

മാസം എണ്ണായിരം രൂപ. അത് ഒട്ടും മോശമല്ല.

"മാത്തമാറ്റിക്സ് മാത്രം മതിയല്ലോ?" അപർണ ചോദിച്ചു.

"മതി. ഫിസിക്സിനും കെമിസ്ട്രിക്കും വേറെ ആളുകളുണ്ട്. ഒരു മണിക്കൂർ എസ്.എസ്.എൽ.സി.ക്കും ഒരുമണിക്കൂർ ഒമ്പതു കാർക്കും.

"സമയം എപ്പഴാ?"

"രാവിലെ ഏഴുമുതൽ ഒമ്പതുവരെ. സ്കൂൾ ഗോയിങ് ബാച്ചാണ്."

അതുകേട്ടതോടെ അവളുടെ താല്പര്യം നശിച്ചു.

രാവിലെ ആറരയ്ക്ക ടൗണിലേക്ക് ഒരു ബസുണ്ട്. അതിന് പോകേണ്ടിവരും.

"ആ ടൈമിന് എനിക്ക് ബുദ്ധിമുട്ടാ രാജീവാ. ഇയാൾക്ക് ബൈക്ക് ഉള്ളതുകൊണ്ട് പോക്കുവരവ് ഒരു പ്രശ്നമല്ല. തന്നേമല്ല രാവിലെ ആ നേരത്ത് എനിക്കിവിടെ പിടിപ്പത് പണിയുണ്ട്." അവൾ ഒഴിഞ്ഞു.

രാജീവൻ ഒന്ന് ആലോചിച്ചു.

"എന്നാൽപ്പിന്നെ ഞാൻ നമ്മുടെ ഗീതാറാണിയെ ഒന്നു കോണ്ടാക്ട് ചെയ്യാം. അവൾ വേറെവിടെയോ പഠിപ്പിക്കാൻ പോകുന്നുണ്ടായിരുന്നു. ഒന്ന് അഡ്ജസ്റ്റ് ചെയ്യാമോന്ന് ചോദിച്ചുനോക്കാം."

രാജീവൻ യാത്ര പറഞ്ഞ് അപ്പോൾതന്നെ പോയി.

"ഇന്ന് രണ്ടുപേരാണല്ലോ മോളെ വന്നത്?"

സുകുമാരിയമ്മ പറഞ്ഞു.

"വേറെ സമയമാണെങ്കിലും ഞാൻ മാസ്റ്റേഴ്സിൽ ക്ലാസ്സെടുക്കാൻ പോകത്തില്ലായിരുന്നു. ജോലി ചെയ്താൽ കാശുകൊടുക്കാൻ വല്യ മടിയാ ആ പ്രിൻസിപ്പലിന്. രണ്ടായിരം കൊടുത്തിട്ടു പറയും ബാക്കി അടുത്താഴ്ചയാട്ടെന്ന്. അടുത്താഴ്ച ആയിരം കൊടുക്കും. രാജീവൻ തന്നെ എന്നോടിക്കാര്യം പറഞ്ഞിട്ടുണ്ട്..."

"ബസ്കൂലി പോലും കിട്ടത്തില്ലെങ്കിൽ പിന്നെ മെനക്കെടാൻ പോകാതിരിക്കുന്നതാ നല്ലത്." അമ്മ അവളുടെ തീരുമാനത്തോടു യോജിച്ചു.

പിറ്റേന്ന് വ്യാഴം...

"അമ്പലത്തിൽ പോകണ്ടേ?" വൈകുന്നേരം സ്കൂളിൽനിന്നു വന്നപ്പോൾ ആശ ചോദിച്ചു.

"പോണം..." അപർണ പറഞ്ഞു.

വീടിനടുത്തുള്ളത് കൃഷ്ണന്റെ അമ്പലമാണ്. വേറെ തടസ്സങ്ങളൊന്നുമില്ലെങ്കിൽ എല്ലാ വ്യാഴാഴ്ചയും മുടങ്ങാതെ അവൾ അമ്പലത്തിൽ പോകാറുണ്ട്.

ശ്രീകൃഷ്ണനാണ് അവളുടെ ഇഷ്ടദൈവം.

ട്യൂഷൻ പഠിപ്പിച്ചുകിട്ടിയ പണം കൊണ്ട് ആദ്യമായി ഒരു സ്വർണമാല വാങ്ങിയപ്പോൾ ആലിലക്കണ്ണന്റെ രൂപമുള്ള ലോക്കറ്റാണ് അവൾ അതിലിടാൻ വാങ്ങിയത്.

ആറുമണിയായപ്പോഴേയ്ക്ക് ചേച്ചിയും അനുജത്തിയും കുളിച്ചൊരുങ്ങി. ദീപാരാധന കണ്ട് തൊഴുതിട്ടേ അവർ വരാറുള്ളു.

നേരത്തെ ഇരുട്ടുന്ന അവസരങ്ങളിൽ കണ്ണൻ വന്ന് അമ്പലത്തിനു വെളിയിൽ കാത്തുനിൽക്കും.

അമ്പലത്തിലേക്കു പോകുമ്പോൾ പലരുടെയും കണ്ണുകൾ നീണ്ടുവരുന്നത് അപർണയും ആശയും കാണാറുണ്ട്. പക്ഷേ അവരത് കണ്ടതായി നടിക്കാറില്ല.

"സുകുമാരിയമ്മയുടെ മക്കൾക്ക് കല്യാണം കിട്ടാൻ ഒരു പ്രയാസോം വരത്തില്ല. അവർക്കെന്തിനാ പൊന്നും പണവും. ദൈവം ആവശ്യത്തിന് സൗന്ദര്യം കൊടുത്തിട്ടുണ്ടല്ലോ..."

ചില അമ്മമാർ അവർ കേൾക്കെയും കേൾക്കാതെയും പറയാറുണ്ട്.

അമ്പലത്തിൽ ചെന്ന് പ്രദക്ഷിണം വച്ച് തൊഴുത് പ്രസാദം വാങ്ങിയിട്ട് ഇറങ്ങിയപ്പോൾ ഒരു ചെറിയ പെൺകുട്ടി ഓടിവന്ന് അപർണയുടെ കൈ പിടിച്ചു.

"ടീച്ചറേ..."

അത് നന്ദഗോപാലിന്റെ മോൾ സുമി ആയിരുന്നു.

"മോൾ ആരുടെ കൂടാ വന്നത്?" അത്ഭുതത്തോടെ അപർണ ചോദിച്ചു.

"അച്ഛനുണ്ട്..."

അവൾ കൈ ചൂണ്ടിയിടത്തേക്ക് അവർ നോക്കി. അല്പം അകലെ ആരോടോ സംസാരിച്ചുകൊണ്ട് നന്ദഗോപാൽ നിൽക്കുന്നുണ്ടായിരുന്നു.

കസവു മുണ്ടായിരുന്നു അയാളുടെ വേഷം. ഒരു കസവ് വേഷ്ടികൊണ്ട് ചുമലുകൾ മൂടിയിരുന്നു.

"എന്നും വരാറുണ്ടോ മോൾ അമ്പലത്തിൽ?" ആശ അവളോട് ചോദിച്ചു.

"ഇല്ല ആന്റീ. ചില ദിവസം അച്ഛൻ ആപ്പീസിൽനിന്ന് നേരത്തെ വരും. അന്നേരം അമ്പലത്തിൽ കൊണ്ടുവരും... അച്ഛനും ഞാനുംകൂടാ എല്ലാടത്തും പോകുന്നെ... കടയിൽ ഓരോന്നൊക്കെ മേടിക്കാനും..."

ഭാര്യയുടെ കാര്യം അയാൾ പറഞ്ഞത് രണ്ടുപേർക്കും ഓർമ്മ വന്നു.

"അമ്മയ്ക്കു വയ്യാ... അതോണ്ടാ ഞങ്ങടെ കൂടെ വരാത്തെ..."

പാവം സ്ത്രീ. അപർണയുടെ ഹൃദയത്തിൽ നേർത്ത നൊമ്പരം കിനിഞ്ഞു.

അപ്പോഴാണ് സുമിയെ കാണാതെ നന്ദഗോപാൽ ചുറ്റിനും നോക്കിയത്. അപർണയുടെയും ആശയുടെയും അടുത്തു നിൽക്കുന്നത് അയാൾ കണ്ടത്.

"ദാ അച്ഛൻ നോക്കുന്നു... മോൾ ചെല്ല്..."

അപർണ പറഞ്ഞു.

അപ്പോഴേയ്ക്ക് അയാൾ അവരുടെ അടുത്തേക്കു വന്നു. അയാൾ അവരെ നോക്കി പുഞ്ചിരിച്ചു.

"വെളിയിലിറങ്ങിയാൽ എന്റെ വിരൽത്തുമ്പിൽനിന്ന് വിടാത്തവളാ... ഇപ്പം നോക്കിയപ്പം ആളിനെ കാണാനില്ല..."

"ഞങ്ങളെക്കണ്ട് ഓടിവന്നതാ..." അപർണ പറഞ്ഞു.

"അനിയത്തി ഏതു ക്ലാസ്സിലാ...?" അയാൾ ചോദിച്ചു.

"പ്ലസ്ടുവിന്..." ആശ പറഞ്ഞു.

"ഞങ്ങൾ കാറിലാണ് വന്നത്. തൊഴുതു കഴിഞ്ഞെങ്കിൽ വീട്ടിലേക്കു വിടാം."

"വേണ്ട സാർ. ഞങ്ങൾക്ക് അല്പം താമസമുണ്ട്."

അപർണ പറഞ്ഞു.

"അപ്പോൾ ശരി... ശനിയാഴ്ച വരില്ലേ?"

"വരും ഒമ്പതുമണിക്ക്."

"അങ്ങനെയാവട്ടെ."

നന്ദഗോപാലും സുമിയും പോയി. അയാളുടെ വിരലിൽ തൂങ്ങി അവൾ കൊഞ്ചിക്കുഴഞ്ഞു പോകുന്നതു നോക്കി രണ്ടുപേരും നിന്നു.

"പാവം കുഞ്ഞ്.. അമ്മയുടെ സ്നേഹം അതിന് കിട്ടുന്നില്ലല്ലോ..." അപർണ പറഞ്ഞു.

"പാവം മനുഷ്യൻ. ഭാര്യയുടെ സ്നേഹം അയാൾക്കും കിട്ടുന്നില്ലല്ലോ..." ആശ പറഞ്ഞു.

"അപ്പോൾ ആ ഭാര്യയുടെ കാര്യമോ?" അപർണ ചോദിച്ചു.

"ആരോഗ്യമില്ലാതെ അവർ തീരെ കിടപ്പിലല്ലേ. പക്ഷേ അയാൾ അങ്ങനെ അല്ലല്ലോ. നല്ല ചെറുപ്പം. കാണാനും സുന്ദരൻ. മോശമല്ലാത്ത ഉദ്യോഗവുമുണ്ട്. പക്ഷേ വല്ല സന്തോഷവും അയാൾക്കു

കിട്ടുന്നുണ്ടോ?"

അപർണ അവളെ ഒന്നു നോക്കി. പക്ഷേ ആശ മറ്റേതോ ലോകത്തായിരുന്നു.

അവർ ചുറ്റമ്പലത്തിന് വെളിയിൽ വന്നപ്പോഴേയ്ക്ക് നന്ദഗോപാലും സുമിയും പോയിക്കഴിഞ്ഞിരുന്നു.

അടുത്ത ശനിയാഴ് രാവിലെ പ്രാതൽ കഴിച്ചശേഷം നന്ദഗോപാലിന്റെ വീട്ടിലേക്ക് പോകാനായി അപർണ ഒരുങ്ങി.

"ഭാര്യയെ കൂടാതെ ആ സാറിന്റെ അമ്മയും അവിടെയുണ്ടെന്നല്ലേ പറഞ്ഞത്?"

ആശ ചോദിച്ചു.

"അമ്മയുണ്ടെന്നാണല്ലോ പറഞ്ഞത്. അത് സാറിന്റെ അമ്മയാണോ അതോ വൈഫിന്റെ അമ്മയാണോ എന്ന് അറിയില്ല."

"അമ്മയായിരിക്കും വീട്ടുകാര്യങ്ങൾ നോക്കുന്നതും ഭക്ഷണമുണ്ടാക്കുന്നതും."

"ഉം."

അപർണ വീട്ടിൽനിന്ന് ഇറങ്ങി. കഷ്ടിച്ച് നാലോ, അഞ്ചോ മിനിറ്റ് നടക്കാനുള്ള ദൂരമേയുള്ളോ ചന്ദ്രാലയത്തിലേക്ക്.

അവൾ ചന്ദ്രാലയത്തിന്റെ മുമ്പിലെത്തിയപ്പോഴാണ് എതിർവശത്തെ വീട്ടിൽ താമസിക്കുന്ന വിജയലക്ഷ്മി പുറത്തേക്കിറങ്ങി വന്നത്.

"എങ്ങോട്ടാ അപർണ്ണേ?" അവൾ വിളിച്ചുചോദിച്ചു.

"ഈ വീട്ടിൽ വന്നതാ ചേച്ചീ..." ചന്ദ്രാലയം ചുണ്ടി അവൾ പറഞ്ഞു.

"ഒന്നു നിന്നേ..."

വിജയലക്ഷ്മി വേഗം ഗേറ്റ് തുറന്നിറങ്ങി അവളുടെ അടുത്തേക്കു വന്നു. അല്പമൊന്ന് വെളുത്ത് തടിച്ച സ്ത്രീയാണ്. അമ്മയും സ്കൂളിൽ പഠിക്കുന്ന രണ്ടുമക്കളുമുണ്ട് വീട്ടിൽ. ഭർത്താവ് ഖത്തറിലാണ്.

"എന്താ അപർണ്ണ അവിടെ?" വിജയലക്ഷ്മി ചോദിച്ചു.

"അവിടുത്തെ സാറിന്റെ മോളെ ട്യൂഷൻ പഠിപ്പിക്കാനാണ്..."

അരുതാത്തതെന്തോ കേട്ടതുപോലെ വിജയലക്ഷ്മി ഞെട്ടി.

"ഭാര്യ അരയ്ക്കുതാഴെ തളർന്നു കിടക്കുകയാണെന്നൊക്കെ നിന്നോടും പറഞ്ഞു കാണും..."

"പറഞ്ഞു..." അവൾക്ക് ഒന്നും മനസ്സിലായില്ല.

"അപ്പോൾ ഞാൻ വിചാരിച്ചതു പോലെതന്നെ കാര്യങ്ങൾ.

അയാൾ ആൾ ശരിയല്ല മോളേ... നീ ആ വലയിൽ ചെന്നു ചാട ല്ലേ.... അവിടെ പഠിപ്പിക്കാൻ പോയാൽ നിനക്കുമാത്രമല്ല നിന്റെ കുടുംബത്തിനും പേരുദോഷം കിട്ടും. വീട്ടിൽ ചെന്നിട്ട് എന്തെങ്കി ലും അസൗകര്യമുണ്ടെന്ന് നീ വിളിച്ചുപറ."

"കാര്യമെന്താണെന്ന് തെളിച്ചുപറ ചേച്ചീ..." അമ്പരപ്പോടെ അപർണ ആവശ്യപ്പെട്ടു.

"ഞങ്ങളുടെ വീട്ടിൽ പശുവും കറവയുമുണ്ടല്ലോ. ദിവസവും പാലുകൊടുക്കാമോന്ന് അയാൾ വന്നു ചോദിച്ചു. കൊടുക്കാമെന്ന് ഞാൻ പറഞ്ഞു. ഞാനാ പാലു കൊണ്ടു കൊടുത്തോണ്ടിരുന്നെ. കാണുമ്പം വല്യ സ്നേഹോം സംസാരോം..."

നെഞ്ചിടിപ്പോടെ അപർണ അതു കേട്ടുനിന്നു.

"ഭാര്യയുടെ അവസ്ഥയൊക്കെ പറയുമ്പോ നമുക്ക് സഹതാ പം തോന്നും. എനിക്കും തോന്നി. രണ്ടാഴ്ച കഴിഞ്ഞപ്പം പാലു കൊടുക്കാൻ ചെന്നപ്പം അയാളെന്നെ കേറി പിടിച്ചു. അമ്മ ബാത് റൂമിലാരുന്നു. ഒരു വിധത്തിലാ ഞാനവിടുന്ന് രക്ഷപ്പെട്ടെ..."

അപർണ സ്തംഭിച്ചു നിന്നു.

2

"മോളെ പഠിപ്പിക്കാൻ വരാമോന്നു ചോദിച്ച് അയാൾ അപർണേ ടെ വീട്ടിലും വന്നുകാണും, അല്ലേ?"

വിജയലക്ഷ്മി ചോദിച്ചു.

"വന്നു ചേച്ചീ."

അവൾ തലകുലുക്കി.

"നേരത്തെ ആ കൊച്ചിനു ട്യൂഷനെടുക്കാൻ വന്നത് ആരാണെ ന്നറിയാമോ?"

"നേരത്തെ ട്യൂഷനുണ്ടായിരുന്നോ ആ മോൾക്ക്?"

അപർണയ്ക്കതു പുതിയ അറിവായിരുന്നു.

"പിന്നില്ലേ... നമ്മുടെ ചമ്പകത്തറയിലെ ചെല്ലപ്പൻ മേസ്തിരി യുടെ മോൾ സുവർണയാ പഠിപ്പിച്ചോണ്ടിരുന്നത്."

സുവർണയെ അവൾക്കറിയാം. അവളുടെ സീനിയറായി കോള ജിൽ പഠിച്ചതാണ്. വയലിനക്കരെയാണു താമസം.

"സുവർണച്ചേച്ചി പിന്നെന്താ ട്യൂഷൻ നിർത്തിയത്?"

"അയാൾ തന്നെ കാരണം. അവളുടെ ഫോൺ നമ്പർ ആദ്യം

തന്നെ മേടിച്ചു. പിന്നെ രാത്രിയിൽ ചാറ്റിങ് തുടങ്ങി. ഒരുമാതിരി വൃത്തികെട്ട... മോൾക്കു മനസിലായിക്കാണുമല്ലോ... അതോടെ അവൾ വരാതായി."

വിജയലക്ഷ്മി പറഞ്ഞു.

അയാൾ അത്ര വഷളനാണോ? കണ്ടാൽ നല്ല മാന്യൻ! അപർണ ആകെ ആശയക്കുഴപ്പത്തിലായി. വന്നതുപോലെയങ്ങ് തിരിച്ചു പോയാലോ?

"അയാൾ വരത്തനാ... ഇന്നല്ലെങ്കിൽ നാളെ പൊടിയും തട്ടിയങ്ങു പോകും. അതുപോലാണോ നമ്മൾ? നാട്ടുകാരുടെ മുഖത്തു പിന്നേം നോക്കേണ്ടവരല്ലേ... ഞാനൊരു മുന്നറിയിപ്പു തന്നെന്നേയുള്ളൂ. സുകുമാരിച്ചേച്ചീടെ മോൾ എനിക്കെന്റെ സ്വന്തം അനിയത്തിയെപ്പോലാ..." വിജയലക്ഷ്മി പിന്നെയും പറഞ്ഞു.

എന്തു ചെയ്യണമെന്നറിയാതെ അപർണ നിന്നു.

"എന്തായാലും വന്ന സ്ഥിതിക്ക് അവിടെ കേറാതിരിക്കണ്ട. എന്തെങ്കിലും ഒഴിവുകഴിവു പറഞ്ഞ് വേണ്ടെന്നുവച്ചാൽ മതി."

ഒടുവിൽ വിജയലക്ഷ്മി ഉപദേശിച്ചു.

"ശരി ചേച്ചീ..."

"പക്ഷേ ഒരു കൈയ്യകലം പാലിച്ചേ നിൽക്കാവൂ. അവിടെയാ അമ്മയില്ലാത്ത സമയത്ത് പഠിപ്പിക്കാനും പോകരുത്."

"ഉം..." അവൾ തലകുലുക്കി.

"എന്നാൽ ചെല്ല്."

ചന്ദ്രാലയത്തിന്റെ ഗേറ്റ് അടഞ്ഞുകിടക്കുകയായിരുന്നു. വിജയലക്ഷ്മിയെ ഒന്നു നോക്കിയിട്ട് വിറയ്ക്കുന്ന കൈകളോടെ ഗേറ്റു തുറന്ന് അപർണ ഉള്ളിലേക്കു കയറി.

മുറ്റം വൃത്തിയായി അടിച്ചുവാരിയിരിക്കുന്നു. ചെടിച്ചട്ടികളിൽ പലതരം റോസുകൾ പൂവിട്ടു നിൽക്കുന്നു.

പുതിയ താമസക്കാർ കൊണ്ടുവന്ന ചെടികളാണെന്ന് അവൾക്കു തോന്നി.

പുറത്ത് ആരെയും കണ്ടില്ല. ഉയരുന്ന നെഞ്ചിടിപ്പോടെ അവൾ കോളിങ്ബെല്ലിന്റെ സ്വിച്ചിൽ വിരലമർത്തി.

പോർച്ചിൽ കാറുണ്ട്. അയാളായിരിക്കുമോ വന്നു വാതിൽ തുറക്കുന്നത്?

അല്ലെങ്കിൽ താനെന്തിനാ അയാളെ പേടിക്കുന്നത്? അപമര്യാദയായി പെരുമാറിയാൽപ്പിന്നെ ഇങ്ങോട്ടു വരാതിരുന്നാൽ മതിയല്ലോ.

പെട്ടെന്ന് വാതിൽ തുറക്കപ്പെട്ടു.

സെറ്റുമുണ്ട് ധരിച്ച ഐശ്വര്യവതിയായ ഒരു അമ്മ!

രാവിലെ കുളിച്ചശേഷം നരച്ചുതുടങ്ങിയ മുടി വിതിർത്തിട്ടിരിക്കുന്നു. നെറ്റിയിൽ ഭസ്മക്കുറി.

"അപർണയാണോ?"

പുഞ്ചിരിയോടെ അവർ ചോദിച്ചു.

"അതേ."

"കേറിവാ മോളേ... നന്ദൻ പറഞ്ഞിട്ടുണ്ടാരുന്നു, ഇന്ന് സുമി മോൾടെ പുതിയ ട്യൂഷൻ ടീച്ചർ വരുമെന്ന്."

ചെരിപ്പ് അഴിച്ചുവച്ചിട്ട് അവൾ പടികയറി ചെന്നു.

"നന്ദൻ ഇവിടില്ല. എന്തോ ആവശ്യത്തിന് പുറത്തേക്കു പോയതാ... ഇപ്പം വരും. മോൾ ഇരിക്ക്."

സ്വീകരണമുറിയിലെ സെറ്റിയിൽ അപർണ ഇരുന്നു.

"മോളേ സുമീ..." അവർ നീട്ടി വിളിച്ചു.

"വരുവാ അമ്മൂമ്മേ..."

ഏതോ മുറിയിൽ നിന്ന് സുമി വിളിച്ചു പറഞ്ഞു.

"അമ്മേടടുത്താ... നന്ദൻ പറഞ്ഞു കാണുമല്ലോ. അവൾടമ്മ തീരെ കിടപ്പിലാണ്."

"സാർ പറഞ്ഞിരുന്നു..."

"ഒക്കെ ഒരു വിധി... അല്ലാതെന്താ? മോൾടെ വീട് ഇവിടെ അടുത്താണോ?"

"നടന്നാൽ അഞ്ചുമിനിറ്റ്..." അവൾ പറഞ്ഞു.

"നന്നായി... അധികം ദൂരമൊന്നുമില്ലല്ലോ."

അപ്പോഴേക്ക് സുമി ഓടിവന്നു.

"ടീച്ചർ വന്നോ? ഞാൻ വിചാരിച്ചു, അച്ഛനാരിക്കുമെന്ന്. ബൈക്കിന്റെ ശബ്ദം കേട്ടതുമില്ല."

അപർണയെ കണ്ട് കുട്ടി സന്തോഷത്തോടെ പറഞ്ഞു.

"നിങ്ങളിരുന്നു സംസാരിക്ക് മോളേ... ഇഡ്ഡലി വെന്തുകാണും. നോക്കട്ടെ."

അമ്മ അടുക്കളയിലേക്കു പോയി.

"അമ്മ പറഞ്ഞു, ടീച്ചറെ കാണണമെന്ന്. വരുമ്പത്തന്നെ കൊണ്ടുചെല്ലണമെന്നു പറഞ്ഞു. വാ ടീച്ചറേ..."

സുമി അവളുടെ കൈപിടിച്ചു വലിച്ചു.

കുട്ടിയുടെ അമ്മയെ കാണണമെന്നുണ്ടായിരുന്നു അപർണയ്ക്ക്. പക്ഷേ എന്തുകൊണ്ടോ, അവൾക്കൊരു സങ്കോചം അനുഭവ

പ്പെട്ടു.

"പഠിപ്പിച്ചു കഴിഞ്ഞു പോരേ അമ്മയെ കാണുന്നെ?"

അപർണ ചോദിച്ചു.

"അല്ല... ഇപ്പം കാണണം." സുമി നിർബന്ധം പിടിച്ചു.

ചെല്ലുന്നതാണു നല്ലതെന്ന് അപ്പോൾ അപർണയ്ക്കു തോന്നി. ചിലപ്പോൾ ഇന്നുകൊണ്ട് ട്യൂഷൻ അവസാനിച്ചെന്നു വരാം. പിന്നെ ആ സ്ത്രീയെ കാണാൻ അവസരം കിട്ടില്ലല്ലോ.

"ശരി... ഞാൻ വരാം."

നാലഞ്ചു ബെഡ്റൂമുള്ള വലിയ വീടാണ് ചന്ദ്രാലയം. സുമിയുടെ പിന്നാലെ അവൾ ചെന്നു.

പിന്നിലുള്ള രണ്ടാമത്തെ കിടപ്പുമുറിയിലേക്കാണ് സുമി അവളെ കൊണ്ടുപോയത്. വൃത്തിയും വെടിപ്പുമുള്ള സാമാന്യം വലിയൊരു മുറിയായിരുന്നു അത്.

ഭംഗിയായി വിരിച്ചിട്ട ബെഡ്ഡിൽ അതിസുന്ദരിയായ ഒരു സ്ത്രീ കിടക്കുന്നു!

തങ്കവിഗ്രഹം പോലെയുള്ള ശരീരം. ഇളം റോസ് നിറമുള്ള നൈറ്റിയാണ് അവരുടെ വേഷം.

"അമ്മേ... ടീച്ചർ വന്നു..."

സുമി ഉച്ചത്തിൽ പറഞ്ഞു.

വലിയ കണ്ണുകൾ വിടർത്തി ഷീജ അപർണയെ നോക്കി.

"എന്താ ടീച്ചറിന്റെ പേര്?" അവർ ചോദിച്ചു.

"അപർണ."

"ടീച്ചർ ഇവിടിരിക്കൂ... ഞാൻ ചോദിക്കട്ടെ."

പുഞ്ചിരിയോടെ ഷീജ പറഞ്ഞു.

ബെഡ്ഡിനടുത്ത് ഇട്ടിരുന്ന ഒരു കസേരയിൽ അപർണ ഇരുന്നു.

"വീട്ടിൽ ആരൊക്കെയുണ്ട്?"

"അച്ഛനും അമ്മയും ഒരനുജത്തിയും അനിയനും."

അപർണ പറഞ്ഞു.

"അനിയനും അനിയത്തിയും ഏതു ക്ലാസിലാ?"

"അനിയത്തി പ്ലസ്ടുവിനും അനിയൻ പത്തിലും."

"അപർണ ജോലിക്കൊക്കെ അപേക്ഷ അയച്ചിട്ടുണ്ടോ?"

"അതിനൊരു കുറവുമില്ല. പി.എസ്.സിയുടെ എൽ.ഡി.സി റാങ്ക് ലിസ്റ്റിലുണ്ട്. രണ്ടെണ്ണത്തിന്റെ ലിസ്റ്റ് വരാനുമുണ്ട്."

"ജോലി കിട്ടിയിട്ടു മതി കല്യാണമൊക്കെ. അല്ലെങ്കിൽ നമ്മൾ

ക്കൊരു വിലയും കിട്ടില്ല. വീട്ടുപണികൾ ചെയ്ത്, മക്കളേം വളർത്തി..."

അതംഗീകരിക്കുന്ന മട്ടിൽ അപർണ മെല്ലെ തലകുലുക്കി.

"എന്റെ കാര്യമൊക്കെ അറിഞ്ഞുകാണുമല്ലോ... രണ്ടു കൊല്ലമായി ഒരേ കിടപ്പാണ്."

"ട്രീറ്റ്മെന്റു കൊണ്ട് ഫലമൊന്നും ഉണ്ടായില്ലേ?"

അപർണ ചോദിച്ചു.

"അലോപ്പതിയായിരുന്നു ആദ്യം. കുറേനാൾ ഫിസിയോതെറാപ്പിയൊക്കെ ചെയ്തു നോക്കി. പക്ഷേ പ്രയോജനമൊന്നും ഉണ്ടായില്ല. ഇപ്പോൾ ആയുർവേദം പരീക്ഷിക്കുകയാ... തിരുമ്മലും പിഴിച്ചിലുമൊക്കെ നടത്തി. വലിയ മെച്ചമൊന്നും ഉണ്ടായില്ല. പക്ഷേ ആരെങ്കിലും സഹായിച്ചാൽ തലയിണയിൽ ചാരിയിരിക്കാൻ പറ്റും. ആഹാരം സ്വയം കഴിക്കാൻ സാധിക്കുന്നുണ്ട്..."

"ചിലപ്പോൾ കുറേനാൾ കഴിയുമ്പോൾ കൂടുതൽ ഇംപ്രൂവ്മെന്റ് ഉണ്ടാവും ചേച്ചീ..." അപർണ പറഞ്ഞു.

"പ്രതീക്ഷയുണ്ട്... പക്ഷേ..."

അല്പനേരം ആരും ഒന്നും മിണ്ടിയില്ല. എല്ലാം കേട്ട് നിശ്ശബ്ദയായി നിൽക്കുന്നുണ്ടായിരുന്നു സുമി.

"കഷ്ടപ്പാട് മുഴുവൻ ചേട്ടനാണ്... ഒറ്റയ്ക്ക് എല്ലാം ചെയ്യുന്നു. അമ്മ കൂടെയുള്ളതാണ് വലിയ ആശ്വാസം. ഇവിടെ വരുന്നതിനു മുമ്പ് നാട്ടിലായിരുന്നു ചേട്ടന് ജോലി. അവിടെ സഹായത്തിന് ചേട്ടന്റെ പെങ്ങളൊക്കെ ഉണ്ടായിരുന്നു. അമ്മ ഞങ്ങടെ കൂടെ വന്നെങ്കിലും മനസ്സ് ഇപ്പഴും അവിടാ..."

"പ്രായമായവർക്ക് സ്വന്തം വീട്ടിൽനിന്ന് മാറിനിൽക്കാൻ ബുദ്ധിമുട്ടായിരിക്കും. ശ്വാസം മുട്ടുന്നതുപോലെ തോന്നും അവർക്ക്."

"നേരാ... അമ്മയ്ക്ക് അവിടെ രണ്ടു പശുക്കളും ഒരു ആടുമുണ്ടായിരുന്നു. തൊട്ടടുത്ത് ഒരമ്പലമുണ്ട്. എന്നും സന്ധ്യക്കു പോയി തൊഴുമായിരുന്നു. ഇപ്പോൾ അതെല്ലാം തെറ്റി."

"ഇവിടെ വന്നിട്ടെത്ര നാളായി?" അപർണ ചോദിച്ചു.

"രണ്ടുമാസം കഴിഞ്ഞു. അമ്മയ്ക്ക് ഒന്നു വീട്ടിൽ പോയിട്ടു വരാൻ ആഗ്രഹമുണ്ട്. പക്ഷേ ഇവിടെ ആരെങ്കിലുമില്ലാതെ പറ്റില്ലല്ലോ. അന്നേരം ചേട്ടൻ ലീവെടുക്കേണ്ടി വരും. ചേട്ടനാണെങ്കിൽ ഒരുദിവസം പോലും ഓഫീസിൽനിന്ന് വിട്ടുനിൽക്കാനും പറ്റത്തില്ല..."

അപർണ ഒന്നും മിണ്ടിയില്ല.

"എന്റെ പ്രാരാബ്ധങ്ങൾ പറഞ്ഞ് ഞാൻ അപർണയെ ബോറടിപ്പിച്ചു അല്ലേ... മോൾ കാത്തിരിക്കുകയാ പഠിക്കാൻ... ചെല്ല്. ഡൈനിംഗ് ടേബിളിന്റെ അടുത്തിരുന്ന് പഠിക്കാം. അതാ സൗകര്യം."

ഷീജ പറഞ്ഞു.

"ശരി ചേച്ചീ... പിന്നെ കാണാം." അവൾ എഴുന്നേറ്റു.

"ശനിയും ഞായറും ഒഴികെ പറ്റില്ലെന്ന് അപർണ പറഞ്ഞൂന്ന് അറിഞ്ഞു. പറ്റിയാൽ തിങ്കൾ മുതൽ വെള്ളിവരെ വരാൻ നോക്കണേ. ക്ലാസിൽ പിന്നിലായിപ്പോകുന്നതിന്റെ വിഷമമുണ്ട് സുമിക്ക്."

"നോക്കട്ടെ ചേച്ചീ..." അവൾ ഉറപ്പു കൊടുക്കാതെ പറഞ്ഞു.

സുമി അവളെയും കൊണ്ട് ഊണുമുറിയിലെ ഡൈനിങ് ടേബിന്റെ അടുത്തേക്ക് കൊണ്ടുപോയി. അപർണയുടെ മനസ്സിൽ അപ്പോഴും ഷീജയാണ് ഉണ്ടായിരുന്നത്. സാധു സ്ത്രീ.

പാവം ഭാര്യയെ മറന്നിട്ടാണല്ലോ അയാൾ...

"ആദ്യം എന്താണ് പഠിക്കേണ്ടത്?" അവൾ ചോദിച്ചു.

"മാത്സിന്റെ ഹോംവർക്കാണ് ടീച്ചറേ..."

സുമി നോട്ട്ബുക്കു കൊടുത്തു. അവളെ പഠിപ്പിച്ചു കൊണ്ടിരിക്കുമ്പോഴാണ് വെളിയിൽ ബൈക്ക് വന്നു നിൽക്കുന്ന ശബ്ദം കേട്ടത്.

"അച്ഛൻ വന്നു." സുമി പറഞ്ഞു.

മീനോ പച്ചക്കറിയോ വാങ്ങിയ പ്ലാസ്റ്റിക് കിറ്റുമായി നന്ദഗോപാൽ കയറിവന്നു. അപർണയെ കണ്ട് അയാളുടെ മുഖം വിടർന്നു.

"ടീച്ചർ വന്നോ... സന്തോഷം."

അവൾ ഒരു വിളറിയ ചിരി ചിരിച്ചു.

"ശരി... പഠിത്തം നടക്കട്ടെ."

അയാൾ അടുക്കളയിലേക്കു പോയി. അമ്മയുമായി അയാൾ എന്തൊക്കെയോ സംസാരിക്കുന്നത് അവൾ കേട്ടു.

അല്പനേരം കഴിഞ്ഞപ്പോൾ അമ്മ ഒരു ഗ്ലാസ്സ് ചായയുമായി വന്നു.

"മോളെ കഴിക്കാൻ ഇഡ്ഡലിയുണ്ട്. എടുക്കട്ടെ?"

"വേണ്ടമ്മേ. ഞാൻ കഴിച്ചിട്ടാണ് വന്നത്."

അവൾ ഒഴിഞ്ഞു.

ട്യൂഷൻ തീരാറായപ്പോഴേയ്ക്ക് നന്ദഗോപാൽ ഓഫീസിലേക്കു പോകാൻ വേഷം ധരിച്ചു വന്നു.

"ടീച്ചറേ പോകുന്നതിനു മുമ്പ് നമ്പർ സുമിയുടെ കയ്യിൽ കൊടുത്തേക്കണേ. എന്തെങ്കിലും ആവശ്യം വന്നാൽ വിളിക്കാമല്ലോ..."

അയാൾ പറഞ്ഞു.

വിരുതന്റെ ബുദ്ധി കണ്ടില്ലേ... അവൾ മനസ്സിൽ പറഞ്ഞു.

ആദ്യമായി വന്ന ദിവസം തന്നെ വിദഗ്ദ്ധമായി ഫോൺ നമ്പർ ചോദിച്ചിരിക്കുന്നു.

രാത്രിയിൽ ചാറ്റ് ചെയ്യാനുള്ള പരിപാടിയായിരിക്കും. പക്ഷേ അത് നടക്കുകയില്ല. സ്മാർട്ട് ഫോണല്ല തനിക്കുള്ളതെന്ന് അയാൾക്കറിയില്ലല്ലോ. വിളിക്കാൻ മാത്രമുള്ള പഴയതരം മൊബൈലാണ് കയ്യിലുള്ളത്.

"ശരി ടീച്ചറേ ഞാൻ ഓഫീസിലേക്കു പോവാണ്. നാളെ കാണാം."

നാളെ ഞായറാഴ്ചയാണ്. ഓഫീസ് ഇല്ലാത്തതുകൊണ്ട് അയാൾ വീട്ടിൽ കാണും.

അല്പനേരംകൂടി കഴിഞ്ഞ് അവൾ ട്യൂഷൻ അവസാനിപ്പിച്ചു.

"ടീച്ചർ നാളെ വരുമോ?" സുമി ചോദിച്ചു.

"വരും."

"ഫോൺ നമ്പർ ഇതിൽ എഴുതിത്താ ടീച്ചറേ."

അവൾ ഒരു നോട്ട്ബുക്ക് നിവർത്തി വച്ച് പറഞ്ഞു. മനസ്സില്ലാമനസോടെ അപർണ നമ്പർ അതിൽ എഴുതിയിട്ടു.

അവൾ വീട്ടിൽ ചെന്നപ്പോൾ പള്ളിക്കലുള്ള വിലാസിനിയപ്പച്ചി വീട്ടിലുണ്ട്. ഏഴെട്ടു കിലോമീറ്റർ അകലെയാണ് പള്ളിക്കൽ. അമ്മയോട് എന്തോ കൂലംകഷമായി സംസാരിച്ചു കൊണ്ടിരിക്കുകയായിരുന്നു അപ്പച്ചി.

"ചേച്ചിക്ക് ഒരു കോളുമായിട്ടാ വിലാസിനിയപ്പച്ചി വന്നേക്കുന്നെ." വേഷം മാറ്റാനായി അവൾ മുറിയിൽ ചെന്നപ്പോൾ ആശ പറഞ്ഞു.

"എന്ത് കോള്?"

"ഒരു കല്യാണാലോചന."

"എനിക്കോ?"അവൾ വിശ്വാസം വരാതെ ചോദിച്ചു.

"ചേച്ചി നിൽക്കുമ്പം എനിക്ക് എന്തായാലും ആലോചന വരത്തില്ലെന്ന് അറിയില്ലേ?" ചിരിച്ചുകൊണ്ട് അവൾ പറഞ്ഞു.

"എവിടുന്നാ പുതുമണവാളൻ?"

"തെക്കേക്കരയിൽ ഒരു ഭാസ്കരൻ ചിറ്റപ്പനുണ്ടോ? അയാളുടെ മോനാ. ആർമിയിലാ കക്ഷി. അടുത്തുതന്നെ രണ്ടുമാസത്തെ ലീവിന് വരുന്നുണ്ട്. ചേച്ചിയെ കക്ഷി മുമ്പ് എവിടെവച്ചോ കണ്ടിട്ടുണ്ട്. സ്ത്രീധനമൊന്നും വേണ്ടാ എന്നതാണ് പ്രധാന ആകർഷണം."

"പോടീ..." അപർണയ്ക്ക് അരിശം വന്നു.

"ഇക്കാലത്ത് അത്തരം വിശാലമനസ്കരായ പയ്യന്മാരെ കണി കാണാൻ പോലും കിട്ടത്തില്ല ചേച്ചീ..."

കളിമട്ടിലാണ് ആശ പറഞ്ഞതെങ്കിലും അപർണയ്ക്ക് ദേഷ്യം വന്നു.

"എനിക്കു താല്പര്യമില്ല. അനിയത്തിയായാലും മതിയോ എന്ന് നമുക്കൊന്ന് ചോദിച്ചു നോക്കാം.

"എനിക്കപ്പഴേയ്ക്ക് പതിനെട്ടുവയസ് തികയത്തില്ലല്ലോ ചേച്ചീ. അല്ലെങ്കിൽ എനിക്കൊരു സമ്മതക്കുറവുമില്ലാരുന്നു. എന്നാലും ആളിനെക്കണ്ട് ഇഷ്ടപ്പെട്ടാലേ ഞാൻ യെസ് പറയൂ."

ആശ കളിയായിട്ടാണോ കാര്യമായിട്ടാണോ പറയുന്നതെന്ന് അവൾക്കു മനസ്സിലായില്ല. ആശ കളിയിൽ കാര്യവും കാര്യത്തിൽ കളിയും ചേർത്ത് സംസാരിക്കുന്നവളാണ്.

അപ്പോഴേയ്ക്ക് വിലാസിനി ചേച്ചി വന്നു. അവർ തിരിച്ചുപോകാനുള്ള ഭാവത്തിലായിരുന്നു.

"അപർണമോൾ വന്നോ... ഞാൻ അമ്മയോട് ഒരു കാര്യം പറഞ്ഞിട്ടുണ്ട്. രമേശൻ അടുത്തമാസം വരും. അന്നേരം ഞാൻ അവനെയും കൊണ്ട് ഒന്നു വരാം. കാണാനൊക്കെ നല്ല സുന്ദരനാ... സ്വൽസ്വഭാവിയാ. സിഗരറ്റ് വലിപോലും ഇല്ല..."

കേട്ടുനിന്നതല്ലാതെ അവൾ ഒരു അഭിപ്രായവും പറഞ്ഞില്ല. അവരോടല്ലല്ലോ പറയേണ്ടത്.

അപ്പച്ചി യാത്ര പറഞ്ഞുപോയി.

അപ്പോഴാണ് സുകുമാരിയമ്മ ആ കാര്യം അവളോട് പറഞ്ഞത്.

"എനിക്ക് ജോലി വല്ലതും കിട്ടിയിട്ടു മതി കല്യാണം."

അവൾ തറപ്പിച്ചു പറഞ്ഞു.

ഷീജ പറഞ്ഞതും അപ്പോൾ അവളുടെ മനസ്സിലുണ്ടായിരുന്നു.

"പൊന്നും പണവുമൊന്നും വേണ്ടെന്നാ അവർ പറഞ്ഞത്. ഇക്കാലത്ത് ആരാ..."

"അണ്ടിയോടടുക്കുമ്പം അറിയാം മാങ്ങയുടെ പുളി."

അപർണ പറഞ്ഞു.

സുകുമാരിയമ്മ പിന്നെ അതേക്കുറിച്ച് ഒന്നും മിണ്ടിയില്ല.

ഉച്ചയ്ക്ക് ഊണുകഴിഞ്ഞ് ആശയുമൊത്ത് അവരുടെ മുറിയിലിരിക്കുമ്പോൾ അപർണ മെല്ലെ മനസ്സ് തുറന്നു.

"എടീ ആ നന്ദഗോപാലിന്റെ വീട്ടിൽ ട്യൂഷനു പോണോ എന്ന് ഞാൻ ആലോചിച്ചോണ്ടിരിക്കുവാ..."

"അതെന്താ ചേച്ചീ?" ഉത്കണ്ഠയോടെ ആശ ചോദിച്ചു.

"അയാളെക്കുറിച്ച് അത്ര നല്ല കാര്യങ്ങളൊന്നുമല്ല അറിഞ്ഞത്... സ്വഭാവദൂഷ്യമുള്ള ആളാണോന്ന് ഒരു സംശയം."

"ചേച്ചി എന്താണറിഞ്ഞത്?"

വിജയലക്ഷ്മിയിൽ നിന്ന് അറിഞ്ഞ കാര്യങ്ങൾ മുഴുവൻ അവൾ ആശയോട് പറഞ്ഞു.

"പോരുമ്പോൾ അയാൾ എന്റെ നമ്പരും വേണമെന്നു പറഞ്ഞു..."

ആശ ഒന്ന് ആലോചിച്ചു.

"അതിന് ചേച്ചിയെന്തിനാ പേടിക്കുന്നെ. ഏതെങ്കിലുമൊരുത്തൻ മോശമായിട്ട് പെരുമാറാൻ വന്നാൽ അത് അവിടെ നിർത്താൻ ഇന്ന് പെണ്ണിനു കഴിയും..."

"പക്ഷേ സാഹചര്യം പ്രതികൂലമാണെങ്കിലോ? നമ്മളെക്കാൾ ശാരീരികബലം ആണുങ്ങൾക്കല്ലേ..."

"ശരിയാ... പക്ഷേ അതോടെ അവൻ അകത്താകും. ആ പേടി ഇപ്പാൾ എല്ലാ ആണുങ്ങൾക്കും കാണും..."

"ആ പേടിയില്ലാത്തവന്മാരും കാണുമെടീ. ടി.വി.യിലും പത്രത്തിലും എത്രയോ വാർത്തകളാ നമ്മൾ കാണുന്നെ."

"അതും ശരിയാ."

"അയാളുടെ ഭാര്യയെ ഞാൻ കണ്ടു. എന്തൊരു പാവമാണെന്നോ... കഷ്ടം തോന്നും. എന്നോട് വല്യ സ്നേഹത്തോടാ സംസാരിച്ചെ. മോളെ പഠിപ്പിക്കാൻ ഞാൻ ചെന്നില്ലെങ്കിൽ അവർക്ക് വല്യ വിഷമമാകും. അതോർക്കുമ്പഴാ..."

"വിജയലക്ഷ്മി ചേച്ചി പറഞ്ഞതു കേട്ട് ചേച്ചി പേടിക്കണ്ടാ. പോയി നോക്കണം. ശരിയാകത്തില്ല എന്നു തോന്നിയാൽ പിന്നെ പോകണ്ടാ." ആശ പറഞ്ഞു.

"ഉം..."

ആഴ്ചയിൽ രണ്ടു ദിവസമല്ലേ. സാരമില്ല.

അന്നു രാത്രിയിൽ ഒമ്പതു മണിയായപ്പോൾ അപർണയുടെ മൊബൈലിൽ ഒരു കോൾ വന്നു. പരിചയമില്ലാത്ത നമ്പറായിരുന്നു അത്.

അവൾ അതെടുത്തില്ല.

"ആരാ ചേച്ചീ?" ആശ ചോദിച്ചു.

"അറിയില്ല മോളേ... സേവ് ചെയ്യാത്ത നമ്പരാ."

"എന്നാൽ എടുക്കണ്ട."

നന്ദഗോപാലാണോ വിളിച്ചത് എന്ന് അവൾക്കു സംശയമുണ്ടാ

യിരുന്നു. വേറെ ആരാവാനാണ്?

പിറ്റേന്നു രാവിലെ ഒമ്പതു മണിയായപ്പോൾ സുമിക്ക് ട്യൂഷനെടുക്കാൻ അവൾ ചന്ദ്രാലയത്തിലേക്കു പോയി.

അവൾ ചെന്നപ്പോൾ ഗേറ്റ് അടഞ്ഞുകിടക്കുകയായിരുന്നു. അകത്തുകയറി ബെല്ലടിച്ചു.

നന്ദഗോപാലാണ് വാതിൽ തുറന്നത്.

"ടീച്ചർ വരൂ..."

അവൾ അകത്തേക്കു കയറി.

"സുമി എവിടെ?" അവൾ തിരക്കി.

"നാട്ടിൽനിന്ന് ഇന്നുരാവിലെ അനിയൻ വന്നിട്ടുണ്ടാരുന്നു. അവന്റെ കൂടെ അമ്മയും സുമിയും പോയേക്കുവാ. വൈകുന്നേരം തിരിച്ചുകൊണ്ടു വിടും."

എന്തു പറയണമെന്നറിയാതെ അപർണ നിന്നു.

എന്തോ ഒരു ചതിപോലെ അവൾക്കു തോന്നി.

വീട്ടിലേക്കു പോകുന്ന കാര്യം നേരത്തെ പറഞ്ഞില്ലല്ലോ.

"ഇന്നു വരണ്ടാ എന്നു പറയാൻ രാത്രിയിൽ അപർണയുടെ ഫോണിലേക്ക് വിളിച്ചിരുന്നു. പക്ഷേ എടുത്തില്ല... നേരത്തെ ഉറങ്ങിയോ?"

"ഇല്ല... ഞാൻ കേട്ടില്ലായിരുന്നു." അവൾ പറഞ്ഞു.

"എന്തായാലും വന്ന സ്ഥിതിക്ക് അല്പനേരം കഴിഞ്ഞ് പോയാൽ പോരേ?" അയാൾ ചോദിച്ചു.

പെട്ടെന്ന് നാവ് വരണ്ടതു കാരണം അവൾക്ക് ശബ്ദിക്കാൻ കഴിഞ്ഞില്ല.

3

പ്രതീക്ഷയോടെ അപർണയുടെ മുഖത്തേക്ക് നന്ദഗോപാൽ നോക്കി.

"എന്തായാലും ഇവിടെ വരെ വന്നതല്ലേ... കുറച്ചുനേരം ഇരുന്നിട്ട് പോകാം." അയാൾ വീണ്ടും പറഞ്ഞു.

അപ്പോൾതന്നെ തിരിഞ്ഞു നടന്നാലോ എന്ന് അവൾ ആലോചിച്ചു. പക്ഷേ കാലുകൾ വഴങ്ങിയില്ല. അത്രയ്ക്ക് പേടിച്ചുപോയിരുന്നു അവൾ.

"എന്തെങ്കിലും ബുദ്ധിമുട്ടുണ്ടെങ്കിൽ അപർണ പൊയ്ക്കോളൂ...

ഷീജയ്ക്ക് തന്നെ ഒത്തിരി ഇഷ്ടപ്പെട്ടു. വെളിയിൽനിന്ന് ആരും ഇവിടേയ്ക്ക് വരുന്നില്ലല്ലോ. എന്നും ഞങ്ങൾ മൂന്നുപേരുടെ മുഖം മാത്രമല്ലേ കാണുന്നുള്ളൂ... അതുകൊണ്ടായിരിക്കും അപർണയുമായി സംസാരിച്ച് ഇരുന്നപ്പോൾ മനസ്സിന് ഒരു സുഖം കിട്ടിയെന്ന് അവൾ പറഞ്ഞു."

അയാൾ പറഞ്ഞത് എങ്ങനെ വിശ്വസിക്കും? ഇങ്ങനെയുള്ള ആണുങ്ങൾ വളരെ വിശ്വസനീയമായ രീതിയിൽ സംസാരിക്കും. വിശ്വാസം നേടിയെടുക്കും. അതു കഴിഞ്ഞിട്ടായിരിക്കും തനിനിറം പുറത്തുവരുന്നത്.

"ആരാ നന്ദേട്ടാ അത്?"

അപ്പോൾ ഉള്ളിൽ നിന്ന് ഷീജ വിളിച്ചു ചോദിച്ചു. പുറത്തെ സംസാരം ഷീജച്ചേച്ചി കേട്ടുകാണുമെന്ന് അവൾക്കു തോന്നി.

"അപർണയാ ഷീജേ..." നന്ദഗോപാൽ വിളിച്ചുപറഞ്ഞു.

"പോയോ ആ കുട്ടി? ഇല്ലെങ്കിൽ ഇങ്ങോട്ടൊന്ന് വരാൻ പറയുമോ?"

"കേട്ടില്ലേ... അപർണ വന്നേക്കുമെന്നു പറഞ്ഞ് കാത്തിരിക്കുകയായിരുന്നു അവൾ."

അയാൾ വാതിലിനടുത്തുനിന്ന് മാറിനിന്നു.

അപർണ അകത്തേക്കു കയറി.

ഷീജ കിടക്കുന്ന മുറിയിലേക്ക് നടക്കുമ്പോൾ അവൾ ഉള്ളിൽ ഭയന്നു. അയാൾ പിന്നിൽനിന്ന് കെട്ടിപ്പിടിക്കുമോ? വായ പൊത്തിയിട്ട് കോരിയെടുത്ത് മറ്റേ ബെഡ്റൂമിലേക്ക് കൊണ്ടുപോകുമോ?

അവൾ വേഗം ഷീജയുടെ മുറിയിലേക്കു ചെന്നു. തലയണകൾ അടുക്കിവച്ച് അതിൽ ചാരി ഇരിക്കുകയായിരുന്നു ഷീജ.

"വാ അപർണേ... ഇവിടെ വന്ന് ഇരിക്ക്." അവളെ കണ്ട് ഷീജ ആഹ്ളാദത്തോടെ ക്ഷണിച്ചു.

കസേര ബെഡ്ഡിനടുത്തേക്ക് നീക്കിയിട്ട് അപർണ ഇരുന്നു.

"ഞാൻ നന്ദേട്ടനോട് പറഞ്ഞാരുന്നു. അപർണ വന്നാൽ സുമിയില്ലെന്നറിയുമ്പോൾ ഉടൻ പോയേക്കും. പക്ഷേ വിടല്ലേന്ന്..."

"സുമിമോൾ അമ്മേടെ കൂടെ നാട്ടിൽ പോയേക്കുവാണെന്ന് ഇവിടെ വന്നപ്പഴാ അറിഞ്ഞെ..." അപർണ പറഞ്ഞു

"ഇന്നലെ സന്ധ്യക്കാ അനിയൻ വരുന്ന കാര്യം അറിയിച്ചത്... അമ്മയെ ഒന്നു കൊണ്ടുപോകാൻ. സുമിക്കും പോണമെന്ന് ഒരേ വാശി. അവിടെ അവളുടെ പ്രായത്തിലുള്ള രണ്ടു കുട്ടികളുണ്ട്. അവിടെ പറമ്പിൽ ഓടിച്ചാടി നടക്കാം... ഊഞ്ഞാലുണ്ട്... അതാണ്

പോയത്."

"ഉം."

"അവളും പോകുന്ന കാര്യം തീരുമാനമായപ്പോൾ ഞാൻ നന്ദേട്ടനോട് പറഞ്ഞു അപർണയെ ഒന്ന് അറിയിച്ചേക്കാൻ... രാത്രിയായില്ലേ... ഇനി വിളിക്കുന്നത് ശരിയല്ലെന്ന് നന്ദേട്ടൻ പറഞ്ഞു. പിന്നെ എന്റെ മൊബൈലിൽ നിന്ന് ഞാൻ അപർണയെ വിളിച്ചു. പക്ഷേ കിട്ടിയുമില്ല..." ഷീജ പറഞ്ഞു.

"വിളിച്ചത് കേട്ടില്ലാരുന്നു ചേച്ചീ... പിന്നെ മിസ്ഡ് കോൾ കണ്ടെങ്കിലും ഒത്തിരി ലേറ്റായിരുന്നു."

അപർണ ഒരു നുണ പറഞ്ഞു.

"സാരമില്ല. കോൾ കിട്ടാഞ്ഞതു നന്നായി. അതുകൊണ്ടല്ലേ അപർണ ഇന്നു വന്നത്."

നന്ദഗോപാൽ മുറിയിലേക്കു വരുമോ എന്ന് അവൾ സംശയിച്ചു. പക്ഷേ വന്നില്ല.

ഭാര്യയുടെ മുമ്പിൽ നല്ല പിള്ള ചമയുകയാണെന്ന് അപർണയ്ക്കു തോന്നി. അപ്പോൾ ഷീജച്ചേച്ചിക്ക് ഒരു സംശയവും ഉണ്ടാവുകയില്ലല്ലോ.

വിജയലക്ഷ്മിച്ചേച്ചിയെ കയറിപ്പിടിച്ചതൊന്നും ഈ പാവം സ്ത്രീ അറിഞ്ഞു കാണുകയില്ല.

"ഇന്ന് ഞായറാഴ്ചയായതു കൊണ്ട് വീട്ടിൽ എല്ലാവരും കാണുമല്ലോ. അല്ലേ?"

"ഉം."

"വേറെ എവിടെയൊക്കെ ട്യൂഷൻ പഠിപ്പിക്കുന്നുണ്ട്?"

"വൈകുന്നേരം വീട്ടിൽ കുറച്ച് കുട്ടികൾ വരും. അവരെ മാത്രമേ പഠിപ്പിക്കുന്നുള്ളൂ. വീട്ടിൽ ചെന്ന് വേറെയെങ്ങും പഠിപ്പിക്കുന്നില്ല ഇപ്പോൾ." അപർണ പറഞ്ഞു.

അവർ അല്പനേരം പലതും സംസാരിച്ച് ഇരുന്നു. ഒരു കൊച്ചു കുട്ടിയുടെ കൗതുകത്തോടെയാണ് ഷീജ പലതും ചോദിച്ചതും സംസാരിച്ചതും.

പെട്ടെന്ന് നന്ദഗോപാൽ ഒരു കപ്പ് ചായയുമായി വന്നു. അയാളെ കണ്ട് അപർണ വേഗം എഴുന്നേറ്റു.

"ഇരുന്നോളൂ... ഞാൻ അത്ര വലിയ കുക്ക് ഒന്നുമല്ല. അതുകൊണ്ട് ചായ നന്നാവൻ സാധ്യതയില്ല. മുൻകൂർ ജാമ്യമാണേ... ഇതാ കുടിച്ചുനോക്കൂ..."

ചായ അവളുടെ നേർക്കു നീട്ടി അയാൾ പറഞ്ഞു.

മടിയോടെയാണെങ്കിലും അവൾ ചായക്കപ്പ് വാങ്ങി.

അപ്പോൾതന്നെ അയാൾ മുറിവിട്ട് പോവുകയും ചെയ്തു.

"കുക്കിങ് അറിയില്ലെന്ന് നന്ദേട്ടൻ പറഞ്ഞത് ചുമ്മാതാ. പാചകമൊക്കെ നന്നായിട്ടറിയാം. ഞാൻ കിടപ്പിലായതിനു ശേഷമാണ് എല്ലാം പഠിച്ചത്. ഇന്നിപ്പം അമ്മയില്ലല്ലോ ഇവിടെ. ഭക്ഷണമുണ്ടാക്കുന്നത് നന്ദേട്ടൻ തനിച്ചാ."

ഷീജ പറഞ്ഞു.

ചായക്കപ്പ് കയ്യിൽ വച്ചുകൊണ്ട് നിന്നതേയുള്ളൂ അപർണ.

"ഇരുന്ന് ചായ കുടിക്കൂ..." ഷീജ പറഞ്ഞു.

അവൾ വീണ്ടും ഇരുന്നു.

"സംസാരിക്കുന്നതെല്ലാം ഞാനാ... അപർണ ഒരക്ഷരം പോലും മിണ്ടുന്നില്ലല്ലോ." ഷീജ പറഞ്ഞു.

"ഞാനെന്ത് മിണ്ടാനാ. ചേച്ചി പറയുന്നതെല്ലാം കേൾക്കാനാണ് എനിക്കിഷ്ടം."

"എന്നോട് ഒന്നും ചോദിക്കാനില്ലേ അപർണയ്ക്ക്?"

എന്തു ചോദിക്കാനാണ്? അവൾ ആലോചിച്ചു.

"ഇങ്ങനെ ഒന്നും ചെയ്യാനില്ലാതെ കിടക്കുമ്പോൾ ചേച്ചിക്ക് ബോറടിക്കുന്നില്ലേ?"

അവൾ ചോദിച്ചു.

"പിന്നില്ലേ. ആദ്യമൊക്കെ വല്യ പ്രോബ്ലമാരുന്നു. പിന്നെ അതൊരു ശീലമായി."

"ടിവി.യെടുത്ത് ഈ റൂമിൽ വച്ചാൽ അതു കണ്ടുകൊണ്ട് കിടക്കാമല്ലോ..."

"പുതിയ ഒരു ടി.വി. മേടിച്ച് ഇവിടെ വെക്കാമെന്ന് നന്ദേട്ടൻ പറഞ്ഞതാ. ഞാൻ സമ്മതിച്ചില്ല. ടി.വി.യിലെ സീരിയലും സിനിമയുമൊന്നും എനിക്കത്ര താല്പര്യമൊന്നുമില്ല. പാട്ടുകേൾക്കലും നോവൽ വായനയുമാണ് കൂടുതൽ പ്രിയം." ഷീജ പറഞ്ഞു.

അപർണയ്ക്ക് കഷ്ടം തോന്നി. ഒന്ന് അനങ്ങാൻ പോലും കഴിയാതെ ഇതുപോലെ ഒരേ കിടപ്പ് കിടക്കുന്ന കാര്യം അവൾക്ക് ചിന്തിക്കാൻ പോലും കഴിഞ്ഞില്ല.

"അപർണേടെ കയ്യിൽ പഴയ നോവൽ വല്ലതുമുണ്ടോ? ഉണ്ടേൽ അടുത്തദിവസം വരുമ്പോൾ കൊണ്ടുവരണേ..." ഷീജ പറഞ്ഞു.

കോളജിൽ ഒന്നുരണ്ടു നോവലുകൾ പഠിക്കാനുണ്ടായിരുന്നു. അത് പഴയ പുസ്തകങ്ങളുടെ കൂട്ടത്തിൽ കാണും. തപ്പിനോക്കണം.

"ഞാൻ നോക്കട്ടെ ചേച്ചീ... ഉണ്ടെങ്കിൽ കൊണ്ടുവരാം."
അവൾ പറഞ്ഞു.

"ബുദ്ധിമുട്ടായിട്ട് തോന്നല്ലേ... ഉണ്ടെങ്കിൽ മതി."

"എനിക്ക് ബുദ്ധിമുട്ടൊന്നുമില്ല ചേച്ചീ..."

അപർണ ചായ കുടിച്ചുതീർത്തു. ഗ്ലാസ് കഴുകി വെക്കണമെന്നുണ്ടായിരുന്നു അവൾക്ക്. പക്ഷേ അടുക്കളയിലേക്ക് ചെല്ലാൻ വയ്യ.

നന്ദഗോപാൽ അവിടെ കാണും.

ഒറ്റയ്ക്കു ചെല്ലുന്നത് ബുദ്ധിയല്ല

"ഞാനെന്നാൽ ഇനി പോട്ടെ ചേച്ചീ?" അവൾ എഴുന്നേറ്റു.

"ശരി... ഇനി അടുത്ത ശനിയാഴ്ചയല്ലേയുള്ളു?"

ഷീജ ചോദിച്ചു.

"ഉം..."

"സമയം കിട്ടിയാൽ ഇടയ്ക്കൊന്നു വരണേ..."

"ഉം."

മുറിയിലുണ്ടായിരുന്ന മേശപ്പുറത്ത് ഗ്ലാസ് വച്ചിട്ട് അപർണ പുറത്തേക്കിറങ്ങി. അടുക്കളയിൽ പാത്രങ്ങൾ കൂട്ടിമുട്ടുന്ന ശബ്ദം അവൾ കേട്ടു.

അവൾ ശബ്ദമുണ്ടാക്കാതെ വാതിൽ തുറന്ന് വെളിയിലെത്തി.

റോഡിലിറങ്ങുമ്പോൾ വിജയലക്ഷ്മി ചേച്ചിയെ കാണാനിടവരരുതേ എന്നായിരുന്നു അവളുടെ പ്രാർത്ഥന. അവിടെ ട്യൂഷനു പോകരുതെന്ന് ചേച്ചി ഉപദേശിച്ചതാണ്. വീണ്ടും ചെന്നു എന്നറിഞ്ഞാൽ ചേച്ചിയെന്തു വിചാരിക്കും. അയാളുടെ വലയിൽ താനും വീണുപോയെന്ന് ചേച്ചി കരുതും. ഛേ...

ഭാഗ്യത്തിന് പുറത്തൊന്നും വിജയലക്ഷ്മി ചേച്ചി ഇല്ലായിരുന്നു. റോഡിന്റെ ഓരം ചേർന്ന് അവൾ വേഗം നടന്നു.

ചമ്പകത്തറയിലെ സുവർണ ചേച്ചി അവിടുത്തെ ട്യൂഷൻ അവസാനിപ്പിക്കാൻ എന്തായിരിക്കും കാരണം?

അയാൾ ചേച്ചിയോട് മോശമായി പെരുമാറിക്കാണുമോ? അങ്ങനെയാണല്ലോ വിജയലക്ഷ്മി ചേച്ചി സൂചിപ്പിച്ചത്?

ആ ഷീജ ചേച്ചിയുടെ കാര്യമോർക്കുമ്പോൾ ട്യൂഷൻ അവസാനിപ്പിക്കാനും തോന്നുന്നില്ല.

"എന്താ മോളേ പെട്ടെന്നിങ്ങ് പോന്നത്? ട്യൂഷൻ എടുത്തില്ലേ?" സമയമാകും മുമ്പ് അവൾ ചെന്നതു കണ്ട് സുകുമാരിയമ്മ ചോദിച്ചു.

"ആ മോൾ അവിടെയില്ലായിരുന്നു. അതിന്റെ അച്ഛൻ വീട്ടിൽ

പോയിരിക്കുകയാ."

"നേരത്തെ പറഞ്ഞിരുന്നെങ്കിൽ വെറുതെ അവിടെ വരെ പോകണ്ടാരുന്നല്ലോ..."

"രാത്രിയിൽ വിളിച്ചാരുന്നമ്മേ... ഞാനതു കണ്ടില്ല."

അവരുടെ സംസാരം കേട്ട് ആശ നിശ്ശബ്ദയായി നിൽക്കുന്നുണ്ടായിരുന്നു.

അപർണ മുറിയിലേക്കു ചെന്നപ്പോൾ ആശ പിന്നാലെ ചെന്നു.

"ചേച്ചീ..."

അപർണ തിരിഞ്ഞുനോക്കി.

"എന്താ പെട്ടെന്നിങ്ങ് പോന്നത്?" ആശ സംശയത്തോടെ നിന്നു.

"ഞാൻ പറഞ്ഞില്ലേ... ആ മോൾ വീട്ടിലില്ലാരുന്നു. " അപർണ പറഞ്ഞു.

"വേറെ പ്രശ്നമൊന്നും ഇല്ലല്ലോ?"

"ഇല്ലെടീ... രസമതല്ല. അയാളാണ് ഇന്നത്തെ കുക്കിങ്. എനിക്ക് ചായയുണ്ടാക്കിക്കൊണ്ടു വന്നു തന്നു. ഞാൻ അയ്യടാന്നായിപ്പോയി."

"അതൊക്കെ അയാളുടെ ഓരോ തന്ത്രമാ ചേച്ചീ. നമ്മളെ കയ്യിലെടുക്കാൻ അയാൾ അത്തരം ചില വിദ്യകളൊക്കെ പ്രയോഗിക്കും. പഠിച്ച കള്ളന്മാർ അങ്ങനാ. ആദ്യം വിശ്വാസം നേടിയെടുക്കും. ചതിക്കപ്പെടുന്നത് നമ്മൾ പോലും അറിയത്തില്ല..."

ആശ പറഞ്ഞു.

അപർണ അവളെ ഒന്നു തുറിച്ചു നോക്കി.

"ഈ വിവരങ്ങളൊക്കെ നിനക്കെവിടുന്ന് കിട്ടി?"

"സുനിത കൊണ്ടുവന്നു തന്ന ഒരു നോവലിൽ ഞാൻ വായിച്ചതാ ചേച്ചീ.. ഒരേ സമയം നാലഞ്ച് പെണ്ണുങ്ങളെ പ്രേമിക്കുന്ന ഒരു വിരുതന്റെ കഥ. ആരായാലും വീണുപോകും... അത്രയ്ക്ക് ഇഷ്ടപ്പെടുന്ന രീതിയിലാ അയാളുടെ പെരുമാറ്റം..."

ഷീജ പറഞ്ഞ കാര്യം അപ്പോഴാണ് അപർണയ്ക്ക് ഓർമ്മ വന്നത്.

"നിന്റെ കയ്യിൽ ആ നോവലുണ്ടോ?"

"എന്തിനാ... ചേച്ചിക്ക് വായിക്കാനാണോ? അവൾക്ക് ഏതോ ലൈബ്രറിയിൽനിന്നു കിട്ടിയതാ. ഒന്നൂടെ തരാൻ ഞാൻ അവളോടു പറയാം."

"എനിക്കല്ലെടീ... ആ ഷീജ ചേച്ചി വല്യ വായനക്കാരിയാ.

അവർക്കു കൊണ്ടുചെന്ന് കൊടുക്കാനാരുന്നു. വേറെ സന്തോഷങ്ങളൊന്നും അവർക്കില്ല."

"ചേച്ചിയുടെ കയ്യിൽ ഇന്ദുലേഖ കാണുമല്ലോ. നിങ്ങൾക്കു പഠിക്കാനുള്ള ടെക്സ്റ്റായിരുന്നല്ലോ അത്?" ആശ ഓർമ്മിപ്പിച്ചു.

"കാണും. പഴയ ബുക്സൊക്കെ ഒന്നു പരിശോധിക്കണം."

വസ്ത്രം മാറിയിട്ട് അവൾ പഴയ പുസ്തകങ്ങൾ എടുത്തുവച്ചിരുന്ന പെട്ടി തുറന്നുനോക്കി. കോളജിൽ രണ്ടാംഭാഷ മലയാളമായിരുന്നതു കൊണ്ട് കവിതയും നാടകവും നോവലുമൊക്കെ പഠിക്കാനുണ്ടായിരുന്നു.

തെരഞ്ഞു നോക്കിയപ്പോൾ രണ്ടു നോവലുകൾ കിട്ടി. ഇന്ദുലേഖയും മാർത്താണ്ഡവർമ്മയും.

"ചരിത്ര നോവൽ ഇഷ്ടപ്പെടുമോ?" ആശ ചോദിച്ചു.

"എന്തു കിട്ടിയാലും വായിക്കുമെന്ന് തോന്നുന്നു."

വൈകുന്നേരം അപർണയുടെ മൊബൈലിൽ ഷീജയുടെ വിളി വന്നു. നമ്പർ സേവ് ചെയ്തിരുന്നില്ലെങ്കിലും ഷീജയാണ് വിളിക്കുന്നതെന്ന് അവൾക്കു മനസ്സിലായി.

തലേരാത്രിയിൽ ആ നമ്പറിൽനിന്നാണല്ലോ വിളി വന്നത്.

"ഹലോ..." അവൾ കോൾ എടുത്തു.

"ഞാനാ അപർണേ... ഷീജ."

"മനസ്സിലായി ചേച്ചീ."

"അമ്മയും മോളും കുറച്ചു മുമ്പ് വന്നു. അവൾക്ക് നാളെ സ്കൂളിൽ പോകണ്ടേ..."

"ഉം."

"അപർണ രാവിലെ വന്നിട്ടു പോയി എന്നറിഞ്ഞപ്പോൾ അവൾക്ക് സങ്കടമായി. നാളെ വരുമോന്ന് ചോദിച്ചു. ഞാൻ പറഞ്ഞു സമയം കിട്ടിയാൽ വരുമെന്ന്."

അപർണ ഒന്നും പറഞ്ഞില്ല.

"ഞാൻ നിർബന്ധിക്കുകയാണെന്ന് വിചാരിക്കല്ലേ. അവളെ സമാധാനിപ്പിക്കാൻ വേണ്ടി പറഞ്ഞെന്നേയുള്ളൂ."

"സമയം കിട്ടിയാൽ വരാം ചേച്ചീ..." അവൾ വെറുതെ പറഞ്ഞു.

"ബുക്ക് വല്ലതും ഉണ്ടോന്ന് നോക്കിയാരുന്നോ?"

ഷീജ ചോദിച്ചു.

"രണ്ടെണ്ണം കിട്ടിയാരുന്നു ചേച്ചീ. പക്ഷേ കുറച്ച് പഴയതാ. ഇന്ദുലേഖയും മാർത്താണ്ഡവർമ്മയും."

"രണ്ടും ഞാൻ വായിച്ചിട്ടില്ല. കിട്ടിയാൽ കൊള്ളാമായിരുന്നു."

"ഞാൻ വരുമ്പോൾ കൊണ്ടുവരാം ചേച്ചീ."

"ഞാൻ കാത്തിരിക്കുമേ..."

"ഉം."

നാളെ കണ്ണൻ സ്കൂളിൽ നിന്ന് വന്നുകഴിഞ്ഞ് അവന്റെ കയ്യിൽ കൊടുത്തയയ്ക്കാമെന്ന് അവൾ മനസ്സിലോർത്തു.

പക്ഷേ അത് വേണ്ടിവന്നില്ല.

"അപർണേ..."

പിറ്റേന്ന് രാവിലെ അമ്മയെ അടുക്കളയിൽ സഹായിച്ചുകൊണ്ട് നിന്നപ്പോൾ പൂമുഖത്തുനിന്ന് അച്ഛന്റെ വിളിവന്നു.

"എന്താ അച്ഛ..."

മുൻവശത്തേക്കു ചെന്നപ്പോൾ മുറ്റത്ത് നിന്നിരുന്ന ആളിനെ കണ്ട് അവൾ ഞെട്ടി.

നന്ദഗോപാൽ.

"നിന്നെ കാണാനാ സാർ വന്നത്." രാമകൃഷ്ണൻ പറഞ്ഞു.

"ഏതോ ബുക്ക് അപർണ തരും. അത് മേടിച്ചുകൊണ്ടു വരാൻ ഷീജ പറഞ്ഞുവിട്ടതാ." അയാൾ പറഞ്ഞു.

ഒന്നും മിണ്ടാതെ അവൾ ഉള്ളിലേക്കു വലിഞ്ഞു. സത്യത്തിൽ ആ ചേച്ചി പറഞ്ഞുവിട്ടതായിരിക്കുമോ അതോ അയാൾ മനഃപൂർ വം ഇറങ്ങിത്തിരിച്ചതായിരിക്കുമോ?

"എന്താ ചേച്ചീ?" മുറിയിലേക്കു ചെന്നപ്പോൾ സ്കൂളിൽ പോകാൻ വേഷം ധരിച്ചുകൊണ്ടു നിന്ന ആശ ചോദിച്ചു.

"അയാൾ വന്നിരിക്കുന്നു. ബുക്സ് കൊണ്ടുപോകാൻ."

"ഭാര്യ പറഞ്ഞുവിട്ടതായിരിക്കുമോ?"

"അങ്ങനെയാണ് പറഞ്ഞത്."

വെളിയിൽ അച്ഛനും അയാളും തമ്മിൽ എന്തൊക്കെയോ സംസാരിക്കുന്നുണ്ടായിരുന്നു.

"അതു കള്ളമായിരിക്കും... ഈ പേരും പറഞ്ഞ് ഇങ്ങോട്ടു വരാമല്ലോ..." ആശ അത് വിശ്വസിച്ചില്ല.

രണ്ടു നോവലുകളും എടുത്തുകൊണ്ടു വന്ന് അപർണ അയാൾക്കു കൊടുത്തു.

"വായിക്കാൻ എന്തെങ്കിലും കിട്ടിക്കഴിഞ്ഞാൽ പിന്നെ അവൾക്ക് ഊണും ഉറക്കവുമില്ല." നന്ദഗോപാൽ പറഞ്ഞു.

"സാറൊന്നു വിളിച്ചാൽ മതിയാരുന്നല്ലോ... ആരെങ്കിലും അവിടെ കൊണ്ടുവന്ന് തന്നേനെ..."രാമകൃഷ്ണൻ പറഞ്ഞു.

"അതിന് അത്ര വല്യ ദൂരമൊന്നുമില്ലല്ലോ ചേട്ടാ... ശരി ഞാനി

റങ്ങട്ടെ.”

അയാൾ യാത്ര പറഞ്ഞ് ബൈക്കിൽ കയറിപ്പോയി.

“സാറിന്റെ നമ്പർ തന്നു. എന്തെങ്കിലും ആവശ്യം വന്നാൽ വിളിക്കാൻ...” രാമകൃഷ്ണൻ പറഞ്ഞു.

അയാൾ ഒരു മുഴം നീട്ടിയെറിഞ്ഞിരിക്കുന്നു. അവൾക്ക് തോന്നി. അച്ഛനെയും കയ്യിലെടുത്തിരിക്കുന്നത് നല്ലതാണല്ലോ.

“നമുക്കെന്ത് ആവശ്യം വരാനാ അച്ഛാ?” അവൾ ചോദിച്ചു.

“പഞ്ചായത്ത് ആപ്പീസിൽ എന്തെങ്കിലും കാര്യം സാധിക്കാനുണ്ടെങ്കിൽ വിളിച്ചുപറഞ്ഞാൽ മതിയല്ലോ...”

അപർണ പിന്നെ അവിടെ നിന്നില്ല.

അന്ന് വൈകുന്നേരം രാമകൃഷ്ണൻ പതിവിലും നേരത്തെ വീട്ടിൽ വന്നു. സാധാരണ എട്ടുമണിക്കാണ് ടൗണിൽനിന്നുള്ള ബസ് വരുന്നത്.

അന്ന് ഏഴരയായപ്പോൾ വന്നു.

“ഇന്നെന്താ നേരത്തെ?” സുകുമാരിയമ്മ തിരക്കി.

“കടയിൽ നിന്നിറങ്ങി ബസ് കാത്തുനിൽക്കുമ്പോൾ നമ്മുടെ നന്ദഗോപാൽ സാർ ടൗണിലെന്തോ ആവശ്യത്തിന് പോയിട്ട് തിരിച്ചുവരുമ്പോ എന്നെ കണ്ടു. സാർ ഇവിടെക്കൊണ്ടുവന്നു വിട്ടു.”

ടൗണിലേക്ക് നാലുകിലോമീറ്റർ ദൂരമുണ്ട്. അരമണിക്കൂർ ഇടവിട്ടേ ബസുള്ളൂ. കവലയിൽ ചെന്ന് കാത്തുനിൽക്കേണ്ടി വരും.

മുറിയിലിരുന്ന അപർണയും ആശയും അത് കേൾക്കുന്നുണ്ടായിരുന്നു.

“എന്തിനാ അച്ഛൻ അയാളുടെ വണ്ടിയിൽ കേറാൻ പോയത്?”

ആശയ്ക്ക് അരിശം വന്നു.

“അതിന് അയാളുടെ സ്വഭാവം അച്ഛനറിയില്ലല്ലാ...”

അപർണ പറഞ്ഞു.

“എന്നാലും...”

“നമ്മൾ വെറുതെ സംശയിക്കുന്നതായിരിക്കും മോളേ. ചിലപ്പോൾ അയാൾ നല്ലവനായിരിക്കും.”

“എന്നിട്ടാണോ വിജയലക്ഷ്മി ചേച്ചിയെ കേറിപ്പിടിച്ചത്?”

ആശ ചോദിച്ചു.

അപർണയ്ക്ക് അതിനു മറുപടിയില്ലായിരുന്നു.

എംപ്ലോയ്മെന്റ് എക്സ്ചേഞ്ചിലെ രജിസ്ട്രേഷൻ പുതുക്കാനുള്ള സമയമായിക്കഴിഞ്ഞിരുന്നു അപർണയ്ക്ക്.

ടൗൺ എംപ്ലോയ്മെന്റ് എക്സ്ചേഞ്ചിന്റെ ഓഫീസിലേക്കു പോകാൻ രാവിലെ പത്തുമണിയായപ്പോൾ അവൾ കവലയിൽ ചെന്ന് ബസ് സ്റ്റോപ്പിൽ നിന്നു. പത്തേകാലിന് ഒരു ബസുണ്ട്.

അപ്പോഴാണ് ചമ്പകത്തറയിലെ സുവർണ എവിടേയ്ക്കോ പോകാനായി ബസ് സ്റ്റോപ്പിലേക്കു വരുന്നത് അവൾ കണ്ടത്.

അപർണയുടെ ഹൃദയം ഒന്നു പിടഞ്ഞു. സുവർണ ചേച്ചിയോട് ചോദിച്ചാലറിയാമല്ലോ ചന്ദ്രാലയത്തിലെ ട്യൂഷൻ അവസാനിപ്പിക്കാനുണ്ടായ യഥാർത്ഥ കാരണം.

"എന്താ അപർണേ... ടൗണിലേക്കാണോ?"

അവളെ കണ്ട് സൗഹൃദത്തോടെ സുവർണ ചോദിച്ചു.

"അതേ ചേച്ചീ..."

"ഞാനും ടൗണിലേക്കാണ്."

"ഞാൻ ചേച്ചിയെ കാണാനിരിക്കുവാരുന്നു... ഒരു വിവരം അറിയാൻ." അപർണ പറഞ്ഞു.

"എന്താ അപർണേ?"

"പുതിയ പഞ്ചായത്ത് എക്സിക്യൂട്ടീവ് ഓഫീസർ നന്ദഗോപാലിന്റെ മോളെ ട്യൂഷൻ പഠിപ്പിക്കാൻ ചേച്ചി പോയിട്ടുണ്ടാരുന്നോ?"

"ഉം... രണ്ടുമൂന്നാഴ്ച പഠിപ്പിച്ചു. അപ്പഴേയ്ക്ക് അവസാനിപ്പിക്കേണ്ടി വന്നു." ഖേദത്തോടെ സുവർണ പറഞ്ഞു.

"എന്തായിരുന്നു കാരണം?"

"അതൊരു ചതിയുടെ കഥയാ അപർണേ. ഓർക്കുമ്പം ഇപ്പഴും എനിക്ക് സങ്കടമാ."

അപർണ ഞെട്ടലോടെ അവളുടെ മുഖത്തേക്ക് നോക്കി.

4

"ചതിയോ... എന്തു ചതി?"

ഉത്കണ്ഠയോടെ അപർണ ചോദിച്ചു.

"ഞാൻ സ്കൂൾ കുട്ടികൾക്കു ട്യൂഷനെടുക്കുന്നുണ്ടല്ലോ. ആരോ അക്കാര്യം പറഞ്ഞറിഞ്ഞിട്ടാ നന്ദഗോപാൽ സാർ ഒരുദിവസം എന്റെ വീട്ടിൽ വന്നത്... മോളെ ട്യൂഷൻ പഠിപ്പിക്കാമോന്ന് ചോദിച്ച്." സുവർണ പറഞ്ഞു.

"എന്നിട്ട്?"

"എനിക്ക് തീരെ സമയമില്ലാരുന്നു. എന്നിട്ടും പഞ്ചയത്ത് എക്

സിക്യൂട്ടീവ് ഓഫീസറല്ലേ പുള്ളി... പിണക്കണ്ടാ എന്നു കരുതി ഇല്ലാത്ത സമയമുണ്ടാക്കി ഞാൻ ചെന്നു..."

അപ്പോഴേയ്ക്ക് ടൗണിലക്കുള്ള ബസ് വന്നു. അതോടെ ആ സംസാരം അവിടെ മുറിഞ്ഞു.

നല്ല തിരക്കുണ്ടായിരുന്നു ബസ്സിൽ. അതു കണ്ടപ്പോൾ അപർണയ്ക്ക് നിരാശ തോന്നി.

സുവർണച്ചേച്ചിയെ അടുത്തു കിട്ടിയാലല്ലേ ബാക്കി സംഭവം അറിയാൻ പറ്റൂ. അല്ലെങ്കിൽ തന്നെ തിരക്കിൽ സുവർണച്ചേച്ചി സംസാരിക്കാൻ മടിച്ചാലോ?

ബസ് വന്നു നിന്നു. കുറേപ്പേർ അവിടെ ഇറങ്ങി. അതിലും അധികം പേർ അവിടെനിന്നു കയറി.

നല്ല തിരക്കുണ്ടായിരുന്നെങ്കിലും സുവർണയെ അപർണയ്ക്കു തൊട്ടടുത്തുകിട്ടി.

"നന്ദഗോപാൽ സാറിന്റെ വീട്ടിൽനിന്ന് എന്തെങ്കിലും മോശമായ പെരുമാറ്റം ഉണ്ടായിട്ടാണോ സുവർണേച്ചി അവിടത്തെ ട്യൂഷൻ അവസാനിപ്പിച്ചത്?" അപർണ ചോദിച്ചു.

"ഞാൻ കരഞ്ഞുകൊണ്ടാണ് ആ വീട്ടിൽനിന്ന് ഇറങ്ങിപ്പോന്നത്." സുവർണ പറഞ്ഞു.

"എന്താണ് അവിടെവച്ച് സംഭവിച്ചത്?"

"നന്ദഗോപാൽ സാർ നല്ലവനാ. നല്ല സ്നേഹമുള്ളവൻ. പൈസയ്ക്ക് ആവശ്യമുള്ള സമയമായിരുന്നു അത്. രണ്ടായിരം രൂപ അഡ്വാൻസായി ഞാൻ സാറിനോട് ചോദിച്ചു. പിറ്റേന്ന് സാർ അത്രയും കാശ് തരികയും ചെയ്തു."

"എന്നിട്ട്?"

'പിറ്റേന്ന് ഞാൻ ചെന്നപ്പോൾ സാറിന്റെ അമ്മ പറഞ്ഞു മോളെ നാട്ടിലെ സ്കൂളിൽ ചേർത്തു... അതുകൊണ്ട് സുവർണയിനി വരണ്ടാന്ന്."

"അതു കള്ളമാണല്ലോ... ആ കുട്ടി സ്കൂൾ മാറിയിട്ടൊന്നുമില്ല. മോളെ പഠിപ്പിക്കാൻ ചെല്ലാമോന്ന് ആ സാർ എന്നോടു വന്ന് ചോദിച്ചു..." അപർണ വെളിപ്പെടുത്തി.

"കള്ളമാണ് എന്നോട് പറഞ്ഞതെന്ന് പിന്നീട് ഞാനറഞ്ഞു. എനിക്കത് വല്ലാതെ ഫീൽ ചെയ്തു. ഞാൻ ആ വീട്ടിൽ വീണ്ടും ചെന്നു ചോദിച്ചു. എന്തിനാ എന്നോടങ്ങനെ കള്ളം പറഞ്ഞതെന്ന്. അതിന്റെ കാരണം പറയാൻ അവരുടെ അഭിമാനം അനുവദിക്കത്തില്ലെന്ന്. എനിക്കതു കേട്ടപ്പോൾ വല്യ സങ്കടമായി. ഞാൻ

ഒന്നും മിണ്ടാതെ ഇറങ്ങിപ്പോന്നു."

എന്താണ് സംഭവിച്ചതെന്ന് എന്നിട്ടും അപർണയ്ക്കു മനസ്സിലാ യില്ല.

"ആ രണ്ടായിരം രൂപ തിരിച്ചുകൊടുക്കാൻ എനിക്കിതുവരെ കഴിഞ്ഞില്ല. കിട്ടുമ്പോൾ ഞാനതു കൊണ്ടുചെന്ന് അവരുടെ മുഖ ത്തേക്ക് വലിച്ചെറിയും." സുവർണ വെറുപ്പോടെ പറഞ്ഞു.

"എന്താണ് ആ അമ്മ അങ്ങനെ പറയാൻ കാരണമെന്ന് ചേച്ചി ക്ക് ഇതുവരെ മനസ്സിലാക്കാൻ കഴിഞ്ഞിട്ടില്ലേ?"

അപർണ വീണ്ടും ചോദിച്ചു.

"ഇല്ല. പക്ഷേ ആരോ കളിച്ചിട്ടുണ്ട് പിന്നിൽ നിന്നുകൊണ്ട്."

"ആ സാറിൽനിന്ന് മോശമായ എന്തെങ്കിലും അനുഭവം ഉണ്ടാ യിട്ടുണ്ടോ?"

നിവർത്തിയില്ലാതെ അപർണയ്ക്കു ചോദിക്കേണ്ടി വന്നു.

"അയ്യോ തങ്കപ്പെട്ട മനുഷ്യനാ ആ സാറ്..."

അങ്ങനെ പറഞ്ഞപ്പോൾ അവളുടെ വാക്കുകളിൽനിന്ന് തേനൂ റുന്നുണ്ടായിരുന്നു.

ചോദിച്ചപ്പോൾ തന്നെ ആ രണ്ടായിരം രൂപ കൊടുത്തവനല്ലേ. എങ്ങനെ തങ്കപ്പെട്ടവനല്ലാതാകും?

മുഴുവൻ സത്യവും അവൾ പറഞ്ഞിട്ടില്ലെന്ന് അപർണയ്ക്കു തോ ന്നി.

"എന്നിട്ട് അപർണ ആ കുട്ടിക്ക് ട്യൂഷനെടുക്കാൻ പോയോ?" പെട്ടെന്ന് സുവർണ ചോദിച്ചു.

"രണ്ടുദിവസം പോയി..."

"എന്നാൽ കരുതിയിരുന്നോളൂ. ഒരുമാസം മുഴുമിച്ചാൽ ഭാഗ്യമെ ന്നു വിചാരിച്ചാൽ മതി."

അപർണ ഒന്നും മിണ്ടിയില്ല. സുവർണയോട് സംസാരിച്ചു കഴി ഞ്ഞിട്ടും നന്ദഗോപാലിനെക്കുറിച്ച് വ്യക്തമായ ഒരു ചിത്രം കിട്ടി യില്ലല്ലോ എന്ന നിരാശയിലായിരുന്നു അവൾ.

എന്തെങ്കിലുമാകട്ടെ. ആ മനുഷ്യനെക്കുറിച്ച് ചിന്തിച്ച് തല വേദ നിപ്പിക്കണ്ട ഒരു കാര്യവുമില്ല. അയാൾ മാന്യനോ, അല്ലെങ്കിൽ വിടനോ ആകട്ടെ. തനിക്കൊന്നുമില്ല. അയാളുടെ മോളെ പഠിപ്പി ക്കാൻ ചെല്ലുന്നു. കൃത്യമായി ഫീസ് വാങ്ങുന്നു. അത്രേയുള്ളൂ.

എന്തെങ്കിലും മോശം അനുഭവം ഉണ്ടായാൽ അന്ന് അതോടെ അവസാനിപ്പിക്കും ട്യൂഷൻ.

എംപ്ലോയ്മെന്റ് എക്സ്ചേഞ്ചിൽ ചെന്ന് രജിസ്ട്രേഷൻ പുതു

ക്കിയ ശേഷം അവൾ ഉച്ചയോടെ വീട്ടിൽ തിരിച്ചെത്തി.

നാലുമണി കഴിഞ്ഞപ്പോൾ പതിവു പോലെ കുട്ടികൾ ട്യൂഷൻ പഠിപ്പിക്കാൻ എത്തി. ആറുമണിവരെ ഊണുമുറിയിലെ മേശയ്ക്കു ചുറ്റുമിരുന്ന് അവൾ ക്ലാസെടുത്തു.

അന്നും പതിവിലും നേരത്തെ രാമകൃഷ്ണൻ ജോലി കഴിഞ്ഞ് ടൗണിൽനിന്ന് വീട്ടിലെത്തി. ഇന്നും നന്ദഗോപാൽ അച്ഛന് അവിടെനിന്ന് ലിഫ്റ്റ് കൊടുത്തോ? അപർണ സംശയിച്ചു.

"കടയിൽ നിന്ന് ഇറങ്ങിവന്നപ്പോൾ കാത്തുനിൽക്കുന്നതു പോലെ ആ നന്ദഗോപാൽ സാറുണ്ട് ബസ് സ്റ്റോപ്പിൽ നിൽക്കുന്നു..."

അച്ഛൻ പറയുന്നതു കേട്ട് അവൾ ഞെട്ടി.

അപ്പോൾ മനഃപൂർവം അച്ഛനുമായി അയാൾ അടുപ്പം സ്ഥാപിക്കുകയാണ്.

"സാർ എന്നെ ഇവിടെ കൊണ്ടുവന്നു വിട്ടു. നല്ല മനുഷ്യനാ. വല്യ ഉദ്യോഗസ്ഥനാണെന്ന ഭാവമൊന്നുമില്ല..."

അതു കേട്ടപ്പോൾ ആശയ്ക്ക് കലി വന്നു.

"അച്ഛനെ അയാൾ കയ്യിലെടുത്ത ലക്ഷണമുണ്ട്. കേട്ടില്ലേ പുകഴ്ത്തൽ..." അവൾ അരിശത്തോടെ പറഞ്ഞു.

"അപർണയെ ഇങ്ങോട്ടു വിളിച്ചേ... അവളുടെ റാങ്ക് എത്രയാണെന്ന് അറിയണം. സാറിന് ഡിസ്ട്രിക്ട് പി.എസ്.സി. ഓഫീസിൽ പരിചയക്കാരുണ്ട്. അവൾക്ക് റാങ്ക് അനുസരിച്ച് ഈയെടെയെങ്ങാനും ജോലി കിട്ടുമോന്ന് അന്വേഷിച്ചു പറയും..."

"അയാൾക്ക് എന്തോ ദുരുദ്ദേശമുണ്ട് ചേച്ചീ. അല്ലെങ്കിൽ പിന്നെ എന്തിനാണ് നമ്മൾ ആവശ്യപ്പെടാതെ ഓരോ സഹായവും നീട്ടി ഇങ്ങനെ വരുന്നത്?" ആശ ചോദിച്ചു.

"അതിന് നമ്മൾ കരുതിയിരുന്നാൽ മതിയല്ലോ മോളേ..."

സുകുമാരിയമ്മ അപ്പോൾ അവരുടെ മുറിയിലേക്ക് വന്നു.

"അപർണേ നിന്നെ അച്ഛൻ വിളിക്കുന്നു..."

"എന്തിനാമ്മേ?"

ഒന്നുമറിയാത്ത ഭാവത്തിൽ അപർണ ചോദിച്ചു.

"നീ പി.എസ്.സി. ടെസ്റ്റ് എഴുതിയിട്ടില്ലേ... അതിന്റെ കാര്യം അന്വേഷിക്കാമെന്ന് നന്ദഗോപാൽ സാർ അച്ഛനോട് പറഞ്ഞു. അതേക്കുറിച്ച് എന്തോ ചോദിക്കാനാ..."

"ആര് എന്തന്വേഷിച്ചാലും കിട്ടാൻ സമയമയാകുമ്പോഴല്ലേ അമ്മേ കിട്ടൂ..." ആശ പറഞ്ഞു.

"അതേ... എന്നാലും എപ്പഴത്തേക്ക് കിട്ടുമെന്ന് നമുക്ക് പ്രതീ

ക്ഷിക്കാൻ പറ്റുമല്ലോ...” സുകുമാരിയമ്മ പറഞ്ഞു.

തർക്കിക്കാൻ നിൽക്കാതെ അപർണ എഴുന്നേറ്റ് മുൻവശത്തെ മുറിയിലേക്കു ചെന്നു.

“അച്ഛൻ വിളിച്ചാരുന്നോ?”

“മോളേ നീ എൽ.ഡി. ക്ലാർക്കിന്റെ റാങ്ക് ലിസ്റ്റിൽ ഉണ്ടല്ലോ. എത്രയാ റാങ്ക്? ഡിസ്ട്രിക്ട് പി.എസ്.സി. ഓഫീസിൽ നന്ദഗോപാൽ സാറിന് പരിചയക്കാരുണ്ട്. സാർ വേണമെങ്കിൽ ഒന്ന് അന്വേഷിക്കും. ഉടനെയെങ്ങാനും കിട്ടാൻ സാധ്യതയുണ്ടോന്ന് അറിയാമല്ലോ...”

രാമകൃഷ്ണൻ പറഞ്ഞു.

“ട്യൂഷന് ഞാനവിടെ പോകുമല്ലോ. അന്നേരം കൊടുക്കാം അച്ഛാ...” തന്ത്രപരമായി അവൾ പറഞ്ഞു.

“എന്നാൽ അതാ നല്ലത്. കുറിച്ച് കൊടുത്താൽ മതി. അതുവച്ച് സാർ തിരക്കും.”

“ഉം.”

അച്ഛന് തൃപ്തിയായല്ലോ അതുമതി... നമ്പർ കൊടുക്കുന്നതും കൊടുക്കാതിരിക്കുന്നതും പിന്നത്തെ കാര്യം.

അവൾ സ്വന്തം മുറിയിലേക്കു മടങ്ങി. ആശ ചോദ്യഭാവത്തിൽ അവളെ നോക്കി.

“വീട്ടിൽ ചെല്ലുമ്പോൾ കൊടുക്കാമെന്നു പറഞ്ഞു.”

അവൾ മറുപടി കൊടുത്തു.

“കൊടുക്കുമോ?”

“ഇല്ല.” അപർണ പറഞ്ഞു.

ആശ പുഞ്ചിരിച്ചു.

അവൾ അല്പനേരം നിശ്ശബ്ദയായി ഇരുന്നു.

“നീയെന്താണാലോചിക്കുന്നത്?” അപർണ ചോദിച്ചു.

“ആ സുവർണ ചേച്ചി പറഞ്ഞതെല്ലാം ചേച്ചി വിശ്വസിക്കുന്നുണ്ടോ?” ആശ ചോദിച്ചു.

“എന്തോ പൊരുത്തക്കേടുകൾ ഉണ്ടെന്ന് എനിക്കും തോന്നാതിരുന്നില്ല.”

“എന്നുവച്ചാൽ?”

“എല്ലാ സത്യവും സുവർണചേച്ചി പറഞ്ഞിട്ടില്ല എന്നൊരു ഫീലിങ്...”

“അതെ... തന്റെ ഭാഗത്ത് ഒരു കുറ്റവുമില്ലെന്ന മട്ടിലല്ലേ പറഞ്ഞത്. അയാൾ കണ്ണും കയ്യുമൊക്കെ കാണിച്ചു കാണും. ആ ചേച്ചി

ഇതുതന്നെ തക്കമെന്നു വിചാരിച്ച് കാശും കൊടുത്തു കാണും. അത് വീട്ടുകാരറിഞ്ഞപ്പോഴായിരിക്കും നാളെ മുതൽ വരണ്ടാന്നു അവിടത്തെ അമ്മ പറഞ്ഞത്." ആശ കാരണം കണ്ടുപിടിച്ചു.

"ആയിരിക്കാം. പക്ഷേ ചൂടുവെള്ളത്തിൽ ചാടിയ പൂച്ച പിന്നെ എന്നെപ്പോലൊരു പെണ്ണിനെ ട്യൂഷനെടുപ്പിക്കാൻ സമ്മതിപ്പിക്കുമോ?"

"അയാൾ മുൻകൈ എടുത്തതായിരിക്കും. കുട്ടിയെ പഠിപ്പിക്കാൻ ആരുമില്ലാതെ പറ്റില്ലല്ലോ എന്നു വിചാരിച്ചതും ഭാര്യയും അമ്മയും എതിർക്കാത്തതായിരിക്കും." ആശ പറഞ്ഞു.

"പക്ഷേ ഷീജച്ചേച്ചിയും അമ്മയും എന്നോട് വളരെ സ്നേഹത്തോടാ പെരുമാറിയത്." അപർണ പറഞ്ഞു.

"വീട്ടിലെ സ്വരച്ചേർച്ചയില്ലായ്മ ആരും പുറത്തുള്ളവരെ അറിയിക്കില്ലല്ലോ..." ആശ അതിനും കാരണം കണ്ടുപിടിച്ചു.

"മതി... നമുക്ക് ഈ വിഷയം വിടാം. ആവശ്യത്തിലധികം ഇംപോർട്ടൻസ് നമ്മൾ അയാൾക്കു കൊടുക്കുന്നുണ്ട്." അപർണ പറഞ്ഞു.

"ഓരോ കാരണം പറഞ്ഞ് ദിവസവും അയാൾ നമ്മുടെ വീടുമായി കൂടുതൽ ബന്ധം സ്ഥാപിക്കാൻ വരുന്നത് നമുക്ക് കണ്ടില്ലെന്നു നടിക്കാൻ പറ്റുമോ?" ആശ ചോദിച്ചു.

അവൾ പറയുന്നതിലും കാര്യമുണ്ട്. പക്ഷേ...

പിറ്റേന്ന് ഉച്ചയ്ക്ക് ഊണു കഴിഞ്ഞ് സുകുമാരിയമ്മ ഒന്നു മയങ്ങാൻ കിടന്നപ്പോൾ അപർണ അന്നത്തെ പത്രവുമായി മുൻവശത്തെ വരാന്തയിൽ വന്ന് ഇരുന്നു.

പുറത്ത് നല്ല വെയിലുണ്ടായിരുന്നു. രാവിലെ കഴുകി ഉണക്കാനിട്ട വസ്ത്രങ്ങൾ അയയിൽ വെട്ടിത്തിളങ്ങുന്നു.

പത്രത്തിന്റെ ആദ്യപേജ് നോക്കിക്കഴിഞ്ഞപ്പോഴാണ് അവളുടെ മൊബൈൽ ബെല്ലടിച്ചത്.

നോക്കിയപ്പോൾ ശ്രീജിത്.

ഡിഗ്രിക്ക് ഒന്നിച്ച് ഒരേ ക്ലാസിൽ പഠിച്ചതാണ്. അത്യാവശ്യമുണ്ടെങ്കിൽ മാത്രമേ അവൻ വിളിക്കാറുള്ളൂ.

"എന്താ ശ്രീ?" അവൾ കോൾ എടുത്തു.

"അപർണേ എനിക്കൊരു ജോലികിട്ടി. അതു പറയാൻ വിളിച്ചതാണ്. നമ്മുടെ ഫ്രണ്ട്സിൽ നിന്നെയാണ് ആദ്യം വിളിക്കുന്നത്."

"അതെന്താ... അക്ഷരമാലാ ക്രമത്തിൽ ആദ്യം വരുന്നത് എന്റെ പേരായതുകൊണ്ടാണോ?" ചിരിച്ചുകൊണ്ട് അപർണ ചോദിച്ചു.

"അതുകൊണ്ടല്ല."

"പിന്നെ?"

"ആദ്യം നിന്നോടു പറയണമെന്ന് തോന്നി. അല്ലാതെ വേറെ കാര്യമൊന്നുമില്ല."

"നന്നായി. എന്തു ജോലിയാണെന്ന് പറഞ്ഞില്ലല്ലോ."

"ബാങ്കിലാണ്. ക്ലാർക്ക്. അതിന്റെ ടെസ്റ്റാണ് എഴുതിയത്."

അയാൾ പറഞ്ഞു.

"എനിക്കത് എഴുതാൻ കഴിഞ്ഞില്ല. ലാസ്റ്റ് ഡേറ്റ് കഴിഞ്ഞപ്പോഴാണ് അതേക്കുറിച്ച് അറിഞ്ഞത്."

"അത് കഷ്ടമായിപ്പോയി. അല്ലെങ്കിൽ നിനക്കും കിട്ടിയേനെ എന്നെപ്പോലെ..."

"ഇനി പറഞ്ഞിട്ടെന്താ കാര്യം. ഞാൻ പി.എസ്.സി. എൽ.ഡി.സി. ലിസ്റ്റിൽ വന്നിട്ടുണ്ട്. ഭാഗ്യമുണ്ടെങ്കിൽ കിട്ടും." അവൾ പറഞ്ഞു.

"കിട്ടാൻ ഞാനും പ്രാർത്ഥിക്കാം."

"താങ്ക്സ്. ശ്രീക്ക് എവിടാ പോസ്റ്റിങ്?"

"വൈക്കത്താണ്."

"വൈക്കത്തപ്പന്റെ നാട്ടിൽ... അല്ലേ? അവിടെ താമസമൊക്കെ എങ്ങനാരിക്കും?"

"ലോഡ്ജ് കാണാതിരിക്കുമോ? ചെന്നിട്ട് അന്വേഷിക്കണം..."

"നിങ്ങൾ ആണുങ്ങൾക്ക് അതൊന്നും പ്രശ്നമായി തോന്നത്തില്ല. എന്തായാലും ജോലിയൊക്കെ കിട്ടിയ സ്ഥിതിക്ക് ഇനി കല്യാണം ആലോചിക്കാമല്ലോ." അപർണ പറഞ്ഞു.

"ഇരുപത്തിരണ്ടു വയസ്സിൽ കല്യാണം കഴിച്ചാൽ ആളുകൾ തല്ലാൻ വരും. മൂന്നാലു വർഷം കൂടി കഴിഞ്ഞിട്ടു മതി. അതിനു മുമ്പ് വീടൊക്കെ ശരിയാക്കണം. ഇപ്പോൾ ഞങ്ങൾ താമസിക്കുന്നത് ഇത്തിരി പഴക്കമുള്ള വീട്ടിലാ."

അവർ അല്പനേരം മറ്റു കൂട്ടുകാരെക്കുറിച്ച് സംസാരിച്ചു. പലരെക്കുറിച്ചും ഇപ്പോഴത്തെ വിവരങ്ങൾ ശ്രീജിത്തിൽ നിന്നാണ് അവൾക്കു കിട്ടിയത്.

"ഇത് നിന്റെ വാട്ട്സാപ്പ് നമ്പറാണോ?" ഒടുവിൽ അയാൾ ചോദിച്ചു.

"ഇത് പഴയ സാദാ സെറ്റാണ്. ഇതിൽ വാട്ട്സാപ്പും ഫെയ്സ്ബുക്കുമൊന്നുമില്ല..."

"എന്താ നീയൊരു സ്മാർട്ട്ഫോൺ മേടിക്കാത്തെ? ഇപ്പൊ ആർക്കാ അതില്ലാത്തത്..."

"പത്തോ പന്ത്രണ്ടോ ആയിരങ്ങൾ വേണ്ടേ അത്തരമൊരു സെറ്റ് മേടിക്കാൻ... അതിനുള്ള ആസ്തിയൊന്നും ഇപ്പോഴെനിക്കില്ല ശ്രീ..."

"ശരി.. ഞാൻ ഇടയ്ക്കു വിളിക്കാം..."

"സന്തോഷം..."

അയാൾ കോൾ കട്ട് ചെയ്തു.

ക്ലാസിലെ മറ്റ് ആൺകുട്ടികളിൽ നിന്ന് വ്യത്യസ്തമായി ശ്രീജിത്തിന് തന്നോടൊരു ഇഷ്ടമുണ്ടെന്ന് അവൾക്ക് പലപ്പോഴും തോന്നിയിട്ടുണ്ട്. അവൾ അത് മനസ്സിലായതായി പെരുമാറിയിട്ടില്ല. അവനത് ഒരിക്കലും പറഞ്ഞിട്ടുമില്ല.

അവൻ നല്ല സ്മാർട്ടാണ്. നല്ല കുടുംബത്തിൽ പിറന്ന സുന്ദരിയായ പെൺകുട്ടിയെ കിട്ടും.

അവൾ ഒന്നു നെടുവീർപ്പിട്ടു.

മൂന്നാലു ദിവസത്തേക്ക് നന്ദഗോപാലിന്റെ അപദാനങ്ങളൊന്നും കേട്ടില്ല. വിചാരിച്ചതൊന്നും നടക്കില്ലെന്ന് അയാൾക്ക് മനസ്സിലായിക്കാണും.

ശനിയാഴ്ച അപർണ ചന്ദ്രാലയത്തിൽ ട്യൂഷനെടുക്കാൻ ചെന്നു. സുമി മോൾ ഓടിവന്ന് അവളുടെ കൈ പിടിച്ചു.

"കഴിഞ്ഞ ഞായറാഴ്ച ടീച്ചർ വന്നിട്ട് പോയി അല്യോ... അമ്മ പറഞ്ഞു... ഞാൻ അച്ഛന്റെ വീട്ടിൽ പോയേക്കുവാരുന്നു..."

അവൾ പറഞ്ഞു.

"ഞാനിവിടെ വന്നപ്പഴാ അറിഞ്ഞത് സുമി അമ്മൂമ്മയുടെ കൂടെ പോയേക്കുവാണെന്ന്. അവിടാണോ കൂടുതൽ രസം?"

അപർണ വെറുതെ ചോദിച്ചു.

"അവിടെ കളിക്കാൻ കൂട്ടുകാരുണ്ട്. പേരയ്ക്കയും ചാമ്പയ്ക്കയും മാങ്ങയും ഇലിമ്പൻ പുളിയുമൊക്കെയുണ്ട്. നല്ല രസമാ. എന്നാലും ഇവിടാ കൂടുതൽ ഇഷ്ടം."

"അതെന്താ?"

"അച്ഛനും അമ്മയും ഇവിടെയല്ലേയുള്ളൂ."

അപർണ ചിരിച്ചു.

"ശരി... നമുക്കിനി പഠിച്ചാലോ..."

"പഠിക്കാം ടീച്ചേറേ..." സുമി തയാറായി.

ആദ്യം ഹോം വർക്കുകൾ ചെയ്യാൻ അവളെ അപർണ സഹായിച്ചു. പിന്നെ കഴിഞ്ഞ ഒരാഴ്ചത്തെ ഇംഗ്ലീഷും സയൻസും മാത്തമാറ്റിക്സുമൊക്കെ പഠിപ്പിച്ചു.

ഇടയ്ക്ക് അമ്മ ചായ കൊണ്ടു വന്നു വച്ചു.

"പഠിപ്പിച്ചു കഴിഞ്ഞ് സമയമുണ്ടേൽ ഷീജയെ ഒന്നു കണ്ടേച്ചേ പോകാവൂ മോളേ..." അവർ പറഞ്ഞു.

"ഉം..." അവൾ തലകുലുക്കി.

നന്ദഗോപാൽ വീട്ടിലില്ലെന്ന് അവൾക്കു മനസ്സിലായി. അവൾ ചെല്ലുന്നതിനു മുമ്പേ ഓഫീസിലേക്ക് പോയിക്കാണും.

സുമിയെ പഠിപ്പിച്ചു കഴിഞ്ഞപ്പോൾ അവൾ ഷീജയുടെ മുറിയിലേക്കു ചെന്നു. ചില കാര്യങ്ങൾ ഷീജയിൽ നിന്ന് അവൾക്കും അറിയാനുണ്ടായിരുന്നു.

കിടക്കുകയായിരുന്നു ഷീജ.

"ഇരിക്ക് അപർണേ..." അവൾ പറഞ്ഞു.

കസേര നീക്കിയിട്ട് അപർണ ഇരുന്നു.

"ഒരാഴ്ചയായി നമ്മൾ കണ്ടിട്ട്. അല്യോ...?"

"നന്ദേട്ടന്റെ കയ്യിൽ കൊടുത്തയച്ച രണ്ടു നോവലുകളും രണ്ടു ദിവസംകൊണ്ട് ഞാൻ വായിച്ചുതീർത്തു..."

"വേറെയും കാണും ചേച്ചീ... നോക്കട്ടെ... ഞാൻ കൊണ്ടുവരാം."

"പഞ്ചായത്ത് ലൈബ്രറി പൂട്ടിക്കിടക്കുവാ. അവിടത്തെ ലൈബ്രേറിയൻ ഒരു സ്ത്രീയാ... അവർ മെറ്റേണിറ്റി ലീവിൽ പോയേക്കുവാ. അല്ലെങ്കിൽ അവിടന്ന് പുസ്തകമെടുത്തു തരാമായിരുന്നെന്ന് നന്ദേട്ടൻ പറഞ്ഞു."

പഞ്ചായത്ത് ലൈബ്രറി കൂടാതെ വേറൊന്നുകൂടി ഉണ്ടല്ലോ എന്ന് അപർണയ്ക്ക് അപ്പോൾ ഓർമ്മ വന്നു. മഹാത്മാ ലൈബ്രറി ആന്റ് റീഡിംഗ് റൂം...

അവർ അല്പനേരം സംസാരിച്ച് ഇരുന്നു. ഒടുവിൽ അപർണ അക്കാര്യം എടുത്തിട്ടു.

"നേരത്തെ സുമിമോളെ പഠിപ്പിക്കാൻ ഒരാൾ വരുന്നുണ്ടായിരുന്നല്ലോ... അതെന്താ നിന്നുപോയത്?"

പെട്ടെന്ന് ഷീജയുടെ മുഖം മങ്ങി.

"അതൊരു തെറ്റിദ്ധാരണയുടെ പേരിലായിരുന്നു. അക്കാര്യത്തിൽ ഞങ്ങൾക്കെല്ലാവർക്കും വലിയ വിഷമമുണ്ട് അപർണേ..." അവൾ പറഞ്ഞു.

"എന്തു തെറ്റിദ്ധാരണ?"

ആകാംക്ഷയോടെ അപർണ അവളുടെ മുഖത്തേക്കു നോക്കി.

"ട്യൂഷനു വന്ന് ഒരാഴ്ച കഴിഞ്ഞപ്പോൾ രണ്ടായിരം രൂപ അഡ്വാൻസായി ഫീസ് കിട്ടിയാൽ ഉപകാരമായിരുന്നെന്ന് നന്ദേട്ട

നോട് സുവർണ പറഞ്ഞു. എന്തു ചെയ്യണമെന്ന് നന്ദേട്ടൻ എന്നോടു ചോദിച്ചു. ഞാൻ പറഞ്ഞു വീട്ടിലെ പ്രയാസം കൊണ്ട് ചോദിച്ചതായിരിക്കും കൊടുക്കാൻ. നന്ദേട്ടൻ രണ്ടായിരം രൂപ പിറ്റേന്ന് കൊടുക്കുകയും ചെയ്തു."

"എന്നിട്ട്?"

"അപ്പോഴാണ് വേറൊരാളിൽ നിന്ന് അവളെക്കുറിച്ച് ചില മോശം കാര്യങ്ങൾ അറിഞ്ഞത്. അവൾ ഒരു ചീത്ത പെണ്ണാണെന്നും പല രാത്രികളിലും അന്യ പുരുഷന്മാർ അവളുടെ വീട്ടിൽ വരാറുണ്ടെന്നും നാട്ടുകാർക്ക് ശല്യം സഹിക്ക വയ്യാതെ ഇടപെട്ടെന്നും ഇപ്പോൾ അവൾ ഹോട്ടലുകളിലും ലോഡ്ജുകളിലുമൊക്കെ അങ്ങോട്ടു പോവുകയാണെന്നുമൊക്കെ..."

അതുകേട്ട് അപർണ ഞെട്ടി.

"ഒക്കെ പച്ച നുണയാ ചേച്ചീ... സുവർണച്ചേച്ചിയെ എനിക്കറിയാം. ആ കുടുംബത്തെയും എനിക്കറിയാം. അന്തസോടെ ജീവിക്കുന്നവരാ അവർ." അപർണ പെട്ടെന്ന് പറഞ്ഞു.

"പിന്നീട് ഞങ്ങൾക്കതു മനസ്സിലായി. അപ്പഴാ ഞങ്ങൾക്ക് അബദ്ധം പറ്റിയെന്ന് മനസ്സിലായത്. അമ്മയ്ക്ക് അതൊക്കെ കേട്ടപ്പോൾ ഒട്ടും പിടിച്ചില്ല. പഴയ മനുഷ്യരല്ലേ... അമ്മ അവളോടു പറഞ്ഞു ഇനി ട്യൂഷന് വരണ്ടാന്ന്..."

അപ്പോൾ സുവർണച്ചേച്ചി പറഞ്ഞതെല്ലാം സത്യംതന്നെയാണ്.

"നന്ദേട്ടനും പാതി സമ്മതം കൊടുത്താരുന്നു അമ്മയ്ക്ക്. കാരണം അവൾ പഠിപ്പിക്കുന്നതൊന്നും മനസ്സിലാവുന്നില്ലെന്ന് രണ്ടു ദിവസം മുമ്പ് സുമിയും പറഞ്ഞിരുന്നു..."

ഖേദത്തോടെ ഷീജ മുഖം കുനിച്ചിരുന്നു.

ആരായിരിക്കും സുവർണച്ചേച്ചിയെക്കുറിച്ച് ഇല്ലാക്കഥകൾ പറഞ്ഞുകൊടുത്തത്? അപർണയ്ക്ക് അറിയാൻ ആഗ്രഹം തോന്നി.

"ആരാ ചേച്ചീ സുവർണച്ചേച്ചിയെക്കുറിച്ച് മോശമായി സംസാരിച്ചത്?"

"അത് ഞാനെങ്ങനെ പറയും... അപർണയ്ക്ക് അറിയാവുന്ന ആൾ തന്നെയാണ്. ഇന്നല്ലെങ്കിൽ നാളെ നന്ദേട്ടന് ട്രാൻസ്ഫർ കിട്ടുമ്പോൾ ഞങ്ങൾ ഈ നാട്ടിൽനിന്ന് പോകും. നിങ്ങൾ പരസ്പരം വീണ്ടും കാണേണ്ടവരാണ്..." ഷീജ പറയാൻ മടിച്ചു.

"അങ്ങനെ വിചാരിക്കണോ ചേച്ചീ.. ചിലപ്പോൾ നാളെ എന്നെക്കുറിച്ചും ആ വ്യക്തി ഇങ്ങനൊക്കെ പറഞ്ഞു എന്നിരിക്കും."

"ഏയ് പറയില്ല. ഇനി ഈ വീട്ടിൽ കയറിയപ്പോകരുതെന്ന്

നന്ദേട്ടൻ മുന്നറിയിപ്പ് കൊടുത്തിട്ടുണ്ട്. കക്ഷി ഇനി ഏഷണി പറയാൻ വരില്ല."

പെട്ടെന്ന് അപർണയ്ക്ക് ഒരു സംശയം തോന്നി.

"അടുത്ത വീട്ടിൽ താമസിക്കുന്ന ആരെങ്കിലുമാണോ?"

"അതേ..." ഷീജ പറഞ്ഞു.

വിജയലക്ഷ്മി ചേച്ചിയാണോ എന്ന് ചോദിക്കാൻ അവൾക്ക് മടി തോന്നി.

"സ്ത്രീയാണോ?"

"ഉം,.."

"ഹസ്ബന്റ് ഗൾഫിലാണോ?"

"അപർണയ്ക്ക് മനസ്സിലായി അല്ലേ... വിജയലക്ഷ്മി എന്ന ആ സ്ത്രീയാണ്. പക്ഷേ മേലിൽ ഈ വീട്ടിൽ കയറിപ്പോകരുതെന്ന് അവരോടു പറയാൻ അതു മാത്രമല്ല കാരണം..."ഷീജ പറഞ്ഞു.

"പിന്നെ?"

"അതൊക്കെ എങ്ങനെ ഞാൻ അപർണയോട് പറയും?"

ഷീജ ഒരുനിമിഷം മുഖം കുനിച്ചിരുന്നു.

"എന്തായാലും പറ ചേച്ചീ..." അപർണയ്ക്ക് അറിയാനുള്ള ആഗ്രഹം ഏറി.

ഷീജ തലയുയർത്തി അവളെ നോക്കി.

5

"ഞങ്ങൾ താമസത്തിനു വന്നതിന്റെ പിറ്റേന്ന് വിജയലക്ഷ്മി ഇവിടെ വന്നിരുന്നു... പരിചയപ്പെടാൻ. അയൽപക്കത്തു നിന്ന് ആദ്യം വന്നതും ആ സ്ത്രീയാ..." ഷീജ പറഞ്ഞു.

റോഡിന്റെ തൊട്ട് എതിർവശത്താണല്ലോ വിജയലക്ഷ്മിച്ചേച്ചിയുടെ വീടെന്ന് അപർണ ഓർത്തു.

"നിങ്ങൾ തമ്മിൽ നല്ല ബന്ധത്തിലായിരിക്കും. നാട്ടുകാരല്ലേ... അപ്പോൾ ആ സ്ത്രീയെക്കുറിച്ചു മോശമായി എന്തെങ്കിലും പറയുന്നതു ശരിയല്ലെന്ന് എനിക്കു തോന്നുന്നു..."

ഷീജ വീണ്ടും ഒഴിയാൻ ശ്രമിച്ചു.

"ഒരേ നാട്ടുകാർ എന്ന ബന്ധം മാത്രമേ ഞങ്ങൾ തമ്മിലുള്ളൂ. നമ്മൾ പുറമേ കാണുന്ന മുഖമല്ല പലരുടെയും യഥാർത്ഥ മുഖമെന്ന് എനിക്കറിയാം. ചേച്ചി പറയൂ..." അപർണ ആവശ്യപ്പെട്ടു.

"ആദ്യമായിട്ടു പരിചയപ്പെടാൻ വന്ന അയൽക്കാരോട് ഒരു പ്രത്യേക സ്നേഹവും അടുപ്പവും തോന്നുമല്ലോ. വിജയലക്ഷ്മി യോട് ഞങ്ങൾക്കെല്ലാവർക്കും അതുണ്ടായിരുന്നു. അവർക്ക് വീട്ടിൽ പശുക്കറവയുണ്ടല്ലോ. രാവിലെയും വൈകുന്നേരവും പാല് കൊണ്ടുവന്നു തരും. സമയം കിട്ടുമ്പോഴൊക്കെ എന്റടുത്തു വന്ന് ഇരിക്കുകയും ചെയ്യും. അങ്ങനെ എനിക്കൊരു കൂട്ടുകാരി യെപ്പോലായി വിജയലക്ഷ്മി..."

ഷീജ ഒന്നു നിർത്തി.

പിന്നെ എന്തായിരിക്കും സംഭവിച്ചത്?

"കഷ്ടപ്പെട്ട് കുറെ അന്വേഷിച്ചശേഷം ഞങ്ങൾക്കൊരു സ്ത്രീ യെ വീട്ടുജോലിക്കു കിട്ടി. ബിന്ദു എന്നായിരുന്നു അവളുടെ പേര്. കഷ്ടിച്ച് മുപ്പതു വയസ് വരും. ഭർത്താവ് ജീപ്പ് ഡ്രൈവറാണ്. പക്ഷേ ഒരാഴ്ച കഴിഞ്ഞപ്പോൾ ബിന്ദു വരവ് നിർത്തി."

"എന്തായിരുന്നു കാരണം?" അപർണ ചോദിച്ചു.

"കാരണക്കാരി വിജയലക്ഷ്മിയാണെന്നു പിന്നീടാ ഞങ്ങളറി ഞ്ഞത്. കാണാനിത്തിരി നല്ല സ്ത്രീയായിരുന്നു ബിന്ദു. രാവിലെ ഏഴുമണിക്കു വരും. ജോലികളൊക്കെ തീർത്ത് പതിനൊന്നാകു മ്പോൾ പോകും. അവളെ ജോലിക്കു വച്ചത് വിജയലക്ഷ്മിക്ക് ഒട്ടും പിടിച്ചില്ല..." ഷീജ പറഞ്ഞു.

"അതെന്താ?"

"അസൂയ... അല്ലാതെന്താ? ബിന്ദുവിന്റെ ഭർത്താവിനോട് ആ സ്ത്രീ പറഞ്ഞു, ഭാര്യയെ ഞങ്ങടെ വീട്ടിലേക്കു ജോലിക്കു വിടു ന്നത് അപകടമാണെന്ന്. പാലു കൊടുക്കാൻ വന്ന വിജയലക്ഷ്മി യെ തക്കത്തിനു കിട്ടിയപ്പോൾ നന്ദേട്ടൻ കയറി പിടിച്ചെന്ന്."

അപർണ ഞെട്ടി. ഇതുപോലെയാണല്ലോ ആ സ്ത്രീ തന്നെ യും പറഞ്ഞുപേടിപ്പിച്ചത്.

"ആ ചേച്ചിയിൽ നിന്ന് പാലുവാങ്ങൽ നിർത്തിയതിന്റെ കാര ണമിതാണോ?"

"അല്ല അപർണേ... ഇക്കാര്യം അറിയുന്നതിനു മുമ്പുതന്നെ ആ സ്ത്രീയെ ഞങ്ങൾ ശത്രുവാക്കിക്കഴിഞ്ഞിരുന്നു."

"അതെങ്ങനെ?" ആശ്ചര്യത്തോടെ അപർണ തിരക്കി.

"രാവിലെയും വൈകുന്നേരവും പാലു കൊണ്ടുവരുമ്പോൾ ആ സ്ത്രീ നന്ദേട്ടനോട് എന്തെങ്കിലുമൊക്കെ സംസാരിച്ചിട്ടേ പോകൂ. അതിലെനിക്കു പ്രത്യേകിച്ചൊന്നും തോന്നിയതുമില്ല. പിന്നെപ്പി ന്നെ രാത്രിയാകുമ്പോൾ നന്ദേട്ടന്റെ മൊബൈലിൽ അവരുടെ

മെസേജുകൾ വരാൻ തുടങ്ങി."

"എന്ത് മെസേജുകൾ?"

"വാട്ട്സാപ്പിൽ കൂട്ടുകാർ അയയ്ക്കുന്ന മെസേജുകളും പാട്ടുകളും വീഡിയോയുമൊക്കെ നന്ദേട്ടൻ എനിക്കു കാണിച്ചുതരുമായിരുന്നു. പക്ഷേ എനിക്കതിൽ അത്ര താല്പര്യമൊന്നുമുണ്ടായിരുന്നില്ല. അതുകൊണ്ട് കാണാറേയില്ലായിരുന്നു..."

"എന്തു മെസേജുകളാ വിജയലക്ഷ്മിച്ചേച്ചി അയച്ചത്?" ആകാംക്ഷ സഹിക്കാൻ വയ്യാതെ അപർണ വീണ്ടും ചോദിച്ചു.

"ശാരീരികമായി അവശതയുണ്ടല്ലോ എനിക്ക്. നന്ദേട്ടനാണെങ്കിൽ ചെറുപ്പവും ആരോഗ്യവാനും. ആ അവസരം മുതലെടുക്കാനായിരുന്നു അവരുടെ ഉദ്ദേശം. ആദ്യമൊക്കെ നിരുപദ്രവങ്ങളായ മെസേജുകളായിരുന്നു. അത്താഴം കഴിഞ്ഞോ, സുമി മോൾ ഉറങ്ങിയോ, സാർ എപ്പോഴാണു കിടക്കുന്നത്, ഷീജ നേരത്തെ ഉറങ്ങുമോ..."

"എന്നിട്ട്?"

"പിന്നീടാ അതിന്റെ നിറം മാറിയത്. എനിക്കു കിടന്നിട്ട് ഉറക്കം വരുന്നില്ല സാറേ, നമ്മൾ രണ്ടുപേരും തുല്യദുഃഖിതരല്ലേ, ചേട്ടനാണെങ്കിൽ ഖത്തറിൽ, ഭാര്യ കൂടെ ഉണ്ടായിട്ടും സാറിനൊരു പ്രയോജനവുമില്ലല്ലോ..."

അപർണ തരിച്ചിരുന്നു. വിജയലക്ഷ്മി ഉദ്ദേശിച്ചതെന്താണെന്ന് അവൾക്കു മനസിലായി.

"സാറിന്റെ ഷർട്ടിടാതെയുള്ള ഒരു ഫോട്ടോ എനിക്കയച്ചു തരാമോ, ഫോട്ടോയെങ്കിലും കാണാമല്ലോ, ആഗ്രഹമുണ്ടെങ്കിൽ ഞാനും ഫോട്ടോ അയച്ചുതരാം, അഥവാ വേറെയും ആഗ്രഹമുണ്ടെങ്കിൽ പറയാൻ മടിക്കല്ലേ..."

എല്ലാം കേട്ട് അപർണയുടെ മുഖത്തേക്ക് രക്തം ഇരച്ചുകയറി.

വൃത്തികെട്ട സ്ത്രീ. അവരെക്കുറിച്ച് ഇങ്ങനെയൊന്നുമല്ല വിചാരിച്ചത്.

"എല്ലാം നന്ദേട്ടൻ എനിക്കു കാണിച്ചുതന്നു. എന്താണു വേണ്ടതെന്ന് എന്നോടു ചോദിച്ചു. നന്ദേട്ടൻ തന്നെ അവരോടു സംസാരിക്കാമെന്നു പറഞ്ഞെങ്കിലും ഞാൻ സമ്മതിച്ചില്ല. സ്ത്രീത്വത്തെ അപമാനിച്ചെന്നു പറഞ്ഞ് നന്ദേട്ടനെതിരേ അവർ കേസ് കൊടുത്താലോ..."

ഷീജ പറഞ്ഞതു ശരിയാണെന്ന് അവൾക്കു തോന്നി. പക കാരണം ആ സ്ത്രീ എന്തും ചെയ്യും. ഒരു സ്ത്രീ തന്നെ അപമാനി

ച്ചെന്നു പറഞ്ഞ് ഒരു പുരുഷനെതിരേ കേസ് കൊടുത്താൽ അയാളുടെ ജീവിതം കുട്ടിച്ചോറായതു തന്നെ.

"പിറ്റേന്ന് പാലുമായി വന്നപ്പോൾ ഞാനവരെ ഇങ്ങോട്ടു വിളിപ്പിച്ചു. നന്ദേട്ടന്റെ വാട്ട്സാപ്പിൽ വന്ന മെസേജ് കാണിച്ചുകൊടുത്തിട്ട്, ഇതു നിങ്ങളാണോ അയച്ചതെന്നു ചോദിച്ചു. അവർക്കു മിണ്ടാട്ടമില്ലാരുന്നു. കൂടെക്കിടക്കാൻ ആളിനെ വേണമെങ്കിൽ വേറെ വല്ല വഴിയും നോക്കാൻ ഞാൻ പറഞ്ഞു. അന്നത്തോടെ അവരുടെ പാലുകച്ചോടം അവസാനിച്ചു."

മിണ്ടാനാവാതെ ഇരുന്നു പോയി അപർണ.

"പുറമേ കാണുന്നതു പോലെയല്ല അപർണേ അവരുടെ മനസ്സിലിരിപ്പ്. പെരുമാറുമ്പോൾ നല്ല മാന്യ... പക്ഷേ ഉള്ളിലോ? ആ ദേഷ്യം വച്ചുകൊണ്ടാ അവരു ചെന്ന് ബിന്ദുവിന്റെ ഹസ്ബന്റിനോട് ഇല്ലാക്കഥകൾ പറഞ്ഞത്."

ഷീജ ഒന്നു നെടുവീർപ്പിട്ടു.

"അപർണയും സൂക്ഷിച്ചിരുന്നോ... നന്ദേട്ടനെക്കുറിച്ച് അപർണയോടും ആ സ്ത്രീ അപവാദം പറയാൻ സാധ്യതയുണ്ട്."

അവൾ പറഞ്ഞു.

'അതു പറഞ്ഞു കഴിഞ്ഞു ചേച്ചീ' എന്നു പറയണമെന്നു തോന്നി അപർണയ്ക്ക്. പക്ഷേ പറഞ്ഞില്ല.

"സമയം ഒരുപാടായല്ലോ... സംസാരിച്ചിരുന്നതുകൊണ്ട് അറിഞ്ഞില്ല. സോറി അപർണേ..."

ഷീജ ക്ഷമാപണത്തോടെ അവളെ നോക്കി.

"സാരമില്ല ചേച്ചീ... വീട്ടിലേക്കു ചെന്നിട്ടും വലിയ കാര്യമൊന്നുമില്ല. അച്ഛനും ആശയ്ക്കും കണ്ണനും ചോറു കൊണ്ടുപോണമല്ലോ. അതുകൊണ്ട് രാവിലെതന്നെ അടുക്കളപ്പണി മിക്കതും തീരും. പത്തരയാകുമ്പോൾ മീൻകാരൻ വരും. അതു വെട്ടി കറിവയക്കുന്ന ജോലി അമ്മ ചെയ്തോളും." അവൾ പറഞ്ഞു.

"എന്തായാലും ഇത്രയും കാര്യങ്ങൾ അപർണയോടു പറഞ്ഞപ്പോൾ എന്റെ മനസിന് നല്ല ആശ്വാസം. എന്റെ അനിയത്തിക്കുട്ടിയാ നീ. അങ്ങനെയൊരു ഫീലിങ്ങാ എനിക്കിപ്പോൾ..."

ഷീജ പറഞ്ഞു.

"എനിക്കു ചേച്ചിയുമില്ല. അതിന്റെ കുറവ് ഇപ്പോൾ തീർന്നു."

അവളും പറഞ്ഞു.

അമ്മൂമ്മയും സുമിമോളും അടുക്കളയിൽ എന്തൊക്കെയോ സംസാരിക്കുന്നതു കേൾക്കാമായിരുന്നു.

"അവർ രണ്ടുപേരും നല്ല കമ്പനിയാ... മോൾടെ കാര്യമോർക്കുമ്പോ എനിക്കു വിഷമം വരും. ഒരമ്മയുടെ സ്നേഹവും വാത്സല്യവും എന്റെ കുഞ്ഞിനു കിട്ടുന്നില്ലല്ലോ. അവളെ ഒന്നെടുക്കാൻ എനിക്ക് എത്ര കൊതിയുണ്ടെന്നറിയാമോ?"

ഷീജയുടെ കണ്ണുകൾ നിറഞ്ഞു.

"ചേച്ചി നിരാശപ്പെടരുത്. തിരുമ്മലും പിഴിച്ചിലുമൊക്കെ ചെയ്യണം. കുറെ കഴിയുമ്പോൾ ചേച്ചിക്കു സ്വയം എഴുന്നേറ്റിരിക്കാനും പിന്നെ നടക്കാനും കഴിയും."

അപർണ അവൾക്കു പ്രതീക്ഷ കൊടുത്തു.

"ഇല്ല അപർണാ... ശേഷിച്ച എന്റെ ജീവിതം മുഴുവൻ ഈ ബെഡ്ഡിലാ... അക്കാര്യത്തിൽ എനിക്കൊരു സംശയവുമില്ല. അപർണ പൊയ്ക്കോളൂ... നാളെ കാണാം."

അവൾ യാത്ര പറഞ്ഞ് അവിടെ നിന്നിറങ്ങി. അപ്പോൾ മനസ് നിർമലമായിരുന്നു. നന്ദഗോപാലിനെക്കുറിച്ചുള്ള സംശയവും അയാളോടുള്ള വിദ്വേഷവും ഒഴിഞ്ഞുപോയിരിക്കുന്നു.

വിജയലക്ഷ്മി ചേച്ചിയാണു വില്ലത്തി.

അന്നു വൈകുന്നേരം ആശയെ തനിച്ചുകിട്ടിയപ്പോൾ അപർണ വിജയലക്ഷ്മിയെക്കുറിച്ച് അറിഞ്ഞതെല്ലാം പറഞ്ഞു.

എല്ലാം കേട്ട് ആശ മിഴിച്ചിരുന്നു.

"ഭയങ്കരിയാണല്ലോ ആ സ്ത്രീ. പാവം ഭർത്താവ് ഗൾഫിൽ കിടന്നു വിയർപ്പൊഴുക്കുമ്പോൾ ആ പെണ്ണുംപിള്ള എന്തൊക്കെയാ ചെയ്തു കൂട്ടുന്നെ?"

അവൾ വെറുപ്പോടെ പറഞ്ഞു.

"അതിനു നമുക്കെന്തു വേണം? ഓരോരുത്തരുടെ ജന്മനാ ഉള്ള സ്വഭാവം ആർക്കും മായ്ച്ചുകളയാൻ പറ്റത്തില്ല. നമ്മളതൊന്നും ശ്രദ്ധിക്കാൻ പോകണ്ട."

അപർണ അവളെ തണുപ്പിച്ചു.

"എന്തായാലും ആ നന്ദഗോപാൽ സാറിനെക്കുറിച്ചുള്ള തെറ്റിദ്ധാരണ മാറിയല്ലോ. നമുക്ക് അതുമതി."

"പാവം മനുഷ്യൻ. ഭാര്യ ഇങ്ങനെ കിടപ്പുരോഗിയായിട്ടും ആ സ്ത്രീയെ അയാൾ ഒരുപാടു സ്നേഹിക്കുന്നു. അമ്മയില്ലാത്തപ്പോൾ ഭക്ഷണം പാകം ചെയ്യുന്നതും ആ ചേച്ചിയുടെ എല്ലാ കാര്യങ്ങളും നോക്കുന്നതും ആ സാറാണ്."

"എല്ലാ ദിവസവും മോളെ പഠിപ്പിച്ചാൽ കൊള്ളാമെന്ന് അവർക്കാഗ്രഹമുണ്ട്. പക്ഷേ വീണ്ടും പറയാൻ മടിയാ...എനിക്കതു മന

സിലായിട്ടുണ്ട്." അപർണ പറഞ്ഞു.

"രാവിലെ ഏഴുമുതൽ എട്ടുവരെ ചേച്ചിക്കു ചെന്നു പഠിപ്പിക്കാവുന്നതേയുള്ളൂ. ആ കുഞ്ഞിന്റെ അമ്മയ്ക്ക് എന്തു സന്തോഷമാകുമെന്നറിയാമോ?" ആശ ചോദിച്ചു.

അപർണ അതെക്കുറിച്ച് ആലോചിക്കാതിരുന്നില്ല. വെളുപ്പിന് അഞ്ചുമണിക്ക് എഴുന്നേറ്റാൽ ഏഴുമണിയാകുമ്പോഴേക്ക് സകല ജോലികളും തീർക്കാൻ പറ്റും. കോളജിൽ പഠിക്കുന്ന കാലത്ത് അഞ്ചുമണിക്ക് എഴുന്നേറ്റ് ശീലവുമുണ്ട്.

അവൾ സുകുമാരിയമ്മയുടെ അടുത്തേക്കു ചെന്നു.

"അമ്മേ, ദിവസവും രാവിലെ ഞാനാ നന്ദകുമാർ സാറിന്റെ മോളെ ട്യൂഷൻ പഠിപ്പിക്കാൻ പൊയ്ക്കോട്ടെ? കുറച്ചു നേരത്തെ എഴുന്നേറ്റ് ജോലികളൊക്കെ തീർത്തിട്ട്..."

അവൾ അഭിപ്രായം ചോദിച്ചു.

"നിനക്കു പറ്റുമെങ്കിൽ ചെല്ല് മോളേ... ഇന്നലെ അച്ഛനും എന്നോടു ചോദിച്ചു. ആ സാറ് അച്ഛനോട് ഇക്കാര്യം പറഞ്ഞു കാണും, അതാ... അല്ലെങ്കിൽ അച്ഛൻ ചോദിക്കുമോ?"

"എനിക്കു പ്രയാസമൊന്നുമില്ലമ്മേ..."

"എന്നാൽ പിന്നെ ചെല്ല് മോളേ."

അങ്ങനെ സുകുമാരിയമ്മയുടെ അനുവാദവും കിട്ടി.

അപ്പോൾത്തന്നെ അവൾ ഷീജയുടെ നമ്പറിലേക്കു വിളിച്ചു.

"എന്താ അപർണേ?"ഷീജ ഉടൻ ഫോണെടുത്തു.

"ഒന്നുമില്ല ചേച്ചീ... ഒരു കാര്യം പറയാനാ ഞാൻ വിളിച്ചെ..."

"എന്താണ്?"

ആകാംക്ഷയോടെ ഷീജ തിരക്കി.

"സുമിമോൾക്ക് സ്കൂളിൽനിന്ന് എന്നും ഹോംവർക്ക് കൊടുക്കുന്നുണ്ടല്ലോ. തനിയെ അതൊക്കെ ചെയ്യാൻ മോൾക്കു ബുദ്ധിമുട്ടാണെന്ന് എനിക്കു മനസിലായി. ഇനി മുതൽ ഞാൻ എന്നും വന്നാലോന്ന് ആലോചിക്കുകയാ..."

അവൾ പറഞ്ഞു.

"എങ്കിൽ വലിയ സന്തോഷമാകും അപർണേ... എന്റെ അനിയത്തിയെ ദൈവം അനുഗ്രഹിക്കും. അതു മാത്രമല്ല, എന്നും നിന്നെയെനിക്കു കാണാനും പറ്റുമല്ലോ. നമ്മൾ തമ്മിൽ എന്തോ മുജ്ജന്മബന്ധമുള്ളതു പോലെ തോന്നുവാ എനിക്ക്..."

അപർണ ചിരിച്ചു. ശരിയാണ്, ഷീജ ചേച്ചിയോടു തനിക്കും ഒരാത്മബന്ധം അനുഭവപ്പെടുന്നുണ്ട്.

"ഏഴുമണിയാകുമ്പോൾ ഞാൻ വരാം. അപ്പോഴേക്ക് മോൾ ഉണരുമോ?"

"ആറുമണിയാകുമ്പോഴേ ഉണരാറുണ്ട്. അപർണ വരുമെന്നറിഞ്ഞാൽ അതിനുമുമ്പേ ഉണരാൻ അവൾ തയാറാകും. അത്രയ്ക്കിഷ്ടമാ അവൾക്ക് അപർണടീച്ചറെ..." ഷീജ പറഞ്ഞു.

"മറ്റന്നാൾ മുതൽ രാവിലെ ഏഴുമണിക്കു ഞാൻ വരാം ചേച്ചീ... സുമിമോളോടു പറഞ്ഞേക്ക്. ഞാൻ വരുമ്പോഴേക്കും റെഡിയായി നിന്നാൽ പഠിത്തം കഴിഞ്ഞ് സ്കൂളിലേക്കു പോകാമല്ലോ."

"അതു നേരാ... യൂണിഫോം ഇടുവിച്ച് നിർത്താം. പിന്നെ വല്ലതും കഴിച്ചിട്ട് നന്ദേട്ടൻ അവളെ സ്കൂളിൽ കൊണ്ടുചെന്നു വിടും."

"ശരി ചേച്ചീ."

പറഞ്ഞ ദിവസം രാവിലെ സുമിമോളെ പഠിപ്പിക്കാൻ അപർണ ചന്ദ്രാലയത്തിലേക്കു ചെന്നു. ഏഴുമണിയായപ്പോൾത്തന്നെ സുമിമോൾ യൂണിഫോം ധരിച്ച് മുടി പോണിടെയ്ൽ പോലെ കെട്ടി കാത്തു നിൽപ്പുണ്ടായിരുന്നു.

"ടീച്ചറേ..." അവൾ ഓടിവന്ന് അപർണയെ കെട്ടിപ്പിടിച്ചു.

നന്ദഗോപാലും അപ്പോൾ വീട്ടിലുണ്ടായിരുന്നു.

"ഷീജ ഒരുപാട് ബുദ്ധിമുട്ടിക്കുന്നുണ്ട് അപർണയെ... അല്ലേ?" ക്ഷമാപണത്തോടെ അയാൾ ചോദിച്ചു.

"ഇതൊന്നും ഒരു ബുദ്ധിമുട്ടല്ല സാർ. രാവിലെ വീട്ടിലെ കാര്യങ്ങൾ കുറച്ച് അഡ്ജസ്റ്റ് ചെയ്യേണ്ടി വരുമെന്നേയുള്ളൂ. അതു സാരമില്ല." അവൾ പറഞ്ഞു.

"എൽ.ഡി ക്ലാർക്കിന്റെ റാങ്ക്ലിസ്റ്റിൽ അപർണ വന്നിട്ടുണ്ടെന്നല്ലേ പറഞ്ഞത്? ഡിസ്ട്രിക്ട് പി.എസ്.സി. ഓഫീസിൽ എനിക്കൊരു പരിചയക്കാരനുണ്ട്... രതീഷ്. ഞാൻ അയാളെ വിളിച്ചൊന്നു ചോദിച്ചിരുന്നു. പന്ത്രണ്ടു പേർക്ക് ഉടനെ അഡ്വൈസ് മെമ്മോ അയയ്ക്കുമെന്നാ പറഞ്ഞത്."

അവളുടെ മനസ് ഒന്നു തുടിച്ചു.

"ഞാൻ ഫോൺ നമ്പർ തരാം. രതീഷിനെ വിളിച്ചൊന്നു സംസാരിച്ചാൽ ഇപ്പോഴത്തെ പൊസിഷൻ അറിയാം."

അവൾ തലകുലുക്കി.

ഡൈനിങ് ടേബിളിനടുത്ത് സ്കൂൾബാഗുമായി സുമിമോൾ ഇരുന്നു. കണക്കിന്റെ ആദ്യപാഠങ്ങളാണ് അപർണ അവളെ പഠിപ്പിച്ചത്. അടിസ്ഥാനമില്ലാത്തതു കൊണ്ടാണ് അവൾക്കു കണക്ക് പ്രയാസമായി തോന്നുന്നതെന്ന് അപർണ മനസിലാക്കിയിരുന്നു.

"തീരുമ്പം മിണ്ടാതെ പൊയ്ക്കളയല്ലേ... ഞാൻ ദോശ കൊണ്ടു വരാം. കഴിച്ചിട്ടേ പോകാവൂ."

ഇടയ്ക്ക് നന്ദഗോപാലിന്റെ അമ്മ വന്നു പറഞ്ഞു.

"വേണ്ടമ്മേ... ഞാൻ വീട്ടിൽ ചെന്നു കഴിച്ചോളാം. ഒമ്പതായിട്ടേ സാധാരണ കഴിക്കൂ." അവൾ ഒഴിഞ്ഞു.

"എന്നാൽ ചായ കൊണ്ടുവരാം."

അമ്മ ചായ കൊണ്ടുവന്നു കൊടുത്തു.

എട്ടുമണിയായപ്പോൾ അവൾ ട്യൂഷൻ നിർത്തി. എന്നിട്ട് ഷീജ യുടെ അടുത്തേക്കു ചെന്നു. തലയണകൾ ഉയർത്തിവച്ച് ചാരിക്കി ടക്കുകയായിരുന്നു ഷീജ.

"ഞാൻ പോവാ ചേച്ചീ..."

"എന്താ, ഇവിടുന്നൊന്നും കഴിക്കത്തില്ലേ?" പരിഭവസ്വരത്തിൽ ഷീജ ചോദിച്ചു.

"അയ്യോ, അതല്ല ചേച്ചീ... അവിടെ ഉണ്ടാക്കിവച്ചിട്ട് ഞാൻ കഴി ച്ചില്ലെങ്കിൽ അമ്മ വഴക്കുപറയും."

"നാളെ മുതൽ ഇവിടുന്നാ ബ്രേക്ഫാസ്റ്റ്. അമ്മയോട് ഇന്നുത ന്നെ പറയണേ..."

ഒരു കടലാസുമായി അപ്പോൾ നന്ദഗോപാൽ വന്നു.

"ഇത് പി.എസ്.സി ഓഫീസിലെ നമ്പറാ... വിളിച്ചിട്ട് രതീഷ് സാറിനെ കണക്ട് ചെയ്യാൻ പറഞ്ഞാൽ മതി. ഞാൻ പറഞ്ഞിട്ടാ വിളിക്കുന്നതെന്നു പറയണം."

"ഉം."

അവൾ ആ കടലാസ് വാങ്ങി. ഒരു ലാന്റ്ഫോൺ നമ്പറായിരു ന്നു അതിൽ. രതീഷ് എന്നും എഴുതിയിരുന്നു.

വീട്ടിൽ ചെന്നശേഷം പത്തരയായപ്പോൾ അവൾ ആ നമ്പരി ലേക്കു വിളിച്ചു.

പി.എസ്.സി ഓഫീസിലെ ആരോ ആണ് ഫോണെടുത്തത്. രതീഷ് സാറിനെ വേണമെന്നു പറഞ്ഞപ്പോൾ വേറെ ഒരാൾക്കു കണക്ഷൻ കൊടുത്തു.

"ഹലോ..."

"രതീഷ് സാറല്ലേ?" അവൾ ചോദിച്ചു.

"അതേ."

"സാർ, എന്റെ പേര് അപർണ ആർ. പഞ്ചായത്ത് എക്സിക്യൂട്ടീ വ് ഓഫീസർ നന്ദഗോപാൽ സാർ പറഞ്ഞിട്ടാ വിളിക്കുന്നത്..."

"ശരി."

"എൽ.ഡി.സി റാങ്ക്‌ലിസ്റ്റിൽ എന്റെ പേര് വന്നിട്ടുണ്ട്. നിയമനം കിട്ടുമോ എന്നറിയാനാണ്."

"റാങ്ക് എത്രയാണ്?" അയാൾ ചോദിച്ചു.

അവൾ അതു പറഞ്ഞുകൊടുത്തു.

"ഇയാൾടെ നമ്പർ തരൂ... നോക്കിയിട്ടു ഞാൻ വിളിക്കാം."

അവൾ മൊബൈൽ നമ്പർ കൊടുത്തു.

പിന്നെ കാത്തിരിപ്പായിരുന്നു.

ഏതാണ്ട് ഒരു മണിക്കൂർ കഴിഞ്ഞപ്പോൾ വിളി വന്നു.

"മുപ്പത്തിരണ്ടു പേർക്ക് കഴിഞ്ഞയാഴ്ച മെമ്മോ പോയിട്ടുണ്ട്. ഇനി നൂറ്റിയെൺപതു പേരെക്കൂടി എടുത്താലേ ഇയാൾക്കു കിട്ടൂ. ഇപ്പോഴത്തെ സാഹചര്യത്തിൽ അതിനുള്ള ഒരു സാധ്യതയും കാണുന്നില്ല..." അയാൾ പറഞ്ഞു.

അപർണയ്ക്കു നിരാശയായി.

"സാർ, കാലാവധി തീരുംമുമ്പ്..." അവൾ ചോദിച്ചു.

"ഇനി കഷ്ടിച്ചു നാലുമാസം കൂടിയല്ലേയുള്ളൂ. അതിനുള്ളിൽ അമ്പതോ അറുപതോ വേക്കൻസിയിൽ കൂടുതൽ ഉണ്ടാകുമെന്നു തോന്നുന്നില്ല.

"ശരി സാർ."

കോൾ കട്ടായി.

സങ്കടത്തോടെ അപർണ കുറേനേരം ഇരുന്നു. ഏക പ്രതീക്ഷയാണ് പൊലിഞ്ഞുപോയത്. വേറെ രണ്ടു ടെസ്റ്റുകൾ കൂടി എഴുതിയിട്ടുണ്ട്. കുറച്ചു കടുപ്പമുള്ളവയായിരുന്നു രണ്ടും.

അവൾ ഒന്നു നെടവീർപ്പിട്ടു.

ഇപ്പോൾത്തന്നെ കല്യാണാലോചന തുടങ്ങി. കല്യാണം കഴിഞ്ഞാൽ ടെസ്റ്റുകൾക്കു തയാറെടുക്കലൊക്കെ മുടങ്ങും. ഒടുവിൽ ചോറും കറിയും വച്ച് വീടും വൃത്തിയാക്കി ജീവിതം അങ്ങനെ തീർന്നുകിട്ടും.

പിറ്റേന്ന് പള്ളിക്കലെ വിലാസിനിയപ്പച്ചിയുടെ ഫോൺ വന്നു. പകൽനേരമായതു കൊണ്ട് സുകുമാരിയമ്മയും അപർണയും മാത്രമേ വീട്ടിലുണ്ടായിരുന്നുള്ളൂ.

അപർണയാണു ഫോണെടുത്തത്.

"ഞാനാ മോളേ... വിലാസിനിയപ്പച്ചി. രമേശൻ രണ്ടാഴ്ച കഴിഞ്ഞു വരുന്നുണ്ട് ലീവിൽ. അക്കാര്യം പറയാനാ വിളിച്ചെ..."

ആർമിയിലുള്ള രമേശന്റെ കാര്യം അപ്പച്ചി വന്നു പറഞ്ഞിരുന്നത് അവൾക്ക് ഓർമ്മവന്നു.

"അമ്മയ്ക്കു കൊടുക്കാം."

അവൾ സുകുമാരിയമ്മയെ വിളിച്ച് റിസീവർ കൈമാറിയിട്ട് മുൻവശത്തെ വരാന്തയിൽ ചെന്ന് പത്രം വായിച്ച് ഇരുന്നു.

അകത്ത് ഫോണിൽ സംസാരം കേട്ടു. അവൾ അതു ശ്രദ്ധിക്കാൻ പോയില്ല.

അൽപ്പനേരം കഴിഞ്ഞപ്പോൾ സുകുമാരിയമ്മ അവളുടെ അടുത്തേക്കു വന്നു:

"നീ അന്നു പറഞ്ഞതു നേരാ മോളേ... അണ്ടിയോടടുക്കുമ്പോഴേ മാങ്ങയുടെ പുളി അറിയൂ."

"എന്താമ്മേ?"

അവൾ പത്രത്തിൽനിന്ന് തലയുയർത്തി നോക്കി.

"അവനു വേറൊരാലോചന വന്നിട്ടുണ്ടെന്ന്. നൂറു പവനും പത്തുലക്ഷം രൂപ പോക്കറ്റ്മണിയും കൊടുക്കാമെന്ന് അവർ പറഞ്ഞെന്ന്."

"അത് വളരെ കുറവല്ലേ?"

പരിഹാസത്തോടെ അവൾ പറഞ്ഞു.

"അത്രയുമില്ലെങ്കിലും അതിന്റെ പകുതിയെങ്കിലും നമ്മൾ കൊടുത്താലേ അവനിങ്ങോട്ടു വരൂന്ന്... ഞാൻ പറഞ്ഞു വരണ്ടാന്ന്."

"മിടുക്കിയാ അമ്മ..."

അവൾ സുകുമാരിയമ്മയ്ക്കു കൈ കൊടുത്തു.

അമ്പതു പവനും അഞ്ചുലക്ഷം രൂപയും! ഈ വീടും സ്ഥലവും കൂടി വിറ്റാൽപോലും അതിനുള്ള സംഖ്യ കിട്ടില്ല.

പിറ്റേന്ന് ചന്ദ്രാലയത്തിലെ ട്യൂഷൻ കഴിഞ്ഞ് അപർണ പോകാൻ തുടങ്ങിയപ്പോൾ ഷീജ അവളെ വിളിപ്പിച്ചു.

"ഒമ്പതു മണിക്കല്ലേ അപർണ ബ്രേക്ക്ഫാസ്റ്റ് കഴിക്കൂ... അപ്പോൾ അൽപ്പനേരംകൂടി എന്റടുത്തിരിക്കാം, അല്ലേ?"

"ഇപ്പോൾ എട്ടുമണി ആയതല്ലേയുള്ളൂ ചേച്ചീ..."

"എന്റെ ജീവിതത്തിലെ ഏറ്റവും പ്രധാനപ്പെട്ട ഒരു തീരുമാനം ഞാനെടുത്തു കഴിഞ്ഞു. ഈ അടുത്ത ദിവസങ്ങളിലാ അതിന്റെ ആലോചന തുടങ്ങിയത്. ഞാൻ പറഞ്ഞില്ലേ, അപർണയെനിക്ക് സ്വന്തം അനിയത്തിയെപ്പോലെയാ... അതുകൊണ്ട് ഞാനിത് ആദ്യമായി പറയാൻ പോകുന്നത് അപർണയോടാ..."

ഷീജ എന്തിനോ മുഖവുരയിട്ടു. അപർണയ്ക്ക് ഒന്നും പിടികിട്ടിയില്ല. ജീവിതത്തിലെ ഏറ്റവും പ്രധാനപ്പെട്ട തീരുമാനമെന്നു പറയുമ്പോൾ...

"നന്ദേട്ടൻ സമ്മതിക്കില്ലെങ്കിലും ഞാൻ വിവാഹമോചനം ആവശ്യപ്പെടാൻ പോകുവാ..." ഷീജ പറഞ്ഞു.

അപർണ ഒന്നു ഞെട്ടി.

"എന്തിന്?"

"ജീവനുള്ള ഒരു ശവത്തെപ്പോലെ കിടക്കുന്ന എന്നെക്കൊണ്ട് നന്ദേട്ടനെന്തു പ്രയോജനമാ ഉള്ളത്? എന്നുമാത്രമല്ല, ഞാനൊരു ബാദ്ധ്യതയും കൂടിയല്ലേ... ഞാൻ ഒഴിഞ്ഞുപോയാൽ ആരോഗ്യവതിയായ ഒരു പെണ്ണിനെ കല്യാണം കഴിച്ച് നന്ദേട്ടനു സുഖമായി ജീവിക്കാം."

അപർണയ്ക്ക് ഒന്നും മിണ്ടാൻ കഴിഞ്ഞില്ല.

"നന്ദേട്ടന്റെ ശാരീരികാവശ്യങ്ങളൊന്നും നടക്കുന്നില്ല. എന്നെക്കൊണ്ട് അതൊന്നും ഇനി സാധിച്ചുകൊടുക്കാനും പറ്റില്ല. എനിക്കറിയാം... നന്ദേട്ടൻ എല്ലാം സ്വയം അമർത്തി വെക്കുകയാ..."

ശരിയായിരിക്കാം. ആരോഗ്യവാനായ ഒരു പുരുഷനാണല്ലോ നന്ദഗോപാൽ സാർ. പോരാത്തതിന് ചെറുപ്പവും.

"കല്യാണം കഴിഞ്ഞ് ആദ്യത്തെ ഒരു വർഷം... എനിക്കതു മറക്കാൻ പറ്റില്ല. കിടപ്പുമുറിയിൽ വെറും ഭർത്താവല്ല, ഊർജസ്വലനായ കാമുകനായിരുന്നു നന്ദേട്ടൻ. പക്ഷേ ഇപ്പോൾ..."

അറിയാതെ ഷീജയുടെ കണ്ണുകൾ നിറഞ്ഞു.

"എനിക്കൊരു അനുജത്തിയുണ്ടായിരുന്നെങ്കിൽ ഉറപ്പായിട്ടും ഞാനവളുടെ കാലുപിടിച്ചെങ്കിലും നന്ദേട്ടന്റെ ഭാര്യയാകാൻ സമ്മതിപ്പിച്ചേനെ. മിക്ക പെൺകുട്ടികളും അങ്ങനൊരു കല്യാണത്തിനു സമ്മതിക്കത്തില്ലെന്ന് എനിക്കറിയാം. പക്ഷേ വേറിട്ടു ചിന്തിക്കുന്ന പെൺകുട്ടികളും കാണാതിരിക്കുമോ?"

ഷീജ പ്രതീക്ഷയോടെ അപർണയുടെ മുഖത്തേക്കുതന്നെ നോക്കി കിടന്നു. അവളുടെ മറുപടി എന്താണെന്നറിയാൻ...

6

ഷീജയുടെ ചോദ്യം കേട്ട് അപർണ മെല്ലെ മുഖം കുനിച്ചു.

ഭാര്യയുള്ള ഒരു പുരുഷനെ വിവാഹം ചെയ്യാൻ ഏതെങ്കിലും പെൺകുട്ടി തയാറാകുമോ. സംശയമാണ്. ഒരുതരത്തിലും കല്യാണം നടക്കില്ല എന്ന് ഉറപ്പാകുന്ന സ്ത്രീകൾ ഒരു ആൺതുണയ്ക്കു വേണ്ടി ചിലപ്പോൾ സമ്മതിച്ചെന്നു വരാം.

"അപർണയ്ക്ക് എന്തു തോന്നുന്നു... നടപ്പാക്കാൻ പറ്റുന്ന ആ

ഗ്രഹമാണോ എന്റേത്?" ഷീജ വീണ്ടും ചോദിച്ചു.

"അതത്ര എളുപ്പമാണെന്ന് തോന്നുന്നില്ല ചേച്ചീ."

ഒടുവിൽ അപർണ പറഞ്ഞു.

"അതെന്താ?" നിരാശയോടെ ഷീജ ചോദിച്ചു.

"നന്ദഗോപാൽ സാറിനു വേണ്ടിയാണ് ചേച്ചി ഈ ത്യാഗത്തിനു തയാറാകുന്നത്. അതുകൊണ്ട് വിവാഹമോചനത്തിന് ചേച്ചി തയാറാകുന്നു. പക്ഷേ നന്ദഗോപാൽ സാർ അതിനു സമ്മതം മൂളുമെന്ന് ചേച്ചിക്കു തോന്നുന്നുണ്ടോ?"

അപർണ ചോദിച്ചു.

"എങ്ങനെങ്കിലും ഞാൻ സമ്മതിപ്പിക്കും. എന്റെ ഒരിഷ്ടത്തിനും നന്ദേട്ടൻ വിലങ്ങുതടിയായി നിന്നിട്ടില്ല."

"അതുപോലെയല്ല ചേച്ചീ വിവാഹമോചനമെന്നു പറയുന്നത്. ചേച്ചിയുമായുള്ള ബന്ധം അറുത്തുമാറ്റലാണത്. നന്ദഗോപാൽ സാർ ഒരിക്കലും സമ്മതിക്കില്ല. സാർ ചേച്ചിയെ അത്രമാത്രം സ്നേഹിക്കുന്നുണ്ടെന്ന് ഞാൻ മനസ്സിലാക്കിയിട്ടുണ്ട്." അപർണ പറഞ്ഞു.

"അതു ശരിയാണ്. പക്ഷേ വിവാഹബന്ധം വേർപെടുത്തൽ രേഖയിൽ മാത്രമേ കാണൂ. നിയമപരമായി ഞങ്ങൾ രണ്ടുപേരും ഭാര്യാഭർത്താക്കന്മാർ അല്ലാതാകുന്നു. എങ്കിലും ഞാൻ ഈ വീട്ടിലെ ഒരു മുറിയിൽ ഉണ്ടാകും. ഇതുപോലെ തന്നെ..."

അതെന്തൊരു ഏർപ്പാടാണ്? അപർണയ്ക്ക് മനസ്സിലായില്ല.

"ഞാൻ ഈ വീട്ടിലെ വെറുമൊരു അംഗം മാത്രം നന്ദേട്ടൻ പുതിയ ഭാര്യയുമൊത്ത് ദാമ്പത്യബന്ധം നയിക്കും. എനിക്കതിൽ സന്തോഷമേയുള്ളൂ. പുതിയ ഭാര്യക്കാണ് എല്ലാ അവകാശങ്ങളും. കിടപ്പുരോഗിയായ എന്നിൽനിന്ന് അവൾക്ക് യാതൊരു ഭീഷണിയും ഉണ്ടാവുകയില്ലല്ലോ..."

"പക്ഷേ അതത്ര പ്രായോഗികമാണെന്ന് തോന്നുന്നില്ല ചേച്ചീ. നന്ദഗോപാൽ സാറിന്റെ സമ്മതം വേണം. കൂടാതെ നിങ്ങൾ രണ്ടുപേരുടെയും ബന്ധുക്കൾ അനുകൂലിക്കണം. നടക്കുമെന്ന് എനിക്കു തോന്നുന്നില്ല." അപർണ അവളുടെ അഭിപ്രായം പറഞ്ഞു.

"ഇക്കാര്യത്തിൽ നന്ദേട്ടനും ഞാനുമെടുക്കുന്ന തീരുമാനത്തിനാണ് വില. അതു നടക്കും. ആരൊക്കെ എതിർത്താലും."

"ചേച്ചി എങ്കിൽ നന്ദഗോപാൽ സാറിനോട് ഇക്കാര്യം സംസാരിച്ചു നോക്ക്." അവൾ പറഞ്ഞു.

"നന്ദേട്ടനെക്കൊണ്ട് ഞാൻ സമ്മതിപ്പിക്കും. പക്ഷേ ഒരു നല്ല പെൺകുട്ടിയെ കണ്ടുപിടിക്കണ്ടേ? അതാണ് പ്രധാനപ്പെട്ട കാര്യം."

അത് അത്ര എളുപ്പത്തിൽ നടക്കുമെന്ന് അപർണയ്ക്കു തോന്നിയില്ല.

"ഇക്കാര്യം അപർണ മനസ്സിൽ വയ്ക്കണേ. ആരെങ്കിലും തയാറുണ്ടോ എന്ന് അന്വേഷിച്ചാൽ വളരെ ഉപകാരമായിരുന്നു. കൂട്ടുകാരികളോടും പരിചയക്കാരോടും ഇതേക്കുറിച്ച് പറയണം. എനിക്കുവേണ്ടി ഒരു സഹായം." ഷീജ പറഞ്ഞു.

അപർണയ്ക്ക് അമ്പരപ്പാണ് തോന്നിയത്. ആരോടെങ്കിലും പറയാവുന്ന കാര്യമാണോ ഇത്. ഈ സ്ത്രീ എന്തു ഭാവിച്ചാണ്. ഭർത്താവിനോടുള്ള സ്നേഹം കാരണം സുബോധം നഷ്ടപ്പെട്ടോ?

ഇനി അവിടെയിരുന്നാൽ തനിക്കും ഭ്രാന്ത് വരുമെന്ന് അവൾക്കു തോന്നി. പോകുന്നതാണ് നല്ലത്.

"ശരി ചേച്ചീ നാളെ വരാം." അവൾ എഴുന്നേറ്റു.

ഷീജ തലകുലുക്കി. അവൾ പോകാനായി തിരിഞ്ഞപ്പോൾ ഷീജ പിന്നിൽനിന്ന് വിളിച്ചു.

"അപർണേ..."

അവൾ പിന്തിരിഞ്ഞു നിന്നു.

"ഒരുകാര്യംകൂടി ചോദിക്കട്ടെ... എന്റെ മനസ്സമാധാനത്തിന്..."

"എന്താണ്?"

"നന്ദേട്ടൻ ഇപ്പോഴും നല്ല ചെറുപ്പമല്ലേ?"

"ഉം."

"സുന്ദരനാണെന്നാണ് എന്റെ അഭിപ്രായം. ശരിയല്ലേ?"

"അതേ..."

"നന്ദേട്ടൻ അവിവാഹിതനായിരുന്നെങ്കിൽ നല്ല ഒരു പെൺകുട്ടിയെ ഭാര്യയായി കിട്ടുമായിരുന്നില്ലേ?"

"ഉം."

"എനിക്കു തോന്നുന്നത് പല പെൺകുട്ടികൾക്കും നന്ദേട്ടനെ ഇഷ്‌പ്പെടുമായിരുന്നെന്നാ... അല്ലേ?"

"അതേ."

ഷീജ തൃപ്തിയോടെ ചിരിച്ചു.

"ശരി... പോയിട്ട് വാ മോളേ."

അവൾ വീട്ടിലെത്തിയപ്പോഴേയ്ക്ക് ആശയും കണ്ണനും സ്കൂളിലേക്ക് പോയിക്കഴിഞ്ഞിരുന്നു.

"എന്താ മോളെ താമസിച്ചെ? സുകുമാരിയമ്മ ചോദിച്ചു.

പതിവിലും അരമണിക്കൂർ വൈകിയാണല്ലോ ഇന്ന് നന്ദഗോപാൽ സാറിന്റെ വീട്ടിൽനിന്നും ഇറങ്ങാൻ പറ്റിയത്.

"ആ ചേച്ചിയുമായി ഓരോന്ന് സംസാരിച്ച് ഇരുന്നുപോയി." അവൾ പറഞ്ഞു.

"ഒരു കണക്കിന് വല്യ കഷ്ടമാ ആ കൊച്ചിന്റെ കാര്യം. ഒന്ന് സ്വയം എഴുന്നേറ്റിരിക്കാൻ പോലും പറ്റാതെ ഒരേ കിടപ്പ്. സംസാരിക്കാൻ പോലും വീട്ടിനു വെളിയിലുള്ള ആരുമില്ലതാനും..."സഹതാപത്തോടെ അമ്മ പറഞ്ഞു.

അപർണ ഒന്നും മിണ്ടിയില്ല.

"ആ സാറിന്റെ ഭാഗ്യദോഷം. അല്ലാതെന്താ... കണ്ടാൽ നല്ല യോഗ്യൻ. പക്ഷേ പറഞ്ഞിട്ടെന്താ ഫലം? കുടുംബ ജീവിതത്തിന്റെ സുഖം കിട്ടുന്നുണ്ടോ?"

അവൾ പ്ലേറ്റിലേക്ക് രണ്ട് ഇഡ്ഡലിയെടുത്തു വച്ചു.

"എന്താ രണ്ടെണ്ണമാക്കിയത്? ഞാൻ കഴിച്ചതാ. ബാക്കി നിനക്കുള്ളതാ."

സുകുമാരിയമ്മ രണ്ട് ഇഡ്ഡലിയുംകൂടി അവളുടെ പ്ലേറ്റിലേക്ക് എടുത്തുവച്ചു.

"വിശപ്പില്ലമ്മേ... അതാ."

ഒരെണ്ണം അവൾ തിരികെ വച്ചു.

"അവിടുന്ന് വല്ലതും കഴിച്ചോ?"

"ഇല്ല. അവിടത്തെ അമ്മ എന്നും നിർബന്ധിക്കും. പക്ഷേ ഞാൻ കഴിക്കാറില്ല. എന്നാലും ചായ തരും."

അവൾ പാത്രത്തിൽനിന്ന് കുറച്ചു സാമ്പാറെടുത്ത് ഇഡ്ഡലിയുടെ മീതെ ഒഴിച്ചു.

ഒരു ഗ്ലാസ് ചായ എടുത്ത് അമ്മ അവൾക്കു കൊടുത്തു.

"ഇന്നും നിന്റെ കാര്യം പറഞ്ഞ് പ്രയാസപ്പെട്ടിട്ടാ അച്ഛൻ കടയിലേക്കു പോയത്."

അപർണ മുഖമുയർത്തി അമ്മയെ നോക്കി.

"എത്ര ടെസ്റ്റുകളാ നീ എഴുതിയിട്ടുള്ളത്. ഒന്നുപോലും പ്രയോജനപ്പെട്ടില്ലല്ലോ. ഇക്കാലത്ത് ജോലിയുള്ള പെമ്പിള്ളാർക്കു പോലും സ്ത്രീധനം കൊടുക്കാതെ നല്ല ബന്ധം കിട്ടാൻ പ്രയാസമാ..."

"എനിക്ക് ജോലി കിട്ടും..." അവൾ പറഞ്ഞു.

"ഏതു കാലത്താ... താഴെ ഒരെണ്ണം വളർന്നുവരുന്നില്ലേ... നമുക്ക് വേറെ എന്തു വരുമാനമാ മോളേ ഉള്ളത്? നിനക്കൊരു ജോലി കിട്ടിയാൽ അതിൽനിന്ന് വല്ലതും മിച്ചം പിടച്ച് കല്യാണം നടത്താം."

അവൾ മിണ്ടിയില്ല.

"ആശ പഠിച്ച് പാസായി വല്ല ജോലിയും കിട്ടണമെങ്കിൽ ഇനി അഞ്ചാറു വർഷം കഴിയണ്ടേ?"

പണമില്ലാത്ത അച്ഛനമ്മമാർക്ക് പെൺമക്കൾ ഒരു ബാധ്യത യാണ്. ഒരു ജോലി കിട്ടിയിരുന്നെങ്കിൽ...

രണ്ടുമൂന്നു ടെസ്റ്റുകളുടെ ഫലം വന്നുകഴിഞ്ഞു. എൽ.ഡി.സി.യു ടെ കാര്യത്തിൽ നേരിയ പ്രതീക്ഷയുണ്ടായിരുന്നു. ഇപ്പോൾ അ തും ഇല്ല. രണ്ടെണ്ണത്തിന്റെ ടെസ്റ്റ് കഴിഞ്ഞിട്ട് ഏഴെട്ടുമാസമായി. പക്ഷേ ഇതുവരെ റിസൽട്ട് വന്നിട്ടില്ല. കോച്ചിങ് ക്ലാസിൽ പോകാ തെ രണ്ടുമൂന്നു ഗൈഡുകളുടെ സഹായത്തോടെ മാത്രം തയാറെ ടുപ്പ് നടത്തി എഴുതിയ ടെസ്റ്റുകളാണ്. അതുകൊണ്ട് റാങ്ക് ലിസ് റ്റിൽ ഇടം പിടിക്കുമോ എന്നുപോലും സംശയമാണ്.

അവൾ ഒന്നു നെടുവീർപ്പിട്ടു.

ഒന്നും ശരിയായില്ലെങ്കിൽ ഹോം നഴ്സിങ് ട്രെയിനിംഗിനു പോകണം. രോഗി പരിചരണത്തിന് ഇപ്പോൾ നല്ല ഡിമാന്റാണ്. ജോലി കിട്ടാതിരിക്കില്ല. വെറുതെയിരുന്നപ്പോൾ ഷീജ പറഞ്ഞ കാ ര്യങ്ങൾ അവൾക്ക് ഓർമ്മവന്നു.

നടക്കുന്ന കാര്യം വല്ലതുമാണോ അത്? ഏതെങ്കിലും ഭർത്താ വ് അതുപോലൊരു ഭാര്യയെ ഡൈവോഴ്സ് ചെയ്യുമോ? ചെയ് താൽ തന്നെ അയാളുടെ ഭാര്യയാകാൻ ഏതെങ്കിലും പെണ്ണ് സമ്മ തിക്കുമോ?

ചിലപ്പോൾ നിവർത്തികേടുകൊണ്ട് സമ്മതിച്ചെന്നു വരാം.

ചേച്ചി പറഞ്ഞതുപോലെ നന്ദഗോപാൽ സാർ ചെറുപ്പമാണ്. സുന്ദരനും ആരോഗ്യവാനുമാണ്. സർക്കാരുദ്യോഗസ്ഥനാണ്.

അവിവാഹിതനായിരുന്നെങ്കിൽ നല്ലൊരു ബന്ധം നിഷ്പ്രയാ സം കിട്ടിയേനെ.

അന്ന് ആശ സ്കൂൾ വിട്ടു വന്നു കഴിഞ്ഞപ്പോൾ ഷീജ ചേച്ചി പറഞ്ഞ കാര്യം അവളോട് സംസാരിക്കാൻ അപർണ ആഗ്രഹിച്ചു. പക്ഷേ അമ്മ കേൾക്കുമല്ലോ എന്ന് ഭയന്ന് അപ്പോൾ പറഞ്ഞില്ല.

രാത്രിയിൽ ഉറങ്ങാൻ കിടക്കാൻ നേരത്താണ് അവൾക്ക് അതി ന് അവസരം കിട്ടിയത്.

"ആ ഷീജചേച്ചി ഇന്ന് എന്നോടൊരു രഹസ്യം പറഞ്ഞു..."

"എന്തു രഹസ്യം?" അറിയാൻ ആശയ്ക്കു കൗതുകമായി.

"നന്ദഗോപാൽ സാറിൽ നിന്ന് ചേച്ചി ചിലപ്പോൾ വിവാഹമോ ചനം നേടും."

"എന്തിന്?" ഞെട്ടലോടെ ആശ അവളെ നോക്കി.

“കേട്ടാൽ നീ അത്ഭുതപ്പെടും. നന്ദഗോപാൽ സാറിനെക്കൊണ്ട് വേറെ കല്യാണം കഴിപ്പിക്കാനാണ് ചേച്ചി ഡൈവോഴ്സ് ചെയ്യുന്നത്.”

അത്ഭുതത്തോടെ ആശ അവളെ നോക്കി.

“അതെന്താ?”

“ഒരു ഭാര്യയുടെ കടമകൾ നിറവേറ്റാൻ ചേച്ചിക്ക് കഴിയില്ലല്ലോ...”

“പണ്ട് ഇതുപോലെ ഒരു സ്ത്രീയുണ്ടായിരുന്നു എന്ന് കേട്ടിട്ടുണ്ട്...” ആശ പറഞ്ഞു.

“അതാരാ?”

“ശീലാവതി.”

ആശ പറഞ്ഞതുകേട്ട് അപർണ ചിരിച്ചു.

“അത് പുരാണത്തിലെ കഥയല്ലേ...”

“ഇക്കാലത്ത് ഇതുപോലെ ഏതെങ്കിലും ഭാര്യമാർ ചിന്തിക്കുമോ ചേച്ചീ?”

“ചിന്തിക്കുമെന്നതിന്റെ തെളിവല്ലേ ഷീജ ചേച്ചി...”

“നല്ല രസമുള്ള ഒരു കഥാപാത്രമാണ് ആ സ്ത്രീ.”

“ആ പാവത്തിന്റെ വിഷമം അവർക്കു മാത്രമറിയാം. നല്ല കുറ്റബോധം കാണും. ആർക്കും ഒരു പ്രയോജനവുമില്ലാതെ മറ്റുള്ളവർക്ക് ഒരു ശല്യമായി ഇങ്ങനെ ജീവിക്കുന്നതിൽ. അതുകൊണ്ടാ ഭർത്താവിനെ സന്തോഷിപ്പിക്കാൻ വേണ്ടി...”

“ആയിരിക്കാം. എന്നോടു പറഞ്ഞത് തയ്യാറുള്ള ആരെയെങ്കിലും കണ്ടുമുട്ടിയാൽ പറയണമെന്നാണ്.”

“ആ സാറിനെ കല്യാണം കഴിക്കാനോ?” ആശ ചോദിച്ചു.

‘ഉം...”

“ചേച്ചിയോട് അവർ ഇക്കാര്യം പറഞ്ഞതെന്തിനാണെന്ന് മനസ്സിലായോ?”

“ഇല്ല...”

“ഇത്ര മണ്ടിയായിപ്പോയല്ലോ ചേച്ചീ...”

“കാര്യം പറ പെണ്ണേ...” അപർണ ആവശ്യപ്പെട്ടു.

‘ചേച്ചിയെ മനസ്സിൽ കണ്ടോണ്ടാ അവർ ഇതെല്ലാം പറഞ്ഞൊപ്പിച്ച്.”

അപർണ ഞെട്ടി.

“എന്നെയോ?”

“അതേ.. കണ്ടപ്പോൾ മനസ്സിലായി ഒരു പാവമാണെന്ന്. പോരാത്തതിന് സുന്ദരിയും വിദ്യാഭ്യാസമുള്ളവളും. പോരാത്തതിന്

പ്രാരാബ്ധ കുടുംബത്തിലെ അംഗവും."

അപർണ അവളുടെ മുഖത്തേക്ക് തുറിച്ചുനോക്കി ഇരുന്നു.

ആശ പറയുന്നതായിരിക്കുമോ സത്യം? തന്നെ ഉദ്ദേശിച്ചാണോ ഷീജചേച്ചി അങ്ങനൊക്കെ...

"എന്താ ചേച്ചിക്ക് താല്പര്യമുണ്ടോ?"

കളിയായി ആശ ചോദിച്ചു.

"പോ പെണ്ണേ... ഒരടി വച്ചുതന്നാലുണ്ടല്ലോ..."

അപർണയ്ക്ക് ദേഷ്യം വന്നു.

"ആ സാറിന് എത്ര വയസ്സ് കാണും?"

പെട്ടെന്ന് ആശ ചോദിച്ചു.

"നന്ദഗോപാൽ സാറിനോ?"

"ഉം..."

"മുപ്പത്തിയഞ്ചോ മുപ്പത്താറോ കണ്ടേക്കും."

"അതിന്റെ പാതിപ്രായമുള്ള ഒരു കുട്ടിയുണ്ട്. അവൾ മതിയോ എന്നൊന്ന് ചോദിച്ചുനോക്ക്." ആശ പറഞ്ഞു.

"അതാരാ?" സംശയത്തോടെ അപർണ ചോദിച്ചു.

"ഈ ഞാൻ. അല്ലാതെ വേറാരാ?"

അപർണ ഞെട്ടലോടെ അവളെ നോക്കി.

"നമുക്കല്ലേ ചേച്ചീ ലാഭം... കാൽക്കാശിന്റെ ചെലവില്ല. ഒരു സർക്കാരുദ്യോഗസ്ഥനെ മരുമകനായി കിട്ടും. എനിക്കവിടെ ഒരു റാണിയെപ്പോലെ വാഴാം." ആശ പറഞ്ഞു.

"നിനക്ക് ഭ്രാന്താ.." അപർണ അവളെ പരിഹസിച്ചു.

"അതേ... എനിക്കു ഭ്രാന്താ." ആശ പൊട്ടിച്ചിരിച്ചു.

അപർണ അവളെ പകച്ചുനോക്കി.

ഠഠ

കിടന്നുകൊണ്ടു തന്നെ കണ്ണുകളുയർത്തി ഷീജ എതിർവശത്തുള്ള ഭിത്തിയിലെ ക്ലോക്കിലേക്ക് നോക്കി.

മണി ഏഴര.

ഊണുമുറിയിലിരുന്നു കൊണ്ട് സുമി മോൾക്ക് നന്ദഗോപാൽ ഭക്ഷണം കൊടുത്തത് അവൾക്ക് കേൾക്കാൻ കഴിഞ്ഞു.

എന്നും ഏഴരയാകുമ്പോൾ അവൾ അത്താഴം കഴിക്കും. അച്ഛൻ തന്നെ കൊടുക്കണമെന്ന് നിർബന്ധവുമാണ്.

അച്ഛൻ ആ സമയത്ത് വീട്ടിലില്ലെങ്കിൽ അവൾ സ്വയം കഴി

ക്കും. എട്ടുമണിയാകുമ്പോൾ ഉറങ്ങാൻ കിടക്കും. ഉറക്കുന്നതും അച്ഛൻ തന്നെ വേണം.

കഷ്ടിച്ച് രണ്ടു ചപ്പാത്തിയാണ് സുമി കഴിച്ചത്.

"ഒരെണ്ണംകൂടി തരട്ടെ?" നന്ദഗോപാൽ ചോദിച്ചു.

"മതിയച്ഛാ... രണ്ടെണ്ണം തിന്നില്ലേ..."

"പപ്പടത്തിയന്റെയത്ര വലുപ്പമുള്ള ചപ്പാത്തിയല്ലേ ഇന്നു അമ്മൂമ്മ ഉണ്ടാക്കിയത്... ഒരെണ്ണം കൂടി തിന്നാനുള്ള സ്ഥലമുണ്ട് വയറ്റിൽ..."

"അയ്യോ ഇല്ലച്ഛാ..."

"എന്നാൽ ഒരു ഹാഫ്..."

"ഉം..."

നല്ല ശീലങ്ങളെല്ലാം നന്ദേട്ടൻ അവളെ പഠിപ്പിക്കുന്നുണ്ട്.

നന്ദഗോപാൽ ബ്രഷിൽ പേസ്റ്റെടുത്ത് കൊടുത്തു. അവൾ വൃത്തിയായി പല്ലുതേച്ച് വായ കഴുകി.

അതു കഴിഞ്ഞ് ഓടി ഷീജയുടെ അടുത്തേക്ക് ചെന്നു. അത് എന്നുമുള്ള പതിവാണ്. ഉറങ്ങാൻ കിടക്കും മുമ്പ് അമ്മയെ കണ്ട് അനുവാദം ചോദിക്കും.

"അമ്മേ ഞാൻ ഉറങ്ങാൻ പോവാ."

ബെഡ്ഡിലേക്കു കയറിയിരുന്നുകൊണ്ട് അവൾ പറഞ്ഞു.

"ശരി മോളേ..." കൈകളെടുത്ത് അവളെ ചേർത്തുപിടിച്ച് കവിളിൽ ഒരുമ്മ കൊടുത്തു ഷീജ.

അവൾ ഓടി അടുത്ത ബെഡ്റൂമിലേക്കു ചെന്നു. ബെഡ് ഷീറ്റ് മാറ്റി വിരിക്കുകയായിരുന്നു നന്ദഗോപാൽ.

ആ മുറിയിലാണ് അച്ഛനും മോളും ഉറങ്ങാൻ കിടക്കുന്നത്. വാതിൽ അടയ്ക്കാറില്ല. രാത്രിയിൽ എന്തെങ്കിലും ആവശ്യത്തിന് ഷീജ വിളിച്ചാൽ കേൾക്കണ്ടെ.

"മോൾ കിടക്ക്." അയാൾ പറഞ്ഞു.

ഭിത്തിയോടു ചേർന്നുള്ള ഭാഗത്ത് അവൾ കട്ടിലിൽ കിടന്നു.

"ഇന്ന് ഏതു കഥയാ അച്ഛൻ എനിക്കു പറഞ്ഞുതരുന്നെ?" സുമി ചോദിച്ചു.

എന്നും ഒരു കഥ കേട്ടാലേ അവൾക്ക് ഉറക്കംവരൂ. ഓരോ പുതിയ കഥ നന്ദേട്ടൻ പറഞ്ഞുകൊടുക്കുന്നതു കേട്ട് ഷീജ അത്ഭുതത്തോടെ കിടക്കും. ഇതൊക്കെ എവിടുന്ന് കിട്ടുന്നു ആവോ...

സ്കൂളിൽ പഠിക്കുന്ന കാലത്ത് ഗ്രിമ്മിന്റെയും ഈസോപ്പിന്റെയും പിന്നെ പഞ്ചതന്ത്രകഥകളും അറബിക്കഥകളുമൊക്കെ വായി

ച്ചതിന്റെ ഓർമ്മയുണ്ടെന്ന് നന്ദേട്ടൻ പറയും.

നീലച്ചായത്തിൽ വീണ കുറുക്കന്റെ കഥയാണ് അന്ന് നന്ദഗോപാൽ സുമിക്ക് പറഞ്ഞുകൊടുത്തത്. അവൾ ഉറങ്ങിയപ്പോൾ ഷീറ്റ് എടുത്തു പുതപ്പിച്ചിട്ട് അയാൾ അടുക്കളയിൽ ചെന്നു.

ഷീജയ്ക്ക് കഴിക്കാനുള്ള ഭക്ഷണം അമ്മ അപ്പോഴേയ്ക്ക് പ്ലേറ്റിൽ വിളമ്പി വച്ചിരുന്നു.

കഴിയുന്നത്ര അയാൾ അമ്മയെ അടുക്കളയിൽ സഹായിക്കാറുണ്ട്. ചപ്പാത്തിക്ക് മാവു കുഴയ്ക്കുന്നതും പരത്തുന്നതും കറിക്ക് പച്ചക്കറികൾ അരിഞ്ഞുകൊടുക്കുന്നതും തേങ്ങ ചിരകിക്കൊടുക്കുന്നതും അയാളാണ്.

മാർക്കറ്റിൽനിന്ന് മീൻ വാങ്ങിച്ചാൽ അത് അവിടുന്നു തന്നെ വെട്ടിക്കഴുകി വൃത്തിയാക്കിയിട്ടേ കൊണ്ടുവരൂ.

അമ്മ എടുത്തുവച്ച ഭക്ഷണവുമായി അയാൾ ഷീജയുടെ അടുത്തേക്ക് ചെന്നു. പ്ലേറ്റ് മേശപ്പുറത്തേച്ച് വച്ചിട്ട് അയാൾ അവളെ താങ്ങിയെടുത്ത് ഉയർത്തിവച്ച തലയണകളിലേക്ക് ചാരിയിരുന്നു.

"മോളുറങ്ങിയോ?"

"ഉം."

മടിയിലേക്ക് പ്ലേറ്റ് വച്ച് അവൾ മെല്ലെ ഭക്ഷണം കഴിക്കാൻ തുടങ്ങി.

"നന്ദേട്ടൻ പോയി കഴിക്ക്. അടുക്കള വൃത്തിയാക്കിയിട്ടു വേണ്ടേ അമ്മയ്ക്ക് ഒന്നു നടു നിവർത്താൻ..." അവൾ പറഞ്ഞു.

അയാൾ ചെന്ന് ഭക്ഷണം കഴിച്ചു. അമ്മ കഴിച്ചുകൊണ്ടിരിക്കുമ്പോൾ അയാൾ പാത്രങ്ങളൊക്കെ കഴുകിവച്ചു.

"അതൊക്കെ അവിടെ വച്ചേക്ക് നന്ദാ... ആണുങ്ങൾ ചെയ്യേണ്ട പണിയൊന്നുമല്ലത്." അമ്മ പറഞ്ഞു.

എന്നും അമ്മയങ്ങനെ പറയാറുണ്ട്. പക്ഷേ അയൾ അനുസരിക്കാറില്ല. അടുക്കള വൃത്തിയാക്കി അമ്മ ഉറങ്ങാൻ പോയപ്പോഴാണ് അയാൾ വീണ്ടും ഷീജയുടെ അടുത്തേക്ക് ചെന്നത്. അവൾ കിടക്കുകയായിരുന്നു അപ്പോൾ.

അയാൾ അവളുടെ അടുത്ത് ബെഡ്ഡിൽ ഇരുന്നു. എന്നും രാത്രി അവളുടെ അടുത്ത് അല്പനേരം ചെലവഴിച്ചിട്ടേ അയാൾ ഉറങ്ങാൻ പോകാറുള്ളു.

"എന്തോ നിനക്കിന്ന് പറയാനുണ്ടെന്ന് തോന്നുന്നല്ലോ."

അവളുടെ മുഖം കണ്ടപ്പോൾ അയാൾ പറഞ്ഞു.

"ഉണ്ട്."

“എന്താണ്?”

“എനിക്കൊരാഗ്രഹമുണ്ട്. നന്ദൻ അത് സാധിച്ചു തരുമോ?”

“നിന്റെ ഏതാഗ്രഹങ്ങളാണ് ഞാൻ സാധിച്ചു തരാതിരുന്നിട്ടു ള്ളത്?” അയാൾ ചോദിച്ചു.

“ഇത് അതുപോലെയൊന്നുമല്ല. വളരെ ആലോചിച്ചിട്ടാണ് ഞാൻ... നന്ദേട്ടൻ അത് സാധിച്ചു തരുമെന്ന് എനിക്കു വാക്കു തരൂ....” കൈ നീട്ടി അവൾ പറഞ്ഞു.

“എന്നെക്കൊണ്ട് പറ്റുന്നതാണെങ്കിൽ ഞാനത് എങ്ങനെയും സാധിച്ചുതരും.”

അവളുടെ കയ്യിൽ പിടിച്ച് അയാൾ പറഞ്ഞു.

ഒരു നിമിഷം അവൾ കണ്ണുകളടച്ചു കിടന്നു. പിന്നെ ധൈര്യ പൂർവം കണ്ണുകൾ തുറന്ന് അയാളെ നോക്കി.

“ഇഷ്ടത്തോടെയോ സന്തോഷത്തോടെയോ അല്ല ഞാനിത് പറയുന്നത്. പക്ഷേ നമുക്ക് രണ്ടുപേർക്കും നല്ലതാണ് എന്നു വിശ്വ സിക്കുന്നതു കൊണ്ടാണ്. ആദ്യം കുറച്ചു പ്രയാസം അനുഭവപ്പെ ടും. പക്ഷേ ഭാവിയിൽ അത് ഏറ്റവും നല്ല കാര്യമായിരിക്കും.”

“നീ പറ ഷീജേ...”

“നന്ദേട്ടൻ എനിക്ക് ഡൈവോഴ്സ് തരണം.”

കേട്ടത് വിശ്വസിക്കാനാവാതെ നന്ദഗോപാൽ അവളുടെ മുഖ ത്തേക്ക് സൂക്ഷിച്ച് നോക്കി ഇരുന്നു.

7

“നിനക്കെന്താ ഭ്രാന്തു പിടിച്ചോ ഷീജേ... എന്തായിങ്ങനെ സമനി ല തെറ്റിയവളെപ്പോലെ സംസരിക്കുന്നെ?”

ശാന്തസ്വരത്തിൽ നന്ദഗോപാൽ ചോദിച്ചു.

“എന്റെ സമനിലയൊന്നും തെറ്റിയിട്ടില്ല. നന്ദേട്ടാ വളരെ ആ ലോചിച്ച ശേഷമാണ് ഞാൻ ഇങ്ങനൊരു തീരുമാനമെടുത്തത്.”

ഷീജ പറഞ്ഞു.

“നിന്റെ മനസ്സിപ്പോൾ ശരിയല്ല. അതുകൊണ്ടാ ഇപ്പോൾ ഇങ്ങ നൊക്കെ പറയുന്നത്. നമുക്ക് നാളെ സംസാരിക്കാം.”

അയാൾ പോകാനായി എഴുന്നേറ്റു.

“പോകരുത്.”

അവൾ പെട്ടെന്ന് അയാളുടെ കയ്യിൽ ബലമായി പിടിച്ചു.

“നിനക്കെന്തു പറ്റി?” അയാൾ ഒന്നും മനസ്സിലാവാതെ അവളെ

നോക്കി.

"എനിക്ക് ഒന്നും പറ്റാതിരിക്കാനാണ് ഞാൻ ഒരു പോംവഴി കണ്ടുപിടിച്ചത്. അല്ലെങ്കിൽ നന്ദേട്ടൻ പറഞ്ഞതുപോലെ എനിക്ക് ഭ്രാന്ത് പിടിക്കും. ഇരിക്ക് നന്ദേട്ടാ."

അയാൾ വീണ്ടും ബെഡ്ഡിൽ ഇരുന്നു.

"ഞാൻ പറയുന്നത് സമാധാനത്തോടെ നന്ദേട്ടൻ ഒന്നു കേൾക്കണം. ചിലപ്പോൾ അതൊരു ഭ്രാന്തൻ ആശയമായിരിക്കാം. എന്നാലും എനിക്കത് നന്ദേട്ടനോടു പറഞ്ഞേ പറ്റൂ. ഉള്ളിലുള്ളതു പറയാൻ എനിക്ക് വേറാരാ ഉള്ളത്?"

അവളുടെ ചോദ്യം കേട്ടപ്പോൾ അയാൾക്ക് നേരിയ കുറ്റബോധം തോന്നി. ശരിയാണ്. മനസ്സ് തുറന്ന് ഒന്നു സംസാരിക്കാൻ പോലും അവൾക്ക് ആരുമില്ല. തന്റെ ജോലികളെല്ലാം തീർന്ന ശേഷമാണ്. അവൾക്കു വേണ്ടി പത്തോ പതിനഞ്ചോ മിനിറ്റ് എല്ലാ ദിവസവും മാറ്റിവയ്ക്കാൻ കഴിയുന്നത്.

"നീ പറ..." അയാൾ അവളുടെ കൈ എടുത്ത് തലോടി.

"നന്ദേട്ടൻ എന്നെ ജീവനെപ്പോലെ സ്നേഹിക്കുന്നുണ്ടെന്ന് എനിക്കറിയാം. അതേപോലെ നന്ദേട്ടനെയും ഞാൻ സ്നേഹിക്കുന്നുണ്ട്. ഭർത്താവിനെപ്പോലെ മാത്രമല്ല ദൈവത്തെപ്പോലെയാണ് എനിക്ക് നന്ദേട്ടൻ..."

അയാൾ ഒന്നും മിണ്ടിയില്ല.

"പെണ്ണുങ്ങളെപ്പോലെയല്ല ആണുങ്ങൾ. പെണ്ണുങ്ങൾക്ക് എന്താഗ്രഹവും ഉള്ളിലൊതുക്കാനുള്ള കഴിവുണ്ട്. പക്ഷേ ആണുങ്ങൾ അങ്ങനെയല്ല. ആഗ്രഹിക്കുന്നത് വീട്ടിൽ കിട്ടിയില്ലെങ്കിൽ അത് കിട്ടുന്ന സ്ഥലം തേടി അവർ പോകും. പക്ഷേ നന്ദേട്ടൻ അങ്ങനൊന്നും പോയിട്ടില്ല."

അയാൾ അവളുടെ കണ്ണുകളിലേക്കു നോക്കി.

"അതിനുള്ള സൗകര്യവും സ്വാതന്ത്ര്യവും ഇല്ലാത്തതുകൊണ്ടല്ല നന്ദേട്ടൻ പോകാത്തത്... എന്നെ സ്നേഹിക്കുന്നതുകൊണ്ടു മാത്രമാണ്. എന്നെ വഞ്ചിക്കാൻ ആഗ്രഹിക്കാത്തതുകൊണ്ടു മാത്രമാണ്. നന്ദേട്ടൻ ചെയ്യുന്ന ഈ ത്യാഗമോർക്കുമ്പോൾ എനിക്കു സഹിക്കാൻ പറ്റുന്നില്ല." ഷീജയുടെ സ്വരമിടറി.

"ത്യാഗമൊന്നുമല്ല. എനിക്ക് അതിന്റെ ആവശ്യം തോന്നുന്നില്ല. പിന്നെയെന്തിനാണ് ഞാൻ..." അയാൾ പറഞ്ഞു.

"ആവശ്യം തോന്നാത്തത് എന്നെ സ്നേഹിക്കുന്നതു കൊണ്ടാണ്. ഞാനെങ്കിലും അതു മനസ്സിലാക്കണ്ടേ. അതിന് ഞാൻ

നോക്കിയിട്ട് ഉചിതമായ ഒരു വഴിയേയുള്ളൂ... നന്ദേട്ടന് ആരോഗ്യ വതിയായ ഒരു ഭാര്യയെ കിട്ടണം..."

"ഷീജേ..." വിശ്വസിക്കാനാവാതെ നന്ദഗോപാൽ വിളിച്ചു.

"അതേ നന്ദേട്ടാ... വീണ്ടും വിവാഹം ചെയ്യണം നന്ദേട്ടൻ. അതു നടക്കണമെങ്കിൽ എന്നെ ഡൈവോഴ്സ് ചെയ്താലല്ലേ പറ്റൂ... സർക്കാർ ഉദ്യോഗസ്ഥർക്ക് രണ്ടു ഭാര്യമാരാവാൻ പാടില്ല ല്ലോ. അതുകൊണ്ടാണ് ഞാൻ..."

"നടക്കാത്ത ആഗ്രഹമാണ് നിന്റേത്."

അയാൾ പെട്ടെന്നു പറഞ്ഞു.

"ഈ ലോകത്ത് നടക്കാൻ പറ്റാത്ത ഒരു കാര്യവുമില്ല നന്ദേട്ടാ... മനസ്സു വയ്ക്കണമെന്നു മാത്രം. അതിന് തയാറാകാൻ പോലും സന്നദ്ധരല്ല പലരും. അതാണ് പ്രശ്നം." അവൾ പറഞ്ഞു.

"ഒരു സാധാരണ പുരുഷനല്ല ഞാൻ. സ്വന്തം ഭാര്യയിൽനിന്ന് കിട്ടാത്ത ഒരു സുഖവും എനിക്കു വേണ്ട. അതിൽ ഒട്ടും താല്പര്യ വുമില്ല. ഇനി ഇതേക്കുറിച്ച് നീയെന്നോട് സംസാരിക്കരുത്."

"സംസാരിക്കാതിരിക്കാൻ എനിക്കു പറ്റില്ല നന്ദേട്ടാ. അല്ലെങ്കിൽ ഞാനിവിടെക്കിടന്ന് നീറി നീറി മരിക്കും. അതാണോ നന്ദേട്ടൻ ആഗ്രഹിക്കുന്നത്?"

"എന്നെക്കുറിച്ചോർത്ത് നിനക്ക് ഒരു വേവലാതിയും വേണ്ട ഷീജേ. എനിക്ക് ഒരു സന്തോഷക്കുറവുമില്ല. ഉണ്ടെന്ന് നിനക്കു തോന്നിയിട്ടുണ്ടോ?"

"എന്റടുത്ത് സന്തോഷം നടിക്കാൻ പറ്റുമല്ലോ നന്ദേട്ടന്..."

"ഞാൻ അഭിനയിക്കുകയാണെന്നാണോ നീ പറയുന്നത്?"

അയാൾക്ക് അരിശം വന്നു.

"അതല്ല ഞാനുദ്ദേശിച്ചത്. ഉള്ളിലുള്ള പലതും നമ്മൾ ആരെ യും കാണിക്കാറില്ലല്ലോ.. അത് അഭിനയമല്ല. പക്ഷേ ഒരു കാര്യം ഞാൻ തീർച്ചപ്പെടുത്തിക്കഴിഞ്ഞു. നമ്മൾ നിയമപരമായി വിവാഹ ബന്ധം വേർപെടുത്തിയേ പറ്റൂ. നന്ദേട്ടൻ അതിന് തയാറായില്ലെ ങ്കിൽ ഞാൻ വേറെ വഴി നോക്കും." അവൾ പറഞ്ഞു.

"എന്തു വഴി?"

"ഞാൻ എന്റെ അച്ഛനോട് സംസാരിക്കും. അച്ഛനെന്നെ ഇവിടന്ന് കൊണ്ടുപോകും."

നന്ദഗോപാൽ ഒന്നു ഞെട്ടി.

"ഞാൻ സമ്മതിച്ചെങ്കിലല്ലേ അച്ഛൻ നിന്നെ കൊണ്ടുപാകൂ."

"അല്ല... എനിക്കിവിടെ ഒരു സുഖവും കിട്ടുന്നില്ല എന്നു പറ

ഞാൽ അച്ഛനെന്നെ ഇവിടന്ന് കൊണ്ടുപോകും. അതിന് ആരുടെയും അനുവാദം വേണ്ടാ."

അയാൾ അവളെ തുറിച്ചുനോക്കി.

"നന്ദേട്ടൻ സമാധാനത്തോടെ ഒന്ന് ആലോചിച്ചു നോക്ക്. രേഖയിൽ മാത്രം മതി നമ്മൾ ഭാര്യാഭർത്താക്കന്മാർ അല്ലാതാകുന്നത്. നന്ദേട്ടൻ വേറൊരു പെണ്ണിനെ കല്യാണം കഴിച്ചാലും ഞാൻ ഈ വീട്ടിൽതന്നെ താമസിച്ചോളാം. അതിന് സമ്മതിക്കുന്ന ഒരു പെണ്ണിനെത്തന്നെ നമുക്കു കണ്ടുപിടിക്കാം."

അയാൾ അവളെത്തന്നെ നോക്കി ഒരു നിമിഷം ഇരുന്നു.

"നീ ഇങ്ങനൊക്കെ ചിന്തിച്ചുകൂട്ടുന്നതിൽ നിന്നെ ഞാൻ കുറ്റപ്പെടുത്തുന്നില്ല. നിന്റെ സ്ഥാനത്ത് ഞാനായിരുന്നെങ്കിൽ പോലും ചിലപ്പോൾ ഇങ്ങനൊക്കെ ആഗ്രഹിച്ചേക്കും. പക്ഷേ ഒരിക്കലും സംഭവിക്കാത്ത ചില പകൽക്കിനാവുകൾ ഉണ്ട്. അതിലൊന്നാണിത്. എനിക്ക് ഉറക്കം വരുന്നു. നീയും ഉറങ്ങാൻ നോക്ക്."

നന്ദഗോപാൽ കുനിഞ്ഞ് അവളുടെ നെറ്റിയിൽ ഒരു ഉമ്മ കൊടുത്തു. എന്നിട്ട് ഷീറ്റെടുത്ത് അവളെ നന്നായി പുതപ്പിച്ചിട്ട് ലൈറ്റ് ഓഫാക്കി അടുത്ത ബെഡ്റൂമിൽ ചെന്ന് സുമിമോളുടെ അടുത്ത് കിടന്നു.

വേറെ കല്യാണം കഴിക്കാൻ വേണ്ടി കിടപ്പുരോഗിയായ ഭാര്യയെ ഡൈവോഴ്സ് ചെയ്യാനോ? തന്നെപ്പോലെ ക്രൂരനും ദുഷ്ടനുമായ ഭർത്താവ് വേറെയില്ലെന്ന് ആളുകൾ പറയില്ലേ? തന്നെ എല്ലാവരും വെറുക്കും പുച്ഛരിക്കും... അല്ലെങ്കിൽ തന്നെ അത്തരത്തിലുള്ള ഒരു പുരുഷന്റെ ഭാര്യയാകാൻ അന്തസും അഭിമാനവുമുള്ള ഏതെങ്കിലും കുടുംബത്തിലെ പെണ്ണ് തയാറാകുമോ?

പാവം ഷീജയുടെ ഓരോ ആഗ്രഹങ്ങൾ അയാൾ ഉറങ്ങാനായി കണ്ണുകളടച്ചു.

൧൦

രാവിലെ അമ്മയെ സഹായിച്ചുകൊണ്ട് അടുക്കളയിൽ നിൽക്കുകയായിരുന്നു അപർണ. ശനിയാഴ്ചയായതു കാരണം അവൾക്ക് ട്യൂഷൻ ഉണ്ടായിരുന്നില്ല.

"അപർണേ..."

വരാന്തയിൽ നിന്ന് രാമകൃഷ്ണൻ ഉറക്കെ വിളിച്ചു.

"അച്ഛന് കാപ്പി വേണമായിരിക്കും. അതിനാ വിളിച്ചത്. നീ

യാ ഗ്ലാസ്സെടുത്ത് കുറച്ച് കാപ്പിയൊഴിച്ച് കൊണ്ടുപോ."

സുകുമാരിയമ്മ പറഞ്ഞു.

രാവിലെ പത്രം വായിക്കുന്നതിനിടയിൽ അച്ഛൻ കാപ്പി വേണ്ടിവരും. അത് പതിവാണ്.

തൂക്കുപാത്രത്തിൽ അടച്ച് ചൂടാറാതെ വച്ചിരുന്ന കാപ്പി ഗ്ലാസ്സിലേക്കു പകർന്ന് അപർണ വരാന്തയിലേക്ക് ചെന്നു.

രാമകൃഷ്ണൻ പത്രം വായിച്ചുകൊണ്ട് ചാരുകസേരയിൽ ഇരിക്കുകയായിരുന്നു അപ്പോൾ.

"അച്ഛാ കാപ്പി..."

അയാൾ തലയുയർത്തി നോക്കി.

"കാപ്പിക്കല്ലാരുന്നു വിളിച്ചത്. എന്നാലും താ."

അവൾ ഗ്ലാസ് അച്ഛനു കൊടുത്തു.

"ബാങ്കിലേക്ക് ക്ലാർക്കുമാരെ വേണം. കേരളത്തിൽ ആയിരത്തി എണ്ണൂറ് ഒഴിവുകളുണ്ട്. അക്കാര്യം പറയാനാ ഞാൻ വിളിച്ചെ."

അയാൾ പത്രം അവളുടെ നേർക്കു നീട്ടി. അവൾ അതു വാങ്ങി അറിയിപ്പ് വായിച്ചു നോക്കി.

പൊതുമേഖലാ ബാങ്കുകളിലാണ് അത്രയധികം ക്ലാർക്കുമാരെ വേണ്ടത്. എഴുത്തുപരീക്ഷയുണ്ട്. ഫീസടച്ച് വെബ്സൈറ്റിൽ ആപ്ലിക്കേഷൻ രജിസ്റ്റർ ചെയ്യണം.

"ഒരപേക്ഷ അയച്ചാലോ?" രാമകൃഷ്ണൻ ചോദിച്ചു.

"അയയ്ക്കാം അച്ഛാ."അവൾ പറഞ്ഞു.

"രണ്ടാഴ്ചത്തെ സമയമുണ്ട്. ഇന്നുതന്നെ കൊടുത്താലോ?"

"ഉം."

"നാനൂറു രൂപയല്ലേ ഫീസ്. അച്ഛന്റെ പേഴ്സിൽ കാണും. ഇപ്പൊത്തന്നെ എടുത്തുവെച്ചോ."

"വേണ്ടച്ഛാ... ഫീസടയ്ക്കാനുള്ള കാശ് എന്റെ കയ്യിലുണ്ട്."

അവൾ പറഞ്ഞു.

"ശരി മോളേ... പൊയ്ക്കോ."

രാമകൃഷ്ണന് അപർണയെക്കുറിച്ച് അഭിമാനം മാത്രമേ ഉണ്ടായിരുന്നുള്ളു. ഡിഗ്രി പാസാകും മുമ്പേ അവൾ വീട്ടിൽ കുട്ടികളെ വരുത്തി ട്യൂഷനെടുക്കാൻ തുടങ്ങിയതാണ്. അവളുടെ ചില്ലറ ചെലവുകൾക്കു വേണ്ടി ഒരിക്കലും അച്ഛന്റെ മുമ്പിൽ കൈ നീട്ടിയിട്ടില്ല.

"കാപ്പിക്കാരുന്നോ അച്ഛൻ വിളിച്ചെ?"

അവൾ തിരിച്ചുചെന്നപ്പോൾ സുകുമാരിയമ്മ തിരക്കി.

“അല്ലമ്മേ ബാങ്കിലേക്ക് ജോലിക്ക് അപേക്ഷ അയയ്ക്കുന്ന കാര്യം പറയാനാരുന്നു...”

“എളുപ്പമാണോ അതൊക്കെ?”

“വല്യ ടൗണുകളിലൊക്കെ അതിനുള്ള കോച്ചിങ് ക്ലാസുകൾ നടക്കുന്നുണ്ട്. പഠിക്കാനുള്ള ബുക്കുകളൊക്കെ മേടിക്കാൻ കിട്ടും. അതുവച്ച് പ്രിപ്പയർ ചെയ്യാം...” അവൾ പറഞ്ഞു.

“ഏതെങ്കിലുമൊരു ജോലി കിട്ടിയാ മതിയാരുന്നു. നീയാ ഞങ്ങടെയൊക്കെ പ്രതീക്ഷ. നീ നല്ല നിലയിലെത്തിയാ നിന്റെ താഴെയുള്ളവർ രക്ഷപ്പെടും.”

അപർണ ഒന്നും മിണ്ടിയില്ല.

“പി.എസ്.സി. പോലെ അധികം വൈകത്തില്ലാരിക്കും ബാങ്കിലെ ജോലിയുടെ കാര്യം.. അല്ലേ മോളേ?”

സുകുമാരിയമ്മ ചോദിച്ചു.

“ആറുമാസത്തിൽ കൂടുതലെടുക്കും അമ്മേ.”

“അതൊന്നും സാരമില്ല... കിട്ടണം. അതാ കാര്യം.”

ടൗണിൽ ചെന്ന് ബാങ്കിൽ ഫീസടയ്ക്കണം. അതിന്റെ നമ്പർ വച്ചു വേണം ഏതെങ്കിലും കമ്പ്യൂട്ടർ സെന്ററിൽ ചെന്ന് അപേക്ഷ രജിസ്റ്റർ ചെയ്യാൻ.

പതിവ് സമയത്തുതന്നെ രാമകൃഷ്ണൻ ടിഫിൻ ബോക്സ് ബാഗിൽ വച്ച് ടൗണിലേക്കു പോയി. ക്ലാസ്സ് ഇല്ലായിരുന്നതുകൊണ്ട് ആശയും കണ്ണനും വീട്ടിലുണ്ടായിരുന്നു.

“ഞാൻ ടൗണിലൊന്ന് പോവാടീ മോളെ.”

പത്തുമണിയായപ്പോൾ അപർണ വേഷം ധരിച്ച് ഒരുങ്ങി.

“ബാങ്കിന്റെ ആപ്ലിക്കേഷൻ കൊടുക്കാനാണോ?”

ആശ ചോദിച്ചു.

“ഉം.”

“ഞാനും കൂടെ വരട്ടെ?”

“വന്നോളൂ...”

ഒരാൾ കുട്ടിനുള്ളതു നല്ലതാണ്.

“വന്നാൽ ഒരു സാധനം വാങ്ങിച്ചുതരണം.” ആശ പറഞ്ഞു.

“കാശു ചെലവുള്ള ആഗ്രഹമൊന്നും പറയല്ലേടീ...”

“വെറും ഇരുപതു രൂപ മാത്രം...”

“എങ്കിൽ പ്രശ്നമില്ല... പറ... എന്താണ് സംഭവം?”

“ഒരു ഐസ്ക്രീം... വാനില മതി”

“എങ്കിൽ വേഗം ഡ്രസ്സ് ചെയ്യ്.”

ചേച്ചിയുടെ കയ്യിൽ അധികം പൈസയൊന്നും കാണില്ലെന്ന് അവൾക്കറിയാം. അതുകൊണ്ട് അതിമോഹങ്ങളുമില്ല ആശയ്ക്ക്.

അമ്മയോട് അനുവാദം വാങ്ങിയിട്ട് രണ്ടുപേരും മെല്ലെ കവല യിലേക്കു നടന്നു. പത്തരയ്ക്ക് ടൗണിലേക്കൊരു ബസുണ്ട്.

ടൗണിൽ വണ്ടിയിറങ്ങി അവൾ ബാങ്കിലേക്ക് ചെന്നു. ആപ്ലി ക്കേഷൻ അയയ്ക്കാനുള്ള അറിയിപ്പിൽ പറഞ്ഞിരുന്നതുപോലെ ഫീസടച്ചു. അതുമായി കമ്പ്യൂട്ടർ സെന്ററിൽ ചെന്ന് ആപ്ലിക്കേഷൻ തയാറാക്കി ഫോട്ടോ സഹിതം അപ്‌ലോഡ് ചെയ്തു.

"നമുക്കൊരു സ്മാർട്ട് മൊബൈൽ സെറ്റ് മേടിക്കണം ചേച്ചീ. അതുണ്ടെങ്കിൽ വീട്ടിലിരുന്നുതന്നെ ചെയ്യാവുന്നതേയുള്ളൂ. ഓൺ ലൈനിന്റെ ഈ കാലത്ത് അത്തരമൊരു ഫോൺ കൂടിയേ തീരൂ."

ആശ പറഞ്ഞു.

"എന്തു വിലയാകും?"

മടിയോടെയാണെങ്കിലും അപർണ ചോദിച്ചു.

"കൊള്ളാവുന്ന ഒരെണ്ണത്തിന് പന്ത്രണ്ടായിരമെങ്കിലുമാകും."

ആശ പറഞ്ഞു.

"ഉടനെയൊന്നും അതു നടക്കില്ല മോളേ."

"ശരി വേണ്ടാ... എങ്കിൽ ഐസ്ക്രീം മേടിച്ചുതരാമോ?"

"അത് ഞാനേറ്റതല്ലേ... വാ."

ബസ് സ്റ്റോപ്പിനടുത്തുള്ള ഭേദപ്പെട്ട ഒരു ഐസ്ക്രീം പാർലറി ലേക്ക് അവർ ചെന്നു. രണ്ടു ടേബിളുകൾ മാത്രമേ ഒഴിവുണ്ടായിരു ന്നുള്ളൂ. അതിൽ ഒരെണ്ണത്തിന്റെ അടുത്ത് അപർണയും ആശയും ഇരുന്നു. ഓർഡർ എടുക്കാൻ പയ്യൻ വന്നപ്പോൾ രണ്ടു വാനില ഐസ്ക്രീം വേണമെന്ന് അപർണ പറഞ്ഞു.

അപ്പോഴാണ് രണ്ടുമൂന്ന് മേശകൾക്കപ്പുറത്ത് ഒറ്റയ്ക്കിരുന്ന് ഐ സ്ക്രീം കഴിക്കുന്ന ഒരു പെൺകുട്ടിയെ ആശ കണ്ടത്.

"അയ്യോ അത് ഞങ്ങളുടെ ക്ലാസ്സിലെ ചാന്ദ്നിയല്ലേ..."

ആശ പറഞ്ഞു.

തന്റെ പേര് ആരോ പറയുന്നതു കേട്ട് ആ പെൺകുട്ടി മുഖം തിരിച്ചു നോക്കി. ആശയെ കണ്ട് അവൾ വേഗം ഐസ്ക്രീം എടു ത്തുകൊണ്ട് അവരുടെ ടേബിളിനടുത്തേക്ക് വന്നു.

"ഇതാരാ നിന്റെ ചേച്ചിയാണോ?" ആശ്ചര്യത്തോടെ അപർ ണയെ ഉദ്ദേശിച്ച് ചാന്ദ്നി ചോദിച്ചു.

"അതേടീ... ചേച്ചിയുടെ ആവശ്യത്തിന് ഞങ്ങൾ ബാങ്കിൽ വന്നതാ. നീയിരിക്ക്."

ആശ പറഞ്ഞു.

അവൾ ഒരു കസേര നീക്കിയിട്ട് അവരുടെ അടുത്ത് ഇരുന്നു.

"ചേച്ചീ ഞാൻ ചാന്ദ്നി. ഇവളുടെ ക്ലാസ്സ്മേറ്റാ. വെറും ക്ലാസ്സ്മേറ്റ് മാത്രമല്ല ഞങ്ങൾ ഒരു ഗാങ്ങ് ആണ്."

അപർണ പുഞ്ചിരിച്ചു.

"എന്നു വിചാരിച്ച് ചട്ടമ്പി ഗാങ്ങ് ഒന്നുമല്ല കേട്ടോ."

"എവിടെയാ ചാന്ദ്നിയുടെ വീട്?"

"ടൗണിൽ തന്നാ ചേച്ചീ. ഇലക്ട്രിക് അയൺ റിപ്പയർ ചെയ്യാൻ കൊടുത്തിട്ടുണ്ടാരുന്നു. പത്തുമിനിറ്റ് താമസമുണ്ടെന്നു പറഞ്ഞപ്പം എന്നാപ്പിന്നെ ഒരു ഐസ്ക്രീം കഴിച്ചേക്കാമെന്നു വിചാരിച്ചു."

അപർണയ്ക്കും ആശയ്ക്കുമുള്ള ഐസ്ക്രീം വന്നു.

"എനിക്ക് നിന്നോടൊരു കാര്യം പറയാനുണ്ട്. തിങ്കളാഴ്ച ക്ലാസ്സിൽ വരുമ്പം പറയാം." ചാന്ദ്നി പറഞ്ഞു.

"എന്തു കാര്യമാടീ?"

ആശയ്ക്ക് ആകാംക്ഷയായി.

"തിങ്കളാഴ്ച പറയാമെടീ..."

ചാന്ദ്നി വഴങ്ങിയില്ല.

"എന്താണേലും പറ..."

"ഇപ്പം പറഞ്ഞാ ശരിയാവത്തില്ല."

ചാന്ദ്നി മടിച്ചു.

"ചേച്ചിയുള്ളതു കൊണ്ടാണോ... അതു സാരമില്ല. ഞങ്ങൾ എല്ലാ രഹസ്യങ്ങളും പറയും. അതു വിചാരിച്ച് പേടിക്കണ്ടാ."

ആശ അവൾക്ക് ധൈര്യം കൊടുത്തു.

"ഹസ്ബന്റിനെക്കൊണ്ട് വേറൊരു കല്യാണം കഴിപ്പിക്കാൻ ആഗ്രഹിക്കുന്ന ഒരു വൈഫിന്റെ കാര്യം നീ രണ്ടുമൂന്നു ദിവസം മുമ്പ് പറഞ്ഞില്ലേ..."

അപർണ പെട്ടെന്ന് ആശയെ ഒന്നു നോക്കി.

"ഞങ്ങൾ ഫ്രണ്ട്സിന്റെ ഇടയിൽ ഞാനക്കാര്യം പറഞ്ഞിട്ടുണ്ടാരുന്നു ചേച്ചീ..."

ആശ വെളിപ്പെടുത്തി.

"അപ്പോൾ ചേച്ചിക്കും അറിയാവുന്ന കാര്യമാണോ അത്?"

അത്ഭുതത്തോടെ ചാന്ദ്നി ചോദിച്ചു.

"ഉം..." അപർണ ദുർബലസ്വരത്തിൽ മൂളി.

"ഞാനിക്കാര്യം വീട്ടിൽ പറഞ്ഞു. സാധാരണ ആരും ചെയ്യാത്ത ഒരു പരിപാടിയല്ലേ അത്. അമ്മയത് അടുത്ത വീട്ടിലെ ലത

ചേച്ചിയോട് പറഞ്ഞു. ലത ചേച്ചിയുടെ അനിയത്തി ജാതകദോഷം കാരണം കല്യാണം നടക്കാതെ നിൽക്കുവാ. വയസ്സ് മുപ്പതായി. സമ്മതമാണെന്ന് ആ ചേച്ചി വന്ന് എന്റമ്മയോട് പറഞ്ഞു."

അപർണയും ആശയും മിഴിച്ചുനോക്കി ഇരുന്നു.

"ഡൈവോഴ്സ് പെട്ടെന്നൊന്നും കിട്ടത്തില്ലല്ലോ. മിനിമം ഒരു കൊല്ലമെങ്കിലും പിടിക്കും. അത്രയും നാൾ വെയ്റ്റ് ചെയ്യേണ്ട കാര്യമൊന്നുമില്ല. ഏതെങ്കിലും അമ്പലത്തിൽ ചെന്ന് ഒരു താലി കെട്ടിയാൽ മാത്രം മതിയെന്നാ ചേച്ചി പറഞ്ഞത്."

"കാണാനൊക്കെ എങ്ങനാ ചേച്ചീ?"

ആശ വെറുതെ ചോദിച്ചു.

"നല്ല സുന്ദരിയാ. എം.എ. വരെ പഠിച്ചതുമാ. ഞാൻ ഫോട്ടോ കാണിക്കാം."

ചാന്ദ്നി മൊബൈൽ എടുത്ത് തെരഞ്ഞ് ഒരു ഫോട്ടോ ആശയെ കാണിച്ചു. ധാരാളം മുടിയുള്ള നല്ല സുന്ദരിയായ ഒരു സ്ത്രീ. അവളത് അപർണയെയും കാണിച്ചു.

"എടീ നീ നാളെത്തന്നെ അവരോടൊന്ന് ചോദിക്കണേ. കല്യാണം നടന്നാൽ ആ പാവം ചേച്ചി രക്ഷപ്പെടും." ചാന്ദ്നി പറഞ്ഞു.

"പറയാമെടീ..." ആശ സമ്മതിച്ചു.

"നമ്പർ മേടിച്ചു താ... ഞങ്ങൾ സംസാരിച്ചോളാം..."

"ഉം..."

ഐസ്ക്രീം കഴിച്ചുകഴിഞ്ഞ് മൂന്നുപേരും അവിടെനിന്ന് ഇറങ്ങി.

"ഞാനെന്നാൽ പോട്ടേടീ. അയൺ റിപ്പയർ ചെയ്തുകാണും."

ചാന്ദ്നി യാത്ര പറഞ്ഞു പോയി.

ബസ്സിൽ കയറി അടുത്തടുത്ത് ഇരിക്കുന്നതുവരെ അപർണയും ആശയും നിശ്ശബ്ദരായി ഇരുന്നു.

"ഷീജ ചേച്ചിയുടെ നമ്പർ ചാന്ദ്നിക്കു കൊടുക്കട്ടെ?"

ആശ ചോദിച്ചു.

"വേണ്ടാ." അപർണ പറഞ്ഞു.

"അതെന്താ?"

"വെറുതെ ഒന്ന് ആലോചിച്ചു നോക്കിയതാണ്. താല്പര്യമില്ലെന്നോ മറ്റോ ചേച്ചി പറഞ്ഞാൽ നമ്മൾ നാണംകെടില്ലേ?"

"അതു നേരാ." ആശയ്ക്ക് ബോധ്യപ്പെട്ടു.

പക്ഷേ ഷീജ ചേച്ചി സീരിയസ്സ് ആണെന്ന് അപർണയ്ക്ക് അറിയാമായിരുന്നു. ഹസ്ബന്റിന്റെ സമ്മതംകൂടി കിട്ടാതെ ഒന്നും നടക്കില്ലല്ലോ.

ഉച്ചയായപ്പോൾ അവർ വീട്ടിലെത്തി.

"അപേക്ഷ അയച്ചോ മോളേ?" സുകുമാരിയമ്മ ചോദിച്ചു.

"അയച്ചമ്മേ..."

അന്നു വൈകുന്നേരം പതിവിലും നേരത്തെ രാമകൃഷ്ണൻ കടയിൽനിന്നു വന്നു. അപ്പോൾ നിലവിളക്ക് കൊളുത്തുകയായിരുന്നു അപർണ.

"എന്താ ഇന്നു നേരത്തെ?"

സുകുമാരിയമ്മ ചോദിച്ചു.

"ഒന്നുമില്ല... ഒരു ക്ഷീണംപോലെ."

വസ്ത്രം പോലും മാറാതെ അയാൾ കിടന്നു.

"കുടിക്കാനെന്തെങ്കിലും വേണോ?"

"ചൂടുവെള്ളം കിട്ടിയാൽ കൊള്ളാം. നെഞ്ചിൽ ഒരു വിലക്കം പോലെ. ഗ്യാസ് കെട്ടിക്കിടക്കുവാണെന്നു തോന്നുന്നു."

സുകുമാരിയമ്മ വേഗം കാപ്പിയുണ്ടാക്കിക്കൊണ്ടു ചെന്നു കൊടുത്തു. അയാൾ ചെറുതായി ഞരങ്ങുന്നുണ്ടായിരുന്നു.

"ഉഷ്ണമുണ്ടോ?"

മുഖത്ത് വിയർപ്പ് പൊടിഞ്ഞതുകണ്ട് അവർ ചോദിച്ചു.

"നെഞ്ചുവേദന കുറവില്ല..."

സുകുമാരിയമ്മ ഒന്നു ഞെട്ടി. അത് വെറും നെഞ്ചുവേദനയല്ലെന്ന് അവർക്കു തോന്നി.

"മക്കളേ..." അവർ ഭയത്തോടെ ഉറക്കെ വിളിച്ചു.

അത് സാധാരണ വിളിയല്ലെന്ന് തോന്നിയ അപർണയും ആശയും കണ്ണനും ഓടിവന്നു.

"അച്ഛന് തീരെ വയ്യാന്നു തോന്നുന്നു. നെഞ്ചു വേദന... വിയർക്കുന്നുമുണ്ട്..."

അപർണ ഞെട്ടിപ്പോയി.

"കണ്ണാ നീ ഓടിച്ചെന്ന് നന്ദഗോപാൽ സാർ ഇങ്ങോട്ടു വരാൻ പറ. ഹോസ്പിറ്റലിൽ കൊണ്ടുപോണം അച്ഛനെ. സാറിന് കാറുണ്ടല്ലോ." ആശ പറഞ്ഞു.

കണ്ണൻ ഓടി.

അഞ്ചു മിനിറ്റെടുത്തില്ല. അതിനു മുമ്പ് കാറുമായി നന്ദഗോപാൽ വന്നു. എല്ലാവരുംകൂടി രാമകൃഷ്ണനെ താങ്ങിയെടുത്ത് കാറിന്റെ ബാക്സീറ്റിൽ ചാരിയിരുത്തി.

"അപർണയും വാ... കണ്ണനും." നന്ദഗോപാൽ പറഞ്ഞു.

അപർണ ബാക്സീറ്റിൽ അച്ഛനെ താങ്ങിപ്പിടിച്ച് ഇരുന്നു.

കണ്ണൻ ഫ്രണ്ട് സീറ്റിലും.

രാത്രിയെ കീറിമുറിച്ച കാറിന്റെ ഹെഡ്‌ലൈറ്റ് പ്രകാശിച്ചു. വണ്ടി പെട്ടെന്ന് മുന്നോട്ടു കുതിച്ചു.

“ഈശ്വരാ. ഒന്നും സംഭവിക്കല്ലേ... രണ്ടു പെൺമക്കളാ... അവരുടെ കല്യാണം പിന്നെ എങ്ങനെ നടക്കും?”

സുകുമാരിയമ്മ കണ്ണുകളടച്ച് കൈ കൂപ്പി പ്രാർത്ഥനയോടെ നിന്നു.

8

മിഷൻ ഹോസ്പിറ്റലിന്റെ കാഷ്വാലിറ്റിയുടെ മുമ്പിൽ ചെന്ന് കാർ നിന്നു.

“ഞാൻ പോയി ഒന്ന് അറിയിച്ചിട്ട് വരാം. നിങ്ങൾ ഇവിടെ ഇരുന്നാൽ മതി.” ഡോർ തുറന്ന് പുറത്തിറങ്ങിയിട്ട് നന്ദഗോപാൽ തിടുക്കത്തിൽ കാഷ്വാലിറ്റിയിലേക്ക് പോയി.

രാത്രിയായതു കാരണം അത്ര തിരക്കുണ്ടായിരുന്നില്ല കാഷ്വാലിറ്റിയിൽ. ഡ്യൂട്ടി ഡോക്ടർ ആ സമയത്ത് സീറ്റിൽ തന്നെ ഉണ്ടായിരുന്നു.

“ഡോക്ടർ... ഞാൻ നന്ദഗോപാൽ... പഞ്ചായത്ത് എക്സിക്യൂട്ടീവ് ഓഫീസറാണ്. എന്റെ നെയ്ബർ കടുത്ത നെഞ്ചുവേദന കാരണം കൊണ്ടുവന്നിട്ടുണ്ട്.” അയാൾ പറഞ്ഞു.

“പേഷ്യന്റ് എവിടെ?” ഡോക്ടർ പെട്ടെന്ന് എഴുന്നേറ്റു.

“കാറിലാണ്... ഇങ്ങോട്ട് കൊണ്ടുവരാം.”

“ഡോണ്ട് വറി... ഞാൻ ആളിനെ വിടാം.”

ഉടൻതന്നെ രണ്ട് നേഴ്സിംഗ് അസിസ്റ്റന്റുമാർ ട്രോളിയുമായി വേഗം കാറിനടുത്തേക്കു പോയി. നന്ദഗോപാലും കൂടെ ചെന്നു.

അവർ രാമകൃഷ്ണനെ ട്രോളിയിൽ എടുത്തു കിടത്തി കാഷ്വാലിറ്റിയിലേക്ക് കൊണ്ടുപോയി. രാമകൃഷ്ണൻ അപ്പോഴേയ്ക്ക് ബോധരഹിതനായിക്കഴിഞ്ഞിരുന്നു.

വിങ്ങിപ്പൊട്ടാൻ തയാറായ മുഖവുമായി അപർണയും കണ്ണനും അവരുടെ പിന്നാലെ ചെന്നു. പക്ഷേ നന്ദഗോപാലിനോടൊപ്പം അവർക്ക് വരാന്തയിൽ നിൽക്കേണ്ടി വന്നു.

“നമ്മൾ പെട്ടെന്നുതന്നെ അച്ഛനെ ഹോസ്പിറ്റലിൽ കൊണ്ടുവന്നില്ലേ... ഇനി ഒന്നും പേടിക്കാനില്ല. ബാക്കി കാര്യങ്ങൾ ഡോക്ടർ നോക്കിക്കൊള്ളും.” നന്ദഗോപാൽ അപർണയെയും കണ്ണനെ

യും ആശ്വസിപ്പിച്ചു.

"അറ്റാക്കാണെന്ന് എനിക്കു മനസ്സിലായി സാർ... അച്ഛന് ബോധമില്ലാണ്ടായി... എനിക്ക് നല്ല പേടിയുണ്ട്."

"സമാധാനമായിട്ടിരിക്കൂ... അരുതാത്ത ഒന്നും സംഭവിക്കില്ല. വാ നമുക്ക് അവിടെ പോയി ഇരിക്കാം. കുറച്ചുകഴിഞ്ഞ് ഡോക്ടറോട് വിവരം ചോദിക്കാം." നന്ദഗോപാൽ പറഞ്ഞു.

കുറച്ചപ്പുറത്ത് മാറി സന്ദർശകർക്ക് ഇരിക്കാനുള്ള ചെറിയ ഹാൾ ഉണ്ടായിരുന്നു. അവർ മൂന്നുപേരും ചെന്ന് അടുത്തടുത്ത കസേരകളിൽ ഇരുന്നു.

"വീട്ടിൽ അമ്മയും ആശയുമൊക്കെ ഇപ്പോൾ വിഷമിച്ച് ഇരിക്കുകയായിരിക്കും. ഡോക്ടർ പരിശോധിക്കുകയാണെന്ന് ഒന്നു വിളിച്ചു പറയുന്നതിൽ തെറ്റില്ല..." നന്ദഗോപാൽ പറഞ്ഞു.

നിസ്സഹായതയോടെ അപർണ അയാളെ നോക്കി. തിടുക്കത്തിൽ ഇറങ്ങിയപ്പോൾ മൊബൈൽ എടുക്കാൻ മറന്നു.

അയാൾക്ക് കാര്യം മനസ്സിലായി. അയാൾ പോക്കറ്റിൽനിന്ന് മൊബൈൽ എടുത്ത് അവൾക്കു നീട്ടി.

അവൾ അതു വാങ്ങി വിറയ്ക്കുന്ന വിരലുകളോടെ വീട്ടിലെ ഫോണിന്റെ നമ്പർ ഡയൽ ചെയ്തു.

ആശയാണ് റിസീവറെടുത്തത്.

"ഹലോ..."

പരിഭ്രമം നിറഞ്ഞതായിരുന്നു അവളുടെ സ്വരം,..

"മോളേ ഇത് ചേച്ചിയാ. മിഷൻ ഹോസ്പിറ്റലിലേക്കാ അച്ഛനെ കൊണ്ടുവന്നത്. അച്ഛനെ ഡോക്ടർ പരിശോധിക്കുകയാ. ഞങ്ങൾ വെളിയിൽ വെയ്റ്റ് ചെയ്യുവാ..." അപർണ പറഞ്ഞു.

"നന്ദൻ സാർ അവിടുണ്ടല്ലോ അല്ലേ?" ആശ ചോദിച്ചു.

"ഉണ്ട്."

"ഇനി പേടിക്കാനൊന്നുമില്ലാരിക്കും." പ്രതീക്ഷയോടെ ആശ പറഞ്ഞു.

"ഡോക്ടർ ഒന്നും അറിയിച്ചില്ല. പറഞ്ഞെങ്കിൽ മാത്രമേ അച്ഛന്റെ അവസ്ഥ അറിയാൻ പറ്റൂ..."

"ഞാനെന്റെ ആഗ്രഹം പറഞ്ഞതാ ചേച്ചീ... ഒട്ടും വൈകാതെ നമ്മൾ ഹോസ്പിറ്റലിൽ കൊണ്ടുചെന്നില്ലേ... ഇനി ബാക്കി കാര്യങ്ങൾ ഡോക്ടർ നോക്കിക്കൊള്ളും."

"എന്നാലും ദൈവം തീരുമാനിക്കുന്ന പോലെയേ... അമ്മയോട് വിവരം പറയണേ. എന്റെ മൊബൈൽ എടുക്കാൻ ഞാൻ മറന്നു.

ഇതിപ്പോ നന്ദൻ സാറിന്റെ ഫോണിൽ നിന്നാ വിളിക്കുന്നത്."

"ശരി ചേച്ചീ... ഇടയ്ക്ക് വിളിക്കണേ... ഞങ്ങളിവിടെ. തീതിന്നോണ്ടിരിക്കുവാ..."

"ഞാൻ വിളിക്കാം. മോളേ... വെച്ചോ."

അപർണ കോൾ കട്ട് ചെയ്തു.

കാത്തിരിപ്പ് തുടർന്നു.

കുറേനേരം കഴിഞ്ഞപ്പോൾ ഒരു നേഴ്സ് വന്നു.

"രാമകൃഷ്ണൻ എന്ന പേഷ്യന്റിന്റെ കൂടെയുള്ള ആരെങ്കിലുമുണ്ടോ?" അവൾ ചോദിച്ചു.

അപർണയും കണ്ണനും പെട്ടെന്ന് ചാടിയെഴുന്നേറ്റു. ഒപ്പം നന്ദഗോപാലും എഴുന്നേറ്റു.

"ഡോക്ടർ വിളിക്കുന്നു..."

നേഴ്സിന്റെ പിന്നാലെ ഡ്യൂട്ടി ഡോക്ടറുടെ മുറിയിലേക്ക് അവർ ചെന്നു. ഡോക്ടർ കസേരയിൽ ഉണ്ടായിരുന്നു. അദ്ദേഹം നന്ദഗോപാലിനെ ഒന്നു നോക്കി.

"പേടിക്കാനില്ല... ഒരു മൈൽഡ് അറ്റാക്കായിരുന്നു. പെട്ടെന്ന് കൊണ്ടുവന്നതുകൊണ്ട് വലിയ പ്രോബ്ളമാകാതെ നോക്കാൻ കഴിഞ്ഞു..."

അതു കേട്ടപ്പോഴാണ് അപർണയുടെ ശ്വാസം നേരെ വീണത്.

"ഒബ്സർവേഷൻ റൂമിലാണ്. സെഡേഷനുള്ള ഇഞ്ചക്ഷൻ കൊടുത്തിട്ടുണ്ട്. മയങ്ങിക്കോട്ടെ... വേണമെങ്കിൽ ചെന്നു കാണാം."

"താങ്ക്യു ഡോക്ടർ..."

"നാളെ രാവിലെ കാർഡിയോളജിസ്റ്റ് വന്നു പരിശോധിച്ചിട്ട് വേണ്ടതെന്താണെന്ന് പറയും. ബാക്കി ട്രീറ്റ്മെന്റ് അദ്ദേഹത്തിന്റെ മേൽനോട്ടത്തിലായിരിക്കും."

"ശരി ഡോക്ടർ..." നന്ദഗോപാൽ തലകുലുക്കി.

അതിനു ശേഷം നേഴ്സിനെ ഡോക്ടർ വിളിച്ചു.

"ഇവർക്ക് റെസ്റ്റെടുക്കാൻ ഒരു റൂം കൊടുക്കൂ. നാളെ ഓഫീസിലുള്ളവർ വന്നിട്ട് രജിസ്ട്രേഷൻ നടത്തിയാൽ മതി."

നേഴ്സ് തലകുലുക്കി.

"പേഷ്യന്റിനെ ഇവർക്ക് കാണാൻ ആഗ്രഹമുണ്ട്. ഒന്നു കാണിച്ചേക്കൂ..."

"ശരി."

നേഴ്സിന്റെ പിന്നാലെ നന്ദഗോപാലും അപർണയും കണ്ണനും ഒബ്സർവേഷൻ റൂമിലേക്കു ചെന്നു. ബെഡ്ഡിൽ രാമകൃഷ്ണൻ

മയങ്ങിക്കിടക്കുന്നുണ്ടായിരുന്നു. ഷർട്ട് അഴിച്ചുമാറ്റിയിരുന്നു. നെഞ്ചിൽ അവിടവിടെ ഏതോ മെഷീനിൽനിന്ന് വരുന്ന കേബിളുകൾ ഒട്ടിച്ചു വച്ചിട്ടുണ്ടായിരുന്നു. ഇടത് കൈത്തണ്ടയിലേക്ക് ഡ്രിപ്പ് സ്റ്റാന്റിൽ തൂക്കിയിട്ട ബോട്ടിലിൽനിന്ന് ഏതോ മരുന്ന് തുള്ളിതുള്ളിയായി കയറുന്നുണ്ടായിരുന്നു.

"അച്ഛാ..." അറിയാതെ അപർണ ഒന്നു വിളിച്ചു.

അച്ഛൻ കണ്ണുതുറന്നു നോക്കുമെന്ന് അവൾ പ്രതീക്ഷിച്ചെങ്കിലും ഒന്നും സംഭവിച്ചില്ല.

"മതി പോകാം." നേഴ്സ് പറഞ്ഞു.

അവർ ആ മുറിയിൽനിന്ന് വെളിയിലേക്കിറങ്ങി.

"റൂം വേണമെന്നു പറഞ്ഞില്ലേ... തരാം."

നേഴ്സ് അവരെ ഒന്നാമത്തെ നിലയിലുള്ള കാർഡിയാക് വാർഡിലേക്കു കൊണ്ടുപോയി.

"നാളെ പേഷ്യന്റിനെ കാർഡിയാക് വാർഡിലേക്ക് മാറ്റും. അത് ഈ ഫ്ളോറിലാണ്." നേഴ്സ് പറഞ്ഞു.

അവൾ അവിടത്തെ ഡ്യൂട്ടി നേഴ്സിനോട് പറഞ്ഞതനുസരിച്ച് അവർക്ക് ഒരു റൂം കിട്ടി.

നന്ദഗോപാൽ വാച്ചിൽ നോക്കി. മണി ഒമ്പത്.

"വിശക്കുന്നില്ലേ രണ്ടാൾക്കും?" അയാൾ ചോദിച്ചു.

"ഇല്ല സാർ." അപർണ പറഞ്ഞു.

"നിങ്ങളിവിടിരിക്ക്... ഞാൻ വെളിയിലൊന്ന് പോയിട്ടു വരാം."

അയാൾ താഴേയ്ക്കു പോയി.

"വീട്ടിലേക്കൊന്ന് വിളിക്കണ്ടായോ ചേച്ചീ..." കണ്ണൻ ചോദിച്ചു.

"മൊബൈൽ എടുക്കാൻ മറന്നത് കഷ്ടമായിപ്പോയി."

അപർണ പറഞ്ഞു.

"നന്ദൻ സാർ വരുമ്പം പറയാം." അവൾ ആശ്വസിച്ചു.

അല്പനേരം കഴിഞ്ഞപ്പോൾ നന്ദഗോപാൽ വന്നു. അയാളുടെ കൈയിൽ ഒരു പ്ലാസ്റ്റിക് കിറ്റ് ഉണ്ടായിരുന്നു. അതിൽ നിന്ന് ഒരു പൊതിയെടുത്ത് മേശപ്പുറത്തു വച്ചു. ഒരു കുപ്പി മിനറൽ വാട്ടറും.

"നല്ല ചൂടു ദോശ കിട്ടി. അതു കഴിക്ക്. ഭക്ഷണം കഴിക്കാതിരുന്നാൽ നാളെ അതിന്റെ ക്ഷീണം അറിയും."

ആരും ഒന്നും മിണ്ടിയില്ല.

"ഞാൻ വീട്ടിലൊന്ന് പോയിട്ടുവരാം. ഷീജ കാത്തിരിക്കുകയായിരിക്കും. വിവരം അറിയാൻ. അപർണേടെ വീട്ടിലും കയറി കാര്യങ്ങൾ പറയാം. അതുകഴിഞ്ഞ് ഇങ്ങോട്ട് വരാം... കേട്ടോ..."

"സാർ ഇന്നി വരണമെന്നില്ല. ഞങ്ങളുണ്ടല്ലോ ഇവിടെ. വീട്ടിൽ വിവരമൊന്ന് അറിയിച്ചാൽ മതി." അപർണ പറഞ്ഞു.

"അത് ഞാൻ പറയാതിരിക്കുമോ..."

നന്ദഗോപാൽ പോയപ്പോൾ അവൾ വാതിലടച്ച് ഉള്ളിൽനിന്ന് ബോൾട്ടിട്ടു.

"നിനക്ക് വിശക്കുന്നുണ്ടോ കണ്ണാ?" അവൾ ചോദിച്ചു.

"വിശപ്പൊക്കെ പോയി ചേച്ചീ. എന്നാലും സാർ വാങ്ങിക്കൊണ്ടുവന്ന ഭക്ഷണം കളയുന്നത് ശരിയല്ലല്ലോ." അവൾ പറഞ്ഞു.

"ശരിയാണ്. ഭക്ഷണം കളയാൻ പാടില്ല. കൈ കഴുകിയിട്ട് വന്ന് രണ്ടുപേരും കഴിക്കാനിരുന്നു.

൦൦

ഫോണിനടുത്തുനിന്ന് സുകുമാരിയമ്മയും ആശയും മാറിയതേയില്ല. ഹോസ്പിറ്റലിൽനിന്ന് എപ്പോഴാണ് അപർണ വിളിക്കുന്നതെന്ന് അറിയില്ലല്ലോ.

"രാത്രിയിൽ അവരെന്തു കഴിക്കുമോ എന്തോ?"

സുകുമാരിയമ്മ വിഷമത്തോടെ പറഞ്ഞു.

കണ്ണനാണെങ്കിൽ വിശപ്പ് തീരെ സഹിക്കാൻ പറ്റില്ല.

"അച്ഛനങ്ങനെ കിടക്കുമ്പോ അവർക്ക് കഴിക്കാൻ തോന്നുമോ അമ്മേ?" ആശ ചോദിച്ചു.

"നേരം വെളുത്താരുന്നെങ്കിൽ ഒന്നു പോകാമാരുന്നു. നേരിട്ടു കണ്ടാലേ എനിക്ക് സമാധാനം കിട്ടൂ."

സുകുമാരിയമ്മ പറഞ്ഞു.

അവർ സംസാരിച്ചുകൊണ്ടിരുന്നപ്പോഴാണ് വീടിനു മുന്നിലേക്കു വന്നുനിന്ന കാറിന്റെ ഹെഡ്‌ലൈറ്റിൽനിന്നുള്ള വെളിച്ചം അവർ കണ്ടത്.

"ആരാണ്ട് വന്നല്ലോ മോളേ..." സുകുമാരിയമ്മ എഴുന്നേറ്റു ചെന്ന് മുൻവാതിൽ തുറന്നു. പിന്നാലെ ആശയും ചെന്നു.

നന്ദഗോപാലാണ് വന്നത്.

രണ്ടു പേരും വേഗം പുറത്തേക്കിറങ്ങി ചെന്നു.

"എങ്ങനിരിക്കുന്നു സാറേ..." ആധിയോടെ സുകുമാരിയമ്മ തിരക്കി.

"അപർണ വിളിച്ചില്ലേ... പേടിക്കാനൊന്നുമില്ല. ചെറിയ അറ്റാക്കായിരുന്നു. ഇപ്പോൾ മയക്കി കിടത്തിയിരിക്കുകയാ. നാളെ

ചെന്ന് കാണാമല്ലോ...” നന്ദഗോപാൽ പറഞ്ഞു.

“സാർ വല്യ ഉപകാരമാ ചെയ്തത്. പെട്ടെന്നു തന്നെ ആശുപത്രിയിൽ കൊണ്ടുചെല്ലാൻ കഴിഞ്ഞല്ലോ... ടാക്സി വേണമെങ്കിൽ ടൗണിൽ ചെന്ന് വിളിച്ചോണ്ടു വന്നാലേ പറ്റൂ...”

നന്ദിപൂർവം സുകുമാരിയമ്മ പറഞ്ഞു.

“കഴിക്കാനുള്ളതൊക്കെ ഞാൻ മേടിച്ചു കൊടുത്തിട്ടാ വന്നത്. രാവിലെ ഞാൻ പോകുന്നുണ്ട്. ഏഴുമണിയാകുമ്പഴേയ്ക്ക് റെഡിയായി നിൽക്കണം. ഞാൻ കൊണ്ടുപോകാം.”

“ശരി സാറേ... ഞങ്ങളും വരുന്നുണ്ട്.”

നന്ദഗോപാൽ വീട്ടിലേക്കു പോയി.

“പാവം മനുഷ്യൻ. ദൈവം ഒരുകണക്കിന് ക്രൂരതയാ ആ സാറിനോട് കാണിക്കുന്നത്...”

സാറിന്റെ ഭാര്യയുടെ കാര്യമാണ് അമ്മ സൂചിപ്പിച്ചതെന്ന് ആശയ്ക്കു മനസ്സിലായി.

“ദൈവം എന്തോ മനസ്സിൽ കണ്ടിട്ടുണ്ടമ്മേ...” ആശ പറഞ്ഞു.

സുകുമാരിയമ്മ ഒന്നു നെടുവീർപ്പിട്ടു.

നന്ദഗോപാൽ ചെന്നപ്പോൾ ഷീജ കാത്തുകിടക്കുകയായിരുന്നു. ഫോൺ ചെയ്ത് അവളോട് കാര്യങ്ങളെല്ലാം പറഞ്ഞിരുന്നതിനാൽ അവൾക്ക് ഉത്കണ്ഠയൊന്നും ഇല്ലായിരുന്നു.

“അവിടാരുണ്ട്?” അവൾ ചോദിച്ചു.

“അപർണയും ആങ്ങളപ്പയ്യനുമുണ്ട്.” അയാൾ പറഞ്ഞു.

“ഭക്ഷണം കഴിച്ചിട്ട് നന്ദേട്ടൻ ഒന്നു പോകുന്നത് നല്ലതാ. രാത്രിയിൽ എന്തെങ്കിലും അത്യാവശ്യമുണ്ടായാൽ...”

“ഏയ്.. എന്തുണ്ടായാലും ഹോസ്പിറ്റലല്ലേ... അതുകൊണ്ട് വിഷമിക്കേണ്ട കാര്യമൊന്നുമില്ല. തന്നേമല്ല ഡ്യൂട്ടി നേഴ്സിന് എന്റെ നമ്പർ കൊടുത്തിട്ടുണ്ട്. എന്തെങ്കിലും എമർജൻസി ഉണ്ടായാൽ വിളിക്കാൻ.”

ഷീജ പിന്നെ നിർബന്ധിച്ചില്ല.

“നീ കുളിച്ചിട്ട് വാ നന്ദാ... ചോറുവിളമ്പിത്തന്നിട്ട് വേണം എനിക്കൊന്നു കിടക്കാൻ...” അമ്മ വിളിച്ചുപറഞ്ഞു.

അയാൾ വേഗം കുളിച്ച് വേഷം മാറ്റി വന്നു.

“അമ്മ കഴിച്ചതാണോ?”

“ഉം...കുഞ്ഞിന് കൊടുത്തപ്പം ഞാനും കഴിച്ചു.” അമ്മ പറഞ്ഞു.

“എന്നാൽ അമ്മ പോയി കിടന്നോ... പാത്രമൊക്കെ ഞാൻ കഴുകി വെച്ചോളാം.”

"അതു വേണ്ടാ... നീ കഴിക്ക്."

അമ്മ രാവിലെ ഏഴുമണിക്ക് എഴുന്നേൽക്കാറുണ്ട്. അപ്പോൾ തുടങ്ങുന്ന അടുക്കളപ്പണിയാണ്. അവസാനിക്കുമ്പോൾ പത്തുമണി കഴിയും. പ്രായമായ അമ്മയെ ഇങ്ങനെ കഷ്ടപ്പെടുത്തുന്നതിൽ അയാൾക്ക് വിഷമമുണ്ട്. എങ്ങനെയെങ്കിലും ഒരു വീട്ടുജോലിക്കാരിയെ കണ്ടുപിടിക്കണം.

അയാൾ വേഗം ഭക്ഷണം കഴിച്ചു. പാത്രങ്ങൾ കഴുകാൻ അമ്മയെ സഹായിച്ചു. അമ്മ കിടക്കാനായി പോയപ്പോഴാണ് അയാൾ ഷീജയുടെ അടുത്തേക്കു ചെന്നത്.

അവൾ വെറുതെ കണ്ണുകൾ തുറന്ന് കിടക്കുകയായിരുന്നു.

"അമ്മ കിടന്നോ?" അവൾ ചോദിച്ചു.

"ഉം..." അവളുടെ കിടക്കയുടെ അറ്റത്ത് ഇരുന്നുകൊണ്ട് അയാൾ പറഞ്ഞു.

"അമ്മയെ ഇങ്ങനെ കഷ്ടപ്പെടുത്താതെ സഹായത്തിന് ആരെയെങ്കിലും കിട്ടുമോന്ന് നോക്കിക്കൂടെ?"

"നോക്കാം. ഏതെങ്കിലും ഏജൻസിയിൽ വിളിച്ചുനോക്കാം. ഇനി അതേ പറ്റൂ. ടൗണിൽ അത്തരം ഏജൻസികൾ ഉണ്ടോന്ന് അന്വേഷിക്കണം." അയാൾ പറഞ്ഞു.

"വീട്ടിലെ ഒരംഗത്തെപ്പോലെ നമുക്ക് സ്നേഹിക്കാൻ പറ്റുന്ന... അതുപോലെ നമ്മളെയും സ്നേഹിക്കുന്ന ആരെയെങ്കിലും കിട്ടിയിരുന്നെങ്കിൽ..."

അവൾ ആശിച്ചു.

"അത്തരം പ്രതീക്ഷയൊന്നും വേണ്ടാ... കാശിനു വേണ്ടി ജോലി ചെയ്യുന്നവരാ ഏറെയും.'

"ഞാനൊരു നല്ലവഴി പറഞ്ഞതല്ലേ... നന്ദേട്ടൻ അമ്പിനും വില്ലിനും അടുക്കുന്നില്ലല്ലോ... അല്ലാരുന്നെങ്കിൽ..."

"നിന്റെ ആ ആഗ്രഹം നടക്കില്ല ഷീജേ. ഇനി അക്കാര്യം എന്നോട് പറയരുത്."

അയാൾക്ക് അരിശം വന്നു.

"എന്നാൽ നല്ലൊരു ജോലിക്കാരിയെ കണ്ടുപിടിക്ക്."

"നോക്കട്ടെ..."

അല്പനേരം കൂടി ഷീജയുടെ അടുത്തിരുന്ന് സംസാരിച്ചിട്ട് നന്ദഗോപാൽ അടുത്ത മുറിയിൽ ഉറങ്ങാനായി പോയി. ഉറക്കം വരാതെ അവൾ മാത്രം കിടന്നു.

ഠഠ

ഡോക്ടർ രാവിലെ റൗണ്ട്സിനു വന്നപ്പോൾ രാമകൃഷ്ണന്റെ അടുത്ത് അപർണ മാത്രമേ ഉണ്ടായിരുന്നുള്ളൂ.

"അച്ഛനെ ഇന്ന് ഡിസ്ചാർജ് ചെയ്യാം... ഇനി വീട്ടിൽ ചെന്ന് റെസ്റ്റെടുത്താൽ മതി. ഞാനൊരു ടാബ്ലറ്റിന് എഴുതിയിട്ടുണ്ട്. അതു രാവിലെയും രാത്രിയിലും പതിവായി കഴിക്കണം." പരിശോധന കഴിഞ്ഞപ്പോൾ അവളോട് ഡോക്ടർ പറഞ്ഞു.

"ശരി ഡോക്ടർ..."

"ഒരാഴ്ച കഴിഞ്ഞ് വേണമെങ്കിൽ ജോലിക്കു പോകാം. എപ്പോഴെങ്കിലും എന്തെങ്കിലും അസ്വസ്ഥത തോന്നിയാൽ ഉടൻ ഹോസ്പിറ്റലിൽ കൊണ്ടുവരണം."

അവൾ തലകുലുക്കി.

"മോളെ ബില്ലെത്രയായീന്ന് വല്ലതും അറിയാമോ?"

ഡോക്ടർ പോയിക്കഴിഞ്ഞപ്പോൾ രാമകൃഷ്ണൻ ചോദിച്ചു.

"അറിയില്ലച്ഛാ. ഇന്നിപ്പോൾ മൂന്നുദിവസമായില്ലേ."

"വീട്ടിൽ കാര്യമായിട്ട് പൈസയൊന്നുമിരിപ്പില്ല.'

'അച്ഛൻ അതോർത്ത് മനസ്സിന് ദണ്ഡമുണ്ടാക്കല്ലേ... ബില്ലൊക്കെ നമുക്കടയ്ക്കാം." അപർണ പറഞ്ഞു.

അവൾ അപ്പോൾതന്നെ വീട്ടിലേക്കു വിളിച്ചു. ആശ കോളജിൽ പോകാൻ സമയമായിട്ടില്ല.

ആശയാണ് ഫോണെടുത്തത്.

"അച്ഛനെ ഇന്ന് ഡിസ്ചാർജ് ചെയ്യും. നീയിന്ന് കോളജിൽ പോകണ്ടാ... വേഗം ഇങ്ങോട്ട് വാ.." അപർണ പറഞ്ഞു.

"ബില്ല് എത്രയായി ചേച്ചീ?"

"ബില്ല് കിട്ടിയില്ല."

"കാശിന്റെ കാര്യം എങ്ങനാ?"

"അതിനാ പറഞ്ഞത് നീയിങ്ങോട്ടു വരാൻ."

അവൾ മുറിയുടെ പുറത്തുനിന്നു കൊണ്ടാണ് ആശയോട് സംസാരിച്ചത്. അച്ഛൻ അതൊന്നും കേൾക്കാൻ പാടില്ല. മനസ്സിന് പ്രയാസമുള്ള കാര്യങ്ങളൊന്നും അച്ഛൻ അറിയരുത്.

അല്പനേരം കഴിഞ്ഞപ്പോൾ ആശുപത്രിയുടെ ഓഫീസിൽനിന്ന് ബില്ല് കൊണ്ടുവന്നു. ആറായിരത്തി ഒരുനൂറ്റമ്പത്.

"എത്രയായി മോളേ?" രാമകൃഷ്ണൻ പറഞ്ഞു.

"അത്ര കൂടുതലൊന്നുമില്ലച്ഛാ. പൈസ എന്റെ കൈയിലുണ്ട്." അവൾ പറഞ്ഞു.

ട്യൂഷനെടുത്തു കിട്ടിയ ഫീസ് അവളുടെ കയ്യിൽ കാണുമെന്ന്

അയാൾക്ക് തോന്നി. അരമണിക്കൂർ കഴിഞ്ഞപ്പോൾ ആശ വന്നു.

അവളെയുംകൊണ്ട് അപർണ മുറിയിൽനിന്നിറങ്ങി. ഇടനാഴിയിൽ ചെന്നുനിന്നു. അപർണ കഴുത്തിൽ കിടന്നിരുന്ന ഒന്നരപ്പവന്റെ മാലയൂരി ആശയെ ഏൽപ്പിച്ചു.

"നീ ഇത് ഏതെങ്കിലും ബാങ്കിൽ കൊണ്ടുചെന്ന് പണയം വയ്ക്ക്. ഏഴായിരം മേടിക്കുക. ടാക്സി വിളിച്ചു വേണം അച്ഛനെ കൊണ്ടുപോകാൻ."

"ചേച്ചിയുടെ കഴുത്തിൽ ഒന്നുമില്ലാതെ..."

അവൾ സങ്കടത്തോടെ അപർണയെ നോക്കി.

"വലിയ സംഖ്യയൊന്നുമല്ലല്ലോ... നമുക്ക് അധികം വൈകാതെ തിരിച്ചെടുക്കാം."

കൂടുതലൊന്നും പറയാതെ ആശ ആ മാല ഹാന്റ്ബാഗിൽ വച്ച് സ്റ്റെയർ കെയ്സിറങ്ങി താഴേയ്ക്കു പോയി. അപ്പോൾ നന്ദഗോപാൽ പടികയറി മുകളിലേക്കു വരുന്നുണ്ടായിരുന്നു.

"ആശ എങ്ങോട്ടു പോവാ...?" അയാൾ ചോദിച്ചു.

"അച്ഛനെ ഡിസ്ചാർജ് ചെയ്തു. ബില്ലടയ്ക്കാൻ വേണ്ടി..."

"ബില്ല് ഞാനടച്ചു. നമുക്ക് അച്ഛനെ വീട്ടിലേക്ക് കൊണ്ടുപോകാം. കാറിലാ വന്നത്..."

അവൾ അയാളുടെ പിന്നാലെ മുകളിലേക്ക് ചെന്നു.

"സാറ് ബില്ലടച്ചിട്ടാ വരുന്നത്..." ആശ പറഞ്ഞു.

അപർണ ഞെട്ടലോടെ അയാളെ നോക്കി.

"അച്ഛനെ ഡിസ്ചാർജ് ചെയ്യുന്ന കാര്യം സാർ എങ്ങനറിഞ്ഞു?"

"ഞാൻ ഓഫീസിൽ പറഞ്ഞ് ഏർപ്പെടുത്തിയിട്ടുണ്ടായിരുന്നു. അവർ വിളിച്ചുപറഞ്ഞു. സമയം കളയണ്ടാ നമുക്ക് പോകാം."

"സാറ് ബില്ലടയ്ക്കണ്ടായിരുന്നു... ഞങ്ങൾക്കു വേണ്ടി കുറെ ബുദ്ധിമുട്ടിയിട്ടുണ്ട്..." രാമകൃഷ്ണൻ പറഞ്ഞു.

"ഞാൻ സൗജന്യമായി ചെയ്തതാണെന്ന വിചാരമൊന്നും വേണ്ട ചേട്ടാ... അപർണയുടെ രണ്ടുമൂന്നുമാസത്തെ ഫീസായിട്ട് വക വച്ചാൽ മാത്രം മതി." നന്ദഗോപാൽ പറഞ്ഞു.

അതു കേട്ടപ്പോൾ അവൾക്കു സമാധാനമായി. ആരിൽനിന്നും അനാവശ്യമായി സഹായങ്ങൾ സ്വീകരിക്കാൻ പാടില്ല.

അപർണ ബാഗ് ഒരുക്കിവച്ചിരിക്കുകയായിരുന്നു. ഒരു മാസം കഴിക്കാനുള്ള മരുന്നും ഫാർമസിയിൽനിന്നു വാങ്ങി അവർ വീട്ടിലേക്കു പോയി.

രാമകൃഷ്ണൻ നന്ദഗോപാലിനോടൊപ്പം കാറിന്റെ മുൻസിറ്റിലാണ് ഇരുന്നത്. പിൻസീറ്റിൽ ആശയും അപർണയും. കാറിലെ യാത്ര ആശയ്ക്ക് വലിയ ഇഷ്ടമായിരുന്നു. കാറിൽ യാത്ര ചെയ്യുമ്പോൾ അല്പം അന്തസ് കൂടിയതുപോലെ അവൾക്ക് അനുഭവപ്പെടാറുണ്ട്. വീട്ടിൽ ഒരു കാർ ഉണ്ടായിരുന്നെങ്കിൽ... അത് വെറും സ്വപ്നം മാത്രം.

രാമകൃഷ്ണനെ വീട്ടിൽ കൊണ്ടുചെന്നാക്കിയിട്ട് നന്ദഗോപാൽ പോയി. സുകുമാരിയമ്മയ്ക്കും രാമകൃഷ്ണനും അയാളെക്കുറിച്ച് നല്ലതു മാത്രമേ പറയാനുണ്ടായിരുന്നുള്ളൂ.

അന്നു രാത്രി ഉറങ്ങാൻ തയാറെടുക്കുമ്പോൾ ആശയും അക്കാര്യം സംഭാഷണവിഷയമാക്കി.

“നാളെ ഞാൻ ചാന്ദ്നിയെ ഒന്നു വിളിക്കട്ടെ?”

“ഏത് ചാന്ദ്നി?” അപർണ ചോദിച്ചു.

“എന്റെ കൂട്ടുകാരി... നമ്മൾ ഐസ്ക്രീം കഴിക്കാൻ ചെന്നപ്പോൾ കണ്ട...”

അപർണയ്ക്ക് ആളിനെ ഓർമ്മ വന്നു.

“എന്തിനാ അവളെ വിളിക്കുന്നെ?”

“അവളുടെ അയൽവീട്ടിലെ ലത ചേച്ചിയുടെ അനിയത്തിയുടെ കാര്യം പറഞ്ഞത് ചേച്ചി മറന്നോ... നന്ദഗോപാൽ സാർ ആ കുട്ടിയെ കല്യാണം കഴിക്കട്ടെ. ആ വീട്ടിലെ എല്ലാ പ്രോബ്ലംസും അതോടെ പരിഹരിക്കപ്പെടും...”

“വേണ്ടാ...” അപർണ പെട്ടെന്ന് തടഞ്ഞു.

“അതെന്താ?”

“ആ പെണ്ണിന്റെ സ്വഭാവം എങ്ങനുള്ളതാണെന്ന് ആർക്കറിയാം? ആ സാറും ചേച്ചിയും പാവങ്ങളാ. കല്യാണം കഴിഞ്ഞു വന്നശേഷം അവൾ ആ ചേച്ചിയെ വീട്ടിൽനിന്ന് ഇറക്കിവിട്ടാലോ? നമ്മളായിട്ട് അതിനിടവരുത്തണ്ടാ...”

“ആ കുട്ടി നല്ലവളാണെങ്കിലോ?” ആശ ചോദിച്ചു.

“അത് നമുക്കുറപ്പില്ലല്ലോ...”

“നല്ലവളും സത്യസന്ധയും പണത്തോട് ആർത്തിയുമില്ലാത്ത ഒരു പെണ്ണിനെ എനിക്കറിയാം...” ആശ പറഞ്ഞു.

“അതാരാ?”

“എന്റെ ചേച്ചിയാ... പേര് അപർണ. എന്താ സമ്മതമാണോ?”

ആശയുടെ ചോദ്യത്തിനു മുമ്പിൽ അവൾ പകച്ചുനോക്കി ഇരുന്നു.

9

"നീ സീരിയസ്സായിട്ടാണോ പറഞ്ഞത്? അതോ തമാശയോ?"
ആശയുടെ മുഖത്തേക്ക് നോക്കി അപർണ ചോദിച്ചു.
"സീരിയസ്സുമല്ല... തമാശയുമല്ല..." ആശ പറഞ്ഞു.
"പിന്നെ?"
"ആത്മാർത്ഥമായിട്ട് ഒരു കാര്യം പറഞ്ഞതാ."
"മനസ്സിലായില്ല..."
"ചാന്ദ്നി പറഞ്ഞ പെണ്ണിന്റെ കാര്യത്തിൽ ചേച്ചി എന്തിനാ എതിർത്തത്?" ആശ ചോദിച്ചു.
"ഞാൻ പറഞ്ഞല്ലോ... ആ പെണ്ണിന്റെ സ്വഭാവം ശരിയല്ലെങ്കിൽ ആ കുടുംബം നശിച്ചുപാകും..." ആശ ഒന്നു പുഞ്ചിരിച്ചു.
"അതായത് ആ പെണ്ണിന്റെ സ്വഭാവം നമുക്കറിയില്ലെന്ന്..."
"അതേ..." അപർണ തലകുലുക്കി.
"വേറെ ഏതു പെണ്ണ് വന്നാലും നമുക്ക് വിശ്വസിക്കാൻ പറ്റില്ല. നല്ലവളാണോ അതോ..."
"അതേ..."
"നല്ലവളായ ഒരേയൊരു പെണ്ണിനെ നേരിട്ടറിവുള്ളത് ചേച്ചിയാണെന്നു മാത്രമേ ഞാൻ പറഞ്ഞുള്ളു.."
വിജയഭാവത്തിൽ അവൾ ചിരിച്ചു.
"അച്ഛനുമമ്മയും കേൾക്കണ്ടാ നീ പറഞ്ഞത്..."
"ഞാൻ പറയുമോ... ചേച്ചിയോടല്ലേ.. അവരെന്നെ അടിച്ചുകൊല്ലും." ആശ പറഞ്ഞു.
"എല്ലാ പെൺകുട്ടികൾക്കും അവരുടേതായ വിവാഹസ്വപ്നങ്ങൾ കാണുമല്ലോ... അതിൽ എന്തായാലും മറ്റൊരു സ്ത്രീയുടെ ഭർത്താവ് ഉണ്ടാവുകയില്ല." അപർണ പറഞ്ഞു.
"എനിക്കറിയാം ചേച്ചീ... ഞാനും ഒരു പെണ്ണല്ലേ. പക്ഷേ സാഹചര്യങ്ങളാണ് പലരെയും മാറ്റി ചിന്തിക്കാൻ പ്രേരിപ്പിക്കുന്നത്.
"ഷീജ ചേച്ചി അങ്ങനെയൊക്കെ ആഗ്രഹിക്കുന്നത് അവർ നന്ദഗോപൻ സാറിനെ അത്രയധികം സ്നേഹിക്കുന്നതുകൊണ്ടാണ്. സാറിന് ഒന്നിലും ഒരു കുറവും ഉണ്ടാവരുതെന്ന് ആഗ്രഹിക്കുന്നതുകൊണ്ടുമാണ്."
അപർണ പറഞ്ഞു.
"പക്ഷേ യഥാർത്ഥത്തിൽ അങ്ങനെ സംഭവിച്ചാൽ ഷീജ ചേച്ചി

ക്ക് അത് താങ്ങാൻ പറ്റുമോ എന്ന് എനിക്ക് സംശയമാ. പുതിയ ഭാര്യയോടൊപ്പം നന്ദൻ സാർ കളിപറഞ്ഞ് ഇരിക്കുമ്പോൾ... അവ രൊന്നിച്ച് യാത്ര പോകുമ്പോൾ... ഒന്നിച്ച് ഉറങ്ങുമ്പോൾ... ഷീജ ചേച്ചിയുടെ മനസ്സ് വേദനകൊണ്ട് നുറുങ്ങിപ്പോവില്ലേ?"

ആശ ചോദിച്ചു.

"അതേ... ഒറ്റപ്പെട്ടതുപോലെ ചേച്ചിക്ക് തോന്നും അവഗണിക്ക പ്പെട്ടതുപോലെയും."

"പക്ഷേ നന്ദൻ സാറിൽ നിന്ന് അങ്ങനെയൊരനുഭവം ഉണ്ടാകു മെന്ന് ചേച്ചിക്കു തോന്നുന്നുണ്ടോ?"

"നന്ദൻ സാർ വേറെ കല്യാണം കഴിക്കുമെന്നു പോലും എനി ക്ക് വിശ്വാസമില്ല. ഷീജ ചേച്ചിയുടേത് നടക്കാത്ത ആഗ്രഹമാണ്..."

അപർണ പറഞ്ഞു.

രണ്ടുപേരും കണ്ണുകളടച്ച് ആലോചനയോടെ കുറേ നേരം കിട ന്നു. പിന്നെ എപ്പോഴോ ഉറങ്ങി.

അടുത്ത ഒരാഴ്ച കൃത്യമായി മരുന്നുകഴിച്ചുകൊണ്ട് രാമകൃഷ് ണൻ വീട്ടിൽതന്നെ ഇരുന്നു. അടുത്ത ചെക്കപ്പിന് പോകേണ്ട സമയമായി. ബസ്സിൽ പോകാമെന്നാണ് വിചാരിച്ചതെങ്കിലും അന്നു രാവിലെ നന്ദഗോപാൽ കാറുമായി വന്നു.

"സാർ വെറുതെ ബുദ്ധിമുട്ടണ്ടായിരുന്നു..."

രാമകൃഷ്ണൻ പറഞ്ഞു.

"എനിക്കെന്ത് ബുദ്ധിമുട്ട്. ഞാൻ കാർ ഉപയോഗിക്കാറേയില്ല... ഇടയ്ക്കൊക്കെ വണ്ടി ഓടണം... നമുക്ക് പോയിട്ടു വരാമെന്നേ..."

നന്ദഗോപാൽ പറഞ്ഞു.

അച്ഛനോടൊപ്പം അപർണമായിരുന്നു ഹോസ്പിറ്റലിൽ പോ യത്. നേരത്തെ വിളിച്ച് ബുക്ക് ചെയ്തിരുന്നതുകൊണ്ട് അരമണി ക്കൂറിനുള്ളിൽ ഡോക്ടറെ കാണാൻ സാധിച്ചു.

"നാളെ മുതൽ ജോലിക്കു പോകുന്നതിന് കുഴപ്പമില്ല. ഞാനൊ രു ടാബ്‌ലറ്റിനു കുറിച്ചു തരാം. അത് രാവിലെയും രാത്രിയും കഴി ക്കണം. രണ്ടുമാസം ആകുമ്പോൾ അടുത്ത ചെക്കപ്പിനു വരണം."

ഡോക്ടർ പറഞ്ഞു.

"ശരി ഡോക്ടർ..." രാമകൃഷ്ണന് സന്തോഷമായി. നാളെ മുതൽ കടയിൽ പോകാമല്ലോ. വീട്ടിലിരുന്ന് ശ്വാസംമുട്ടുകയായി രുന്നു.

നന്ദഗോപാൽ അവരെ വീട്ടിൽ കൊണ്ടുവന്നു വിട്ടു.

"എന്റെ നമ്പറുണ്ടല്ലോ... എന്തെങ്കിലും അസ്വസ്ഥത അനുഭവ

പ്പെട്ടാൽ എന്നെ വിളിക്കണം..." അയാൾ പറഞ്ഞു.

രാമകൃഷ്ണൻ തലകുലുക്കി.

നന്ദഗോപാൽ അപ്പോൾ തന്നെ പോയി.

"ഓഫീസിൽ പോകേണ്ടയാളാണ് അതൊക്കെ മാറ്റിവച്ച് നമ്മളെ സഹായിക്കാൻ വന്നത്." രാമകൃഷ്ണൻ പറഞ്ഞു.

"നമുക്ക് വേറാരുമില്ലല്ലോ സഹായിക്കാൻ. ഒരു മൂത്ത മോനെക്കൂടി ദൈവം കൊണ്ടുവന്നു തന്നു എന്ന് വിചാരിച്ചാൽ മതി."

സുകുമാരിയമ്മ പറഞ്ഞു.

"അപർണേടെ കല്യാണം കഴിയുന്നതുവരെ കാത്തിരിക്കേണ്ടിവരും. നമുക്കൊരു മോനെ കിട്ടാൻ എന്നാണ് ഞാൻ വിചാരിച്ചത്."

അപർണ പിന്നെ അവിടെ നിന്നില്ല.

ഭർത്താവിക്കൊണ്ട് വീണ്ടുമൊരു കല്യാണം കഴിപ്പിക്കാനിരിക്കുകയാണ് നന്ദൻ സാറിന്റെ ഭാര്യ എന്ന് അറിഞ്ഞാൽ എന്തായിരിക്കും അമ്മയുടെ പ്രതികരണം?

○○

രാത്രിയിൽ ഷീജ ഭക്ഷണം കഴിക്കുമ്പോൾ പതിവുപോലെ നന്ദഗോപാൽ അവളുടെ അടുത്തുതന്നെ ഇരുന്നു.

"നന്ദേട്ടൻ ഇനി എപ്പഴാ കഴിക്കുന്നത്? നന്ദേട്ടൻ കഴിച്ചിട്ട് എനിക്കു തന്നാൽ മതിയെന്ന് എത്ര പ്രാവശ്യം ഞാൻ പറഞ്ഞിട്ടുണ്ട്.'

അവളുടെ മുഖഭാവംകണ്ട് നന്ദഗോപാൽ ചിരിച്ചു.

"ഭർത്താവ് കഴിച്ചിട്ടേ ഭാര്യ കഴിക്കാവൂ എന്ന് എവിടെയെങ്കിലും എഴുതിവച്ചിട്ടുണ്ടോ?" അയാൾ ചോദിച്ചു.

"എഴുതി വച്ചിട്ടുണ്ടോ എന്ന് എനിക്കറിയില്ല. പക്ഷേ ഞങ്ങളുടെ വീട്ടിൽ അങ്ങനെയായിരുന്നു. നന്ദേട്ടന്റെ വീട്ടിലും അങ്ങനെയായിരുന്നില്ലേ?"

"പഴയ കാലത്ത് അങ്ങനെയായിരുന്നു. പക്ഷേ കാലം മാറുകയല്ലേ ഷീജേ. ആ മാറ്റം പല കാര്യങ്ങളിലും ഉണ്ടാവും. പണ്ട് സ്ത്രീകൾ ഉദ്യോഗത്തിന് പോവില്ലായിരുന്നു. ഇപ്പോൾ അതാണോ സ്ഥിതി?"

"അല്ല... എന്നാലും..."

"പണ്ട് ആണുങ്ങളായിരുന്നു ജോലി ചെയ്ത് കുടുംബം പോറ്റിയിരുന്നത്. ഇപ്പോൾ സ്ത്രീകളാണ് പല വീടുകളും പുലർത്തിക്കൊണ്ടു പോകുന്നത്. സ്ത്രീകളുടെ വാക്കിനും ഇക്കാലത്ത് വിലയു

ണ്ട്..." അയാൾ പറഞ്ഞു.

"ഉണ്ടോ?"

പെട്ടെന്ന് കണ്ണുകളിൽ ഒരു തിളക്കത്തോടെ അവൾ ചോദിച്ചു.

"ഉണ്ട്. ഞാൻ പറഞ്ഞില്ലേ. ആണുങ്ങൾ ഇപ്പോൾ ഏകപക്ഷീയമായി തീരുമാനങ്ങൾ എടുക്കുന്നത് കുറവാണ്."

"ഈ വീട്ടിൽ മാത്രം അങ്ങനല്ല..."

"ആരു പറഞ്ഞ് അല്ലെന്ന്? നിന്നോടു ചോദിച്ച് അഭിപ്രായം അറിഞ്ഞിട്ടല്ലേ ഞാൻ പലതുംചെയ്യാറുള്ളത്?"

"ശരിയാണ്. പക്ഷേ ഞാൻ ഒരു കാര്യം പറഞ്ഞാൽ നന്ദേട്ടൻ അത് ചെവിക്കൊള്ളാറില്ല."

പെട്ടെന്ന് നന്ദഗോപാലിന് അപകടം മണത്തു.

ഷീജ എവിടേയ്ക്കാണ് സംസാരം കൊണ്ടെത്തിക്കുന്നതെന്ന് അയാൾക്കു മനസ്സിലായി.

"ശരിയാണ് ഒരേയൊരു കാര്യത്തിൽ മാത്രം അങ്ങനെ സംഭവിച്ചിട്ടുണ്ട്." അയാൾ സമ്മതിച്ചു.

"ഏതു കാര്യത്തിൽ?" അവൾ ചോദിച്ചു.

"ഏതു കാര്യത്തിലാണെന്ന് നിനക്കും അറിയാം. എനിക്കും അറിയാം. അതുകൊണ്ട് ഇനിയത് സംസാരിക്കണ്ടാ. നീ വേഗം കഴിച്ചിട്ട് പ്ലേറ്റ് താ. അടുക്കളയിൽ അമ്മ തനിച്ചാണ്. പാത്രങ്ങൾ കഴുകാൻ സഹായിക്കണം."

പെട്ടെന്ന് ഷീജയുടെ കണ്ണുകൾ നിറഞ്ഞു.

"എത്ര നാളാ നന്ദേട്ടാ ഇങ്ങനെ അടുക്കളപ്പണിയും ചെയ്ത്."

"അതിലൊന്നും എനിക്ക് ഒരു വിഷമവുമില്ല. എത്ര തവണ ഞാനതു പറഞ്ഞിട്ടുണ്ട്..."

അവൾ കഴിച്ചുകഴിഞ്ഞപ്പോൾ അയാൾ ഒഴിഞ്ഞ പ്ലേറ്റ് വാങ്ങി മേശപ്പുറത്തുവച്ചു. പിന്നെ ഒരു മഗ്ഗിൽ വെള്ളം എടുത്തുകൊണ്ട് വായ കഴുകിച്ചു. വിരലുകൾ കഴുകിച്ച് നനവ് തുടച്ചുകൊടുത്തു.

"കിടത്തണോ?" അയാൾ ചോദിച്ചു.

തലയണകൾ ഉയർത്തിവച്ച് കട്ടിലിൽ ചാരി ഇരിക്കുകയായിരുന്നു അവൾ.

"വേണ്ടാ... കിടക്കുംമുമ്പ് നന്ദേട്ടൻ വന്ന് എന്നെ കിടത്തിയാൽ മതി."

അയാൾ അടുക്കളയിലേക്കു പോയി.

"ഇനി നീ കഴിക്ക് മോനേ..." അമ്മ പറഞ്ഞു.

"അമ്മ കഴിച്ചിട്ട് പോയി കിടന്നോ... ബാക്കി പണിയൊക്കെ ഞാൻ

ചെയ്തോളാം."

"അതൊന്നും സാരമില്ല. നീയവിടെ സമാധാനത്തോടെയിരുന്ന് കഴിക്ക്..."

അമ്മയ്ക്ക് അല്പം കൂനുണ്ട് എന്ന് അയാൾക്കു തോന്നി. ഓരോ ദിവസംകഴിയുന്തോറും പ്രായം കൂടിവരുകയാണ്. ആരോഗ്യം ക്ഷയിച്ചു. ഒരു ജോലിക്കാരിയെ നിർത്താതെ പറ്റില്ല. പേരിന് അമ്മയിവിടെ ഉണ്ടായിരുന്നാൽ മാത്രം മതി. അയാൾ വേഗം കഴിച്ചു. പിന്നെ പാത്രങ്ങൾ കഴുകിവച്ചു. കിച്ചൻ ടേബിൾ തുടച്ച് വൃത്തിയാക്കി. മോട്ടോർ ഓൺ ചെയ്ത് വാട്ടർ ടാങ്ക് നിറച്ചു. ഗേറ്റ് പൂട്ടിയിട്ടുണ്ടോ എന്ന് ചെന്നു നോക്കി.

എതിർവശത്തെ വീട്ടിലെ വിജയലക്ഷ്മി ഇതുവരെ ലൈറ്റ് അണച്ചിട്ടില്ല. വല്ലാത്ത ഒരു സ്ത്രീതന്നെ. ഒറ്റയ്ക്കാണെങ്കിലും മാനം മര്യാദയ്ക്ക് ജീവിക്കുന്ന എത്രയോ സ്ത്രീകളുണ്ട്. അന്യസ്ത്രീയുടെ ഭർത്താവിനെ ആഗ്രഹക്കുന്നത് ഒട്ടും ശരിയല്ല.

അയാൾ വീണ്ടും വീട്ടിലേക്കു കയറി മുൻവാതിൽ അടച്ചുപൂട്ടിയിട്ട് ഷീജയുടെ അടുത്തേക്കു ചെന്നു. അപർണ കൊണ്ടുചെന്നു കൊടുത്ത ഒരു നോവൽ വായിച്ചുകൊണ്ടിരിക്കുകയായിരുന്നു അവൾ.

"തീർന്നോ ജോലികളൊക്കെ?"

നോവൽ അടച്ചുവച്ച് അവൾ ചോദിച്ചു.

"ഉം..."

"എങ്കിൽ എന്റടുത്ത് കുറച്ചുനേരം ഇരുന്നിട്ട് നന്ദേട്ടൻ പോയിക്കിടന്ന് ഉറങ്ങിക്കോ."

അയാൾ അവളുടെ അടുത്തിരുന്നു. അവൾ അയാളുടെ കൈയെടുത്ത് പിടിച്ച് മെല്ലെ തലോടി.

നന്ദഗോപാൽ അവളുടെ മുഖത്തേക്ക് നോക്കി.

ഷീജയുടെ സൗന്ദര്യത്തിന് ഇതുവരെ ഒരു കോട്ടവുംതട്ടിയിട്ടില്ല. ആകാരസൗഷ്ഠവമുള്ള ശരീരമാണ് ഇപ്പോഴും അവളുടേത്. അവൾക്ക് എന്തെങ്കിലും അവശതയുണ്ടെന്ന് ആരു കണ്ടാലും പറയുകയില്ല.

സ്വയം എഴുന്നേറ്റിരിക്കാനോ നടക്കാനോ പറ്റില്ല എന്നൊരു കുഴപ്പം മാത്രമേയുള്ളൂ.

"എന്താണ് ഇങ്ങനെ നോക്കുന്നത്?" പെട്ടെന്ന് ഷീജ ചോദിച്ചു.

"ഒന്നുമില്ല..." അയാൾ പെട്ടെന്ന് കണ്ണുകൾ പിൻവലിച്ചു.

"ഒന്നൂടെ നോക്കിക്കേ... എന്റെ മുഖത്തേക്ക്..." അവൾ ആവശ്യ

പ്പെട്ടു.

അയാൾ അവളുടെ കണ്ണുകളിലേക്ക് നോക്കി.

“നന്ദേട്ടൻ പണ്ടൊക്കെ എനിക്ക് ഒരുപാട് ഉമ്മകൾ തരുമായിരുന്നു...” അയാൾ മിണ്ടിയില്ല.

“എനിക്ക് വയ്യാതായതിനു ശേഷം...ഇടയ്ക്ക് ഒരു ചടങ്ങ് നിറവേറ്റുന്നതു പോലെ മാത്രം...”

“ഇഷ്ടമില്ലാഞ്ഞിട്ടോ, സ്നേഹമില്ലാഞ്ഞിട്ടോ അല്ലെന്ന് നിനക്കറിയാമല്ലോ...” അയാൾ പറഞ്ഞു.

“എന്റെ അരയ്ക്ക് താഴോട്ട് മാത്രമേ ജീവനില്ലാതുള്ളൂ നന്ദേട്ടാ...” അവൾ പറഞ്ഞതിന്റെ അർത്ഥം അയാൾക്കു മനസ്സിലായി. പക്ഷേ ഇത്രയും നാളുകൾക്കു ശേഷം പതിവില്ലാതെ എന്തുകൊണ്ടാണ് ഇപ്പോൾ അവൾ ഇത്തരം ആഗ്രഹങ്ങൾ പറയുന്നത്?

അയാൾ അവളുടെ മുഖത്തിനു നേരെ കുനിഞ്ഞ് നെറ്റിയിൽ ഒരു ഉമ്മകൊടുത്തു.

“ഞാൻ വെറും കുഞ്ഞല്ല നന്ദേട്ടാ... ഞാനൊരു സ്ത്രീയാണ്.”

നന്ദഗോപാൽ ഒന്നു തിരിഞ്ഞുനോക്കി. വാതിൽ തുറന്നുകിടക്കുകയാണ്. എന്തെങ്കിലും ആവശ്യത്തിന് അമ്മ വന്നാൽ...

ഇല്ല. അമ്മ ഉറങ്ങാൻ കിടന്നല്ലോ.. ലൈറ്റുമണച്ചു. സുമിമോൾ നല്ല ഉറക്കമാണ്. അവൾ ഇനി നേരം വെളുത്തേ ഉണരൂ. അയാൾ വീണ്ടും തലകുനിച്ച് അവളുടെ ചുണ്ടുകളിൽ ഉമ്മവച്ചു.

“ഞാൻ വിചാരിച്ചു ഇതൊക്കെ നന്ദേട്ടൻ മറന്നുപോയി കാണുമെന്ന്.” അവൾ കളി പറഞ്ഞു.

അയാൾ ഒന്നും മിണ്ടിയില്ല.

“ഒരെണ്ണം കൊണ്ട് അവസാനിപ്പിച്ചോ?” അവൾ ചോദിച്ചു.

അയാൾ വീണ്ടും വീണ്ടും അവളുടെ ചുണ്ടുകളിൽ ഉമ്മ വച്ചു. അവളുടെ ചുണ്ടുകളുടെ മൃദുത്വവും കെട്ടിവരിയുന്ന കൈകളും അയാളുടെ രക്തത്തെ ചൂടുപിടിപ്പിക്കാൻ തുടങ്ങി. ഇങ്ങനെ പോയാൽ തനിക്ക് സ്വയം നിയന്ത്രിക്കാൻ പറ്റില്ലെന്ന് അയാൾക്കു തോന്നി. ആരോഗ്യമില്ലാത്ത സ്ത്രീയാണ് ഷീജ. അത് മറക്കാൻ പാടില്ല.

“നന്ദേട്ടാ എനിക്ക് കിടക്കണം.” പെട്ടെന്ന് അവൾ പറഞ്ഞു.

അയാൾക്ക് ആശ്വാസം തോന്നി. ഇത്രയും നേരം ചാരിയിരുന്നത് അവളെ വല്ലാതെ തളർത്തിക്കാണും. കിടത്തിക്കഴിഞ്ഞാൽ ക്ഷീണംകാരണം പെട്ടെന്ന് ഉറങ്ങും. തലയണകൾ മെല്ലെ എടുത്തുമാറ്റിയിട്ട് അയാൾ അവളെ താങ്ങിപ്പിടിച്ച് മെത്തയിലേക്ക് കിടത്തി.

"നന്ദേട്ടാ..." അവൾ അപ്പോൾ വിളിച്ചു.

"ഉം?"

"കുറച്ചുനേരം എന്റടുത്ത് കിടക്കാമോ..."അവൾ ചോദിച്ചു.

അതും പതിവില്ലാത്ത ആഗ്രഹമാണല്ലോ...

"ഉറക്കം വരുന്നില്ലേ?"

"വരുന്നുണ്ട്..." അയാൾ അവളുടെ അടുത്ത് കിടന്നു.

"ശരി... ഉറങ്ങിക്കോ..."

"എന്നെയൊന്ന് കെട്ടിപ്പിടിക്ക് നന്ദേട്ടാ... എല്ലാം ഞാൻ പറഞ്ഞ് ചെയ്യിക്കണോ?" പരിഭവമുണ്ടായിരുന്നു അവളുടെ സ്വരത്തിൽ.

അയാൾ എതിർപ്പ് കൂടാതെ അവളെ അനുസരിച്ചു. വലതുകൈ എടുത്ത് അവളെ കെട്ടിപ്പിടിച്ചു.

"നന്ദേട്ടാ..." അവൾ വിളിച്ചു.

"ഉം..."

"ഇങ്ങനെ കിടക്കാൻ നന്ദേട്ടൻ ആഗ്രഹിക്കാറില്ലേ?"

"ഉം..." അയാൾ വെറുതെ മൂളി.

"എല്ലാം എനിക്കുവേണ്ടി ത്യജിക്കുകയാണ് അല്ലേ?"

"അതല്ല... നിനക്ക് ബുദ്ധിമുട്ടുണ്ടാകാതിരിക്കാനാണ് ഷീജാ... അല്ലാതെ വേറൊന്നുകൊണ്ടുമല്ല..."

"നന്ദേട്ടാ..."

"ഉം..."

അവൾ അയാളുടെ കൈയെടുത്ത് മാറത്തുവച്ചു. അയാളുടെ വിരലുകൾ അറിയാതെ വിറകൊണ്ടു.

"ഞാനൊരു കാര്യം ചോദിച്ചാൽ കള്ളംപറയരുത്."

"ഇല്ല..."

അയാൾ പറഞ്ഞു.

"ആഗ്രഹങ്ങൾ ഇല്ലാത്തതുകൊണ്ടാണോ അതോ അതെല്ലാം അടക്കിവയ്ക്കുകയാണോ?"

അയാൾ മറുപടി പറഞ്ഞില്ല.

"അടക്കിവയ്ക്കുകയാണ്... എനിക്കറിയാം..."

അതിനും അയാൾ മറുപടി പറഞ്ഞില്ല.

"നമ്മുടെ അപർണയെപ്പോലുള്ള ഒരു പെൺകുട്ടിയെ നന്ദേട്ടൻ കല്യാണം കഴിക്കണം. എനിക്ക് പൂർണ സമ്മതമാണ്... ഞാൻ പറഞ്ഞല്ലോ..."

"നമ്മൾ ആ വിഷയം സംസാരിച്ചതാണ്. ഇനി അതെടുത്തിടണ്ടാ..." അയാൾ പറഞ്ഞു.

"അപർണയെ നന്ദേട്ടന് ഇഷ്ടമാണോ?"

"ഞാൻ എഴുന്നേറ്റ് പോവാണ്."

"എന്റെ അടുത്തു കിടക്കുന്നത് ഇഷ്ടമല്ലെങ്കിൽ നന്ദേട്ടന് എഴുന്നേറ്റു പോകാം." അയാൾ എഴുന്നേറ്റില്ല.

"എന്നെ അമർത്തി കെട്ടിപ്പിടിക്ക് നന്ദേട്ടാ..."

അയാൾ അവളെ അമർത്തി കെട്ടിപ്പിടിച്ചു.

അയാളുടെ ശരീരമാകെ വിറകൊണ്ടു. ഒരു പെൺശരീരത്തിന് ആണിനെ ഉണർത്താനുള്ള കഴിവ് എത്രയാണെന്ന് അയാൾക്ക് ഒരിക്കൽകൂടി ബോധ്യപ്പെട്ടു.

"എനിക്കറിയാം... നന്ദേട്ടന്റെ മനസ്സ് എന്റെകൂടെയില്ല... എഴുന്നേറ്റോളൂ... പോയിക്കിടന്ന് ഉറങ്ങ്. ഞാനിനി ശല്യം ചെയ്യില്ല..."

"എന്തിനാണ് നീയെന്നെ ഇങ്ങനെ ശിക്ഷിക്കുന്നത്?"

അയാൾ അറിയാതെ ചോദിച്ചുപോയി.

"ഭർത്താവിനെ സ്നേഹിക്കാനാഗ്രഹിക്കുന്നത് ശിക്ഷയാണോ നന്ദേട്ടാ? ശരീരം മാത്രമേ ബലഹീനമായിട്ടുള്ളൂ. മനസ്സിന് ഇപ്പോഴും മുപ്പത്തിനാല് വയസ്സേയുള്ളൂ... മതി. എഴുന്നേറ്റോളൂ..."

അവൾ പറഞ്ഞു.

നന്ദഗോപാൽ മെല്ലെ എഴുന്നേറ്റു.

ഷീജ ഇടംകണ്ണിട്ട് അയാളുടെ മുഖത്തേക്ക് നോക്കി.

അയാളിലെ പുരുഷൻ ഉണർന്നുകഴിഞ്ഞിരുന്നുവെന്ന് അവൾക്ക് മനസ്സിലായി. ചുണ്ടിലൂറിയ പുഞ്ചിരി അവൾ പെട്ടെന്ന് അമർത്തിക്കളഞ്ഞു. മതി. ഇതുപോലെ രണ്ടുമൂന്നു തവണ... പെണ്ണിനെ വേണമെന്ന ആഗ്രഹം നന്ദേട്ടനിൽ ശക്തമാകും. കല്യാണത്തിനു സമ്മതിക്കും.

പക്ഷേ പെട്ടെന്ന് അവളുടെ മനസ്സിലേക്ക് വേറെ ചിന്ത കയറിവന്നു. വേറെ പെണ്ണുങ്ങളെ അന്വേഷിച്ച് നന്ദേട്ടൻ പോയാലോ?

വീടിന്റെ തൊട്ടുമുന്നിൽ തന്നെ ഒരു രംഭയുണ്ട്...

ഏയ്... നന്ദേട്ടൻ അത്തരക്കാരനല്ല. ഒരിക്കലും തെറ്റായ വഴികളിലൂടെ സഞ്ചരിക്കില്ല.

നന്ദഗോപാൽ ഷീറ്റെടുത്ത് ഷീജയെ പുതപ്പിച്ചിട്ട് ലൈറ്റുമണച്ച് മുറിയിൽനിന്നിറങ്ങി.

നാവ് വരളുന്നതുപോലെയും ശരീരം തളരുന്നതു പോലെയും അയാൾക്ക് അനുഭവപ്പെട്ടു. ഹാളിലെ ലൈറ്റ് തെളിയിച്ചിട്ട് അയാൾ ചെന്ന് ഫ്രിഡ്ജിൽനിന്ന് ഒരു കുപ്പിവെള്ളമെടുത്ത് കുടിച്ചു.

അയാൾ റൂമിൽ ചെന്നു നോക്കി. സുമിമോൾ ഒരുവശം ചരി

ഞ്ഞുകിടന്ന് ഉറങ്ങുന്നു. അവളെ ഉണർത്താതെ ബെഡ്ഡിന്റെ ഓരം ചേർന്ന് അയാൾ കണ്ണുകളടച്ച് ഉറങ്ങാൻ കിടന്നു.

എന്തിനാണ് അപർണയെക്കുറിച്ച് ഷീജ വീണ്ടും വീണ്ടും പറയുന്നത്? അപർണ നല്ല പെൺകുട്ടിയാണ്. കാണാൻ അഴകുള്ളവളാണ്. പഠിപ്പുള്ളവളാണ്. അവൾക്കുവേണ്ടി എവിടെയോ അനുയോജ്യനായ ഒരു ചെറുപ്പക്കാരൻ ജനിച്ചിട്ടുമുണ്ട്. തിരിഞ്ഞും മറിഞ്ഞും കിടന്ന് അയാൾ എപ്പോഴോ ഉറങ്ങി.

രാവിലെ അടുക്കളയിൽ നന്ദഗോപാൽ പാലുകാച്ചിക്കൊണ്ടു നിന്നപ്പോഴാണ് അപർണ ട്യൂഷന് വന്നത്. സുമിയുടെ അടുത്തേക്കു പോകാതെ അവൾ അടുക്കളയിലേക്ക് കയറിവന്നു.

“അമ്മയെവിടെ സാർ?” അവൾ ചോദിച്ചു.

“വീട്ടിൽ പോയിരിക്കുകയാണ്. രണ്ടുദിവസം കഴിഞ്ഞേ വരൂ...” അയാൾ പറഞ്ഞു.

“അപ്പോൾ അടുക്കളയിൽ ഒരു വേക്കൻസിയുണ്ട്. അല്ലേ?”

ചിരിച്ചുകൊണ്ട് അവൾ ചോദിച്ചു.

“അതേ...”

“എന്നെ നിയമിക്കാമോ ആ പോസ്റ്റിൽ?”

“പിന്നെന്താ സന്തോഷമേയുള്ളൂ...” അയാൾ പറഞ്ഞു.

“പക്ഷേ അമ്മ വരുമ്പോൾ എന്നെ പറഞ്ഞുവിടരുത്... സമ്മതിച്ചോ?” അയാൾ അവളെ ഒന്നുനോക്കി.

“അതായത് സ്ഥിരനിയമനം.”

അവർ പരസ്പരം നോക്കിനിന്നു.

പെട്ടെന്നാണ് പാത്രത്തിലെ പാല് തിളച്ചുപൊങ്ങി സ്റ്റൗവിന്റെ മീതേയ്ക്ക് ഒഴുകിപ്പരന്നത്.

അയാൾ ഓടിച്ചെന്ന് സ്റ്റൗവ് ഓഫാക്കിയെങ്കിലും തിളച്ച പാൽ വീണ് കൈ പൊള്ളി.

“അയ്യോ...”

നന്ദഗോപാൽ ഞെട്ടിയുണർന്നു. മുറിയിൽ ഇരുട്ടു മാത്രം. അടുക്കളയില്ല. അപർണയുമില്ല.

അയാൾ എഴുന്നേറ്റിരുന്ന് കിതച്ചു.

പിറ്റേന്നു രാവിലെ നന്ദഗോപാൽ സിറ്റൗട്ടിലിരുന്നു കൊണ്ട് പത്രം വായിക്കുമ്പോഴാണ് ആരോ ഗേറ്റ് തുറക്കുന്ന ശബ്ദംകേട്ടത്. തലയുയർത്തി നോക്കിയപ്പോൾ അപർണയാണ്. വീണ്ടും ഗേറ്റടച്ചിട്ട് പടികൾ കയറിവന്ന് അവൾ അയാളുടെ മുന്നിൽ നിന്നു.

അയാൾ മെല്ലെ എഴുന്നേറ്റു.

10

“എന്താ അപർണേ?”

അവളുടെ മുഖത്തേക്ക് നോക്കി ആശങ്കയോടെയാണ് നന്ദഗോപാൽ ചോദിച്ചത്. വേണ്ടാത്ത എന്തെങ്കിലും ഷീജ അവളോട് പറഞ്ഞുകാണുമോ എന്നായിരുന്നു അയാളുടെ ഭയം.

“ഒന്നുമില്ല സർ...” പെട്ടെന്ന് അപർണ പറഞ്ഞു.

“അതല്ല... എന്തോ ചോദിക്കാനോ പറയാനോ ഉണ്ട്. അതുകൊണ്ടാണ് എന്റെ മുന്നിൽ വന്നു നിന്നത്, അല്ലേ? എന്താണ് പറയൂ.”

അയാൾ ആവശ്യപ്പെട്ടു.

നന്ദൻസാറിന്റെ മുന്നിൽ വന്നു നിൽക്കാതെ ഡൈനിംഗ് റൂമിൽ പോയാൽ മതിയായിരുന്നു. മണ്ടത്തരമായിപ്പോയി.

“അത്... അതു പിന്നെ...” പറയാൻ മടിച്ച് അവൾ നിന്നു.

“എന്തായാലും പറയൂ... അതിനുള്ള സ്വാതന്ത്ര്യമുണ്ട് എന്റെയടുത്ത്. പറയാനുള്ളത് മനസ്സിൽ വച്ചുകൊണ്ടു നടക്കുന്നത് അത്ര നല്ല ശീലമല്ല...”

“പറയാം. പക്ഷേ സാറിന്റെ കുടുംബകാര്യങ്ങളിൽ ഞാനിടപെടാൻ വരുന്നു എന്ന തോന്നൽ ഉണ്ടാകാതിരുന്നാൽ മതി.”

അവൾ പറഞ്ഞു.

“ഒരിക്കലും ഞാനങ്ങനെ വിചാരിക്കുകയില്ല. അല്ലെങ്കിൽ തന്നെ അപർണ ഒരു അന്യയല്ല. ഈ വീട്ടിലെ ഒരംഗത്തെപ്പോലെയാണ്. ഞാൻ കാണുന്നതും കരുതുന്നതും.” അയാൾ പറഞ്ഞു.

അവരുടെ സംസാരം അമ്മയോ, ഷീജയോ കേൾക്കുമോ എന്ന ആശങ്കയുണ്ടായിരുന്നു അവൾക്ക്.

അമ്മ അടുക്കളയിൽ എന്തോ ജോലിയിലാണ്. ഷീജ ചേച്ചി ബെഡ്റൂമിലും. സംസാരിക്കുന്നത് അവർ കേൾക്കുമായിരിക്കുമെങ്കിലും വ്യക്തമാവാൻ സാധ്യതയില്ല.

“സാർ വേറെ വിവാഹം ചെയ്യാൻ ഷീജ ചേച്ചി നിർബന്ധിക്കുന്നുണ്ടോ?” അവൾ കഴിയുന്നത്ര ശബ്ദം താഴ്ത്തി ചോദിച്ചു.

“എങ്ങനറിഞ്ഞു അപർണ ഇക്കാര്യം?” ആശ്ചര്യത്തോടെ അയാൾ അവളെ നോക്കി.

“ചേച്ചിയാണ് എന്നോടു പറഞ്ഞത്. ഭാര്യയെന്ന നിലയിൽ ഒരു കടമയും ചെയ്യാൻ കഴിയുന്നില്ലെന്നും ഡൈവോഴ്സ് വാങ്ങിയാൽ സാറിന് വേറൊരു പെണ്ണിനെ കല്യാണം കഴിച്ചുകൊണ്ടു വരാമെന്നും...”

നന്ദഗോപാൽ ഒന്നു ചിരിച്ചു.

“ഇത്തരം ഭ്രാന്ത് എന്നോടും അവൾ പറയാറുണ്ട്. പാവമായിട്ടാണ്. അവൾ എന്നെ അത്രയധികം സ്നേഹിക്കുന്നുണ്ട്. എനിക്ക് ഒരു കുറവും വരാൻ പാടില്ല എന്ന് അവൾ ആഗ്രഹിക്കുന്നു. അതിന് അവൾ കണ്ടുപിടിച്ച വഴിയാണിത്...”

“ചേച്ചിയെ സാർ ഡൈവോഴ്സ് ചെയ്യുമോ?”

അപർണ ചോദിച്ചു.

“ഒരിക്കലുമില്ല. എനിക്ക് ചിന്തിക്കാൻ പോലും കഴിയാത്ത കാര്യമാണ്. അങ്ങനെ വല്ലതും ചെയ്താൽ അതിന്റെ അർത്ഥം ഞാനൊരു മനുഷ്യനല്ലെന്നാണ്. ശാരീരിക സുഖത്തിനു വേണ്ടി രോഗിയായ ഭാര്യയെ ഉപേക്ഷിച്ചിട്ട് മറ്റൊരുത്തിയെ വേൾക്കുന്നവനെ മൃഗമെന്നു പോലും വിളിക്കാൻ പറ്റില്ല.”

“മതി സാർ. എനിക്ക് സമാധാനമായി. സാർ അങ്ങനെ ചെയ്താൽ ലോകം മുഴുവൻ സാറിനെ പഴിക്കും. ചേച്ചിയുടെ അറിവോടെയും സമ്മതത്തോടെയാണെങ്കിലും ചേച്ചിയെ ഒരുപാട് വേദനിപ്പിക്കും സാർ വേറെ ഒരു കല്യാണം കൂടി കഴിച്ചാൽ.”

“എനിക്കതറിയാം അപർണേ... വരുന്നവൾ എന്റെ മോളെ സ്നേഹിക്കുമോ? ഇല്ല. അവളുടെ കണ്ണീരുകൂടി ഞാൻ കാണേണ്ടി വരില്ലേ? ഒരു ആലോചനയുമില്ലാതെ ഷീജ എടുക്കുന്ന തീരുമാനങ്ങളാ ഇതൊക്കെ.”

നന്ദഗോപാൽ പറഞ്ഞു.

“ഡൈവോഴ്സ് ചെയ്താലും ചേച്ചി ഈ വീട്ടിൽതന്നെ താമസിക്കാൻ സാർ അനുവാദം കൊടുക്കുമെന്നും അതുകൊണ്ട് മോളെ മിസ് ചെയ്യേണ്ടി വരില്ലെന്നുമൊക്കെയാണ്.”

നന്ദഗോപാൽ വേദനയോടെ ചിരിച്ചു.

“ഇതിനൊക്കെ എന്തു മറുപടി പറയാനാണ്? സമനില തെറ്റിയതു പോലെയാണ് ഷീജ സംസാരിക്കുന്നത്. മുമ്പ് ഇത്തരം ആഗ്രഹം അവൾ പറഞ്ഞിട്ടേയില്ല. ഇവിടെ താമസത്തിനു വന്ന ശേഷമാണ്.”

“ചേച്ചിയുടെ ഭാഗത്തുനിന്നുകൊണ്ട് ചിന്തിക്കുമ്പോൾ ചേച്ചി പറയുന്നതിലും കാര്യമുണ്ടെന്ന് തോന്നുന്നു. ചേച്ചിക്കിനി ഒരു സാധാരണ ജീവിതം നയിക്കാൻ കഴിയുമെന്ന് വിശ്വാസമില്ല. അമ്മയെക്കൊണ്ട് എത്രനാൾ സഹായിക്കാൻ പറ്റും? അപ്പോൾ വീട്ടിൽ സ്ഥിരമായി ഒരാൾ ഉണ്ടായാലേ പറ്റൂ.” അപർണ പറഞ്ഞു.

“അതൊക്കെ ശരിയാണ്. എന്നുവിചാരിച്ച് അംഗവൈകല്യം

വന്ന ഭാര്യയെ ഉപേക്ഷിക്കാൻ ഞാൻ തയാറല്ല. വേണമെങ്കിൽ ഒരു ജോലിക്കാരിയെ നിർത്താം. അല്ലാതെ വഴിയൊന്നുമില്ല."

അവൾ മിണ്ടിയില്ല.

"മോൾക്ക് അവളുടെ അമ്മയെ പിരിയാനും പറ്റില്ല അപർണേ..."

"ചേച്ചി പറയുന്നത് ചേച്ചി ഇവിടെത്തന്നെ താമസിക്കുമെന്നാണ്."

"ഒരു രണ്ടാം ഭാര്യ വന്നെന്നുതന്നെ ഇരിക്കട്ടെ. ആദ്യഭാര്യയെ ശുശ്രൂഷിക്കാൻ അവൾ തയാറാകുമോ? ഷീജയെ ഈ വീട്ടിൽ കഴിയാൻ പോലും അവൾ സമ്മതിക്കില്ല. ശരിയല്ലേ?"

"ശരിയാണ് സാർ. ഞാൻ ഈ പ്രശ്നത്തിൽ ഇടപെട്ടതല്ല. ഇക്കാര്യത്തിൽ സാറിന്റെ അഭിപ്രായമെന്താണെന്ന് അറിയാൻ വേണ്ടി ചോദിച്ചെന്നേയുള്ളൂ. ഷീജ ചേച്ചിയെ ഒരിക്കലും ഉപേക്ഷിക്കരുതെന്നു മാത്രമേ എനിക്ക് പറയാനുള്ളൂ..."

അപർണ പിന്നെ അവിടെ നിന്നില്ല. അവൾ അകത്തേക്കു കയറിപ്പോയി. നന്ദഗോപാൽ വീണ്ടും കസേരയിലേക്ക് ഇരുന്നു. ഷീജ മനസ്സിൽ കണ്ടിരിക്കുന്ന പെണ്ണ് അപർണയാണെന്നറിഞ്ഞാൽ പിന്നെ അവൾ ഈ വീട്ടിൽ കാലുകുത്തുമോ എന്ന് സംശയമാണ്.

ആ വിഡ്ഢിത്തം ഷീജ എഴുന്നള്ളിക്കുമോ എന്ന് അയാൾ ഭയപ്പെട്ടു. അയാൾ എഴുന്നേറ്റ് ഷീജയുടെ മുറിയിലേക്ക് ചെന്നു. അയാളെ കണ്ട് അവൾ പുഞ്ചിരിച്ചു.

"അപർണ്ണ വന്നു അല്ലേ?"

"ഉം.."

"നിങ്ങൾ തമ്മിൽ സംസാരിക്കുന്നതു കേട്ടല്ലോ... എന്തായിരുന്നു?"

"അതോ... അതു പിന്നെ സുമിമോൾടെ കാര്യമായിരുന്നു..."

അയാൾ പറഞ്ഞു.

"ആരുടെ കാര്യമായാലും വേണ്ടില്ല. നിങ്ങൾ രണ്ടുപേരും എന്നും ഇതുപോലെ സംസാരിക്കണം. എങ്കിലേ രണ്ടുപേർക്കും തമ്മിൽ അടുപ്പമുണ്ടാകൂ. അപർണയ്ക്ക് നന്ദേട്ടനോട് നല്ല ഇഷ്ടമുണ്ട്." ഷീജ പറഞ്ഞു.

"നിനക്ക് വേറൊന്നും പറയാനില്ലേ?"

നന്ദഗോപാലിന് അരിശം വന്നു.

"എന്നോട് അവളങ്ങനെ തുറന്നു പറഞ്ഞില്ലെന്നേയുള്ളൂ.. പക്ഷേ സംസാരത്തിൽ നിന്ന് നമുക്ക് ചിലത് മനസിലാക്കാൻ പറ്റുമല്ലോ?"

"ഞാനൊരു കാര്യം പറഞ്ഞേക്കാം... ഇത്തരം കാര്യങ്ങൾ അവ

ളുടെ അടുത്ത് വിളമ്പി എന്നെ നാണം കെടുത്തരുത്. അതു മാത്ര മേയുള്ളു എന്റെ അപേക്ഷ."

അയാൾ പെട്ടെന്ന് മുറിയിൽ നിന്ന് ഇറങ്ങിപ്പോയി.

നന്ദേട്ടന് നല്ല ദേഷ്യം വരുന്നുണ്ട് അത്തരം കാര്യം പറയുമ്പോൾ. അതോർത്ത് ഷീജ പുഞ്ചിരിച്ചു. ദേഷ്യം വരണം. താനൊരു വലിയ ശല്യമാണെന്ന് തോന്നണം. അങ്ങനെയെങ്കിലും തന്നെ ഒഴിവാക്കണമെന്ന് ആഗ്രഹം വരും.

ട്യൂഷൻ കഴിഞ്ഞ് അപർണ ഷീജയെ കാണാൻ ചെന്നില്ല. അതു മനഃപൂർവമായിരുന്നു. ചെന്നാൽ ചേച്ചിക്ക് പറയാൻ ഒരേയൊരു കാര്യം മാത്രമേയുള്ളു. അതു കേട്ട് മടുത്തു. കാണാതിരുന്നാൽ അത് മറക്കും. വീട്ടിൽ ചെന്നിട്ടാണ് അവൾ പ്രാതൽ കഴിച്ചത്. ഒരു പ്ലേറ്റിൽ ദോശയും ചട്നിയുമെടുത്ത് സുകുമാരിയമ്മയും കഴിക്കാൻ അവളുടെ അടുത്ത് വന്നിരുന്നു.

"കുറച്ചു മുമ്പ് വിലാസിനിയപ്പച്ചി വിളിച്ചാരുന്നു."

സുകുമാരിയമ്മ പറഞ്ഞു.

"എന്താ വേറെ കല്യാണാലോചനയാണോ? ഇത്തവണ ആരാ പയ്യൻ?" അപർണ ചോദിച്ചു.

"വേറെ പയ്യനല്ല... ആ രമേശൻ തന്നെ."

"പട്ടാളമോ?"

"ഉം... അവന് ഒരു തരി പൊന്നുപോലും വേണ്ടെന്ന്. കാശും വേണ്ട. നിന്നെ കണ്ട് ഇഷ്ടപ്പെട്ടിട്ടാണെന്ന്. അവന്റെ അമ്മയാ അത്യാഗ്രഹി."

"അമ്മയെന്തു പറഞ്ഞു?"

"നിന്നോട് ചോദിച്ചിട്ട് വിവരം അറിയിക്കാമെന്ന് ഞാൻ പറഞ്ഞു."

"നമുക്കത് വേണ്ടമ്മേ." അവൾ പറഞ്ഞു.

"ഇക്കാലത്ത് ഏതു പയ്യനാ മോളേ സ്ത്രീധനം കൂടാതെ കല്യാണം കഴിക്കാൻ തയാറാവുന്നേ?" സുകുമാരിയമ്മ ചോദിച്ചു.

"ധാരാളം പേർ കാണും. പഴയ കാലമൊന്നുമല്ല. കണക്കുപറഞ്ഞ് വാങ്ങുന്നവരും കാണുമായിരിക്കും. പക്ഷേ ഈ കല്യാണം നടന്നെന്നിരിക്കട്ടെ. ഞാൻ പോയി താമസിക്കേണ്ടത് ആ വീട്ടിലല്ലേ. അയാളുടെ അമ്മയ്ക്ക് എന്നോട് പുച്ഛമേ കാണൂ.ശരിയല്ലേ?"

"അവൻ നിന്നെ വീട്ടിൽ നിർത്താതെ കൂടെ കൊണ്ടുപോയാലോ?"

"കൊണ്ടുപോകാൻ പറ്റുന്ന ജോലിയാണോന്ന് നമുക്കറിയില്ലല്ലോ. താല്പര്യമില്ലെന്നു തന്നെ അമ്മ പറ."

ആ അഭിപ്രായത്തോട് സുകുമാരിയമ്മയ്ക്ക് യോജിപ്പില്ലായിരുന്നു.

"അങ്ങനെ അറുത്തുമുറിച്ച് പറയുന്നത് ബുദ്ധിയല്ല മോളെ. അവൻ വന്ന് നിന്നെയൊന്ന് കാണട്ടെ. അതുകഴിഞ്ഞ് തീരുമാനിക്കാം. അത് വേണോ വേണ്ടയോ എന്ന്."

"അത് ശരിയാകുമെന്ന് എനിക്ക് തോന്നുന്നില്ലമ്മേ."

"നിനക്കെങ്ങനെയറിയാം. കൊടുക്കാൻ ആവശ്യത്തിന് സ്വത്തും പണവും ഉണ്ടായിരുന്നെങ്കിൽ നമുക്ക് ഇഷ്ടമുള്ള കല്യാണം നടത്താമായിരുന്നു. പക്ഷേ..."

പെണ്ണായി ജനിക്കേണ്ടായിരുന്നു. അപർണയ്ക്ക് സങ്കടം വന്നു.

○○

നന്ദഗോപാൽ ഓഫീസിലേക്ക് പോയിക്കഴിഞ്ഞിട്ടാണ് ദാക്ഷായണിയമ്മ പ്രാതൽ കഴിച്ചത്. ശനിയാഴ്ചയായതു കാരണം സുമിമോൾക്ക് സ്കൂളില്ലായിരുന്നു. അവൾ വരാന്തയിലിരുന്ന് കളിക്കുന്നു. അപർണ കൊണ്ടുവന്നു കൊടുത്ത നോവലിൽ മുഴുകി കിടക്കുകയായിരുന്നു ഷീജ.

കഴിച്ചുകഴിഞ്ഞ് കൈകഴുകാൻ സോപ്പെടുക്കാൻ വേണ്ടി ദാക്ഷായണിയമ്മ ബാത്റൂമിലേക്കു പോയി. നിലത്ത് വീണുകിടന്നിരുന്ന വെള്ളത്തിൽ ചവിട്ടി അവരുടെ കാലു തെന്നി.

വീഴാതിരിക്കാൻ വേണ്ടി എന്തെങ്കിലുമൊന്നിൽ പിടിക്കാൻ ശ്രമിച്ചെങ്കിലും ടൈൽസ് പതിച്ച ഭിത്തിയല്ലാതെ ഒന്നുമുണ്ടായിരുന്നില്ല. ദാക്ഷായണിയമ്മ ഒരുവശം ചരിഞ്ഞ് ശബ്ദത്തോടെ ബാത്റൂമിന്റെ തറയിലേക്ക് വീണു. ഒരു നിമിഷത്തേക്ക് ഇരുട്ട് മാത്രമേയുണ്ടായിരുന്നുള്ളൂ അവരുടെ കണ്ണുകളിൽ. ശ്വാസം നിലച്ചുപോയതു പോലെ തോന്നി. മരിച്ചുപോകുമോ എന്ന് അവർ ഭയപ്പെട്ടു.

അല്പനേരം കഴിഞ്ഞിട്ടാണ് വായു ഉള്ളിലേക്ക് എടുക്കാൻ കഴിഞ്ഞത്. എഴുന്നേൽക്കാൻ അവർ ഒരു ശ്രമം നടത്തി നോക്കി. പക്ഷേ ശരീരം അനങ്ങിയില്ല. ഇടതുകാലിൽ കൊളുത്തിപ്പിടിക്കുന്ന ഒരു വേദന അപ്പോഴാണ് അനുഭവപ്പെട്ടത്.

"ഷീജമോളെ..." അവർ ശബ്ദമുയർത്തി വിളിച്ചു.

പക്ഷേ സ്വരം പുറത്തേക്കു വന്നില്ല.

ഷീജയെ വിളിച്ചിട്ട് കാര്യമില്ലെന്ന് പെട്ടെന്നാണ് ദാക്ഷായണിയമ്മയ്ക്ക് ഓർമ്മ വന്നത്.

ബാത്റൂമിൽ കിടന്ന് മരിക്കുമെന്നു തന്നെ അവർക്കുറപ്പായി.

അപ്പോഴാണ് കളി അവസാനിപ്പിച്ച് സുമിമോൾ അമ്മയുടെ അടുത്തേക്ക് പോകാനായി അതുവഴി വന്നത്.

ബാത്റൂമിൽ കിടക്കുന്ന ദാക്ഷായണിയമ്മയെ അവൾ കണ്ടു.

“അമ്മൂമ്മേ എന്താ അവിടെ കിടക്കുന്നെ... എഴുന്നേറ്റ് വായോ...” അവൾ പറഞ്ഞു.

“വയ്യ മോളെ.” അവർ പറഞ്ഞു.

ദുർബലമായിരുന്നു അവരുടെ സ്വരം.

“അമ്മൂമ്മ വീണതാണോ?”

പെട്ടെന്ന് സുമിമോൾക്ക് കാര്യം പിടികിട്ടി.

“ഉം. അമ്മയോടുപറ.”

സുമിമോൾ ഓടി ഷീജയുടെ മുറിയിലേക്കു ചെന്നു.

“എന്താ മോളേ?” അവളുടെ പരിഭ്രമം കണ്ട് ഷീജ ചോദിച്ചു.

“അമ്മൂമ്മ കുളിമുറിയിൽ വീണു. എഴുന്നേൽക്കാൻ വയ്യ. അമ്മയോട് പറയാൻ പറഞ്ഞു.”

കിതപ്പിനിടയിൽ അവൾ പറഞ്ഞൊപ്പിച്ചു.

“എന്റീശ്വരന്മാരെ... ആരാ അമ്മയെ ഒന്ന് പിടിച്ചെഴുന്നേൽപ്പിക്കാൻ. ആരോടുപറയും?” അവൾ നിലവിളിച്ചു.

പെട്ടെന്ന് അവൾ മൊബൈൽ എടുത്ത് നന്ദഗോപാലിനെ വിളിച്ചു. ഫോൺ ബെല്ലടിച്ചു നിന്നതല്ലാതെ അയാൾ കോൾ എടുത്തില്ല. ഉടൻ തന്നെ അവൾ അപർണയെ വിളിച്ചു.

“എന്താ ചേച്ചീ?” ഉടൻ അപർണ ഫോണെടുത്തു.

“ഒന്നു വേഗം ഇങ്ങോട്ടു വാ മോളേ. അമ്മയിവിടെ ബാത്റൂമിൽ വീണുകിടക്കുന്നു. എഴുന്നേൽക്കാൻ വയ്യ. ഇവിടെ വേറാരുമില്ലല്ലോ. നന്ദേട്ടൻ ഓഫീസിലാ. വിളിച്ചിട്ട് കിട്ടുന്നുമില്ല.”

“ഞാൻ വരാം ചേച്ചീ.”

അവൾ സുകുമാരിയമ്മയോട് വിവരം പറഞ്ഞിട്ട് ചന്ദ്രാലയത്തിലേക്ക് ഓടി. രണ്ടുമൂന്ന് മിനിറ്റിനകം അവൾ അവിടെയെത്തി. ചെന്നപ്പോൾ കുളിമുറിയിൽ അതേപടി കിടക്കുകയായിരുന്നു ദാക്ഷായണിയമ്മ. അപർണയെ കണ്ടപ്പോൾ അവർക്ക് കുറച്ച് ആശ്വാസം കിട്ടി.

“എഴുന്നേൽക്കാൻ വയ്യ മോളെ. ഇടതുകാലിൽ ഭയങ്കരവേദന. അനക്കാൻ വയ്യ.”

അപർണ അവരെ താങ്ങിപ്പിടിച്ച് എഴുന്നേൽക്കാൻ ശ്രമിച്ചു. പക്ഷേ ഭാരം കാരണം അവൾക്ക് അതിനു കഴിഞ്ഞില്ല.

"ഞാനിപ്പം വരാം. അമ്മേ."

ആരെയെങ്കിലും സഹായത്തിനു വിളിച്ചേ പറ്റൂ. എതിർവശത്തെ വീട്ടിൽ വിജയലക്ഷ്മി ചേച്ചി കാണും. പക്ഷേ വിളിച്ചാൽ വരുമോ എന്നറിയില്ല. അല്ലെങ്കിൽ തന്നെ വിജയലക്ഷ്മി ചേച്ചിയെ വിളിക്കുന്നതിൽ ഇവിടെ ആർക്കും താല്പര്യവും കാണുകയില്ല.

പക്ഷേ ആപത്തുണ്ടാകുമ്പാൾ ശത്രുവെന്നോ മിത്രമെന്നോ നോക്കാൻ പാടുണ്ടോ? അവൾ ഷീജയുടെ അടുത്തേക്കു ചെന്നു.

"എന്നെക്കൊണ്ട് തനിച്ച് അമ്മയെ പൊക്കിയെടുക്കാൻ പറ്റുന്നില്ല ചേച്ചീ."

"നന്ദേട്ടനെ കിട്ടി. ഇപ്പം വരും." ഷീജ പറഞ്ഞു.

അപ്പോഴേക്ക് വെളിയിൽ ഒരു ബൈക്ക് വന്നു നിൽക്കുന്ന ശബ്ദംകേട്ടു.

"നന്ദേട്ടൻ വന്നല്ലോ."

അപർണ വെളിയിലേക്കിറങ്ങി ചെന്നു. അപ്പോൾ നന്ദഗോപാൽ തിടുക്കത്തിൽ കയറിവന്നു.

"അമ്മ വീണൂന്ന് ഷീജ വിളിച്ചുപറഞ്ഞു."

ഭയത്തോടെ അയാൾ അവളെ നോക്കി.

"ബാത്റൂമിലാ. എഴുന്നേൽക്കാൻ വയ്യ."

അയാളുടെ പിന്നാലെ അവളും ചെന്നു.

"അമ്മേ എന്താ പറ്റിയത്. വീണോ എഴുന്നേൽക്ക് ഞാൻ സഹായിക്കാം."

നന്ദഗോപാൽ അമ്മയെ താങ്ങിപ്പിടിച്ച് എഴുന്നേൽപ്പിച്ചു. പക്ഷേ അവർ നിൽക്കാൻ വയ്യാതെ അയാളുടെ ശരീരത്തിലേക്ക് ചാഞ്ഞു.

"വയ്യാ മോനേ... ഇടത്തേ കാല് നിലത്തുകുത്താൻ വയ്യാ. ഭയങ്കര വേദന."

"നമുക്ക് റൂമിൽ പോയി കിടക്കാം."

"നടക്കാൻ വയ്യാ."

കരച്ചിലിന്റെ വക്കിലെത്തിയിരുന്നു ദാക്ഷായണിയമ്മ.

എന്തുചെയ്യണമെന്നറിയാതെ അപർണ അടുത്തു തന്നെ നിൽക്കുന്നുണ്ടായിരുന്നു.

"അപർണ അമ്മയുടെ കാലുകളിൽ ഒന്നു താങ്ങാമോ. നമുക്ക് കൊണ്ടുപോയി കട്ടിലിൽ കിടത്താം." അയാൾ പറഞ്ഞു.

അവൾ ദാക്ഷായണിയമ്മയുടെ കാലുകൾ മെല്ലെ പിടിച്ചുപൊക്കി. നന്ദഗോപാൽ അവരെ താങ്ങിപ്പിടിച്ചു. രണ്ടുപേരുംകുടി അമ്മയെ മുറിയിൽ കൊണ്ടുചെന്ന് കിടത്തി.

"കാലൊടിഞ്ഞു കാണും മോനേ. അതായിത്ര വേദന."

അവർ പറഞ്ഞു.

"ഹോസ്പിറ്റലിൽ കൊണ്ടുപോണം സാർ. വീഴ്ചയിൽ അമ്മക്കെന്തോ പറ്റിയിട്ടുണ്ട്." അപർണ പറഞ്ഞു.

"എനിക്കും അങ്ങനെ തോന്നുന്നുണ്ട്. പക്ഷേ അമ്മയെ ഒറ്റയ്ക്ക് എങ്ങനെ ഞാൻ കൊണ്ടുപോകും?"

അയാൾ വിഷണ്ണനായി പറഞ്ഞു.

"ഞാനും കൂടി വരാം." അവൾ തയാറായി.

"അപ്പോൾ ഇവിടെ ഷീജയും മോളും മാത്രമല്ലേ കാണൂ. അതു വേണ്ടാ. അപർണ ഇവിടെ ഉണ്ടായാൽ മതി. ഞാൻ ഓഫീസിൽ നിന്ന് ആരെയെങ്കിലും സഹായത്തിന് വിളിക്കാം."

അയാൾ ഫോണെടുത്ത് ഓഫീസിലേക്ക് വിളിച്ചു.

അല്പനേരം കഴിഞ്ഞപ്പോൾ ബൈക്കിൽ രണ്ടു ചെറുപ്പക്കാർ എത്തി.

"അമ്മ കാറിൽ ഇരിക്കുമോ സാർ?"

അതിലൊരാൾ സംശയം പ്രകടിപ്പിച്ചു.

"ബാക്സീറ്റിൽ ചാരിയിരുത്താം. അല്ലാതെ വേറെ നിവൃത്തിയില്ല. ടൗണിൽനിന്ന് ആംബുലൻസ് വിളിച്ചാലും വരാൻ ഒരു മണിക്കൂറിലേറെ എടുക്കും."

നന്ദഗോപാലും മറ്റ് രണ്ടുപേരുംകൂടി അമ്മയെ താങ്ങിയെടുത്ത് കാറിന്റെ ബാക്സീറ്റിൽ ഇരുത്തി.

അമ്മ മൂളുകയും ഞരങ്ങുകയും ചെയ്യുന്നുണ്ടായിരുന്നു.

അവർ അപ്പോൾതന്നെ അമ്മയെ ഹോസ്പിറ്റലിലേക്കു കൊണ്ടുപോയി. അപർണ ഷീജയുടെ അടുത്തേക്കുചെന്നു.

"അവർ പോയോ?"

"ഉം."

"അമ്മേടെ കാലിൽ ഒടിവുണ്ടെങ്കിൽ രണ്ടുമാസത്തേക്ക് എഴുന്നേറ്റു നടക്കാൻ പറ്റത്തില്ല." ഷീജ പറഞ്ഞു.

അപർണ ഒന്നും മിണ്ടിയില്ല.

"അടുക്കളയിൽ ഒന്നു നോക്കിയേക്കണേ... അമ്മ എന്തോ ചെയ്യുകയായിരുന്നെന്ന് തോന്നുന്നു."

പെട്ടെന്ന് ഷീജ പറഞ്ഞു.

തിരക്കിനിടയിൽ അക്കാര്യം അപർണയും മറന്നുപോയിരിക്കുന്നു. അവൾ വേഗം അടുക്കളയിലേക്കു ചെന്നു.

അടുപ്പത്ത് കലത്തിൽ അരി തിളച്ച് വെന്തു കിടക്കുന്നുണ്ടായിരു

ന്നു. സ്റ്റൗ ഓഫ് ചെയ്തിട്ട് അവൾ കലം എടുത്ത് ചോറ് തോരാൻ ചരിച്ചിട്ടു.

ഉച്ചയ്ക്ക് ഊണിന് കറികളൊന്നും ഉണ്ടാക്കിയിരുന്നില്ല. അവൾ പെട്ടെന്ന് അച്ചിങ്ങാ മെഴുക്കുപുരട്ടിയും ഉരുളക്കിഴങ്ങ് തീയലും ഉണ്ടാക്കി. പന്ത്രണ്ടരയായപ്പോൾ നന്ദഗോപാൽ വിളിച്ചു. ഷീജ കോൾ എടുത്തു.

"അമ്മേടെ ഇടതുകാലിന് മുട്ടിനു മുകളിൽവച്ച് ഫ്രാക്ചറുണ്ട്. പ്ലാസ്റ്ററിട്ടു കഴിഞ്ഞു. ഇന്നുതന്നെ പോകാമെന്നാ പറഞ്ഞത്."

"ദൈവമേ അപ്പോൾ നടക്കാൻ പറ്റില്ലല്ലോ." അവൾ പറഞ്ഞു.

"പറ്റില്ല."

"അപ്പോൾ നമ്മളെന്തു ചെയ്യും നന്ദേട്ടാ?"

"വേറെ എന്തെങ്കിലും വഴി ആലോചിക്കണം."

"സഹായത്തിന് ഇവിടെ ആരെങ്കിലുമില്ലാതെ പറ്റുമോ? സന്ധ്യക്കുമുമ്പ് അപർണ പോകും." നന്ദഗോപാൽ മിണ്ടിയില്ല.

"കുറച്ചുദിവസം ഇവിടെ നിൽക്കാമോന്ന് ഞാൻ അപർണയോട് ചോദിക്കട്ടെ?"

"വേണോ?" അയാൾ സംശയിച്ചു.

"അല്ലെങ്കിൽ വേറൊരു മാർഗം നന്ദേട്ടൻ പറഞ്ഞുതാ."

"ചോദിച്ചു നോക്ക്." ഒടുവിൽ അയാൾ സമ്മതിച്ചു.

"ശരി നന്ദേട്ടാ."

സുമിമോൾക്ക് ചോറു കൊടുത്തുകൊണ്ട് അപർണ ഊണുമുറിയിലായിരുന്നു. കുറച്ചുദിവസം അപർണ ഇവിടെയുണ്ടെങ്കിൽ.

ദൈവം എന്തെങ്കിലും മനസിൽ കാണാതെ ഒന്നും നടത്തുകയില്ലെന്ന് ഷീജയ്ക്ക് തോന്നി.

11

സുമിമോൾക്ക് ചോറുകൊടുത്തു കഴിഞ്ഞ് ഷീജയുടെ അടുത്തേക്ക് അപർണ ചെന്നു.

"ചേച്ചിക്കു ചോറു കൊണ്ടു വരട്ടെ?" അവൾ ചോദിച്ചു.

"വിശക്കുന്നില്ല അപർണേ... നന്ദേട്ടനിപ്പോൾ വിളിച്ചിരുന്നു. അമ്മേടെ ഇടതുകാലിനു ഫ്രാക്ചറുണ്ട്. പ്ലാസ്റ്ററിട്ടെന്ന്..."

"അയ്യോ... അതു കഷ്ടമായല്ലോ. വയസുകാലത്ത് അമ്മയ്ക്ക് ഓരോ ദുരിതം..."

അപർണ സങ്കടപ്പെട്ടു.

"രണ്ടുമാസമെങ്കിലും ഒരേ കിടപ്പ് കിടക്കേണ്ടി വരും. അതു കഴിഞ്ഞല്ലേ പ്ലാസ്റ്റർ നീക്കം ചെയ്യൂ..."

ഷീജ ചോദിച്ചു.

"അങ്ങനെയാ കേട്ടിട്ടുള്ളത്."

"അമ്മയുള്ളതുകൊണ്ടാ ഈ വീട് വല്യ കുഴപ്പമില്ലാതെ പൊയ്ക്കൊണ്ടിരുന്നത്. ഇനിയിപ്പം എന്തുചെയ്യും? എനിക്ക് ഒരെത്തും പിടിയും കിട്ടുന്നില്ല."

പതിയെ വേണമല്ലോ കാര്യത്തിലേക്കു കടക്കാൻ.

"അല്ല... ഒരു സെർവന്റിനെ വച്ചാൽ..." അപർണ പറഞ്ഞു.

"നിന്നനിൽപ്പിൽ എവിടുന്നു കിട്ടാനാ? ഇന്നല്ലെങ്കിൽ നാളെയായാലും മതിയായിരുന്നു. പക്ഷേ അതത്ര എളുപ്പമല്ല അപർണേ..."

"അതു നേരാ..."

"ആരെയെങ്കിലും കിട്ടിയാലും പോരല്ലോ. വൃത്തിയും വെടിപ്പും നന്ദേട്ടനു പ്രധാനമാ... പിന്നെ വിശ്വസിക്കാൻ പറ്റുന്ന സ്ത്രീയുമായിരിക്കണം. ഏതെങ്കിലും ഏജൻസിയിൽനിന്നു വരുത്തിയാൽ നമുക്കു യോജിച്ച ആളാവണമെന്നില്ല."

ഷീജ ഇടംകണ്ണിട്ട് അപർണയെ ഒന്നു നോക്കി. എന്നാൽ ഞാൻ കുറച്ചുദിവസം ഇവിടെ നിൽക്കാം ചേച്ചീ എന്നവൾ പറഞ്ഞിരുന്നെങ്കിൽ...

"തന്നേമല്ല, ഹോംനഴ്സ് വന്നാൽ അമ്മയുടെ കാര്യം മാത്രമേ നടക്കൂ. ആഹാരം നമ്മൾതന്നെ ഉണ്ടാക്കേണ്ടി വരും."

ഷീജ പറഞ്ഞു.

"അമ്മയെ എപ്പം കൊണ്ടുവരും ചേച്ചീ?"

അപർണ ചോദിച്ചു.

"സമയമൊന്നും പറഞ്ഞില്ല. എന്നാലും അധികം വൈകത്തില്ല."

"ചേച്ചി ചോറുണ്ണ്... ഞാൻ വിളമ്പിക്കൊണ്ടു വരാം."

അപർണ പറഞ്ഞു.

"വേണ്ട. അപർണ കഴിച്ചോ... അതു കഴിഞ്ഞുമതി എനിക്ക്."

ഷീജ പറഞ്ഞു.

"ചേച്ചി കഴിച്ചിട്ടേ ഞാൻ കഴിക്കുന്നുള്ളൂ."

സ്നേഹത്തോടെ ഷീജ അവളുടെ മുഖത്തേക്കു നോക്കി.

തന്റെ നന്ദേട്ടനു പാകം ഈ പെൺകുട്ടിയാണ്... തനിക്കും.

"ശരി... ഞാൻ കഴിക്കാം."

അപർണ ചോറു കൊണ്ടുവരാൻ പോയി.

അപ്പോഴാണ് വീണ്ടും നന്ദഗോപാൽ വിളിച്ചത്.

"എന്താ നന്ദേട്ടാ?"

"അപർണയോടു നീ മറ്റേ കാര്യം സംസാരിച്ചോ?"

"ഇല്ല."

"നന്നായി. ഇപ്പോൾ ഒന്നും പറയണ്ട. അമ്മ വീണ കാര്യം ഞാൻ സുനിലിനേം അനിതേം അറിയിച്ചാരുന്നു. രണ്ടുപേരും അവിടുന്നു പുറപ്പെട്ടിട്ടുണ്ട്."

"വന്നാലും ഉടനെ അവർ തിരിച്ചുപോവില്ലേ?" ഷീജ ചോദിച്ചു.

"സുനില് പോകുമായിരിക്കും. പക്ഷേ അനിത ഉടനെ പോകത്തില്ലെന്നാ അവളുടെ സംസാരത്തിൽനിന്നു തോന്നിയത്."

നന്ദഗോപാൽ പറഞ്ഞു.

"എനിക്കങ്ങനെ തോന്നുന്നില്ല. അവൾക്കു ഭർത്താവും കുട്ടികളുമുള്ളതല്ലേ... തന്നേമല്ല, രവി സമ്മതിക്കുമെന്നും തോന്നുന്നില്ല."

അനിതയുടെ ഭർത്താവാണു രവി. ഇറിഗേഷൻ വകുപ്പിൽ ഉദ്യോഗസ്ഥനാണയാൾ.

"എന്തായാലും അവൾ വരട്ടെ. അതു കഴിഞ്ഞുമതി അപർണയോടു സംസാരിക്കുന്നത്."

"ഉം."

അനിത വന്നാലും ഉടൻതന്നെ തിരിച്ചുപോകാനാണു സാധ്യതയെന്ന് ഷീജയ്ക്കു തോന്നി. അമ്മ വീണു എന്നറിഞ്ഞപ്പോൾ ഒന്നു വന്ന് അന്വേഷിക്കാതിരിക്കാൻ പറ്റുമോ?

അപർണ ഒരു പ്ലേറ്റിൽ ചോറും മെഴുക്കുപുരട്ടിയും തീയലുമായി വന്നു. അതു മേശപ്പുറത്തു വച്ചിട്ട് ഷീജയെ പിടിച്ച് തലയണകളിലേക്കു ചാരിയിരുത്തി. പിന്നെ ഒരു മഗ്ഗിൽ വെള്ളം കൊണ്ടുവന്ന് കൈ കഴുകിച്ചു. തുടർന്ന് ചോറിന്റെ പ്ലേറ്റെടുത്തു കൊടുത്തു.

"തീയലിനു നല്ല രുചിയുണ്ട്."

പ്ലേറ്റ് മടിയിൽവച്ച് ചോറുണ്ണുമ്പോൾ ഷീജ അപർണയെ പ്രശംസിച്ചു. അപർണ ചിരിച്ചതേയുള്ളൂ.

"നന്ദേട്ടനു തീയലെന്നുവച്ചാൽ ജീവനാ... അമ്മയോട് എന്നും പറയും. പക്ഷേ തേങ്ങ ചിരകി വറുത്തരച്ചെടുക്കുന്നത് ഇത്തിരി പാടുള്ള പണിയല്ലേ... അമ്മ മടിക്കും."

"എനിക്കതൊന്നും അത്ര പ്രയാസമുള്ള കാര്യമല്ല ചേച്ചീ."

"അത് അപർണ ചെറുപ്പമായതുകൊണ്ടാ... എനിക്കു തോന്നുന്നത് ഇന്നുതന്നെ നന്ദേട്ടൻ തീയൽ കൂട്ടിത്തീർക്കുമെന്നാ... നാള

ത്തേക്കു വേറെ ഉണ്ടാക്കേണ്ടി വരും."

രുചിയോടെ ഷീജ ചോറുണ്ണുന്നതു നോക്കി അപർണ ഇരുന്നു.

എല്ലാത്തരം കറികളും ഉണ്ടാക്കാൻ അമ്മ പഠിപ്പിച്ചിട്ടുണ്ട്. പാചകം അവൾക്കിഷ്ടവുമായിരുന്നു. ഷീജ കഴിച്ചു കഴിഞ്ഞശേഷമാണ് അപർണ ചോറുണ്ടത്.

അൽപ്പനേരം കഴിഞ്ഞപ്പോൾ നന്ദഗോപന്റെ കാറും പിന്നാലെ ആംബുലൻസും വന്നു. പ്ലാസ്റ്റർ ഇട്ടതു കാരണം ദാക്ഷായണിയമ്മയ്ക്ക് കാറിൽ ഇരിക്കാൻ പറ്റില്ലായിരുന്നു.

അവർക്കൊപ്പം നന്ദഗോപന്റെ ഓഫീസിലെ സ്റ്റാഫുമുണ്ട്.

സ്ട്രെച്ചറിലേക്കു കിടത്തിയ ദാക്ഷായണിയമ്മയെ മൂന്നുപേരും കൂടിയാണ് ആംബുലൻസിൽനിന്ന് എടുത്തുകൊണ്ടു വന്നത്. അമ്മയുടെ കട്ടിൽ അതിനുമുമ്പേ അപർണ വിരിച്ചിട്ടിരുന്നു.

ദാക്ഷായണിയമ്മയെ കിടത്തിയിട്ട് ഓഫീസിലെ ആളുകൾ പുറത്തേക്കിറങ്ങി. അപ്പോൾ അമ്മ അപർണയെ നോക്കി ഒന്നു പുഞ്ചിരിച്ചു. ക്ഷീണിതമായ ഒരു ചിരിയായിരുന്നു അത്.

"അങ്ങനെ ഞാനും കിടപ്പിലായി മോളേ... വിചാരിച്ചതിലും നേരത്തെ." ദാക്ഷായണിയമ്മ പറഞ്ഞു.

"അങ്ങനൊന്നുമില്ലമ്മേ... പ്ലാസ്റ്റർ എടുക്കുന്നതുവരെ കിടക്കേണ്ടി വരുമെന്നേയുള്ളൂ. അതുകഴിഞ്ഞ് പഴയതുപോലെ എഴുന്നേറ്റു നടക്കാൻ പറ്റും." അപർണ ആശ്വസിപ്പിച്ചു.

"ദൈവത്തിനറിയാം എങ്ങനാരിക്കുമെന്ന്."

പ്രതീക്ഷയില്ലാത്തതുപോലെ അവർ പറഞ്ഞു.

"അമ്മയ്ക്കു ചോറുതരട്ടെ?" അപർണ ചോദിച്ചു.

"എഴുന്നേറ്റിരുന്നു കഴിക്കാൻ പറ്റത്തില്ലല്ലോ."

"അതോർത്ത് അമ്മ വിഷമിക്കണ്ട."

അവൾ അടുക്കളയിലേക്കു ചെന്നു.

അപ്പോഴേക്കും ഓഫീസിൽനിന്നു വന്നവർ പോയി. ഷീജയുടെ മുറിയിലിരുന്ന് അവളോടു സംസാരിക്കുകയായിരുന്നു നന്ദഗോപാൽ.

"സാറിനു ചോറെടുത്തു വെക്കട്ടെ?"

അപർണ ചെന്ന് ചോദിച്ചു.

"ചെല്ല് നന്ദേട്ടാ... അപർണേടെ പാചകം എങ്ങനുണ്ടെന്നു നോക്ക്." ഷീജ പറഞ്ഞു.

"അമ്മയ്ക്കു നല്ല വിശപ്പുകാണും." അയാൾ പറഞ്ഞു.

"അമ്മയ്ക്ക് ഞാൻ കൊടുത്തോളാം."

നന്ദഗോപാലിനു കഴിക്കാനുള്ള ചോറും കറികളും വിളമ്പി ഊ

ണുമേശയിൽ വച്ചിട്ടാണ് ദാക്ഷായണിയമ്മയ്ക്കു ചോറുമായി അവൾ ചെന്നത്.

"ഞാൻ ഉരുളയുരുട്ടിത്തരാം. അമ്മ കഴിച്ചാൽ മതി."

അവൾ പറഞ്ഞു.

ഒരു തലയണകൂടി എടുത്ത് അമ്മയുടെ തല അൽപ്പംകൂടി ഉയർത്തിവച്ചിട്ടാണ് ചോറും കറിയും കുഴച്ച് ചെറിയ ഉരുളയാക്കി ദാക്ഷായണിയമ്മയ്ക്കു കൊടുത്തത്.

"ആരും എനിക്കിതുവരെ ഇങ്ങനെ അടുത്തിരുന്നു ചോറു തന്നിട്ടില്ല മോളേ... എന്റെ മക്കൾ പോലും." അവർ പറഞ്ഞു.

"അതിന് ആദ്യമായിട്ടല്ലേ അമ്മയിങ്ങനെ കിടക്കുന്നത്? അവർക്ക് അവസരം കിട്ടാത്തതുകൊണ്ടല്ലേ..."

തമാശപോലെ അപർണ പറഞ്ഞു.

"ഇനിയായാലും അവരെനിക്ക് ഇതുപോലെ തരുമെന്നു വിചാരമില്ല മോളേ..."

അപർണ ഒന്നും പറഞ്ഞില്ല.

ചോറുണ്ടു കഴിഞ്ഞ് കൈകഴുകി നന്ദഗോപാൽ വന്നുനോക്കുമ്പോൾ അമ്മയ്ക്കു ഭക്ഷണം കൊടുത്തുകൊണ്ടിരിക്കുകയായിരുന്നു അപർണ. ആ കാഴ്ച അയാളെ വല്ലാതെ സ്പർശിച്ചു.

അയാൾ പെട്ടെന്ന് പിന്നിലേക്കു മാറി.

ആരുമല്ലാതിരുന്നിട്ടും അമ്മയെ അപർണ...

ദാക്ഷായണിയമ്മ ചോറുമുഴുവൻ കഴിച്ചു. വെള്ളവും കുടിപ്പിച്ച് വായ് തുടച്ചു വൃത്തിയാക്കിയിട്ടാണ് അവൾ തിരിച്ചുപോന്നത്.

നാലുമണികഴിഞ്ഞപ്പോൾ സുനിലിന്റെ കാറിൽ അയാളും അനിതയും വന്നു.

"അമ്മയെവിടെ?" കാറിൽനിന്നിറങ്ങി അനിത ചോദിച്ചു.

"റൂമിലുണ്ട്." നന്ദഗോപാൽ പറഞ്ഞു.

അമ്മയെ കാണാൻ അവളും സുനിലും ചെന്നു. അമ്മയുടെ അടുത്തിരുന്ന് രണ്ടുപേരും വിശേഷങ്ങൾ ചോദിച്ചറിഞ്ഞു.

അപർണ ചായയിട്ട് എല്ലാവർക്കും കൊടുത്തു.

"ഏതാ ഈ കുട്ടി?" സുനിൽ ചോദിച്ചു.

"ഇവിടടുത്താ വീട്. സുമിമോൾക്ക് ട്യൂഷനെടുക്കുന്നുണ്ട്. അമ്മ വീണതറിഞ്ഞ് സഹായത്തിന് എത്തിയതാ..."

നന്ദഗോപാൽ പറഞ്ഞു.

"എന്താ പേര്?" അനിത ചോദിച്ചു.

"അപർണ." അവൾ പറഞ്ഞു.

"എന്തായാലും കുറേദിവസം ഞാനിവിടെ കാണും. അമ്മയെ ഈ നിലയ്ക്കു കണ്ടിട്ടുപോകാൻ എനിക്കു വയ്യ." അനിത പറഞ്ഞു.

"എനിക്ക് ഇന്നുതന്നെ പോകാതെ പറ്റത്തില്ല. വീട്ടിൽ വേറെ ആണുങ്ങളൊന്നുമില്ലല്ലോ. സന്ധ്യയായാൽപ്പിന്നെ രമ്യയ്ക്ക് പുറത്തേക്കിറങ്ങാൻ പോലും പേടിയാ..." സുനിൽ പറഞ്ഞു.

ഷീജയുടെ അടുത്തേക്ക് അപർണ ചെന്നു.

"ഞാനിനി വീട്ടിലേക്കു പോവാ ചേച്ചീ... അനിതച്ചേച്ചിയുണ്ടല്ലോ. കുറച്ചുദിവസം ഇവിടെ കാണുമെന്നാ പറഞ്ഞത്." അവൾ അറിയിച്ചു. അതുകേട്ടുകൊണ്ടാണ് നന്ദഗോപാൽ വന്നത്.

"അനിത എന്നുവേണമെങ്കിലും പൊയ്ക്കോട്ടെ. അമ്മയെ നോക്കാൻ ഒരു ഹോം നേഴ്സിനെ ഏർപ്പാടാക്കാം. അതാ ശാശ്വതമായ മാർഗം..." അയാൾ പറഞ്ഞു. ഷീജ അയാളെ ഒന്നു നോക്കി. അയാൾ അവളെ നോക്കിയതേയില്ല.

"അപർണ ഇനി പൊയ്ക്കോളൂ... വീട്ടിൽചെന്ന് വിവരം പറ."

നന്ദഗോപാൽ അവൾക്ക് അനുവാദം കൊടുത്തു.

അപർണ വീട്ടിലേക്കു പോയി.

"അവിടുത്തെ അമ്മയെ ആശുപത്രീന്നു കൊണ്ടുവന്നോ മോളേ?" സുകുമാരിയമ്മ ചോദിച്ചു.

"കൊണ്ടുവന്നമ്മേ... ഇടതുകാലിന്റെ മുട്ടുസഹിതം താഴേക്ക് പ്ലാസ്റ്ററിട്ടിരിക്കുകയാ... അതുകൊണ്ട് ആ കാല് മടക്കാനോ നിവർക്കാനോ പറ്റില്ല. ഒരേ കിടപ്പു കിടക്കണം... രണ്ടുമാസം..." അവൾ പറഞ്ഞു.

"അതു വല്യ കഷ്ടമായിപ്പോയല്ലോ. ആരുണ്ട് സഹായത്തിന്?"

"നന്ദൻസാറിന്റെ അനിയനും ഇളയ പെങ്ങളും വന്നിട്ടുണ്ട്. പെങ്ങള് കുറച്ചുദിവസം അവിടെ കാണുമെന്നാ പറഞ്ഞത്."

"അപ്പപ്പിന്നെ കുഴപ്പമില്ല. അവർ വീട്ടിൽ കാണുമല്ലോ."

വൈകുന്നേരം രാമകൃഷ്ണൻ വന്നപ്പോഴാണ് നന്ദഗോപാലിന്റെ അമ്മ വീണ് കാലൊടിഞ്ഞ കാര്യം സുകുമാരിയമ്മ പറഞ്ഞത്.

"സുകുമാരീ, നീ സൗകര്യം പോലെ അവിടോട്ടൊന്നു പോണേ... നമുക്കു വല്യ സഹായം ചെയ്ത ആളല്ലേ നന്ദഗോപാലൻ സാറ്. ഒരാപത്തുണ്ടായപ്പം നമ്മളും അതന്വേഷിക്കണ്ടായോ?"

അയാൾ പറഞ്ഞു.

"ഞാൻ പോകാം." അവർ പറഞ്ഞു.

* * *

അമ്മയെ ശുശ്രൂഷിച്ച് നാലഞ്ചു ദിവസം കഴിഞ്ഞപ്പോഴേക്കും അനിതയ്ക്കു മടുത്തു. ഒന്നല്ല, രണ്ടു കിടപ്പുരോഗികളാണല്ലോ വീട്ടിലുള്ളത്. ഭക്ഷണമുണ്ടാക്കലും മറ്റു വീട്ടുജോലികളും അവളെ തളർത്തുക തന്നെ ചെയ്തു. പോരാത്തതിന് വീട്ടിൽനിന്ന് രവിയുടെ തുടർച്ചയായ വിളികളും.

"നീ മാത്രമല്ലല്ലോ അമ്മയ്ക്കു മക്കൾ... നിന്റെ മൂത്ത ചേച്ചിക്കെന്താ കുറച്ചുദിവസം അവിടെ വന്ന് അമ്മയെ നോക്കിയാൽ?"

അയാൾ ചോദിച്ചു.

"ഇന്നലെ രാവിലെ പ്രഭച്ചേച്ചി വന്നിട്ടുണ്ടാരുന്നു. വൈകുന്നേരമാ പോയത്. ചേച്ചിക്ക് സ്കൂളിൽ പോകണ്ടേ?" അവൾ ചോദിച്ചു.

"ഓ... നിനക്ക് ഉദ്യോഗമില്ലാത്തതുകൊണ്ട് എത്രനാൾ വേണമെങ്കിലും അവിടെച്ചെന്നു നിൽക്കാമല്ലോ. പക്ഷേ ഭർത്താവും ഒരു മോനുമുണ്ടെന്നുകൂടി നിനക്ക് ഓർമ്മവേണം."

"അവിടെ തൽക്കാലം രവിയേട്ടന്റെ അമ്മയുണ്ടല്ലോ. അതുകൊണ്ടാ കുറച്ചുദിവസം അമ്മയെ നോക്കി ഇവിടെ നിൽക്കാമെന്നു ഞാൻ വിചാരിച്ചത്. എന്നാലും എത്രയും വേഗം ഞാനങ്ങു വരും." അവൾ പറഞ്ഞു.

"എന്നാൽപ്പിന്നെ നാളെത്തന്നെ വരരുതോ?"

"അതെങ്ങനാ രവിയേട്ടാ പെട്ടെന്നു കേറി പോകണമെന്നു പറയുന്നെ? പകരം എന്തെങ്കിലുമൊരു അറേഞ്ച്മെന്റുണ്ടാക്കാതെ വരുന്നത് മര്യാദയാണോ?"

"അങ്ങനാണേൽ എത്രയും വേഗം അറേഞ്ച്മെന്റുണ്ടാക്ക്. രണ്ടു ദിവസത്തിൽ കൂടുതൽ എനിക്കു ക്ഷമിക്കാൻ പറ്റത്തില്ല... പറഞ്ഞേക്കാം." അയാൾ ദേഷ്യപ്പെട്ടു.

"ഇന്നുതന്നെ ഞാൻ നന്ദേട്ടനുമായി സംസാരിക്കാം."

"വേറെയാരേം കിട്ടിയില്ലേൽ ഒരു ഹോംനേഴ്സിനെ വെക്കാൻ പറ."

"ഉം." അരിശത്തോടെ അയാൾ കോൾ കട്ട്ചെയ്തു.

അന്നു വൈകുന്നേരം നന്ദഗോപാൽ ഓഫീസിൽനിന്നു വന്ന് ചായ കുടിക്കുമ്പോൾ അവൾ മെല്ലെ കാര്യം അവതരിപ്പിച്ചു.

"രവിയേട്ടൻ ഇന്നും വിളിച്ചു... ഞാനില്ലാതെ അവിടെ ഒരു കാര്യവും നടക്കത്തില്ല. എനിക്കു പോകാതെ പറ്റത്തില്ല നന്ദേട്ടാ..."

"ഒരു സെർവന്റിനുവേണ്ടി ഞാൻ പലരോടും പറഞ്ഞിട്ടുണ്ട്. മിക്കവാറും ഒരാഴ്ചയ്ക്കുള്ളിൽ ആരെയെങ്കിലും കിട്ടാതിരിക്കത്തില്ല..." അയാൾ പറഞ്ഞു.

"ഒരു ഹോംനേഴ്സിനെ വെക്കുന്നതാ നല്ലത്. അതാകുമ്പം ഏജൻസിയിൽ ചെന്നു പറഞ്ഞാലുടൻ അവർ ആളിനെ വിടും."

"ടൗണിൽ അത്തരം ഏജൻസികളുണ്ടോ എന്നു ഞാനൊന്നന്വേഷിക്കട്ടെ. കിട്ടിയാലുടൻ നിന്നെ ഞാൻ വിടാം."

അയാൾ ആശ്വസിപ്പിച്ചു.

"നാളെത്തന്നെ പോയി നോക്കണേ..." അവൾ പറഞ്ഞു.

"പോകാം."

നന്ദഗോപാൽ ആലോചനയോടെ അൽപ്പനേരം ഇരുന്നു. അനിതയെ അല്ലെങ്കിൽത്തന്നെ രണ്ടുമാസം പിടിച്ചുനിർത്താൻ പറ്റില്ലല്ലോ. അതു മര്യാദയുമല്ല.

പക്ഷേ അമ്മയേയും ഷീജയേയും നോക്കാൻ ഒരാളെക്കൊണ്ടു മാത്രം പറ്റുമോ?

*   *   *

ഉച്ചയ്ക്ക് ഊണുകഴിഞ്ഞ് അമ്മ ഒന്നു മയങ്ങാൻ കിടന്നപ്പോൾ അപർണ ചെന്ന് അവളുടെ മുറിയിൽ ഇരുന്നു. ഇന്ന് ചന്ദ്രാലയത്തിൽ ചെന്നപ്പോഴും നോവൽ വല്ലതും കിട്ടിയോന്ന് ഷീബച്ചേച്ചി ചോദിച്ചിരുന്നു. ആശയോടു പറഞ്ഞിട്ടുണ്ട്. അവളുടെ ഏതോ കൂട്ടുകാരി വലിയ വായനക്കാരിയാണ്. ഏതെങ്കിലും നോവൽ അവളുടെ കൈയിൽനിന്ന് ആശ വാങ്ങിക്കൊണ്ടുവരും. പെട്ടെന്നാണ് മൊബൈൽ ബെല്ലടിച്ചത്. നോക്കിയപ്പോൾ ശ്രീജിത്!

ബാങ്കിൽ ജോലി കിട്ടിയ ശേഷമാണ് അവൻ വിളിക്കാൻ തുടങ്ങിയത്. എന്താണു കാരണമെന്ന് ഇതുവരെ മനസിലാക്കാൻ കഴിഞ്ഞിട്ടില്ല.

"ഹലോ..." അവൾ കോൾ എടുത്തു.

"വെറുതെ വിളിച്ചതാ... ഊണുകഴിച്ചിട്ട് തിരിച്ചു ബാങ്കിൽ കേറുന്നതിനുമുമ്പ് ഒന്നു വിളിക്കാമെന്നു വിചാരിച്ചു." അവൻ പറഞ്ഞു.

"സന്തോഷം..."

"താനിപ്പോൾ ഫ്രീയാണോ?"

"അതേ."

"വീട്ടിലല്ലേ?"

"അതേല്ലോ."

"അല്ല... അടുത്താരെങ്കിലുമുണ്ടെങ്കിൽ ഫ്രീയായി സംസാരിക്കാൻ പറ്റില്ലല്ലോന്നു വിചാരിച്ച് ചോദിച്ചതാ..." അവൻ പറഞ്ഞു.

"അടുത്താരെങ്കിലുമുണ്ടെങ്കിലും നമുക്കു ഫ്രീയായി സംസാരിക്കാമല്ലോ."

"എങ്കിൽ പ്രശ്നമില്ല. സാധാരണ വീടുകളിൽ ആൺകുട്ടികളുടെ ഫോൺകോൾ വരുന്നത് നിരുത്സാഹപ്പെടുത്താറുണ്ട്. അതുകൊണ്ടു പറഞ്ഞെന്നേയുള്ളൂ."

"മനസിലായി..." അവൾ ചിരിച്ചു.

"വേറെ ജോലികിട്ടിയാൽ ബാങ്കിലെ പണി ഞാൻ വേണ്ടെന്നു വെക്കും." അവൻ പറഞ്ഞു.

"അതെന്താ?"

"ഭയങ്കര ബോറിങ്ങാണ്. പത്തുമുതൽ അഞ്ചുവരെ ഒരേയിരുപ്പ്. ശ്വാസം വിടാൻപോലും സമയം കിട്ടത്തില്ല. പിന്നെ ക്യാഷ് കൈകാര്യം ചെയ്യാൻ ഞാനൊരു പരാജയവുമാണ്. അയ്യായിരത്തിനു പകരം അമ്പതിനായിരം എടുത്തു കൊടുത്തെന്നിരിക്കും."

അവൾ പൊട്ടിച്ചിരിച്ചു:

"എങ്കിൽ വലിയ താമസമില്ലാതെ കുടുംബം തീറെഴുതേണ്ടി വരും."

"സെക്രട്ടറിയേറ്റ് അസിസ്റ്റന്റിന്റെ ടെസ്റ്റ് എഴുതിയിട്ടുണ്ടാരുന്നു. അതിന്റെ റാങ്ക്ലിസ്റ്റ് വലിയ താമസമില്ലാതെ വരുമെന്നറിയുന്നു. കിട്ടിയാൽ ബാങ്കിൽനിന്നു ഞാൻ റിസൈൻ ചെയ്യും."

"സെക്രട്ടറിയേറ്റ് അസിസ്റ്റന്റ് ടെസ്റ്റ് ഞാനും എഴുതിയിട്ടുണ്ട്... ഒരു പഴയ ഗൈഡിന്റെ സഹായത്താൽ. റാങ്ക്ലിസ്റ്റിലെ അവസാന പേരുകാരിപോലും ആകുമെന്ന് പ്രതീക്ഷയില്ല."

അവൾ പറഞ്ഞു.

"അങ്ങനെ വിചാരിക്കരുത് അപർണാ... ഏതു കാര്യത്തിലും നമുക്കൊരു പോസിറ്റീവ് തിങ്കിങ് വേണം."

"ഉപദേശിക്കാൻ എളുപ്പമാ... പ്രവൃത്തിയിൽ കൊണ്ടുവരാൻ ദുഷ്കരവും."

അൽപ്പനേരംകൂടി സംസാരിച്ചിട്ടാണ് ശ്രീജിത് ഫോൺ കട്ട് ചെയ്തത്. അവനൊരു പാവമാണെന്നു തോന്നുന്നു. അല്ലെങ്കിൽപ്പിന്നെ...

മുട്ടത്തുവർക്കിയുടെ രണ്ടു നോവലുകളുമായിട്ടാണ് ആശ വന്നത്.

"പഴയ പ്രണയകഥകളാ.. ചേച്ചിക്ക് ഇഷ്ടപ്പെടാതിരിക്കില്ല."

അവൾ പറഞ്ഞു.

"നാളെ പോകുമ്പോൾ കൊടുക്കാം."

അപർണ അതുരണ്ടും വാങ്ങിവച്ചു.

"നമുക്കിന്ന് അമ്പലത്തിൽ പോകണ്ടേ?" ആശ ചോദിച്ചു.

"ഓ... ഞാനതു മറന്നു."

അവർ വേഗം കുളിച്ചു തയ്യാറായി. എന്നിട്ട് അമ്മയോട് അനുവാദം വാങ്ങി അമ്പലത്തിലേക്കു പോയി. പ്രസാദം വാങ്ങി തൊഴുതിറങ്ങിയപ്പോഴാണ് വിജയലക്ഷ്മി എതിരേ വരുന്നതു കണ്ടത്.

"ചേച്ചീ, ആ വിജയലക്ഷ്മിച്ചേച്ചി..."

ആശ അവളുടെ കൈയിൽ ചൊറിഞ്ഞു.

"മിണ്ടാൻ നിൽക്കണ്ട. നമുക്കു പോകാം." അപർണ പറഞ്ഞു.

"ഉം."

പക്ഷേ അവരെ അങ്ങനെ വിടാൻ വിജയലക്ഷ്മി തയ്യാറായിരുന്നില്ല.

"ചേച്ചീം അനിയത്തീംകൂടി അമ്പലത്തിൽ പോയി എന്താ ദൈവത്തിനോടപേക്ഷിച്ചത്?"

അടുത്തു വന്നപ്പോൾ അവർ ചോദിച്ചു.

"അങ്ങനെ പ്രത്യേകിച്ചൊന്നും പ്രാർത്ഥിച്ചില്ല ചേച്ചീ."

ആശ പറഞ്ഞു.

"നീ പ്രാർത്ഥിച്ചതെന്താണെന്ന് എനിക്കറിയാം. ചേച്ചിയുടെ കല്യാണം എത്രയും വേഗം നടക്കണേന്നല്ലേ?"

"അയ്യോ, അത് ചേച്ചിക്കെങ്ങനെ മനസിലായി?"

പരിഹാസത്തോടെ ആശ ചോദിച്ചു.

സംസാരത്തിൽ ഇടപെടാതെ നിശബ്ദയായി നിന്നതേയുള്ളൂ അപർണ.

"എന്നാലല്ലേ നിന്റെ കല്യാണം എത്രയും വേഗം നടക്കൂ. നീ പ്രാർത്ഥിച്ചില്ലേലും നിന്റെ വഴി പെട്ടെന്നു തെളിയും ആശേ... അതിനുള്ള വഴി ഒത്തുവരുന്നുണ്ട്."

അപർണയുടെ മുഖത്തേക്കു നോക്കിക്കൊണ്ട് വിജയലക്ഷ്മി പറഞ്ഞു.

"മനസിലായില്ല..."

"നിന്റെ ചേച്ചി ചന്ദ്രാലയത്തിലെ നിത്യസന്ദർശകയല്ലേ... ഇനിയിപ്പം അവിടെ സ്ഥിരതാമസമാകാൻ അധിക സമയമൊന്നും വേണ്ടിവരത്തില്ല."

"ചേച്ചീ, നിങ്ങൾ അനാവശ്യം പറയരുത്. നിങ്ങളെപ്പോലല്ല എല്ലാ പെണ്ണുങ്ങളും."

പെട്ടെന്നാണ് അപർണ വായ് തുറന്നത്.

"എനിക്കെന്താടീ കുഴപ്പം... പറയെടീ... എനിക്കെന്താ കുഴപ്പം?"

വിജയലക്ഷ്മിയുടെ ശബ്ദമുയർന്നു.

“നിങ്ങടെ കുഴപ്പമെന്താണെന്ന് നന്ദഗോപാൽ സാറിനും ചേച്ചിക്കും മനസിലായിട്ടുണ്ട്. ഭർത്താവ് അടുത്തില്ലാത്തതിന്റെ അസുഖം... അതിനു ചികിത്സിക്കാൻ അയൽവീട്ടിലെ ആണുങ്ങളെ കിട്ടുമെന്നു വിചാരിക്കണ്ട.” ആശ പറഞ്ഞു.

“എടീ...” വിജയലക്ഷ്മി ഞെട്ടിപ്പോയി.

“വാ ചേച്ചീ... വടികൊടുത്ത് അടിമേടിക്കാൻ നടക്കുവാ ആ പെണ്ണുംപിള്ള.” ആശ പറഞ്ഞു.

അപർണയും അവളും തിരിഞ്ഞുനോക്കാതെ വേഗം നടന്നു.

“നിന്നെയൊക്കെ എന്റെ കൈയിൽ കിട്ടാതിരിക്കത്തില്ല. അന്നു ഞാൻ പകരം ചോദിച്ചോളാം... അഹങ്കാരികളേ...”

കണ്ണുകളിൽ പകയുടെ പന്തങ്ങളുമായി വിജയലക്ഷ്മി അവരെ നോക്കിനിന്നു.

12

അപർണ നല്ല വേഗത്തിലാണ് നടന്നത്. അവളുടെ ഒപ്പമെത്താൻ ആശയ്ക്ക് ചെറുതായി ഓടേണ്ടിവന്നു.

“ചേച്ചീ... ഒന്ന് സ്പീഡ് കുറയ്ക്ക്.” ആശ പറഞ്ഞു.

“നീ വേഗമിങ്ങോട്ട് വാ പെണ്ണേ...”

ദേഷ്യം മാറാതെ അപർണ പറഞ്ഞു.

“ആ പെണ്ണുംപിള്ള നമ്മടെ പിറകെ വരുന്നൊന്നുമില്ല. വന്നാൽത്തന്നെ നമുക്ക് പേടിക്കേണ്ട കാര്യമില്ല.”

വിജയലക്ഷ്മിയെ ഉദ്ദേശിച്ചാണ് ആശ പറഞ്ഞത്.

“ഞാൻ നിന്നോട് നേരത്തെ പറഞ്ഞതല്ലേ അവരോട് മിണ്ടാൻ പോകണ്ടാന്ന്... നീയത് കേട്ടോ?” അപർണ അവളെ കുറ്റപ്പെടുത്തി.

“ഞാൻ മിണ്ടാതെ പോന്നതല്ലേ... ആ സ്ത്രീയല്ലേ പിടിച്ചുനിർത്തി വേണ്ടാതീനം പറഞ്ഞത്. അതും ചേച്ചിയെക്കുറിച്ച്... അതെനിക്ക് സഹിക്കാൻ കഴിഞ്ഞില്ല. നല്ല രണ്ടെണ്ണം പറയാതെ പോന്നാൽ എനിക്കിന്ന് ഉറങ്ങാൻ പറ്റത്തില്ല...”

ആശ പറയുന്നതിലും കാര്യമുണ്ടെന്ന് അപർണയ്ക്ക് തോന്നി.

എന്തൊക്കെയാണ് ആ സ്ത്രീ പറഞ്ഞത്. അതും ഒരു പ്രകോപനവുമില്ലാതെ.

“അവരുടെ കള്ളത്തരം പൊളിച്ചത് ഇഷ്ടപ്പെട്ടു കാണത്തില്ല. ഇനി എന്നോട് ഉരയ്ക്കാൻ വന്നാൽ നാട്ടിലുള്ള എല്ലാരോടും ഞാൻ പറയും അവർ നന്ദഗോപാൽ സാറിന് മെസ്സേജ് അയച്ച കാര്യം.”

ആശ ഉശിരോടെ പറഞ്ഞു.

"അതൊന്നും വേണ്ടാ. നന്ദൻ സാറിനും കൂടി നാണക്കേടുണ്ടാക്കും അങ്ങനൊക്കെ പറഞ്ഞാൽ."

"എങ്കിൽ പറയുന്നില്ല..."

"അവർക്ക് നല്ല ദേഷ്യം കാണും. എന്തൊക്കെ കാട്ടിക്കൂട്ടുമെന്നാ എന്റെ പേടി." അപർണ പറഞ്ഞു.

"ഇങ്ങനെ പേടിച്ചാൽ ഈ നാട്ടിൽ ജീവിക്കാൻ പറ്റത്തില്ല ചേച്ചി. നമ്മളെ ആരെങ്കിലും ഒരടി അടിച്ചാൽ നമ്മൾ തിരിച്ച് രണ്ടെണ്ണം കൊടുക്കണം. അല്ലാതെ..."

അവർ വീടിനടുത്ത് എത്താറായിരുന്നു.

"അമ്മയോട് ഇതൊന്നും പറയണ്ടാ... പിന്നെ നമ്മളെ അമ്പലത്തിൽവിടുകയില്ല." അപർണ പറഞ്ഞു.

"അമ്മ അറിയാതിരിക്കില്ല ചേച്ചീ..."

ചോദ്യഭാവത്തിൽ അപർണ അവളെ ഒന്നു നോക്കി.

"അമ്മയെ കാണുമ്പം ആ സ്ത്രീ എന്തെങ്കിലുമൊക്കെ പറയാതിരിക്കില്ല. അതുകൊണ്ട് അമ്മയ്ക്കൊരു മുന്നറിയിപ്പ് കൊടുക്കുന്നതാ നല്ലത്."

"ഇതൊക്കെ അമ്മയോട് എങ്ങനെ പറയും? വേണ്ടാ. തീയില്ലാതെ പുകയുണ്ടാകുമോ എന്ന് അമ്മ ചിന്തിച്ചാൽ... അത് നന്ദൻ സാറിന് നാണക്കേടാ." അപർണ എതിർത്തു.

"നന്ദൻ സാറിനെക്കുറിച്ച് അമ്മ അങ്ങനൊന്നും ചിന്തിക്കത്തില്ല ചേച്ചീ. സാർ ഡീസന്റാണെന്ന് അമ്മയ്ക്കറിയാം."

"എന്തായാലും തൽക്കാലം ഒന്നും പറയണ്ടാ."

"ഉം."

അമ്പലത്തിൽ പോയപ്പോൾ വിജയലക്ഷ്മിയെ കണ്ട കാര്യമോ അവളുമായി സംസാരമുണ്ടായതോ അപർണയും ആശയും സുകുമാരിയമ്മയോട് പറഞ്ഞില്ല. അമ്പലത്തിൽനിന്നു കിട്ടിയ പ്രസാദം അപർണയാണ് അമ്മയുടെ നെറ്റിയിലിട്ടു കൊടുത്തത്.

ഏഴുമണി കഴിഞ്ഞപ്പോൾ രാമകൃഷ്ണൻ ജോലി കഴിഞ്ഞെത്തി.

"സുകുമാരീ നീ നന്ദൻ സാറിന്റെ വീട്ടിൽ പോയിരുന്നോ?"

കുളിച്ച് വേഷം മാറി വന്നപ്പോൾ അയാൾ ചോദിച്ചു.

"ഇല്ല... സമയം കിട്ടിയില്ല. നാളെ എന്തായാലും പോകാം."

അവർ പറഞ്ഞു.

"ഞാൻ പറഞ്ഞതു കൊണ്ടു മാത്രം പോകണ്ടാ. നമുക്ക് പല സഹായങ്ങളും ചെയ്തുതന്ന ആളാ നന്ദൻ സാർ. സാറിന്റെ അമ്മ

വീണ് കാലൊടിഞ്ഞ് കിടക്കുമ്പം ഒന്നു ചെന്ന് അന്വേഷിക്കുന്നത് ഒരു മര്യാദയാ." കുറ്റപ്പെടുത്തലിന്റെ സ്വരമായിരുന്നു അത്.

"മനപ്പൂർവമല്ല... ഞാൻ പോകാം."

പിറ്റേന്ന് ആശയും കണ്ണനും കോളജിലേക്കും സ്കൂളിലേക്കും പോയിക്കഴിഞ്ഞപ്പോൾ സുകുമാരിയമ്മ ചന്ദ്രാലയത്തിലേക്കു ചെന്നു. അവർ ആദ്യമായിട്ടാണ് ആ വീട്ടിൽ പോകുന്നത്.

"ആരുമില്ലേ ഇവിടെ?" വീട്ടിലേക്ക് കയറാതെ മുറ്റത്തുനിന്നു കൊണ്ട് സുകുമാരിയമ്മ വിളിച്ചു ചോദിച്ചു.

അനിത പുറത്തേക്കിറങ്ങി വന്നു. അവളെ കണ്ട് സുകുമാരിയമ്മ പുഞ്ചിരിച്ചു.

"അപർണേടെ അമ്മയാ ഞാൻ."

"കയറി വാ അമ്മേ... എന്താ മടിച്ചുനിന്നെ?"

അവൾ സുകുമാരിയമ്മയെ സൗഹൃദത്തോടെ ക്ഷണിച്ചു.

"ഞാനിവിടെ ആദ്യമായിട്ടാ വരുന്നെ. നന്ദൻ സാറിനെ മാത്രമേ പരിചയമുള്ളൂ... നന്ദൻ സാറിന്റെ അനിയത്തിയാണോ മോൾ?"

സിറ്റൗട്ടിലേക്ക് കയറിച്ചെന്നു സുകുമാരിയമ്മ.

"അത. അനിത. അമ്മ വീണതറിഞ്ഞ് വന്നതാ. ഇപ്പോ നാലഞ്ച് ദിവസമായി."

"അപർണ വന്ന് ഇവിടത്തെ കാര്യമെല്ലാം പറയാറുണ്ട്. കണ്ടിട്ടി ല്ലെന്നേയുള്ളൂ എല്ലാരേം. അമ്മയെവിടാ കിടക്കുന്നെ?"

"വന്നാട്ടെ ആ റൂമിലാ."

അനിത അവരെ ദാക്ഷായണിയമ്മയുടെ മുറിയിലേക്കു കൊണ്ടുപോയി.

"അമ്മേ... ഇത് അപർണയുടെ അമ്മയാണ്."

സുകുമാരിയമ്മയെ അവൾ പരിചയപ്പെടുത്തി.

"പലപ്പോഴും വിചാരിച്ചിട്ടുണ്ട് അപർണേടെ അമ്മയെ കാണണമെന്ന്... അതെങ്ങനാ ഇവിടുന്ന് ഒന്ന് ഇറങ്ങാൻ പറ്റിയിട്ടു വേണ്ടേ..." ദാക്ഷായണിയമ്മ പറഞ്ഞു.

"അമ്മ ഇരിക്ക്. ഞാൻ ചായയിടാം." അനിത പറഞ്ഞു.

"ഇപ്പോൾ ഒന്നും വേണ്ടാ മോളെ... അമ്മയ്ക്ക് ബാത്റൂമിൽ പോകാൻ പോലും പറ്റത്തില്ല അല്ലേ?" സുകുമാരിയമ്മ ചോദിച്ചു.

"പറ്റത്തില്ല... അതല്ലേ കഷ്ടം. സഹായത്തിന് ആരുമില്ലാതെ ഒരു കാര്യവും നടക്കത്തില്ല. ഒരാഴ്ചയെങ്കിലും അമ്മേടെ അടുത്ത് നിൽക്കണമെന്നു വിചാരിച്ചാ ഞാൻ വന്നത്. പക്ഷേ അവിടുന്ന് വിളി വന്നുതുടങ്ങി. ഞാനില്ലാതെ ഏട്ടനവിടെ പറ്റത്തില്ല."

അനിത സങ്കടം പറഞ്ഞു.

"ആരെയെങ്കിലും ജോലിക്കു കിട്ടിയാലേ നിവർത്തിയുള്ളൂ. നന്ദൻ പല വഴിക്കും നോക്കുന്നുണ്ട്."

ദാക്ഷായണിയമ്മ പറഞ്ഞു.

"അതിലുമെളുപ്പം ഒരു ഹോം നഴ്സിനെ വെക്കുന്നതാ. അമ്മേടെ കാര്യങ്ങളൊക്കെ അവർ നോക്കിക്കോളും. ഏറിയാൽ രണ്ടു മാസത്തെ കാര്യമല്ലേയുള്ളൂ." അനിത പറഞ്ഞു.

"അതും അവൻ നോക്കുന്നുണ്ട്." സുകുമാരിയമ്മ അല്പനേരം കൂടി അവിടെയിരുന്ന് സംസാരിച്ചു.

"ഇനി സുമി മോൾക്ക് അമ്മയെക്കൂടി കണ്ടിട്ടു പോകാം."

ഒടുവിൽ അവർ എഴുന്നേറ്റു.

അനിത അവരെ ഷീജയുടെ അടുത്തേക്കു കൊണ്ടു പോയി.

"അപർണേടെ അമ്മയല്ലേ?"

കണ്ടപ്പോൾ തന്നെ ഷീജ ചോദിച്ചു.

"അതേ..."

"അമ്മേടെ നല്ല ഛായയുണ്ട് അപർണയക്ക്... അതാ മനസ്സിലായെ..." ഷീജ പറഞ്ഞു.

"കാര്യങ്ങളൊക്കെ അപർണ വന്നു പറയാറുണ്ട്. അമ്മ കിടപ്പിലായപ്പോൾ ഇവിടുത്തെ കാര്യങ്ങളൊക്കെ മൊത്തം തകരാറിലായല്ലോ... എന്തായാലും നന്ദൻ സാറിന്റെ അനിയത്തി വന്നത് വലിയ ആശ്വാസമായി." സുകുമാരിയമ്മ പറഞ്ഞു.

"പക്ഷേ അനിതയ്ക്ക് അധികദിവസം ഇവിടെ നിൽക്കാൻ പറ്റത്തില്ല അമ്മേ. അവിടത്തെ കാര്യങ്ങളൊക്കെ അനിതയില്ലാത്തതു കൊണ്ട് അവതാളത്തിലായിക്കഴിഞ്ഞു."

"അതും നേരാ."

"അമ്മ വീണ അന്ന് ഞാൻ ആദ്യം വിളിച്ചത് അപർണയേയാ. ആ കുട്ടി അപ്പത്തന്നെ വന്നു. അല്ലെങ്കിൽ ഞാനെന്തു ചെയ്തേനെ. അപർണ എനിക്കിപ്പോൾ സ്വന്തം അനിയത്തിയെപ്പോലാ... നന്ദേട്ടനോട് ഞാൻ പറഞ്ഞു അപർണ വേണമെങ്കിൽ ഒരാഴ്ച ഇവിടെ വന്നു നിൽക്കും. അനിതയെ നാളെത്തന്നെ വിടാം... അപ്പോഴേയ്ക്ക് ഒരു ജോലിക്കാരിയെയും കണ്ടു പിടിക്കാമെന്ന്. പക്ഷേ നന്ദേട്ടൻ സമ്മതിച്ചില്ല. അപർണയെ അങ്ങനെ ബുദ്ധിമുട്ടിക്കുന്നത് ശരിയല്ലന്നാ നന്ദേട്ടൻ പറഞ്ഞത്."

"അക്കാര്യത്തിൽ വിഷമിക്കണ്ടാ മോളേ.. ഞാൻ അവളുടെ അച്ഛനോടൊന്ന് സംസാരിക്കട്ടെ. സമ്മതിച്ചാൽ നാളെത്തന്നെ ഞാ

നവളെ വിടാം. ഒന്നോ രണ്ടോ ആഴ്ച അവൾ ഇവിടെ നിൽക്കട്ടെ. ജോലിക്കാരിയെ കിട്ടിയ ശേഷം അവളെ വിട്ടാൽ മതി."

സുകുമാരിയമ്മ പറഞ്ഞു.

അതു കേട്ടപ്പോൾ അനിതയുടെ മനസ്സ് തെളിഞ്ഞു.

"എന്നാൽ വലിയ ഉപകാരമായിരുന്നു അമ്മ. എനിക്ക് നാളെത്തന്നെ വീട്ടിലേക്ക് പോകാമായിരുന്നു." അവൾ പറഞ്ഞു.

"അപർണ വന്നാൽ അമ്മയ്ക്കും എനിക്കും വല്യ രക്ഷയാരുന്നു." ഷീജ പ്രതീക്ഷയോടെ അവരെ നോക്കി.

"അവൾക്ക് വൈകുന്നേരം നാലഞ്ച് കുട്ടികളുടെ ട്യൂഷനുണ്ട്. അത് ഇല്ലാതാക്കാൻ പറ്റത്തില്ലല്ലോ. കുട്ടികൾ സമ്മതിക്കത്തില്ല. അവർ വീട്ടിൽ വന്നാണ് പഠിക്കുന്നത്..." സുകുമാരിയമ്മ പറഞ്ഞു.

"അതിന് നമുക്ക് എന്തെങ്കിലും പോംവഴിയുണ്ടാക്കാം. ആ സമയത്ത് അപർണ അങ്ങോട്ട് വന്നാൽ മതിയല്ലോ.." ഷീജ പറഞ്ഞു.

"ഞാൻ ചോദിച്ചു നോക്കാം."

വീട്ടിൽ ചെന്നപ്പോൾ അപർണയോട് സുകുമാരിയമ്മ ഇക്കാര്യം സംസാരിച്ചു.

"ഒരാഴ്ചത്തേക്ക് മതി മോളേ... അപ്പഴേയ്ക്ക് സാർ ജോലിക്കാരിയെ കൊണ്ടുവരും."

"ഒരാഴ്ച മതിയെങ്കിൽ കുഴപ്പമില്ല. എന്നാലും."

അവൾക്ക് ലേശം മടിയുണ്ടായിരുന്നു.

ഇത്രയും പ്രായത്തിനിടയിൽ അന്യവീട്ടിൽ പോയി അന്തിയുറങ്ങിയിട്ടില്ല. അമ്മയുടെ വീട്ടിൽ പോയാലും അന്നു തന്നെ മടങ്ങുകയാണ് പതിവ്. വൈകുന്നേരം ആശ കോളജിൽ നിന്ന് വന്നപ്പോൾ അവൾ അക്കാര്യം പറഞ്ഞു.

"അതിനെന്താ നന്ദൻ സാർ ഓഫീസിൽനിന്ന് വരുമ്പോൾ ചേച്ചിയിങ്ങ് പോരണം. രാത്രിയിൽ സാർ കാണുമല്ലോ..."

ആശ പറഞ്ഞു

"അതെങ്ങനാ അമ്മയുടെ കാര്യമൊക്കെ നോക്കാൻ സാറിനെക്കൊണ്ട് പറ്റുമോ? ബാത്റൂമിലൊക്കെ പോകാൻ..."

"അത് ശരിയാണ്. എന്നാലും ഒരാഴ്ചത്തെ കാര്യമല്ലേയുള്ളൂ. എങ്ങനെങ്കിലും സഹിക്കണം. അല്ലെങ്കിൽ തന്നെ നമ്മൾ പെൺകുട്ടികൾ അന്യവീട്ടിൽ പോയി താമസിക്കുന്നവരല്ലേ."

ആശ എത്ര കൃത്യമായി കാര്യങ്ങൾ പറയുന്നു. അവൾക്ക് അത്ഭുതം തോന്നി. ജോലി കഴിഞ്ഞ് രാമകൃഷ്ണൻ വന്നപ്പോൾ സുകുമാരിയമ്മ ഇക്കാര്യം അവതരിപ്പിച്ചു.

"അവളെന്തു പറഞ്ഞു?" അയാൾ ചോദിച്ചു.

"നമ്മൾ പറയുന്നതിനപ്പുറം അവൾക്ക് വേറെ അഭിപ്രായം കാണത്തില്ലല്ലോ..."

"ഇങ്ങോട്ട് ഒരു സഹായം ചോദിച്ചപ്പഴ് അത് നിഷേധിക്കുന്നത് ശരിയല്ലല്ലോ. തന്നേമല്ല തൊട്ടടുത്ത വീടല്ലേ. അവൾക്ക് എപ്പം വേണമെങ്കിലും ഇങ്ങോട്ടു വരാമല്ലോ..." അയാൾ പറഞ്ഞു.

"പക്ഷേ നാട്ടുകാർ എന്തു വിചാരിക്കും? നമ്മൾ മോളെ വീട്ടു ജോലിക്ക് അയച്ചെന്ന്."

"അതല്ലല്ലോ സത്യം... പിന്നെന്തിനാ നമ്മൾ പേടിക്കുന്നെ?" അയാൾ പറഞ്ഞു.

"എന്നാലും നാട്ടുകാരുടെ വായടപ്പിക്കാൻ നമ്മളെക്കൊണ്ട് പറ്റുമോ?"

"അന്ന് ഞാൻ സുഖമില്ലാതായപ്പം എന്നെ ആശുപത്രിയിൽ കൊണ്ടു പോകാൻ വിളിച്ചാൽ ഈ നാട്ടുകാരിൽ ആരെങ്കിലും വരുമായിരുന്നോ സുകുമാരീ?"

അവർ പിന്നെ മിണ്ടിയില്ല.

"എന്തായാലും ഞാൻ നന്ദൻ സാറിനോട് ഒന്നു ചോദിക്കട്ടെ. അതു കഴിഞ്ഞ് മതി അവളെ അങ്ങോട്ട് വിടുന്നത്."

രാമകൃഷ്ണൻ അപ്പോൾ തന്നെ നന്ദഗോപാലിന്റെ നമ്പരിലേക്ക് വിളിച്ചു.

"നാളെ കഴിഞ്ഞേ അനിത പോകുന്നുള്ളൂ ചേട്ടാ. തന്നേമല്ല നാളെ ഞാൻ ടൗണിലുള്ള ഒരു ഏജൻസിയിൽ പോകുന്നുണ്ട്. ആരെയെങ്കിലും കിട്ടുമോന്ന് അറിയാൻ. അതു കഴിഞ്ഞ് ഞാൻ പറയാം."

"അതു മതി. ആവശ്യമുണ്ടെങ്കിൽ അപർണ വരും കേട്ടോ."

"ശരി ചേട്ടാ." അയാൾ കോൾ കട്ട് ചെയ്തു.

"നല്ല അന്തസ്സുള്ള ചെറുപ്പക്കാരനാ. വേറെ വഴികൾ നോക്കിയിട്ട് അതു നടന്നില്ലെങ്കിൽ മാത്രം മതിയെന്നാ പറഞ്ഞത്."

"ആ സാറിന്റെ ഭാര്യയും നല്ല സ്നേഹമുള്ള കൊച്ചാ. അവളെക്കുറിച്ച് പറയുമ്പം ഏഴു നാവാ ആ ഷീജയ്ക്ക്."

സുകുമാരിയമ്മ പറഞ്ഞു.

"നമ്മളിപ്പം ഒരു വീടു പോലല്ലേ കഴിയുന്നെ. ബന്ധുവീട്ടിൽ പോകുന്നതു പോലെയേയുള്ളൂ അവൾ അവിടെ പോകുന്നത്."

രാമകൃഷ്ണൻ പറഞ്ഞു.

അപർണയും ആശയും അവരുടെ മുറിയിലിരുന്ന് ഈ സംഭാ

ഷണം കേൾക്കുന്നുണ്ടായിരുന്നു. അവർ പരസ്പരം നോക്കിയതല്ലാതെ ഒന്നും പറഞ്ഞില്ല.

ഠഠ

രാവിലെ ഓഫീസിൽ ചെന്ന ശേഷം ഒരു മണിക്കൂർ നേരത്തെ പെർമിഷൻ എടുത്തിട്ടാണ് നന്ദഗോപാൽ ടൗണിലേക്ക് പോയത്.

ടൗണിലെ ഒരു മൂന്നുനില ബിസിനസ്സ് കോംപ്ലക്സിന്റെ ആദ്യനിലയിൽ ആതിരാ ഹോം നേഴ്സിംഗ് സർവീസ് എന്നൊരു ബോർഡ് അയാൾ ഒരിക്കൽ കണ്ടിട്ടുണ്ടായിരുന്നു. ബൈക്ക് താഴെ പാർക്കിംഗിൽ വച്ചിട്ട് അയാൾ സ്റ്റെയർ കെയ്സ് കയറി മുകളിലേക്കു ചെന്നു. നീണ്ട വരാന്ത. നിരനിരയായി പലതരം സ്ഥാപനങ്ങൾ.

മൂന്നാമത്തെ മുറിയായിരുന്നു ഹോംനേഴ്സ് ഏജൻസിയുടെ ഓഫീസ്. നന്ദഗോപാൽ അകത്തേക്കു കയറിച്ചെന്നു.

ചുരിദാർ ധരിച്ച ഒരു യുവതിയാണ് കൗണ്ടറിൽ ഉണ്ടായിരുന്നത്.

“എന്താണ് സാർ?” സൗഹൃദഭാവത്തിൽ അവൾ ചോദിച്ചു.

“അമ്മ കാലിൽ ഫ്രാക്ച്ചറുണ്ടായി കിടപ്പാണ്. ഒരു ഹോംനേഴ്സിന്റെ ആവശ്യമുണ്ട്.” അയാൾ പറഞ്ഞു.

“ഇരിക്കൂ സാർ. എനിക്ക് കുറച്ച് ഡീറ്റെയിൽസ് വേണമായിരുന്നു.” അവൾ കമ്പ്യൂട്ടറിൽ ഒരു പേജ് എടുത്തു.

“സാറിന്റെ പേര്?”

“നന്ദഗോപാൽ.”

“ജോലി?”

“പഞ്ചായത്ത് എക്സിക്യൂട്ടീവ് ഓഫീസർ.”

“ആധാർ കാർഡിന്റെ നമ്പർ വേണം.”

അതും അയാൾ കൊടുത്തു.

“അമ്മയ്ക്ക് എന്തു പ്രായമുണ്ട്?”

അമ്മയെക്കുറിച്ചുള്ള വിവരങ്ങൾ അയാൾ പറഞ്ഞു കൊടുത്തതും അവൾ കമ്പ്യൂട്ടറിൽ രേഖപ്പെടുത്തി.

“വീട്ടിൽ വേറെ ആരൊക്കെയുണ്ട്?”

“വൈഫും മോളും.”

“വൈഫിന് ജോലിയുണ്ടോ?”

“ഇല്ല.”

“ഹൗസ്‌വൈഫാണ്?”

"അതേ."

"ഇന്നിപ്പോൾ തീയതി ഇരുപത്തിയാറല്ലേ. ഒന്നാംതീയതി മുതൽ ഒരാളിനെ വിടാം സാർ." അവൾ പറഞ്ഞു.

"നാളെ മുതൽ കിട്ടില്ലേ?"

"പ്രയാസമാണ് സാർ. ഇവിടെ പത്തുപന്ത്രണ്ട് നേഴ്സുമാർ ഉണ്ട്. എല്ലാവരും ജോലിയിലാണ്. മുപ്പത്തിയൊന്നിന് ഒരാൾ ഫ്രീയാകും. അടുത്ത ദിവസം മുതൽ അവിടെ വരും."

നാലഞ്ചു ദിവസം കൂടി അനിത വീട്ടിൽ നിൽക്കാൻ പറയാം. പോകണമെന്ന് അവൾക്ക് നിർബന്ധ ബുദ്ധിയാണെങ്കിൽ തൽക്കാലം അപർണയെ...

"ഫീസ് മാസം ഇരുപതിനായിരം രൂപയാണ്. രജിസ്ട്രേഷൻ അയ്യായിരം രൂപ. അഡ്വാൻസ് ആയിട്ട് ഫീസ് തരണം."

"ഉം."

"ഇന്ന് അയ്യായിരം അടച്ച് രജിസ്റ്റർ ചെയ്യണം. ഒന്നാം തീയതി ബാക്കി ഇരുപതിനായിരം തന്നാൽ മതി."

"ശരി."

"അമ്മയുടെ ശുശ്രൂഷ മാത്രമേ നേഴ്സ് നടത്തൂ. വീട്ടുജോലി ചെയ്യില്ല. സമയത്ത് ഭക്ഷണം കൊടുക്കണം. വൈഫ് ഉള്ളതു കൊണ്ട് അതിന് ബുദ്ധിമുട്ട് വരില്ലല്ലോ അല്ലേ?" അവൾ ചോദിച്ചു.

വൈഫും കിടപ്പു രോഗിയാണെന്നു പറഞ്ഞാൽ നേഴ്സിനെ കിട്ടില്ല. വീട്ടുജോലിക്ക് വേറെ ആളിനെ വെക്കേണ്ടി വരും.

"ഇവിടെ വീട്ടു ജോലിക്ക് ആളിനെ കിട്ടുമോ?"

അയാൾ ചോദിച്ചു.

"ഇല്ല സാർ. ഹോംനേഴ്സ് മാത്രം." അവൾ പറഞ്ഞു.

അയാൾ അയ്യായിരം രൂപ കൊടുത്ത് രജിസ്റ്റർ ചെയ്തു.

"സാറിനെ ഞാൻ വിളിക്കാം. ഒന്നാം തീയതി രാവിലെ വരണം. ബാക്കി കാഷ് അടച്ചിട്ട് ഹോംനേഴ്സുമായി പോകാം."

"ശരി."

അയാൾ ഏജൻസിയിൽ നിന്ന് ഇറങ്ങി.

അന്നുച്ചയ്ക്ക് ഊണു കഴിക്കാൻ വീട്ടിൽ ചെന്നപ്പോൾ ഒന്നാം തീയതിയേ ഹോംനേഴ്സിനെ കിട്ടൂ എന്ന വിവരം അനിതയോട് പറഞ്ഞു.

"അയ്യോ അതു പറ്റില്ല. നാളെ രാവിലെ എനിക്കു പോണം. അവിടുന്ന് വണ്ടി വരും. ഇനി മാറ്റിപ്പറയാൻ പറ്റത്തില്ല നന്ദേട്ടാ."

അവൾ വാശി പിടിച്ചു.

"മൂന്നാലു ദിവസത്തെ കാര്യമല്ലേയുള്ളു നന്ദേട്ടാ."

ഷീജ പറഞ്ഞു.

നന്ദഗോപാലിന് പിന്നെ എതിർക്കാൻ കഴിഞ്ഞില്ല.

അയാൾ രാമകൃഷ്ണനെ വിളിച്ച് കാര്യം പറഞ്ഞു.

"അതു സാരമില്ല സാറേ... നാളെ രാവിലെ അപർണ വീട്ടിൽ വരും."

"താങ്ക്സ് ചേട്ടാ..."

രാമകൃഷ്ണൻ അപ്പോൾ തന്നെ വീട്ടിൽ വിളിച്ച് സുകുമാരിയമ്മയെ കാര്യം അറിയിച്ചു.

"നാളെ രാവിലെ നിനക്ക് നന്ദൻ സാറിന്റെ വീട്ടിലേക്ക് പോകേണ്ടിവരും മോളെ. ഒന്നാം തീയതി ഹോംനേഴ്സ് വരും. അതുവരെ മതി." അവർ അപർണയോട് പറഞ്ഞു.

"ഉം." അവൾ മൂളിയതേയുള്ളൂ.

"അത്യാവശ്യത്തിന് ഡ്രസ്സ് കൊണ്ടു പോണം. അവിടെ ആരുമില്ലാതെ നിനക്ക് ഇങ്ങോട്ടു വരാൻ പറ്റുമോ കുളിക്കാനും ഡ്രസ്സ് മാറാനും?"

അവൾ ഒരു ചെറിയ ബാഗിൽ വേണ്ടതെല്ലാം എടുത്തുവച്ചു.

ആശ വന്നപ്പോൾ അവൾ ഇക്കാര്യം പറഞ്ഞു.

"സാരമില്ല ചേച്ചീ. നമ്മൾ ചെയ്യുന്ന ഒരു സഹായം. അങ്ങനെ വിചാരിച്ചാൽ മതി."

പിറ്റേന്ന് രാവിലെ ബാഗുമായി അപർണ ചന്ദ്രാലയത്തിലേക്കു പോയി. അവൾ ചെന്നപ്പോൾ വിജയലക്ഷ്മി ഒരു സ്ത്രീയോട് സംസാരിച്ചു കൊണ്ട് ഗേറ്റിനടുത്ത് നിൽക്കുന്നുണ്ടായിരുന്നു.

ബാഗുമായി അപർണ വരുന്നത് വിജയലക്ഷ്മി അപ്പോഴാണ് കണ്ടത്. വിജയലക്ഷ്മിയെ കണ്ട് അപർണ ഭീതിയോടെ പെട്ടെന്നു നിന്നു.

13

സംസാരത്തിനിടയിൽ വിജയലക്ഷ്മി തലതിരിച്ച് ഒന്നുനോക്കി.

അപ്പോഴാണ് അവൾ ബാഗുമായി നിൽക്കുന്ന അപർണയെ കണ്ടത്. അതോടെ സംസാരം പെട്ടെന്നു നിന്നു. വിജയലക്ഷ്മി അവളെത്തന്നെ സൂക്ഷിച്ചുനോക്കി. അറിയാതെ അപർണയുടെ മനസ്സ് ഒന്നു പിടഞ്ഞു.

എന്തെങ്കിലും വൃത്തികേട് വിളിച്ചു പറഞ്ഞ് ഈ സ്ത്രീ അപമാനിക്കുമോ? പക്ഷേ വിജയലക്ഷ്മി ഒന്നും പറഞ്ഞില്ല. എന്താണ് കാര്യമെന്ന് അവൾക്ക് മനസ്സിലായിക്കാണില്ലെന്ന് അപർണയ്ക്കു തോന്നി. അവൾ ഗേറ്റു തുറന്ന് ചന്ദ്രാലയത്തിലേക്കു കയറി. വിജയലക്ഷ്മിയുടെ കണ്ണുകൾ തന്നെ വിടാതെ പിന്തുടരുന്നുണ്ടെന്ന് അപർണയ്ക്കു മനസ്സിലായി. അതുകൊണ്ട് അവൾ തിരിഞ്ഞുനോക്കിയതേയില്ല.

അപർണ വീട്ടിലേക്കു കയറിച്ചെന്നപ്പോൾ അനിത യാത്രയ്ക്കുള്ള വേഷം ധരിച്ച് തയാറായി നിൽക്കുന്നുണ്ടായിരുന്നു.

അവളെ കണ്ട് അനിതയുടെ മുഖം വിടർന്നു.

"അപർണ വന്നല്ലോ.. സമാധാനമായി. ഞാനങ്ങോട്ട് വിളിക്കാൻ തുടങ്ങുകയായിരുന്നു. വീട്ടിൽനിന്ന് രാവിലെ തന്നെ രവിയേട്ടൻ കാർ അയച്ചിട്ടുണ്ട്. അരമണിക്കൂറിനകം വണ്ടിയെത്തും."

സംസാരം കേട്ട് നന്ദഗോപാൽ ഉള്ളിൽ നിന്ന് ഇറങ്ങി വന്നു.

"അപർണ വന്നോ... ബാഗ് അനിതയുടെ മുറിയിലേക്ക് വച്ചോളൂ... ആ റൂം ഉപയോഗിക്കാം."

അയാൾ പറഞ്ഞു.

ദാക്ഷായണിയമ്മയുടെ മുറിയോടു ചേർന്നുള്ള ബെഡ്റൂമായിരുന്നു അത്. അപർണ അങ്ങോട്ടു ചെന്നു. പോകാൻ വേണ്ടി ബാഗ് തയാറാക്കി അനിത മേശപ്പുറത്തു വച്ചിരുന്നു.

കട്ടിലും മേശയും കസേരയും അലമാരയുമുള്ള മുറിയായിരുന്നു അത്. ബാത്റൂം ഇല്ല. അതിന് കോമൺ ബാത്റൂം ഉപയോഗിക്കണം.

"അപർണ വന്നോ നന്ദേട്ടാ?" ഷീജ വിളിച്ചു ചോദിച്ചത് അവൾ കേട്ടു. അവൾ പെട്ടെന്ന് ഷീജയുടെ അടുത്തേക്കു ചെന്നു.

"ഞാൻ വന്നു ചേച്ചീ..."

"നന്നായി... അനിത പോകാനായി ധൃതി വച്ചു നിൽക്കുകയായിരുന്നു. എന്തായാലും സമാധാനമായല്ലോ." ഷീജ പറഞ്ഞു.

രാവിലെ എല്ലാവർക്കും പോകാനുള്ള തിരക്കാണ്. അനിത ചേച്ചിക്ക് വീട്ടിലേക്ക് പോകണം. നന്ദൻ സാറിന് ഓഫീസിലേക്ക് പോകണം. സുമി മോളെ സ്കൂളിൽ വിടണം.

"സ്കൂൾ ബസ് എത്ര മണിക്കാണ് ചേച്ചീ വരുന്നത്?"

അപർണ ചോദിച്ചു.

"എട്ടരയ്ക്കു വരും."

അനിത അവളെ കുളിപ്പിച്ച് ഒരുക്കി നിർത്തിയിട്ടുണ്ട്. അവളുടെ

കാര്യത്തിൽ ഇനി പ്രശ്നമില്ല...

"ശരി ചേച്ചീ."

അവൾ ചെന്ന് നോക്കിയപ്പോൾ സുമിമോൾ യൂണിഫോം ധരിച്ച് സ്കൂളിൽ പോകാൻ തയാറായി നിൽക്കുകയായിരുന്നു.

"ടീച്ചറേ പോകല്ലേ... ഞാൻ സ്കൂളീന്നു വരുമ്പം ഇവിടെ കാണണേ..." അപർണയെ കണ്ട് അവൾ പറഞ്ഞു.

"ടീച്ചറിനി നിന്റെ കൂടെ എപ്പഴും കാണും മോളേ. കുളിപ്പിക്കുന്നതും ഉടുപ്പിടുവിക്കുന്നതും ചോറു തരുന്നതും ഉറക്കുന്നതുമൊക്കെ ടീച്ചറാരിക്കും." അനിത പറഞ്ഞു.

"ആണോ ടീച്ചറേ?" വിശ്വാസം വരാതെ സുമിമോൾ അപർണയുടെ മുഖത്തേക്കു നോക്കി.

"ഉം." അപർണ തല കുലുക്കി.

അവർ സംസാരിച്ചു കൊണ്ട് നിന്നപ്പോൾ സ്കൂൾ ബസ് വന്ന് ഗേറ്റിനു വെളിയിൽ നിന്നു. നന്ദഗോപാൽ വേഗം വന്ന് സ്കൂൾ ബാഗും വാട്ടർ ബോട്ടിലുമെടുത്ത് സുമി മോളെയും കൊണ്ട് ഇറങ്ങിച്ചെന്നു. അവളെ ബസിൽ കയറ്റി വിട്ടിട്ടാണ് അയാൾ വന്നത്.

"രാവിലെ ദോശയാ അപർണേ ഉണ്ടാക്കിയത്. പോകേണ്ട ധൃതികൊണ്ട് സുമിമോൾക്ക് കൊടുത്ത് ഞാനും കഴിച്ചു. അമ്മയ്ക്കും ഷീജചേച്ചിക്കും കുറച്ചു കഴിഞ്ഞ് മതിയെന്നു പറഞ്ഞു. നന്ദേട്ടനും കഴിച്ചിട്ടില്ല..." അനിത പറഞ്ഞു.

"ഉം..." അപർണ തല കുലുക്കി.

അവൾ അടുക്കളയിൽ ചെന്ന് ഒരു പ്ലേറ്റിൽ ദോശയും ചട്ണിയുമെടുത്ത് ഒരു ഗ്ലാസ്സ് ചായയുമായി ദാക്ഷായണിയമ്മയുടെ മുറിയിലേക്കു ചെന്നു.

"മോൾ വന്നു അല്ലേ... സംസാരം ഞാൻ കേട്ടാരുന്നു."

അവളെ കണ്ട് അവർ പറഞ്ഞു.

"വന്നതേയുള്ളു അമ്മേ."

"കുറച്ചു ദിവസം കാണുമോ ഇവിടെ?"

"ഉം..."

"നന്നായി. അനിതയിവിടെ ശ്വാസംമുട്ടി നിൽക്കുവാരുന്നു പോകാൻ."

ദാക്ഷായണിയമ്മയെ മെല്ലെ പിടിച്ചെഴുന്നേൽപ്പിച്ച് ചാരിയിരുത്തി അവൾ ദോശയുമായി അടുത്ത് ഇരുന്നു.

"ഞാൻ കഴിച്ചോളാം. മോൾ അതിങ്ങ് താ." അവർ പറഞ്ഞു.

പ്ലേറ്റ് അവൾ മടിയിലേക്കു വച്ചു കൊടുത്തു. അവർ സാവധാ

നം അത് കഴിക്കാൻ ആരംഭിച്ചു.

"മോൾ ചെല്ല്... ഞാനിത് കഴിച്ചോളാം. ഷീജയ്ക്കും കൊടുക്ക്. അവൾ വിശന്നു കിടക്കുകയായിരിക്കും."

അമ്മായിയമ്മയും മരുമോളും ജന്മനാ ശത്രുക്കളാണെന്നാണ് വെപ്പ്. പക്ഷേ ഇവിടിതാ സ്വന്തം മോളെപ്പോലെയാണ് അമ്മായി യമ്മയ്ക്ക് മരുമകൾ.

അവൾ ഷീജയ്ക്ക് ഭക്ഷണവുമായി ചെന്നു.

"അമ്മയ്ക്ക് കൊടുത്തോ അപർണേ?"

ഷീജ ആദ്യം ചോദിച്ചത് അതാണ്.

"കൊടുത്തു ചേച്ചീ..." അവൾ പറഞ്ഞു.

"സുമിമോൾ പോയോ?"

"പോയി..."

"സ്കൂൾ ബസ്സിന്റെ ഇരമ്പൽ കേട്ടാരുന്നു." ഷീജ പറഞ്ഞു.

ഷീജയേയും തലയണകൾ ഉയർത്തിവച്ച് ചാരിയിരുത്തി അവൾ ഭക്ഷണം കൊടുത്തു.

ആ സമയത്താണ് അനിതയ്ക്ക് പോകാനുള്ള കാർ വന്നത്. നന്ദഗോപാൽ അപ്പോൾ കുളിക്കുകയായിരുന്നു. അയാൾ കുളി കഴിഞ്ഞ് ഇറങ്ങിയപ്പോൾ തന്നെ അനിത എല്ലാവരോടും യാത്ര പറഞ്ഞ് ബാഗുമെടുത്ത് സ്ഥലംവിട്ടു.

ഷീജയും ദാക്ഷായണിയമ്മയും ഭക്ഷണം കഴിച്ച പാത്രങ്ങൾ കഴുകിക്കൊണ്ട് അപർണ നിന്നപ്പോഴാണ് നന്ദഗോപാൽ അടുക്കള യിലേക്കു വന്നത്.

"സാർ കഴിച്ചില്ല അല്ലേ?" അവൾ ചോദിച്ചു.

"ഇല്ല... കുളി കഴിഞ്ഞേ ഞാൻ കഴിക്കാറുള്ളു..."

അയാൾ പറഞ്ഞു.

"ഇരുന്നോളൂ... ഞാൻ കൊണ്ടു വരാം." അവൾ പറഞ്ഞു.

"അതു സാരമില്ല... ഞാനെടുത്തോളാം. കുറേ നാളായി സ്വയം വിളമ്പിക്കഴിച്ച് ശീലമായി."

ജഗ്ഗിൽ ചായയുണ്ടായിരുന്നു. പക്ഷേ അത് തണുത്തിരുന്നു. വീട്ടിലേക്കു പോകാനുള്ള ധൃതിയിൽ അനിത നേരത്തെ ചായയി ട്ടു വച്ചിരുന്നു.

"ഞാൻ വേറെ ചായയുണ്ടാക്കിത്തരാം സാർ."

അപർണ പറഞ്ഞു. വേണ്ടെന്ന് അയാൾ പറഞ്ഞില്ല.

അയാൾ ഡൈനിങ് ടേബിളിൽ വച്ചാണ് കഴിച്ചത്. അവൾ ചായ യുണ്ടാക്കി ഗ്ലാസ്സിലൊഴിച്ച് കൊണ്ടു ചെന്നു കൊടുത്തു.

“തേയിലയും പഞ്ചസാരയുമൊക്കെ കണക്കിലേയുള്ളോന്ന് അറിയില്ല...” സങ്കോചത്തോടെ അവൾ പറഞ്ഞു.

ചിലർക്ക് നല്ല കടുപ്പം വേണം ചായയ്ക്ക്. ചിലർക്ക് മധുരം അധികം പാടില്ല. നന്ദഗോപാൽ അല്പം ചായ കുടിച്ചു നോക്കി.

“എല്ലാം കറക്ടാണ്.” അയാൾ പറഞ്ഞു.

അവൾക്ക് സമാധാനമായി.

“അപർണയെ അധികം ബുദ്ധിമുട്ടിക്കത്തില്ല. ഒരു ജോലിക്കാരിയെ നോക്കിക്കൊണ്ടിരിക്കുകയാ. ഇന്നോ നാളെയോ കാണാൻ പോകുന്നുണ്ട്. ഓഫീസിലുള്ള ഒരാളിന്റെ ഏർപ്പാടിലാ.”

അയാൾ പറഞ്ഞു. അവൾ ഒന്നും മിണ്ടിയില്ല.

“ഹോം നേഴ്സിന്റെ കാര്യം ഏർപ്പാടാക്കിയിട്ടുണ്ട്. ഒന്നാംതീയതി മുതൽ ആൾ വരും. പക്ഷേ നേഴ്സ് അമ്മയുടെ കാര്യങ്ങൾ മാത്രമേ നോക്കൂ. ഭക്ഷണമുണ്ടാക്കാൻ വേറെ ആളിനെ വെക്കേണ്ടി വരും. അതിനാണ്...”

അമ്മയ്ക്ക് സുഖമായി എഴുന്നേറ്റ് നടക്കാറാവുന്നതു വരെ താൻ സഹായിക്കാമെന്നു പറയണമെന്നുണ്ടായിരുന്നു അപർണയ്ക്ക്.

പക്ഷേ വിജയലക്ഷ്മിയുടെ കാര്യം ഓർത്തപ്പോൾ അവളുടെ നാവ് ചലിച്ചില്ല. ആ സ്ത്രീ എന്തു തോന്ന്യാസവും പറഞ്ഞു നടക്കും. ചിലരെങ്കിലും അതു വിശ്വസിക്കും.

“മൂന്നരയാകുമ്പം മോൾടെ സ്കൂൾ ബസ്സ് വരും. ഒന്നു ശ്രദ്ധിച്ചോളണേ...” ഓഫീസിലേക്ക് പോകുംമുമ്പ് നന്ദഗോപാൽ പറഞ്ഞു.

അവൾ തലകുലുക്കി. ഷീജയുടെ അടുത്തു ചെന്ന് യാത്ര പറഞ്ഞിട്ടാണ് അയാൾ പോയത്. അപർണ അപ്പോൾ വാതിലടച്ചിട്ട് റൂമിൽ ചെന്ന് ബാഗ് തുറന്ന് വേഷം മാറ്റിയിട്ട് വീട്ടിൽ ധരിക്കാനുള്ള ഡ്രസ്സ് എടുത്തു. അടുക്കള ജോലികൾ മുഴുവൻ കിടക്കുന്നു. ഒരുമണിക്ക് നന്ദൻ സാർ വരും. അപ്പോൾ ചോറു കൊടുക്കണം.

അലൂമിനിയം കലത്തിൽ വെള്ളമെടുത്ത് അവൾ അടുപ്പത്തുവച്ചു. അരി കഴുകിയെടുത്ത് അതിലിട്ടു.

ഫ്രിഡ്ജിൽ നോക്കിയപ്പോൾ തലേദിവസത്തെ മീൻകറി ബാക്കി വച്ചിരിക്കുന്നു. അവൾ അതു പുറത്തെടുത്ത് തണുപ്പ് മാറാൻ വച്ചു. തൈരുണ്ടായിരുന്നു. അവൾ അതെടുത്ത് കാച്ചിയ മോരുണ്ടാക്കി. ഉള്ളിത്തീയലും ഉരുളക്കിഴങ്ങ് മെരുക്കുപുരട്ടിയുമുണ്ടാക്കി.

പന്ത്രണ്ടരയായപ്പോഴേയ്ക്ക് ഊണ് റെഡി.

ഇടയ്ക്ക് അവൾ ഷീജയുടെയും ദാക്ഷായണിമ്മയുടെയും അടുത്ത് പോകാതിരുന്നില്ല. ജോലികൾ തീർന്നപ്പോൾ അവൾ

ഷീജയുടെ അടുത്തേക്ക് ചെന്നു.

“ക്ഷീണിച്ചു പോയോ?”

ഷീജ സ്നേഹത്തോടെ അവളോട് ചോദിച്ചു.

“മലമറിക്കുന്ന പണികളൊന്നുമല്ലല്ലോ... വീട്ടിൽ എന്നും ചെയ്യുന്ന ജോലികളല്ലേ ചേച്ചീ.” അവൾ പറഞ്ഞു.

“പക്ഷേ, വീട്ടിൽ അമ്മയുണ്ടല്ലോ സഹായത്തിന്...”

അവൾ ചിരിച്ചതേയുള്ളൂ.

“നന്ദേട്ടൻ ജോലിക്കാരിയെ അന്വേഷിച്ചു പോകാനിരിക്കുകയാ ഇന്ന്.” ഷീജ പറഞ്ഞു.

“എന്നോടു പറഞ്ഞു...”

“ഹോംനേഴ്സ് വന്നാൽ ഭക്ഷണമുണ്ടാക്കിക്കൊടുക്കാൻ ആരുമില്ലാതെ പറ്റില്ലല്ലോ. അവൾക്ക് ഇരുപതിനായിരം ശമ്പളം കൊടുക്കണം. ജോലിക്കാരിക്ക് പതിനയ്യായിരമെങ്കിലും കൊടുക്കാതെ പറ്റുമോ? രണ്ടും കൂടി പത്തുമുപ്പത്തയ്യായിരം രൂപ. അതിലും കുറവാണ് നന്ദേട്ടന് കിട്ടുന്ന ശമ്പളം.”

അതു കേട്ടപ്പോൾ അപർണയ്ക്ക് സഹതാപം തോന്നി.

“തൽക്കാലം ആരും വേണ്ടാന്ന് സാറിനോട് പറ ചേച്ചീ... അമ്മയ്ക്ക് സുഖമാകുന്നതു വരെ ഞാൻ നിൽക്കാം ഇവിടെ.”

അവൾ പറഞ്ഞു. ഷീജ നന്ദിപൂർവം അവളെ നോക്കി.

“എനിക്കും അതാണ് ആഗ്രഹം. നന്ദേട്ടൻ വരട്ടെ. പറഞ്ഞ് സമ്മതിപ്പിക്കാം.”

ഒരുമണി കഴിഞ്ഞപ്പോൾ നന്ദഗോപാൽ ഓഫീസിൽ നിന്നു വന്നു. അയാൾക്ക് ചോറു വിളമ്പി കൊടുത്തിട്ട് അവൾ അല്പനേരം കാത്തു നിന്നു.

“മതി അപർണേ... എനിക്ക് വേറൊന്നും വേണ്ട. വേണമെങ്കിൽ ഞാൻ തന്നെ എടുത്തു കഴിച്ചോളാം...”

അയാൾ പറഞ്ഞു. അപർണ അപ്പോൾ ദാക്ഷായണിയമ്മയ്ക്കും ഷീജയ്ക്കും ചോറുകൊടുത്തു. ഷീജ കഴിച്ചുകൊണ്ടിരിക്കുമ്പോഴാണ് നന്ദഗോപാൽ അവളുടെ അടുത്തേക്കു ചെന്നത്. അപർണ അപ്പോൾ ദാക്ഷായണിയമ്മയുടെ മുറിയിലായിരുന്നു.

“നല്ല രുചിയുള്ള കറികൾ. അല്ലേ നന്ദേട്ടാ...” ഷീജ പറഞ്ഞു.

“ഉം...”

“അപർണ കുറച്ചു ദിവസം ഇവിടെ നിൽക്കും. ജോലിക്കാരിയെ വെക്കാനൊന്നും നോക്കണ്ടാ.”

“അതു ശരിയല്ല. ഹോം നേഴ്സ് വന്നു കഴിഞ്ഞാൽ അവൾക്കും

ആഹാരം ഉണ്ടാക്കി കൊടുക്കേണ്ടി വരും ആ പാവത്തിന്. അത് ക്രൂരതയാണ്.” അയാൾ പറഞ്ഞു.

“ഹോംനേഴ്സ് വേണ്ടാ നന്ദേട്ടാ.”

മനസ്സിലാകാത്തതു പോലെ അയാൾ അവളെ നോക്കി.

“അമ്മയെ പിന്നെ ആരു നോക്കും?”

“അപർണ്ണയുണ്ടല്ലോ ഇവിടെ. ആ കുട്ടിക്ക് ഇതൊന്നും ഒരു ഭാരമാകത്തില്ല.” ദേഷ്യത്തോടെ അയാൾ പെട്ടെന്ന് എഴുന്നേറ്റു.

“നനഞ്ഞിടം കുഴിക്കരുത് ഷീജേ. ആ കുട്ടിയെ വരുത്തിയതുത ന്നെ തെറ്റാണ്. പക്ഷേ വേറെ നിവർത്തിയൊന്നും ഇല്ലാഞ്ഞതു കൊണ്ടു മാത്രമാ ഞാൻ സമ്മതിച്ചത്.” അയാൾ ഓഫീസിലേക്കു പോയി.

ഓഫീസിലെ ക്ലാർക്ക് ശശിധരൻ ഒരു ജോലിക്കാരിയുടെ കാര്യം പറഞ്ഞിരുന്നു. അതൊന്ന് അന്വേഷിച്ചു നോക്കണം. ഓഫീ സിൽ ചെന്നുകഴിഞ്ഞ് അയാൾ ശശിധരനെ റൂമിലേക്ക് വിളിപ്പിച്ചു.

“എടോ എന്തായി താൻ പറഞ്ഞ ജോലിക്കാരിയുടെ കാര്യം?”

“എന്റെയൊരു ഫ്രണ്ടാണ് സാർ പറഞ്ഞത്. അവന്റെ വീടിനടു ത്താണ്. ഭരണിക്കാവ് മേൽപ്പാലം കഴിഞ്ഞ് താഴേയ്ക്കിറങ്ങിച്ചെല്ലു മ്പം ഇടത്തേയ്ക്കൊരു വെട്ടു റോഡുണ്ട്. ആ റോഡിന്റെ വലതു വശത്തെ നാലാമത്തെ വീടാണെന്നാ അവൻ പറഞ്ഞത്. വൈകു ന്നേരം നമുക്ക് അവിടൊന്നു പോകാം.”

“ശരി. ഓഫീസ് കഴിഞ്ഞിട്ട് ഇറങ്ങാം.” നന്ദഗോപാൽ പറഞ്ഞു.

പക്ഷേ നാലുമണി കഴിഞ്ഞപ്പോൾ ശശിധരന് വീട്ടിലേക്കു പോ കേണ്ടി വന്നു. അയാളുടെ മോൻ സൈക്കിളിൽ നിന്നു വീണ് പരു ക്കു പറ്റി എന്നുപറഞ്ഞ് ഭാര്യയുടെ ഫോൺ വന്നപ്പോൾ നാളെ ജോലിക്കാരിയെ കാണാൻ പോകാമെന്നു പറഞ്ഞ് അയാൾ സ്ഥ ലംവിട്ടു. പക്ഷേ അഞ്ചുമണി കഴിഞ്ഞ് ഓഫീസിൽ നിന്നിറങ്ങിയ പ്പോൾ ആ സ്ത്രീയുടെ വീട്ടിലൊന്നു പോയാലോ എന്ന് നന്ദഗോ പാലിനു തോന്നി. ആവശ്യം തനിക്കാണല്ലോ. ഏറിയാൽ രണ്ടു കിലോമീറ്റർ. ഭരണിക്കാവ് മേൽപ്പാലം വഴി പലതവണ പോയിട്ടു ള്ളതാണ്. ശശിധരന്റെ കൂട്ടുകാരന്റെ പേര് ഗോപി എന്നാണെന്നും ജോലിക്കാരിയുടെ പേര് വനജ എന്നാണെന്നും മാത്രമേ അറിയൂ.

അയാൾ മേൽപ്പാലം കഴിഞ്ഞ് താഴേയ്ക്കിറങ്ങിയപ്പോൾ ഇട ത്തേക്ക് ആദ്യം കണ്ട വെട്ടു റോഡിലേക്ക് ബൈക്ക് തിരിച്ചു. വല തുവശത്തെ വീടുകൾ എണ്ണി നാലാമത്തെ വീടിനു മുന്നിൽ ചെന്നു നിന്നു. ഓടിട്ട ചെറിയ വീടാണ്. വീടിനു മുന്നിൽ വേലിയു

ണ്ട്. ഉള്ളിലേക്കു കടക്കാൻ ചെറിയ വാതിലും. ബൈക്ക് റോഡിൽ തന്നെ വച്ചിട്ട് നന്ദഗോപാൽ വേലിയുടെ വാതിൽ വഴി വീടിന്റെ മുറ്റത്തേക്ക് കയറിച്ചെന്നു. പുറത്ത് ആരെയും കണ്ടില്ല. മുൻവശത്തെ വരാന്തയിൽ രണ്ട് പ്ലാസ്റ്റിക് കസേരകൾ മാത്രമുണ്ട്.

"ആരുമില്ലേ ഇവിടെ?" അയാൾ അല്പം ഉച്ചത്തിൽ ചോദിച്ചു.

അകത്ത് പാത്രങ്ങൾ കൂട്ടിമുട്ടുന്ന ഒച്ച കേട്ടു.

ഉടൻ തന്നെ വാതിലിനടുത്ത് ഒരു സ്ത്രീ പ്രത്യക്ഷപ്പെട്ടു.

മുപ്പത്തഞ്ചിനടുത്ത് പ്രായം തോന്നിക്കുന്ന ഒരു എണ്ണക്കറുമ്പി. കൈലിയും ബ്ലൗസുമായിരുന്നു വേഷം. അയാളെക്കണ്ട് അവൾ കൈലിയുടെ മടിത്തുമ്പു കൊണ്ട് മാറിടം മറച്ചു. പക്ഷേ അത് പാതിപോലും മറഞ്ഞില്ല.

"ആരാ?" അവൾ ചോദിച്ചു.

"എന്റെ പേര് നന്ദഗോപാൽ എന്നാണ്. പഞ്ചായത്ത് ആപ്പീസിലാണ് ജോലി. ഇത് വനജയുടെ വീടല്ലേ?"

"അതേ... ഞാനാ വനജ." അവൾ പറഞ്ഞു.

അവൾ വരാന്തയിലേക്ക് ഇറങ്ങി വന്നു. മുടി അഴിഞ്ഞു കിടക്കുന്നു. കണ്ണുകളിൽ മഷിയെഴുതിയിട്ടുണ്ട്. നെറ്റിയിൽ ചുവന്ന പൊട്ട്. ഒരു യക്ഷിയെപ്പോലെ... ഇതു ശരിയാവില്ലെന്ന് ഒറ്റനോട്ടത്തിൽ അയാൾക്കു മനസ്സിലായി.

"എന്താ വന്നത്?" അവൾ താല്പര്യത്തോടെ ചോദിച്ചു.

വന്ന സ്ഥിതിക്ക് എന്തെങ്കിലും പറയാതിരിക്കുന്നത് ശരിയല്ലല്ലോ. വരാമെന്നു പറഞ്ഞാലും പിന്നെ വിവരം അറിയിക്കാമെന്നു പറഞ്ഞാൽ മതി.

"വീട്ടിലേക്ക് ജോലി ചെയ്യാൻ ഒരു സ്ത്രീയെ വേണമാരുന്നു..." അയാൾ പറഞ്ഞു.

"എന്റെ കാര്യം ആരാ പറഞ്ഞെ?"

"ഓഫീസിൽ ശശിധരൻ എന്നൊരു സ്റ്റാഫുണ്ട്. അയാളുടെ കൂട്ടുകാരൻ ഗോപി..."

"ഓ... മില്ലിലെ ഗോപിച്ചേട്ടൻ... മനസ്സിലായി. സാറിന്റെ വീട്ടിലേക്കാണോ?"

"അതേ..."

"വീട്ടിലാരൊക്കെയുണ്ട്?"

"വൈഫും അമ്മയും ഒരു മോളും."

"അത്രേയുള്ളോ... പകൽ മാത്രം മതിയോ രാത്രിയും വേണോ?"

"പകലായാലും മതി."

"രാത്രിയിലും നിൽക്കാം സാറേ... എനിക്ക് ബുദ്ധിമുട്ടൊന്നുമില്ല. ശമ്പളം കുറച്ച് കൂട്ടിത്തരണമെന്നേയുള്ളൂ. ഇവിടെ എന്റെ അച്ഛനും അമ്മയും മാത്രമേയുള്ളൂ..." അവൾ പറഞ്ഞു.

"ഭർത്താവ്..."

"അയാൾ വേറൊരുത്തിയുടെ കൂടാ ഇപ്പം താമസം. ഇനി വരത്തില്ല... വന്നാൽ അന്ന് അയാൾടെ അന്ത്യമാ. അത് അയാൾക്കറിയാം."

"ഞാൻ വൈഫുമായിട്ട് ഒന്നാലോചിച്ചിട്ട് വിവരം പറയാം... പകൽ മാത്രം മതിയോ അതോ..."

"എങ്ങനെ അറിയിക്കും... സാർ നിൽക്കണേ ഞാനിപ്പം വരാം..."

അവൾ വേഗം വീട്ടിലേക്കു കയറിപ്പോയിട്ട് മൊബൈലുമായി ഉടൻ വന്നു. മാറത്ത് മടിത്തുമ്പ് അപ്പോൾ ഇല്ലായിരുന്നു.

"എന്റെ നമ്പർ തരാം... വിളിച്ചാൽ മതി."

അവൾ പറഞ്ഞു കൊടുത്ത നമ്പർ അയാൾക്ക് മൊബൈലിൽ ഡയൽ ചെയ്യേണ്ടി വന്നു.

"ഇങ്ങോട്ടൊരു മിസ്കോൾ തന്നേക്കണേ..."

അയാൾ മനസ്സില്ലാ മനസ്സോടെ ഒരു മിസ്ഡ് കോൾ കൊടുത്തു.

"വിളിച്ചാൽ മതി സാറേ... വേണെങ്കിൽ നാളെത്തന്നെ വരാം. സാറിനെപ്പോലെ യോഗ്യനായ ഒരാളിന്റെ വീട്ടിൽ നിൽക്കാൻ എനിക്ക് സന്തോഷമേയുള്ളൂ..." അവൾ പറഞ്ഞു.

"ശരി... ഞാൻ പറയാം."

നന്ദഗോപാൽ അവിടെനിന്ന് ഇറങ്ങി. അയാൾ റോഡിലെത്തി ബൈക്ക് സ്റ്റാർട്ട് ചെയ്യുമ്പോൾ അവൾ വേലിയുടെ അടുത്തു വന്ന് നോക്കി നിൽക്കുന്നുണ്ടായിരുന്നു.

അയാൾ വീട്ടിലെത്തിയപ്പോൾ സുമിമോൾ പുറത്തിരുന്ന് കളിക്കുന്നുണ്ടായിരുന്നു. വേറെ ആരുടെയും അനക്കം കേട്ടില്ല. ഷീജയുടെ മുറിയിൽ ചെന്നു നോക്കിയപ്പോൾ അവൾ ഉറക്കം. അടുക്കളയിൽ അപർണയെ കണ്ടില്ല.

"ടീച്ചർ എന്തിയേ മോളെ?" അയാൾ സുമിയോട് ചോദിച്ചു.

"കുളിക്കുവാ അച്ഛാ..."

വേഷം മാറാനായി അയാൾ മുറിയിലേക്കു പോയി.

കുളി കഴിഞ്ഞപ്പോഴാണ് പകരം ധരിക്കാനുള്ള വസ്ത്രം എടുത്തില്ലല്ലോ എന്ന് അപർണയ്ക്ക് ഓർമ്മ വന്നത്. നൈറ്റിയായിരുന്നു അന്ന് അവൾ ധരിച്ചിരുന്നത്. നന്ദഗോപാൽ ഓഫീസിൽനിന്നു വന്ന കാര്യം അവൾ അറിഞ്ഞില്ല.

മാറിനു മീതേ വച്ച് പാവാട കെട്ടിയിട്ട് അവൾ കുളിമുറിയിൽ നിന്ന് ഇറങ്ങി. വാതിലിന്റെ വിടവിലൂടെ നന്ദഗോപാൽ അവളെ കണ്ടു. കടഞ്ഞെടുത്ത തങ്കവിഗ്രഹം പോലെ. നഗ്നമായ ചുമലുകളിൽ വെള്ളത്തുള്ളികൾ.

അയാൾ കണ്ണിമയ്ക്കാതെ അവളെത്തന്നെ നോക്കിനിന്നു.

14

നന്ദഗോപാൽ പെട്ടെന്ന് വാതിലിനടുത്തു നിന്ന് പിന്നിലേക്കു മാറി. അപർണ കണ്ടു കാണുകയില്ലെന്ന് അയാൾക്ക് ഉറപ്പുണ്ടായിരുന്നു. അതു കൊണ്ടാണല്ലോ ഒട്ടും ധൃതി കൂടാതെ അവൾ മുറിയിലേക്കു പോയത്.

അയാൾ മെല്ലെ കട്ടിലിലേക്ക് ഇരുന്നു. കണ്ണിൽ നിന്ന് ആ കാഴ്ച മാഞ്ഞു പോകുന്നില്ല. എത്ര ഭംഗിയുള്ള ശരീരമാണ് അപർണയുടേത്. നനഞ്ഞ കാൽവണ്ണകൾ. അഴകുള്ള പാദങ്ങൾ. അയാൾ അറിയാതെ കണ്ണുകൾ അടച്ചു. കുറച്ചുനേരം അയാൾ അങ്ങനെ തന്നെ ഇരുന്നു. വെളിയിലേക്ക് ചെല്ലാൻ തോന്നിയില്ല.

പെട്ടെന്ന് വാതിൽ തുറന്ന് സുമിമോൾ ഉള്ളിലേക്ക് കയറിവന്നു.

“അച്ഛനെ അമ്മ വിളിക്കുന്നു.” അവൾ പറഞ്ഞു.

അയാൾ എഴുന്നേറ്റ് ഷീജയുടെ മുറിയിലേക്ക് ചെന്നു.

“എവിടാരുന്നു ഇതു വരെ?” അവൾ ചോദിച്ചു.

മനസ്സിലാകാതെ അയാൾ അവളുടെ മുഖത്തേക്കു നോക്കി.

“ബൈക്കിന്റെ ശബ്ദം കേട്ടിട്ട് കുറേ നേരമായി. അതു കൊണ്ട് ചോദിച്ചതാ. സാധാരണ എന്റെ അടുത്തേക്ക് വരാറുള്ളതാണല്ലോ...” അവൾ കാരണം പറഞ്ഞു.

“ഓ അതോ... അന്നേരം ഒരു ഫോൺ കോൾ വന്നു.... സംസാരിച്ചുകൊണ്ട് നിൽക്കുവാരുന്നു.”

നന്ദഗോപാൽ ഒരു കള്ളം പറഞ്ഞു.

“എന്നിട്ട് സംസാരമൊന്നും കേട്ടില്ലല്ലോ...”

“അത്ര ഉച്ചത്തിലൊന്നുമല്ല ഞാൻ സംസാരിച്ചത്...”

അരിശം വന്നെങ്കിലും അയാൾ അതടക്കി.

ഷീജ ഒന്നു പുഞ്ചിരിച്ചു.

“ഞാൻ വിചാരിച്ചു അപർണയോട് സംസാരിച്ചോണ്ടു നിൽക്കുവാരുന്നെന്ന്...”

"നിനക്കങ്ങനെ പലതും തോന്നും."

"അതിൽ തെറ്റൊന്നുമില്ല നന്ദേട്ടാ. അവളോട് മിണ്ടാതിരിക്കരുത്. അവൾ നമുക്കു വേണ്ടി കഷ്ടപ്പെടുകയല്ലേ... അപ്പോൾ പകരം സ്നേഹം നമ്മൾ കൊടുക്കണം...."

"ദിവസം എത്രവച്ച് കൊടുക്കണം?"

അയാളുടെ പരിഹാസം അവളെ രസിപ്പിച്ചു.

"അത് നന്ദേട്ടൻ തന്നെ തീരുമാനിച്ചോ. ഞാനതിൽ ഇടപെടുന്നില്ല."

"നിനക്ക് വേറൊന്നും പറയാനില്ലേ ഷീജേ?"

"എനിക്ക് ഇഷ്ടമുള്ള കാര്യങ്ങളല്ലേ എനിക്ക് പറയാൻ കാണൂ... നന്ദേട്ടന് എന്റടുത്തിരിക്കാൻ. എനിക്കതിൽ വിഷമമൊന്നുമില്ല. പൊയ്ക്കോളൂ."

അയാൾ കസേര നീക്കിയിട്ട് അവളുടെ അടുത്ത് ഇരുന്നു.

"എന്റെ നന്ദേട്ടൻ ഒരു പാവമാണ്. ശരിക്ക് ദേഷ്യപ്പെടാൻ കൂടി അറിയില്ല. വേറെ വല്ല ഭർത്താവുമായിരുന്നെങ്കിൽ എന്റെ സംസാരത്തിന് രണ്ടടി തന്നിട്ട് ഇറങ്ങിപ്പോയേനെ."

"ഷീജേ എനിക്ക് മനസ്സിലാകാഞ്ഞിട്ട് ചോദിക്കുകയാ... എന്താ നിന്റെ ഉദ്ദേശ്യം?" ക്ഷമകെട്ട് നന്ദഗോപാൽ ചോദിച്ചു.

"വേറൊന്നുമല്ല നന്ദേട്ടാ... അപർണയെ ഇനി ഇവിടുന്ന് വിടരുത്. നന്ദേട്ടൻ മനസ്സ് വച്ചാൽ അത് നടക്കും. അവളെ സ്നേഹിക്കണം. അതായത് അവൾക്ക് സ്നേഹം കൊടുക്കണം. അതു കിട്ടിയാൽ പിന്നെ അവൾ പോവുകയില്ല."

"അവൾക്ക് എന്റെ സ്നേഹം വേണ്ടെങ്കിലോ?"

അരിശമടക്കി അയാൾ ചോദിച്ചു.

"നന്ദേട്ടനെപ്പോലെ ഒരു പുരുഷന്റെ സ്നേഹം ഒരു പെണ്ണും വേണ്ടെന്നു വയ്ക്കില്ല."

"മതി കേട്ടത്. എനിക്ക് മടുത്തു."

അയാൾ പോകാനായി എഴുന്നേറ്റു. അപ്പോൾ വാതിലിനടുത്ത് അപർണ പ്രത്യക്ഷപ്പെട്ടു. കുളി കഴിഞ്ഞ് അവൾ വേഷം മാറിയിരുന്നു. ഉണങ്ങാനായി അവൾ മുടി വിതിർത്തിട്ടിരുന്നു. ഇരു ചുമലുകളും കവിഞ്ഞ് കിടക്കുന്ന മുടിയാണ് അവൾക്കുണ്ടായിരുന്നത്.

"എന്താ അപർണ അവിടെ നിന്നു കളഞ്ഞത്. നന്ദേട്ടനുള്ളതുകൊണ്ടാണോ. കാണാൻ പാടില്ലാത്തതൊന്നും നടക്കുന്നില്ല ഇവിടെ. ധൈര്യമായിട്ട് വാ." കളിമട്ടിൽ ഷീജ പറഞ്ഞു.

അറിയാതെ അപർണയുടെ കവിളുകൾ തുടുത്തു. ദേഷ്യം കൊ

ണ്ട് നന്ദഗോപാലിന്റെ കണ്ണുകൾ ചുവന്നു.

“സാർ വന്നത് കണ്ടില്ല. ചായ വേണോന്ന് ചോദിക്കാനാരുന്നു...” അവൾ പറഞ്ഞു.

“ചോദിക്കാനൊന്നുമില്ല. എന്നും ഓഫീസിൽ നിന്ന് വരുമ്പോൾ നന്ദേട്ടന് ചായ പതിവാണ്. അമ്മയുണ്ടാക്കി കൊടുക്കും. അപർണ യുണ്ടാക്കുന്ന ചായയ്ക്ക് ഒരു പ്രത്യേക രുചിയുണ്ടെന്നാ നന്ദേട്ടൻ പറഞ്ഞത്...” ചിരിച്ചു കൊണ്ട് അപർണ പിൻവാങ്ങി.

“ഷീജേ നിന്റെ അധികപ്പറ്റ് സംസാരം കുറയ്ക്കണം.”

അയാൾ മുന്നറിയിപ്പ് പോലെ പറഞ്ഞു.

“ഇല്ല നന്ദേട്ടാ.. എനിക്കത് ഇഷ്ടമാണ്. കേൾക്കാൻ സൗകര്യമി ല്ലെങ്കിൽ എന്നെ വേണ്ടെന്നു വെച്ചേരെ... വീട്ടിൽ കൊണ്ടു ചെന്നാ ക്കിയാൽ അവർ എന്നെ നോക്കിക്കോളും...”

“മതി... ഞാൻ പോവാ.”

അയാൾ കോപത്തോടെ മുറിയിൽ നിന്നിറങ്ങിപ്പോയി. അതു കണ്ട് ഷീജ പുഞ്ചിരിച്ചു.

“നിന്നെ അങ്ങനങ്ങ് വിടാൻ ഒരുദ്ദേശവുമില്ല മോനെ...”

ചിരിച്ചു കൊണ്ട് അവൾ സ്വയം പറഞ്ഞു.

ഡൈനിംഗ് ടേബിളിനടുത്ത് ഇരുന്നു കൊണ്ട് സുമിമോൾ സ്കൂളിലെ ഏതോ ബുക്ക് മറിച്ചു നോക്കിക്കൊണ്ട് ഇരിപ്പുണ്ടായിരുന്നു.

“അച്ഛാ ഹോം വർക്കുണ്ട്...”

അയാളെ കണ്ട് അവൾ പെട്ടെന്നു പറഞ്ഞു.

അയാൾ അവളുടെ അടുത്തേക്കു ചെന്നു.

“ഞാൻ ഹെൽപ്പ് ചെയ്യണോ മോളേ?”

“വേണ്ടാ... ടീച്ചർ പഠിപ്പിക്കും എന്നെ.” അവൾ പറഞ്ഞു.

രക്ഷപ്പെട്ടതു പോലെ അയാൾ മുൻവശത്തെ വരാന്തയിൽ ചെന്ന് ഇരുന്നിട്ട് അന്നത്തെ പത്രമെടുത്ത് വായിക്കാനാരംഭിച്ചു.

പക്ഷേ മാറിനു മുകളിൽ വച്ച് പാവാട കെട്ടിയ അപർണയുടെ രൂപം കണ്ണിൽ നിന്ന് മായാതെ നിന്നു.

അല്പനേരം കഴിഞ്ഞപ്പോൾ അപർണ ചായയുമായി വന്നു.

“സാർ ചായ.” അവൾ പറഞ്ഞു.

അവളുടെ മുഖത്തേക്ക് നോക്കാതെ അയാൾ കൈ നീട്ടി ചായ വാങ്ങി. നനഞ്ഞ മുടിയുടെയും ചന്ദനസോപ്പിന്റെയും ഗന്ധം അയാൾക്ക് അപ്പോൾ അനുഭവപ്പെട്ടു.

“സുമിമോൾക്ക് കൊഴുക്കട്ട വേണമെന്നു പറഞ്ഞാരുന്നു. രണ്ടെ ണ്ണം ബാക്കിയുണ്ട്. സാറിന് വേണോ?” അവൾ ചോദിച്ചു.

"വേണ്ടാ." അയാൾ പറഞ്ഞു.

അപർണ അടുക്കളയിലേക്കു പോയി.

വേണ്ടാ എന്നു പറഞ്ഞത് അബദ്ധമായിപ്പോയെന്ന് അപ്പോഴാണ് അയാൾക്ക് മനസ്സിലായത്. നല്ല വിശപ്പുണ്ടായിരുന്നു. മാത്രമല്ല കൊഴുക്കട്ട അയാൾക്ക് ഇഷ്ടവുമായിരുന്നു.

നന്ദഗോപാൽ എഴുന്നേറ്റ് അടുക്കളയിലേക്കു ചെന്നു. ചായയുണ്ടാക്കിയ പാത്രം കഴുകിക്കൊണ്ട് നിൽക്കുകയായിരുന്നു അപർണ. അവൾ തലതിരിച്ചു നോക്കി.

"എന്താണ് സർ?" അവൾ ചോദിച്ചു.

"എല്ലാരും കഴിച്ചിട്ട് ബാക്കി വന്നതാണോ കൊഴുക്കട്ട?"

അയാൾ ചോദിച്ചു.

"അതേ... സാറിന് ഇഷ്ടമാണെന്ന് ഷീജ ചേച്ചി പറഞ്ഞാരുന്നു..."

"എങ്കിൽ തന്നേക്ക്... ഞാൻ വിചാരിച്ചു."

അവൾ ഒരു പാത്രത്തിൽ രണ്ട് കൊഴുക്കട്ടയെടുത്ത് അയാൾക്കു കൊടുത്തു. ഉള്ളിൽ തേങ്ങയും ശർക്കരയും ഏലക്കായുമൊക്കെ കുഴച്ചതു വച്ച് ഉണ്ടാക്കിയ പലഹാരമായിരുന്നു അത്. ഒന്നു കടിച്ചപ്പോൾ തന്നെ അതിന്റെ രുചി അയാൾക്കു നാവിൽ അനുഭവപ്പെട്ടു.

"നന്നായിരിക്കുന്നു." അയാൾ പറഞ്ഞു.

അവൾ ഒന്നു ചിരിച്ചു.

"ഇന്നിനി എന്തെങ്കിലും ജോലിയുണ്ടോ?"

"ഇല്ല സാർ...സുമിമോളെ പഠിപ്പിക്കണം. ചില ഹോംവർക്ക് ഉണ്ട്."

"ഞാൻ ചോദിച്ചപ്പോൾ ടീച്ചർ പഠിപ്പിച്ചാൽ മതിയെന്ന് അവൾ പറഞ്ഞു."

അപർണ ചുരിദാറും ടോപ്പുമാണ് ധരിച്ചിരുന്നത്. ഷാൾ ഇല്ലായിരുന്നു. ഉരുണ്ട ഭംഗിയുള്ള മാറിടങ്ങളായിരുന്നു അവളുടേത്. നെഞ്ചിലേക്ക് നോക്കാതിരിക്കാൻ അയാൾ പാടുപെട്ടു.

നന്ദഗോപാൽ വീണ്ടും വരാന്തയിൽ ചെന്ന് ഇരുന്നു. ഷീജയുടെ അടുത്തേക്ക് പോകാൻ അയാൾ ആഗ്രഹിച്ചില്ല. അവൾക്ക് പറയാൻ ഒരേയൊരു കാര്യം മാത്രമേയുള്ളൂ

അല്പനേരം കഴിഞ്ഞപ്പോൾ ഊണുമുറിയിൽ സുമിമോളെ അപർണ പഠിപ്പിക്കുന്നത് അയാൾ കേട്ടു. നല്ല ഓർമ്മശക്തിയുള്ള സമർത്ഥയായ കുട്ടിയാണ് സുമി. പഠിപ്പിക്കാൻ അപർണയുണ്ടെങ്കിൽ അവൾ ക്ലാസിൽ ഒന്നാമതാകും.

അയാൾ പുറത്തേക്കു നോക്കി ഇരുന്നു.

ഇരുട്ടിക്കഴിഞ്ഞിരുന്നു. എതിർവശത്തുള്ള വിജയലക്ഷ്മിയുടെ വീട്ടിൽ ലൈറ്റുകൾ തെളിഞ്ഞിരിക്കുന്നു.

വിജയലക്ഷ്മി.

എന്തായാലും നാണക്കേടുണ്ടാകാതെ രക്ഷപ്പെട്ടു. അവളുടെ ആഗ്രഹം നടന്നിരുന്നെങ്കിൽ നാട് മുഴുവൻ അത് പാട്ടായേനെ.

പഠിപ്പിച്ചു കഴിഞ്ഞ് സുമിമോൾക്ക് അപർണ ഭക്ഷണം കൊടുത്തു. അപ്പോൾ സമയം എട്ടുമണി. അവൾ സാധാരണ ഉറങ്ങുന്ന നേരമാണത്.

"ടീച്ചർ എനിക്കൊരു കഥ പറഞ്ഞു തരാമോ?"

സുമിമോൾ ചോദിച്ചു.

"എന്തു കഥ?"

"ഉറങ്ങാൻ നേരം അച്ഛൻ കഥ പറഞ്ഞുതരും. ഇപ്പോ പുതിയ കഥയൊന്നുമില്ല. എല്ലാം പഴയതാ..." അവൾ സങ്കടം പറഞ്ഞു.

"ഉം... ടീച്ചറിന് ഒരുപാട് കഥയൊന്നും അറിഞ്ഞുകൂടാ. ഇന്ന് ഒരു കഥ പറഞ്ഞുതരാം." അപർണ സമ്മതിച്ചു.

"എന്നാൽ വാ. എന്റെ അടുത്തിരുന്നു പറയണം."

നന്ദഗോപാലിന്റെ കിടപ്പുമുറിയിലേക്ക് പോകാൻ സുമിമോൾ അവളുടെ കൈ പിടിച്ചു വലിച്ചു. അവിടേയ്ക്കു പോകാൻ പക്ഷേ അപർണയുടെ സങ്കോചം അനുവദിച്ചില്ല. അതു ശരിയല്ലല്ലോ. അന്യപുരുഷന്റെ കിടപ്പുമുറി.

"നമുക്ക് എന്റെ മുറിയിലേക്കു പോകാം. എന്താ?"

അവൾ ചോദിച്ചു.

"അതു മതി. ഞാനിനി ടീച്ചറിന്റെ കൂടെ ഉറങ്ങിക്കോളാം."

സുമിമോൾക്ക് സന്തോഷമായി.

ബെഡ് ഷീറ്റ് കുടഞ്ഞു വിരിച്ചിട്ട് അപർണ അവളെ കട്ടിലിൽ കിടത്തി. എന്നിട്ട് അറിയാവുന്ന ഒരു കുട്ടിക്കഥ പറഞ്ഞുകൊടുത്തു.

മല്ലനും മാതേവനും.

സുമിമോൾ രസം പിടിച്ച് അതു കേട്ടുകിടന്നു. പക്ഷേ കഥ തീരും മുമ്പേ അവൾ ഉറങ്ങി. അപർണ എഴുന്നേറ്റു ചെന്ന് ആദ്യം ദാക്ഷായണിയമ്മയ്ക്കും ഷീജയ്ക്കും ചോറു കൊടുത്തു. ഒടുവിൽ നന്ദഗോപാലിനും.

"മോളുറങ്ങി അല്ലേ?"

കഴിക്കുന്നതിനിടയിൽ അയാൾ ചോദിച്ചു.

"ഉം... എന്റെ റൂമിലാ സുമി കിടക്കുന്നെ..." അവൾ പറഞ്ഞു.

"അത് സാരമില്ല... ഞാൻ എടുത്ത് കിടത്തിക്കോളാം.."

"വേണ്ട സാർ... മോൾ എന്റെ കൂടെ കിടന്നോട്ടെ."

അവൾ പറഞ്ഞു. അയാൾ എതിർത്തില്ല. അവൾ കഴിക്കാനിരുന്നപ്പോൾ അയാൾ ഷീജയുടെ മുറിയിലേക്കു ചെന്നു.

"ഇരിക്ക് നന്ദേട്ടാ..." അവൾ പറഞ്ഞു.

ബെഡ്ഡിന്റെ അരികിൽ അയാൾ ഇരുന്നു.

"മോൾ ഉറങ്ങിയോ?"

"ഉം. അപർണയുടെ മുറിയിലാ അവൾ കിടന്നത്. ഞാർ പറഞ്ഞു എടുത്തു കിടത്തിക്കോളാമെന്ന്. പക്ഷേ അവൾ പറയുന്നത് കുഞ്ഞ് അവിടെ കിടന്നോട്ടെ എന്നാണ്." ഷീജ പുഞ്ചിരിച്ചു.

"അവൾക്ക് മോളെ വലിയ ഇഷ്ടമാണ്. എന്തായാലും അതു നന്നായി. അവർ തമ്മിൽ അടുക്കട്ടെ. പിന്നെ അവളിവിടുന്ന് പോകത്തില്ല." നന്ദഗോപാൽ ഒന്നും പറഞ്ഞില്ല.

"ഇന്ന് അപർണ എന്നെ ബാത്റൂമിൽ കൊണ്ടുപോയി കുളിപ്പിച്ചു. എന്തൊരു സുഖമായിരുന്നെന്നോ. ഡ്രസ്സ് ചെയ്യിച്ച് കിടത്തിയപ്പോൾ നല്ല ആശ്വാസം തോന്നി."

സാധാരണ നന്ദഗോപാലാണ് ചൂടുവെള്ളത്തിൽ ടവ്വൽ നനച്ച് അവളുടെ ശരീരം തുടച്ച് കൊടുക്കാറുള്ളത്.

"സ്വന്തം ചേച്ചിയെപ്പോലെ അവളെന്നെ സ്നേഹിക്കുന്നുണ്ട്. അതുകൊണ്ടല്ലേ..." അയാൾ മിണ്ടിയില്ല.

ഷീജ പറയുന്നതിൽ കുറെ സത്യമുണ്ടെന്ന് അയാൾക്കു തോന്നാതിരുന്നില്ല. സുമിമോൾ അവളുടെ മുറിയിൽ ഉറങ്ങാൻ ആഗ്രഹിച്ചതിന്റെ കാരണം വേറെന്താണ്. ഷീജയെ ഇഷ്ടപ്പെടുന്നതു കൊണ്ടല്ലേ അവളുടെ കാര്യങ്ങൾ ഇത്ര ആത്മാർത്ഥതയോടെ അപർണ ചെയ്യുന്നത്?

അത്തരം ഒരിഷ്ടം അപർണയ്ക്ക് തന്നോടും കാണുമോ?

സാധ്യതയില്ല. കാരണം താൻ മറ്റൊരു സ്ത്രീയുടെ ഭർത്താവല്ലേ. അത്തരം ഒരു പുരുഷനെ അവിവാഹിതയായ ഒരു പെണ്ണും സ്നേഹിക്കുകയില്ല. സ്നേഹിക്കുമായിരിക്കും. പക്ഷേ അത് നിഷ്കളങ്കമായ സ്നേഹമായിരിക്കും.

"നന്ദേട്ടനെന്താ ഒന്നും പറയാത്തത്?" ഷീജ ചോദിച്ചു.

"ഞാനെന്തു പറയാനാണ്?"

"നന്ദേട്ടനെന്താ അപർണയോട് ഒന്ന് തുറന്നു സംസാരിച്ചാൽ? അവളുടെ മനസ്സറിയാമല്ലോ..."

"ഞാനെന്തു സംസാരിക്കണം?"

"നമുക്കെല്ലാവർക്കും അവളെ ഇഷ്ടമണ്. നമ്മളെ അതുപോലെ ഇഷ്ടപ്പെടുന്നുണ്ടെങ്കിൽ അപർണയ്ക്ക് ഇവിടെ സ്ഥിരമായി താമസിക്കാം. വിരോധമില്ലെങ്കിൽ ഞാൻ ഒരു താലികെട്ടാം നിന്റെ കഴുത്തിൽ... അങ്ങനെ വളരെ തന്മയത്വത്തോടെ സംസാരിക്കണം."

ഷീജ പറഞ്ഞു കൊടുത്തു.

"എനിക്ക് പറ്റില്ല അതൊന്നും."

"നന്ദേട്ടന് അവളെ ഇഷ്ടമാണോ?"

അയാൾ മറുപടി പറഞ്ഞില്ല.

"മുഖം കണ്ടാൽ മനസ്സിലാകും... കള്ളന് അവളെ ഇഷ്ടമാണ്..."

"ഞാൻ പോവാ... നീ കിടന്ന് ഉറങ്ങാൻ നോക്ക്."

"പൊയ്ക്കോ... ഞാനിന്നും സുഖമായി ഉറങ്ങും. പക്ഷേ നന്ദേട്ടന് ഉറങ്ങാൻ കഴിയത്തില്ല... അവളെ ഓർത്ത് തിരിഞ്ഞും മറിഞ്ഞും കിടക്കും."

അയാൾ മറുപടിയൊന്നും പറയാതെ അവളുടെ മുറിയിൽ നിന്ന് ഇറങ്ങി.

ദാക്ഷായണിയമ്മയുടെ മുറിയിലേക്കാണ് അയാൾ ചെന്നത്.

"എന്താ മോനേ?" അമ്മ ചോദിച്ചു.

"ഒന്നുമില്ലമ്മേ... കാലിന് വേദനയും മറ്റോ ഉണ്ടോ?"

"ഇല്ല. നല്ല സുഖമുണ്ട്. നടക്കാൻ പറ്റത്തില്ലല്ലോ എന്ന വിഷമമേയുള്ളൂ."

"അതിനി കുറച്ചു ദിവസം കഴിഞ്ഞ് പ്ലാസ്റ്റർ മാറ്റുന്നതു വരെ കിടന്നാൽ മതിയല്ലോ. അമ്മയ്ക്ക് പിന്നെ പഴയതു പോലെ നടക്കാൻ കഴിയും." അയാൾ ആശ്വസിപ്പിച്ചു.

"അതു കഴിഞ്ഞും നമുക്ക് അപർണയെ വിടണ്ടാ. അവൾ ഇവിടെ നിൽക്കട്ടെ. നല്ല സ്നേഹമുള്ള കുട്ടിയാ."

അമ്മയോട് എന്തു പറയാനാണ്?

"കല്യാണം വരുമ്പം നമുക്ക് നല്ല പോലെ അവരെ സഹായിക്കണം. ശമ്പളമായിട്ട് എന്തെങ്കിലും കൊടുത്താൽ മേടിക്കുമെന്ന് എനിക്കു തോന്നുന്നില്ല."

"ആ കുട്ടി അതു വരെ നിൽക്കുമോ എന്ന് എനിക്ക് അറിയില്ല അമ്മേ. അല്ലെങ്കിൽത്തന്നെ നമ്മൾ നിർബന്ധിക്കുന്നത് മര്യാദയുമല്ല."

"പിന്നെ നമ്മൾ എന്തു ചെയ്യും നന്ദാ. എനിക്കാണെങ്കിൽ ആരോഗ്യം കുറഞ്ഞു കുറഞ്ഞു വരികല്ലേ... പഴയതുപോലെ ജോലി ചെയ്യാനൊന്നും എന്നെക്കൊണ്ട് പറ്റത്തില്ല."

"നമുക്ക് നല്ലൊരു ജോലിക്കാരിയെ കണ്ടുപിടിക്കാം... അക്കാര്യത്തിൽ അമ്മയ്ക്ക് ഒരു വിഷമവും ഉണ്ടാക്കത്തില്ല ഞാൻ."

അയാൾ പറഞ്ഞു.

"നല്ല സ്വഭാവഗുണമുള്ള ആരെയെങ്കിലും കിട്ടിയാൽ ഭാഗ്യം."

"അമ്മ കിടന്നോ... മരുന്ന് കഴിച്ചതാണോ?"

"ഉം... ആഹാരം കഴിച്ചപ്പത്തന്നെ മരുന്നും എടുത്തു തന്നിട്ടാ അപർണ പോയത്."

"ശരിയമ്മേ."

അപർണ അപ്പോഴും അടുക്കള വൃത്തിയാക്കുന്ന ജോലിയിലായിരുന്നു. നന്ദഗോപാൽ സുമിമോളുടെ അടുത്തേക്കു ചെന്നു. അവൾ ചരിഞ്ഞു കിടന്ന് സുഖമായി ഉറങ്ങുന്നു. ഷീറ്റ് പുതപ്പിച്ചിട്ടുണ്ട്. ഇനി എന്തു ചെയ്യണമെന്നറിയാതെ അയാൾ ഒരു നിമിഷം നിന്നു. പിന്നെ അടുക്കളയിലേക്കു ചെന്നു.

"പണികൾ തീർത്തില്ലേ അപർണേ?"

അയാൾ അവളോട് ചോദിച്ചു.

"തീർന്നു സാർ... ഇനി കിച്ചൻ ടേബിൾ കൂടി തുടച്ചാൽ മതി..."

അവൾ പറഞ്ഞു.

"അപർണയ്ക്ക് ഇവിടെ വലിയ കഷ്ടപ്പാടാണെന്ന് എനിക്കറിയാം... സോറി കേട്ടോ... ഞാനൊരു ജോലിക്കാരിയെ കിട്ടാനുള്ള ശ്രമത്തിലാണ്. എത്രയും വേഗം..."

"എനിക്കിതൊന്നും കഷ്ടപ്പാടായി തോന്നുന്നില്ല. ജോലിക്കാരിയെ കിട്ടാൻ വേണ്ടി സാർ വെപ്രാളപ്പെടുകയൊന്നും വേണ്ടാ കേട്ടോ... നല്ല ആളിനെ കിട്ടിയിട്ട് മതി."

ഒരുകാര്യം അപ്പോൾ നന്ദഗോപാലിന് ഉറപ്പായി. അവൾക്ക് ഈ വീട് ഇഷ്ടപ്പെട്ടു. എത്രനാൾ ഇവിടെ താമസിക്കാനും അവൾ തയാറാണ്. അയാൾ സ്വന്തം മുറിയിലേക്കു മടങ്ങി. കിടന്നിട്ട് അയാൾക്ക് ഉറക്കം വന്നില്ല. ഉടനെയൊന്നും ഉറങ്ങാൻ കഴിയില്ലെന്ന് ബോധ്യമായപ്പോൾ അയാൾ എഴുന്നേറ്റ് ഹാളിൽ ചെന്ന് ടി.വി. ഓൺ ചെയ്തു. ഏതെങ്കിലും നല്ല സിനിമയുണ്ടെങ്കിൽ കാണാം. ഉറക്കം വരുമ്പോൾ ചെന്നു കിടക്കാം. പക്ഷേ അയാൾക്ക് കാണാൻ തോന്നിയ സിനിമകളൊന്നും ഉണ്ടായിരുന്നില്ല.

അപർണ ഉറങ്ങിക്കാണുമാ? അതോ ഉറക്കം വരാതെ കിടക്കുകയാവുമോ? അവൾ യൗവനയുക്തമായ പെണ്ണല്ലേ. ആഗ്രഹങ്ങൾ കാണാതിരിക്കുമോ? ഇഷ്ടപ്പെട്ട പുരുഷനുമായി എല്ലാം പങ്കുവയ്ക്കാൻ അവൾ തയാറാകാതിരിക്കുമോ? അയാൾ അവളുടെ മുറിയു

ടെ വാതിലിനു മുമ്പിൽ ചെന്നു നിന്നു. കതക് പൂർണമായി അടച്ചിരുന്നു. അവൾ എന്തെങ്കിലും ആഗ്രഹിക്കുന്നുണ്ടെങ്കിൽ വാതിൽ ഉള്ളിൽനിന്ന് പൂട്ടുകയില്ല.

അവൾക്ക് ഒട്ടും താല്പര്യമില്ലെങ്കിൽ വാതിൽ പൂട്ടിയിരിക്കും.

ഒന്നു പരീക്ഷിച്ചാലോ?

നന്ദഗോപാലിന്റെ ഹൃദയമിടിപ്പിന്റെ വേഗത കുതിച്ചുയർന്നു.

അയാൾ ഒന്ന് കാതോർത്തു.

ഷീജയുടെയും അമ്മയുടെയും മുറിയിൽ നിന്ന് ഒരനക്കവും കേൾക്കുന്നില്ല. അവർ രണ്ടുപേരും ഗാഢനിദ്രയിലായിരിക്കും. അയാൾ വിറയ്ക്കുന്ന കൈ കൊണ്ട് വാതിലിന്റെ ഹാൻഡിലിൽ പിടിച്ചു. ശബ്ദമുണ്ടാക്കാതെ വളരെ ശ്രദ്ധിച്ച് അത് അയാൾ മെല്ലെ താഴേയ്ക്ക് തിരിച്ചു.

വാതിൽ ഉള്ളിൽ നിന്ന് പൂട്ടിയിട്ടുണ്ടായിരുന്നില്ല. പെട്ടെന്ന് അപർണയുടെ മുറിയിൽ ലൈറ്റ് തെളിഞ്ഞു. നന്ദഗോപാൽ സ്തബ്ധനായി നിന്നു.

15

വാതിലിന്റെ വിടവിലൂടെ വെളിച്ചം കണ്ട നന്ദഗോപാൽ ഞെട്ടി.

അവൾ ഹാളിലേക്ക് ഇറങ്ങിവന്നാൽ...

ഇരുട്ടിൽ വാതിലിനടുത്തു വന്നുനിൽക്കുന്ന തന്നെ കണ്ടാൽ...

അയാൾ വേഗം സ്വന്തം മുറിയിലേക്കു പോയി. അപർണ വാതിൽ തുറന്ന് ഹാളിലേക്കിറങ്ങി. ഹാളിലെ ലൈറ്റ് ഓൺ ചെയ്തു. ചാരിയ വാതിലിന്റെ വിടവിലൂടെ നന്ദഗോപാൽ അതെല്ലാം കാണുന്നുണ്ടായിരുന്നു. അപർണ നേരേ ഷീജയുടെ മുറിയിലേക്കാണു പോയത്. വോൾട്ടേജ് കുറഞ്ഞ ഒരു ബൾബ് രാത്രി മുഴുവൻ അവളുടെ മുറിയിൽ പ്രകാശിച്ചു കിടക്കും. അപർണ ചെന്നപ്പോൾ ഷീജ ഉറക്കത്തിൽ നിന്നു ഞെട്ടിയുണർന്നു. നേർത്ത ശബ്ദം കേട്ടാൽ പോലും അവൾ ഉണരും.

“എന്താ മോളേ?” അപർണയെ കണ്ട് ഷീജ ചോദിച്ചു.

“ചേച്ചി ഉറങ്ങിയില്ലാരുന്നോ?”

“ഉറങ്ങുവാരുന്നു. ഇപ്പഴാ ഉണർന്നെ... എന്താ കിടന്നില്ലാരുന്നോ ഇതുവരെ?”

“ഒന്നുറങ്ങി ഉണർന്നപ്പഴാ ചേച്ചിക്ക് രാത്രിയിൽ കുടിക്കാൻ

വെള്ളം കൊണ്ടുവന്നു വച്ചാരുന്നോ എന്നു സംശയം തോന്നിയത്. അതു നോക്കാൻ വന്നതാ..."

കട്ടിലിന്റെ തലയ്ക്കലിട്ട സ്റ്റൂളിൽ ഒരു ഗ്ലാസ് വെള്ളം അടച്ചു വച്ചിട്ടുണ്ടാരുന്നു.

"കണ്ടില്ലേ... വെള്ളം കൊണ്ടുവന്നു വച്ചിട്ടാ അപർണ പോയെ."

ഷീജ പറഞ്ഞു.

"എനിക്ക് ഓർമ്മ വന്നില്ല. ശരി, ചേച്ചി ഉറങ്ങിക്കോ... സുമി മോൾ തനിച്ചാണ്."

"സുമിമോൾ എവിടെയാ കിടക്കുന്നത്?"

"എന്റെ കൂടെ കിടക്കണമെന്ന് മോൾക്കു വാശി. അതു കൊണ്ട് ഞാൻ കൊണ്ടു പോയി എന്റെ കൂടെ കിടത്തിയാ ഉറക്കിയത്."

"അത്ഭുതമായിരിക്കുന്നല്ലോ. നന്ദേട്ടന്റെ കൂടെയേ അവൾ ഉറങ്ങാറുള്ളൂ. അമ്മ എത്രയോ തവണ വിളിച്ചിട്ടുണ്ടെന്നറിയാമോ കൂടെക്കിടത്തി ഉറക്കാൻ. അവൾ പോയിട്ടില്ല." ഷീജ പറഞ്ഞു.

"കഥ കേട്ടു കൊണ്ടാ ഉറങ്ങിയത്. ഇനി എന്നും എന്റെ കൂടെ കിടന്നാൽ മതിയെന്നാ പറഞ്ഞത്..."

ചിരിച്ചു കൊണ്ട് അപർണ പറഞ്ഞു.

"ആവശ്യത്തിന് എന്റെ സ്നേഹം കുഞ്ഞിനു കിട്ടിയിട്ടില്ല. അപർണയിൽനിന്ന് അവൾ അതൊക്കെ ആഗ്രഹിക്കുന്നുണ്ടായിരിക്കും."

അർത്ഥം വച്ച് ഷീജ പറഞ്ഞു. പക്ഷേ അപർണയ്ക്ക് അതു മനസിലായില്ല.

"അതിനെന്താ ചേച്ചീ... സുമിമോൾ എന്റെ കൂടെ കിടന്നോട്ടെ. എനിക്കതിൽ സന്തോഷമേയുള്ളൂ." അവൾ പറഞ്ഞു.

"ശരി. അപർണ പോയി കിടന്നോളൂ... വെറുതെ ഉറക്കം കളയണ്ട."

"ചേച്ചിക്കു വെള്ളം വേണമെങ്കിൽ ഞാനെടുത്തു തരാം. ദാഹിക്കുന്നുണ്ടോ?"

"ഇല്ല. വേണമെന്നു തോന്നിയാൽ ഞാനെടുത്തു കുടിച്ചോളാം."

അപർണ അവളുടെ മുറിയിലേക്കു മടങ്ങി.

നന്ദഗോപാൽ ദീർഘമായി ഒന്നു നിശ്വസിച്ചു.

അയാൾ ഉറങ്ങാൻ കിടന്നു.

ചീത്ത ചിന്തകൾ മനസിൽ വരാൻ പാടില്ല.

അപർണ തന്റെ അനുജത്തിയാണ്. അവളോട് അരുതാത്ത രീതിയിൽ പെരുമാറാൻ പാടില്ല. ആ തീരുമാനമെടുത്തു കൊണ്ടാ

ണ് അയാൾ ഉറങ്ങാൻ കണ്ണുകളടച്ചത്. പിറ്റേന്നു രാവിലെ ഉണർന്നപ്പോൾ അടുക്കളയിൽ പാത്രങ്ങൾ കൂട്ടിമുട്ടുന്ന ശബ്ദം കേട്ടു.

അപർണ നേരത്തെ എഴുന്നേറ്റിരിക്കുന്നു.

അയാൾ ഷീജയുടെ മുറിയിലേക്കു ചെന്നു.

"ഇന്നലെ അപർണേടെ കൂടെയാ മോൾ കിടന്നത്, അല്ലേ?"

അയാളെ കണ്ട് അവൾ ചോദിച്ചു.

"ആരു പറഞ്ഞു?"

"അപർണ തന്നെയാ പറഞ്ഞത്. ഒന്നുറങ്ങിക്കഴിഞ്ഞ് അവൾ എഴുന്നേറ്റു വന്നു. പാവം പെണ്ണ്..."

"എന്തിനാ വന്നത്?"

ഒന്നുമറിയാത്ത ഭാവത്തിൽ അയാൾ തിരക്കി.

"എനിക്കു കുടിക്കാൻ വെള്ളം എടുത്തു വച്ചില്ലേ എന്നു സംശയം തോന്നീട്ട്."

അയാൾ ഒന്നും മിണ്ടിയില്ല.

"ഇനി എന്നും മോൾ അവളുടെ കൂടെ കിടന്നോട്ടെ. നന്ദേട്ടനു വിഷമമില്ലല്ലോ?"

"എനിക്കെന്തു വിഷമം... കുഞ്ഞിനിഷ്ടമുള്ളിടത്തു കിടക്കട്ടെ."

അയാൾ പറഞ്ഞു.

അപർണ എല്ലാ ഹൃദയങ്ങളും കീഴടക്കുകയാണോ? അതോ ഹൃദയങ്ങൾ കീഴടങ്ങുകയാണോ?

അയാൾക്കു മനസിലായില്ല.

ഠഠ

രാവിലെ കടയിലേക്കു പോകാൻ രാമകൃഷ്ണൻ തയാറെടുക്കുമ്പോഴാണ് വീടിനു മുന്നിലെ റോഡിൽ ഒരു ഓട്ടോ വന്നുനിന്നത്.

ശബ്ദം കേട്ട് സുകുമാരിയമ്മ പുറത്തേക്ക് ഇറങ്ങിച്ചെന്നു.

പള്ളിക്കലെ വിലാസിനി ഓട്ടോയിൽ നിന്ന് ഇറങ്ങുന്നു.

ഓ... കല്യാണാലോചന വിടാൻ മനസ് വന്നിട്ടില്ലായിരിക്കും വിലാസിനിക്ക്. സുകുമാരിയമ്മ മനസിൽ പറഞ്ഞു. നിറഞ്ഞ ചിരിയോടെയാണ് വിലാസിനി വീട്ടിലേക്കു കയറി വന്നത്.

"രാമകൃഷ്ണൻ ചേട്ടൻ പോയോ?"

അവർ ചോദിച്ചു.

"ഇല്ല... ഒരുങ്ങുന്നു."

"നന്നായി. ചേട്ടനെക്കൂടി കാണാനാ ഞാനിത്ര രാവിലെ ഇങ്ങോ

ട്ടു പോന്നത്."

"ചായയെടുക്കട്ടെ?"

"വേണം. രാമകൃഷ്ണൻ ചേട്ടനോടു സംസാരിച്ചിട്ടു മതി."

പോകാനുള്ള വേഷം ധരിച്ച് രാമകൃഷ്ണൻ അകത്തെ മുറിയിൽ നിന്ന് ഇറങ്ങിവന്നു.

"എന്താ വിലാസിനീ രാവിലെ? നീ വെളുപ്പിനേ തിരിച്ചോ അവിടുന്ന്?" അയാൾ ലോഹ്യം ചോദിച്ചു.

"ഒരാവശ്യമുണ്ടായാൽ സമയമൊന്നും നോക്കാതെ വന്നാലല്ലേ പറ്റൂ. ഇത്തവണ നിങ്ങളാരും എന്നെ നിരാശപ്പെടുത്തല്ലേ... രമേശന്റെ കാര്യം പറയാനാ ഞാൻ വന്നത്."

"അതു മനസിലായി. അപർണയുടെ അഭിപ്രായം നേരത്തെ പറഞ്ഞതല്ലേ വിലാസിനീ... ഇനി അവളുടെ മനസ് മാറുമോന്ന് ചോദിച്ചാലേ അറിയാൻ പറ്റൂ." സുകുമാരിയമ്മ പറഞ്ഞു.

"മോളെ വിളിക്ക്... ഞാൻ തന്നെ ചോദിക്കാം. മോളെ അപർണേ..." വിലാസിനി ഉറക്കെ വിളിച്ചു.

രാമകൃഷ്ണനും സുകുമാരിയമ്മയും പരസ്പരം ഒന്നു നോക്കി.

അവരുടെ സംസാരം കേട്ടുകൊണ്ട് ആശ അവളുടെ മുറിയിൽ നിൽക്കുന്നുണ്ടായിരുന്നു. അവൾ വേഗം വെളിയിലേക്കിറങ്ങി വന്നു.

"ചേച്ചിയിവിടില്ല അപ്പച്ചീ..." അവൾ പറഞ്ഞു.

'എവിടെപ്പോയി?"

"ചേച്ചീടെ ഒരു കൂട്ടുകാരിയുടെ കല്യാണം ചോറ്റാനിക്കര വച്ചാ... അവര് നാലഞ്ചുപേര് ഒന്നിച്ചു പോയേക്കുവാ... വൈകുന്നേരമാകും തിരിച്ചുവരാൻ." വിലാസിനിയുടെ മുഖം മങ്ങി.

"അതു സാരമില്ല. വരുമ്പം പറഞ്ഞാ മതി. രമേശനു ട്രാൻസ്ഫർ കിട്ടി... ഊട്ടിയിലേക്ക്. കഴിഞ്ഞാഴ്ച അവൻ അവിടെ വന്നു ചാർജെടുത്തു."

ഊട്ടി കൊള്ളാമല്ലോ... സുഖവാസകേന്ദ്രമല്ലേ... ആശ മനസിൽ പറഞ്ഞു.

"കല്യാണം കഴിഞ്ഞാൽ ഫാമിലി ക്വാർട്ടേഴ്സ് കിട്ടും. അവർക്കൊന്നിച്ചു താമസിക്കാം. ഊട്ടി അത്ര ദൂരെയൊന്നുമല്ലല്ലോ ചേട്ടാ..." വിലാസിനി പറഞ്ഞു.

"ഭാര്യയും ഭർത്താവുമായാൽ ഒന്നിച്ചു താമസിക്കണം. അതിനുള്ള സൗകര്യമുണ്ടെങ്കിൽ പിന്നെ സാരമില്ല. അല്ലാതെ വർഷത്തിലൊരിക്കൽ ഒരുമാസത്തെ ലീവിനു വരുമ്പം മാത്രം ഭാര്യയും ഭർ

ത്താവും... അതാ അവൾക്കു താൽപ്പര്യമില്ലാത്തെ..."

സുകുമാരിയമ്മ പറഞ്ഞു.

"എന്തായാലും നമുക്കിത് ആലോചിക്കാം വിലാസിനീ... ആദ്യം പെണ്ണും ചെറുക്കനും തമ്മിൽ ഒന്നു കാണട്ടെ."

രാമകൃഷ്ണനനും അനുകൂല നിലപാടെടുത്തു.

"അതേ ചേട്ടാ... നടക്കാനുള്ളത് നടക്കും. അതേ നടക്കൂ. അവൻ നാളെയോ മറ്റന്നാളോ രണ്ടുദിവസത്തെ ലീവിനു വരും. വേണെങ്കിൽ വന്ന് നമ്മുടെ കൊച്ചിനെ കണ്ടിട്ടുപോട്ടെ. കല്യാണ മാകുമ്പം വല്യ അവധിയെടുത്താൽ മതിയല്ലോ..."

വിലാസിനി പറഞ്ഞു.

"എന്നാപ്പിന്നെ അടുത്തയാഴ്ച വരാൻ പറ... അതാ നല്ലത്. ഞാനും ഇവിടെ കാണുമല്ലോ."

രാമകൃഷ്ണൻ പറഞ്ഞു.

"അവൻ വരും ചേട്ടാ... അത്രയ്ക്കു താൽപ്പര്യമുണ്ട് അവനീ ആലോചനയിൽ."

"മോളേ, അപ്പച്ചിക്കു ചായ കൊടുക്ക്... ചെല്ല്.." സുകുമാരിയമ്മ സൂത്രത്തിൽ വിലാസിനിയെ ഊണുമുറിയിലേക്കു വിട്ടു.

ആശയും പോയി.

"അവൾക്കു പ്രായം കൂടി വരുവല്ലേ ദിവസംതോറും... നമുക്കിതങ്ങു നടത്തിയാലോ?"

സുകുമാരിയമ്മ രാമകൃഷ്ണനോടു ചോദിച്ചു.

"ഞാനും അതാ വിചാരിക്കുന്നെ... കുറച്ചു സ്വർണമിട്ട് കല്യാണം നടത്താം. അതിൽ കൂടുതലൊന്നും പറ്റില്ല. സമ്മതമാണെങ്കിൽ ആലോചിക്കാം."

"അതേ. വല്യ താമസമില്ലാതെ അവൾക്കെന്തെങ്കിലും ജോലി കിട്ടാതിരിക്കത്തില്ല. പിന്നെന്തിനാ സ്ത്രീധനം?"

"ഉം... അവളോടൊന്നു സംസാരിച്ചേക്ക്."

രാമകൃഷ്ണൻ സൈക്കിളെടുത്ത് ടൗണിലേക്കു പോയി.

വൈകുന്നേരം തിരിച്ചു വരുന്ന വഴി കവലയിലെ പലചരക്കു കടയിൽ കയറിയപ്പോൾ അവിടെ നന്ദഗോപാൽ ഉണ്ടായിരുന്നു.

"ചേട്ടൻ വരുന്ന വഴിയാണോ?"

സൗഹൃദത്തോടെ നന്ദഗോപാൽ ചോദിച്ചു.

"ഉം... കുറച്ച് തേയിലയും പഞ്ചസാരയും മേടിക്കണം. രാവിലെ സുകുമാരിയമ്മ പറഞ്ഞു വിട്ടതാ..."

"അപർണയെ വിട്ടത് വലിയ സഹായമായിപ്പോയി. ഇപ്പോൾ

അവളെ മാത്രം മതി വീട്ടിൽ എല്ലാവർക്കും. ഞാൻ ഔട്ട്..."

നന്ദഗോപാൽ തമാശമട്ടിൽ പറഞ്ഞു.

"അവളെ ചിലപ്പോൾ ഞായറാഴ്ച വീട്ടിലേക്കൊന്നു വിടേണ്ടി വരും. ഒരു പയ്യൻ കാണാൻ വരുന്നുണ്ട്."

പെട്ടെന്ന് നന്ദഗോപാലിന്റെ മുഖത്ത് ഗൗരവം നിറഞ്ഞു.

"ഏതു പയ്യനാ ചേട്ടാ?"

"അവൻ ആർമിയിലാ... പറഞ്ഞുവരുമ്പം അകന്ന ബന്ധവുമുണ്ട്."

രമേശനെക്കുറിച്ച് അറിയാവുന്ന കാര്യങ്ങളെല്ലാം രാമകൃഷ്ണൻ പറഞ്ഞു.

"ഞായറാഴ്ച രാവിലെ അപർണയെ വിടാം ചേട്ടാ... ഞാനന്നു വീട്ടിൽ കാണുമല്ലോ. അതു കൊണ്ട് ബുദ്ധിമുട്ടില്ല."

അപർണയുടെ കല്യാണം തീരുമാനിച്ചാൽ പിന്നെ അവളുടെ സഹായം പ്രതീക്ഷിക്കേണ്ടെന്ന് നന്ദഗോപാലിനു തോന്നി. അവൾ പോകുന്നതു തന്നെയാണു നല്ലത്.

കടയിൽനിന്നു വാങ്ങിയ സാധനങ്ങളുമായി നന്ദഗോപാൽ അന്നു ചന്ദ്രാലയത്തിൽ ചെന്നപ്പോൾ അപർണ അടുക്കളയിലായിരുന്നു. സാധനങ്ങൾ നിറച്ച സഞ്ചി അയാൾ കിച്ചൻ ടേബിളിൽ വച്ചു.

"ഞാനിന്ന് അപർണയുടെ അച്ഛനെ കണ്ടു..."

അയാൾ പറഞ്ഞു.

"എപ്പോൾ?" ആശ്ചര്യത്തോടെ അവൾ ചോദിച്ചു.

"ഇപ്പം... ഞാൻ കടയിൽ നിൽക്കുമ്പോൾ അച്ഛൻ ജോലി കഴിഞ്ഞ് അവിടെ വന്നു. അടുത്ത ഞായറാഴ്ച അപർണയെ വീട്ടിലോട്ടൊന്നു വിടണമെന്നു പറഞ്ഞു."

അവൾക്കും ആഗ്രഹമുണ്ടായിരുന്നു വീട്ടിലേക്കു പോകാൻ. ഒരാഴ്ച കഴിയുന്നു അവിടെനിന്ന് ഇറങ്ങിയിട്ട്.

"എന്തിനാണെന്നു മനസിലായോ?" അയാൾ ചോദിച്ചു.

"ഇല്ല..."

"അന്ന് അപർണയെ പെണ്ണുകാണാൻ ഒരാൾ വരുന്നുണ്ട്."

അവൾ ഒന്നു ഞെട്ടി.

"ആര്?"

"ആർമിയിലുള്ള പയ്യനാ... അച്ഛൻ വലിയ താൽപ്പര്യത്തോടെയാ സംസാരിച്ചത്."

ഓ! പട്ടാളത്തിലുള്ള രമേശന്റെ ആലോചന. വിലാസിനിയപ്പച്ചി ഇതുവരെ അതു വിട്ടില്ലേ?

അവൾ ഒന്നും മിണ്ടിയില്ല.

"കല്യാണം കഴിക്കുന്ന ആൾ ഭാഗ്യവാനാ..." അയാൾ പറഞ്ഞു.

അവൾ ചോദ്യഭാവത്തിൽ അയാളെ നോക്കി.

"വേറെ ഒരു പെണ്ണും അപർണയെപ്പോലെ നല്ല ഒരു ഭാര്യയായിരിക്കത്തില്ല. സുന്ദരി, വിദ്യാസമ്പന്ന, സൽസ്വഭാവി, സ്നേഹമയി..." അയാൾ പറഞ്ഞതു കേട്ട് അവൾ ചിരിച്ചു പോയി.

"ഇത്രയൊന്നും പുകഴ്ത്തൽ വേണ്ട സാർ. എന്നെക്കൊണ്ടു കഴിയുന്ന ജോലികളേ ഞാനിവിടെ ചെയ്യുന്നുള്ളൂ. എന്റെ വീടു പോലെ ഞാൻ കാണുന്നതു കൊണ്ടാണ്."

"ഞാൻ പറഞ്ഞെന്നേയുള്ളൂ."

നന്ദഗോപാൽ അയാളുടെ മുറിയിലേക്കു പോയി. അയാൾ വേഷം മാറുമ്പോഴാണ് മൊബൈലിൽ ഒരു കോൾ വന്നത്.

നോക്കിയപ്പോൾ പരിചയമില്ലാത്ത ഒരു നമ്പർ.

ഓഫീസ് കാര്യത്തിനുവേണ്ടി ആരെങ്കിലും വിളിക്കുന്നതായിരിക്കും. ആവശ്യക്കാർക്ക് ഔചിത്യമില്ലല്ലോ. നാളെ പത്തുമണി കഴിഞ്ഞ് വിളിക്കാൻ പറയാം.

"ഹലോ..." അയാൾ കോൾ എടുത്തു.

"നന്ദഗോപാലൻ സാറല്ലേ?" ഒരു സ്ത്രീസ്വരം ചോദിച്ചു.

"അതേ..." അയാൾക്ക് ആളിനെ മനസ്സിലായില്ല.

"സാറെന്താ വിളിക്കാമെന്നു പറഞ്ഞിട്ട് വിളിക്കാഞ്ഞത്?"

പെട്ടെന്ന് അയാൾക്ക് ഓർമ്മ വന്നു.

അവളായിരിക്കും. ആ വനജ.

"തിരക്കിലായിരുന്നു..." അയാൾ എങ്ങും തൊടാതെ പറഞ്ഞു.

"സാറിന്റെ വിളി വരുമെന്നും കാത്ത് എന്നും ഞാനിരിക്കുവാരുന്നു. വേറൊരു സാറിന്റെ വീട്ടിൽ നിൽക്കാൻ പറ്റുവോന്നു ചോദിച്ച് ആൾ വന്നതാ. പക്ഷേ വനജയ്ക്ക് ഒരു വാക്കേയുള്ളൂ സാറേ... സാർ കഴിഞ്ഞിട്ടേയുള്ളൂ എനിക്ക് വേറാരും..."

അപ്പോൾ വനജ തന്നെയാണ്.

അപർണ ഇനി എത്ര ദിവസം വീട്ടിലുണ്ടായിരിക്കുമെന്ന് അറിയില്ല. അപ്പോൾ ആരെങ്കിലും സഹായത്തിന് ഉണ്ടായേ പറ്റൂ.

തൽക്കാലം വനജ വരട്ടെ. ശരിയാവുന്നില്ലെങ്കിൽ വേറെ ആരെയെങ്കിലും കണ്ടുപിടിക്കാം.

"വീട്ടിൽ ഇപ്പോൾ ഞാൻ മാത്രമേയുള്ളൂ വനജേ. വൈഫും മോളുമൊക്കെ നാട്ടിലാണ്. അവർ ഒരാഴ്ച കഴിഞ്ഞേ വരൂ. അപ്പോഴത്തേക്ക് വനജ വന്നാൽ മതി." അയാൾ പറഞ്ഞു.

"അപ്പോൾ സാർ ആഹാരമൊക്കെ കഴിക്കാൻ എന്തു ചെയ്യും?"

"ഹോട്ടലീന്നാണ്..."

'എന്തിനാ സാറേ ഹോട്ടലീന്നു കഴിക്കുന്നേ. ഞാൻ നാളെ രാവിലെ വരാം. കുറച്ച് അരീം പച്ചക്കറീം മീനുമൊക്കെ മേടിച്ചാ മതിയല്ലോ. അതിനും സാർ കടയിൽ പോകണ്ടാ. കാശ് തന്നാൽ ഞാൻ പോയി മേടിച്ചോണ്ടു വരാം. ഉച്ചയ്ക്കു സാർ ഓഫീസീന്നു വരുമ്പം ചോർ റെഡി."

"അതു വേണ്ടാ വനജേ... ഞാൻ മാത്രമല്ലേയുള്ളൂ വീട്ടിൽ. സ്ത്രീകളാരുമില്ലാതെ..."

വനജ ഒന്നു ചിരിച്ചു.

"സാർ ഇത്ര പാവമായിപ്പോയല്ലോ... നാട്ടുകാർ എന്തു വിചാരിക്കുമെന്നാണോ പേടി? എന്നാൽ ഒരു കാര്യം ചെയ്യാം. രാവിലെ വന്ന് ആഹാരമൊക്കെ ഉണ്ടാക്കിവച്ച് വീട് അടിച്ചുവാരി തുണികളും കഴുകി വൈകിട്ട് സാർ വരുമ്പോ ചായയും ഉണ്ടാക്കിത്തന്നിട്ട് ഞാനിങ്ങ് പോന്നോളാം. രാത്രിയിൽ നിന്നാലല്ലേ പ്രശ്നമുള്ളൂ..."

എന്തു പറയും ഈ സ്ത്രീയോട്?

"വേണ്ടാ വനജേ...അവരൊക്കെ വന്നിട്ട് മതി. കാരണമുണ്ട്. ഞാൻ അതൊക്കെ പിന്നെ പറയാം. എന്തായാലും ഒരാഴ്ച കഴിയട്ടെ..."

"എന്നെ വേണ്ടാങ്കിൽ അതു പറ സാറേ... വേറെ ഒഴിവുകഴിവൊന്നും പറയണ്ടാ." അവൾക്ക് നീരസമയി.

"അയ്യോ അതൊന്നുമല്ല. വനജയെ വേണം."

അയാൾ പറഞ്ഞു.

"എന്നാൽ എനിക്ക് ഒരു അയ്യായിരം രൂപ അഡ്വാൻസ് തരാമോ? നാളെ രാവിലെ ഞാൻ ആപ്പീസിലേക്ക് വരാം."

"നാളെ ഞാൻ ലേറ്റായിട്ടേ ഓഫീസിൽ വരൂ. ഒരു കാര്യം ചെയ്യാം. വൈകുന്നേരം ഞാൻ വീട്ടിലേക്കു വന്ന് അഡ്വാൻസ് തരാം... പോരേ?" അവളെ ഓഫീസിലേക്കു വരുത്താൻ അയാൾ ഒട്ടും ആഗ്രഹിച്ചില്ല.

"അതു മതി സാറേ... ഞാൻ കാത്തിരിക്കാം. എന്നെ പറഞ്ഞു പറ്റിക്കല്ലേ..."

"ഞാൻ വരാം..."

"ശരി സാറേ..."

അയാൾ കോൾ കട്ട് ചെയ്തു.

ചുരുങ്ങിയ സമയത്തിനുള്ളിൽ വേറൊരു സെർവന്റിനെ കണ്ടുപിടിക്കാൻ പറ്റുമോ?

തന്നെയുമല്ല ഹോം നഴ്സ് വന്നാൽ ആരെങ്കിലും വീട്ടുജോലിക്ക് ഇല്ലാതെ പറ്റുകയുമില്ലല്ലോ. അയാൾ വനജയുടെ നമ്പർ സേവ് ചെയ്തു.

സന്ധ്യകഴിഞ്ഞ് ജോലികൾ തീർന്നപ്പോൾ സുമിമോളെ കുറേ നേരം അപർണ ക്ലാസ്സിലെ പാഠങ്ങൾ പഠിപ്പിച്ചു. അതു കഴിഞ്ഞ് അവൾക്ക് ചോറു കൊടുത്തു.

"ടീച്ചറേ എനിക്ക് ഉറക്കം വരുന്നു...'

"അച്ഛന്റെ കൂടെയാണോ ഉറങ്ങുന്നെ?"

"അല്ല... ടീച്ചറിന്റെ കൂടെ. ഇന്നും കഥ പറഞ്ഞുതരണേ.."

"ഉം..."

അപർണയുടെ മുറിയിലാണ് അന്നും സുമിമോൾ കിടന്നത്. കഥ പറഞ്ഞു കൊടുത്ത് അപർണ അവളെ ഉറക്കി.

എല്ലാവർക്കും ഭക്ഷണം കൊടുത്ത് അടുക്കളയിലെ ജോലി തീർത്ത് അവളും വന്ന് ഉറങ്ങാൻ കിടന്നു.

പട്ടാളക്കാരൻ പെണ്ണുകാണാൻ വരുന്ന കാര്യം ആരും ഇതേവരെ പറഞ്ഞില്ലല്ലോ എന്ന് അവൾ ആലോചിക്കാതിരുന്നില്ല. നാളെ ആശയെയൊന്നു വിളിക്കണം.

അറിയാതെ അവൾ ഉറക്കത്തിലേക്ക് വഴുതി വീണു.

പാതിരാത്രിയിലെപ്പോഴോ അവളെ സുമിമോൾ കുലുക്കി വിളിച്ചു.

"ടീച്ചറേ... ടീച്ചറേ..."

അവൾ പെട്ടെന്ന് ഉണർന്നു.

"എന്താ മോളെ?"

"എനിക്ക് അച്ഛനെ കാണണം."

"അച്ഛൻ ഉറങ്ങുവല്ലേ... നാളെ രാവിലെ കാണാം. മോൾ ഉറങ്ങിക്കോ." അവൾ സുമിയെ കെട്ടിപ്പിടിച്ച് കിടന്നു.

"എനിക്ക് അച്ഛനെ കാണണം. എനിക്ക് അച്ഛന്റെ കൂടെ കിടക്കണം." സുമി കരയാൻ തുടങ്ങി.

നന്ദൻ സാറിനെ ഈ നേരത്തു ചെന്ന് എങ്ങനെ വിളിച്ചുണർത്തും? മനസ്സില്ലാമനസ്സോടെ അവൾ എഴുന്നേറ്റ് ലൈറ്റിട്ട് വാതിൽ തുറന്ന് ഹാളിലേക്കു ചെന്നു. ഹാളിലെ ലൈറ്റിട്ടിട്ട് അവൾ നന്ദഗോപാലിന്റെ കിടപ്പുമുറിയുടെ അടുത്തേക്കു ചെന്നു.

വാതിൽ ചാരിയിരുന്നേയുള്ളായിരുന്നു.

"സാറേ... നന്ദൻ സാറേ..."

വാതിലിൽ മെല്ലെ തട്ടി അവൾ വിളിച്ചു.

പെട്ടെന്ന് ഉള്ളിൽ ലൈറ്റ് തെളിഞ്ഞു.

നന്ദഗോപാൽ വാതിൽ തുറന്നു.

“എന്താ അപർണേ?” അയാൾ ചോദിച്ചു.

“സുമിമോൾക്ക് അച്ഛന്റെ കൂടെ വന്നു കിടക്കണമെന്ന്...”

“ഇങ്ങു കൊണ്ടുവാ അവളെ... അല്ലെങ്കിൽ ഞാൻ വന്ന് എടുക്കാം.” അയാൾ പറഞ്ഞു.

“ഞാൻ കൊണ്ടുവരാം. സർ.”

അപർണ ചെന്ന് സുമിമോളെ എടുത്തുകൊണ്ടു വന്നു. നന്ദഗോപാൽ അവൾക്കു നേരെ കൈ നീട്ടി.

“ടീച്ചർ കിടത്തിയാൽ മതി.” സുമി പറഞ്ഞു.

അവൾ സങ്കോചത്തോടെ മുറിയിലേക്കു കയറിച്ചെന്നു.

ഇരട്ടക്കട്ടിലായിരുന്നു അത്. ബെഡ്ഡിലേക്ക് അവൾ കുട്ടിയെ കിടത്തി.

“അച്ഛൻ കിടക്ക്.” സുമി പറഞ്ഞു.

നന്ദഗോപാൽ അവളുടെ അടുത്ത് കിടന്നു.

“അപർണ പൊയ്ക്കോ... ഉറക്കം കളയണ്ടാ.” അയാൾ പറഞ്ഞു.

“ടീച്ചർ പോകരുത്.” പെട്ടെന്ന് സുമി പറഞ്ഞു.

മനസ്സിലാകാതെ അപർണ നിന്നു.

“ടീച്ചറും കിടക്ക്... ഇവിടെ.. അച്ഛന്റേം ടീച്ചറിന്റേം നടുക്ക് ഞാൻ കിടന്നോളാം.. അമ്മേടേം അച്ഛന്റേം കൂടെ കിടന്നപോലെ...”

അപർണയുടെ മുഖം വിളറി.

“അപർണ പൊയ്ക്കോ... ഇവൾ ഓരോ ഭ്രാന്ത് പറയും.”

അപർണ പോകാനായി തിരിഞ്ഞു. അതോടെ സുമി കരയാൻ തുടങ്ങി.

“പോകല്ലേ ടീച്ചറേ... പോകല്ലേ...”

നന്ദഗോപാൽ അപർണയുടെ മുഖത്തേക്ക് ഒന്നു നോക്കി.

അവൾ തലകുനിച്ചു.

16

“അപർണ പൊയ്ക്കോളൂ.. കുറച്ചുകഴിയുമ്പം കരച്ചിൽ താനേ നിന്നോളും...’ നന്ദഗോപാൽ പറഞ്ഞു.

“ടീച്ചർ പോകല്ലേ... എന്റടുത്തു കിടക്കണം... പോകല്ലേ ടീച്ചർ...”

അതുകേട്ട് സുമി വീണ്ടും കരഞ്ഞു.

സുമിയുടെ കണ്ണീർ കൊണ്ട് നനഞ്ഞ മുഖം കണ്ടിട്ട് അപർണയ്

ക്കു സഹിച്ചില്ല. കുട്ടിയല്ലേ അവൾ. നിഷ്കളങ്കമായ ആഗ്രഹം പറയുന്നു. അതിന്റെ ഗൗരവത്തെക്കുറിച്ച് അവൾക്ക് ഒന്നും അറിയില്ല.

"സുമിമോൾ കിടക്ക്... ടീച്ചർ അടുത്ത് ഇരിക്കാം..."

ഒടുവിൽ അവൾ പറഞ്ഞു.

"എന്താ കിടക്കാത്തെ?" സുമി ചോദിച്ചു.

"ടീച്ചറിന് ഉറക്കം വരുന്നില്ല."

"കിടക്കുമ്പം ഉറക്കം വരും ടീച്ചറേ... കണ്ണടച്ച് കിടന്നാ മതി."

സുമി പോംവഴി പറഞ്ഞു.

നിസ്സഹായതയോടെ എല്ലാം കേട്ട് നിൽക്കുന്നുണ്ടായിരുന്നു നന്ദഗോപാൽ.

"അപർണ പൊയ്ക്കോളൂ... മോളെ ഞാനുറക്കിക്കോളാം."

നന്ദഗോപാൽ പറഞ്ഞു.

അവൾ പോകാനായി തിരിഞ്ഞു.

അതോടെ സുമി കൂടുതൽ ഉച്ചത്തിൽ കരയാൻ തുടങ്ങി.

അപർണ പോകാതെ പിന്നെയും മടിച്ചു നിന്നു.

"അപർണേ പോ... കുറെക്കഴിയുമ്പം കരച്ചിലൊക്കെ നിൽക്കും. ഉറക്കത്തിൽനിന്ന് ഉണർന്നതിന്റെ കുഴപ്പമാ. ചെല്ല്... സമയം കളയാതെ കിടന്ന് ഉറങ്ങ്." അയാൾ വീണ്ടും പറഞ്ഞു.

അവൾ മുറിയിൽനിന്ന് വെളിയിലിറങ്ങി. അപ്പോഴും സുമി കരയുന്നുണ്ടായിരുന്നു.

"എന്തിനാ നന്ദേട്ടാ മോൾ കരയുന്നെ... സ്വപ്നം കണ്ടു പേടിച്ചിട്ടാണോ... നന്ദേട്ടാ..." ഉറക്കത്തിൽ നിന്ന് ഉണർന്നു പോയ ഷീജ അവളുടെ മുറിയിൽ നിന്ന് വിളിച്ചു ചോദിച്ചു.

അപർണ അവളുടെ അടുത്തേക്കു ചെന്നു.

"എന്തിനാ അപർണേ മോൾ കരയുന്നെ... വയറുവേദനയോ മറ്റോ ആണെങ്കിൽ അതിനുള്ള ഡ്രോപ്സ് ഉണ്ട്. അത് അരഗ്ലാസ് വെള്ളത്തിൽ ചേർത്ത് കൊടുത്താൽ മതി."

അവളെ കണ്ട് ഷീജ പറഞ്ഞു.

"അതല്ല ചേച്ചീ... മോൾ എന്റെ റൂമിലാ ഉറങ്ങാൻ കിടന്നെ.. കുറച്ചു നേരം മുമ്പ് ഉണർന്നു കരഞ്ഞു. അച്ഛന്റെ അടുത്തു പോയി കിടക്കണമെന്നും പറഞ്ഞ്. ഞാൻ സാറിന്റെ റൂമിൽ കൊണ്ടു ചെന്ന് മോളെ കൊടുത്തു..."

"പിന്നെന്തിനാ അവൾ കരയുന്നെ...?"

"അതോ... അതു പിന്നെ... ഞാനും കൂടി മോൾടെ അടുത്ത് കിടക്കണമെന്ന്..."

"അവൾ അങ്ങനെ പറഞ്ഞോ... പാവം കുഞ്ഞ്. കുറേനാൾ എന്റെയും നന്ദേട്ടന്റെയും നടുക്ക് കിടന്നാണ് അവൾ ഉറങ്ങിയത്. അതവൾക്ക് ഇഷ്ടമായിരുന്നു. എനിക്ക് ബുദ്ധിമുട്ടാകുമെന്നു കരുതിയാ പിന്നെ അവൾ നന്ദേട്ടന്റെ കൂടെ വേറെ കിടക്കാൻ തുടങ്ങിയെ..." അപർണ ഒന്നും മിണ്ടിയില്ല.

"സുമിയോട് പറയുന്നത് ശരിയല്ലെന്നറിയാം. ഇന്നത്തേക്ക് അവൾ പറയുന്നപോലെ... അവളുടെ അടുത്ത് കിടക്കാമോ?"

അപേക്ഷ പോലെ ഷീജ ചോദിച്ചു.

ഞെട്ടലോടെ അപർണ അവളുടെ മുഖത്തേക്കു നോക്കി.

"നന്ദേട്ടന് അപർണ സ്വന്തം അനിയത്തിയെപ്പോലെയാണ്. അതുകൊണ്ട് വേറൊന്നും വിചാരിക്കണ്ടാ. ഞാനല്ലേ പറയുന്നത്... പ്ലീസ്..."

അപ്പോഴും നന്ദഗോപാലിന്റെ മുറിയിൽ നിർത്താതെ സുമി കരയുന്നുണ്ടായിരുന്നു. ഷീജയുടെ അപേക്ഷയല്ല സുമിമോൾടെ കരച്ചിലാണ് അപർണയെ സ്വാധീനിച്ചത്. അവൾ വീണ്ടും നന്ദഗോപാലിന്റെ അടുത്തേക്കു ചെന്നു.

"ടീച്ചറേ പോകല്ലേ പോകല്ലേ..."

അവളെ കണ്ട് സുമി കരച്ചിലിനിടയിൽ പറഞ്ഞു.

അവളെ കെട്ടിപ്പിടിച്ചു കൊണ്ട് കിടക്കുകയായിരുന്നു നന്ദഗോപാൽ.

"സാരമില്ല സാർ... ഞാനുംകൂടി കിടക്കാം. പാതിരാത്രിയിൽ മോളെ കരയിക്കണ്ടാ..." അപർണ പറഞ്ഞു.

"വേണ്ടാ അപർണേ... കുട്ടികളുടെ എല്ലാ ശാഠ്യങ്ങളും നമ്മൾ സാധിച്ചു കൊടുക്കാൻ പാടില്ല." അയാൾ എതിർത്തു.

"മോളെ കരയിക്കുന്നത് സങ്കടമുള്ള കാര്യമാണ്..."

കൂടുതലൊന്നും പറയാതെ അപർണ കട്ടിലിൽ സുമിയുടെ അടുത്ത് കിടന്നു. അവൾക്ക് സുഖമായി കിടക്കാൻ സ്ഥലമൊരുക്കി അയാൾ അല്പം പിന്നിലേക്ക് മാറിക്കിടന്നു. അതോടെ സുമിയുടെ കരച്ചിൽ അടങ്ങി. ലൈറ്റ് ഓഫ് ചെയ്തിരുന്നില്ല. വാതിലും അടച്ചിരുന്നില്ല. അതുകൊണ്ട് അവൾക്ക് അത്ര ഭയം തോന്നിയതുമില്ല. അപർണ കണ്ണുകൾ തുറന്നുവച്ച് കിടന്നു. കണ്ണുകളടച്ചാൽ അറിയാതെ ഉറങ്ങിപ്പോയാലോ എന്ന് അവൾ ഭയപ്പെട്ടു.

നന്ദൻ സാർ മാന്യനാണ്. എന്നാലും ഒരു നിമിഷം മതി മനസ്സ് കൈവിട്ട് പോകാൻ. മനുഷ്യനല്ലേ... കണ്ണുകൾ തുറന്നുപിടിച്ചാണ് അവൾ കിടന്നതെങ്കിലും അല്പനേരം കഴിഞ്ഞപ്പോൾ അവൾ

അറിയാതെ നിദ്രയുടെ കൈകളിലേക്ക് വീണു.

നേരം പുലരാറായപ്പോഴാണ് പിന്നെ അപർണ ഉണർന്നത്. നന്ദഗോപാലിന്റെ മുറിയിലാണ് കിടക്കുന്നതെന്ന് ഓർമ്മ വന്നപ്പോൾ അവൾ ഞെട്ടിപ്പോയി. അടുത്ത് സുമിമോൾ ഉറങ്ങുന്നുണ്ടായിരുന്നു. നന്ദഗോപാലിന്റെ സ്ഥലം ഒഴിഞ്ഞു കിടക്കുന്നു. അവളെ ആരോ ഷീറ്റു കൊണ്ട് പുതപ്പിച്ചിരിക്കുന്നു.

അവൾ മെല്ലെ എഴുന്നേറ്റു. സ്വന്തം മുറിയിൽ പോയി കിടക്കാം. നന്ദൻ സാർ ബാത്റൂമിലോ മറ്റോ പോയതായിരിക്കും.

അവൾ ഹാളിലേക്കു ചെന്നപ്പോഴാണ് ആ കാഴ്ച കണ്ടത്. ഹാളിൽ ഉണ്ടായിരുന്ന ദിവാനിൽ കിടന്ന് നന്ദൻ സാർ ഉറങ്ങുന്നു.

സുമിമോളെ തനിച്ചാക്കിയിട്ട് എങ്ങനെ പോകും?

അവൾ വീണ്ടും ചെന്ന് സുമിയുടെ അടുത്ത് കിടന്നു. പക്ഷേ പിന്നെ അവൾക്ക് ഉറക്കം വന്നില്ല.

നന്ദൻ സാർ മാന്യനായ മനുഷ്യനാണെന്ന് വീണ്ടും അവൾക്ക് ബോധ്യപ്പെട്ടു. ഇങ്ങനെയും പുരുഷന്മാരുണ്ടല്ലോ. അറിയാതെ അവളുടെ മനസ്സിൽ അയാളോട് ഒരു ആരാധനയുണ്ടായി.

പതിവിലും നേരത്തെ എഴുന്നേറ്റ് അവൾ അടുക്കളയിലേക്കു ചെന്നു. ചായയുണ്ടാക്കി ദാക്ഷായണിയമ്മയ്ക്ക് കൊടുത്തിട്ട് ഷീജയുടെ അടുത്തേക്കു ചെന്നു.

ഷീജ ഉണർന്നു കിടക്കുകയായിരുന്നു.

"ചേച്ചീ ചായ..."

ഷീജ അവളെ നോക്കി പുഞ്ചിരിച്ചു.

"ഇന്നലെ സുഖമായി ഉറങ്ങിയോ?" അവൾ ചോദിച്ചു.

"ഉം..." അപർണ മൂളി.

"ബുദ്ധിമുട്ടൊന്നും ഉണ്ടായില്ലല്ലോ?"

"ഇല്ല..."

"പേടിയൊക്കെ മാറിയോ?"

"ഉം..."

"സന്തോഷമായി മോളെ..." ഷീജയുടെ കണ്ണുകൾ നനഞ്ഞു.

"എന്തിനാ ചേച്ചി വിഷമിക്കുന്നെ?" തലയണകൾ ഉയർത്തിവച്ച് അവളെ ചാരിയിരുത്തിക്കൊണ്ട് അപർണ ചോദിച്ചു.

"എന്റെ നന്ദേട്ടനെയും സുമിമോളെയും പൊന്നുപോലെ നോക്കാൻ എനിക്ക് അപർണയെ കിട്ടിയല്ലോ... വേറെ ഒരു പെണ്ണിനും ഇതുപോലെ അവരെ സ്നേഹിക്കാൻ കഴിയില്ല..."

എന്താണ് ഷീജ ഉദ്ദേശിക്കുന്നതെന്ന് അവൾക്കു മനസ്സിലായി

ല്ല. എന്തെങ്കിലും അർത്ഥം വച്ചാണോ ഷീജ ചേച്ചി ഇങ്ങനെ പറയുന്നത്?

ഏയ് ഒരിക്കലുമല്ല. പാവത്തിന്റെ മനസ്സിൽ ഒന്നും തങ്ങിനിൽക്കുകയില്ല. അറിയാതെ തുറന്നു പറഞ്ഞു പോകുന്നതാണ്."

"നന്ദേട്ടന്റെയും സുമി മോൾടേം ഇഷ്ടങ്ങളൊക്കെ സാധിച്ചു കൊടുക്കണം. അപർണയ്ക്ക് നൂറു പുണ്യം കിട്ടും."

അവൾ ചായയെടുത്ത് ഷീജയ്ക്ക് കൊടുത്തു.

"നന്ദേട്ടന് ചായ കൊടുത്തോ?"

"ഇല്ല... സാർ നല്ല ഉറക്കമാണ്."

"പാവം... അപർണയ്ക്ക് ഒരു അസൗകര്യവും ഉണ്ടാകരുതെന്ന് വിചാരിച്ചാ ഹാളിൽ പോയി കിടന്നത്. ഇനി അതിന്റെ ആവശ്യമില്ലെന്ന് ഞാൻ പറയും."

അപർണ മിണ്ടിയില്ല. ഇന്ന് സുമിമോൾ ശാഠ്യം പിടിച്ചാലല്ലേ... രാത്രിയിൽ അവൾ ഉണരാതിരുന്നാൽ മതി.

"അപർണയ്ക്ക് ഒരു കല്യാണാലോചന വന്നിട്ടുണ്ട്. അല്ലേ?"

പെട്ടെന്ന് ഷീജ ചോദിച്ചു.

"ചേച്ചിയെങ്ങനറിഞ്ഞു?"

അത്ഭുതത്തോടെ അപർണ അവളെ നോക്കി.

"നന്ദേട്ടൻ പറഞ്ഞു. അച്ഛനെ കണ്ടപ്പോൾ അച്ഛനാ പറഞ്ഞത്. ആർമിയിലുള്ള ആളാണെന്ന്. ഡിഗ്രിയെങ്കിലുമുള്ള ആളിനെ വേണം അപർണ കല്യാണം കഴിക്കാൻ. അല്ലെങ്കിൽ പിന്നെ ചെറിയ ഈഗോ പ്രശ്നം ഉണ്ടായെന്നു വരും."

അവൾ മിണ്ടിയില്ല.

"അപർണ നല്ല കുട്ടിയാ... ആരുമായിട്ടും അഡ്ജസ്റ്റ് ചെയ്യും. ഭർത്താവിനു പക്ഷേ അപകർഷത ഉണ്ടായിക്കൂടെന്നില്ല."

രമേശൻ ഡിഗ്രി പാസ്സായതാണെന്ന് തോന്നുന്നില്ല.

"നല്ല ഒരു പയ്യനെ അപർണയ്ക്കു വേണ്ടി കണ്ടുപിടിക്കാനുള്ള ശ്രമത്തിലാ നന്ദേട്ടൻ. അത്രയ്ക്ക് ഇഷ്ടമാ നന്ദേട്ടന് നിന്നെ. നല്ല നിലയിൽ നന്ദേട്ടൻ നിന്റെ കല്യാണം നടത്തുകയും ചെയ്യും..."

ഷീജ അവളുടെ മുഖത്തേക്ക് ഒളികണ്ണിട്ടു നോക്കി.

ഏതോ ആലോചനയിലായിരുന്നു അവൾ.

"ഞാൻ പറഞ്ഞു നന്ദേട്ടനെപ്പോലെ ഒരാളിനെയാണ് അപർണയ്ക്കു വേണ്ടതെന്ന്. അന്നേരം നന്ദേട്ടൻ പറയുവാ എന്നെപ്പോലെ ഞാൻ മാത്രമേയുള്ളെന്ന്."

തമാശ പറയുന്നതു പോലെ ഷീജ ഒന്നു ചിരിച്ചു.

"അന്നേരം ഞാൻ പറഞ്ഞതെന്താണെന്ന് കേൾക്കണോ അപർണയ്ക്ക്?"

"എന്താണ്?"

"അപർണയ്ക്ക് സമ്മതമാണെങ്കിൽ ആ കുട്ടിയെ നന്ദേട്ടൻ കല്യാണം കഴിച്ചോ... എനിക്ക് അത് പൂർണ സമ്മതമാണെന്ന്..."

അപർണയുടെ മുഖം വിളറി.

അപ്പോഴാണ് വാതിലിനടുത്ത് നന്ദഗോപാൽ പ്രത്യക്ഷപ്പെട്ടത്.

"ഞാൻ പോവാ ചേച്ചീ..."

അവൾ പെട്ടെന്ന് അവിടെ നിന്ന് രക്ഷപ്പെട്ടു.

"വാ നന്ദേട്ടാ." ഷീജ പറഞ്ഞു.

അയാൾ അവളുടെ അടുത്തേക്കു ചെന്നു.

"നന്ദേട്ടന്റെ കാര്യം പറഞ്ഞു കൊണ്ടിരിക്കുവാരുന്നു അപർണ."

"എന്താണ് പറഞ്ഞത്?" ആകാംക്ഷയോടെ അയാൾ ചോദിച്ചു.

"ഇന്നലെ നന്ദേട്ടന്റെ കട്ടിലിലാ അവൾ ഉറങ്ങിയത് അല്ലേ?"

"ഉം. മോളുടെ ഒരുമാതിരി വേണ്ടാത്ത നിർബന്ധം..."

അയാൾ അനിഷ്ടത്തോടെ പറഞ്ഞു.

"പക്ഷേ അപർണയ്ക്കത് ഇഷ്ടമായി നന്ദേട്ടാ. അക്കാര്യമാ അവൾ പറഞ്ഞോണ്ടിരുന്നെ..."

വിശ്വാസം വരാതെ അയാൾ അവളെ നോക്കി.

"ആദ്യം അവൾക്ക് വലിയ മടിയായിരുന്നെന്ന് നന്ദേട്ടന്റെ റൂമിൽ കിടക്കാൻ. പക്ഷേ അടുത്ത് ഒരു പുരുഷൻ ഉണ്ടെന്നുള്ള ബോധം അവൾക്ക് ഒരു സുരക്ഷിതത്വബോധം കൊടുത്തെന്ന്."

ഷീജ അയാളുടെ മുഖത്തേക്ക് ഒന്നു നോക്കി. പറഞ്ഞത് ഏറ്റു എന്ന് അവൾക്ക് മനസ്സിലായി.

"പക്ഷേ നന്ദേട്ടന് അതിഷ്ടപ്പെട്ടില്ല... അതുകൊണ്ട് എഴുന്നേറ്റു പോയി... അത് അവൾക്ക് വലിയ ഇഷ്ടമായി എന്നാണ് എന്നോടു പറഞ്ഞത്."

"അത്... അതുപിന്നെ... അവൾ വിവരമില്ലാത്ത പെൺകുട്ടിയല്ലേ... അതുപോലെയാണോ ഞാൻ... അറിയാതെ പോലും അവളെ സ്പർശിക്കാതിരിക്കാൻ വേണ്ടിയാണ് ഞാൻ..."

നന്ദഗോപാൽ ന്യായീകരിച്ചു.

"നന്ദേട്ടൻ ചെയ്തതു തന്നെയാണ് ശരി. പക്ഷേ അവൾ എന്തൊക്കെയോ പ്രതീക്ഷിച്ചു എന്നാണ് സംസാരത്തിൽനിന്ന് എനിക്കു മനസ്സിലായത്." അയാൾ അതിന് മറുപടി പറഞ്ഞില്ല.

"ഇനി സുമിമോൾ അങ്ങനെ ആഗ്രഹം പറഞ്ഞാ അവൾ ഒരു

മടിയും കൂടാതെ വന്നു കിടക്കും. പക്ഷേ നന്ദേട്ടൻ എഴുന്നേറ്റു പോകല്ലേ.... അവൾ വിചാരിക്കും അവളോട് താല്പര്യമില്ലാത്തതു കൊണ്ടായിരിക്കുമെന്ന്..."

"സുമിമോൾ ഇന്നലെ അങ്ങനെ പറഞ്ഞു എന്നുവച്ച് ഇനി അവൾ പറയില്ല."

സംസാരം നീട്ടാൻ ആഗ്രഹമില്ലാത്ത മട്ടിൽ നന്ദഗോപാൽ പുറത്തേക്ക് ഇറങ്ങിപ്പോയി. ഷീജ ഒന്ന് ഊറിച്ചിരിച്ചു.

നന്ദഗോപാൽ ഓഫീസിലേക്ക് പോയിക്കഴിഞ്ഞപ്പോഴാണ് സുകുമാരിയമ്മ ചന്ദ്രാലയത്തിലേക്കു വന്നത്.

"അമ്മേ..." അവരെ കണ്ട് അപർണ ഓടിച്ചെന്നു.

"നിനക്ക് വിഷമമൊന്നുമില്ലല്ലോ മോളേ?" അവർ ചോദിച്ചു.

"ഇല്ലാമ്മേ... നിങ്ങളെയൊക്കെ കാണാൻ പറ്റാത്തതിന്റെ വിഷമമേയുള്ളൂ..."

"അത് എന്നായാലും അനുഭവിക്കേണ്ടതല്ലേ... കല്യാണം കഴിഞ്ഞാൽ നിനക്ക് ഇതിലും അകലെ വേറൊരു വീട്ടിൽ ചെന്ന് താമസിക്കേണ്ടതല്ലേ..." അവൾ മിണ്ടിയില്ല.

"ഞായറാഴ്ച നീ വീട്ടിലേക്ക് വരണം. ആ രമേശൻ അന്നു നിന്നെ കാണാൻ വരുന്നുണ്ട്. നിങ്ങൾക്ക് രണ്ടുപേർക്കും ഇഷ്ടപ്പെട്ടാൽ അത് നടത്തണമെന്നാണ് അച്ഛന്റെ ആഗ്രഹം..."

"ഇത്രയുമൊക്കെ പഠിച്ചിട്ട്... ഒരു ജോലി കിട്ടുംമുമ്പേ... ഇപ്പഴേ വേണ്ടമ്മേ എനിക്ക് കല്യാണം..." അപർണ പറഞ്ഞു.

"കല്യാണം കഴിഞ്ഞാലും ജോലിക്കു ശ്രമിക്കാമല്ലോ..."

"അതൊക്കെ അന്നേരം അറിയാം. നാട്ടിൽ തന്നെയുള്ള ഒരു ബന്ധമല്ലേ നല്ലത്. പട്ടാളത്തിലാണെങ്കിൽ വർഷത്തിൽ ഒരു തവണ മാത്രമല്ലേ..." അവൾ നേർത്ത എതിർപ്പ് പ്രകടിപ്പിച്ചു.

"അങ്ങനൊന്നും ചിന്തിക്കല്ലേ മോളേ. എല്ലാവരും അങ്ങനെ പറഞ്ഞാൽ വിദേശത്തുള്ളവർക്കും നാട്ടിൽ ജോലിയില്ലാത്തവർക്കും കല്യാണം കഴിക്കാൻ പറ്റത്തില്ലല്ലോ. രമേശൻ ഊട്ടിയിലേക്ക് സ്ഥലം മാറി വന്നു. അവിടെ ക്വാർട്ടേഴ്സ് കിട്ടുമെന്നാണ് പറഞ്ഞത്."

"അച്ഛനും അമ്മയും തീരുമാനിക്കുന്നത് എന്തായാലും ഞാൻ എതിർപ്പ് പറയത്തില്ല. ഇഷ്ടം പോലെ ചെയ്യൂ... എനിക്ക് സമ്മതമാണ്." അവൾ പറഞ്ഞു.

"നടക്കാൻ വിധിയുണ്ടെങ്കിൽ അതു നടക്കും. അതേ എനിക്കു പറയാനുള്ളൂ."

ഷീജയെയും ദാക്ഷായണിയമ്മയെയും കണ്ട് ഇക്കാര്യം പറഞ്ഞിട്ടാണ് സുകുമാരിയമ്മ തിരിച്ചുപോയത്.

ഞായറാഴ്ച അവൾ വരുമെന്ന് ഷീജ ഉറപ്പും കൊടുത്തു.

○○

ഓഫീസിലിരിക്കുമ്പോഴാണ് നന്ദഗോപാലിന്റെ മൊബൈലിൽ വനജ വിളിച്ചത്. അറിയാതെ അയാൾ ഒന്നു ഞെട്ടി.

റൂമിൽ വേറെ ആളുമുണ്ടായിരുന്നു.

"ഞാനിപ്പോൾ തിരക്കിലാണ്... കുറച്ചുകഴിഞ്ഞ് വിളിക്കാം."

കോൾ എടുത്തിട്ട് അയാൾ പറഞ്ഞു.

"മറക്കല്ലേ... ഞാൻ കാത്തിരിക്കും..."

"വിളിക്കാം."

"ഇന്ന് വരണേ..."

"വരാം."

അയാൾ കോൾ കട്ട് ചെയ്തു.

അയ്യായിരം രൂപ അഡ്വാൻസ് വേണമെന്ന് വനജ പറഞ്ഞിരുന്നല്ലോ. അക്കാര്യം ഓർമ്മിപ്പിക്കാനാണ് അവൾ വിളിച്ചതെന്ന് അയാൾക്ക് മനസ്സിലായി.

തിരക്കൊഴിഞ്ഞപ്പോൾ അയാൾ അവളെ വിളിച്ചു.

"രാവിലെ മുതൽ സാറിന്റെ വിളിയും നോക്കി ഇരിക്കുകയായിരുന്നു ഞാൻ." വനജ പറഞ്ഞു.

"വൈകുന്നേരം ഞാൻ വരാമെന്നല്ലേ പറഞ്ഞത്..."

"അതേ... ജോലിത്തിരക്കിനിടയിൽ സാറത് മറന്നുപോയാലോന്ന് വിചാരിച്ചാ ഞാൻ..."

"ഓഫീസിൽനിന്ന് ഇറങ്ങീട്ട് ഞാൻ നേരെ വീട്ടിലോട്ട് വരാം." അയാൾ പറഞ്ഞു.

"ശരി സാറേ... കാശിന് അത്യാവശ്യമുണ്ട്. അല്ലാരുന്നെങ്കിൽ ഞാൻ സാറിനെ ബുദ്ധിമുട്ടിക്കത്തില്ലാരുന്നു..."

"ഞാൻ വരാം."

അയാൾ പെട്ടെന്ന് സംഭാഷണം അവസാനിപ്പിച്ചു.

അവൾക്ക് പണത്തിന് ആവശ്യം കാണുമായിരിക്കും. പല ആണുങ്ങളോടും അവൾ ഇതുപോലെ പണം വാങ്ങിയിട്ടുണ്ടായിരിക്കും. ചില മിടുക്കികളുണ്ട്. അവസരത്തിനൊത്ത് അവർ അഭിനയിക്കും.

പണം കിട്ടിക്കഴിഞ്ഞാൽ പിന്നെ അക്കാര്യം അവർ മറക്കും.

അതറിഞ്ഞു കൊണ്ടു തന്നെയാണ് താൻ വിഡ്ഢിയാകുന്നത്. അവളെക്കൊണ്ട് ചിലപ്പോൾ ആവശ്യം ഉണ്ടായെന്നും വരാം.

അന്നു വൈകുന്നേരം ഓഫീസ് വിട്ടുകഴിഞ്ഞ് നന്ദഗോപാൽ നേരെ വനജയുടെ വീട്ടിലേക്ക് പോയി. അപ്പോൾ അഞ്ചര കഴിഞ്ഞിരുന്നു സമയം. ബൈക്കിന്റെ ശബ്ദം കേട്ട് വനജ വേഗം പുറത്തേക്കിറങ്ങിവന്നു. സെറ്റ് മുണ്ടായിരുന്നു അവളടെ വേഷം. കുളി കഴിഞ്ഞ് മുടി വിതിർത്തിക്കെട്ടിയിരുന്നു. കണ്ണുകളിൽ മഷിയെഴുതി നെറ്റിയിൽ പൊട്ടുകുത്തി... അയാൾ മുറ്റത്തേക്കു കയറിച്ചെന്നു.

"വാ സാറേ.. കേറിയിരിക്ക്." അവൾ ക്ഷണിച്ചു.

വെളിയിൽ നിന്നു കൊണ്ട് പണം കൊടുക്കുന്നത് ശരിയല്ലല്ലോ... ആരെങ്കിലും കണ്ടാൽ പിന്നെ അത് മതി... അയാൾ വരാന്തയിലേക്കു കയറി. രണ്ടു മൂന്ന് പ്ലാസ്റ്റിക് കസേരകൾ ഇട്ടിരുന്നു അവിടെ. അയാൾ ഒരു കസേരയിൽ ഇരുന്നു. വനജ അയാളുടെ മുന്നിൽ വന്നു നിന്ന് ചിരിച്ചു. എന്തിനാണ് അവൾ ഇങ്ങനെ ഒരുങ്ങിക്കെട്ടി...

"എവിടേയ്ക്കെങ്കിലും പോകാനാണോ..."

അയാൾ വെറുതെ ചോദിച്ചു.

"അമ്പലത്തിലൊന്ന് പോണം സാറേ... പിന്നെ സാർ വരുമ്പോൾ കുളിച്ചൊരുങ്ങി നിൽക്കണമെന്ന് ഒരാഗ്രഹവും..."

എത്രയും വേഗം സ്ഥലംവിടണം. എണ്ണിത്തിട്ടപ്പെടുത്തി വച്ചിരുന്ന അഞ്ഞൂറിന്റെ നോട്ടുകൾ എടുത്ത് അയാൾ അവൾക്ക് നീട്ടി.

"അയ്യായിരമുണ്ട്."

അവൾ ഇരുകൈകളും കൂട്ടിപ്പിടിച്ചാണ് അയാളുടെ വിരലുകൾ സഹിതം ആ രൂപ വാങ്ങിയത്.

"വളരെ ഉപകാരം സാറേ... സാർ പറഞ്ഞാമതി... അന്നു രാവിലെ ഞാൻ വീട്ടിലെത്തും."

"ഞാൻ പറയാം. അന്നേരം വന്നാൽ മതി."

"വൈഫ് വീട്ടിൽ പോയിട്ട് വന്നില്ലേ ഇതുവരെ?"

"ഇല്ല... വന്നിട്ട് ഞാൻ വിളിക്കാം."

"ഇടയ്ക്ക് ഒരുദിവസം ഞാൻ വരാം. സാർ പറഞ്ഞാ മതി..."

"എല്ലാ ദിവസോം എനിക്ക് ഓഫീസിൽ പോണം... അതുകൊണ്ടാ... ഞാനിറങ്ങുവാ." അയാൾ പെട്ടെന്ന് എഴുന്നേറ്റു.

"ഇത്ര വേഗം പോവാണോ സാർ?" അവൾക്ക് നിരാശയായി.

"ചെന്നിട്ട് ചില ജോലികളുണ്ട്."

"എന്നാൽ സർ ചെല്ല്..." മനസ്സില്ലാമനസ്സോടെ അവൾ അനുവാ

ദം കൊടുത്തു. നന്ദഗോപാൽ ബൈക്കിൽ കയറി ഓടിച്ചുപോകുന്നതു നോക്കി അവൾ നിന്നു. പിന്നെ പണം കൊണ്ടുചെന്ന് പെട്ടിയിൽ വച്ച് പൂട്ടി. കടയിൽ സാധനം വാങ്ങാൻ പോയ കാർത്ത്യായനി അപ്പോഴേയ്ക്കു വന്നു.

"അമ്മേ ഞാൻ അമ്പലത്തിലൊന്ന് പോയിട്ടു വരാം."

അവൾ പറഞ്ഞു.

റോഡിൽ ചെന്ന് ഒരു ഓട്ടോ പിടിച്ചാണ് വനജ അമ്പലത്തിലേക്കു പോയത്. അല്പം അകലെയാണെങ്കിലും കൃഷ്ണന്റെ അമ്പലത്തിൽ അവൾ ഇടയ്ക്ക് പോകാറുണ്ട്. തൊഴുതിറങ്ങിയപ്പോഴാണ് അവൾ വിജയലക്ഷ്മിയെ കണ്ടത്. സ്കൂളിൽ താഴത്തെ ക്ലാസ്സിൽ ഒന്നിച്ച് പഠിച്ചവരാണ് അവർ.

"വനജേ നിന്നെ കാണാനേയില്ലല്ലോടീ..."

അവളുടെ കൈപിടിച്ച് വിജയലക്ഷ്മി പറഞ്ഞു.

"ഞങ്ങൾ ഇപ്പം ഭരണിക്കാവിലല്ലേ താമസം. അതുകൊണ്ട് വല്ലപ്പോഴും മാത്രമേ ഇങ്ങോട്ടൊക്കെ വരാറുള്ളെടീ. നിന്റെ ഭർത്താവ് വരാറുണ്ടോ?" വനജ ചോദിച്ചു.

"പോയിട്ട് ഒരു കൊല്ലമാകുന്നു. വരുന്ന കാര്യമൊന്നും തീർച്ചയായില്ല..."

"അപ്പോൾ കാര്യങ്ങളൊക്കെ വല്യ കഷ്ടമാണല്ലോടീ..."

അർത്ഥംവച്ച് വനജ പറഞ്ഞു.

"എന്തു ചെയ്യാനാടീ... വേറെ നിവർത്തിയില്ലല്ലോ..."

അപ്പോഴാണ് വനജയ്ക്ക് ഒരുകാര്യം ഓർമ്മവന്നത്.

"എടീ പഞ്ചായത്താപ്പീസിൽ ജോലിയുള്ള ഒരു നന്ദഗോപാൽ സാർ ഇവിടെ അടുത്തെവിടെയോ ആണ് താമസം. നിനക്കറിയാമോ?"

"നിനക്കെങ്ങനാ അയാളെ പരിചയം?" സംശയത്തോടെ വിജയലക്ഷ്മി ചോദിച്ചു.

"പുള്ളിയുടെ വീട്ടിൽ ജോലിക്കു നിൽക്കാൻ എന്നെ വിളിച്ചിട്ടുണ്ട്. വൈഫ് വീട്ടിൽ പോയേക്കുവാ... വന്നിട്ട് പറയാമെന്നാണ് എന്നോടു പറഞ്ഞത്.."

വിജയലക്ഷ്മി പൊട്ടിച്ചിരിച്ചു.

"അതല്ലെടീ കാര്യം... വേറൊരുത്തിയെ അയാൾ വീട്ടിൽ പൊറുപ്പിച്ചോണ്ടിരിക്കുവാ. അവളെ മടുക്കുമ്പം അയാൾ നിന്നെ വിളിക്കും..."

ഒന്നും മനസ്സിലാവാതെ വനജ നിന്നു.

17

"അതാരെയാ ആ സാറ് വീട്ടിൽ കൊണ്ടുവന്ന് പൊറുപ്പിച്ചേക്കുന്നെ?" കൗതുകത്തോടെ വനജ ചോദിച്ചു.

"അയാൾക്കൊരു മോളുണ്ട്. മൂന്നാംക്ലാസിലോ, നാലാം ക്ലാസിലോ മറ്റോ ആണ് പഠിക്കുന്നെ. ആ കൊച്ചിനെ ട്യൂഷൻ പഠിപ്പിക്കാൻ ചെന്ന പെണ്ണിനെയാ... നാലഞ്ച് വീടിനപ്പുറത്താ അവളുടെ വീട്." വിജയലക്ഷ്മി പറഞ്ഞു.

"അതുകൊണ്ടാണോ ആ സാറിന്റെ ഭാര്യ പിണങ്ങിപ്പോയത്?"

"ആരു പറഞ്ഞു പിണങ്ങിപ്പോയെന്ന്. അവളും ആ വീട്ടിലുണ്ട്. അവളുടെ തള്ളേമുണ്ട്." വിജയലക്ഷ്മി പറഞ്ഞു.

"എന്നോട് സാറ് പറഞ്ഞത് വൈഫ് അവരുടെ വീട്ടിൽ പോയേക്കുവാണെന്നാ... വന്നുകഴിഞ്ഞ് ഞാൻ ചെന്നാ മതിയെന്ന്..."

വനജ പറഞ്ഞതു കേട്ട് വിജയലക്ഷ്മി പൊട്ടിച്ചിരിച്ചു.

"നീയതൊക്കെ വിശ്വസിച്ചോ... കഷ്ടം. മഹാകള്ളനാ അയാൾ... ഭാര്യ തളർന്നു കിടക്കാൻ തുടങ്ങീട്ട് കാലം കുറെയായി. തള്ളയും വീണ് കാലൊടിഞ്ഞ് കിടക്കുവാ... അപ്പപ്പിന്നെ അയാൾക്ക് സൗകര്യമായയല്ലോ..."

അതൊക്കെ പുതിയ അറിവുകളായിരുന്നു വനജയ്ക്ക്.

"എന്നോടങ്ങനൊന്നുമല്ലെടീ പറഞ്ഞത്. വീട്ടിലാരുമില്ലെന്നാ... എന്തിനാ ഇങ്ങനെ ഒഴിഞ്ഞു മാറുന്നതെന്ന് എനിക്ക് തോന്നാതിരുന്നില്ല അപ്പോൾ..."

"നീയും കൂടി ചെന്നാൽ വേറൊന്നും നടക്കത്തില്ലല്ലോ. അതുകൊണ്ടാ ഉടനെ ചെല്ലണ്ടാന്ന് പറഞ്ഞത്... അയാൾ ഒരു വൃത്തികെട്ടവനാ വനജേ... നിനക്ക് വരാൻ പറ്റത്തില്ലെന്നു പറഞ്ഞേക്ക്."

വിജയലക്ഷ്മി അവളെ നിരുത്സാഹപ്പെടുത്തി.

"പക്ഷേ കണ്ടിട്ട് മാന്യനാണെന്നാടീ എനിക്ക് തോന്നിയത്..."

"മാന്യൻ... അയാൾ ഒരുദിവസം എന്നേം കേറിപ്പിടിച്ചെടീ... മാനാഭിമാനമോർത്ത് ഞാൻ തിരിച്ചൊന്നും പറയാതെ അവിടുന്ന് രക്ഷപ്പെട്ടു..."

ശബ്ദം താഴ്ത്തിയാണ് വിജയലക്ഷ്മി അതു പറഞ്ഞത്.

"സത്യമാണോ നീയീ പറഞ്ഞത്?"

വിശ്വാസം വരാതെ വനജ ചോദിച്ചു.

"അയാളിവിടെ ട്രാൻസ്ഫറായി വന്ന് താമസം തുടങ്ങീട്ട് രണ്ടു

മൂന്നു മാസമായതേയുള്ളൂ... ഞങ്ങടെ വീടിന്റെ നേരെ എതിർവശത്തുള്ള ചന്ദ്രാലയത്തിലാ അയാൾ താമസിക്കുന്നെ..."

"ആണോ.. ആ വീട് എനിക്കറിയാം. നിന്റെ വീട്ടിൽ വന്നപ്പോൾ കണ്ടിട്ടുണ്ടല്ലോ." വനജയ്ക്ക് ഓർമ്മ വന്നു.

"ഒരാളെ ആദ്യമായിട്ട് കാണുമ്പം സ്വഭാവമൊന്നും നമുക്കറിയാൻ പറ്റത്തില്ലല്ലോ... ഓഫീസറായതു കൊണ്ട് ആൾ ഡീസന്റായിരിക്കുമെന്നാ ഞാൻ വിചാരിച്ചെ. ഞങ്ങൾക്ക് വീട്ടിൽ കറവയുണ്ടല്ലോ. പാല് തരാമോന്ന് ചോദിച്ചപ്പം തരാമെന്ന് ഞാൻ സമ്മതിച്ചു..."

വിജയലക്ഷ്മി പറഞ്ഞു.

"എന്നിട്ട്?" രസം പിടിച്ച് വനജ ചോദിച്ചു.

"രാവിലേം വൈകിട്ടും അരലിറ്റർ പാല് വീതം ഞാൻ കൊണ്ടു ചെന്ന് കൊടുത്തു. ഒരു ദിവസം അയാളുടെ അമ്മ ബാത്റൂമിലായിരുന്ന നേരത്താ ഞാൻ ചെന്നത്. പാലുമേടിച്ച് വച്ചിട്ട് അടുക്കളയിൽ വച്ച് അയാളെന്നെ കെട്ടിപ്പിടിച്ച് വരിഞ്ഞു മുറുക്കി... ഒരു വിധത്തിലാ ഞാൻ അവിടന്ന് ഇറങ്ങി ഓടി രക്ഷപ്പെട്ടത്."

"നിന്നോട് ഇഷ്ടം തോന്നിയതു കൊണ്ടാരിക്കുമെടീ..."

വനജ കാരണം കണ്ടുപിടിച്ചു.

"അതൊന്നുമല്ല. അയാളുടെ ഭാര്യ വയ്യാതെ കിടക്കുവല്ലേ... ഞാനാണെങ്കിൽ ഗൾഫുകാരന്റെ ഭാര്യ. സമ്മതിച്ചു കൊടുക്കുമെന്ന് വിചാരിച്ചുകാണും."

നേരം സന്ധ്യയാവുകയായിരുന്നു.

"എടീ ഞാനിനി പോട്ടെ... ഭരണിക്കാവ് വരെ ചെല്ലേണ്ടതല്ലേ... നിന്നെ കണ്ട് സംസാരിച്ചു നിന്ന് സമയം പോയതറിഞ്ഞില്ല."

വനജ പറഞ്ഞു.

"അതുകൊണ്ട് നീ അയാളുടെ വീട്ടിൽ ജോലിക്ക് പോകാതിരിക്കുന്നതാ നല്ലത്." വിജയലക്ഷ്മി ഉപദേശിച്ചു.

"അതിപ്പം എങ്ങനാടീ... ഞാൻ ആ സാറിന്റെ കൈയിൽ നിന്ന് അയ്യായിരം രൂപ അഡ്വാൻസ് മേടിച്ചാരുന്നു. അത് ചെലവായിപ്പോവുകേം ചെയ്തു. അല്ലാരുന്നെങ്കിൽ തിരിച്ചു കൊടുത്തിട്ട് വരാൻ പറ്റത്തില്ലെന്ന് പറയാരുന്നു." വനജ നിസ്സഹായത നടിച്ചു.

"ഇനി പിന്നെ എന്തു ചെയ്യും?"

"ഒരു മാസം വന്നു നിക്കാം. എങ്ങനുണ്ട് കാര്യങ്ങൾ എന്ന് അറിയട്ടെ. നമ്മളെക്കൊണ്ട് പറ്റത്തില്ലെങ്കിൽ സലാം പറഞ്ഞ് പോകാമല്ലോ..." ആ മറുപടി വിജയലക്ഷ്മിക്ക് അത്ര പിടിച്ചില്ല.

"നിന്റിഷ്ടം പോലെ ചെയ്യ്. അല്ലാതെ ഞാനെന്തു പറയാനാ?"

യാത്ര പറഞ്ഞ് വിജയലക്ഷ്മി പോയി. വീട്ടിലേക്ക് പോകുമ്പോൾ നന്ദഗോപാലനെ ഓർത്ത് വനജ ഓട്ടോയിലിരുന്ന് ഊറിച്ചിരിച്ചു.

൦൦

പുട്ടും കടലക്കറിയുമാണ് രാവിലെ കഴിക്കാൻ അപർണ ഉണ്ടാക്കിയത്. അച്ഛന്റെ കൂടെ മതി സുമിമോൾക്ക് ചായ. അതു കൊണ്ട് ദാക്ഷായണിയമ്മയ്ക്ക് കഴിക്കാൻ മുറിയിൽ കൊണ്ടു ചെന്ന് കൊടുത്തിട്ട് അവൾ ഷീജയുടെ അടുത്തേക്കു ചെന്നു.

ഷീജയെ പല്ല് ബ്രഷ് ചെയ്യിപ്പിച്ചിട്ട് അപർണ അവൾക്ക് കഴിക്കാൻ കൊണ്ടു ചെന്ന് കൊടുത്തു.

"സുമിമോൾ എവിടെ?" ഷീജ ചോദിച്ചു.

"മോൾ യൂണിഫോം ഇടുവാ... " അപർണ പറഞ്ഞു.

"അവൾ കഴിച്ചോ?"

"ഇല്ല. അച്ഛനും മോൾക്കുമുള്ളത് ഡൈനിങ് ടേബിളിൽ വിളമ്പി വച്ചിട്ടുണ്ട്. മോൾടെ ടിഫിനും എടുത്ത് ബാഗിൽ വച്ചു. ഇനി കഴിച്ചാൽ മാത്രം മതി."

"നാളെ ശനിയാഴ്ചയല്ലേ... സ്കൂൾ ഇല്ലല്ലോ."

"ഇല്ല."

അപ്പോഴാണ് ഷീജയ്ക്ക് ഒരു കാര്യം ഓർമ്മ വന്നത്.

"മറ്റേന്നാളല്ലേ ആരോ അപർണയെ കാണാൻ വരുന്നത്?"

"ഉം."

"അയാൾക്കെന്താണ് ജോലി?"

"മിലിട്ടറിയിലാണെന്നാ പറഞ്ഞത്."

"ഉം."

ഷീജ ഒരു നിമിഷം നിശ്ശബ്ദയായി.

"പട്ടാളക്കാരന്റെ ഭാര്യയാകാൻ നിനക്കിഷ്ടമാണോ മോളേ?"

"വീട്ടിൽ അച്ഛനുമമ്മയും തീരുമാനിക്കുന്നതു പോലെ. എന്റത്രയും വിദ്യാഭ്യാസമെങ്കിലും വേണമെന്നുണ്ട് ചേച്ചീ. അല്ലാതെ വേറെ അഭിപ്രായമൊന്നുമില്ലെനിക്ക്." അപർണ പറഞ്ഞു.

"കല്യാണം കഴിഞ്ഞാൽ ജോലിക്കാര്യമൊക്കെ അവതാളത്തിലാവും. ഭർത്താവിന്റെ വീട്ടുകാർക്ക് താല്പര്യമില്ലെങ്കിൽ..."

അവൾ ഒന്നും മിണ്ടിയില്ല.

"ജോലി വല്ലതും കിട്ടിയിട്ടു മതി കല്യാണത്തെക്കുറിച്ച് ചിന്തിക്കുന്നത് എന്നുമാത്രമേ എനിക്കു പറയാനുള്ളൂ."

"ഉം."

"ടീച്ചറേ..." അപ്പോൾ സുമിമോൾ നീട്ടി വിളിച്ചു.

"അപർണ ചെല്ല്..." അവർ ചായ കുടിക്കാൻ വന്നുകാണും."

ഷീജ പറഞ്ഞു.

അവൾ ഊണുമുറിയിലേക്കു ചെന്നു. നന്ദഗോപാലും സുമിയും കഴിച്ചു കൊണ്ടിരിക്കുകയായിരുന്നു.

"ടീച്ചറേ എനിക്ക് പാൽ വേണ്ടാ... ചായ മതി." സുമി പറഞ്ഞു.

അവൾക്ക് പാലും നന്ദഗോപാലിന് ചായയുമാണ് അവൾ എടുത്തുവച്ചത്.

"കൊച്ചു കുട്ടികൾ പാലാണ് കുടിക്കേണ്ടത്. ചായയല്ല."

അപർണ പറഞ്ഞു.

"ഈ പാല് എനിക്കു വേണ്ട ടീച്ചറേ..."

നന്ദഗോപാൽ ഒന്നും പറയാതെ ചായ കുടിക്കുകയായിരുന്നു.

"ഹോർലിക്സ് ഇട്ട് തരട്ടെ പാല്" അപർണ ചോദിച്ചു.

"വേണ്ടാ... എനിക്ക് അമ്മിഞ്ഞപ്പാൽ മാത്രമേ ഇഷ്ടമുള്ളൂ... അത് ടീച്ചർ തരാമോ?"

അപർണയുടെ മുഖം വിളറി വെളുത്തുപോയി. നന്ദഗോപാൽ നോക്കിയതു കണ്ട് അവൾ പെട്ടെന്ന് തിരിഞ്ഞു നിന്നു.

"കൊച്ചുകുഞ്ഞുങ്ങളാ അമ്മിഞ്ഞപ്പാൽ കുടിക്കുന്നെ. നീ വല്യ കുട്ടിയല്ലേ... ഇപ്പം സ്കൂൾബസ് വരും. വേഗം കഴിക്ക്."

നന്ദഗോപാൽ പറഞ്ഞു.

അപർണ ഒരുവിധത്തിൽ അവിടെ നിന്ന് രക്ഷപ്പെട്ട് അടുക്കളയിലേക്കു പോയി.

ഛേ... എന്തൊക്കെയാണ് ആ കുട്ടി പറഞ്ഞത്. നന്ദൻ സാർ നോക്കുന്നതു കണ്ട് ചൂളിപ്പോയി.

മാറത്തേക്കല്ലേ സാർ നോക്കിയത്?

അല്പനേരം കഴിഞ്ഞപ്പോൾ സ്കൂൾ ബസ് വന്ന് ഗേറ്റിന്റെ മുന്നിൽ നിന്നു. നന്ദഗോപാൽ ബാഗുമെടുത്ത് സുമിയെ കൊണ്ടു ചെന്ന് ബസ് കയറ്റി വിടുന്നത് ജനാലയിലൂടെ അവൾ കണ്ടു.

നന്ദഗോപാലിന്റെ മുമ്പിലേക്ക് ചെല്ലാൻ അവൾക്ക് ലജ്ജയായിരുന്നു. അതു കാരണം അവൾ അടുക്കളയിലേക്കു വന്നു.

"അപർണേ..." അവൾ ഞെട്ടലോടെ തലതിരിച്ചു നോക്കി.

"എന്തെങ്കിലും മേടിക്കാനുണ്ടോ?"

സാധാരണമട്ടിൽ അയാൾ ചോദിച്ചു.

അടുക്കളയിലേക്ക് ആവശ്യമുള്ള സാധനങ്ങൾ ഓഫീസിൽ

നിന്ന് വരുമ്പോൾ നന്ദഗോപാൽ വാങ്ങുകയാണ് പതിവ്.

"പച്ചക്കറി തീർന്നു. നാളത്തേയ്ക്ക് എന്തെങ്കിലും മേടിക്കണം."

അവൾ പറഞ്ഞു.

"മീൻകാരൻ വന്നാൽ എന്തെങ്കിലും മേടിച്ചോളൂ... രൂപ ഞാൻ ടി.വി. സ്റ്റാന്റിലിരിക്കുന്ന ഡയറിയിൽ വച്ചിട്ടുണ്ട്."

"ഉം..." അവൾ.

അപ്പോഴാണ് അവർ വേറൊരു കാര്യം ഓർത്തത്.

"പഞ്ചസാരയും തീരാറായി."

"അതും മേടിക്കാം."

അയാൾ ബൈക്കിൽ കയറി ഓഫീസിലേക്കു പോയി.

ഉച്ചയായപ്പോഴാണ് വനജയുടെ വിളി വന്നത്. കോൾ എടുക്കണോ എന്ന് അയാൾ ഒന്നു സംശയിച്ചെങ്കിലും പെട്ടെന്ന് എടുത്തു.

"ഹലോ..."

"സാർ ഓഫീസിലാണോ?"

'അതേ..."

"വേറാരുമില്ലെങ്കിൽ ഞാനൊന്ന് സംസാരിച്ചോട്ടെ?"

അവൾ ചോദിച്ചു.

"എന്താണ്?"

"എന്നോടിങ്ങനെ കള്ളം പറയണ്ടാരുന്നു സാറേ... എന്നെ കണ്ടിട്ട് ഇഷ്ടപ്പെട്ടില്ലാരുന്നേൽ അന്ന് വീട്ടിൽ വന്നപ്പത്തന്നെ പറഞ്ഞാ മതിയാരുന്നു. അന്നേരത്തെ വിഷമമേ ഉള്ളാരുന്നു. പക്ഷേ ഇതിപ്പൊ ആശ തന്നിട്ട്..."

ഒരുതരം സങ്കടഭാവത്തിലാണ് വനജ പറഞ്ഞത്.

നന്ദഗോപാലിന് ഒന്നും മനസ്സിലായില്ല.

"എന്താ ഇങ്ങനൊക്കെ പറയുന്നത്?" അയാൾ ചോദിച്ചു.

"സാറിന്റെ വീട്ടിൽ ഞാൻ ജോലിക്കു വരുന്നത് ഇഷ്ടമല്ലെങ്കിൽ പിന്നെ എന്തിനാ എനിക്ക് അഡ്വാൻസ് തന്നെ?"

"വനജ വരണ്ടാന്ന് ഞാൻ പറഞ്ഞില്ലല്ലോ... സമയമാകുമ്പോൾ ഞാൻ വിളിക്കാം."

"പക്ഷേ സർ എന്നോട് കള്ളം പറഞ്ഞു."

അയാൾ ഒന്നു ഞെട്ടി.

"എന്തു കള്ളം?"

"സാറിന്റെ വൈഫ് വീട്ടിലില്ലെന്ന്..."

അവൾ എന്തൊക്കെയോ മനസ്സിലാക്കിയിട്ടാണ് വിളിക്കുന്നതെന്ന് അയാൾക്കു തോന്നി.

"ഞാൻ പറഞ്ഞല്ലോ... സമയമാകുമ്പോൾ വനജയെ വിളിക്കാമെന്ന്..."

"ഇപ്പോഴുള്ള ജോലിക്കാരി പോയിക്കഴിഞ്ഞോ?"

അയാൾ വീണ്ടും ഞെട്ടി.

അപർണയുടെ കാര്യം അവൾ എങ്ങനെ അറിഞ്ഞു.

"ഇപ്പോഴുള്ളത് ജോലിക്കാരിയല്ല. എനിക്ക് പരിചയമുള്ള ഒരാളിന്റെ മോൾ തൽക്കാലത്തെ ഒരു സഹായത്തിന് വന്നതാ. ആ കുട്ടി അധികം ദിവസം കാണത്തില്ല."

"ഭാര്യ കിടപ്പ് രോഗിയാണെന്നും എന്നോട് പറഞ്ഞില്ല..."

അയാൾക്ക് മറുപടിയില്ലായിരുന്നു.

"സാറെന്താ ഒന്നും മിണ്ടാത്തെ?"

"ആരാ ഇതൊക്കെ വനജയോട് പറഞ്ഞത്?"

അയാൾ ചോദിച്ചു.

"അതൊക്കെ ഞാൻ അന്വേഷിച്ചപ്പോ അറിഞ്ഞതാ... സാറിന് എന്നെ വേണോ അതോ വേണ്ടായോ... അതിപ്പം എനിക്കറിയണം..." അവൾ പറഞ്ഞു.

"വേണം..."

"പിന്നെന്താ ആ പെണ്ണാണോ തടസ്സം?"

"എന്റെ വൈഫ് കുറെ നാളായി ബെഡ്ഡിൽ തന്നെയാണ്. എഴുന്നേൽക്കാൻ പോലും പറ്റാതെ. എന്റെ അമ്മ വീട്ടിലുള്ളതു കൊണ്ട് ഇതുവരെ ബുദ്ധിമുട്ടില്ലായിരുന്നു. കുറച്ചുദിവസം മുമ്പ് അമ്മ ഒന്ന് വീണു കാലൊടിഞ്ഞ് കിടപ്പാണ്. അപ്പോൾ താൽക്കാലികമായ ഒരു സഹായത്തിനാണ് അപർണ വന്നത്. വേറെ ആരെയും കിട്ടാഞ്ഞതുകൊണ്ട്."

"മനസ്സിലായി സാറേ..."

"ഒന്നാം തീയതി മുതൽ ഒരു ഹോം നേഴ്സ് വരും. അപ്പോഴത്തേക്ക് മതി വനജ വരുന്നത്. അതു കൊണ്ടാ ഞാൻ അങ്ങനെയൊരു കള്ളം പറഞ്ഞത്. വൈഫ് വീട്ടിലില്ലെന്ന്."

"എന്റെ സാറേ ഉള്ള കാര്യം അതു പോലങ്ങ് പറഞ്ഞാ മതിയാരുന്നല്ലോ. ഇപ്പം എല്ലാം അറിഞ്ഞല്ലോ. ഞാൻ ഒന്നാം തീയതി വരാം. അതിനു മുമ്പ് ഞാൻ സാറിന്റെ വീടു കാണാൻ ഒന്നു വരുന്നുണ്ട്. സാർ ഞായറാഴ്ച വീട്ടിൽ കാണുമല്ലോ..."

അവൾ ചോദിച്ചു.

"കാണും."

ഞായറാഴ്ച അപർണ അവളുടെ വീട്ടിലേക്കു പോകുമല്ലോ

എന്ന കാര്യം അപ്പോഴാണ് നന്ദഗോപാൽ ഓർത്തത്.

"എന്നാൽ ഞായറാഴ്ച ഞാൻ വരാം. എല്ലാവരെയുമൊന്ന് പരിചയപ്പെടാമല്ലോ..."

"ഉം."

"ശരി സാറേ... ഞായറാഴ്ച കാണാം."

അയാൾ കോൾ കട്ട് ചെയ്തു.

വനജ വരട്ടെ. അപർണയ്ക്ക് അവളുടെ വീട്ടിലേക്ക് പോകാമല്ലോ. കല്യാണപ്രായമായ ഒരു പെൺകുട്ടിയെ അങ്ങനെ വീട്ടിൽ നിർത്തുന്നത് ശരിയല്ല. അത് നല്ല ഒരു കുടുംബമായതു കൊണ്ട് എതിർപ്പൊന്നും പറഞ്ഞില്ലെന്നു മാത്രം.

അപർണയുടെ കല്യാണം നടക്കുമ്പോൾ കാര്യമായ എന്തെങ്കിലും സഹായം അവളുടെ അച്ഛന് ചെയ്തു കൊടുക്കണം.

നന്ദഗോപാൽ വീണ്ടും ജോലിയിൽ മുഴുകി.

○○

ഞായറാഴ്ച രാവിലെ അപർണ പതിവിലും നേരത്തെ എഴുന്നേറ്റു. എട്ടു മണിയാകും മുമ്പേ അവൾ പ്രാതലുണ്ടാക്കി. ചോറു വച്ചു. അത്യാവശ്യം കറികളും തയാറാക്കി.

"ഞാൻ വീട്ടിലേക്കൊന്ന് പോവാ ചേച്ചീ..."

അവൾ ഷീജയുടെ അടുത്തു ചെന്ന് പറഞ്ഞു.

"ഉച്ചകഴിഞ്ഞ് വരുമോ മോളെ നീ?" ഷീജ ചോദിച്ചു.

"വരാം ചേച്ചീ..."

"പയ്യനെ ഇഷ്ടപ്പെട്ടെങ്കിൽ മാത്രമേ കല്യാണത്തിന് സമ്മതിക്കാവൂ..."

"ഉം."

"എന്നാൽ പോയിട്ടു വാ..."

നന്ദഗോപാലിന്റെ അടുത്തു ചെന്ന് യാത്ര ചോദിച്ചിട്ടാണ് അവൾ വീട്ടിലേക്കു പോയത്.

ഒരാഴ്ച കഴിഞ്ഞതേയുള്ളുവെങ്കിലും ഒരുമാസത്തിനു ശേഷമാണ് വീട്ടിലേക്കു ചെല്ലുന്നതെന്ന് അവൾക്കു തോന്നി.

"എന്തായാലും ചേച്ചി ക്ഷീണിച്ചിട്ടൊന്നുമില്ല. പോയതു പോലെ തന്നെ ഇരിക്കുന്നു..." ആശ അവളുടെ കൈപിടിച്ചു പറഞ്ഞു.

"എന്നാലും ഇടയ്ക്ക് നിനക്കങ്ങോട്ട് വരാമായിരുന്നു. എന്നെ കാണണമെന്നേയില്ല നിനക്ക്." അപർണ പരിഭവം പറഞ്ഞു.

"കല്യാണം കഴിഞ്ഞ് ചേച്ചി പോകുമ്പോൾ ഏറെ നാൾ കാണാതിരിക്കേണ്ടി വരില്ലേ... അതിന്റെ ട്രെയ്നിങ്ങായിരുന്നു ഇത്."

കളിമട്ടിൽ ആശ പറഞ്ഞു.

"നീ ആള് കൊള്ളാമല്ലോടീ..."

അപർണ അവളുടെ കൈയിൽ തമാശ മട്ടിൽ അടിച്ചു.

"നീ വേഗം കുളിച്ച് ഡ്രസ്സ് ചെയ്യ് മോളേ. അവൻ പത്തുമണിയാകുമ്പോൾ വരുമെന്നാ വിലാസിനി പറഞ്ഞത്."

അവൻ എന്നു പറഞ്ഞാൽ രമേശൻ.

"തനിച്ചാണോ അതോ അപ്പച്ചിയും കാണുമോ?"

ആശ ചോദിച്ചു.

"വിലാസിനി വരത്തില്ലെന്നാ പറഞ്ഞത്..."

അപർണ കുളിച്ച് വേഗം വന്നു. ആശയുമൊത്താണ് അവൾ ചായ കുടിച്ചത്. പത്രം വായിച്ചു കൊണ്ട് രാമകൃഷ്ണൻ മുൻവശത്തെ വരാന്തയിൽ ഉണ്ടായിരുന്നു.

"പയ്യന് ചായ കൊടുക്കാൻ ഇന്നലെത്തന്നെ ബേക്കറി ഐറ്റംസ് വാങ്ങിക്കൊണ്ടു വന്നാരുന്നു അച്ഛൻ." ആശ പറഞ്ഞു.

"എനിക്കൊരു ചമ്മൽ പോലെ... എന്നെ കണ്ടോളൂ എന്ന മട്ടിൽ മുമ്പിൽ ചെന്നു നിന്നു കൊടുക്കാൻ..." അപർണ പറഞ്ഞു.

"ഇത് പഴയ കാലമൊന്നുമല്ല ചേച്ചീ. ചായ കൊണ്ടു ചെന്ന് കൊടുത്തിട്ട് നാണത്തോടെ മുഖം കുനിച്ചു നിന്ന് നിലത്ത് കാൽവിരൽ കൊണ്ട് കളം വരച്ച് നിൽക്കാൻ... നല്ല തന്റേടത്തോടെ മുഖത്തേക്കു നോക്കി സംസാരിക്കണം. അറിയാനുള്ളത് ചോദിക്കണം."

ആശ പറഞ്ഞു.

"കല്യാണം കഴിഞ്ഞാൽ നിന്നെ കൂട്ടിക്കൊണ്ടു പോകാൻ പറ്റുമോന്ന് ചോദിക്കണം മോളെ. അതാ പ്രധാനം. വീട്ടിൽ അമ്മയ്ക്ക് കൂട്ടു നിർത്തിയിട്ട് പോകാനാണോ ഉദ്ദേശം എന്ന് അറിയണമല്ലോ..."

സുകുമാരിയമ്മ പറഞ്ഞു.

"കല്യാണം കഴിഞ്ഞാൽ താമസിക്കാൻ ക്വാർട്ടേഴ്സ് കിട്ടുമെന്നല്ലേ വിലാസിനിയപ്പച്ചി അന്നു വന്നപ്പം പറഞ്ഞത്."

ആശ ഓർത്തു.

അവർ സംസാരിച്ചു കൊണ്ടിരുന്നപ്പോൾ ഫോൺ ബെല്ലടിച്ചു.

സുകുമാരിയമ്മ ചെന്ന് റിസീവർ എടുത്തു.

"ഹലോ..."

"ഞാൻ വിലാസിനിയാ... രമേശൻ വന്നോ?"

"ഇല്ലല്ലോ..."

"അവൻ ഇവിടന്ന് കൂട്ടുകാരനുമൊത്ത് ബൈക്കിലാ ഇറങ്ങിയത്. എന്നാൽ ഉടൻ വരും." വിലാസിനി പറഞ്ഞു.

"വീടൊക്കെ പറഞ്ഞു കൊടുത്തിട്ടുണ്ടോ?"

സുകുമാരിയമ്മ ചോദിച്ചു.

"അതൊക്കെ ഞാൻ പറഞ്ഞു കൊടുത്തിട്ടുണ്ട്. അവൻ വന്നോളും... ഇന്നു തന്നെ വിവരം അറിയിക്കണം. അതു പറയാനാ ഞാനിപ്പം വിളിച്ചത്..."

"എന്തായാലും പെണ്ണും ചെറുക്കനും തമ്മിൽ ഒന്നു കാണട്ടെ വിലാസിനീ... അതുകഴിഞ്ഞ് നമുക്ക് വേണ്ടത് ചെയ്യാമല്ലോ..."

"അപർണ മോളെ ആർക്കാ ഇഷ്ടമാകാത്തത്? രമേശനും ഒട്ടും മോശമല്ല. ഏതിലും വലുത് മനപ്പൊരുത്തമല്ല്യോ സുകുമാരീ... രണ്ടുപേരും തമ്മിൽ നല്ല നാൾപ്പൊരുത്തമുണ്ട്. അതുകൊണ്ടാ അവനിത്ര ആഗ്രഹം."

അപ്പോഴാണ് അകലെ നിന്ന് ഒരു ബൈക്കിന്റെ ശബ്ദം കേട്ടത്.

"ഞാൻ പിന്നെ വിളിക്കാം വിലാസിനീ. അവർ വരുന്നുണ്ടെന്ന് തോന്നുന്നു."

"വിളിക്കണേ..." സുകുമാരിയമ്മ റിസീവർ വച്ചു.

സംശയിച്ചത് ശരിയായിരുന്നു. ഒരു ബൈക്ക് ഗേറ്റ് കടന്ന് കയറിവന്ന് മുറ്റത്തു നിന്നു. ജനാലയുടെ അടുത്തേക്ക് ഓടിച്ചെന്ന് ആശയാണ് ആദ്യം നോക്കിയത്.

കറുത്തു തടിച്ച നല്ല പൊക്കമുള്ള ഒരു ചെറുപ്പക്കാരനാണ് ബൈക്ക് ഓടിച്ചു വന്നത്. സുമുഖനായ ഒരു ചെറുപ്പക്കാരനാണ് പിന്നിൽ ഇരുന്നത്.

ആരായിരിക്കും പയ്യൻ?

ആശ ആശയക്കുഴപ്പത്തോടെ നിന്നു.

18

രാമകൃഷ്ണൻ മുറ്റത്തേക്ക് ഇറങ്ങിച്ചെന്നു.

"അമ്മാവൻ എന്നെ കണ്ടിട്ടില്ലല്ലോ. ഞാനാണ് രമേശൻ"

കറുത്ത് തടിച്ച് ഉയരമുള്ള ചെറുപ്പക്കാരൻ പുഞ്ചിരിയോടെ പറഞ്ഞു.

"നമ്മൾ തമ്മിൽ നല്ലപ്പോഴാണല്ലോ കാണുന്നെ. വിലാസിനി പറഞ്ഞുള്ള അറിവേയുള്ളൂ എനിക്ക്."

രാമകൃഷ്ണന് നിരാശ തോന്നാതിരുന്നില്ല. ഇവനെ താരതമ്യം

ചെയ്തു നോക്കിയാൽ എന്റെ അപർണ മോൾ രാജകുമാരിയാണ്.

"ഇത് എന്റെ കൂട്ടുകാരനാ... ഷംസുദ്ദീൻ..."

കൂടെ വന്ന ചെറുപ്പക്കാരനെ രമേശൻ പരിചയപ്പെടുത്തി.

"വാ കയറിയിരിക്ക്." രാമകൃഷ്ണൻ ക്ഷണിച്ചു.

അവർ മുൻവശത്തെ മുറിയിലേക്കു കയറി ചെന്നു.

"ഇരിക്ക്."

രമേശനും ഷംസുദ്ദീനും ഇരുന്നു. അവരുടെ സംസാരം കേൾക്കാൻ ആശ വന്ന് വാതിലിന്റെ പിന്നിൽ ഒളിച്ചുനിന്നു. ആരാണ് പയ്യൻ എന്ന് അറിയാനുള്ള ആകാംക്ഷയായിരുന്നു അവൾക്ക്.

അപർണ അവരുടെ മുറിയിൽ തന്നെ ഇരുന്നതേയുള്ളൂ.

സുകുമാരിയമ്മ അടുക്കളയിൽ ചായയുണ്ടാക്കുന്ന തിരക്കിലായിരുന്നു.

"കൂട്ടുകാരന് എന്താണ് ജോലി?"

രാമകൃഷ്ണൻ വെറുതെ ചോദിച്ചു.

"മൊബൈലിന്റെ ഒരു ഷോപ്പ് നടത്തുവാ..."

ഷംസുദ്ദീൻ പറഞ്ഞു.

"ഞങ്ങൾ സ്കൂളിൽ മുതൽ ഒന്നിച്ചു പഠിച്ചവരാ... നാട്ടിലെ എന്റെ കൂട്ടുകാരനാ... വീടിനടുത്താ വീട്. ടാക്സിയെടുത്തു വരാമെന്നു പറഞ്ഞപ്പം ഇവനാ പറഞ്ഞത് ഇവന്റെ ബൈക്കിൽ പോകാമെന്ന്..."

ആശ ഒന്ന് ഒളിഞ്ഞു നോക്കി. സംസാരിക്കുന്നത് രമേശനാണെന്ന് അപ്പോഴാണ് അവൾക്കു മനസ്സിലായത്. അവൾ ഞെട്ടിപ്പോയി.

"രമേശൻ എന്നാ വന്നത്?" രാമകൃഷ്ണൻ ചോദിച്ചു.

"ബുധനാഴ്ച വന്നു. ഒരാഴ്ചത്തെ ലീവേയെടുത്തുള്ളൂ. ഊട്ടിയിലായതു കൊണ്ട് ഇതു പോലെ ഇടയ്ക്കൊക്കെ വരാൻ പറ്റും..."

"അത് സൗകര്യമായി..."

"കല്യാണത്തിന് കുറച്ചേറെ ലീവ് വേണമല്ലോ. അതു കൊണ്ടാ ഇപ്പം കൂടുതൽ എടുക്കാത്തത്."

രമേശൻ പറഞ്ഞു.

ആശയ്ക്ക് ദേഷ്യം വന്നു. രണ്ടുപേരും തമ്മിൽ നല്ല ചേർച്ചയായിരിക്കുമെന്നാണ് ആ വിലാസിനിത്തള്ള പറഞ്ഞത്. എന്നിട്ടിപ്പോൾ...

അവൾ വേഗം അപർണയുടെ അടുത്തേക്ക് ചെന്നു.

"നമുക്കിത് വേണ്ട ചേച്ചീ..."

"അതെന്താ?"

"ആ തടിയൻ ഒന്ന് അമർത്തി കെട്ടിപ്പിടിച്ചാൽ ചേച്ചി ചതഞ്ഞു

പോകും...” അപർണ ചിരിച്ചു പോയി.

“ആ കുഴപ്പമേയുള്ളൂ?”

“അല്ല... വേറെയും കുഴപ്പമുണ്ട്. അത് എന്നെക്കൊണ്ട് പറയിപ്പിക്കണ്ടാ കേട്ടോ...”

ആശയുടെ മുഖത്തെ അരിശം കണ്ടപ്പോൾ അപർണ അറിയാതെ വീണ്ടും ചിരിച്ചുപോയി.

“അയാൾ വന്ന് കണ്ടിട്ടു പോകുന്നു. അത്രയല്ലേയുള്ളൂ. കല്യാണം കഴിച്ചാലല്ലേ നീ പറഞ്ഞ കുഴപ്പങ്ങൾ ഉണ്ടാകൂ...”

“ആ വിലാസിനിത്തള്ള ഇനിയിവിടെ വന്നാൽ ഞാൻ ആട്ടിയിറക്കി വിടും. ചേച്ചിക്ക് ആ കാട്ടുമാക്കാനെ കല്യാണമാലോചിക്കാൻ അവർക്കെങ്ങനെ ധൈര്യം വന്നു.”

അവർ സംസാരിച്ചു കൊണ്ടിരിക്കുമ്പോൾ സുകുമാരിയമ്മ വന്നു.

“വാ മോളെ. അവർക്ക് ചായ കൊണ്ടു ചെന്ന് കൊടുക്ക്.”

അമ്മയുടെ മുഖത്ത് പ്രയാസമൊന്നുമില്ലെന്ന് രണ്ടുപേരും ശ്രദ്ധിച്ചു.

“അമ്മ പയ്യനെ കണ്ടില്ലേ?” സംശയത്തോടെ ആശ ചോദിച്ചു.

“കണ്ടു... മിണ്ടുകേം ചെയ്തു. നല്ല വിനയമുള്ള കൊച്ചൻ.”

അപർണ ഒന്നു ഞെട്ടി. അമ്മയ്ക്ക് ഇഷ്ടപ്പെട്ടെങ്കിൽ ഇനി വേറെ തടസ്സമൊന്നും വരാൻ സാധ്യതയില്ല.

“ഞാനും കണ്ടു. ചേച്ചിക്ക് ചേർച്ചയുള്ള ആളാണന്ന് എനിക്കു തോന്നിയില്ല.” ആശ പറഞ്ഞു.

“നിന്റെ കല്യാണം നടത്തുമ്പം നിന്റെ അഭിപ്രായം ചോദിച്ചോളാം. ഇപ്പം മിണ്ടാതിരിക്ക്.” സുകുമാരിയമ്മ അവളെ ശാസിച്ചു.

ആശയുടെ മുഖം വിളറി.

“നീ വാ മോളേ...”

അപർണയെയും കൊണ്ട് സുകുമാരിയമ്മ അടുക്കളയിലേക്കു പോയി. ഒരു ട്രേയിൽ മൂന്ന് ഗ്ലാസ്സ് ചായ എടുത്തു വച്ചിട്ടുണ്ടായിരുന്നു.

“നീയിത് അവർക്ക് കൊണ്ടു ചെന്ന് കൊടുക്ക്.”

സുകുമാരിയമ്മ പറഞ്ഞു.

ആദ്യത്തെ പെണ്ണു കാണൽ ചടങ്ങ്. ഒട്ടും ഇഷ്ടമില്ലാതെ...

ചായയുമായി അപർണ മുൻവശത്തെ മുറിയിലേക്ക് മെല്ലെ ചെന്നു. പെണ്ണ് കാണാൻ വന്നവരോട് സംസാരിച്ചിരിക്കുകയായിരുന്നു രാമകൃഷ്ണൻ.

അവൾ ചെന്നതോടെ സംസാരം പെട്ടെന്ന് നിലച്ചു. രമേശന്റെയും കൂട്ടുകാരന്റെയും കണ്ണുകൾ തന്റെ മുഖത്തു വന്ന് മുട്ടുന്നത് നോക്കിയില്ലെങ്കിലും അവൾക്ക് അനുഭവപ്പെട്ടു.

“ഇതാണ് അപർണ...” അച്ഛൻ പറയുന്നത് അവൾ കേട്ടു.

“ചായ കൊടുക്ക് മോളേ...”പിന്നിൽ നിന്ന് അമ്മയുടെ നിർദ്ദേശവും അവൾ കേട്ടു.

“ആദ്യം അവൾ ഷംസുദ്ദീനാണ് ചായ കൊടുത്തത്. പിന്നെ രമേശനും അച്ഛനും.

“ഇവനാണ് പയ്യൻ... ഞാൻ കൂട്ടുകാരനാ.”

തമാശ മട്ടിൽ ഷംസുദ്ദീൻ പറഞ്ഞു.

അപർണ മുഖമുയർത്തി രമേശനെ ഒന്നു നോക്കി. അല്പമൊന്നു ചീർത്ത കവിളുകൾ. കുടിക്കുന്ന ആളാണെന്ന് അവൾക്കു തോന്നി. മിലിട്ടറിയിൽ ഇഷ്ടംപോലെ മദ്യം കിട്ടുമെന്ന് അവൾ കേട്ടിട്ടുണ്ട്.

“അപർണ ഏതുവരെ പഠിച്ചു?” രമേശൻ പെട്ടെന്ന് ചോദിച്ചു.

“ഡിഗ്രി പാസായിട്ടുണ്ട്.” അവൾ പറഞ്ഞു.

“മൂന്നാല് ടെസ്റ്റുകൾ എഴുതിയിട്ടുണ്ട് അവൾ. ചിലതിൽ റാങ്ക് ലിസ്റ്റിൽ ഉൾപ്പെട്ടിട്ടുമുണ്ട്.” പിന്നിൽ നിന്നു കൊണ്ട് സുകുമാരിയമ്മ പറഞ്ഞു.

“ഒരു കൊല്ലത്തിനുള്ളിൽ ഏതെങ്കിലും സർക്കാർ ജോലി കിട്ടാതിരിക്കത്തില്ല.” ഉടനെ രാമകൃഷ്ണനും പറഞ്ഞു.

“കല്യാണം കഴിഞ്ഞാൽ വീട്ടിൽ തന്നെ നിൽക്കാനൊന്നും ഞാൻ പറയത്തില്ല. ജോലി കിട്ടിയാൽ എവിടായാലും പോണം. അതുവരെ ഊട്ടിയിൽ താമസിക്കാം. എനിക്ക് അവിടെ ക്വാർട്ടേഴ്സ് കിട്ടും.” രമേശൻ പറഞ്ഞു.

“ഊട്ടിയിൽ വല്യ തണുപ്പാ അല്ല്യോ?”

രാമകൃഷ്ണൻ ചോദിച്ചു.

“ചില സീസണിൽ നല്ല തണുപ്പ് കാണും. സുഖവാസകേന്ദ്രമല്ല്യോ... താമസിക്കാൻ നല്ല സുഖമാ. മിലിട്ടറി ബേസ് ആയതു കൊണ്ട് നമുക്ക് ഒന്നിനും ഒരു ബുദ്ധിമുട്ടും വരത്തില്ല. എല്ലാ സാധനങ്ങളും മേടിക്കാൻ കിട്ടും...”

അയാൾ പറയുന്നതു കേട്ട് നിശ്ശബ്ദയായി നിന്നതേയുള്ളൂ അപർണ.

“രമേശനും ഞാനും ഒന്നാംക്ലാസ് മുതൽ ഒന്നിച്ച് പഠിച്ചവരാ. അവനെ എനിക്കറിയാവുന്ന പോലെ ആർക്കും അറിയത്തില്ല.

എന്റെ കൂട്ടുകാരനായതു കൊണ്ട് പറയുവല്ല സാധാരണ ചെറുപ്പക്കാർക്കുള്ള ഒരു ദുശ്ശീലവും രമേശനില്ല. എന്റെ വാക്ക് വിശ്വസിക്കാം..." ഷംസുദ്ദീൻ പറഞ്ഞു.

ചായ കുടിക്കുന്നതിനിടയിൽ രണ്ടു പേരും മിക്സ്ചറും ഹൽവയും ചിപ്സും തിന്നു.

"അപർണയ്ക്ക് വല്ലതും അറിയാനുണ്ടെങ്കിൽ ചോദിക്കാം."

ഷംസുദ്ദീൻ അവളെ ഒന്നു നോക്കി.

"ഒന്നുമില്ല." അവൾ മറുപടി പറഞ്ഞു.

"എന്നാൽ മോൾ അകത്തേക്ക് ചെല്ല്." രാമകൃഷ്ണൻ പറഞ്ഞു.

അവൾ അതോടെ അവിടെ നിന്ന് രക്ഷപ്പെട്ടു.

"ഒരു കാര്യവും വെറുതെ വച്ചു നീട്ടുന്നതിൽ എനിക്ക് താല്പര്യമില്ല അമ്മാവാ... അപർണയെ എനിക്ക് ഇഷ്ടപ്പെട്ടു. നിങ്ങൾക്കു സമ്മതമാണെങ്കിൽ എത്രയും വേഗം കല്യാണം നടത്താം."

രമേശൻ അയാളുടെ മനസ്സ് തുറന്നു.

"അതിപ്പൊ ഞാൻ മാത്രം തീരുമാനിച്ചാൽ പോരല്ലോ. എല്ലാവരുമായിട്ടും ഒന്ന് സംസാരിക്കട്ടെ. എന്നിട്ട് വിലാസിനിയെ വിളിച്ച് വിവരം പറയാം." രാമകൃഷ്ണൻ പറഞ്ഞു.

"അതു മതി. പക്ഷേ ഇന്നോ നാളെയോ എങ്കിലും അറിഞ്ഞാൽ കൊള്ളാമായിരുന്നു."

രമേശനും ഷംസുദ്ദീനും യാത്ര പറഞ്ഞ് ഇറങ്ങി. അവർ ബൈക്കിൽ കയറി പോകുന്നത് രാമകൃഷ്ണനും സുകുമാരിയമ്മയും നോക്കി നിന്നു.

"നിനക്കെന്തു തോന്നുന്നു സുകുമാരീ?"

രാമകൃഷ്ണൻ അവരുടെ അഭിപ്രായം ചോദിച്ചു.

"നമുക്കിത് നടത്താം. പൊന്നോ പണമോ ഒന്നും ഡിമാന്റ് ചെയ്തില്ലല്ലോ അവൻ. ഉള്ളതു വച്ച് കല്യാണവും നടത്താം. ഒന്നുമില്ലെങ്കിലും അവൻ കേന്ദ്ര ഗവൺമെന്റ് ജീവനക്കാരനല്ല്യോ..."

സുകുമാരിയമ്മ പറഞ്ഞു.

"പക്ഷേ തടിയിത്തിരി കൂടുതലല്ല്യോ... പിന്നെ നല്ല കറുപ്പും. അവൾ വെളുത്ത കുട്ടിയല്ല്യോ സുകുമാരീ?"

രാമകൃഷ്ണൻ ചോദിച്ചു.

"ആണുങ്ങളായാൽ നല്ല തണ്ടും തടിയും വേണം. പിന്നെ നിറത്തിലാണോ സൗന്ദര്യമിരിക്കുന്നെ? പുരുഷന്മാർക്ക് പൗരുഷമാ വേണ്ടിയത്. അത് രമേശനുണ്ട്." സുകുമാരിയമ്മ വാദിച്ചു.

"എന്നാലും അവളോടൊന്ന് ചോദിച്ചിട്ട്..."

"നമ്മൾ പറയുന്നതാ അവളുടെ അഭിപ്രായം. അവൾ ബുദ്ധിയുള്ള പെണ്ണാ. നമ്മൾ ചിന്തിക്കുന്നതു പോലെയേ അവളും ചിന്തിക്കൂ..." രാമകൃഷ്ണൻ പിന്നെ ഒന്നും പറഞ്ഞില്ല.

"ഞാൻ വിലാസിനിയെ വിളിച്ചു പറയാൻ പോവാ കല്യാണത്തിനു സമ്മതമാണെന്ന്. പക്ഷേ ഒരു വ്യവസ്ഥയുണ്ട്. സ്ത്രീധനമായി ചില്ലിക്കാശ് ചോദിക്കരുത്. നാലോ അഞ്ചോ പവൻ സ്വർണത്തിൽ കൂടുതൽ ഇടാനും കാണത്തില്ല."

സുകുമാരിയമ്മ പറയുന്നതിലും കാര്യമുണ്ടെന്ന് അയാൾക്കു തോന്നി. താമസിക്കുന്ന ചെറിയ പറമ്പും വീടുമല്ലാതെ വേറെ സ്വത്തൊന്നുമില്ല. ഇളയവൾ പ്രായമായി വരുന്നു. അതിനു തൊട്ടു താഴെയുള്ളവൻ പഠിക്കുന്നതേയുള്ളൂ...

"എന്തായാലും നീ അപർണയോടൊന്ന് സംസാരിച്ചിട്ട് വിലാസിനിയെ വിളിച്ചാൽ മതി." അയാൾ പറഞ്ഞു.

"ഉം..."

അകത്തെ മുറിയിലിരുന്നു കൊണ്ട് അപർണയും ആശയും അവരുടെ സംസാരം കേൾക്കുന്നുണ്ടായിരുന്നു.

"ഈ കല്യാണം നടത്താൻ തീരുമാനിച്ചാൽ തൂങ്ങിച്ചാവുമെന്ന് ചേച്ചി പറയണം." അപർണയെ ആശ ഉപദേശിച്ചു.

അവൾ നിസ്സഹായതയോടെ അനിയത്തിയെ നോക്കി.

○○

വീടിനു വെളിയിൽ ഒരു ഓട്ടോറിക്ഷ വന്നു നിന്നപ്പോൾ നന്ദഗോപാൽ സിറ്റൗട്ടിൽ ഇരിക്കുകയായിരുന്നു. ഓട്ടോയിൽ നിന്നിറങ്ങിയ വനജയെ കണ്ട് അയാൾ ഒന്നു ഞെട്ടി.

ഞായറാഴ്ച വീട്ടിലേക്കു വരുന്നുണ്ട് എന്ന് അവൾ പറഞ്ഞിരുന്നു. പക്ഷേ വരുമെന്ന് അയാൾ സ്വപ്നത്തിൽ പോലും വിചാരിച്ചില്ല. ഓട്ടോ വിട്ടിട്ട് അവൾ ഗേറ്റ് തുറന്ന് അകത്തേക്ക് കയറിവന്നു. നന്ദഗോപാലിനെ കണ്ട് അവൾ നിറഞ്ഞ ഒരു ചിരി ചിരിച്ചു.

"സാറേ..." അവൾ പടികയറി വന്ന് അയാളുടെ അടുത്തുനിന്നു.

"ഞാൻ വരത്തില്ലെന്ന് സാർ വിചാരിച്ചോ? വാക്കു പറഞ്ഞാൽ പാലിക്കുന്നവളാ വനജയെന്ന് ഇപ്പം മനസ്സിലായില്യോ..."

അവൾ വീണ്ടും ചിരിച്ചു.

"എങ്ങനെ വീട് കണ്ടുപിടിച്ചു?"

വിളറിയ മുഖത്തോടെ നന്ദഗോപാൽ ചോദിച്ചു.

"പഞ്ചായത്ത് ഓഫീസിൽ ജോലിയുള്ള നന്ദഗോപാൽ സാറിന്റെ വീട് ഏത് ഓട്ടോക്കാരനാ അറിയാത്തെ? കൃത്യമായിട്ട് കൊണ്ടുവന്നു വിട്ടു."

സംസാരം കേട്ട് സുമിമോൾ വാതിലിനടുത്തു വന്ന് എത്തിനോക്കി. വനജ കുഞ്ഞിനെ കണ്ടു.

"സാറിന്റെ മോളാ അല്യോ... സാറിനെ പറിച്ചു വെച്ചേക്കുവാ... ആരോടും ചോദിക്കാതെ മനസ്സിലാകും ഇത് സാറിന്റെ മോളാണെന്ന്." സുമി അവളെ പകച്ചുനോക്കി നിന്നു. വനജ പെട്ടെന്ന് അവളെ വാരിയെടുത്ത് ഇരുകവിളുകളിലും ഉമ്മവച്ചു.

"ഇത് മോൾടെ വനജയാന്റിയാ കേട്ടോ... ആന്റി ഇവിടെ വന്ന് താമസിക്കാൻ പോവാ..."

സുമിമോൾ അവളുടെ മുഖത്തേക്ക് തുറിച്ചുനോക്കിയതല്ലാതെ ഒന്നും പറഞ്ഞില്ല.

"എന്തിയേ ഇവിടുള്ള എല്ലാരും... ഓ... ഞാൻ മറന്നു. കിടപ്പാണല്ലോ... വാ സാറേ... വൈഫിന് എന്നെ പരിചയപ്പെടുത്തി കൊടുക്കണ്ടായോ..."

വനജ അകത്തേക്ക് പോകാൻ തുടങ്ങിയപ്പോൾ കൂടെ നന്ദഗോപാലും ചെന്നു. ആദ്യത്തെ മുറി ദാക്ഷായണിയമ്മയുടേതായിരുന്നു. അമ്മയെകണ്ട് വനജ അങ്ങോട്ടു കയറിച്ചെന്നു. അമ്മയ്ക്ക് അവളെ മനസ്സിലായില്ല.

"അമ്മേ എന്റെ പേര് വനജയെന്നാ... ഞാനാ ഇനിയിവിടെ ജോലിക്ക് നിൽക്കാൻ പോകുന്നെ..."

"അപ്പോൾ അപർണയോ നന്ദാ?"

ദാക്ഷായണിയമ്മ തലതിരിച്ച് അയാളെ നോക്കി.

"അവൾ തൽക്കാലത്തേക്ക് വന്നതല്ലേ അമ്മേ... സ്ഥിരമായിട്ട് നിൽക്കാൻ പറ്റത്തില്ലല്ലോ..." അയാൾ പറഞ്ഞു.

ദാക്ഷായണിയമ്മയ്ക്ക് എന്തോ അതൃപ്തിയുണ്ടെന്ന് വനജയ്ക്കു മനസ്സിലായി.

"അമ്മ ഒന്നു കൊണ്ടും വിഷമിക്കണ്ടാ.. അമ്മേടെ എല്ലാ കാര്യങ്ങളും ഞാൻ നല്ല ഭംഗിയായി നോക്കിക്കോളാം." വനജ പറഞ്ഞു.

അമ്മ ഒന്നും മിണ്ടിയില്ല.

"സാറിന്റെ വൈഫ് എവിടാ കിടക്കുന്നെ?"

അയാളുടെ മറുപടിക്ക് കാത്തു നിൽക്കാതെ വനജ അവിടെ നിന്നിറങ്ങി അടുത്ത മുറിയിലേക്ക് ചെന്നു. അവരുടെ സംസാരം ഷീജ കേൾക്കുന്നുണ്ടായിരുന്നു. വന്നത് പുതിയ ജോലിക്കാരിയാ

ണെന്ന് അവൾക്കു മനസ്സിലായി. സുമിമോളെയും എടുത്തു കൊണ്ടു വന്നു നിന്ന വനജയെ ഷീജ തുറിച്ചു നോക്കി. പിന്നിൽ വന്ന് നിസ്സഹായതയോടെ നന്ദഗോപാൽ നിന്നു.

"ചേച്ചിക്കെന്നെ മനസ്സിലായിക്കാണത്തില്ലാരിക്കും. ഞാനാ... വനജ... സാർ പറഞ്ഞുകാണുമല്ലോ എന്റെ കാര്യം..."

അവളുടെ അത്രയും പ്രായം കാണുകയില്ല തനിക്കെന്ന് ഉറപ്പുണ്ടായിരുന്നു ഷീജയ്ക്ക്. എന്നിട്ടും ചേച്ചിയെന്നുള്ള ആ വിളി...

"ഉം..." ഷീജ വെറുതെ മൂളി.

"എന്നേ ഞാൻ വരാമെന്ന് പറഞ്ഞതാണെന്നറിയാമോ... പക്ഷേ സാറ് പറഞ്ഞു ഒന്നാം തീയതി മുതൽ വന്നാ മതിയെന്ന്. അതുകൊണ്ടാ... അല്ലാരുന്നെങ്കിൽ..."

വനജ ഹൃദ്യമായി ചിരിച്ചു.

അവളുടെ നോട്ടവും ഭാവവും സംസാരവുമൊന്നും ഷീജയ്ക്ക് ഒട്ടുപിടിച്ചില്ല. ഒരു ശൃംഗാരി... ഒരുക്കവും വേഷവും കണ്ടാൽ തന്നെ അറിയാം ആൾ ശരിയല്ലെന്ന്. സാരിയും ബ്ലൗസുമായിരുന്നു വേഷം. പക്ഷേ ഇറക്കി വെട്ടിയ ബ്ലൗസും താഴ്ത്തിയുടുത്ത സാരിയും മഷിയെഴുതിയ കണ്ണുകളും ഗോപിപ്പൊട്ടും...

"ചേച്ചിയുടെ കാര്യമൊക്കെ സാർ പറഞ്ഞു. ഒന്നു കൊണ്ടും വിഷമിക്കണ്ടാ... എല്ലാ കാര്യങ്ങളും ഞാൻ ചെയ്തുതരാം. വയ്യാത്തവരെ പരിചരിക്കാൻ എനിക്ക് വല്യ ഇഷ്ടമാണ്..."

"അങ്ങനെയുള്ളവരെ പരിചരിച്ച് നേരത്തെ പരിചയമുണ്ടോ?" ഷീജ ചോദിച്ചു.

"ഇല്ല. പക്ഷേ എന്റെ അമ്മേടെ അമ്മ തീരെ കിടപ്പായിരുന്നു മരിക്കുന്ന വരെ അവരെ ഞാനാ നോക്കിയെ..."

"വീട്ടിൽ ആരൊക്കെയുണ്ട്?"

"അച്ഛനും അമ്മേം..."

"കല്യാണം കഴിച്ചതല്ലേ?"

"കല്യാണമൊക്കെ കഴിച്ചു."

അത്ര താല്പര്യമില്ലാത്ത മട്ടിൽ വനജ പറഞ്ഞു.

"ഭർത്താവ്?"

"ഇല്ല..."

"എന്തു പറ്റി?"

"അതൊക്കെ വല്യ കഥയാ ചേച്ചീ. ഞാനിവിടെ വന്നു നിൽക്കുമ്പം പറയാം." ഷീജ ഒന്നും മിണ്ടിയില്ല.

"ഞാൻ ഈ വീടൊക്കെയൊന്ന് കാണട്ടെ. അടുക്കളയിലും

പോണം. എനിക്ക് ജോലി ചെയ്യാനുള്ള സ്ഥലമല്ലേ. എല്ലാം കണ്ടിരിക്കുന്നത് നല്ലതാ."

സുമിയെയും കൊണ്ട് വനജ മുറിയിൽ നിന്നിറങ്ങിപ്പോയി.

"എന്തവാ നന്ദേട്ടാ ഇതെല്ലാം..."

അസഹ്യതയോടെ ഷീജ ചോദിച്ചു.

അവൾ ഉദ്ദേശിച്ചതെന്താണെന്ന് അയാൾക്കു മനസ്സിലായില്ല.

"ഏത്?"

"ഈ സാധനത്തെ എവിടുന്നു കിട്ടി?"

"പതിയെപ്പറ... അവൾ കേൾക്കണ്ടാ. ഇക്കാലത്ത് ഒരു വീട്ടുജോലിക്കാരിയെ കിട്ടുന്നത് അത്ര എളുപ്പമുള്ള കാര്യമല്ല. അതും നാട്ടിൽ തന്നെയുള്ള ഒരു സ്ത്രീയെ. ഓഫീസിലുള്ള ഒരാളിന്റെ ഏർപ്പാടിൽ കിട്ടിയതാ വനജയെ..."

"എനിക്കിഷ്ടപ്പെട്ടില്ല അവളെ..."

"അപർണയെ അധിക ദിവസം കിട്ടത്തില്ല. അവളെ ആരോ പെണ്ണു കാണാൻ വരുന്നുണ്ടല്ലോ ഇന്ന്. അത് തീരുമാനമായാൽ പിന്നെ അവർ അവളെ ഇങ്ങോട്ട് ഇനി വിടത്തില്ല."

"കല്യാണം നടന്നില്ലെങ്കിലോ?"

"അങ്ങനൊന്നും ചിന്തിക്കല്ലേ... ആ കുട്ടി കല്യാണം കഴിഞ്ഞ് സുഖമായി ജീവിക്കട്ടെ... തന്നേമല്ല രണ്ടു മൂന്നു ദിവസത്തിനകം ഹോംനഴ്സ് വരും. അവൾക്കും കൂടി വെച്ചു വിളമ്പാൻ അപർണയോടു പറയുന്നത് മര്യാദകേടാണ്."

അതിന് എതിർവാദമില്ലായിരുന്നു ഷീജയ്ക്ക്.

സുമിമോൾ അപ്പോൾ മുറിയിലേക്ക് ഓടി വന്നു. പിന്നാലെ വനജയും വന്നു.

"വന്ന സ്ഥിതിക്ക് എന്തെങ്കിലും ചെയ്യാനുണ്ടെങ്കിൽ ചെയ്തിട്ടു പോകാം സാറേ... പച്ചക്കറിയുണ്ടെങ്കിൽ കറി വല്ലതും വെക്കാം."

"ഇന്നത്തേക്കുള്ളതെല്ലാം ഉണ്ടാക്കി വച്ചിട്ടാ അപർണ പോയത്..." നന്ദഗോപാൽ പറഞ്ഞു.

"നാലുമണിയായല്ലാ. ഫ്രിഡ്ജിൽ പാലുണ്ടെങ്കിൽ ചായയിടാം."

മറുപടിക്ക് കാക്കാതെ അവൾ അടുക്കളയിലേക്ക് പോയി. അല്പനേരം കഴിഞ്ഞപ്പോൾ എല്ലാവർക്കും ചായയുണ്ടാക്കി കൊണ്ടു വന്നു കൊടുത്തു. ആരും കുറ്റമൊന്നും പറഞ്ഞില്ല ചായയ്ക്ക്. അവൾക്ക് സന്തോഷമായി.

എതിർവശത്തെ വീട്ടിലാണല്ലോ വിജയലക്ഷ്മി. അവളെ ഒന്നു കാണണമെന്നുണ്ടായിരുന്നു വനജയ്ക്ക്. അവൾ മുൻവശത്തേക്കു

ചെന്നു. വിജയലക്ഷ്മിയുടെ വീടിനു മുന്നിൽ ആരെയും കണ്ടില്ല. മുൻ വാതിൽ അടഞ്ഞു കിടക്കുന്നു.

ഇന്ന് അങ്ങോട്ട് പോകണ്ടാ. ഇവിടെ വന്ന ശേഷം സൗകര്യം പോലെ കാണാം. അവൾ സിറ്റൗട്ടിൽ നിൽക്കുമ്പോഴാണ് അപർണ വന്നത്. ഗേറ്റ് തുറന്ന് അകത്തേക്ക് കയറിയപ്പോൾ വനജ നിൽക്കുന്നുണ്ടായിരുന്നു.

"ആരാ?" വനജ ചോദിച്ചു.

അപർണ അവളുടെ മുഖത്തേക്കു തന്നെ നോക്കി നിന്നു. രണ്ടു പേരുടെയും കണ്ണുകൾ തമ്മിൽ ഇടഞ്ഞു.

19

"ആരാ... എന്തിനാ വന്നെ?"

വനജ വീണ്ടും അപർണയോട് ചോദിച്ചു.

അപർണയ്ക്ക് അത്ഭുതം തോന്നി. രാവിലെ താനിവിടുന്ന് പോകുന്നതു വരെ ഇല്ലാതിരുന്ന ഈ കഥാപാത്രം ആരാണ്? അതും ഇത്ര അധികാരഭാവത്തോടെ സംസാരിക്കാൻ?

"ഞാൻ ആരാണെന്ന് ഇവിടെയുള്ളവർക്ക് അറിയാം."

ശാന്തമായ സ്വരത്തിൽ പറഞ്ഞു.

"ഞാനും ഇവിടെയുള്ള ആളാണ്. ഇവിടെ ആർക്കും വലിഞ്ഞു കേറി വരാൻ പറ്റത്തില്ല. കള്ളം പറഞ്ഞ് സഹായം വല്ലതും സംഘടിപ്പിച്ച് പോകാൻ വന്നതാണെങ്കിൽ നിൽക്കുകയും വേണ്ടാ."

വനജയുടെ ആ ഗർവ്വ് അപർണയ്ക്ക് സഹിക്കാവുന്നതിലും അപ്പുറമായിരുന്നു. വാക്കുതർക്കത്തിന് നിൽക്കാതെ അവളെ അവഗണിക്കുന്നതാണ് നല്ലതെന്ന് അപർണയ്ക്കു തോന്നി.

അവൾ പടികയറി സിറ്റൗട്ടിലേക്ക് ചെന്നു.

"നില്ലെടീ അവിടെ." വനജ ശബ്ദമുയർത്തി.

ഷീജയുടെ മുറിയിലായിരുന്നു അപ്പോൾ നന്ദഗോപാൽ.

"ആ സ്ത്രീ ആരോടോ ഉച്ചത്തിൽ സംസാരിക്കുന്നല്ലോ നന്ദേട്ടാ." അവൾ പറഞ്ഞു.

"ഞാൻ നോക്കിയിട്ട് വരാം..."

നന്ദഗോപാൽ വേഗം പുറത്തേക്ക് ചെന്നു.

"ഇറങ്ങെടീ വെളിയിൽ."

വനജ മുറ്റത്തേക്ക് കൈചൂണ്ടി ആജ്ഞാപിച്ചു.

അപർണയെ കണ്ട് അയാൾ ഞെട്ടി.

"എന്തായിത്... ആരോടാ ഇപ്പറയുന്നത് ഇറങ്ങിപ്പോകാൻ?"

അയാൾ അരിശത്തോടെ അവരുടെ അടുത്തേക്കു ചെന്നു.

"സാറേ ഏതോ ഒരുത്തി... വരരുതെന്ന് പറഞ്ഞിട്ടും കേറിവന്നേക്കുന്നു..." അയാളെ നോക്കി വനജ പരാതി പറഞ്ഞു.

"ഇത് ഏതോ ഒരുത്തിയല്ല... അടുത്ത വീട്ടിലെ കുട്ടിയാണ്... സോറി അപർണാ... വനജ ആളറിയാതെ..."

അപർണ... ആ പേര് കേട്ടപ്പോൾ വനജയ്ക്ക് പെട്ടെന്ന് അവളെ മനസ്സിലായി. ഓ... ഇവളാണ് ആ ഭൂലോക രംഭ.

വജന പുച്ഛരത്തോടെ ഒന്നു ചിറി കോട്ടി.

"അപർണ അകത്തേക്കു ചെല്ല്... ഷീജ ഇപ്പോഴും ചോദിച്ചു ഇയാൾടെ കാര്യം... ചെല്ല്..."

സ്നേഹത്തോടെ നന്ദഗോപാൽ പറഞ്ഞു. വനജയെ ഒന്നു നോക്കിയിട്ട് അപർണ അകത്തേക്കു കയറിപ്പോയി.

"ഈ പെണ്ണാണോ നേരത്തെ ഇവിടെ വേലയ്ക്കു നിന്നത്?"

പരിഹാസത്തോടെ വനജ ചോദിച്ചു.

"അപർണ ഇവിടെ വേലയ്ക്കു നിന്നതല്ല. സഹായത്തിന് വന്നതാണ്. മര്യാദയുള്ള കുട്ടിയായതു കൊണ്ടാണ്... അല്ലെങ്കിൽ ഇവിടെ ഇപ്പോൾ ഒരു വഴക്കുണ്ടായേനെ..." നന്ദഗോപാൽ പറഞ്ഞു.

"ആരാണെന്ന് എനിക്ക് മനസ്സിലായില്ലാരുന്നു സാറേ. അവൾക്ക് കുറച്ച് അഹങ്കാരമുണ്ട്. അല്ലെങ്കിൽ ഞാൻ ചോദിച്ചതിന് മറുപടി പറഞ്ഞേനെ... ഞാൻ പോയിട്ട് ഒന്നാം തീയതി വരാം..."

കൂടുതലൊന്നും പറയാതെ വനജ അപ്പോൾ തന്നെ പോയി. നന്ദഗോപാൽ ദീർഘമായി ഒന്ന് നിശ്വസിച്ചു. വനജയ്ക്ക് അപർണയെ അത്ര പിടിച്ചു കാണില്ല. അപർണ ചെറുപ്പമല്ലേ... കാണാനും ഭംഗിയുള്ള കുട്ടി. ഒന്നാംതീയതി ഹോംനഴ്സ് വരും. വനജയും വരും. രണ്ടുപേരും ഒത്തു പോകുമോ എന്നാണ് ഇനി അടുത്ത പേടി. തമ്മിൽ തല്ലാതിരുന്നാൽ മതിയായിരുന്നു.

അയാൾ കസേരയിലേക്ക് ഇരുന്നു.

അപർണ കസേര നീക്കിയിട്ട് ഷീജയുടെ അടുത്തിരുന്നു. അവളെ ചാരി സുമിമോൾ നിന്നു.

"എന്തായിരുന്നു വെളിയിൽ സംസാരം കേട്ടത്?"

ഷീജ ചോദിച്ചു.

"ആരാ ഈ വനജ?" അപർണ ചോദിച്ചു.

"അതോ... പുതിയ ജോലിക്കാരിയാ... നന്ദേട്ടൻ കുറേ പാടുപെട്ട് കണ്ടുപിടിച്ച സാധനം. എനിക്ക് ഒട്ടും ഇഷ്ടപ്പെട്ടില്ല അവളെ..."

"ഞാൻ വന്നത് ആ സ്ത്രീക്ക് ഇഷ്ടപ്പെട്ടില്ലെന്ന് തോന്നുന്നു. വീട്ടുകാരിയെപ്പോലെ എന്നെ ചോദ്യം ചെയ്തു. അപ്പോഴേയ്ക്ക് സാർ വന്നു. അതു കാരണമാ ഞാൻ രക്ഷപ്പെട്ടത്."

"വന്നതിനു മുമ്പേ അധികാരം പ്രയോഗിച്ചു തുടങ്ങിയോ... എങ്കിൽ ഇവിടിനി കയ്യാങ്കളി നടക്കുന്ന ലക്ഷണമുണ്ട്. വേറെ ഒരുത്തിയും കൂടെ വരാൻ പോവല്ലേ..." ഷീജ ഭയന്നു.

"വേറാരാ വരാനുള്ളത്?" അപർണ ചോദിച്ചു.

"ഹോം നഴ്സ്... ഒന്നാം തീയതി മുതൽ അവളെ കെട്ടിയെഴുന്നള്ളിക്കുമെന്നാണ് നന്ദേട്ടൻ പറഞ്ഞത്."

"എന്തായാലും വനജയെന്ന സ്ത്രീ ഒരു പ്രശ്നക്കാരിയാണെന്നാ ചേച്ചി എനിക്കു തോന്നുന്നത്. ആളുകളോട് മര്യാദയോടെ പെരുമാറാൻ അവർക്ക് അറിയില്ല." അപർണ പറഞ്ഞു.

"പലരോടും പറഞ്ഞ് ഒടുവിൽ കഷ്ടപ്പെട്ട് നന്ദേട്ടൻ കണ്ടുപിടിച്ച വേലക്കാരിയാ... നന്ദേട്ടൻ നിന്നോടുള്ള ഇഷ്ടം കൊണ്ടാ ഇത്രയധികം പാടുപെട്ട് ഒരുത്തിയെ കൊണ്ടു വന്നിരിക്കുന്നത്."

"എന്നോടുള്ള ഇഷ്ടം കാരണമോ?"

ഷീജ പറഞ്ഞത് അവൾക്കു മനസ്സിലായില്ല.

"ഉം.. ഹോംനഴ്സ് വന്നാൽ അവൾക്ക് വെച്ചുവിളമ്പിക്കൊടുക്കണം. അമ്മയുടെ കാര്യങ്ങൾ മാത്രമേ അവൾ നോക്കൂ. കൃത്യസമയത്ത് അവൾക്ക് ചായയും കാപ്പിയുമൊക്കെ ഉണ്ടാക്കി മേശപ്പുറത്ത് വച്ചു കൊടുക്കണം. അപർണയെക്കൊണ്ട് അതൊന്നും ചെയ്യിക്കാൻ പറ്റില്ല എന്നു പറഞ്ഞാണ് നന്ദേട്ടൻ..."

എന്തു പറയണമെന്നറിയാതെ അവൾ ഇരുന്നു.

"തന്നേമല്ല ഇന്ന് തന്നെ കാണാൻ ആരോ വരുന്നുണ്ടെന്ന് നന്ദേട്ടൻ അറിഞ്ഞു. കല്യാണം തീരുമാനിച്ചു കഴിഞ്ഞാൽ നിന്നെ ഇങ്ങോട്ട് വരുത്താൻ പാടില്ല എന്നും നന്ദേട്ടൻ പറഞ്ഞു. ചോദിക്കാൻ മറന്നു. പെണ്ണുകാണാൻ പയ്യൻ വന്നോ ഇന്ന്?"

ഷീജ ചോദിച്ചു.

"ഉം..." അപർണ ഒന്നു മൂളി.

"നല്ല പയ്യനാണോ... നിനക്കിഷ്ടപ്പെട്ടോ മോളേ?"

"ഞങ്ങൾ രണ്ടു പെൺമക്കളല്ലേ ചേച്ചീ... ഒരാൾ കല്യാണപ്രായവുമായി. ആശ പഠിക്കുകയാണെങ്കിലും ഒന്നോ, രണ്ടോ വർഷത്തിനുള്ളിൽ അവളുടെയും കല്യാണം നടത്തണ്ടേ. എന്റെ കല്യാണം എത്രയും വേഗം നടത്തണമെന്നാണ് അച്ഛന്റെയും അമ്മയുടെയും ആഗ്രഹം."

"ഞാൻ ചോദിച്ചതിന്റെ മറുപടി നീ പറഞ്ഞില്ല മോളേ."

ഷീജ ഓർമ്മിപ്പിച്ചു.

"എനിക്കങ്ങനെ ഇഷ്ടവും ഇഷ്ടക്കേടും നോക്കാൻ പറ്റില്ല ചേച്ചീ. അച്ഛനും അമ്മയും തീരുമാനിക്കുന്ന കല്യാണത്തിന് ഞാൻ സമ്മതിക്കും." അപർണ പറഞ്ഞു.

"അച്ഛനും അമ്മയും എന്തു തീരുമാനിച്ചു."

"അവർക്ക് ഇഷ്ടപ്പെട്ട മട്ടാണ്. ആശ മാത്രം എതിരഭിപ്രായം പറഞ്ഞു."

"അതെന്താ?"

"എനിക്ക് ചേർച്ചയില്ലാത്ത പയ്യനാണെന്നാ അവൾ പറഞ്ഞത്..."

"എന്നുവച്ചാൽ... കാണാൻ സുന്ദരനല്ലേ?"

ആകാംക്ഷയോടെ ഷീജ ചോദിച്ചു.

"സ്വഭാവമല്ല ചേച്ചീ ഒരാളിന്റെ യഥാർത്ഥ സൗന്ദര്യം."

"പിന്നെന്താ ആശ എതിർത്തത്?"

"എന്നേക്കാൾ നല്ല പൊക്കവും വണ്ണവുമുണ്ട്."

ഷീജ ഒന്നും മിണ്ടിയില്ല. ഒരുകാര്യം അവൾക്കു മനസ്സിലായി. ഈ കല്യാണം നടക്കും.

യാഥാർത്ഥ്യബോധത്തോടെ ചിന്തിക്കുന്നവളാണ് അപർണ. എന്തു വന്നാലും അതിനെ അഭിമുഖീകരിക്കാൻ അവൾ തയാറുമാണ്. അച്ഛനമ്മമാരെ അനുസരിക്കണമെന്ന് അവൾക്കു നിർബന്ധവുമുണ്ട്.

"കല്യാണം തീരുമാനിച്ചാൽ പിന്നെ നീയിവിടെ വരണ്ടാ മോളേ... അത് ശരിയല്ല..."

"അച്ഛനും അമ്മയും പറഞ്ഞതു കൊണ്ടാണ് ചേച്ചീ ഞാനിവിടെ വന്നത്. ഇനി അതു വേണ്ടാ എന്നു പറഞ്ഞാൽ ഞാൻ തിരിച്ചുപോകും." അപർണ പറഞ്ഞു.

"നീ വിവാഹിതയായി നല്ലൊരു കുടുംബജീവിതം നയിക്കുന്നതു കാണാൻ എനിക്കും ആഗ്രഹമുണ്ട്. എന്റെ മനസ്സിൽ വേറെ ഒരു ആഗ്രഹമുണ്ടായിരുന്നു. ഇനി അതു നടക്കുകയില്ല."

ഷീജ പറഞ്ഞു.

"എന്ത് ആഗ്രഹമാണ് ചേച്ചിയുടെ മനസ്സിൽ ഉണ്ടായിരുന്നത്?"

"ഈ വീട്ടിൽ... അല്ലെങ്കിൽ ഞങ്ങളുടെ ഈ കുടുംബത്തിൽ നീ എന്നുമുണ്ടാകണമെന്ന് ഞാൻ ആഗ്രഹിച്ചു. അത് ഒരിക്കലും നടക്കുകയില്ലെന്ന് ഇപ്പോൾ മനസ്സിലായി."

എന്നിട്ടും ഷീജ ഉദ്ദേശിച്ചതെന്താണെന്ന് അപർണയ്ക്കു പിടി

കിട്ടിയില്ല. അവളുടെ വിദൂരസ്വപ്നങ്ങളിൽ പോലും ഇല്ലാത്ത കാര്യമായിരുന്നല്ലോ ഷീജയുടെ മനസ്സിലുണ്ടായിരുന്ന ആഗ്രഹം.

നന്ദഗോപാൽ അപ്പോൾ അവിടേയ്ക്കു വന്നു. അയാളെ കണ്ട് അപർണ പെട്ടെന്ന് എഴുന്നേറ്റു.

"നന്ദേട്ടാ അപർണേടെ കല്യാണം ഏതാണ്ട് തീരുമാനമായിട്ടുണ്ട്." ഷീജ അയാളെ അറിയിച്ചു.

"അതേയോ... നല്ല കാര്യം... പയ്യന് മിലിട്ടറിയിലാണ് ജോലി എന്നല്ലേ പറഞ്ഞത്?" അയാൾ അപർണയോട് ചോദിച്ചു.

"അതേ..."

"ഉടനെയുണ്ടാവുമോ കല്യാണം?"

"അറിയില്ല."

"എന്തായാലും സുമിമോൾക്ക് വേറൊരു ട്യൂഷൻ ടീച്ചറെ കണ്ടുപിടിക്കേണ്ടി വരും. അതാണ് പാട്."

അയാൾ പറഞ്ഞു. അപർണ ഒന്നും മിണ്ടിയില്ല.

"ഞാനെന്നാൽ അടുക്കളയിലോട്ട് ചെല്ലട്ടെ ചേച്ചീ... കുറച്ചു പണിയുണ്ട്." അവൾ അവിടന്ന് അപ്പോൾതന്നെ പോയി.

"ഞാൻ പറഞ്ഞില്ലേ ഷീജേ. എന്നെന്നേക്കുമായി അപർണയെ ഇവിടെ പിടിച്ചു നിർത്താനൊന്നും കഴിയില്ല. ഒരു സർക്കാർ ജോലി കിട്ടിയാൽ അവൾക്കു പോകാതെ പറ്റുമോ?" അയാൾ പറഞ്ഞു.

"സർക്കാർ ജോലി ഇതുവരെ കിട്ടിയില്ലല്ലോ..."

"കിട്ടാതിരിക്കുമോ...? ഇനിയിപ്പം അതും നോക്കേണ്ട കാര്യമില്ല. കല്യാണം നടക്കാൻ പോവല്ലേ."

"നന്ദേട്ടൻ വിചാരിച്ചാൽ ഇനിയാണെങ്കിലും അപർണയെ ഇവിടന്ന് വിടാതിരിക്കാൻ പറ്റും." ഷീജ പറഞ്ഞു.

"എങ്ങനെ?" അവൾ പറഞ്ഞത് അയാൾക്കു മനസ്സിലായില്ല.

"നന്ദേട്ടൻ അവളെ വിവാഹം കഴിച്ചാൽ."

ഷീജ പറഞ്ഞതു കേട്ട് അയാൾ ഒന്നു ഞെട്ടി.

"നിനക്ക് ഭ്രാന്താണ്."

അയാൾ ദേഷ്യപ്പെട്ട് അവിടെനിന്ന് ഇറങ്ങിപ്പോയി. ഷീജ വേദനയോടെ കണ്ണുകൾ അടച്ചു.

അയാൾ നേരെ അടുക്കളയിലേക്കാണ് ചെന്നത്.

പാത്രങ്ങൾ കഴുകിക്കൊണ്ട് നിൽക്കുകയാണ് അപർണ.

"അപർണാ..." അയാൾ വിളിച്ചു.

"എന്താ സാർ?" അവൾ മുഖംതിരിച്ച് നോക്കി.

"നാളെ രാവിലെ അപർണയ്ക്ക് വീട്ടിലേക്കു പോണെങ്കിൽ പോ

കാം. വനജയെ വിളിക്കാം. അവൾ വരും...”

“കല്യാണത്തിന്റെ വാക്കുറപ്പിക്കുന്നതു വരെ ഞാനിവിടെ കാണും. സാർ പറ്റുമെങ്കിൽ ആ സ്ത്രീക്കു പകരം വേറെയാരെയെങ്കിലും കണ്ടുപിടിക്ക്...” അപർണ പറഞ്ഞു.

“ആളറിയാതെയാണ് അവൾ അപർണയോട്...”

“അതല്ല സാർ. അവർ അത്ര നല്ല സ്ത്രീയല്ലെന്ന് കണ്ടപ്പോൾ തന്നെ എനിക്കു തോന്നി. ഞാൻ പറഞ്ഞെന്നേയുള്ളൂ... ആലോചിച്ചിട്ട് മതി.”

ചിന്താമഗ്നനായി നന്ദഗോപാൽ വെളിയിൽ ചെന്ന് സിറ്റൗട്ടിൽ ഇരുന്നു.

ഠഠ

രാത്രിയിൽ രാമകൃഷ്ണന് ചോറു വിളമ്പിക്കൊടുത്തിട്ട് സുകുമാരിയമ്മ അയാളുടെ അടുത്ത് ഇരുന്നു.

“നാളെ ഞാൻ വിലാസിനിയെ ഒന്നു വിളിക്കട്ടെ?”

സുകുമാരിയമ്മ ചോദിച്ചു.

“നമ്മൾ വിളിച്ചില്ലെങ്കിലും അവൾ ഇങ്ങോട്ട് വിളിക്കാതിരിക്കത്തില്ല. നമ്മുടെ അഭിപ്രായം അറിയാൻ.” രാമകൃഷ്ണൻ പറഞ്ഞു.

“അവൻ ഇഷ്ടപ്പെട്ടല്ലേ പോയേക്കുന്നത്. അവൻ ചെന്ന് അക്കാര്യം വിലാസിനിയോട് പറയും. വിലാസിനി വിളിച്ചാൽ ഞാൻ എന്തോ പറയണം?”

“നമുക്ക് സമ്മതമാണെന്നു പറ... അല്ലാതെന്താ...”

ആശ അവളുടെ മുറിയിലിരുന്നു കൊണ്ട് ഈ സംഭാഷണം കേൾക്കുന്നുണ്ടായിരുന്നു. അമ്മയോട് ആവുന്നത്ര എതിർത്തു സംസാരിച്ചതാണ്. പക്ഷേ അവർക്കതങ്ങോട്ട് ഉൾക്കൊള്ളാൻ കഴിഞ്ഞിട്ടില്ല. ഇനി എന്തുചെയ്യാനാണ്? അപർണേച്ചിയുടെ ഒരു വിധി.

“കല്യാണം എന്നു നടത്താൻ പറ്റുമെന്ന് അവർ ചോദിക്കും...”

സുകുമാരിയമ്മ പറഞ്ഞു.

“കല്യാണനിശ്ചയം ഉടൻ നടത്താം... വേണമെങ്കിൽ... മൂന്നുമാസം കഴിഞ്ഞ് കല്യാണം. കുറേ കാര്യങ്ങൾ ഒപ്പിക്കാനില്ലേ... കുറച്ച് സ്വർണമെങ്കിലും ഇടണ്ടായോ.... പിന്നെ ഡ്രസ്സ്... സദ്യ... കല്യാണമണ്ഡപം...”

“കല്യാണം അമ്പലത്തിൽ വച്ച് നടത്തിയാ മതി. അതാകുമ്പം ചെലവ് കുറവാ...”

"ഉം... കഴിയുന്നത്ര ചെലവ് കുറയ്ക്കണം..."

രാമകൃഷ്ണൻ പറഞ്ഞു.

"പക്ഷേ കരക്കാരെ മുഴുവൻ വിളിക്കണം. അല്ലെങ്കിൽ വെളീലോട്ടിറങ്ങാൻ പറ്റത്തില്ല. ഓരോരുത്തർ വന്ന് പരാതി പറയും... എന്നാലും സുകുമാരിയമ്മേ എന്നോട് മോൾടെ കല്യാണം പറഞ്ഞില്ലല്ലോ..."

"നമുക്ക് എല്ലാരേം വിളിക്കാം സുകുമാരീ..."

അച്ഛനും അമ്മയ്ക്കും വലിയ സന്തോഷമായെന്ന് ആശയ്ക്കു മനസ്സിലായി. ഒരുപക്ഷേ കല്യാണപ്രായമായ പെൺമക്കളുള്ള എല്ലാ അച്ഛനമ്മമാരും ഇതുപോലുള്ള കാര്യങ്ങൾ സംഭവിക്കുമ്പോൾ സന്തോഷിക്കുമായിരിക്കും.

പിറ്റേന്ന് വിലാസിനിയെ വിളിക്കേണ്ടി വന്നില്ല. അവർ ഇങ്ങോട്ടു വിളിച്ചു.

സുകുമാരിയമ്മയാണ് ഫോൺ എടുത്തത്. ആശ കോളജിലും കണ്ണൻ സ്കൂളിലുമായിരുന്നു.

"ഹലോ..." റിസീവറെടുത്ത് സുകുമാരിയമ്മ പറഞ്ഞു.

"ഇത് ഞാനാ... വിലാസിനീ..."

"രമേശൻ ഇന്നലെ ഇവിടുന്നു വന്ന് എന്തോ പറഞ്ഞു?"

ആഹ്ളാദം പുറത്തുകാണിക്കാതെ സുകുമാരിയമ്മ ചോദിച്ചു.

"അവന് പെണ്ണിനെ ഒത്തിരി ഇഷ്ടപ്പെട്ടു. സ്ത്രീധനമൊന്നും ചോദിക്കണ്ടാ. അവർ എന്തെങ്കിലും തരുമെങ്കിൽ അത് വേണ്ടെന്ന് പറയണ്ടാ എന്നെയുള്ളെന്നാ അവൻ പറഞ്ഞത്."

"ഞങ്ങൾക്കും അവനെ ഇഷ്ടപ്പെട്ടു വിലാസിനീ..."

"ആണോ... സമാധാനമായി. കൊച്ചിന് ഇഷ്ടപ്പെടുമോ എന്നാരുന്നു അവന്റെ പേടി. തടി ഇത്തിരി കൂടുതലാണെന്ന് അവനു തന്നെ അറിയാം. ഇതിനു മുമ്പ് അവൻ കുറെ പെണ്ണുകാണാൻ പോയിട്ടുള്ളതാ... പെൺപിള്ളാർക്കൊന്നും അവനെ അത്ര ബോധിച്ചില്ല. തടി കൂടുതലാണെന്നാരുന്നു അവരുടെ ആക്ഷേപം."

"ആണുങ്ങളായാൽ ഇച്ചിരി തടിയൊക്കെ വേണം വിലാസിനീ. ഒരുത്തൻ തല്ലാൻ വന്നാൽ തിരിച്ചു തല്ലാനുള്ള ധൈര്യം വേണ്ടായോ."

"സുകുമാരി പറയുന്നത് ശരിയാ. അവൻ ഒരാഴ്ചത്തെ ലീവിനാ വന്നത്. മൂന്നാലുദിവസം കഴിഞ്ഞാ ഊട്ടിയിലേക്ക് പോകും. കല്യാണത്തിന്റെ മുഹൂർത്തം തീരുമാനിച്ചു കഴിഞ്ഞാൽ അവൻ ഒന്നോ രണ്ടോ മാസത്തെ ലീവെടുത്ത് വരാമെന്ന്..."

വിലാസിനി പറഞ്ഞു.

“അതു മതി. കല്യാണനിശ്ചയം ഉടൻ നടത്താൻ. മൂന്നുമാസം കഴിഞ്ഞ് കല്യാണം.”

“ഞാൻ ഇപ്പത്തന്നെ രമേശനെ വിളിച്ച് വിവരം അറിയിക്കാം. അവൻ സമാധാനത്തോടെ ഇരിക്കട്ടെ.”

“ശരി വിലാസിനീ... വേറെ എന്തെങ്കിലും വിശേഷമുണ്ടെങ്കിൽ വിളിക്കണേ...”

“വിളിക്കാം.” സുകുമാരിയമ്മ റിസീവർ വച്ചു.

മൂത്ത മോൾടെ കല്യാണം തീരുമാനിച്ചു. അത് ആരോടെങ്കിലുമൊക്കെ ഒന്നു പറയണ്ടേ? അവരുടെ മനസ്സിലിരുന്ന് സന്തോഷം വീർപ്പുമുട്ടി. സുകുമാരിയമ്മ ആദ്യം വിളിച്ചത് ഷീജയെയാണ്.

“ഷീജേ ഒരു സന്തോഷവാർത്തയുണ്ട്. ഇന്നലെ ഒരു പയ്യൻ പെണ്ണു കാണാൻ വന്ന കാര്യം അർപണ പറഞ്ഞു കാണുമല്ലോ. അതങ്ങ് നടത്താൻ ഞങ്ങൾ തീരുമാനിച്ചു.

“അതേയോ... അപർണയ്ക്ക് നല്ലതേ വരൂ. ഇത്രയും സ്വഭാവഗുണമുള്ള ഒരു പെൺകുട്ടിയെയും ഞാൻ ഇതുവരെ കണ്ടിട്ടില്ല ചേച്ചീ...” സുകുമാരിയുടെ അഭിമാനം ഇരട്ടിച്ചു.

“വിശേഷങ്ങൾ പറയാൻ ഞാൻ ഒരു ദിവസം അങ്ങോട്ട് വരാം ഷീജേ...”

“ശരി ചേച്ചീ...”

“ഇനി ആരോടാണ് പറയുക?”

വൈകുന്നേരം അമ്പലത്തിലൊന്ന് പോണം. കുറെ പരിചയക്കാരെ എന്തായാലും കാണും. ചിലരോടെങ്കിലും കല്യാണക്കാര്യം പറയാം. കോളജിൽ നിന്ന് ആശ വന്നു കഴിഞ്ഞപ്പോൾ സുകുമാരിയമ്മ കുളിച്ചു.

“എങ്ങോട്ടാ അമ്മേ?” പതിവില്ലാതെ സുകുമാരിയമ്മ വേഷം മാറി വന്നതു കണ്ടപ്പോൾ ആശ ചോദിച്ചു.

“അമ്പലത്തിലൊന്നു പോണം മോളേ...”

“എന്തായിന്ന് വിശേഷിച്ച്?”

“ഒന്നുമില്ല. എന്നാലും വീട്ടിലൊരു മംഗളകാര്യം നടക്കാൻ പോവല്ലേ... ദൈവാധീനം വേണമല്ലോ ഇനിയുള്ള കാര്യങ്ങളിൽ...”

ആശ ഒന്നും പറഞ്ഞില്ല.

അമ്പലത്തിൽ ചെന്നപ്പോൾ തൊഴാനായി ആളുകൾ വന്നുതുടങ്ങിയിരുന്നു. സുകുമാരിയമ്മയ്ക്ക് ആദ്യം കിട്ടിയത് താന്നിമൂട്ടിലെ പത്മാവതിയമ്മയേയാണ്. കുറച്ചുനാൾ രണ്ടുപേരും പ്രദോഷം

നോറ്റിട്ടുണ്ട്. അന്നേയുള്ള കൂട്ടാണ്.

"സുകുമാരീ നിന്നെ ഈയിടെ ഇങ്ങോട്ടൊന്നും കാണാനില്ല ല്ലോ... എന്തുപറ്റി. അത്രയ്ക്ക് പണിയുണ്ടോ വീട്ടിൽ?"

പത്മാവതി പരിഭവം പറഞ്ഞു.

"എന്നും വിചാരിക്കും ദേവിയെ തൊഴാൻ വരണമെന്ന്. ഇളയ മോൾ കോളജിലല്ലേ... അവൾ വരുമ്പം വൈകും... സന്ധ്യക്കെങ്ങ നാ വീട്ടിൽ നിന്നിറങ്ങുന്നെ. പിന്നെ മടിക്കും."

"മൂത്ത മോൾക്ക് ജോലി വല്ലതുമായോ?"

"അവൾ ഒന്നുരണ്ട് ടെസ്റ്റ് പാസായിട്ടുണ്ട്. ഉടനെ ജോലി കിട്ടി യേക്കും. ജോലി കിട്ടിക്കഴിഞ്ഞു മതി കല്യാണമെന്നു പറഞ്ഞോ ണ്ടിരിക്കുവാരുന്നു അവൾ. പക്ഷേ നല്ല ആലോചന വരുമ്പം വേണ്ടാന്നു വെക്കാൻ പറ്റുമോ?"

"അതു പാടില്ല. കല്യാണം ഒരു ഭാഗ്യമാ. അതിന്റെ സമയമാകു മ്പം ആലോചന വരും. അപ്പോൾ നടത്തണം."

'അപർണേടെ കല്യാണം തീരുമാനിച്ചു പത്മാവതീ..."

ചുറ്റമ്പലത്തിനുള്ളിൽ പ്രദക്ഷിണം വയ്ക്കുമ്പോഴാണ് രണ്ടുപേ രും സംസാരിച്ചത്. പിന്നിൽ വിജയലക്ഷ്മിയും ഉണ്ടായിരുന്നു.

സുകുമാരിയമ്മ പറഞ്ഞത് അവൾ കേട്ടു.

അപർണയ്ക്ക് കല്യാണമോ...

"ആരാ പയ്യൻ?"

"മിലിട്ടറിയിലാ... ഒറ്റ മോനാ അവൻ. ഇപ്പം ഊട്ടിയിൽ ട്രാൻസ് ഫറായി വന്നിട്ടുണ്ട്. കല്യാണം കഴിഞ്ഞാൽ ക്വാർട്ടേഴ്സ് കിട്ടും. അവളെയും കൊണ്ടുപോകാനാണ് ഉദ്ദേശം."

"മിലിട്ടറി നല്ലതാ സുകുമാരി... ഇപ്പോ ഭേദപ്പെട്ട ശമ്പളമുണ്ട് അവർക്ക്. പിന്നെ വേറെ പല ആനുകൂല്യങ്ങളും..."

പത്മാവതിയമ്മ പറഞ്ഞു.

"ഒന്നുമില്ലേലും കേന്ദ്ര ഗവൺമെന്റ് ഉദ്യോഗസ്ഥനല്യോ. അതു നോക്കിയാൽ മതിയല്ലോ. ശമ്പളോം കിട്ടും. പിരിഞ്ഞാൽ ആജീവ നാന്തം പെൻഷനും കിട്ടും. വല്ല ഗൾഫുകാരനുമാണെങ്കിൽ എന്ന് പിരിച്ചു വിടും എന്ന് ചോദിച്ചാ മതി. നാട്ടിൽ വന്ന് തെണ്ടിത്തിരി ഞ്ഞു നടക്കുന്നതു കാണണ്ടാല്ലോ..."

സുകുമാരിയമ്മയുടെ ആ വാക്കുകൾ വിജയലക്ഷ്മിയുടെ നെ ഞ്ചിലാണ് തറച്ചത്.

ആ കല്യാണം നടക്കാൻ പാടില്ല. അവൾക്ക് കേന്ദ്രഗവൺമെന്റ് ജീവനക്കാരൻ വരണ്ടാ. കരുത്തുള്ള പട്ടാളക്കാരനെയും വേണ്ട.

ശ്രീകോവിലിന്റെ മുമ്പിൽ ചെന്നു നിന്ന് വിജയലക്ഷ്മി കൈകൂപ്പി കണ്ണുകളടച്ച് ദേവിയോട് അപേക്ഷിച്ചു.

"ഭഗവതീ അവളുടെ ഈ കല്യാണം മുടക്കിത്തരണേ. അവൾ അഹങ്കരിയാണ്. ഞാൻ ഒരു പട്ടുടയാട നേർന്നേക്കാമേ... ഭഗവതിക്ക് ശക്തിയുണ്ടെങ്കിൽ ഈ കല്യാണം നടത്തരുതേ..."

പെട്ടെന്ന് ശ്രീകോവിലിനുള്ളിൽ മണി മുഴങ്ങി.

20

വിജയലക്ഷ്മി നോക്കിയപ്പോൾ സുകുമാരിയമ്മ തൊഴുതുകഴിഞ്ഞ് തിരിച്ചുപോകുന്നു. അങ്ങനെ വിട്ടാൽ പറ്റില്ലല്ലോ. വിശദവിവരങ്ങൾ അറിയണം. അവൾ വേഗം നടന്നു.

ചുറ്റമ്പലത്തിന്റെ വെളിയിലെത്തിയപ്പോഴേയ്ക്ക് സുകുമാരിയമ്മയെ കിട്ടി അവൾക്ക്.

"ചേച്ചീ..."

വിജയലക്ഷ്മിയുടെ വിളി കേട്ട് സുകുമാരിയമ്മ പെട്ടെന്ന് തിരിഞ്ഞുനോക്കി.

"അല്ലാ... വിജയലക്ഷ്മിയോ... അമ്പലത്തിലുണ്ടാരുന്നോ... ഞാൻ കണ്ടില്ല കേട്ടോ..." സുകുമാരിയമ്മ ക്ഷമാപണം പോലെ പറഞ്ഞു.

"ഞാനും ഇപ്പഴാ ചേച്ചിയെ കണ്ടത്. മക്കളെന്തിയോ... അവരെ ഇടയ്ക്കൊക്കെ അമ്പലത്തിൽ വച്ച് കാണാറുണ്ട്." വിജയലക്ഷ്മി ലോഹ്യം കൂടി.

"അപർണ്ണേം, ആശേം പതിവായിട്ട് വരാറുണ്ട്. എനിക്കങ്ങനെ സമയം കിട്ടാറില്ല വിജയലക്ഷ്മീ... വീട്ടിൽ ഒരു നൂറുകൂട്ടം പണികളുണ്ട്. അതുകൊണ്ടാ... മാധവൻകുട്ടി വരാറായോ ലീവിൽ?"

"ഇല്ല ചേച്ചീ. വന്നിട്ട് പോയിട്ട് ഏഴുമാസമല്ലേ ആയുള്ളൂ...ഇനി അഞ്ചുമാസം കൂടി കഴിയണം. കൊല്ലത്തിലൊരിക്കലേ കമ്പനിച്ചെലവിൽ നാട്ടിൽ വരാൻ പറ്റൂ."

അവർ സംസാരിച്ചു കൊണ്ട് മെല്ലെ നടന്നു. സന്ധ്യയാവുകയായിരുന്നു അപ്പോൾ.

"എന്തൊക്കെയുണ്ട് ചേച്ചീ വിശേഷങ്ങൾ? മോൾക്ക് ആലോചന വല്ലതും വരുന്നുണ്ടോ?"

ഒന്നുമറിയാത്ത മട്ടിൽ വിജയലക്ഷ്മി ചോദിച്ചു.

"ഞാനക്കാര്യം വിജയലക്ഷ്മിയോട് പറയാനിരിക്കുവാരുന്നു. അപർണ്ണേടെ കല്യാണം ഏതാണ്ട് തീരുമാനമായി."

സന്തോഷത്തോടെ സുകുമാരിയമ്മ അറിയിച്ചു.

"അതേയോ... നന്നായി ചേച്ചീ... അനിയത്തി വളർന്നു വരുവല്ലേ... നല്ലൊരു ബന്ധം കിട്ടിയാൽ ചേച്ചിയുടെ കല്യാണം നടത്തുന്നതാ ബുദ്ധി..."

"നല്ലൊരു ബന്ധം തന്നെ കിട്ടി. പയ്യൻ മിലിട്ടറിയിലാ. ഒറ്റമോൻ. വീട്ടിൽ അമ്മ മാത്രമേയുള്ളൂ. ഒരേക്കർ പറമ്പും പുതിയ ടെറസിട്ട വീടുമുണ്ട്."

"അപർണേടെ ഭാഗ്യം. ഇക്കണക്കിന് സർക്കാർ ജോലിക്കാരെ കിട്ടാൻ വലിയ പാടാ ചേച്ചീ... അവര് തുക വല്ലതും ചോദിച്ചോ?"

"അതാ രസം. അവന് ചില്ലിക്കാശ് പോലും വേണ്ടാ. അവളെ കണ്ട് ഇഷ്ടപ്പെട്ടു അവൻ. എന്തെങ്കിലും സ്വർണമെങ്കിലും ഇടാതെ കല്യാണം നടത്തുന്നത് നമുക്ക് അഭിമാനമാണോ? കടം മേടിച്ചാണെങ്കിലും കല്യാണം ഭംഗിയായി നടത്തണമെന്നാണ് ഞങ്ങടെ വിചാരം." സുകുമാരിയമ്മ പറഞ്ഞു.

"പയ്യന്റെ വീടെവിടാ ചേച്ചീ?"

"രമേശന്റെ വീട് പള്ളിപ്പാട്ടാണ്. അപർണേടെ അച്ഛന്റെ ബന്ധത്തിലുള്ള വിലാസിനി അവിടല്ല്യോ താമസിക്കുന്നെ. വിലാസിനീടെ ഏർപ്പാടിൽ വന്ന ആലോചനയാ. രമേശന് ഊട്ടിയിലാ ഇപ്പം ജോലി. ഒരാഴ്ചത്തെ അവധിക്ക് വന്നതാ. പോയിട്ട് രണ്ടുമാസം കഴിഞ്ഞ് ലീവെടുത്ത് വരും. അന്നേരം കല്യാണം നടത്താനാ ഉദ്ദേശം..." സുകുമാരിയമ്മ പറഞ്ഞു.

"കല്യാണം കഴിഞ്ഞ് അപർണയെ കൊണ്ടു പോകുമോ?"

വിജയലക്ഷ്മി ചോദിച്ചു.

"ഊട്ടിയിലായതു കൊണ്ട് അവിടെ ക്വാർട്ടേഴ്സ് കിട്ടുമെന്നാ രമേശൻ പറഞ്ഞത്. അതുകൊണ്ട് അവളെ കൊണ്ടുപോകും."

ഊട്ടിയിൽ അവൾക്ക് മധുവിധു. വിജയലക്ഷ്മിയുടെ മനസ്സിൽ പ്രതികാരം ആളിക്കത്തി. ഈ കല്യാണം മുടക്കിയേ പറ്റൂ. എന്തുവിലകൊടുത്തും. പക്ഷേ എങ്ങനെ? അക്കാര്യത്തിൽ അവൾക്ക് ഒരു എത്തും പിടിയും കിട്ടിയില്ല.

പരമേശ്വരപ്പണിക്കർ തന്നെ ശരണം. ആഭിചാരക്രിയ ചെയ്യാൻ അയാളെക്കാൾ മിടുക്കൻ വേറാരുമില്ല. പക്ഷേ കാശു ചെലവുണ്ട്. ഇക്കാര്യത്തിൽ രണ്ടായിരമോ, മൂവായിരമോ പോയാലും സാരമില്ല. അവളങ്ങനെ കേന്ദ്രസർക്കാർ ജീവനക്കാരന്റെ ഭാര്യയായി ഞെളിയണ്ടാ.

"ശരി ചേച്ചീ... നമുക്ക് പിന്നെ കാണാം." സുകുമാരിയമ്മയുടെ

വീട് അടുക്കാറായപ്പോൾ വിജയലക്ഷ്മി പറഞ്ഞു.

"കല്യാണം വിളിക്കാൻ ഞാനങ്ങോട്ട് വരുന്നുണ്ട് കേട്ടോ..."

സുകുമാരിയമ്മ പറഞ്ഞു

അപ്പോഴാണ് ഒരുകാര്യം വിജയലക്ഷ്മിക്ക് ഓർമ്മ വന്നത്. ആളിന്റെ പേരും നക്ഷത്രവും പണിക്കർ ചോദിക്കും.

"പൊരുത്തമൊക്കെ നോക്കിച്ചിട്ടാണോ ചേച്ചീ കല്യാണം തീരുമാനിച്ചെ?" അവൾ ചോദിച്ചു.

"ഞങ്ങൾ നോക്കിച്ചില്ല. വിലാസിനി നോക്കിച്ച് നല്ല ചേർച്ചയുണ്ടെന്ന് അറിഞ്ഞിട്ടാ അവൾ ആലോചനയുമായി വന്നത്."

സുകുമാരിയമ്മ പറഞ്ഞു.

"എന്താണ് അപർണേടെ നാള്?"

"ചിത്തിര."

അപർണ, ചിത്തിര നക്ഷത്രം. ഇത്രയും മതി.

വിജയലക്ഷ്മി വേഗം നടന്നു. ഇന്നല്ലെങ്കിൽ നാളെത്തന്നെ പണിക്കരെ വിളിക്കണം. എന്നിട്ട് സമയം തരുമ്പോൾ കാണാൻ പോകണം. അവൾ ചെന്നപ്പോൾ ചന്ദ്രാലയത്തിന്റെ ഗേറ്റിനടുത്ത് നന്ദഗോപാൽ മോളുമൊത്ത് നിൽക്കുന്നുണ്ടായിരുന്നു. അവൾ കോപത്തോടെ തലവെട്ടിച്ച് വീട്ടിലേക്ക് കയറി ശബ്ദത്തോടെ ഗേറ്റടച്ച് കുറ്റിയിട്ടു.

വിജയലക്ഷ്മി പോകുന്നത് നന്ദഗോപാൽ കാണാതിരുന്നില്ല. അയാൾക്ക് അവളോട് സഹതാപമാണ് തോന്നിയത്.

ഉള്ളിലുള്ള അഭിലാഷങ്ങളെ അടക്കിവയ്ക്കാൻ എല്ലാ സ്ത്രീകൾക്കും കഴിയാറില്ലല്ലോ. അത് അനുകൂല സാഹചര്യത്തിൽ പുറത്തു ചാടിയെന്നു വരും. അവൾക്കും അതേ സംഭവിച്ചുള്ളൂ.

അയാൾ വീട്ടിലേക്കു കയറി.

പൂമുഖത്ത് അപർണ കത്തിച്ചു വച്ച നിലവിളക്ക് നല്ല ശോഭയോടെ കത്തുന്നുണ്ടായിരുന്നു.

ഐശ്വര്യമുള്ള കുട്ടിയാണ് അപർണ. അവൾ വന്നശേഷം വീട്ടിൽ എല്ലാ കാര്യങ്ങൾക്കും ഒരു അടുക്കും ചിട്ടയുമുണ്ട്. വീട്ടുപകരണങ്ങളാണെങ്കിലും അടുക്കള സാധനങ്ങളാണെങ്കിലും എല്ലാം അതാതിന്റെ സ്ഥാനത്ത് മാത്രമേ കാണൂ. നല്ല വൃത്തിയും വെടിപ്പുമുണ്ട് എല്ലാ മുറികളിലും.

അമ്മയുടെ മുറിയിലും ഷീജയുടെ മുറിയിലും മടുപ്പിക്കുന്ന ഗന്ധത്തിനു പകരം ഒരുതരം സൗരഭ്യമാണുള്ളത്. എല്ലായിടവും അവളുടെ കണ്ണുകളും കാലുകളുമെത്തും.

നാളെ ഒരുദിവസം കൂടി മാത്രമേ അപർണ ഈ വീട്ടിലുണ്ടാവൂ. അതോർത്തപ്പോൾ നന്ദഗോപാലിന് വല്ലാത്ത ഒരുതരം വ്യസനം തോന്നി. അയാൾ അടുക്കളയിലേക്ക് ചെന്നു. രാത്രി ഭക്ഷണത്തി നുള്ള ചപ്പാത്തി പരത്തുകയായിരുന്നു അവൾ.

"സഹായിക്കണോ?" അയാൾ ചോദിച്ചു.

"വേണ്ട സർ... ഇതൊക്കെ ചെയ്യാൻ ഞാൻ മാത്രം മതി."

"നാളെ ഒരു ദിവസം കൂടി മാത്രം അപർണയ്ക്ക് ഈ ദുരിത ങ്ങൾ അനുഭവിച്ചാൽ മതി കേട്ടോ..."

അയാൾ പറഞ്ഞു.

ചോദ്യഭാവത്തിൽ അപർണ അയാളെ നോക്കി.

"മറ്റേന്നാൾ ഹോം നഴ്സ് വരും. അന്നു വന്ന വനജയും."

അയാൾ പറഞ്ഞു. അപർണ ഒന്നും മിണ്ടിയില്ല.

"മറ്റേന്നാൾ അവർ വന്നു കഴിഞ്ഞാലുടൻ അപർണയ്ക്ക് വീട്ടി ലേക്ക് പോകാം. എന്നു വിചാരിച്ച് പിന്നെ ഇങ്ങോട്ടു വരണ്ട എന്ന ല്ല അർത്ഥം. സുമിയെ പഠിപ്പിക്കാൻ വരണം."

"ഉം." അവൾ മൂളി.

"വീട്ടിലെ ട്യൂഷനൊക്കെ നഷ്ടപ്പെട്ട കാര്യം എനിക്കറിയാം. അതോർത്ത് വിഷമിക്കണ്ടാ. ആ ഫീസ് നഷ്ടമായി എന്നു കരുത ണ്ട. ഞാനത് അച്ഛനെ ഏൽപ്പിച്ചോളാം"

"വേണ്ട സാർ. അങ്ങനെ ചെയ്യരുത്. എന്തായാലും അധികനാൾ എനിക്ക് ട്യൂഷൻ തുടരാൻ പറ്റില്ലായിരുന്നല്ലോ..."

അവൾ പറഞ്ഞതിന്റെ അർത്ഥം അയാൾക്ക് മനസ്സിലായി. കല്യാണം കഴിയുന്നതോടെ ട്യൂഷൻ അവസാനിപ്പിക്കേണ്ടി വരു മായിരുന്നല്ലോ.

"അപർണ ചെയ്തു തന്ന സഹായം ഒരിക്കലും ഞാൻ മറക്ക ത്തില്ല. അപർണ എവിടെ ചെന്നാലും ആളുകൾ സ്നേഹിക്കും. നിന്നെപ്പോലെ സ്വഭാവഗുണത്തിലും ആത്മാർത്ഥതയുമുള്ള ഒരു പെണ്ണിനെയും ഞാൻ കണ്ടിട്ടില്ല കുട്ടീ. രമേശനെ കണ്ടിട്ട് നിനക്ക് അത്രയ്ക്ക് സ്വീകാര്യനായില്ല എന്ന് എനിക്കറിയാം. സാരമില്ല. രൂപമല്ല സ്വഭാവമാണ് ഏതൊരാളിന്റെയും സൗന്ദര്യം."

നന്ദഗോപാൽ പറഞ്ഞു.

"നന്ദേട്ടാ..." പെട്ടെന്ന് ഷീജയുടെ വിളി വന്നു.

"അവൾ വിളിക്കുന്നു. എന്തിനാണെന്ന് ചോദിക്കട്ടെ."

അയാൾ ഷീജയുടെ മുറിയിലേക്കു ചെന്നു.

"എവിടെയാരുന്നു നന്ദേട്ടൻ?" ഷീജ ചോദിച്ചു.

"അടുക്കളയിൽ... അപർണയോട് സംസാരിക്കുകയായിരുന്നു. നാളെ കഴിഞ്ഞാൽ അവൾക്ക് വീട്ടിലേക്ക് പോകാമെന്ന്."

"അവൾ പോയിക്കഴിഞ്ഞാൽ ഈ വീട്ടിലെ കാര്യങ്ങളെല്ലാം താളം തെറ്റുമെന്ന് എന്റെ മനസ്സ് പറയുന്നു നന്ദേട്ടാ."

"അവളുടെ കലയാണം തീരുമാനിച്ചില്ലേ. ഇനി അവളെ ഇവിടെ നിർത്തുന്നത് മര്യാദയല്ല." അയാൾ പറഞ്ഞു.

"അതെനിക്കറിയാം നന്ദേട്ടാ... നേരത്തെയാരുന്നെങ്കിൽ നന്ദേട്ടനെ അവളെ ഇവിടെ സ്ഥിരമായി നിർത്താനുള്ള സാഹചര്യം ഉണ്ടാക്കാമായിരുന്നു."

ഷീജ വീണ്ടും പറഞ്ഞുവരുന്നതെന്താണെന്ന് അയാൾക്ക് മനസ്സിലായി.

"ഇനിയെങ്കിലും നിന്റെ വിഡ്ഢിത്തങ്ങൾ പറയാതിരുന്നുകൂടേ ഷീജേ. വിവാഹിതനായി ഭാര്യയും കുഞ്ഞുമുള്ള ഒരു പുരുഷൻ വീണ്ടും ഒരു പെണ്ണിന് കല്യാണമാലോചിച്ചു ചെന്നാൽ നാട്ടുകാർ പോലും അയാളെ ഓടിച്ചിട്ട് അടിക്കും..."

അവൾ മിണ്ടിയില്ല. പക്ഷേ അവളുടെ കണ്ണുകൾ നിറഞ്ഞു.

"എന്നും ഞാൻ ദുഃഖിക്കാൻ വിധിക്കപ്പെട്ടവളാണ്."

"ശരിയാ എന്നെ കല്യാണം കഴിച്ചതാണ് നിന്റെ ദുഃഖങ്ങൾക്കു കാരണം." ക്ഷമ നശിച്ച് അയാളും പറഞ്ഞു.

"നന്ദേട്ടാ ചങ്കിൽ കൊള്ളുന്ന വർത്തമാനം പറയല്ലേ. നന്ദേട്ടനെപ്പോലെ ഒരു ഭർത്താവിനെ ഒരു പെണ്ണിനും തപസ്സിരുന്നാൽ പോലും കിട്ടത്തില്ല."

നന്ദഗോപാൽ ബെഡ്ഡിൽ ഇരുന്ന് സ്നേഹത്തോടെ അവളുടെ കൈ പിടിച്ചു.

പിറ്റേന്ന് ഓഫീസിലിരിക്കുമ്പോൾ ഏജൻസിയിൽ നിന്ന് വിളി വന്നു.

"നന്ദഗോപാൽ സാറല്ലേ?" ആ പെൺകുട്ടി ചോദിച്ചു.

"അതേ..."

"ഹോംനഴ്സ് സർവീസ് ഏജൻസിയിൽ നിന്നാണ്. നാളെ ഞങ്ങൾ സാറിന്റെ വീട്ടിലേക്ക് ആളിനെ വിടുന്നുണ്ട്. സാർ ഇവിടെ വന്ന് ആളിനെ കൊണ്ടു പോകുന്നോ അതോ ഞങ്ങൾ അയച്ചാൽ മതിയോ?"

"രാവിലെ കുറച്ച് തിരക്കുണ്ട്. ഇങ്ങോട്ട് വിട്ടാൽ ഉപകാരമായിരുന്നു." അയാൾ പറഞ്ഞു.

"സാറിന്റെ അഡ്രസ് ഇവിടെ തന്നിട്ടുണ്ടല്ലോ. എന്നാലും വീട്ടി

ലേക്കുള്ള വഴി ഒന്നു പറയാമോ?"

അവൾ ചോദിച്ചു.

"ടൗണിൽനിന്ന് നേരെ കണ്ടഞ്ചിറ പഞ്ചായത്ത് ഓഫീസിലേക്ക് വരണം. അവിടുന്ന് ഇടത്തേക്കും വലത്തേക്കും റോഡുണ്ട്. ഇടത്തേക്കുള്ള റോഡിന് കഷ്ടിച്ച് അര കിലോമീറ്റർ ചെല്ലുമ്പോൾ ഇടതുവശത്ത് ചന്ദ്രാലയം എന്നൊരു വീടുണ്ട്. അതാണ്."

"താങ്ക്യൂ സാർ. ഒമ്പതുമണിക്ക് മുമ്പ് ആൾ വരും. രശ്മി എന്നാണ് പേര്. ഐഡന്റിറ്റികാർഡ് കൊടുത്തിട്ടുണ്ട്. അത് കാണിക്കും..."

"ശരി."

"സാറിന്റെ നമ്പർ വാട്ട്സ് ആപ്പ് ഉള്ളതല്ലേ?"

"അതേ..."

"അതിലേക്ക് രശ്മിയുടെ ഫോട്ടോയും ഐഡന്റിറ്റി കർഡിന്റെ ഫോട്ടോയും അയയ്ക്കാം. ആളിനെ സാറിന് ശരിക്ക് അറിഞ്ഞിരിക്കാൻ വേണ്ടിയാണ്."

"താങ്ക്സ്..."

"എന്തെങ്കിലും സാധനങ്ങൾ വീട്ടിലെ ആവശ്യത്തിന് വേണമെന്ന് പറഞ്ഞാൽ അത് വാങ്ങിക്കൊടുക്കണം. നന്നായി വർക്ക് ചെയ്യാൻ വേണ്ടിയാണ്."

"ശരി."

"സാർ ഈ നമ്പരിൽ വിളിച്ചാൽ മതി. എന്തെങ്കിലും ആവശ്യം വന്നാൽ."

"ഓ.കെ."

അപ്പോൾ നാളെ രാവിലെ ഹോം നഴ്സ് വരുന്നെ് ഉറപ്പായി. രശ്മി. ഏതു സ്വഭാവക്കാരിയായിരിക്കുമോ എന്തോ.. അയാൾ വാട്ട്സാപ്പ് നോക്കി. രശ്മിയുടെ ഫോട്ടോ വന്നിട്ടുണ്ടായിരുന്നു. പൊട്ടുതൊട്ട ഒരു യുവതി. ഇനി വനജയുടെ കാര്യമാണ് അറിയേണ്ടത്. ഒന്നാംതീയതി വരാമെന്നാണ് അവൾ പറഞ്ഞിട്ടുള്ളത്. അങ്ങനെയാണെങ്കിൽ നാളെ അവൾ വരണം. വരാതിരിക്കില്ല. പക്ഷേ രാവിലെതന്നെ എത്തണം എന്ന് അറിയിക്കണം.

അയാൾ അവളുടെ നമ്പരിലേക്ക് വിളിച്ചു.

"സാറേ... ഞാൻ അങ്ങോട്ട് വിളിക്കാനിരിക്കുവാരുന്നു..."

അവൾ പറഞ്ഞു.

അവൾ യാത്രയിലാണെന്ന് അയാൾക്കു മനസ്സിലായി. ഓടുന്ന വാഹനത്തിന്റെ ഒച്ച അയാൾക്ക് കേൾക്കാൻ കഴിഞ്ഞു.

"വണ്ടിയിലോ മറ്റോ ആണോ?" അയാൾ ചോദിച്ചു.

"അതേ... ഉച്ചകഴിഞ്ഞ് ഞാനങ്ങോട്ട് വിളിക്കാം."

അവൾ പറഞ്ഞു.

"ശരി..."

ഉച്ച കഴിഞ്ഞപ്പോൾ വനജയുടെ വിളി വന്നു.

"സാറേ ഞാനിപ്പോൾ നാട്ടിലില്ല. കുളത്തൂപ്പുഴയിലാണ്. അമ്മേടെ അനിയത്തി മരിച്ചു. ഞങ്ങളെല്ലാരുംകൂടി ഇപ്പം വന്നതേയുള്ളു."

"അപ്പോൾ നാളെ വരില്ലേ വനജേ?"

അയാൾ സംശയത്തോടെ ചോദിച്ചു.

"വരും സാറേ... ഇന്ന് ദഹനം നടക്കും. പക്ഷേ മരിച്ച വീട്ടിൽ നിന്ന് ഇന്നുതന്നെ ഇറങ്ങിവരാൻ പറ്റത്തില്ല. അമ്മേടെ അനിയത്തിയല്ലേ. തന്നേമല്ല അവിടേയ്ക്ക് ഇന്നിനി ബസ് കിടത്തുമില്ല. നാളെ ഞാനങ്ങ് വരും." അവൾ പറഞ്ഞു.

"രാവിലെ വരുമോ?"

"അതെങ്ങനാ സാറേ... മൂന്നാലു മണിക്കൂർ യാത്രയില്യോ. രാവിലെ ഞാനിവിടന്നിറങ്ങും. ഉച്ചയാകും അവിടെയെത്താൻ. അതു കഴിഞ്ഞ് ഞാൻ വരാം."

"നാളെ രാവിലെ ഹോംനഴ്സ് വരും. അന്നേരം അപർണയെ വിടണം. പക്ഷേ വനജ വരാതെ..."

"അവളെ വിട്ടേക്ക് സാറെ... ഉച്ചകഴിഞ്ഞ് ഞാനങ്ങ് വരുമല്ലോ. പിന്നെന്തിനാ പേടിക്കുന്നെ?"

"പേടിയൊന്നുമില്ല. ഇവിടെ ആൾ വേണം. അതുകൊണ്ട് പറഞ്ഞതാ."

"എന്നാൽ ഞാൻ വന്നിട്ട് ആ പെണ്ണിനെ വിട്ടാൽ മതി. ഹോംനഴ്സ് എവിടത്തുകാരിയാ?"

"അതറിയില്ല. ഏജൻസിയിൽ നിന്നു വിടുന്നതല്ലേ..."

"അല്ല നമുക്ക് പരിചയമുള്ള ആളാണോന്നറിയാൻ ചോദിച്ചതാ... ഇക്കാലത്ത് ഒന്നിനേം വിശ്വസിക്കാൻ പറ്റത്തില്ല സാറേ... എന്നാലും സാർ പേടിക്കണ്ട. ഞാനങ്ങ് വരുമല്ലോ. എന്റടുത്ത് ഒരവളുടേം ഒരു കളീം നടക്കത്തില്ല."

രണ്ടു പേരും കൂടി യോജിച്ചു പോകണേ എന്ന് പ്രാർത്ഥിക്കാതിരിക്കാൻ കഴിഞ്ഞില്ല നന്ദഗോപാലിന്.

"ഞാൻ വരുന്ന കാര്യം നേരത്തെ തന്നെ അവളോട് പറഞ്ഞേക്കണേ..."

"പറയാം."

"എന്നാൽ വെക്കുവാ സാറേ...പറ്റിയാൽ രാത്രിയിൽ വിളിക്കാം."

"ഉം."

അയാൾ കോൾ കട്ട് ചെയ്തു. ഇപ്പോൾ തന്നെ ഹോം നഴ്സിനോട് ഒരു ശത്രുതാ മനോഭാവമാണ് വനജയ്ക്കുള്ളത്. രണ്ടു പേരും കൂടി ഒരേ വീട്ടിൽ ജോലി ചെയ്യാൻതുടങ്ങുമ്പോൾ എന്തൊക്കെയായിരിക്കും ഈശ്വരാ സംഭവിക്കാൻ പോകുന്നത്? അപർണയെപ്പോലെ ഒരു പാവമാണ് രശ്മിയെങ്കിൽ കുഴപ്പമില്ലാതെ കാര്യങ്ങൾ മുന്നോട്ട് പോകുമായിരിക്കും.

അന്ന് വൈകുന്നേരം ഓഫീസിൽ നിന്നിറങ്ങിയപ്പോൾ പോകുന്ന വഴി നന്ദഗോപാൽ അപർണയുടെ വീട്ടിലും കയറി. സുകുമാരിയമ്മയും ആശയും കണ്ണനും അവിടെയുണ്ടായിരുന്നു. രാമകൃഷ്ണൻ ടൗണിൽനിന്ന് എത്തിയിരുന്നില്ല.

"എന്താ സറേ വിശേഷിച്ച്..."

സുകുമാരിയമ്മ അയാളെ കണ്ട് ചോദിച്ചു.

"നാളെ അപർണയിങ്ങ് പോരും. ഹോംനഴ്സും ജോലിക്കാരിയും നാളെ മുതൽ ജോലിക്കെത്തും. അതു പറയാൻ വന്നതാ ഞാൻ."

"കല്യാണം തീരുമാനിച്ചതു കൊണ്ടാ സാറേ... അല്ലെങ്കിൽ അവൾ എത്രദിവസം അവിടെ നിൽക്കുന്നതിലും ഞങ്ങൾക്ക് സന്തോഷമേയുള്ളൂ." സുകുമാരിയമ്മ പറഞ്ഞു.

"ജോലി കിട്ടിക്കഴിഞ്ഞു മതി കല്യാണമെന്നായിരുന്നു ചേച്ചിയുടെ ആഗ്രഹം. അച്ഛനും അമ്മയ്ക്കുമാ ഇപ്പ നിർബന്ധം."

ആശ അവളുടെ പ്രതിഷേധം അറിയിച്ചു.

"നല്ല പ്രൊപ്പോസൽ വന്നാൽ നടത്തണം ആശേ... പെൺമക്കൾ പ്രായമാകുമ്പോൾ അച്ഛന്റെയും അമ്മയുടെയും മനസ്സിൽ ഒരു ആധിയുണ്ടാകും. ആശയ്ക്കത് മനസ്സിലാകത്തില്ല."

"അങ്ങനങ്ങോട്ട് പറഞ്ഞു കൊടുക്ക് സാറേ... പയ്യന് ഇത്തിരി വണ്ണം കൂടുതലുണ്ട്. അതു ശരിയാ... ആകാരണം പറഞ്ഞ് ഇതുപോലൊരു നല്ല ആലോചന വേണ്ടെന്നു വയ്ക്കണോ?"

"ആഗ്രഹിക്കുന്ന പോലുള്ള ബന്ധം പലർക്കും കിട്ടാറില്ല ആശേ. പിന്നെ കിട്ടുന്നതു കൊണ്ട് തൃപ്തിപ്പെട്ടു പോകണം. അതാണ് പ്രായോഗികത." നന്ദഗോപാൽ പറഞ്ഞു.

അതിനു മറുപടിയില്ലായിരുന്നു ആശയ്ക്ക്.

പിറ്റേന്നു രാവിലെ നന്ദഗോപാൽ സിറ്റൗട്ടിലിരുന്ന് പത്രം വായിക്കുമ്പോൾ ഗേറ്റിനു മുമ്പിൽ ഒരു ടാക്സി വന്നു നിന്നു. ശബ്ദം കേട്ട് അയാൾ തലയുയർത്തി നോക്കി.

പിടിച്ചു കിടക്കുന്ന ജീൻസും ടോപ്പും ധരിച്ച ഒരു യുവതിയാണ് കാറിൽനിന്നിറങ്ങിയത്. വലിയ ഒരു ഷോൾഡർ ബാഗ് കാറിൽനിന്നെടുത്തു. അവൾ ഗേറ്റ് കടന്ന് അകത്തേക്കു കയറി വന്നു.

നന്ദഗോപാൽ അറിയാതെ എഴുന്നേറ്റു.

"മി. നന്ദഗോപാൽ അല്ലേ?" അവൾ ചോദിച്ചു.

"അതേ..."

"ഞാൻ രശ്മി രാജീവ്... ഹോം നഴസാണ്... ഏജൻസിയിൽ നിന്നു വിട്ടതാണ്."

ലിപ്സ്റ്റിക്കിട്ട ചുണ്ടുകൾ വിടർത്തി അവൾ ഒന്നു ചിരിച്ചു.

21

രശ്മി രാജീവിനെ കണ്ട് നന്ദഗോപാൽ അമ്പരപ്പോടെ നിന്നു. ഒരു ഹോം നേഴ്സിന് ഉണ്ടാവുമെന്ന് പ്രതീക്ഷിച്ച രൂപവും ഭാവവുമായിരുന്നില്ല അവളുടേത്.

"വീട് ഇതുതന്നെയല്ലേ... ടാക്സി തിരിച്ചുവിടാൻ വേണ്ടിയാണ്..." അവൾ പറഞ്ഞു.

"അതേ..." അയാൾ തലകുലുക്കി.

"എങ്കിൽ ചാർജ് എത്രയാണെന്ന് വച്ചാൽ കൊടുത്ത് വണ്ടി വിട്ടേക്കൂ..."

അയാൾ റൂമിൽ ചെന്ന് പേഴ്സ് എടുത്തു കൊണ്ടു വന്ന് ടാക്സി ഡ്രൈവറെ സമീപിച്ചു.

"ആയിരത്തി ഇരുനൂറ്." ഡ്രൈവർ പറഞ്ഞു.

"ടൗണിൽ നിന്ന് ഇവിടെ വരാൻ അഞ്ചു കിലോമീറ്ററേയുള്ളല്ലോ..." നന്ദഗോപാൽ സംശയത്തോടെ ചോദിച്ചു.

"മാഡത്തിന്റെ നാട്ടിൽ നിന്നാണ് വരുന്നത്. കിലോമീറ്റർ കണക്കാക്കിയാണ് പറഞ്ഞത്."

തർക്കിക്കാൻ നിൽക്കാതെ ചോദിച്ച പണം കൊടുത്ത് അയാൾ ടാക്സി വിട്ടു. അയാൾ വീട്ടിലേക്കു കയറിച്ചെന്നപ്പോൾ സ്വീകരണമുറിയിലെ സെറ്റിയിൽ രശ്മി ഇരിക്കുന്നുണ്ടായിരുന്നു.

"സാർ പഞ്ചായത്ത് എക്സിക്യൂട്ടീവ് ഓഫീസറാ അല്ലേ?"

അവൾ ചോദിച്ചു.

"ഇരിക്കൂ..." അവൾ പറഞ്ഞു.

വീട്ടുടമ താനാണോ അതോ അവളാണോ എന്ന് നന്ദഗോപാലിന് സംശയം തോന്നി. സഹിക്കാതെ പറ്റില്ലല്ലോ.

അയാൾ എതിർവശത്തുള്ള സെറ്റിയിൽ ഇരുന്നു. അടുക്കളയിൽ നിന്നു കൊണ്ട് അപർണ സംഭവിക്കുന്നതൊക്കെ അറിയുന്നുണ്ടായിരുന്നു. രശ്മി ഗേറ്റ് തുറന്ന് കയറി വരുന്നത് ജനാലയിലൂടെ അവൾ കണ്ടിരുന്നു. ഇതൊരു സാധാരണ ഹോം നേഴ്സല്ലെന്ന് അപ്പോൾത്തന്നെ അവൾക്ക് തോന്നുകയും ചെയ്തു.

"ആദ്യം തന്നെ ചില കാര്യങ്ങൾ എനിക്ക് അറിയാനുണ്ട്. ചിലത് പറയാനുമുണ്ട്. പരസ്പരം എല്ലാം മനസ്സിലാക്കിക്കഴിഞ്ഞാൽ കാര്യങ്ങൾ നല്ല ഭംഗിയായി മുന്നോട്ട് പോകും. എന്റെ അനുഭവത്തിന്റെ വെളിച്ചത്തിലാണ് പറഞ്ഞത്."

"ഉം..." നന്ദഗോപാൽ മെല്ലെ തലകുലുക്കി.

"ഇവിടെ വൈഫൈ ഉണ്ടോ?" അവൾ തിരക്കി.

"ഇല്ല."

അവൾ മൊബൈൽ എടുത്ത് പരിശോധിച്ചു.

"ഉം... കുഴപ്പമില്ല...സിഗ്നലിൽ റെയ്ഞ്ചുണ്ട്. പിന്നെ നിങ്ങൾ വെജിറ്റേറിയൻ അല്ലല്ലോ."

"അല്ല..."

"സന്തോഷം. ഞാൻ ദിവസം രണ്ടു നേരമെങ്കിലും നോൺ വെജ് ഫുഡ് കഴിക്കുന്നവളാണ്. അത് നിർബന്ധവുമാണ്."

"ഉം..."

"ചായ ഞാൻ കുടിക്കാറില്ല. കാപ്പി മാത്രം മതി."

"ഉം..."

"പ്രത്യേക റൂം വേണ്ടാ. പേഷ്യന്റിന്റെ റൂമിൽ സ്ഥല സൗകര്യമുണ്ടെങ്കിൽ അത് ഉപയോഗിച്ചോളാം... പക്ഷേ സെപ്പറേറ്റ് ബെഡ് വേണം."

"അമ്മയാണോ കാലിന്റെ ബോൺ ഫ്രാക്ചറായി കിടക്കുന്നത്?" അവൾ ചോദിച്ചു.

"അതേ..."

"ഫുഡ് മാത്രം അമ്മയ്ക്ക് ഉണ്ടാക്കി തന്നാൽ മതി. അമ്മയുടെ ബാക്കി കാര്യങ്ങൾ എല്ലാം ഞാൻ നോക്കിക്കോളാം."

"അമ്മ മാത്രമല്ല ഇവിടെയുള്ളത്. എന്റെ വൈഫ് കുറേക്കാലമായി പാരലൈസ്ഡ് ആണ്." നന്ദഗോപാൽ പറഞ്ഞു.

രശ്മി ഒന്നു ഞെട്ടി.

"അപ്പോൾ രണ്ടു പേഷ്യന്റ്സിനെ നോക്കാൻ വേണ്ടിയാണോ എന്നെ അറേഞ്ച് ചെയ്തത്? അത് നടക്കത്തില്ല. ഒരാളെ മാത്രമേ ഞാൻ.."

"അമ്മയുടെ കാര്യത്തിൽ ഇടപെടണ്ട. അമ്മ ഒന്നോ രണ്ടോ ആഴ്ചയ്ക്കുള്ളിൽ സുഖം പ്രാപിക്കും." അയാൾ പറഞ്ഞു.

"ശരി... വൈഫിന്റെ റൂം ഏതാണ്?"

"വരൂ... കാണിച്ചുതരാം."

അയാൾ അവളെയുംകൊണ്ട് ഷീജയുടെ മുറിയിലേക്കു ചെന്നു. കൗതുകത്തോടെ സുമിമോളും പിന്നാലെ ചെന്നു. അവൾ വന്നതു മുതൽ സുമിമോൾ കണ്ണുകളെടുക്കാതെ കാണുകയായിരുന്നു അവളെ. രശ്മിയും നന്ദഗോപാലും ചെന്നപ്പോൾ ഷീജ മുഖംതിരിച്ച് അവരെ നോക്കി.

"ഇതാണ് എന്റെ വൈഫ് ഷീജ..." അയാൾ പറഞ്ഞു.

"ഓ... ഇത്ര ചെറുപ്പമാണെന്ന് ഞാൻ വിചാരിച്ചില്ല. തനിച്ച് എഴുന്നേറ്റിരിക്കാനും പറ്റില്ലേ?" രശ്മി ചോദിച്ചു.

"ഇല്ല..."

"ഉം... ഇത്തിരി ബുദ്ധിമുട്ടാണല്ലോ..."

രശ്മിയെ ഷീജയ്ക്ക് പരിചയപ്പെടുത്തിയില്ലല്ലോ എന്ന് അപ്പോഴാണ് അയാൾക്ക് ഓർമ്മ വന്നത്.

"ഹോം നേഴ്സാണ്... രശ്മി." അയാൾ പറഞ്ഞു.

ഞെട്ടലോടെ അവൾ രശ്മിയെ നോക്കി. കാലുകളിൽ പിടിച്ചു കിടക്കുന്ന ജീൻസ്. ഷർട്ടിനുള്ളിൽ വീർപ്പുമുട്ട നിൽക്കുന്ന മാറിടം...

"ഇവിടെ വേറെ ബെഡ് ഇല്ലല്ലോ..." പെട്ടെന്ന് രശ്മി പറഞ്ഞു.

"വേറൊരു ബെഡ്റൂമുണ്ട്. തൽക്കാലം അത് ഉപയോഗിക്കാം..." അയാൾ പറഞ്ഞു.

"വെരി ഗുഡ്... അതാണ് സൗകര്യം."

അവൾക്ക് സന്തോഷമായി.

"വരൂ... കാണിച്ചു തരാം."

അയാൾ അവളെ അപർണയുടെ മുറിയിലേക്ക് കൊണ്ടുപോയി.

"ഇവിടെ വേറെ ആരോ താമസിക്കുന്നുണ്ടല്ലോ. ബാഗും വസ്ത്രങ്ങളുമൊക്കെ കണ്ട് രശ്മി പറഞ്ഞു.

"അത് അപർണയുടേതാണ്. തൽക്കാലത്തേക്ക് ഞങ്ങളുടെ സഹായത്തിന് വന്ന പെൺകുട്ടി. അവൾ ഇന്നു പോകും..."

"അപ്പോൾ വീട്ടുജോലിയൊക്കെ ചെയ്യുന്നത് ആരാണ്?"

രശ്മി ചോദിച്ചു.

"നാളെ പുതിയ സെർവന്റ് വരും..."

"പുതിയ സെർവന്റ് വന്നിട്ട് ആ പെണ്ണിനെ വിട്ടാൽ മതി. എനിക്ക് ഒരു സഹായി ഇല്ലാതെ പറ്റത്തില്ല."

ഒരു ദിവസത്തെ കാര്യമല്ലേയുള്ളൂ. വനജ വന്നിട്ട് അപർണ പോകട്ടെ. അയാൾ ചിന്തിച്ചു.

"അവളെ വിളിച്ച് ഈ ഡ്രസ്സൊക്കെ ഇവിടുന്നു മാറ്റി റൂം ക്ലീൻ ചെയ്യാൻ പറ. പുതിയ ബെഡ്ഷീറ്റും വിരിക്കണം."

നന്ദഗോപാൽ പല്ലുകടിച്ചു പിടിച്ചു നിന്ന് എല്ലാം കേട്ടു.

"അവളെ വിളിക്ക്." രശ്മി വീണ്ടും പറഞ്ഞു.

നന്ദഗോപാൽ അടുക്കളയിലേക്ക് ചെന്നു. രശ്മി പറഞ്ഞതെല്ലാം അപർണ കേട്ടു എന്ന് അവളുടെ മുഖം കണ്ടപ്പോൾ അയാൾക്കു മനസ്സിലായി.

"ഹോം നേഴ്സ് വന്നു..." അയാൾ പറഞ്ഞു.

"ഞാൻ കണ്ടു..."

"ഇന്നൊരു ദിവസം അവൾ അപർണയുടെ മുറിയിൽ കിടക്കട്ടെ. നാളെ അപർണയ്ക്ക് വീട്ടിലേക്കു പോകാം. വനജ നാളെ വരും."

"ഉം."

"ആ മുറിയിൽ നിന്ന് അപർണേടെ ബാഗും ഡ്രസ്സുമൊക്കെ എടുത്ത് അമ്മയുടെ റൂമിൽ വെക്ക്. എന്നിട്ട് ബെഡ്ഡിൽ പുതിയ ഷീറ്റ് വിരിച്ചു കൊടുക്ക്."

ഷീറ്റ് അലമാരയിൽ നിന്നെടുത്തു വിരിച്ച് അവൾ ബാഗ് ദാക്ഷായണിയമ്മയുടെ മുറിയിൽ കൊണ്ടുചെന്നു വച്ചു.

"ആരാ മോളെ വന്നത്... സംസാരം കേട്ടല്ലോ..."

ദാക്ഷായണിയമ്മ ചോദിച്ചു.

"ഹോം നേഴ്സ് വന്നതാണമ്മേ..."

"എനിക്ക് ഹോം നേഴ്സൊന്നും വേണ്ടാ... കാലിലെ പ്ലാസ്റ്റർ എടുത്താൽ പിന്നെ എനിക്ക് എഴുന്നേറ്റ് നടക്കാൻ പറ്റും."

"അമ്മയ്ക്കു വേണ്ടിയല്ല. ഷീജ ചേച്ചിക്കു വേണ്ടിയാ."

"അതിന് വേറൊരു ജോലിക്കാരി വരുമല്ലോ.. ഇനി പ്രത്യേകിച്ച് ഹോംനേഴ്സിനെ വേണോ?" ദാക്ഷായണിയമ്മ ചോദിച്ചു.

"ജോലിക്കാരിയെ കിട്ടാതിരുന്നപ്പോഴാ ഹോം നേഴ്സിനെ ഏർപ്പാടാക്കിയത്. അതു കഴിഞ്ഞാ ജോലിക്കാരിയെ കിട്ടിയെ."

"ഈ നന്ദന് എന്തോന്നിന്റെ അസുഖമാ... കണ്ട പെണ്ണുങ്ങളെയൊക്കെ വീട്ടിൽ വലിച്ചുകേറ്റി ഇവിടുത്തെ മനസ്സമാധാനം ഇല്ലാണ്ടാക്കും. അവൻ." അമ്മയ്ക്ക് ദേഷ്യം വന്നു.

നന്ദഗോപാൽ ക്ലോക്കിൽ നോക്കി. മണി ഒമ്പതര.

പത്തുമണിയാകുമ്പോഴേയ്ക്ക് ഓഫീസിൽ ചെല്ലണം.

അയാൾ വേഗം ഡ്രസ്സ്ചെയ്ത് ഷീജയുടെ മുറിയിലേക്ക് ചെന്നു. അവളുടെ മുഖത്തെ ഭാവം കണ്ടപ്പോൾ അയാൾ ഒന്നു പരുങ്ങി.

"നന്ദേട്ടനോട് പലതവണ ഞാൻ പറഞ്ഞതാ ഹോംനേഴ്സും വേണ്ടാ വേലക്കാരീം വേണ്ടാന്ന്. എന്നിട്ട് അതു ചെവിക്കൊണ്ടോ? നല്ല രണ്ട് സാധനത്തിനെയാ കിട്ടിയിരിക്കുന്നെ..." അവൾ പറഞ്ഞു.

"ഞാനറിഞ്ഞോ ഇങ്ങനൊരുത്തിയാണ് ഹോം നേഴ്സായിട്ട് വരാൻ പോകുന്നതെന്ന്...നമുക്ക് യോജിക്കാത്തവളാണെങ്കിൽ ഏജൻസിയിൽ പറഞ്ഞാൽ മതി വേറെ ആളിനെ വിട്ടുതരും."

"ഞാൻ പറഞ്ഞെന്നേയുള്ളൂ. നന്ദേട്ടന്റെ ഇഷ്ടം പോലെ എല്ലാം നടക്കട്ടെ..." അവൾ പറഞ്ഞു.

"എനിക്ക് ഓഫീസിൽ പോകാൻ സമയമായി. വന്നിട്ട് സംസാരിക്കാം."

അയാൾ പുറത്തേക്കു പോകാൻ ഇറങ്ങിയപ്പോഴാണ് മുറി തുറന്ന് രശ്മി വെളിയിൽ വന്നത്.

"സാർ ഓഫീസിൽ പോവാണോ?" അവൾ ചോദിച്ചു.

"അതേ..."

"ചില സാധനങ്ങൾ വേണമാരുന്നു. സോപ്പ്, ഡെറ്റോൾ, ബാത് ടൗവ്വൽ, ടാൽകം പൗഡർ, ഗ്ലൗസ്..."

"എഴുതിവച്ചിരുന്നാൽ മതി. ഉച്ചയ്ക്ക് ഞാൻ വരും. അന്നേരം വാങ്ങിച്ചോളാം."

അയാൾ ബൈക്ക് സ്റ്റാർട്ട് ചെയ്ത് ഓടിച്ചുപോയി.

ഓഫീസിൽ ചെന്നുകഴിഞ്ഞപ്പാൾ അയാൾക്ക് രശ്മിയെക്കുറിച്ചായിരുന്നു ചിന്ത. അവളെ ഷീജയ്ക്ക് ഒട്ടും ഇഷ്ടപ്പെട്ടില്ല. ഒരു നേഴ്സിന്റെ അച്ചടക്കമോ, സൗമ്യതയോ അവൾക്കില്ല. സാരമില്ല. പറ്റില്ലെങ്കിൽ ഏജൻസിയിൽ വിളിച്ചറിയിക്കാം. ധാരാളം ജോലിയുണ്ടായിരുന്നതുകൊണ്ട് അയാൾ പെട്ടെന്ന് അതിൽ മുഴുകി.

ㅇㅇ

ജീൻസും ഷർട്ടും മാറ്റിയിട്ട് രശ്മി ഒരു ചുരിദാറും ടോപ്പും ധരിച്ചു. പിന്നെ അവൾ ഷീജയുടെ മുറിയിലേക്ക് ചെന്നു. ഷീജ അവളെ ഒന്നു നോക്കി. അവളുടെ ടോപ്പിനുള്ളിൽ വീർപ്പുമുട്ടി നിൽക്കു

കയാണ് മുഴുത്ത മാറിടങ്ങൾ. നാണമില്ലേ ഇവൾക്ക്... ഒരു ഷാൾ മാറത്ത് ഇട്ടുകൂടേ?

"ഷീജ എത്രനാളായി ഇതേ കിടപ്പ് കിടക്കാൻ തുടങ്ങിയിട്ട്?"

കസേര നീക്കിയിട്ട് അവളുടെ അടുത്തിരുന്നുകൊണ്ട് രശ്മി ചോദിച്ചു.

"രണ്ടുമൂന്നു കൊല്ലമായി..."

"എന്താണ് ഇങ്ങനെ സംഭവിക്കാൻ കാരണം?"

ഷീജയെക്കുറിച്ചുള്ള സകല കാര്യങ്ങളും രശ്മി ചോദിച്ചു മനസ്സിലാക്കി.

"ചിട്ടയോടെ കാര്യങ്ങൾ ചെയ്യുന്നവളാണ് ഞാൻ. അതിനു വേണ്ടിയാണ് എല്ലം ചോദിച്ചു മനസ്സിലാക്കിയത്. എല്ലാം അതിന്റേതായ രീതിയിൽ വൃത്തിയായി ചെയ്യണമെന്ന് നിർബന്ധമുണ്ടെനിക്ക്."

കേട്ടതേയുള്ളൂ ഷീജ.

"സാധാരണ എന്നും കുളിക്കാറുണ്ടോ?" രശ്മി ചോദിച്ചു.

"ഇല്ല... ആഴ്ചയിൽ ഒരു ദിവസം. പക്ഷേ എന്നും ശരീരം തുടച്ച് വൃത്തിയാക്കാറുണ്ട്." ഷീജ പറഞ്ഞു.

''വീൽചെയർ ഉണ്ടല്ലോ?"

"ഉണ്ട്..."

"അപ്പോൾ ഇനി മുതൽ എന്നും കുളിക്കണം. ഉച്ചഭക്ഷണം കഴിക്കും മുമ്പ്. ബാത്റൂമിൽ ഞാൻ കൊണ്ടു പോയി കുളിപ്പിക്കാം."

ഷീജ മിണ്ടിയില്ല.

"ഹസ്ബന്റ് വേറെ റൂമിലാണോ കിടക്കുന്നത്?"

"ഉം..."

"ഹസ്ബന്റിന് ഈ റൂമിൽ കിടക്കണമെന്ന് നിർബന്ധമുണ്ടെങ്കിൽ കിടന്നോട്ടെ. ഞാൻ വേറെ റൂം ഉപയോഗിച്ചോളാം."

രശ്മി പറഞ്ഞു.

"അങ്ങനൊന്നുമില്ല..."

"അപ്പോൾ നിങ്ങൾ തമ്മിൽ വേറെ ഒരു തരത്തിലുമുള്ള ബന്ധവുമില്ല?"

ഷീജ മറുപടിയൊന്നും പറഞ്ഞില്ല.

"അറിയാൻ വേണ്ടി ചോദിച്ചെന്നേയുള്ളൂ. വേറൊന്നും വിചാരിക്കണ്ട. ഞാൻ പരിചരിക്കുന്ന പേഷ്യന്റിനെക്കുറിച്ചുള്ള എല്ലാ വിവരവു അറിഞ്ഞിരിക്കണമല്ലോ."

"രശ്മി മാരീഡാണോ?" ഷീജ ചോദിച്ചു.

"ആണെന്നും അല്ലെന്നും പറയാം. നാലുവർഷം മുമ്പ് കല്യാ

ണം നടന്നു. രണ്ടുകൊല്ലം കഴിഞ്ഞപ്പോൾ ഡൈവോഴ്സായി. അതിൽ പിന്നീടാണ് ഞാൻ ഹോംനേഴ്സ് ആയത്. മക്കളൊന്നുമില്ല." അവൾ പറഞ്ഞു.

രശ്മിയോട് ആദ്യം തോന്നിയ അനിഷ്ടത്തിന് ഷീജയുടെ മനസ്സിൽ അല്പം കുറവ് വന്നു. ഡൈവോഴ്സ് ചെയ്യാൻ എന്താണ് കാരണമെന്ന് ചോദിക്കണമെന്നുണ്ടായിരുന്നു ഷീജയ്ക്ക്. പക്ഷേ ചോദിച്ചില്ല. മറ്റുള്ളവരുടെ സ്വകാര്യത മാനിക്കണമല്ലോ.

"ഒരു പ്രത്യേക സ്വഭാവമാണ് എന്റേത്. പലർക്കും പൊരുത്തപ്പെട്ടു പോകാൻ കഴിയില്ല. എനിക്കാണെങ്കിൽ അത് മാറ്റാനും പറ്റുന്നില്ല. അഡ്ജസ്റ്റ് ചെയ്ത് ജീവിക്കാൻ പറ്റാത്തതു കൊണ്ടാണ് ഭർത്താവുമായി എനിക്ക് പിരിയേണ്ടി വന്നത്." അവളുടെ ചിന്ത മനസ്സിലാക്കിയതുപോലെ രശ്മി പറഞ്ഞു.

ഷീജ മിണ്ടിയില്ല.

"ഹസ്ബന്റിന് വേറൊരു സ്ത്രീയുമായി എല്ലാത്തരത്തിലുമുള്ള ബന്ധമുണ്ടായിരുന്നു. അക്കാര്യം പിന്നീടാണ് ഞാനറിഞ്ഞത്. മിക്ക ഭർത്താക്കന്മാരും ഭാര്യമാരെ വഞ്ചിക്കുന്നവരാണ്. പാവം ഭാര്യമാർ അത് വൈകി മാത്രമേ അറിയാറുള്ളൂ. ചിലർ ഒരിക്കലും അത് അറിയാറുമില്ല."

"എന്റെ ഭർത്താവ് അങ്ങനെയുള്ള ആളല്ല."

ആത്മവിശ്വാസത്തോടെ ഷീജ പറഞ്ഞു.

"വിശ്വാസം രക്ഷിക്കട്ടെ. ആണുങ്ങൾക്ക് ഒരു ബലഹീനത മാത്രമേയുള്ളൂ... അതാണ് പെണ്ണ്."

പുഞ്ചിരിയോടെ അവൾ എഴുന്നേറ്റ് മുറിയിൽനിന്ന് ഇറങ്ങിപ്പോയി.

"ബലഹീനതയുള്ള ആണുങ്ങളെ മാത്രമേ അവൾ കണ്ടിട്ടുള്ളൂ..." ഷീജ മനസ്സിൽ പറഞ്ഞു.

○○

ഉച്ചയ്ക്ക് ഊണുകഴിക്കാൻ വീട്ടിലേക്കു പോകാൻ തുടങ്ങുകയായിരുന്ന നന്ദഗോപാൽ. അപ്പോഴാണ് വനജയുടെ വിളി വന്നത്.

"ഹലോ..." അയാൾ കോൾ എടുത്തു.

"സാറേ ഞാനിപ്പഴും കുളത്തൂപ്പുഴയിലാ... ശവദാഹം കഴിഞ്ഞതേയുള്ളൂ. ഇന്നു തന്നെ ഞാൻ തിരിച്ചു വരുന്നുണ്ട്. സന്ധ്യക്കു മുമ്പ് വീട്ടിലെത്തും. നാളെ രാവിലെ സാറിന്റെ വീട്ടിൽവരാം."

അവൾ പറഞ്ഞു.

"രാവിലെ വരണേ... ഇന്ന് ഹോംനേഴ്സ് വന്നിട്ടുണ്ട്."

"വന്നോ... പ്രായമുള്ളവളാണോ അതോ ചെറുപ്പമാണോ?"

പെട്ടെന്ന് വനജ ചോദിച്ചു.

"ചെറുപ്പമാ... രാവിലെ വനജ വന്നിട്ടു വേണം എനിക്കു അപർണയെ വിടാൻ." അയാൾ പറഞ്ഞു.

"രാവിലെ വരാം സാറേ."

അയാൾ കോൾ കട്ട്ചെയ്തു.

ഹോംനേഴ്സ് ചെറുപ്പമാണോ അതോ പ്രായമുള്ളവളാണോ എന്ന് എന്തിനാണ് വനജ ചോദിച്ചത്? ആ ചോദ്യത്തിൽ എന്തോ ഒരു കുനുഷ്ഠ് ഇല്ലേ?

വാട്ട്സാപ്പിൽ ഒരു മെസ്സേജ് അയച്ചിരിക്കുന്നു.

നോക്കിയപ്പോൾ വാങ്ങേണ്ടുന്ന സാധനങ്ങളുടെ ലിസ്റ്റാണ്. രാവിലെ പറഞ്ഞവ കൂടാതെ മൂന്നാല് ഐറ്റം കൂടിയുണ്ട്.

അതെല്ലാം വാങ്ങിക്കൊണ്ടാണ് നന്ദഗോപാൽ ഊണുകഴിക്കാൻ വീട്ടിലേക്കു പോയത്. അയാൾ ചെന്നപ്പോൾ രശ്മി ഷീജയുടെ മുറിയിൽ ഉണ്ടായിരുന്നു.

കൊണ്ടുവന്ന പ്ലാസ്റ്റിക് കീറ്റ് അയാൾ രശ്മിയെ ഏൽപ്പിച്ചു.

"ഫിസിയോ തെറാപ്പി ചെയ്താൽ ഷീജയ്ക്ക് നല്ല ഇംപ്രൂവ്മെന്റ് ഉണ്ടാകുമെന്നാണ് എനിക്കു തോന്നുന്നത്. കുറച്ചൊക്കെ ഞാൻ പഠിച്ചിട്ടുണ്ട്. മൂന്നുമാസത്തെ സമയമുണ്ടല്ലോ. അതിനുള്ളിൽ ഷീജ സ്വയം എഴുന്നേറ്റ് ഇരിക്കും.... അല്ലെങ്കിൽ നോക്കിക്കോ..."

പുഞ്ചിരിയോടെ രശ്മി പറഞ്ഞു.

അയാൾ ഷീജയെ ഒന്നു നോക്കി. രശ്മിയോടുള്ള ശത്രുതാമനോഭാവം അവളിൽനിന്ന് അപ്രത്യക്ഷമായിട്ടുണ്ടെന്ന് അയാൾക്കു മനസ്സിലായി. രാവിലെ കണ്ട രശ്മിയല്ല ഇപ്പോൾ. ചുരിദാറിലും ടോപ്പിലും അവൾ കുടച്ചുകൂടി വ്യത്യസ്ത ആയിട്ടുണ്ട്. ഈ വേഷം മതി വീട്ടിൽ.

"ഷീജ ഭക്ഷണം കഴിച്ചോ?" അയാൾ ചോദിച്ചു.

"കഴിച്ചു. ഞാനാണ് കൊടുത്തത്. ഇനി മുതൽ ഷീജയുടെ സകല കാര്യങ്ങളും ഞാനാണ് നോക്കുന്നത്. അമ്മയ്ക്കും ഞാൻ ഭക്ഷണം കൊടുത്തു. പുതിയ സെർവന്റ് വരുന്നതു വരെ രണ്ടുപേരുടെയും കാര്യങ്ങൾ ഞാൻ ശ്രദ്ധിച്ചോളാം."

അയാൾക്ക് നല്ല ആശ്വാസം തോന്നി.

പേടിച്ചതു പോലെ പ്രശ്നക്കാരിയല്ലെന്ന് തോന്നുന്നു രശ്മി.

"നന്ദേട്ടൻ ചെന്ന് കഴിക്ക്. ഓഫീസിൽ പോകേണ്ടതല്ലേ..."

ഷീജ പറഞ്ഞു.

അയാൾ ഊണു മുറിയിലേക്കു ചെന്നു. മേശപ്പുറത്ത് പല പാത്രങ്ങളിലായി ചോറും കറികളും എടുത്തു വച്ചിട്ടുണ്ടായിരുന്നു. അപർണയെ കാണാനുണ്ടായിരുന്നില്ല.

അയാൾ അടുക്കളയിലേക്കു ചെന്നു. പാത്രങ്ങൾ കഴുകിക്കൊണ്ട് അവൾ അവിടെ നിൽക്കുന്നുണ്ടായിരുന്നു.

"എന്താ സാർ?" അയാളെ കണ്ട് അവൾ ചോദിച്ചു.

"ഒന്നുമില്ല... രശ്മിയെക്കൊണ്ട് ബുദ്ധിമുട്ട് വല്ലതും ഉണ്ടായോ?"

"ഇല്ല..."

"എന്നോട് കള്ളം പറയരുത്..."

"ഇല്ല സാർ... ഇടയ്ക്ക് ചൂടുവെള്ളം വേണമെന്ന് പറഞ്ഞു. ഞാനത് ഉണ്ടാക്കി കൊടുത്തു. പന്ത്രണ്ടരയ്ക്ക് ചേച്ചിക്കും അമ്മയ്ക്കും ചോറു കൊടുക്കണമെന്നു പറഞ്ഞു. അപ്പോഴേയ്ക്കും എല്ലാം ഞാൻ റെഡിയാക്കി കൊടുത്തു. അതുകഴിഞ്ഞിട്ടാണ് ആ ചേച്ചി കഴിച്ചത്."

"ആദ്യം കണ്ടപ്പോൾ ഞാൻ വല്ലാതെ പേടിച്ചുപോയി."

"ഒറ്റനോട്ടത്തിൽ ആരെയും വിലയിരുത്താൻ പറ്റില്ല സാർ. പത്തുവർഷം ഒന്നിച്ചു ജീവിച്ചാലും ഒരാളെ മനസ്സിലാക്കാൻ പറ്റണമെന്നുമില്ല." അപർണ പറഞ്ഞു.

അയാൾ ആശ്ചര്യത്തോടെ അവളെ നോക്കി.

"ഇത് ഞാൻ സ്വന്തമായി പറഞ്ഞതല്ല. ഒരു ബുക്കിൽ വായിച്ചതാണ്..."

"എന്തു തന്നെയാണെങ്കിലും അതിൽ കുറച്ച് വാസ്തവമുണ്ട്."

അവൾ പുഞ്ചിരിച്ചു.

"വനജ ഉച്ചയ്ക്കു മുമ്പ് വിളിച്ചിരുന്നു. അവൾ നാളെ രാവിലെ വരും. അപ്പോൾ അപർണയ്ക്ക് വീട്ടിലേക്കു പോകാം. ചെയ്തുതന്ന സഹായത്തിന് ഞങ്ങൾ എന്നും നന്ദിയുള്ളവരായിരിക്കും."

"സാധാരണ അച്ഛനും അമ്മയുമല്ല എന്റെ അച്ഛനും അമ്മയും. അതുകൊണ്ടാണ് എന്നെ ഇങ്ങോട്ട് വിട്ടത്. അവർ നിഷ്കളങ്കരും ആത്മാർത്ഥതയുള്ളവരുമാണ്. അവർ പറഞ്ഞിട്ടാണ് സാർ ഞാൻ വന്നത്."

"അതേ... അവരോടും എനിക്ക് എന്നും നന്ദിയുണ്ടായിരിക്കും. ഒരു മൂത്ത സഹോദരനെപ്പോലെ ഞാനും ഉണ്ടാവും അപർണയുടെ കല്യാണത്തിന്റെ നടത്തിപ്പിന്..."

നന്ദഗോപാൽ പറഞ്ഞു.

"എനിക്കറിയാം സാർ."

അയാൾ ഊണുമുറിയിലേക്കു ചെന്ന് ഒരു പ്ലേറ്റെടുത്ത് ചോറും കറികളും വിളമ്പി കഴിച്ചു. അതുകഴിഞ്ഞ് വീണ്ടും ഓഫീസിലേക്കു പോയി.

"എത്ര മണിക്കാണ് വൈകുന്നേരം ഇവിടെ ചായ?"

രശ്മി വന്ന് അപർണയോട് ചോദിച്ചു.

"അഞ്ചു മണി കഴിയും. നന്ദൻ സാർ വന്നു കഴിഞ്ഞിട്ടാണ്..."

അവൾ പറഞ്ഞു.

"ഞാൻ ചായ കുടിക്കാറില്ല. കാപ്പി മതി. നാലു മണിയാകുമ്പോൾ ഒരു ഗ്ലാസ്സ് കാപ്പിയുണ്ടാക്കിത്തരണം. പതിവ് സമയം അതാണ്."

"ഉം." അപർണ തലകുലുക്കി.

"എട്ടു മണിക്കെങ്കിലും രാത്രി ഭക്ഷണം കഴിക്കണം. വേറാർക്കും അപ്പോൾ വേണ്ടെങ്കിലും ഷീജയ്ക്കും എനിക്കും തരണം."

"തരാം."

സുമിമോൾ സ്കൂളിൽനിന്നു വന്നിരുന്നില്ല അപ്പോൾ. മൂന്നര കഴിയുമ്പോൾ സ്കൂൾ ബസ് വരും. വിശപ്പോടെയാണ് വരുന്നത്.

നാളെ മുതൽ ആര് ഭക്ഷണം കൊടുക്കും മോൾക്ക്? പുതിയ ജോലിക്കാരിയുമായി അവൾ ഇണങ്ങുമോ? മൂന്നര കഴിഞ്ഞപ്പോൾ സുമിമോൾ വന്നു. അപർണ അവൾക്ക് ചോറും മീൻപൊരിച്ചതും ഉരുളയുരുട്ടി കൊടുത്തു.

നാലു മണിക്ക് കാപ്പിയുണ്ടാക്കി രശ്മിക്ക് കൊടുത്തു. രാത്രി ചപ്പാത്തിയാണ് ഉണ്ടാക്കിയത്. എട്ടുമണിയായപ്പോൾ ഷീജയ്ക്കുള്ള ഭക്ഷണം രശ്മി വന്ന് എടുത്തുകൊണ്ടു പോയി.

ചന്ദ്രാലയത്തിലെ അവസാന രാത്രി.

അന്നത്തെ ജോലികളെല്ലാം അവസാനിച്ചപ്പോൾ ദാക്ഷായണിയമ്മയുടെ മുറിയിലേക്ക് അപർണ ചെന്നു.

"കട്ടിലിൽ സ്ഥലമുണ്ടല്ലോ മോളെ... നിനക്ക് എന്റെ കൂടെ കിടക്കാം." ദാക്ഷായണിയമ്മ പറഞ്ഞു.

"വേണ്ടമ്മേ... ഞാൻ താഴെ കിടന്നോളാം. അതാ സൗകര്യം."

അവൾ നിലത്ത് ഷീറ്റ് വിരിച്ച് കിടന്നു.

വീട് നിശ്ശബ്ദം.

നാളെ മുതൽ സ്വന്തം മുറിയിൽ സ്വന്തം കട്ടിലിൽ കിടന്ന് ഉറങ്ങാൻ പറ്റും. ജീവിതം വീണ്ടും പഴയപടിയാകും. പക്ഷേ എത്ര നാളത്തേയ്ക്ക്?

കല്യാണം കഴിഞ്ഞാൽ...

ചിന്തിച്ചുകിടന്ന് അവൾ ഉറങ്ങി.

പിറ്റേന്നു രാവിലെ അപർണ അടുക്കളയിലായിരുന്നപ്പോഴാണ് ഗേറ്റിനു വെളിയിൽ ഓട്ടോറിക്ഷ വന്നു നിൽക്കുന്ന ശബ്ദം കേട്ടത്. അവൾ ജനാലയുടെ അടുത്തേക്ക് ചെന്നുനോക്കി.

ഒരു എയർബാഗുമായി വനജ വണ്ടിയിൽ നിന്ന് ഇറങ്ങുന്നു.

22

അപർണ വേഗം ഷീജയുടെ മുറിയിലേക്ക് ചെന്നു.

"എന്താ അപർണ?"

അവളുടെ മുഖഭാവം കണ്ട് ഷീജ ചോദിച്ചു.

"ആ സ്ത്രീ വന്നിട്ടുണ്ട്... ആ വനജ."

"ഓ... ഇനി അതിന്റെ കുറവ് കൂടിയേയുള്ളായിരുന്നു..."

പരിഹാസത്തോടെ ഷീജ പറഞ്ഞു.

"സാറിന് ആഗ്രഹമുണ്ടായിട്ടല്ലെന്നാ പറഞ്ഞത്. വേറെ നിവർത്തിയില്ലാത്തതു കൊണ്ടായിരിക്കും. തീരെ പറ്റില്ലെങ്കിൽ പറഞ്ഞു വിടാമല്ലോ ചേച്ചീ..."

"അതേ.. അതല്ലാതെ വേറെ വഴിയൊന്നുമില്ല. പക്ഷേ നമ്മൾ ഒറ്റനോട്ടത്തിൽ കാണുന്ന പോലാരിക്കില്ല ആളുകളുടെ യഥാർത്ഥ മുഖം. ആ രശ്മിയെ ആദ്യം കണ്ടപ്പോൾ എനിക്കൊട്ടും അംഗീകരിക്കാൻ കഴിഞ്ഞില്ല അപർണ. പക്ഷേ അവളുടെ ജീവിതത്തെക്കുറിച്ച് അറിഞ്ഞപ്പോൾ... അനുഭവങ്ങളായിരിക്കും ഓരോരുത്തരുടെയും സ്വഭാവം കരുപ്പിടിപ്പിക്കുന്നത്..."

ഷീജ പറഞ്ഞത് ശരിയാണെന്ന് അപർണയ്ക്കു തോന്നി.

"എനിക്കതല്ല അത്ഭുതം. ഈ രണ്ടു പെണ്ണുങ്ങളുടെയും ഭർത്താക്കന്മാരെ അവർ തന്നെ ഉപേക്ഷിച്ചതാണ്. ഇത്തരം പെണ്ണുങ്ങളെ മാത്രമേ നന്ദേട്ടന് ജോലിക്കാരികളായി കിട്ടിയുള്ളല്ലോ..."

"ഭർത്താവില്ലാത്ത സ്ത്രീക്ക് ജീവിക്കാൻ എന്തെങ്കിലും പണിക്ക് പോകാതിരിക്കാൻ പറ്റുമോ ചേച്ചീ?"

മുൻവശത്തെ മുറിയിൽ അപ്പോൾ വനജയുടെ സംസാരം കേട്ടു.

"അപർണ ചെന്ന് നോക്കിക്കേ... അവിടെ എന്താണ് നടക്കുന്നതെന്ന്..." ഉത്കണ്ഠയോടെ ഷീജ പറഞ്ഞു.

മടിയോടെ അപർണ മുൻവശത്തെ മുറിയിലേക്ക് ചെന്നു.

പത്രം വായിച്ചുകൊണ്ട് നന്ദൻ സാർ സിറ്റൗട്ടിൽ ഇരിക്കുമ്പോഴാണ് വനജ വന്നതെന്ന് അവൾക്കു മനസ്സിലായി. സാറിന്റെ അടുത്ത് വനജ നിൽക്കുന്നു.

"സാറിനെ പ്രതിയാണ് ഇന്നലെത്തന്നെ കുളത്തൂപ്പുഴയിൽ നിന്ന് ഞാനിങ്ങു പോന്നത്. വാക്കു പറഞ്ഞാ അതു പാലിക്കണമെന്ന് നിർബന്ധമുള്ളവളാ സാറേ ഞാൻ. അല്ലെങ്കിൽ സഞ്ചയനം കഴിഞ്ഞ് അമ്മേടെ കൂടെയേ ഞാൻ തിരിച്ചു വരത്തൊള്ളാരുന്നു."

വനജ പറയുന്നു.

"ഇന്നലെ രശ്മി വന്നു." നന്ദഗോപാൽ പറഞ്ഞു.

"രശ്മിയോ?" വനജയ്ക്ക് മനസ്സിലായില്ല.

"അതേ... ഹോം നേഴ്സ്... ഇന്നലെ ഞാൻ പറഞ്ഞാരുന്നല്ലോ..."

"ഓ... അവളുടെ പേര് രശ്മിയെന്നാണോ? ആളെങ്ങനൊണ്ട് സാറേ... പിടിച്ചാൽ ഒതുങ്ങുന്നതാണോ?"

"പിടിച്ചാൽ ഒതുങ്ങുന്നതോ..."

അയാൾ മനസ്സിലാകാതെ വനജയെ നോക്കി.

"അല്ല ചിലതൊക്കെ കൊമ്പുള്ള സൈസാ... അവളുമാരുടെ ചൊൽപ്പടിയിൽ നിൽക്കണം വീട്ടുകാർ... അങ്ങനെ വല്ലതുമാണെങ്കിൽ അവൾ വനജയുടെ തനിസ്വരൂപം കാണേണ്ടി വരും."

"ഏയ്... അവൾ മര്യാദക്കാരിയാണെന്ന് തോന്നുന്നു. വജന അവളോട് കഴിയുന്നത്ര മയത്തിൽ പെരുമാറണം. ഈ വീട്ടിൽ ഒന്നിച്ചു കഴിയേണ്ടവരല്ലേ നിങ്ങൾ രണ്ടുപേരും."

അയാൾ അവളെ ഉപദേശിച്ചു.

"എന്റെ ഭാഗത്തുനിന്ന് തെറ്റുകുറ്റങ്ങളൊന്നും ഉണ്ടാകത്തില്ല സാറേ. പക്ഷേ എന്നെ ഭരിക്കാൻ വന്നാൽ ഞാൻ ഒട്ടും വിട്ടുകൊടുക്കത്തുമില്ല..."

സംസാരം കേട്ടു കൊണ്ടാണെന്ന് തോന്നുന്നു രശ്മി അവളുടെ മുറിയിൽ നിന്ന് ഇറങ്ങിവന്നു. വനജ അവളെ അടിമുടി ഒന്നു നോക്കി. രശ്മിക്ക് ആളിനെ മനസ്സിലായില്ല.

"ഞാൻ പറഞ്ഞില്ലേ ഇന്നു മുതൽ ഒരാൾ വരുമെന്ന്... ഇതാണ്... വനജ." നന്ദഗോപാൽ അവളെ പരിചയപ്പെടുത്തിക്കൊടുത്തു.

രശ്മി അവളെ ഒന്നു നോക്കി.

"നന്ദഗോപാൽ സാർ പറഞ്ഞിട്ടുണ്ടാരുന്നു വനജയുടെ കാര്യം. ഞങ്ങൾ കാത്തിരിക്കുകയായിരുന്നു."

രശ്മിയുടെ ആ സമീപനം വനജ ഒട്ടും പ്രതീക്ഷിച്ചതായിരുന്നില്ല. നന്ദഗോപാലിന് വലിയ ആശ്വാസം തോന്നി. ആളുകളെ കൈ

യിലെടുക്കാൻ രശ്മി മിടുക്കിയാണെന്ന് അയാൾക്ക് ഒരിക്കൽ കൂടി ബോധ്യപ്പെട്ടു.

"വനജ അകത്തേക്കു ചെല്ല്... എന്തൊക്കെയാ വേണ്ടതെന്ന് ഷീജ പറഞ്ഞുതരും."

ഷീജയാണ് ഗൃഹനാഥ എന്ന മട്ടിലാണ് നന്ദഗോപാൽ അതു പറഞ്ഞത്. അപർണ വേഗം പിൻവലിഞ്ഞു. അവൾ ഷീജയുടെ അടുത്തേക്കാണ് ചെന്നത്.

"ആ സ്ത്രീ ഇപ്പോൾ ഇങ്ങോട്ടു വരും ചേച്ചീ..." മുൻവശത്തെ മുറിയിൽ വച്ച് നടന്ന സംഭാഷണത്തിന്റെ ഒരു ചുരുക്കം അവൾ പെട്ടെന്ന് പറഞ്ഞു കേൾപ്പിച്ചു.

"പുറമേ വലിയ പ്രശ്നമൊന്നും കണ്ടില്ല. പക്ഷേ ആ സ്ത്രീ ഹോം നേഴ്സിനെ ഭരിക്കാൻ ചെല്ലുമോ എന്നാണ് എന്റെ പേടി."

അപർണ ആശങ്കയോടെ പറഞ്ഞു.

രണ്ടുപേരും കൂടി കടിപിടി കൂടിയാൽ ഇവിടെ ഇങ്ങനെ കിടന്നു കൊണ്ട് ഞാനെന്തു ചെയ്യും മോളേ?"

നിസ്സഹായതയോടെ ഷീജ പറഞ്ഞു.

"കൂടുതൽ പ്രശ്നമുണ്ടാക്കുന്ന ആളിനെ ഒഴിവാക്കണം. അല്ലാതെന്തു ചെയ്യാനാ?"

"നീയുണ്ടായിരുന്നെങ്കിൽ എനിക്ക് സമാധാനമായേനെ. പക്ഷേ നിനക്കിനി വരാൻ പറ്റില്ലല്ലോ എന്തായാലും വരുന്നതൊക്കെ അനുഭവിക്കുക തന്നെ. അതാണ് എന്റെ വിധി."

ഷീജ പറഞ്ഞ വാക്കുകൾ അവളുടെ ഉള്ളിൽ ചെന്നു തട്ടി. പക്ഷേ തനിക്ക് എന്തു ചെയ്യാൻ പറ്റും ഇങ്ങനൊരു അവസരത്തിൽ?

പെട്ടെന്നാണ് ബാഗുമായി വനജ വന്നത്.

"ചേച്ചീ ഞാനിങ്ങെത്തി കേട്ടോ..."

വനജ സന്തോഷത്തോടെ പറഞ്ഞു..

"ഒരു മരണത്തിനു പോയിരിക്കുകയാണെന്ന് നന്ദേട്ടൻ പറഞ്ഞിരുന്നു."

"ഇന്നലെ വരാമെന്നാ ഞാൻ സാറിനോടു പറഞ്ഞത്. ഇന്നെങ്കിലും വന്നില്ലെങ്കിൽ സാറെന്തു വിചാരിക്കും... അതു കൊണ്ടാ... ഞാനെന്റെ ബാഗ് എവിടെ വെക്കണം ചേച്ചീ?"

വനജ ചോദിച്ചു.

"അമ്മയുടെ മുറിയിൽ വെച്ചേക്കൂ... വലിയ റൂമാണല്ലോ... വനജയ്ക്കും കൂടി അത് ഉപയോഗിക്കാം. ഷീജ പറഞ്ഞു.

"ശരി ചേച്ചീ..."

വനജ ഉടൻ തന്നെ ബാഗുമായി ദാക്ഷായണിയമ്മയുടെ മുറിയിലേക്കു ചെന്നു. കിടക്കുകയായിരുന്നു അമ്മ.

"അമ്മേ ഞാനിങ്ങു വന്നു..."

ദാക്ഷായണിയമ്മ അവളെ ഒന്നു നോക്കി.

"അപർണ പോയോ?"

"ഇല്ല. ഇവിടുണ്ട്."

വനജ മുറിയിൽ ചുറ്റുമൊന്ന് കണ്ണോടിച്ചു. അമ്മ കിടക്കുന്ന ഒരു കട്ടിൽ മാത്രമേയുള്ളു. കൂടാതെ ഒരു മേശയും കസേരയും. ഭിത്തി അലമാരയുമുണ്ട്.

എന്തായാലും നിലത്തു കിടക്കാൻ വയ്യാ. നന്ദഗോപാൽ സാറിനോട് അക്കാര്യം പറഞ്ഞേ പറ്റൂ. നേരത്തെ വന്നതുകൊണ്ട് ഹോം നേഴ്സിന് മുറി കിട്ടിക്കാണും. പക്ഷേ സാറുമായി അവളേക്കാൾ അടുപ്പം തനിക്കാണല്ലോ ഉള്ളത്.

വീട്ടുജോലിക്കാരിയാണെന്ന മട്ടിൽ ഭരിക്കാൻ അവൾ വന്നാൽ അവൾ വിവരമറിയും. വനജയുടെ തനിനിറം അവൾ കണ്ടിട്ടില്ലല്ലോ.

"ഞാനിനി അമ്മയുടെ കൂടെ ഈ മുറിയിലാണ് കേട്ടോ. അമ്മയ്ക്ക് എന്താവശ്യമുണ്ടെങ്കിലും എന്നോട് പറഞ്ഞാൽ മതി..."

വനജയ്ക്ക് അറിയാമായിരുന്നു സ്നേഹം പിടിച്ചുപറ്റാൻ.

എല്ലാവരെയും തന്റെ ഭാഗത്താക്കിയാൽ ഹോം നേഴ്സിന് ഒന്നും ചെയ്യാൻ പറ്റത്തില്ല. വാതിലടച്ചിട്ട് വനജ ഡ്രസ്സ് മാറി ഒരു നൈറ്റിയെടുത്ത് ധരിച്ചു. അപ്പോഴേയ്ക്ക് വീട്ടിലേക്കു പോകാൻ അപർണ തയാറായി നിൽക്കുന്നുണ്ടായിരുന്നു.

"ഉച്ചകഴിഞ്ഞ് പോയാൽ പോരേ അപർണയ്ക്ക്?"

നന്ദഗോപാൽ ചോദിച്ചു.

"വേണ്ട സാർ... ഇനി എന്റെ ആവശ്യമില്ലല്ലോ. വനജ ചേച്ചിയും രശ്മി ചേച്ചിയും കാര്യങ്ങളൊക്കെ നോക്കും. ഞാൻ അധികപ്പറ്റാണ്." അവൾ പറഞ്ഞു.

"അങ്ങനെ വിചാരിക്കരുത്. അപർണ കഴിഞ്ഞിട്ടേയുള്ളൂ ഇവിടെ വേറെ ആരും..."

"ഞാനതല്ല സാർ ഉദ്ദേശിച്ചത്. അവരുടെ ജോലികളിൽ ഞാൻ കൈകടത്തുന്നത് അവർക്കിഷ്ടപ്പെടത്തില്ല. പോയാലും ഞാൻ എന്നും സുമിമോളെ പഠിപ്പിക്കാൻ വരുമല്ലോ."

"ശരി... അതു മതി. എന്തായാലും അപർണ ചെയ്തു തന്ന സഹായം ഒരിക്കലും ഞങ്ങൾ മറക്കുകയില്ല. എന്നും ഞങ്ങളുടെ

വീട്ടിലെ ഒരംഗം തന്നെയാണ് അപർണ." നന്ദഗോപാൽ പറഞ്ഞു.

അവൾ പുഞ്ചിരിച്ചതേയുള്ളൂ.

യാത്ര പറയാൻ ചെന്നപ്പോൾ ഷീജയുടെ കണ്ണുകൾ നിറഞ്ഞു.

"ഒട്ടും മനസോടെയല്ല ഞാൻ അപർണയെ ഇവിടുന്ന് വിടുന്നത്. അപർണയുണ്ടായിരുന്ന ദിവസങ്ങളിലാണ് അടുത്ത കാലത്ത് ഞാൻ ഏറ്റവും കൂടുതൽ സന്തോഷിച്ചതും ആശ്വസിച്ചതും."

അവൾ പറഞ്ഞു.

"എന്നെന്നേയ്ക്കുമായി ഞാൻ വേർപിരിഞ്ഞു പോവുകയല്ലല്ലോ ചേച്ചീ... എന്നും ഞാനിവിടെ ഇനി വരുമല്ലോ... അല്ലെങ്കിൽ തന്നെ നാലഞ്ച് വീടുകൾക്കപ്പുറത്ത് ഞാനുണ്ടല്ലോ. എന്തെങ്കിലും ആവശ്യം വന്നാൽ എന്നെയൊന്ന് വിളിച്ചാൽ മതി. ഞാനോടി വരും."

ഷീജ മെല്ലെ തലകുലുക്കി.

എല്ലാവരോടും യാത്ര പറഞ്ഞ് അപർണ അവളുടെ ബാഗുമെടുത്ത് ചന്ദ്രാലയത്തിൽ നിന്നിറങ്ങി. അപ്പോൾ എതിർവശത്തെ വീടിന്റെ ഗേറ്റിനുള്ളിലായിട്ട് വിജയലക്ഷ്മി നിൽക്കുന്നുണ്ടായിരുന്നു.

അപർണ പോകുന്നത് അവൾ കണ്ടെങ്കിലും എന്താണ് സംഭവിച്ചതെന്ന് മനസ്സിലായില്ല. അപർണ വീട്ടിൽ ചെന്നപ്പോൾ സുകുമാരിയമ്മ മാത്രമേ അവിടെ ഉണ്ടായിരുന്നുള്ളൂ. രാമകൃഷ്ണൻ ടൗണിലേക്ക് പോയിരുന്നു. ആശ കോളജിലേക്കും കണ്ണൻ സ്കൂളിലേക്കും...

"അവരെല്ലാം വന്നോ മോളേ?"

അവൾ മടങ്ങിച്ചെന്നപ്പോൾ സുകുമാരിയമ്മ ചോദിച്ചു.

"ഇന്നലെ ഹോം നേഴ്സ് വന്നു. ഇന്ന് വീട്ടുജോലിക്കാരിയും. പിന്നെന്തിനാ ഞാനവിടെ നിൽക്കുന്നെ?"

"ശരിയാ. അല്ലെങ്കിൽ തന്നെ നിന്റെ കല്യാണം തീരുമാനിച്ച സ്ഥിതിക്ക്."

അപർണ അവളുടെ മുറിയിലേക്കു ചെന്ന് ബാഗ് മേശപ്പുറത്തു വച്ചു. നന്ദഗോപാലിന്റെ വീട്ടിലെ ജീവിതം അവൾക്ക് ഇഷ്ടമായിരുന്നു. ഒരു വീട്ടിലെ മുഴുവൻ കാര്യങ്ങളും ഒറ്റയ്ക്ക് നടത്തിക്കൊണ്ടു പോകുന്നതിലെ സംതൃപ്തി. ആത്മവിശ്വാസം തരുന്ന ഒരു കാര്യമായിരുന്നു അത്. എല്ലാവരുടെയും സ്നേഹവും കിട്ടി.

ഹോം നേഴ്സും വീട്ടുജോലിക്കാരിയും കാര്യങ്ങൾ ഏറ്റെടുത്ത സ്ഥിതിക്ക് ഇനി എല്ലാം സുഗമമായി നടക്കുമെന്ന് അവൾക്ക് വിശ്വാസമില്ലായിരുന്നു. കഷ്ടത കൂടുതൽ അനുഭവിക്കാൻ പോകുന്നത് ഷീജ ചേച്ചിയായിരിക്കും.

ആലോചനയോടെ അപർണ കസേരയിലേക്ക് ഇരുന്നു.

○○

ഉച്ചയ്ക്ക് പന്ത്രണ്ടരയായപ്പോൾ രശ്മി അടുക്കളയിലേക്ക് ചെന്നു. അതുവരെ അവൾ പാത്രം വായിച്ചു കൊണ്ട് ഇരിക്കുകയായിരുന്നു. വനജ അതു കാണാതിരുന്നില്ല. താനിവിടെ ചോറും കറികളുമൊക്കെ കഷ്ടപ്പെട്ട് ഉണ്ടാക്കുമ്പോൾ അവൾ അവിടെ മേലനങ്ങാതെ പത്രവും വായിച്ചു സുഖിച്ചിരിക്കുന്നു.

മസാലയിൽ പൊതിഞ്ഞെടുത്ത മീൻ കഷണങ്ങൾ എണ്ണയൊഴിച്ച് ഫ്രൈയിങ് പാനിലേക്ക് ഓരോന്നായി എടുത്തുവയ്ക്കുകയായിരുന്നു വനജ.

"മണി പന്ത്രണ്ടരയായി."

രശ്മി അവളെ ഓർമ്മിപ്പിക്കുന്നതു പോലെ പറഞ്ഞു.

"അതിന്?"

വജന കൂസലില്ലാതെ തലചരിച്ച് നോക്കി ചോദിച്ചു.

"എന്നും കൃത്യം പന്ത്രണ്ടരയാകുമ്പോൾ പേഷ്യന്റിന് ഉച്ചഭക്ഷണം കൊടുക്കണം."

"ഏതു പേഷ്യന്റിന്?"

"ഷീജയ്ക്ക്."

"അതിന് ആ ചേച്ചി പേഷ്യന്റ് അല്ലല്ലോ. അസുഖമുള്ളതായിട്ട് എനിക്കറിയത്തില്ല." വകവയ്ക്കാത്ത മട്ടിൽ വനജ പറഞ്ഞു.

"അറിയാൻ വയ്യാത്ത കാര്യങ്ങൾ പറയാതിരിക്കുന്നതാണ് നല്ലത്. സ്വയം എഴുന്നേറ്റിരിക്കാൻ വയ്യാത്ത കിടപ്പ് രോഗിയാണ് ഷീജ. അവരെ പരിചരിക്കാനാണ് എന്നെ ഇവിടെ നിയമിച്ചിരിക്കുന്നത്."

"എന്നാൽ അവിടെങ്ങാനും പോയിരിക്ക്. എല്ലാം വേകുമ്പോൾ ഞാൻ പറയാം." വനജ തിരിച്ചടിച്ചു.

"അങ്ങനെ നിങ്ങൾക്കു തോന്നുമ്പോൾ മാത്രം ഭക്ഷണം കൊടുത്താൽ പോരാ. നാളെ മുതൽ കൃത്യം പന്ത്രണ്ടരയാകുമ്പോൾ പേഷ്യന്റിന് ഭക്ഷണം കൊടുക്കണം."

കൂടുതലൊന്നും പറയാതെ രശ്മി അവളുടെ മുറിയിലേക്കു പോയി.

"അങ്ങനെ കൊടുക്കണമെങ്കിൽ സുന്ദരിക്കോത ഇങ്ങോട്ടുവന്ന് വെച്ചുണ്ടാക്കി കൊടുക്കണം." വനജ പിറുപിറുത്തു.

രശ്മി അതു കേട്ടെങ്കിലും എന്താണെന്ന് പിടികിട്ടാത്തതു

കൊണ്ട് പ്രതികരിക്കാൻ വന്നില്ല.

ഒന്നര കഴിഞ്ഞു. ചോറും കറിയും കാലമായപ്പോൾ രശ്മി വന്ന് ഷീജയ്ക്ക് ആവശ്യമുള്ളതൊക്കെ വിളമ്പിയെടുത്ത് കൊണ്ടു പോയി. ദാക്ഷായണിയമ്മയ്ക്ക് വനജയാണ് ചോറു കൊടുത്തത്. രശ്മി അവൾക്ക് വേണ്ടുന്ന ചോറും കറികളും വിളമ്പിയെടുത്തു. വീട്ടുകാർ തന്നെയാണ് ആ ജോലി ചെയ്യേണ്ടതെന്നു പറഞ്ഞാൽ അന്ന് പട്ടിണിയിരിക്കേണ്ടി വരുമെന്ന് അവൾക്കു തോന്നി.

"എന്റെ റൂമൊന്ന് അടിച്ചു വാരണം."

അല്പനേരം കഴിഞ്ഞപ്പോൾ അവൾ വനജയ്ക്ക് നിർദ്ദേശം കൊടുത്തു.

"എല്ലാ മുറികളും അടിച്ചു വാരുമ്പോൾ അതും ചെയ്യാം. ഒരാളിന്റെ മാത്രമായി അടിച്ചു വാരാൻ പറ്റത്തില്ല." വനജ പറഞ്ഞു.

രശ്മി അവളെ അരിശത്തോടെ ഒന്നു നോക്കി.

"എന്താ നിങ്ങൾക്ക് കയ്യും കാലുമില്ലേ... ഇവിടെ ചൂലുമുണ്ട്. അവനവന്റെ മുറി വൃത്തിയാക്കുന്നതിൽ ഒരു അന്തസ്സ് കുറവുമില്ല."

വനജ പറഞ്ഞു.

"വീട്ടുജോലിക്കാരിയെ വച്ചിരിക്കുന്നത് വീട്ടുജോലികൾ ചെയ്യാനാണ്. അല്ലാതെ തർക്കുത്തരം പറയാനല്ല."

രശ്മിക്ക് പറയാതിരിക്കാൻ പറ്റിയില്ല.

"നന്ദഗോപാൽ സാറാ എന്നെ ജോലിക്ക് നിർത്തിയേക്കുന്നെ... നിങ്ങളല്ല കേട്ടോ.. എന്നോട് ആജ്ഞാപിക്കാൻ വരല്ലേ..."

രശ്മി പിന്നെ മിണ്ടിയില്ല.

ഷീജ അവളുടെ മുറിയിൽ കിടന്നു കൊണ്ട് ഈ സംസാരമെല്ലാം കേൾക്കുന്നുണ്ടായിരുന്നു.

രശ്മി അവളുടെ റൂമിലേക്കു ചെന്നു.

"എന്താണ് അവിടെയൊരു കശപിശ?" ഷീജ ചോദിച്ചു.

"ആ സെർവന്റ് ആളത്ര ശരിയല്ല. അനുസരണയെന്നു പറഞ്ഞതേയില്ല. കൃത്യമായി ഒരു കാര്യവും ചെയ്യുന്നില്ല. ഞാനതു പറഞ്ഞതിന് എന്നോട് വഴക്കുണ്ടാക്കാൻ വരുവാ."

ഷീജ ഒന്നും പറഞ്ഞില്ല. ഈ മുറിയിൽ ഇങ്ങനെ വെട്ടിയിട്ട പോലെ കിടന്നുകൊണ്ട് എന്തു ചെയ്യാനാണ്?"

"ഷീജ ഇതുകേട്ട് വിഷമിക്കുകയൊന്നും വേണ്ടാ. ഇതുപോലെ പല കൊലകൊമ്പത്തികളെയും മെരുക്കിയെടുത്തവളാ ഞാൻ."

രശ്മി പറഞ്ഞു.

"അതല്ല രശ്മീ... കഴിയുന്നതും സഹകരണത്തോടെ പോകണം

രണ്ടുപേരും. അതാണ് കാര്യങ്ങൾ സോൾവ് ചെയ്യാൻ ഏറ്റവും നല്ല വഴി." ഷീജ പറഞ്ഞു.

"സഹകരിക്കാൻ ഞാൻ തയാറാ. പക്ഷേ വെട്ടുപോത്തിനോട് വേദമോതിയിട്ട് വല്ല പ്രയോജനവുമുണ്ടോ?"

വനജ അപ്പോൾ ദാക്ഷായണിയമ്മയുടെ മുറിയിലായിരുന്നു. അതുകൊണ്ട് രശ്മി പറഞ്ഞതൊന്നും അവളുടെ ചെവിയിലെത്തിയില്ല. നാലുമണിയായപ്പോൾ രശ്മി അവളുടെ അടുത്തേക്കു ചെന്നു.

"എനിക്ക് ഒരു കാപ്പി വേണം."

"കാപ്പിയോ?" മനസ്സിലാകാത്തതു പോലെ വനജ ചോദിച്ചു.

"എന്താ കാപ്പിയെന്നു കേട്ടിട്ടില്ലേ?"

"ഇപ്പോൾ നാലുമണിയായതല്ലേയുള്ളൂ. ഇവിടെ അഞ്ചുമണിക്ക് നന്ദൻ സാർ ഓഫീസിൽ നിന്ന് വരുമ്പോഴാ ചായയുണ്ടാക്കുന്നതെന്ന് അമ്മയോട് ചോദിച്ചപ്പോൾ പറഞ്ഞല്ലോ..."

"എനിക്ക് കാപ്പി മതി. ചായ വേണ്ടാ."

"അടുക്കളയിൽ പാലും പഞ്ചസാരയും കാപ്പിപ്പൊടിയുമൊക്കെ ഉണ്ട്. ചെന്ന് കാപ്പിയുണ്ടാക്കി കുടിക്ക്. നന്ദൻ സാർ വന്നിട്ടേ ഞാൻ ചായയുണ്ടാക്കൂ."

രശ്മി അവളെ തറപ്പിച്ച് ഒന്നു നോക്കി. എന്നിട്ട് അടുക്കളയിൽ ചെന്ന് സ്വയം കാപ്പിയുണ്ടാക്കി കുടിച്ചു. അന്ന് നന്ദഗോപാൽ വന്നപ്പോൾ രണ്ടുപേരുടെയും പോരിനെക്കുറിച്ച് ഷീജ അയാളോട് പറഞ്ഞു.

"ആദ്യദിവസം തന്നെ ഇങ്ങനായാൽ ഇനിയിതങ്ങോട്ട് രൂക്ഷമാകത്തേയുള്ളൂ നന്ദേട്ടാ. എന്തെങ്കിലും ചെയ്തേ പറ്റൂ."

"ഞാനെന്തു ചെയ്യാനാ... ആരെയെങ്കിലും പിടിച്ചുവിടാൻ പറ്റുമോ? രശ്മിയുടെ ശമ്പളം കൊടുത്ത് വേണമെങ്കിൽ പറഞ്ഞയയ്ക്കാം. പക്ഷേ അവളുടെ ജോലികൾ വനജ ചെയ്യുമോ?"

"വനജയെ എനിക്കിഷ്ടമല്ല. അവളുടെ താൻപോരിമ ആർക്കായാലും സഹിക്കാൻ പറ്റത്തില്ല."

"പക്ഷേ അവൾ ഒരുവിധം നന്നായി ഭക്ഷണമുണ്ടാക്കുന്നുണ്ടല്ലോ. തുണികളെല്ലാം വാഷ് ചെയ്ത് ഉണക്കാനിട്ടില്ലേ. സുമിമോൾ സ്കൂളിൽ നിന്ന് വന്നപ്പോൾ കുളിപ്പിച്ച് ഡ്രസ്സ് മാറ്റി അവൾക്ക് ഭക്ഷണം കൊടുത്തില്ലേ..."

അയാൾ പറഞ്ഞതൊക്കെ ശരിയായിരുന്നു.

"നന്ദേട്ടൻ പ്രത്യേകം പ്രത്യേകം രണ്ടുപേരോടും ഒന്നു സംസാ

രിക്കണം. ചിലപ്പോൾ ഫലം കണ്ടേക്കും. ഒന്നു ശ്രമിച്ചു നോക്കുന്ന തിൽ തെറ്റൊന്നുമില്ലല്ലോ."

"ഉം." അയാൾ മൂളി.

അന്ന് സന്ധ്യ കഴിഞ്ഞ് രശ്മിയെ അയാൾക്ക് തനിച്ചു കിട്ടി. വനജ അപ്പോൾ കുളിക്കാൻ ബാത്റൂമിൽ കയറിയിരിക്കുകയായി രുന്നു.

"എനിക്ക് രശ്മിയോട് പേഴ്സണലായി ഒരു കാര്യം പറയാനു ണ്ടായിരുന്നു..."

"എന്താണ് സാർ. എന്നോട് എന്തും സാറിന് പറയാമല്ലോ... അത് മൂന്നാമതൊരാൾ അറിയില്ല. സത്യം..." അവൾ പറഞ്ഞു.

"രഹസ്യമൊന്നുമല്ല..."

"എന്തായാലും സാർ പറ..."

അയാൾ മെല്ലെ കാര്യം അവതരിപ്പിച്ചു. രശ്മി എല്ലാം ശ്രദ്ധിച്ചു കേട്ടു.

"എനിക്കങ്ങനെ കടുംപിടിത്തമൊന്നുമില്ല സാർ. നന്നായിട്ട് പെ രുമാറാൻ എനിക്കറിയാം. വനജയെ നേർവഴിക്ക് കൊണ്ടുവരാനും അറിയാം. അവളെ ദേഷ്യം പിടിപ്പിക്കാതെ തന്നെ."

"എന്നാൽ പിന്നെ അങ്ങനെ ചെയ്യൂ..." അയാൾ പറഞ്ഞു.

"പക്ഷേ എനിക്ക് സാറിന്റെ എല്ലാ സഹകരണവും വേണം." അവൾ പറഞ്ഞു.

"തീർച്ചയായും അതു പ്രതീക്ഷിക്കാം."

"സാർ എന്റെ കൂടെ നിൽക്കുമോ?" അവൾ ചോദിച്ചു.

"നിൽക്കാം."

"എല്ലാ അർത്ഥത്തിലും?"

അവളുടെ കണ്ണിൽ തെളിഞ്ഞ കള്ളച്ചിരി കണ്ട് അയാൾ മിണ്ടാ നാവാതെ നിന്നു.

"പറ... സമ്മതിച്ചോ?"

അവൾ കൈനീട്ടി അയാളുടെ കയ്യിൽ പിടിച്ചു.

23

രശ്മിയുടെ മുഖത്തേക്ക് നന്ദഗോപാൽ ഉറ്റുനോക്കി.

അവൾ പറഞ്ഞതിന്റെ അർത്ഥം എന്താണെന്ന് അയാൾക്ക് പൂർണമായി മനസ്സിലാക്കാൻ കഴിഞ്ഞില്ല.

അപ്പോഴും അയാളുടെ കൈവിരലുകളിൽ മുറുകെപ്പിടിച്ചിരിക്കുകയായിരുന്നു രശ്മി.

"ഞാൻ എങ്ങനെ കൂടെ നിൽക്കണമെന്നാണ് രശ്മി പറയുന്നത്?"

"എന്റെയൊപ്പമാണ് സാർ എന്ന് വനജയ്ക്കു ബോധ്യപ്പെട്ടാൽ അവൾ പത്തിതാഴ്ത്തും." എന്നിട്ടും അയാൾക്കു മനസ്സിലായില്ല.

"ഞാൻ പറയുന്നതിനൊക്കെ സാർ സപ്പോർട്ട് തരണം. അതു മതി. നമ്മൾ ഒന്നിച്ചു നിന്നാൽ അവൾക്ക് പിന്നെ നമ്മൾ പറയുന്നത് അനുസരിക്കുകയേ നിവൃത്തിയുള്ളൂ."

അത് പ്രായോഗികമാണോ എന്ന് നന്ദഗോപാലിന് സംശയം തോന്നാതിരുന്നില്ല.

എങ്കിലും സമ്മതിച്ചു എന്നമട്ടിൽ അയാൾ മെല്ലെ തലകുലുക്കി.

"കണ്ടപ്പോൾ തന്നെ എനിക്ക് മനസ്സിലായതാണ് സാർ ശുദ്ധനും മനസ്സിൽ നന്മയുള്ളവനുമാണെന്ന്. ഞാൻ ചില നിബന്ധനകളൊക്കെ അന്നേരം വച്ചത് സാറിനെ വെറുതെയൊന്ന് പരീക്ഷിക്കാൻ മാത്രമായിരുന്നു. ആരുമായിട്ടും ഇണങ്ങിപ്പോകുന്ന ഒരാളാണ് സാർ ഞാൻ. അകാരണമായി ഞാൻ ആരെയും ബുദ്ധിമുട്ടിക്കാറില്ല." അവൾ പതിയെ അയാളുടെ കൈ വിട്ടു.

നന്ദഗോപാലിൽ അവളോടുള്ള മതിപ്പ് കൂടി. ഇതു പോലെയൊരു ഹോംനഴ്സിനെയാണ് ആവശ്യം. ഫിസിയോ തെറാപ്പി ചെയ്ത് ഷീജയെ സ്വയം എഴുന്നേൽപ്പിച്ചിരുത്താൻ കഴിയുമെന്ന് അവൾ പറഞ്ഞതും അയാൾക്ക് ഓർമ്മ വന്നു.

"രശ്മിക്ക് എന്തു സഹായം വേണമെങ്കിലും എന്നിൽ നിന്ന് പ്രതീക്ഷിക്കാം. വീട്ടിൽ സൗഹാർദ്ദപരമായ ഒരു അന്തരീക്ഷം സൃഷ്ടിക്കാൻ രശ്മി വിചാരിച്ചാൽ കഴിയും."

അയാൾ പറഞ്ഞു.

"സാറിന് എന്നെ വിശ്വസിക്കാം. ഒരുകാര്യം ഞാൻ പറഞ്ഞാൽ സാറിന് എന്നോടു വെറുപ്പ് തോന്നരുത്..."

"ഇല്ല. എന്താണ്?"

"വനജയെക്കുറിച്ചാണ്..."

"രശ്മി പറയൂ..."

"വനജയുടെ മനസ്സിലിരിപ്പ് ശരിയല്ല. അവൾ സാറിനെക്കൊണ്ട് തെറ്റു ചെയ്യിക്കാൻ പ്രേരിപ്പിക്കും."

അവൾ പറഞ്ഞതെന്താണെന്ന് അയാൾക്കു മനസ്സിലായി.

"അവളുടെ വേഷവും ഭാവവും നോട്ടവുമൊക്കെ കണ്ടപ്പോൾ

തന്നെ എനിക്കതു മനസ്സിലായി. ഭർത്താവിനെ ഉപേക്ഷിച്ചിട്ട് നിൽക്കുകയാണ് അവൾ. അതുകൊണ്ട് ഒന്നിനും മടിക്കത്തില്ല."

നന്ദഗോപാൽ ഒന്നും മിണ്ടിയില്ല.

"ഞാനിതു പറയുമ്പോൾ സാറിന് തോന്നും രശ്മിയും ഭർത്താവിൽ നിന്ന് വേർപിരിഞ്ഞു നിൽക്കുന്ന സ്ത്രീയല്ലേ എന്ന്. അതേ... പക്ഷേ അന്യപുരുഷന്മാരോട് ഞാൻ കൊഞ്ചിക്കുഴയാനോ അവരെ തെറ്റിലേക്ക് നയിക്കാനോ ഞാൻ ശ്രമിക്കുകയില്ല."

"ഉം" അയാൾ വെറുതെ മൂളി.

"പക്ഷേ കുറച്ചുമുമ്പ് ഞാൻ അറിയാതെ സാറിന്റെ കൈയിൽ പിടിച്ചു. ആവേശം കൊണ്ട് ചെയ്തു പോയതാണ് സാർ. എന്നോട് ക്ഷമിക്കണം." അവൾ അഭ്യർത്ഥന പോലെ പറഞ്ഞു.

"ഏയ് അതൊന്നും സാരമില്ല. അതേക്കുറിച്ച് ചിന്തിക്കണ്ടാ."

"അറിയാതെ പറ്റിപ്പോയതാണെങ്കിലും സാറിനെ എനിക്കിഷ്ടമായതു കൊണ്ടാ. ഇത്രയും മാന്യനായ ഒരു പുരുഷനെ കണ്ടുകിട്ടാൻ പ്രയാസമാ. ഞാൻ പല വീടുകളിലും ഹോം നേഴ്സായി ജോലി ചെയ്തിട്ടുണ്ട്. ഓരോ വീട്ടിൽ ചെല്ലുമ്പോഴും അവിടെയുള്ള പുരുഷൻ ആദ്യം ചെയ്തിട്ടുള്ളത് എന്റെ ശരീരവടിവുകളുടെ അളവ് കണ്ണുകൾ കൊണ്ട് തിട്ടപ്പെടുത്തുകയാണ്..."

എന്തു പറയണമെന്നറിയാതെ നന്ദഗോപാൽ നിന്നു.

"ഞാൻ എന്റെ അനുഭവങ്ങൾ പറഞ്ഞു പോയെന്നേയുള്ളൂ... ഞാൻ ക്ഷമിക്കണം. എന്റെ ഭാഗത്തു നിന്ന് ഒരു അനിഷ്ട സംഭവങ്ങളും ഉണ്ടാവത്തില്ല... ഞാൻ പോകുന്നു സാർ."

വനജ കുളി കഴിഞ്ഞ് വരും മുമ്പേ അവൾ തന്റെയടുത്തു നിന്ന് പോകണേ എന്നായിരുന്നു നന്ദഗോപാലിന്റെ പ്രാർത്ഥന. അവൾ പോവാണെന്ന് പറഞ്ഞപ്പോൾ അയാൾക്ക് പെട്ടെന്ന് ആശ്വാസം കിട്ടി.

പോകാനായി തിരിഞ്ഞെങ്കിലും രശ്മി പെട്ടെന്നു നിന്നു.

"ഞാനൊരു കാര്യം കൂടി പറഞ്ഞാൽ സാർ തെറ്റിദ്ധരിക്കുമാ?" അവൾ ചോദിച്ചു.

"ഇല്ല... എന്താണ്?"

"സാർ ചെറുപ്പക്കാരനും ആരോഗ്യവാനുമാണ്. വിവാഹിതനാണെങ്കിലും സാറിന് ഭാര്യയിൽനിന്ന് ശാരീരിക സുഖം കിട്ടുന്നില്ല. ഇക്കാര്യം അറിയാവുന്ന ചില സ്ത്രീകൾ സാറിനെ നോട്ടമിടും. ശരിയല്ലേ?"

അയാൾ ദുർബലമായി തലകുലുക്കി. അടുത്ത വീട്ടിലെ വിജയ

ലക്ഷ്മിയിൽനിന്ന് അത്തരമൊരു അനുഭവം ഉണ്ടായതാണല്ലോ...

"വനജയ്ക്കും ആ ധാരണ കാണും. സാർ അതു മാറ്റണം. രാത്രിയിൽ സാർ ഭാര്യയുടെ മുറിയിൽ ഉറങ്ങണം. സാറിന്റെ ഭാര്യ അത് ആഗ്രഹിക്കുന്നുണ്ട്..."

"പക്ഷേ മോൾ രാത്രിയിൽ തനിച്ചാവും."

"എന്തു പേടിക്കാനാ... കുഞ്ഞ് ഉറങ്ങിയിട്ട് സാർ ഷീജയുടെ അടുത്തേക്ക് പോയാൽ മതി."

"പക്ഷേ ഷീജയ്ക്ക് അതിലൊന്നും താല്പര്യമില്ല..."

അയാൾ മടിച്ചാണെങ്കിലും പറഞ്ഞു.

"സാറിന് താല്പര്യക്കുറവൊന്നുമില്ലല്ലോ?"

അയാൾ മറുപടി പറഞ്ഞില്ല. അവൾ ഒന്നു ചിരിച്ചു.

"സാറിനെ ഞാൻ നിർബന്ധിക്കുന്നില്ല. കാര്യങ്ങൾ പറഞ്ഞു എന്നേയുള്ളൂ. ശരി സാർ ഞാൻ പോകുന്നു. നമ്മൾ രണ്ടുപേരും അടുപ്പത്തോടെ സംസാരിക്കുന്നതു കണ്ടാൽ അവൾക്ക് സഹിക്കത്തില്ല..."

രശ്മി അവളുടെ മുറിയിലേക്ക് പോയി. അയാൾ ആശ്വാസത്തോടെ കസേരയിലേക്കിരുന്നു. രശ്മി പറഞ്ഞതെല്ലാം ശരിയാണ്. അവൾ അറിവുള്ളവളും പ്രായോഗിക ബുദ്ധിയുള്ളവളുമാണ്.

എന്തായാലും രശ്മിയെ മയപ്പെടുത്തിയെടുക്കാൻ കഴിഞ്ഞു. അവളുടെ ഭാഗത്തുനിന്ന് വനജയെ പ്രകോപിപ്പിക്കുന്ന ഒന്നും ഇനി ഉണ്ടാവുകയില്ല.

ഇനി വനജയെ മെരുക്കിയാൽ മതി. അതെങ്ങനെ സാധിക്കും?

രശ്മിയെപ്പോലെ വിവരമോ, വിദ്യാഭ്യാസമോ ഉള്ളവളല്ല വനജ. എന്തിനും മടിയില്ലാത്ത എന്തും പറയാൻ ധൈര്യമുള്ള ഒരു പച്ച മനുഷ്യസ്ത്രീ.

വനജയുടെ അടുത്തു നിൽക്കുമ്പോൾ പോലും അവളെ ഭയക്കണം...

എത്രയും വേഗം വനജയോടും ഒരു തുറന്ന സംസാരം വേണം. അവളുടെ മനസ്സിൽ അനാവശ്യ ചിന്തകൾ എന്തെങ്കിലുമുണ്ടെങ്കിൽ അതു പുറത്തെടുക്കരുതെന്ന് പറയണം. ആരോടായാലും മാന്യമായിട്ടു തന്നെ പെരുമാറണം. മനഃപൂർവം രശ്മിയുടെ അടുത്ത് വഴക്കുണ്ടാക്കാൻ ചെല്ലരുത്.

അയാൾ ഉടൻ തന്നെ ഷീജയുടെ മുറിയിലേക്ക് ചെന്നു.

"ഞാൻ രശ്മിയോട് കാര്യങ്ങളൊക്കെ പറഞ്ഞു. അവൾ സഹകരിക്കമെന്ന് ഏറ്റിട്ടുണ്ട്. അവളായിട്ട് വനജയോട് ഏറ്റുമുട്ടാൻ പോവ

ത്തില്ല."

"അത്രയും ആയല്ലോ. ഇനി വനജയോടും സംസാരിക്കണം. നന്ദേട്ടൻ പറഞ്ഞാൽ അവൾ അനുസരിക്കും. എന്നിട്ടും രണ്ടുപേരും പോരിനു നിന്നാൽ രണ്ടു പേരെയും പറഞ്ഞു വിടണം. നമുക്ക് ആരെയും വേണ്ട."

"ശരിയാ... അമ്മ എഴുന്നേറ്റ് നടക്കാൻ തുടങ്ങിയാൽ പിന്നെ പകുതി പ്രശ്നങ്ങൾ തീരും." അയാൾ ആശ്വസിച്ചു.

നന്ദഗോപാൽ ആലോചനയോടെ ഇരുന്നു.

"നന്ദേട്ടൻ എന്താണ് ചിന്തിക്കുന്നത്?"

"ഒന്നുമില്ല... ഞാൻ ഈ മുറിയിലേക്ക് കിടപ്പ് മാറ്റിയാലോ..."

വിശ്വാസം വരാതെ ഷീജ അയാളെ നോക്കി.

"അതെന്താ ഇപ്പം അങ്ങനൊരു തോന്നൽ?"

"കുറേ നാളായി നീ ഒറ്റയ്ക്കല്ലേ ഷീജേ ഉറങ്ങുന്നത്. എന്റെ കട്ടിൽ ഇവിടെ എടുത്തിടാം."

"അപ്പോൾ മോളോ?"

"കുഞ്ഞ് അമ്മയുടെ കൂടെ കിടന്നോട്ടെ?"

"നന്ദേട്ടന്റെ മുറി ഒഴിവായാൽ വനജ അവിടേയ്ക്ക് ചേക്കേറും. പിന്നെ അവൾ അവിടുന്ന് ഇറങ്ങത്തില്ല. നമുക്ക് ഒരു ഗസ്റ്റ് വന്നാൽ എവിടെ കിടത്തും?"

ഷീജ പറഞ്ഞതിലും കാര്യമുണ്ടെന്ന് അയാൾക്കു തോന്നി.

"തൽക്കാലം ഇങ്ങനെ പോകട്ടെ നന്ദേട്ടാ. ഒന്നൂടെ ആലോചിച്ചിട്ട് നമുക്ക് വേറെന്തെങ്കിലും ചെയ്യാം."

"ഉം." അയാൾ മൂളി.

ഒരാഴ്ച കൂടി കഴിഞ്ഞാൽ അമ്മയുടെ കാലിലെ പ്ലാസ്റ്റർ എടുക്കാനുള്ള സമയമാകും. അമ്മയ്ക്ക് വീണ്ടും പഴയതു പോലെ നടക്കാൻ പറ്റുമോ എന്നറിഞ്ഞിട്ട് മതിയല്ലോ ബാക്കി കാര്യം.

അയാൾ ഒന്നു നിശ്വസിച്ചു.

○○

രാത്രിയിൽ ഉറങ്ങാൻ കിടക്കുമ്പോഴാണ് ചന്ദ്രാലയത്തിലെ കാര്യങ്ങൾ അപർണയോട് ആശ ചോദിച്ചത്.

"ചേച്ചിക്ക് അവിടെ എന്തെങ്കിലും ബുദ്ധിമുട്ട് ഉണ്ടാരുന്നോ?"

"എന്തു ബുദ്ധിമുട്ട്?"

"അല്ല... ജോലിക്കൂടുതലോ അവിടെയുള്ളവരുടെ പെരുമാറ്റ

മോ..."

"നമ്മുടെ വീട്ടിലെ ജോലിക്കൂടുതൽ ഒന്നും അവിടില്ലാരുന്നു മോളെ. ഗ്രൈൻഡറുണ്ട്, വാഷിങ് മെഷീനുണ്ട്, മിക്സിയുണ്ട്... സാറു തന്നാണ് വാഷിങ് മെഷീനിൽ തുണി കഴുകുന്നതും വിരിക്കുന്നതും ഉണങ്ങിയതെടുത്ത് മടക്കി വെക്കുന്നതും..."

"ഷീജ ചേച്ചി ഭാഗ്യവതിയാ... അതു പോലൊരു ഭർത്താവിനെ കിട്ടിയല്ലോ..."

"ജീവിതകാലം മുഴുവൻ കിടപ്പു രോഗിയായി കഴിയേണ്ടി വരുന്നത് ഭാഗ്യമാണോ മോളെ?"

"ഞാനതല്ല ചേച്ചീ ഉദ്ദേശിച്ചത്. ഷീജ ചേച്ചി നിർഭാഗ്യവതിയാ. പക്ഷേ കൊള്ളരുതാത്ത ഒരു ഭർത്താവിനെയാണ് കിട്ടിയിരുന്നതെങ്കിലോ? അയാൾ വേറെ കല്യാണം കഴിച്ചേനെ ഇതിനുള്ളിൽ. അല്ലെങ്കിൽ വല്ല രഹസ്യബന്ധവും തുടങ്ങിയേനെ?"

"അതു ശരിയാ... നന്ദൻ സാർ സംസ്കാരമുള്ളവനാ. എന്റെ അനുഭവത്തിൽ അങ്ങനാ. പ്രലോഭനങ്ങൾ ഉണ്ടാകുമ്പോൾ പലർക്കും പിടിച്ചു നിൽക്കാൻ പറ്റിയെന്നു വരത്തില്ല."

അപർണ പറഞ്ഞു.

"എന്താ ചേച്ചിയങ്ങനെ പറയാൻ കാരണം?"

"രണ്ടു പെണ്ണുങ്ങൾ വന്നിട്ടുണ്ടല്ലോ അവിടെ. ഹോംനേഴ്സ് രശ്മിയും സെർവന്റ് വനജയും. സാറിന്റെ പ്രീതി നേടാൻ രണ്ടു പേരും മത്സരിക്കുമെന്നാ എനിക്കു തോന്നുന്നെ."

"രണ്ടുപേർ ഉള്ളതു നല്ലതാ ചേച്ചീ. ഒരാളോട് അടുക്കാൻ മറ്റേയാൾ സമ്മതിക്കത്തില്ല. രഹസ്യപ്പോലീസിനെപ്പോലെ ഓരോരുത്തരും പിന്നാലെ നടക്കും."

ആശ പറഞ്ഞതു കേട്ട് അവൾ ചിരിച്ചു.

"ശരിയാ മോളേ നീ പറഞ്ഞത്. ഒരാൾ മാത്രമേയുള്ളെങ്കിൽ അവിടെ കോമ്പറ്റീഷൻ ഇല്ലല്ലോ. കാര്യങ്ങൾ വളരെ രഹസ്യവുമായിരിക്കും. രണ്ടു പേരുള്ളത് നല്ലതാ."

പിറ്റേന്ന് പുലർച്ചയ്ക്ക് പതിവു സമയത്തു തന്നെ അപർണ ഉണർന്നു. അവൾ അടുക്കളയിൽ ചെന്നു കഴിഞ്ഞാണ് സുകുമാരിയമ്മ വന്നത്.

"കുറെ ദിവസം അമ്മ ഒറ്റയ്ക്ക് ശരിക്കും കഷ്ടപ്പെട്ടു അല്ലേ?"

അവൾ ചോദിച്ചു.

"അതൊന്നും സാരമില്ല മോളെ... മറ്റുള്ളവർക്ക് സഹായം ചെയ്യാൻ കഴിയുന്നത് ഒരു പുണ്യം തന്നാ. പ്രായപൂർത്തിയായ

മകളെ മറ്റൊരു വീട്ടിലേക്ക് വിടുന്നത് മണ്ടത്തരമാണെന്നു വിചാരിക്കുന്നവർ കാണും. സ്വന്തം മക്കളിൽ വിശ്വാസമില്ലാത്തവരെ അങ്ങനെ ചിന്തിക്കൂ." സുകുമാരിയമ്മ പറഞ്ഞു.

"മറ്റുള്ളവരുടെ വായ മൂടിക്കെട്ടേണ്ട കാര്യമൊന്നും നമുക്കില്ലല്ലോ അമ്മേ. അവർ എന്തും വിചാരിച്ചോട്ടെ."

വിജയലക്ഷ്മിയുടെ കാര്യം മനസ്സിലോർത്തു കൊണ്ടാണ് അവൾ അതു പറഞ്ഞത്.

"കല്യാണാലോചന വന്നതു കൊണ്ടു മാത്രമാ നീയിങ്ങു പോരേ മോളെ എന്നു ഞാൻ പറഞ്ഞത്. നന്ദൻ സാറിനും നിർബന്ധമായിരുന്നു അക്കാര്യത്തിൽ. അതു കൊണ്ടല്ലേ സാർ എവിടുന്നോ ഒരു ജോലിക്കാരിയെ പെട്ടെന്ന് കൊണ്ടു വന്നത്..."

അപർണ ഒന്നും മിണ്ടിയില്ല.

"വിലാസിനി ഇന്നലേം വിളിച്ചിട്ടുണ്ടാരുന്നു. കല്യാണത്തിന്റെ മുഹൂർത്തം എത്രയും പെട്ടെന്ന് കുറിക്കണമെന്ന്. അതുവച്ച് അവന് ലീവിന് അപേക്ഷിക്കാനാണ്."

"അമ്മയെന്തു പറഞ്ഞു?"

'കുറഞ്ഞത് മൂന്നു മാസമെങ്കിലും കഴിയാതെ കല്യാണം നടത്താൻ പറ്റത്തില്ലെന്നു ഞാൻ പറഞ്ഞു. സമയമുണ്ടല്ലോ... സാവകാശം തീയതിയൊക്കെ തീരുമാനിക്കാമെന്നു പറഞ്ഞു."

"അതാണ് നല്ലത്. ധൃതി വച്ച് കല്യാണം നടത്തണ്ടാ. അച്ഛൻ കടം തലയിൽ കയറ്റി വയ്ക്കുന്നത് കാണാൻ എനിക്കു വയ്യാ. എന്തെങ്കിലുമൊരു ജോലി കിട്ടിയിട്ടു മതിയായിരുന്നു കല്യാണം. പക്ഷേ നിങ്ങൾ രണ്ടുപേരും എന്തു പറഞ്ഞാലും ഞാൻ സമ്മതിക്കും. അതു കൊണ്ടു മാത്രമാ..."

"അത് ഞങ്ങൾക്കറിയാം മോളെ. പക്ഷേ ഇപ്പോഴത്തെ നിലയ്ക്ക് നമുക്കു കിട്ടാവുന്ന നല്ലൊരു ബന്ധമാണിത്. സൗന്ദര്യം മാത്രം നോക്കിയാൽ പോരല്ലോ. ഒറ്റ മോൻ... കൊള്ളാവുന്ന ജോലി. താമസിക്കാൻ സ്വന്തം വീടും അത്യാവശ്യം പറമ്പും. സ്ത്രീധനമൊന്നും വേണ്ടാ താനും."

അപർണ മറുപടിയൊന്നും പറഞ്ഞില്ല. അമ്മ വീണ്ടും വീണ്ടും സ്വയം ന്യായീകരിക്കുകയാണെന്ന് അവൾക്കു മനസ്സിലായി. പയ്യൻ ശാരീരികമായി അത്ര ചേർച്ചയുള്ളവനല്ല മോൾക്കെന്ന് അമ്മയ്ക്ക് നല്ലതു പോലെ അറിയാം.

അന്നു വൈകുന്നേരം നാലു മണി കഴിഞ്ഞപ്പോൾ സുമിമോളെ ട്യൂഷൻ പഠിപ്പിക്കാൻ അവൾ ചന്ദ്രാലയത്തിലേക്കു ചെന്നു.

മൂന്നരയാകുമ്പോൾ സുമിയുടെ സ്കൂൾബസ് വരും. യൂണിഫോം മാറ്റി അവളെ കുളിപ്പിച്ച് വേറെ ഡ്രസ്സ് ഇടുവിച്ച് ചായയും എന്തെങ്കിലും പലഹാരവും കൊടുക്കും. അതിനു ശേഷമാണ് അന്നത്തെ ഹോംവർക്ക് ചെയ്യിക്കുന്നതും അന്നു പഠിപ്പിച്ച പാഠങ്ങൾ അവൾക്ക് പറഞ്ഞു മനസ്സിലാക്കിച്ചു കൊടുക്കുന്നതും.

അവൾ ചെന്നപ്പോൾ സുമിയെ വനജ കുളിപ്പിച്ച് പുതിയ ഉടുപ്പ് ധരിപ്പിക്കുകയായിരുന്നു. അവളെ കണ്ട് സുമി ഓടി വന്നു.

"ടീച്ചറേ..."

"മോൾ ചായ കുടിച്ചിട്ട് ടീച്ചർ പഠിപ്പിക്കാം. ഇപ്പം അമ്മയെ ഒന്നു കണ്ടിട്ടു വരാം." അപർണ പറഞ്ഞു.

"മോളിങ്ങോട്ടു വാ."

വനജ അവളെ പിടിച്ചു വലിച്ചു കൊണ്ടുപോയി.

അവൾ ചെന്നപ്പോൾ ഷീജയുടെ മുറിയിൽ രശ്മി ഉണ്ടായിരുന്നു.

"അല്ലാ... അപർണ വന്നോ... ഞങ്ങൾ നിന്റെ കാര്യം പറഞ്ഞു കൊണ്ടിരിക്കുകയാരുന്നു."

ഷീജ സന്തോഷത്തോടെ അവളെ നോക്കി.

"എന്താണ് എന്നെക്കുറിച്ചു പറഞ്ഞത്?"

ചിരിച്ചുകൊണ്ട് അപർണ ചോദിച്ചു.

"അപർണേടെ കല്യാണം കഴിഞ്ഞു പോയാൽ സുമി മോളെ ആരു പഠിപ്പിക്കും എന്ന ആശങ്കയാ ഷീജയ്ക്ക്. ഞാൻ പറഞ്ഞു ഞാൻ പഠിപ്പിക്കാമെന്ന്. ഞാനും കോളജിൽ പഠിച്ച് ഡിഗ്രിയെടുത്തവളാ." രശ്മി പറഞ്ഞു.

"അപ്പോൾ പിന്നെ പേടിക്കണ്ടാ. രശ്മി ചേച്ചി മോളെ പഠിപ്പിക്കും. അവൾ മിടുക്കിയാ ചേച്ചീ. എന്തും ഒരു തവണ പറഞ്ഞു കൊടുത്താ മതി. അതു പിന്നെ മറക്കത്തില്ല."അപർണ പറഞ്ഞു.

ചായ കുടിച്ചു കഴിഞ്ഞപ്പോൾ സുമിമോൾ ഓടിവന്നു. ഡൈനിങ് ടേബിളിന്റെ അടുത്തിരുന്നു കൊണ്ട് അപർണ അവളെ അന്നത്തെ പാഠങ്ങൾ പഠിപ്പിച്ചു.

അഞ്ചുമണി കഴിഞ്ഞപ്പോൾ നന്ദഗോപാൽ വന്നു. അപർണയെ കണ്ടപ്പോൾ അയാൾക്ക് സന്തോഷമായി.

"കല്യാണം വരെ അപർണ എന്നും വരണേ..."

അയാൾ പറഞ്ഞു.

"എനിക്ക് ഒരുദിവസം പോലും സുമിമോളെ കാണാതിരിക്കാൻ വയ്യാ സാർ. ഞാൻ എന്നും വരും."

അവൾ പറഞ്ഞു.

“വനജയും രശ്മിയുമൊക്കെ അപർണയെ കണ്ടോ? അവരുടെ പ്രതികരണം എന്തായിരുന്നു?”

അയാൾ ശബ്ദം താഴ്ത്തി ചോദിച്ചു.

“രശ്മി ചേച്ചി നല്ല സ്നേഹത്തോടെയാണ് പെരുമാറിയത്. വനജ ചേച്ചിക്ക് ഇപ്പോഴും എന്തോ ഒരു ശത്രുത പോലെ...”

“അതു കാര്യമാക്കണ്ട. വനജയ്ക്ക് അപർണയെക്കുറിച്ച് നേരത്തെ തന്നെ എന്തോ തെറ്റിദ്ധാരണയുണ്ടെന്ന് തോന്നുന്നു. അത് ഇതുവരെ മാറിക്കാണത്തില്ല...” അയാൾ കാരണം പറഞ്ഞു.

“എനിക്കതിൽ വിഷമമൊന്നുമില്ല സാർ. ഞാനിവിടെ വരുന്നത് സുമി മോളെ പഠിപ്പിക്കാനും സാറിനെയും ഷീജ ചേച്ചിയെയും കാണാനുമല്ലേ. അതിൽ കൂടുതൽ ഞാൻ ഒന്നും പ്രതീക്ഷിക്കുന്നില്ല...”

ഇന്നുതന്നെ വനജയോട് ഒന്ന് തുറന്നു സംസാരിക്കണമെന്ന് നന്ദഗോപാൽ മനസ്സിൽ ഉറപ്പിച്ചു. ഇന്നലെ രശ്മിയോടു സംസാരിച്ചത് ഫലം ചെയ്തു. അതിനു ശേഷം പ്രസന്നവതിയായിട്ട് മാത്രമേ അവളെ കണ്ടിട്ടുള്ളൂ.

സാധാരണ ആറുമണിയാകുമ്പോഴാണ് രശ്മിയുടെ കുളി. ആ സമയത്ത് വനജയോട് സംസാരിക്കാം. രശ്മിയുമായി ഒത്തുചേർന്ന് പോകേണ്ടതിന്റെ പ്രാധാന്യം അവളെ പറഞ്ഞ് ബോധ്യപ്പെടുത്തണം. അഞ്ചരയായപ്പോൾ ട്യൂഷൻ കഴിഞ്ഞ് അപർണ പോയി.

വനജ അടുക്കളയിലായിരുന്നു. അവൾക്ക് നേരത്തെ ഒരു മുന്നറിയിപ്പു കൊടുക്കുന്നത് നന്നായിരിക്കുമെന്ന് അയാൾക്കു തോന്നി.

അയാൾ അടുക്കളയിലേക്കു ചെന്നു.

“എന്താ സാറേ?”

അവൾ താല്പര്യപൂർവം അയാളുടെ നേർക്ക് തിരിഞ്ഞു.

“എനിക്ക് വനജയോട് ചില കാര്യങ്ങൾ സംസാരിക്കാനുണ്ട്...”

“എന്താണെന്നു വച്ചാ പറ സാറേ... ഒരു മടിയും വേണ്ടാ... സാറല്ല്യോ ഈ വീടിന്റെ ഉടമസ്ഥൻ. ഒരു പേടിയും വേണ്ടാ...”

അവൾ പ്രോത്സാഹിപ്പിച്ചു.

“ഇപ്പഴല്ല. കുറച്ചൂടെ കഴിഞ്ഞ് പറയാം. രശ്മി കേട്ടു കൊണ്ടു വന്നാൽ ശരിയാകത്തില്ല...”

അവൾക്കത് ഇഷ്ടപ്പെട്ടു.

“രഹസ്യമാണോ?” ശബ്ദം താഴ്ത്തി അവൾ ചോദിച്ചു.

“നമ്മൾ രണ്ടുപേരും മാത്രം അറിയേണ്ടുന്ന കാര്യമാ...”

"എന്നാൽ എല്ലാരും ഉറങ്ങീട്ടു മതി സാറേ... അതാ നല്ലത്."

"അതുവരെ വെയ്റ്റ് ചെയ്യണ്ടാ. കുറച്ചു കഴിയുമ്പം രശ്മി കുളിക്കാൻ കയറും. അരമണിക്കൂറെങ്കിലും കിട്ടും. അന്നേരം ഞാൻ ഇങ്ങോട്ടു വരാം."

"അതിലും നല്ലത് ഞാൻ അങ്ങോട്ടു വരുന്നതാ. അതാ ആരും ഒന്നും കേൾക്കാതെ സംസാരിക്കാൻ സൗകര്യം."

നന്ദഗോപാൽ തർക്കിക്കാൻ പോയില്ല.

വൈകുന്നേരം നിലവിളക്ക് കൊളുത്താൻ എല്ലാം ഒരുക്കുന്നത് അയാളായിരുന്നു. കഴുകി തേച്ച് വൃത്തിയാക്കിയ നിലവിളക്കിൽ അയാൾ എണ്ണയൊഴിച്ച് തിരിയിട്ടു. മുറ്റത്തുണ്ടായിരുന്ന മന്ദാരത്തിന്റെയും തുളസിയുടെയും ചെമ്പരത്തിയുടെയും പൂക്കൾ പറിച്ചുകൊണ്ടുവന്ന് മാല കെട്ടി ദേവീദേവന്മാരുടെ ചിത്രത്തിൽ ചാർത്തി.

കുളിക്കാൻ മുടിയിൽ എണ്ണതേച്ചു നിൽക്കുന്ന രശ്മിയെ അയാൾ അപ്പോൾ കണ്ടു. വനജയുടെയും കണ്ണുകൾ അവളിലായിരുന്നു.

വനജയ്ക്കായിരുന്നു അക്ഷമ. എന്താണ് ഈ നശൂലം കുളിക്കാൻ പോകാതെ താളം ചവിട്ടി നിൽക്കുന്നത്? നന്ദഗോപാൽ നിലവിളക്ക് കൊളുത്തി ചന്ദനത്തിരി കത്തിച്ചു. സുമിമോൾ വന്നു തൊഴുതിട്ട് അമ്മൂമ്മയുടെ മുറിയിലേക്ക് ഓടി.

നന്ദഗോപാൽ ചെന്ന് സിറ്റൗട്ടിൽ നിന്നു.

പുറത്ത് സന്ധ്യയാവുകയായിരുന്നു. വിജയലക്ഷ്മിയുടെ വീട്ടിൽ ലൈറ്റുകൾ തെളിഞ്ഞു.

"സാറേ..." പെട്ടെന്ന് പിന്നിൽ വനജയുടെ വിളി കേട്ടു.

അയാൾ തിരിഞ്ഞു നോക്കി.

"അവൾ കുളിമുറിയിൽ കയറി വാതിലടച്ചിട്ടുണ്ട്. ഞാൻ സ്റ്റൗ ഓഫാക്കിയിട്ടു വരാം."

അവൾ പോയപ്പോൾ അയാൾ അകത്തേക്കു ചെന്നു. പുറത്തു നിന്നു കൊണ്ട് അവളോട് സംസാരിക്കുന്നത് ശരിയല്ലല്ലോ.

അപ്പോഴാണ് ബെഡ്റൂമിലിരുന്ന മൊബൈൽ ബെല്ലടിച്ചത്. അയാൾ ചെന്ന് അതെടുത്തു നോക്കി. മൊബൈൽ കമ്പനിയുടെ കോൾ ആയിരുന്നു അത്. അയാൾ അതു കട്ട് ചെയ്തു.

വനജ മുറിയിലേക്ക് ഓടിക്കയറി വന്നു.

"ഷീജ നല്ല ഉറക്കം. മോൾക്ക് അമ്മൂമ്മ കഥ പറഞ്ഞു കൊടുക്കുവാ." വാതിലടച്ച് ബോൾട്ടിട്ട് വനജ അയാളെ അഭിമുഖീകരിച്ചു.

അയാൾ സ്തബ്ധനായി നിന്നു.

അവൾ അയാളെ നോക്കി പുഞ്ചിരിച്ചു.

24

നന്ദഗോപാലിന്റെ തൊട്ടു മുന്നിലാണ് വനജ വന്നുനിന്നത്. ഒന്ന് അനങ്ങിയാൽ അവളെ സ്പർശിച്ചു പോകും.

"പറ സാറേ... എന്തവാ എന്നോട് പറയാനുള്ളത്? ഇതുപോലെ പറ്റിയ ഒരവസരത്തിനു വേണ്ടി ഞാനും ഇന്നലെ മുതൽ കാത്തിരിക്കുവാരുന്നു...." അവൾ ശബ്ദം താഴ്ത്തി പറഞ്ഞു.

"കതക് തുറന്നിട് വനജാ... ആരെങ്കിലും കണ്ടാൽ എന്തു വിചാരിക്കും?" അയാൾ അസ്വസ്ഥതയോടെ പറഞ്ഞു.

"ആരു കാണാനാ... അവൾ കുളി കഴിഞ്ഞ് ഇറങ്ങി വരണമെങ്കിൽ അരമണിക്കൂർ കഴിയണം. വെളിയിൽ നിന്ന് ഈ നേരത്ത് ആരും വരത്തില്ല. ഗേറ്റടച്ച് കുറ്റിയിട്ടേക്കുവല്ലേ..."

"സുമിമോൾ വരും..."

"അമ്മൂമ്മേടെ അടുത്തിരുന്ന് കഥ കേൾക്കുവാ മോൾ... ഉടനെയൊന്നും വരത്തില്ല. സാറെന്തിനാ ഇങ്ങനെ പേടിക്കുന്നെ. ഇത് സാറിന്റെ വീടല്യോ..."

അവൾ ധൈര്യം കൊടുക്കുന്നതു പോലെ പറഞ്ഞു.

"അതല്ല വനജാ... നമ്മൾ രണ്ടുപേരും കൂടി ഇങ്ങനെ മുറിയിൽ കയറി വാതിലടച്ചിരിക്കുന്നത് ശരിയല്ല. അതാണ്..."

"സാറിന് പേടിയാണെങ്കിൽ ഞാൻ പോയേക്കാം..."

അവൾ സങ്കടം അഭിനയിച്ച് ചെന്ന് വാതിൽ തുറന്നു.

ഇന്നു പറയേണ്ടുന്ന കാര്യം ഇന്നുതന്നെ പറയണമല്ലോ. അവളെ വിട്ടാൽ പറ്റില്ല. അയാൾ വേഗം ചെന്ന് അവളുടെ കൈയിൽ പിടിച്ചുനിർത്തി.

"പോകരുത്... എനിക്ക് ഒരു കാര്യം പറയാനുണ്ട്..."

ഉള്ളിൽ വനജ ചിരിച്ചെങ്കിലും അവളത് പുറമേ കണിച്ചില്ല. അവൾ വാതിലിനടുത്ത് നിന്നതേയുള്ളൂ.

"എന്താണെന്നു വച്ചാൽ പറ... കേട്ടിട്ട് ഞാൻ പോയേക്കാം."

"കയറി വാ... ഞാൻ പറയാം."

അവൾ അല്പംകൂടി അകത്തേക്ക് കയറി നിന്നു.

"കുറേനാളായി ഷീജ കിടപ്പാണ്. അവളുടെ ഒരു കാര്യവും അവളെക്കൊണ്ടു മാത്രം ചെയ്യാൻ പറ്റില്ല. സകലസമയത്തും അവൾക്ക് ഒരാളിന്റെ സഹായം വേണം. ഇതുവരെ ഞങ്ങളാണ് അത് ചെയ്തു കൊണ്ടിരുന്നത്. അമ്മയും കൂടി കിടപ്പിലായപ്പോഴാണ് ഞാൻ ഒരു ഹോംനഴ്സിനെ വെക്കാമെന്ന് തീരുമാനിച്ചത്."

നന്ദഗോപാൽ പറഞ്ഞു.

വനജ ഒന്നും മിണ്ടാതെ നിന്നതേയുള്ളൂ.

"ഹോം നേഴ്സ് കിടപ്പുരോഗികളുടെ കാര്യങ്ങൾ മാത്രമേ നോക്കൂ. വീട്ടുപണികൾ ചെയ്യാൻ വേറെ ആരെയെങ്കിലും വെക്കണമല്ലോ. അതിനുവേണ്ടിയാണ് ഞാൻ വനജയെ..."

"മനസ്സിലായി സാറേ. ആരു വിളിച്ചാലും ഞാൻ വീട്ടുജോലിക്ക് പോകുന്നവളൊന്നുമല്ല. സാറിനെ കണ്ടപ്പോൾ മാന്യനാണെന്നു മനസ്സിലായി... ഒരിഷ്ടവും തോന്നി. അതുകൊണ്ടാ ഞാൻ വന്നത്. എന്റെ പെരുമാറ്റത്തിൽ എന്തെങ്കിലും തെറ്റുണ്ടെന്ന് സാറിന് തോന്നുന്നുണ്ടെങ്കിൽ പറ... നാളെ രാവിലെ ഞാനിവിടുന്ന് പൊയ്ക്കോളാം..." അവൾ പറഞ്ഞു.

"അങ്ങനൊന്നും എനിക്ക് തോന്നിയില്ല. അതു പറയാനുമല്ല വനജ വരാൻ പറഞ്ഞതും."

"എനിക്ക് മനസ്സിലായി സാറേ... ആ ഹോം നേഴ്സ് എന്നെക്കുറിച്ച് സാറിന്റെ അടുത്ത് പരാതി പറഞ്ഞുകാണും. അത് ചോദിക്കാനല്ലേ സാർ വരാൻ പറഞ്ഞത്?"

ഞാൻ അത്ര മണ്ടിയൊന്നുമല്ല എന്നർത്ഥത്തിൽ അവൾ അയാളെ നോക്കി.

"അതിനൊന്നുമല്ല ഞാൻ വനജയെ വിളിപ്പിച്ചത്. മൂന്നുമാസം കഴിഞ്ഞാൽ ഹോംനേഴ്സ് ഇവിടുന്ന് പോകും. പിന്നെ വേറൊരുത്തിയായിരിക്കും വരുന്നത്. പക്ഷേ മൂന്നുമാസം കഴിഞ്ഞാലും വനജ ഇവിടെ കാണും. അപ്പോൾ ആരാണ് എനിക്കു വേണ്ടപ്പെട്ടവൾ?"

അവളെ അനുനയിപ്പിക്കാൻ വേണ്ടി മാത്രമാണ് അയാൾ അങ്ങനെ പറഞ്ഞത്. അതിന്റെ ഫലം കണ്ടു. പെട്ടെന്ന് അവളുടെ കണ്ണുകൾ തിളങ്ങി. അവൾ ആരാധനയോടെ അയാളെ നോക്കി.

"സത്യമാണോ സാർ പറഞ്ഞത്? മൂന്നുമാസം കഴിഞ്ഞാൽ അവൾ ഇവിടുന്ന് പോകുമോ?"

"പോകും. അങ്ങനെയാണ് നിയമം. മൂന്നു മാസത്തിൽ കൂടുതൽ ഒരു ഹോം നേഴ്സിനെ ഒരു വീട്ടിൽ നിൽക്കാൻ ഏജൻസികൾ അനുവദിക്കത്തില്ല."

"അപ്പോൾ അത്രയും നാൾ അവളെ സഹിച്ചാൽ മതിയല്ലോ. സത്യം പറയാമല്ലേ സാറേ.. അവളെ എനിക്ക് കണ്ണെടുത്താൽ കണ്ടുകൂടാ. എന്നെ ഭരിക്കാൻ വരും. എപ്പഴും. ഞാനത് മൈൻഡ് ചെയ്യത്തില്ല." വെറുപ്പോടെ വനജ പറഞ്ഞു.

"മൂന്നുമാസത്തെ കാര്യമല്ലേയുള്ളൂ. വനജ അതുമാത്രം ഓർത്താൽ മതി. അതുവരെ നമുക്ക് അവളെ ഇവിടെ നിർത്തണം. അവൾ ഭരിക്കാൻ വന്നാൽ അവളെ എങ്ങനെയെങ്കിലും കൈയിലെടുക്കണം. അതോടെ ഭരണം നിൽക്കും.

"അതെങ്ങനാ സാറേ കൈയിലെടുക്കുന്നെ?"

വനജയ്ക്ക് മനസ്സിലായില്ല.

"അവളോട് സ്നേഹം നടിക്കണം. അവളെ ഇഷ്ടമാണെന്ന് അവൾക്കു തോന്നണം. അതോടെ അവൾക്ക് വനജയോടുള്ള ദേഷ്യം മാറും." അയാൾ പറഞ്ഞു കൊടുത്തു.

മനസ്സിലായതു പോലെ വനജ മെല്ലെ തല കുലുക്കി.

"അതു ഞാനേറ്റു... ആളുകളെ മയക്കിയെടുക്കാനൊക്കെ ഞാൻ മിടുക്കിയാ... സാർ പറഞ്ഞു തന്ന ബുദ്ധി കൊള്ളാം..."

"പക്ഷേ നമ്മുടെ മനസ്സിലിരിപ്പ് ഒരു കാരണവശാലും അവൾ അറിയരുത്."

"ഇല്ല സാറേ... ഇതെനിക്കു വിട്ടേക്ക്... ഞാൻ കൈകാര്യം ചെയ്തോളാം. പക്ഷേ ഒരു കാര്യം... അവളോട് അത്ര അടുപ്പത്തിനൊന്നും പോകരുത്. എനിക്കത് സഹിക്കത്തില്ല. സാർ എന്റെയാ..."

അയാൾ മിണ്ടിയില്ല. രണ്ടു വള്ളങ്ങളിൽ കാലുവച്ചു കൊണ്ടുള്ള യാത്ര അപകടത്തിലേ എത്തിക്കൂ എന്ന് നന്ദഗോപാലിന് അറിയാമായിരുന്നു. രശ്മി വിചാരിക്കും സാർ അവളുടെ പക്ഷത്താണെന്ന്. വനജ വിശ്വസിക്കും സാർ അവളുടെ കൂടെയാണെന്ന്. പക്ഷേ ഒരു പ്രശ്നം ഉണ്ടാകുമ്പോൾ...

"പറ... സാർ എന്റെ കൂടെയല്ലേ നിൽക്കൂ?" വനജ ചോദിച്ചു.

"ഉം." അയാൾ ദുർബലമായി മൂളി.

"എനിക്കത് കേട്ടാൽ മതി."

അവൾ പെട്ടെന്ന് അയാളുടെ കൈയിൽ പിടിച്ചു.

"വേണ്ട വനജേ... മോളോ മറ്റോ കയറി വന്നാൽ..."

അയാൾ പെട്ടെന്ന് അവളുടെ പിടി വിടുവിച്ചു.

"സാറിനോട് വേറൊരു കാര്യം പറയാനിരിക്കുവാരുന്നു ഞാൻ. എനിക്ക് നിലത്തു കിടന്ന് ഉറങ്ങി പരിചയമില്ല. വീട്ടിൽ കട്ടിലും മെത്തയുമൊക്കെയുണ്ട്. ഇന്നു രാവിലെ എഴുന്നേറ്റപ്പോൾ ഭയങ്കര ശരീരവേദനയായിരുന്നു..."

"അതിനെന്താ... വനജയ്ക്ക് കിടക്കാൻ നാളെത്തന്നെ ഒരു കട്ടിൽ മേടിക്കാം. ഒരു കട്ടിൽകൂടി അമ്മയുടെ മുറിയിലിട്ടാൽ സ്ഥലസൗകര്യം കുറയും. അതുകൊണ്ട് തൽക്കാലം ഒരു സ്റ്റീൽ

കട്ടിൽ മതിയോ... അതാകുമ്പം ആവശ്യം കഴിഞ്ഞാൽ മടക്കി ഒരു ഭാഗത്ത് വയ്ക്കാം."

"അതു മതി സാറേ... പ്ലാസ്റ്റിക് നാട വരിഞ്ഞതല്ല്യോ... ഞാൻ കണ്ടിട്ടുണ്ട്. പക്ഷേ ഷീറ്റ് വിരിച്ച് കിടന്നാലും ശരീരം നോവും..." അവൾ പറഞ്ഞു.

"മെത്തയും മേടിക്കാം."

അവൾ പെട്ടെന്ന് കൈ ഉയർത്തി അയാളുടെ കവിളിൽ നോവിക്കാതെ ഒന്നു നുള്ളി.

"സാറിനെന്നോട് ഇത്രയും സ്നേഹമുണ്ടെന്ന് ഞാൻ വിചാരിച്ചില്ല... എന്തെങ്കിലും ആഗ്രഹം മനസ്സിലുണ്ടെങ്കിൽ എന്നോട് പറയാൻ മടിക്കല്ലേ..."

"ഉം... വനജന ചെല്ല്... രശ്മി വരാറായി."

അയാൾ പെട്ടെന്ന് പറഞ്ഞു.

"ശരി സാറേ... എനിക്ക് ഒത്തിരി സന്തോഷമായി."

അവൾ മുറിയിൽ നിന്ന് ഇറങ്ങിപ്പോയി.

രണ്ടു പേരെയും ഒരു പോലെ അനുനയിപ്പിച്ചു നിർത്താൻ എപ്പോഴും പറ്റിയെന്നു വരില്ല. വല്ലാതെ പാടുപെടേണ്ടി വരും. കഴിയുന്നത്ര സമാധാനപരമായി മുന്നോട്ടു പോകാൻ വേറെ മാർഗമില്ലല്ലോ. രശ്മി കുളികഴിഞ്ഞ് ഉണങ്ങിയ ടൗവ്വൽ കൊണ്ട് ഈറൻമുടി ചുറ്റിക്കെട്ടി ബാത്റൂമിൽനിന്ന് പുറത്തേക്ക് വരുന്നത് വനജ കണ്ടു.

"രശ്മീ..." അവൾ വിളിച്ചു.

രശ്മി തല തിരിച്ചു നോക്കി.

"കുളി കഴിഞ്ഞ് വന്നതല്ലേ.. ചൂടുകാപ്പി വേണോ?"

അപ്രതീക്ഷിതമായ ഈ സ്നേഹപ്രകടനം കണ്ട് രശ്മി ഒന്നു പകച്ചു. പെട്ടെന്നുള്ള ഈ മനം മാറ്റത്തിന്റെ പിന്നിൽ ഏതോ ചതി ഒളിഞ്ഞിരിപ്പുണ്ട് എന്ന് അവൾക്കു തോന്നി.

"വേണ്ടാ..."

അവൾ മുഖം തിരിച്ച് അവളുടെ മുറിയിൽ ചെന്ന് വാതിലടച്ചു.

വനജ ഒന്നു പുഞ്ചിരിച്ചു. നിന്റെ ജാഡയൊക്കെ ഞാൻ മാറ്റിത്തരാമെടീ... ഏറിയാൽ ഒരാഴ്ച. അതിനുള്ളിൽ...

അവൾ അടുക്കളയിലേക്കു പോയി.

പിറ്റേന്നു വൈകുന്നേരം നാലു മണിയായപ്പോൾ സുമിമോൾക്ക് ട്യൂഷനെടുക്കാൻ പതിവു പോലെ അപർണ വന്നു. ഷീജയെ കണ്ട് സംസാരിച്ചിട്ടാണ് അവൾ സുമിയെ പഠിപ്പിക്കാനിരുന്നത്.

"എന്നാ ടീച്ചറിന്റെ കല്യാണം?" സുമി ചോദിച്ചു.

"ആരാ പറഞ്ഞെ ടീച്ചറിന്റെ കല്യാണമാണെന്ന്?"

"ഇവിടെ അച്ഛനും അമ്മേം പറയുന്ന കേട്ടല്ലോ. കല്യാണം കഴിഞ്ഞാ ടീച്ചറിവിടുന്ന് പോകുമാ?"

"ഉം."

"അന്നേരം ആരാ എന്നെ പഠിപ്പിക്കാൻ വരുന്നെ?"

"അച്ഛൻ വേറൊരു ടീച്ചറെ കൊണ്ടുവരും." അപർണ പറഞ്ഞു.

"എനിക്ക് വേറെ ടീച്ചർ വേണ്ട... ഈ ടീച്ചർ മതി. ടീച്ചർ കല്യാണം കഴിക്കണ്ടാ... അന്നേരം എങ്ങോട്ടും പോകണ്ടാല്ലോ..."

അവളുടെ സംസാരം കേട്ട് അപർണ ചിരിച്ചു പോയി.

"ശരി... ടീച്ചർ കല്യാണം കഴിക്കുന്നില്ല... സന്തോഷമായോ?"

"സന്തോഷമായി." സുമി മുഴുവൻ പല്ലുകളും കാട്ടി ചിരിച്ചു.

ഈ സമയത്താണ് വനജയെ ഷീജ വിളിച്ചത്. വനജ ആ മുറിയിലേക്ക് ചെന്നു. അപ്പോൾ രശ്മി അവിടെ ഉണ്ടായിരുന്നു.

എന്തെങ്കിലും ജോലി പറയാനാണോ ഷീജ വിളിച്ചതെന്ന് വനജ സംശയിച്ചു. അതു കേൾക്കുമ്പോൾ ഹോംനേഴ്സ് ഒരു ഇളിഞ്ഞ ചിരി ചിരിക്കും. അത് സഹിക്കാൻ പറ്റത്തില്ല.

വനജയെ കണ്ട് രശ്മി എഴുന്നേറ്റു പോയി.

അത്രയും ആശ്വാസം.

"വനജേ അപർണയ്ക്ക് ചായയുണ്ടാക്കി കൊടുക്കണേ... ഞാൻ പറയാൻ മറന്നു. മോളെ അവൾ ട്യൂഷൻ പഠിപ്പിക്കാൻ വരുമ്പം അമ്മ ചായയുണ്ടാക്കി കൊടുക്കുമാരുന്നു."

"അതിനെന്താ... ഞാൻ കൊടുക്കാം. എനിക്കത് അറിയത്തില്ലാരുന്നു. ആ കൊച്ച് ഇന്നലെ വന്നപ്പഴും ചായ കൊടുത്തില്ല. ഷീജ പറഞ്ഞത് കാര്യമായി."

"പാല് കാണുമല്ലോ..."

"ഫ്രിഡ്ജിൽ ഇരിപ്പുണ്ട്. പറയാതെ തന്നെ സാർ ആപ്പീസീന്നു വരുമ്പം പാലും പിന്നെ വേണ്ടുന്ന സാധാനങ്ങളും മേടിച്ചാണ്ടു വരുന്നുണ്ടല്ലോ..." വനജ പറഞ്ഞു.

"വേറാരാ ഇവിടുള്ളത്... അതൊക്കെ നോക്കാൻ... ഞാൻ കിടപ്പായിപ്പോയില്ല്യോ... നന്ദേട്ടൻ ഒറ്റയ്ക്കു വേണം തുഴയാൻ..."

അറിയാതെ ഷീജയുടെ കണ്ണുകൾ നിറഞ്ഞു.

"വിഷമിക്കണ്ടാ സാറിന്റെ സഹായത്തിന് ഇനി ഞങ്ങളൊക്കെയുണ്ടല്ലോ. എന്തെങ്കിലും മേടിക്കാനുണ്ടെങ്കിൽ എന്നോട് പറഞ്ഞാൽ മതി. കടയിലോ, ചന്തയിലോ ഒക്കെ ഞാൻ പോയി മേടിച്ചോണ്ടു വരാം. സാർ വെറുതെ കഷ്ടപ്പെടണ്ടാ..." വനജ പറഞ്ഞു.

"ആ കുട്ടിക്ക് ചായയുണ്ടാക്കി കൊടുക്ക്."

"ശരി ഷീജേ..."

വനജ മുറിയിൽ നിന്നിറങ്ങി.

മൂന്നോ നാലോ വീടിന്റെ അപ്പുറത്തു നിന്നാണ് ആ പെണ്ണ് വരുന്നത്. ഇവിടെ വരുമ്പോഴേയ്ക്ക് ചായ കുടിക്കാനും മാത്രം അങ്ങ് ക്ഷീണിച്ചു പോകുമോ?

ഒരു ചായയുണ്ടാക്കിയാൽ കുറഞ്ഞത് നാലു പാത്രങ്ങളെങ്കിലും കഴുകേണ്ടി വരും. അത് ശരിയല്ലല്ലോ.

അപർണയുടെ അടുത്തേക്ക് അവൾ ചെന്നു. പഠിപ്പിക്കുന്നതിനിടയിൽ അപർണ അവളെ ഒന്നു നോക്കി.

"എന്താ ചേച്ചീ?"

"അപർണയ്ക്ക് കുടിക്കാൻ ചായയാണോ കാപ്പിയാണോ വേണ്ടേ?" സ്നേഹം നടിച്ച് വനജ ചോദിച്ചു.

"ഒന്നും വേണ്ടാ ചേച്ചീ..."

"എന്നാലും അതല്ലല്ലോ... കുഞ്ഞിനെ പഠിപ്പിക്കുമ്പം ക്ഷീണം തോന്നത്തില്ലേ.... ഞാൻ ചായയുണ്ടാക്കാം."

"വേണ്ട ചേച്ചീ... അങ്ങനെ ക്ഷീണമൊന്നുമില്ല. വീട്ടീന്ന് ചായ കുടിച്ചിട്ടാ ഞാനിറങ്ങുന്നെ. എന്നാലും ഇവിടത്തെ അമ്മ ചായ കൊണ്ടു വന്നു തരുമാരുന്നു. അമ്മയെ വിഷമിപ്പിക്കണ്ടാ എന്നു വിചാരിച്ച് ഞാനതു മേടിച്ച് കുടിക്കുമാരുന്നു..." അപർണ പഞ്ഞു.

"പതിവ് തെറ്റിക്കണ്ടാ എന്നു വിചാരിച്ചാ അപർണേ ഞാൻ ചോദിച്ചെ. അല്ലെങ്കിൽ എനിക്ക് ജോലി ചെയ്യാൻ മടി കൊണ്ടാരിക്കുമെന്ന് ഇവിടുള്ളവർ വിചാരിക്കും..."

"അങ്ങനെയൊന്നും വിചാരിക്കത്തില്ല ചേച്ചീ... എനിക്ക് വേണ്ടാത്തതു കൊണ്ടാ..." അവൾ പറഞ്ഞു.

വനജയ്ക്ക് സ്വയം അഭിമാനം തോന്നി. ഇങ്ങനെയാണ് നിർത്തേണ്ടുന്ന കാര്യങ്ങൾ നിർത്തേണ്ടത്. വേണ്ടാ എന്ന് അവരെക്കൊണ്ടു തന്നെ പറയിക്കണം.

സുമിയെ പഠിപ്പിച്ചിട്ട് അപർണ പോയി.

അല്പനേരം കഴിഞ്ഞപ്പോൾ ഒരു പെട്ടിവണ്ടിയിൽ ഒരാൾ മടക്കിവയ്ക്കാവുന്ന സ്റ്റീൽ കട്ടിലും അതിനു പാകമായ മെത്തയും തലയിണയുമായി വന്നു.

"ആരുമില്ലേ ഇവിടെ?" അയാൾ വിളിച്ചു ചോദിച്ചപ്പോൾ രശ്മിയാണ് പുറത്തേക്ക് ഇറങ്ങിച്ചെന്നത്.

"ഇത് ഇവിടെത്തരാൻ നന്ദഗോപാൽ സാർ പറഞ്ഞ് ഏർപ്പാട്

ചെയ്തതാ."

കൊണ്ടു വന്ന സാധനങ്ങൾ അയാൾ വണ്ടിയിൽ നിന്നെടുത്ത് സിറ്റൗട്ടിൽ വച്ചു.

പെട്ടെന്ന് വനജ വെളിയിലേക്കു വന്നു. കട്ടിലും മെത്തയുമൊക്കെ കണ്ടപ്പോൾ അവൾക്ക് വലിയ സന്തോഷമായി.

"എനിക്കു വേണ്ടി സാർ മേടിച്ചതാ. ഞാൻ നിലത്തുകിടന്നാ ഇന്നലെ ഉറങ്ങിയതെന്നറിഞ്ഞപ്പം സാറിന് സഹിച്ചില്ല. കട്ടില് മേടിക്കാമെന്നു പറഞ്ഞെങ്കിലു ഇത്ര പെട്ടന്ന് കിട്ടുമെന്ന് വിചാരിച്ചതേയില്ല."

രശ്മിയുടെ മുഖം മങ്ങി.

അയാൾക്ക് വീട്ടു ജോലിക്കാരിയോട് ഇത്ര സ്നേഹമോ?

അപ്പോൾ എന്നോട് പറഞ്ഞതൊക്കെയോ?

വനജ കട്ടിൽ എടുത്തു കൊണ്ട് ദാക്ഷായണിയമ്മയുടെ മുറിയിലേക്കു പോയി. അവൾ അത് നിവർത്തു വച്ച് മെത്തയും ഷീറ്റും വിരിച്ചു.

"ഇതെവിടുന്നു കിട്ടി വനജേ?" ദാക്ഷായണിയമ്മ ചോദിച്ചു.

"നന്ദൻ സാർ മേടിച്ച് കൊടുത്തുവിട്ടതാ...ഞാൻ സാറിനോട് പറഞ്ഞാരുന്നു നിലത്തു കിടന്നിട്ട് രാവിലെ എഴുന്നേൽക്കാൻ വല്യ പാടാണെന്ന്."

"അവൻ അങ്ങനാ... ആരുടെയും പ്രയാസങ്ങൾ കണ്ട് സഹിക്കത്തില്ല. എന്തു സഹായവും ചെയ്തു കൊടുക്കും." മകനെക്കുറിച്ച് അമ്മ അഭിമാനപൂർവം പറഞ്ഞു.

അല്പനേരം കഴിഞ്ഞപ്പോൾ നന്ദഗോപാൽ ഓഫീസ് വിട്ടു വന്നു. അയാളുടെ ബൈക്കിന്റെ ശബ്ദം കേട്ട് രശ്മി വെളിയിലേക്കിറങ്ങി വന്നു.

അവളുടെ വലിഞ്ഞു മുറുകിയ മുഖം കണ്ടപ്പോൾ എന്തോ പ്രശ്നമുണ്ടെന്ന് അയാൾക്ക് പെട്ടെന്ന് മനസ്സിലായി.

"എന്താ രശ്മീ?"

"വീട്ടുജോലിക്കാരിയോട് ഇത്ര സ്നേഹമുണ്ടെന്ന് ഞാൻ വിചാരിച്ചില്ല." അവൾ പറഞ്ഞു.

"എന്താ ഇങ്ങനെ പറയുന്നെ... എനിക്ക് മനസ്സിലായില്ല."

"അവൾ എന്തു പറഞ്ഞാലും ഉടൻ മേടിച്ചു കൊടുക്കുമല്ലോ. അല്ലെങ്കിൽ അവൾ പിണങ്ങിയാലോ?"

രശ്മി എന്താണുദ്ദേശിച്ചതെന്ന് അയാൾക്കു പെട്ടെന്ന് പിടികിട്ടി. കട്ടിലാണ് പ്രശ്നം.

"ഓ... കട്ടിൽ ആണ് കാര്യം... അല്ലേ... എന്റെ രശ്മീ ഞാനിത്തിരി മനുഷ്യത്വം കാണിച്ചതല്ലേ. നിലത്ത് കിടന്നാൽ ശരീരവേദനയാണെന്ന് അവൾ ചെന്ന് ഷീജയോട് സങ്കടം പറഞ്ഞു. ഷീജ ആവശ്യപ്പെട്ടപ്പോൾ ഞാൻ ഒരു കട്ടിൽ മേടിച്ചു. അത്രേയുള്ളൂ..."

അയാൾ നിഷ്കളങ്ക സ്വരത്തിൽ പറഞ്ഞു.

"ഇന്നു തന്നെ മേടിച്ച് കൊടുക്കണമാരുന്നോ? രണ്ടുദിവസം കൂടി കഴിഞ്ഞിട്ട് മതിയാരുന്നല്ലോ. അതിന്റെ പേരിൽ അവൾ പിണങ്ങിപ്പോകുന്നെങ്കിൽ അങ്ങ് പോകട്ടെന്ന് വെക്കണം..."

"രശ്മീ... അവൾ പോയാൽ പിന്നെ ഒരു ജോലിക്കാരിയെ അത്ര പെട്ടെന്നൊന്നും കിട്ടത്തില്ല. അതു മനസ്സിലാക്കണം. നമ്മുടെ വീട്ടിലെ ആവശ്യത്തിന് അവളെപ്പോലൊരു സ്ത്രീയെ ആവശ്യമാണ്. അതെന്താ ഓർക്കാത്തത്?"

"ഞാനത് മറന്നൊന്നുമില്ല. എന്നാലും സാറിന്റെ മനസ്സ് അങ്ങോട്ടൊന്ന് ചാഞ്ഞോ എന്നൊരു സംശയം. അതുകൊണ്ട് പറഞ്ഞതാ."

"എന്റെ മനസ്സ് എങ്ങോട്ടും ചാഞ്ഞിട്ടില്ല." അയാൾ പറഞ്ഞു.

"വെറുതെ പറഞ്ഞൽ പോരാ... തെളിയിക്കണം. എന്നാലേ ഞാൻ വിശ്വസിക്കൂ..." നന്ദഗോപാലിന്റെ ക്ഷമ നശിക്കുന്നുണ്ടായിരുന്നു.

"എങ്ങനെ തെളിയിക്കണം?"

എങ്കിലും സ്വയം നിയന്ത്രിച്ച് അയാൾ ചോദിച്ചു.

"അത് ഞാൻ പിന്നെ പറഞ്ഞു തരാം. നമ്മളിവിടെ നിന്ന് സംസാരിക്കുന്നതു കണ്ടാൽ അവൾക്ക് സംശയം തോന്നും."

രശ്മി വേഗം അവളുടെ മുറിയിലേക്കു പോയി.

എത്രനാൾ ഇങ്ങനെ... അയാൾക്ക് അറിയില്ലായിരുന്നു.

അയാൾ ഷീജയുടെ അടുത്തേക്കു ചെന്നു.

"വനജയ്ക്ക് കട്ടിൽ മേടിച്ചു കൊടുത്തു അല്ലേ?"

അവൾ ചോദിച്ചു.

"ഉം... അവൾ മാത്രമല്ലേ ഈ വീട്ടിൽ തറയിൽ കിടക്കുന്നത്..."

"നന്നായി നന്ദേട്ടാ... ആ അപർണ ഒരു പാവമായിരുന്നതു കൊണ്ട് ആരോടും ഒരു പരാതിയും പറഞ്ഞില്ല. അവൾക്ക് ഒരു കാര്യത്തിലും പരിഭവവും ഇല്ലായിരുന്നു."

"ശരിയാണ്..."

"പോയി കുളിച്ചിട്ടു വാ..."

അയാൾ കുളിക്കാനായി പോകുമ്പോൾ വനജ പെട്ടെന്ന് അടുത്തേക്കു വന്നു. അവൾക്ക് എന്തോ പറയാനുണ്ടെന്ന് അയാൾക്കു തോന്നി.

"എന്താ വനജേ?"

"എന്തുവാരുന്നു അവളുമായിട്ട് വെളിയിൽ നിന്നോണ്ട് പറഞ്ഞത്? ഞാൻ കണ്ടു. സാറ് വരാൻ കാത്തു നിന്ന പോലാരുന്നു. ബൈക്കിന്റെ ശബ്ദം കേട്ടപ്പത്തന്നെ ഓടിയിറങ്ങി പോകുന്നതു കണ്ടു..."

ഈ വീട്ടിൽ മനസ്സമാധാനത്തോടെ ജീവിക്കാൻ പറ്റാതെയാകുമെന്ന് അയാൾക്കു തോന്നി.

"ഓ... അതോ... ഷീജയ്ക്ക് ശരീരം മുഴുവൻ പുരട്ടി തിരുമ്മൽ നടത്താൻ ഒരുതരം കുഴമ്പ് വേണമെന്ന് അവൾ പറഞ്ഞാരുന്നു. അത് മേടിച്ചിട്ടുണ്ടോ എന്നാണ് വന്നു ചോദിച്ചത്..."

ആ മറുപടി അവൾക്ക് തൃപ്തികരമായോന്ന് അവളുടെ മുഖം കണ്ടപ്പോൾ അയാൾക്ക് മനസ്സിലാക്കാൻ കഴിഞ്ഞില്ല.

"സാർ സൂക്ഷിക്കണം. സാറിന്റെ പ്രീതി പിടിച്ചുപറ്റാൻ അവൾ അത്തരം സൂത്രങ്ങളൊക്കെ ഇറക്കും. ഇത്രയും നാൾ അനങ്ങാതെ കിടക്കേണ്ടി വരുന്നവർക്ക് കുഴമ്പു കൊണ്ടും തിരുമ്മൽ കൊണ്ടും ഒരു പ്രയോജനവും ഉണ്ടാകാൻ പോകുന്നില്ല. അവൾ വല്യ ഹോം നേഴ്സാണെന്ന് അറിയിക്കാൻ വേണ്ടിയാണ് ഇങ്ങനൊക്കെ..."

നന്ദഗോപാൽ വെറുതെ മൂളി.

"അവളോട് അധികമൊന്നും മിണ്ടാൻ പോകണ്ടാ."

"ഇല്ല."

എന്നിട്ടും അല്പം സംശയത്തിന്റെ ബാക്കിയുണ്ടായിരുന്നു വനജയുടെ മുഖത്ത്.

പതിവ് സമയത്തു തന്നെ അന്നും വനജ എല്ലാവർക്കും ഭക്ഷണം കൊടുത്തു. അക്കാര്യത്തിൽ അവൾക്ക് ഒരു വീഴ്ചയും ഉണ്ടായില്ല. നല്ല രുചിയുള്ള ആഹാരമാണ് അവൾ ഉണ്ടാക്കിയത്.

സുമിമോൾ സന്ധ്യകഴിഞ്ഞപ്പോൾ തന്നെ ഉറങ്ങി.

അത്താഴം കഴിഞ്ഞ് പാത്രങ്ങളെല്ലാം കഴുകി വച്ച് അടുക്കള വൃത്തിയാക്കി ലൈറ്റണച്ച് അവൾ ദാക്ഷായണിയമ്മയുടെ മുറിയിലേക്കു പോയി.

അപ്പോഴേയ്ക്ക് എല്ലാവരും വാതിലടച്ച് ഉറങ്ങാൻ കിടന്നിരുന്നു.

മടക്കിവയ്ക്കുന്ന കട്ടിലിന് വീതി കുറവായിരുന്നെങ്കിലും അവൾക്ക് അതൃപ്തിയൊന്നും തോന്നിയില്ല. പറഞ്ഞപ്പോൾ തന്നെ നന്ദഗോപാൽ സാർ മേടിച്ചു തന്നല്ലോ.

സാറിന് തന്നോട് സ്നേഹമുണ്ട്. പക്ഷേ ആണുങ്ങളുടെ സ്വഭാവം വിശ്വസിക്കാൻ പറ്റത്തില്ല. വേറൊരു പെണ്ണ് സ്നേഹം കൊടുത്താൽ അങ്ങോട്ടും വളഞ്ഞുചെല്ലും.

ഇവിടെയുമുണ്ടല്ലോ ഒരു രംഭ.

ലൈറ്റണച്ച് അവൾ ഉറങ്ങാൻ കിടന്നു. അതിനു മുമ്പേ ദാക്ഷായണിയമ്മ ഉറങ്ങിക്കഴിഞ്ഞിരുന്നു.

രാത്രിയിൽ എന്തോ സ്വപ്നം കണ്ടു കൊണ്ടാണ് വനജ ഞെട്ടിയുണർന്നത്. അവൾക്കു ദാഹിക്കുന്നതു പോലെ തോന്നി. എഴുന്നേറ്റ് ലൈറ്റിട്ട് അടുക്കളയിൽ ചെന്ന് വെള്ളമെടുത്ത് കുടിച്ചു. തിരിച്ചുപോകുമ്പോഴാണ് രശ്മിയുടെ മുറിയിൽനിന്ന് അടക്കിപ്പിടിച്ച സംസാരവും അമർത്തിയ ചിരിയും കേട്ടത്.

അവൾ ഞെട്ടിപ്പോയി.

അവൾ ചെന്ന് നന്ദഗോപാലിന്റെ മുറിയുടെ വാതിലിൽ പിടിച്ച് മെല്ലെ തള്ളിനോക്കി. അത് ചാരിയിട്ടേയുള്ളായിരുന്നു.

ധൈര്യപൂർവം അവൾ ലൈറ്റിട്ടു നോക്കി.

സുമിമോൾ ചരിഞ്ഞു കിടന്നുറങ്ങുന്നു കട്ടിലിൽ.

നന്ദഗോപാലിനെ കാണാനില്ലായിരുന്നു.

25

വനജ സ്തബ്ധയായി നിന്നു.

നന്ദഗോപാൽ സാർ ഹോം നേഴ്സിന്റെ മുറിയിലാണ്.

എല്ലാവരും ഉറങ്ങിക്കഴിഞ്ഞപ്പോൾ അയാൾ എഴുന്നേറ്റ് അവളുടെ മുറിയിലേക്ക് ചെന്നിരിക്കുന്നു. തോൽപ്പിക്കപ്പെട്ടതു പോലെ വനജയ്ക്ക് തോന്നി. തന്നേക്കാൾ മുമ്പേ അവൾ... എന്താണ് ചെയ്യേണ്ടതെന്നറിയാതെ അവൾ ഒരു നിമിഷം ഉഴറിനിന്നു. കയ്യോടെ പിടികൂടണോ അതോ നാളെ രാവിലെ ചോദിച്ചാൽ മതിയോ?

നാളെ ചോദിച്ചാൽ രണ്ടു പേരും കൈമലർത്തും. തെളിവൊന്നുമില്ലല്ലോ കാണിക്കാൻ. താൻ മാത്രം അറിഞ്ഞാൽ പോരാ. അയാളുടെ ഭാര്യയും അറിയണം ഈ വീട്ടിൽ നടക്കുന്ന കള്ളക്കളി. എങ്കിലേ നാളെത്തന്നെ ആ വൃത്തികെട്ടവളെ ഈ വീട്ടിൽ നിന്ന് പുറത്താക്കാൻ പറ്റൂ.

വനജ വേഗം ഷീജയുടെ മുറിയുടെ നേർക്കു നടന്നു. ഉള്ളിൽ വെളിച്ചമുണ്ടെന്ന് ചാരിയ വാതിലിന്റെ വിടവിലൂടെ അവൾ കണ്ടു.

രാത്രിയിൽ ഷീജയുടെ മുറിയിലെ ലൈറ്റ് ഓഫ് ചെയ്യാറില്ല.

വാതിലിനടുത്തേക്ക് ചെന്നപ്പോൾ ഉള്ളിൽ സംസാരം കേട്ടു.

അവൾ പെട്ടെന്നു നിന്നു.

ആരാണ് സംസാരിക്കുന്നത്? ചിലപ്പോൾ ഷീജ ഉറക്കത്തിൽ

തനിച്ച്...

അവൾ വാതിലിന്റെ വിടവിലൂടെ ഉള്ളിലേക്ക് നോക്കി.

ഷീജയുടെ ബെഡ്ഡിൽ നന്ദഗോപാൽ ഇരിക്കുന്നു. ഷീജ ഉണർന്നു കിടക്കുന്നു...

വനജ ഞെട്ടലോടെ പിന്നിലേക്ക് മാറി.

അപ്പോൾ പിന്നെ രശ്മി...

അവൾ രശ്മിയുടെ മുറിയുടെ വാതിലിനടുത്തേക്കു ചെന്ന് കതകിൽ ചെവി മുട്ടിച്ച് ഉള്ളിലെ സംസാരം ശ്രദ്ധിച്ചു.

രശ്മി മൊബൈലിലാണ് സംസാരിക്കുന്നതെന്ന് അവൾക്ക് പെട്ടെന്ന് മനസ്സിലായി.

ആശ്വാസം. ഞാൻ വിചാരിച്ചു നന്ദൻ സാറുമായി അവൾ...

ഭാഗ്യം... സാർ കൈവിട്ട് പോയിട്ടില്ല.

കാമുകനോട് സൊള്ളുകയാണ് നട്ടപ്പാതിരായ്ക്ക് അവൾ.

രശ്മിയോട് അവൾക്ക് തോന്നിയ വെറുപ്പിന് അല്പം ശമനം വന്നു. നന്ദൻ സാറിനെ അവൾക്ക് കിട്ടിയില്ലല്ലോ. ഏത് കള്ളക്കാമുകന്റെ കൂടെയും അവൾ ശൃംഗരിച്ചോട്ടെ.

വനജ വീണ്ടും ചെന്ന് അവളുടെ കട്ടിലിൽ കിടന്നു.

പക്ഷേ ഇക്കാര്യം നന്ദൻ സാറും ഷീജയും അറിയണം. കല്യാണം കഴിഞ്ഞവളാണ്. ഭർത്താവിനെ കളഞ്ഞതാണോ അതോ അയാൾ അവളെയാണോ കളഞ്ഞതെന്ന് ആർക്കറിയാം. കയ്യിലിരിപ്പ് ഇതല്ലേ.

പിറ്റേന്നു രാവിലെ നന്ദഗോപാലിന് ചായ കൊണ്ടു ചെന്ന് കൊടുത്തപ്പോൾ ഷീജയുടെ അടുത്തായിരുന്നു രശ്മി.

"സമയം കിട്ടുമ്പോൾ സാർ അടുക്കളയിലേക്കൊന്ന് വരണേ."

അവൾ ശബ്ദം താഴ്ത്തി പറഞ്ഞു.

"എന്തിനാ വനജേ?"

അയാൾ സംശയത്തോടെ അവളുടെ മുഖത്തേക്ക് നോക്കി.

"ഒരു രഹസ്യം പറയാനാണ്... ഹോം നേഴ്സിനെക്കുറിച്ച്..."

"എന്തു രഹസ്യമാ?"

"അത് ഒറ്റവാക്കിൽ പറയാൻ പറ്റുന്നതല്ല... അല്ലെങ്കിൽ തന്നെ ദോശക്കല്ലിൽ മാവൊഴിച്ചിട്ടാണ് ഞാൻ വന്നത്. അത് കരിയും..."

അവൾ അപ്പോൾ തന്നെ അടുക്കളയിലേക്ക് പോയി.

നന്ദഗോപാൽ ചായ അല്പം കുടിച്ചു. നല്ല ചായ.

പക്ഷേ എന്തു രഹസ്യമാണ് രശ്മിയെക്കുറിച്ച് അവൾക്ക് പറയാനുള്ളത്? അങ്ങനെ വല്ലതും ഉണ്ടെങ്കിൽ തന്നെ അവൾ അത്

എങ്ങനെ കണ്ടു പിടിച്ചു? ഷീജയുടെ ശരീരം തുടച്ച് ഡ്രസ്സ് മാറ്റാനായി രശ്മി അവളുടെ വാതിലടച്ചപ്പോൾ നന്ദഗോപാൽ അടുക്കളയിലേക്കു ചെന്നു. അയാളെ കണ്ട് വനജ ഒന്നു പുഞ്ചിരിച്ചു.

"രശ്മിയെക്കുറിച്ച് ഒരു രഹസ്യം പറയാനുണ്ടെന്നു പറഞ്ഞപ്പം കള്ളൻ സമയം നോക്കി വന്നത് കണ്ടില്ലേ... എന്തൊരു താല്പര്യം..." അവൾ അയാളെ കളിയാക്കി.

"അവളെക്കുറിച്ച് എന്തു രഹസ്യമാ വനജയ്ക്ക് കിട്ടിയത്?"

ക്ഷമയോടെ അയാൾ ചോദിച്ചു.

"അവൾക്ക് ഒരു രഹസ്യക്കാരനുണ്ട് സാറേ..."

"അതിന് നമുക്കെന്തു വേണം? അത് അവളുടെ സ്വന്തം കാര്യമല്ലേ. ഇവിടെ വല്ല കുഴപ്പവുമുണ്ടോന്ന് നമ്മൾ നോക്കിയാ മതിയല്ലോ..." അവളുടെ ആരോപണം അയാൾ തള്ളിക്കളഞ്ഞു.

"ഇവിടെ കുഴപ്പമുണ്ടായാലോ?"

"അതെങ്ങനെ?"

"ആരും കാണാതെ ഒരു ദിവസം രഹസ്യക്കാരൻ അവളുടെ മുറിയിൽ വന്ന് ഒളിച്ചിരുന്നാലോ... വെളുപ്പിന് ആരും കാണാതെ കതക് തുറന്ന് അവനെ ഇറക്കിവിട്ടാ മതിയല്ലോ..."

നന്ദഗോപാൽ അവളുടെ മുഖത്തേക്ക് ഒന്നു തറപ്പിച്ചു നോക്കി.

"വനജയോട് ആരു പറഞ്ഞു ഇക്കാര്യം... അവൾക്ക് രഹസ്യക്കാരനുണ്ടെന്ന്?"

"ഞാൻ നേരിട്ട് കണ്ടതാ... അല്ല കേട്ടതാ."

"എവിടെവച്ച്?"

"ഇന്നലെ രാത്രിയിൽ അയാളോട് സംസാരിക്കുന്നത് ഞാൻ കേട്ടു..."

പാതിരാ നേരത്ത് അവൾ വെള്ളം കുടിക്കാൻ പോയപ്പോൾ രശ്മിയുടെ മുറിയിൽനിന്നു കേട്ട അടക്കിപ്പിടിച്ച സംസാരത്തെക്കുറിച്ച് വനജ പൊടിപ്പും തൊങ്ങലും ചേർത്ത് അയാളോട് പറഞ്ഞു.

"വെറും സംസാരമല്ലാരുന്നു സാറേ... അതു കേട്ടാൽ അവൻ അവളുടെ കൂടെ മുറിയിലുണ്ടെന്നേ നമുക്ക് തോന്നൂ..."

നന്ദഗോപാൽ ഒന്നും മിണ്ടിയില്ല.

"ഇതിങ്ങനെ പോയാൽ നമ്മളൊന്നും കാണാതെ അവനെ അവൾ മുറിയിൽ വിളിച്ചുകേറ്റും. പിന്നെ ആരും കാണാതെ രാത്രിയിൽ ഇറക്കി വിട്ടാൽ മതിയല്ലോ. അതുകൊണ്ട് സാർ സൂക്ഷിക്കണം. സ്വർണമോ മറ്റോ ഇവിടിരിപ്പുണ്ടെങ്കിൽ മാറ്റിക്കോണം. വരുന്നവൻ വല്ല കള്ളനോ കൊലപാതകിയോ... ആർക്കറിയാം."

വനജ പറഞ്ഞതു കേട്ടിട്ട് നന്ദഗോപാലിന് പേടിയൊന്നും തോന്നിയില്ല. ഒറ്റയ്ക്കു ജീവിക്കുന്ന സ്ത്രീകൾക്ക് ആൺസുഹൃത്തുക്കൾ ഉണ്ടായിക്കൂടെന്നില്ല. അത് അവരുടെ കാര്യം. ഭർത്താവുള്ള സ്ത്രീകൾക്ക് കാമുകന്മാരും ഭാര്യയുള്ള പുരുഷന്മാർക്ക് കാമുകിമാരുമുള്ള കാലമാണിത്.

"ഞാൻ ശ്രദ്ധിച്ചോളാം."

വനജയെ തൃപ്തിപ്പെടുത്താനായി അയാൾ പറഞ്ഞു.

"വേണെങ്കിൽ സാറിനേം അവൾ വല വീശിപ്പിടിക്കും. അപ്പോൾ കാര്യങ്ങൾ എളുപ്പമാകുമല്ലോ... സാറിനോടുള്ള ഇഷ്ടം കൊണ്ട് ഞാൻ പറഞ്ഞെന്നേയുള്ളൂ."

"ഉം."

അയാൾ പിന്നെ അവിടെ നിന്നില്ല. രശ്മിക്ക് ഇഷ്ടക്കാരനുണ്ടെങ്കിൽ നമുക്കെന്താ...

അയാൾ ഇവിടെ കയറി വരാതിരുന്നാൽ മാത്രം മതി.

○○

അപ്രതീക്ഷിതമായാണ് രാവിലെ പള്ളിപ്പാട്ടെ വിലാസിനിയപ്പച്ചി വന്നത്. അവരെ കണ്ട് അപർണ അറിയാതെ ഒന്നു ഞെട്ടി.

പുതിയ വല്ല വിശേഷവും കൊണ്ടാണോ അപ്പച്ചിയുടെ വരവ്?

"അച്ഛൻ പോയോ മോളേ?"

വരാന്തയിൽ നിന്നിരുന്ന അവളെ കണ്ട് വിലാസിനി ചോദിച്ചു.

"പോയി..." അവൾ പറഞ്ഞു.

"സാരമില്ല. സുകുമാരിചേച്ചിയുണ്ടല്ലോ... അമ്മ അച്ഛനോട് പറഞ്ഞോളും."

കുട മടക്കി വിലാസിനി വരാന്തയിലേക്ക് കയറി വന്നു. സംസാരം കേട്ട് സുകുമാരിയമ്മ പുറത്തേക്ക് വന്നു നോക്കി.

"ഉച്ചയ്ക്കുള്ള ചോറിന് അരിയിട്ടു കഴിഞ്ഞല്ലോന്നുള്ള വിഷമമൊന്നും വേണ്ട... ഞാൻ ഉണ്ണാൻ നിൽക്കത്തില്ല. ഒരു വിവരമൊന്നു പറയണം. ഉടൻ ഇറങ്ങണം." വിലാസിനി പറഞ്ഞു.

"എന്താടീ കാര്യം?" സുകുമാരിയമ്മ ചോദിച്ചു.

"രമേശൻ തിരിച്ചുപോയില്ല... ഒരാഴ്ച കൂടി ലീവ് നീട്ടി. അപർണമോൾക്ക് ഒരു ജോലി ശരിയാക്കാൻ വേണ്ടിയാ അവൻ പോകാതെ നിന്നെ..."

"ജോലിയോ?" മനസ്സിലാകാതെ സുകുമാരിയമ്മ ചോദിച്ചു.

അപർണയ്ക്കും ആകാംക്ഷയുണ്ടായി.

“ഉം... കല്യാണം കഴിഞ്ഞാൽ പെണ്ണ് വീട്ടിലിരുന്ന് മുഷിയരുതെന്ന് രമേശന് നിർബന്ധമുണ്ട്. അതുകൊണ്ടാ അവൻ വീടിനടുത്തുതന്നെ...”

“എന്തു ജോലിയാ വിലാസിനീ?”

“ടീച്ചറായിട്ടാ ചേച്ചീ... നേഴ്സറി കുട്ടികൾ മുതൽ ഇപ്പം ഏഴാം ക്ലാസുവരെയുള്ള ആ സ്കൂളിൽ. അപർണ മോൾടെ കാര്യം പറഞ്ഞപ്പോ അവിടത്തെ മാനേജർ പറഞ്ഞു സർട്ടിഫിക്കറ്റുമായിട്ട് മോൾ അങ്ങോട്ടു ചെല്ലാൻ...”

സുകുമാരിയമ്മയും അപർണയും പരസ്പരം ഒന്നു നോക്കി.

“അതിന് അവൾക്ക് ട്രെയിനിംഗ് ഒന്നും ഇല്ലല്ലോ വിലാസിനീ...”

“പ്രൈവറ്റ് സ്കൂളല്ലേ ചേച്ചീ... ട്രെയിനിംഗ് ഒന്നും വേണ്ടാ. അവള് ബി.എ. പാസായതല്ല്യോ.... ചുമ്മാ അങ്ങ് പഠിപ്പിച്ചാ മതി.”

കഷ്ടിച്ച് അരമണിക്കൂർ ബസ് യാത്രയേയുള്ളൂ രമേശന്റെ നാട്ടിലേക്ക്. ജോലി കിട്ടിയാൽ ദിവസവും പോയിട്ട് വരാവുന്നതേയുള്ളൂ...

“എന്താണ് സ്കൂളിന്റെ പേര്?” അപർണ ചോദിച്ചു.

“ഭദ്രാ മെമ്മോറിയൽ വിദ്യാകേന്ദ്രം എന്നാ പേര്. മോളൊരു ദിവസം അങ്ങോട്ട് വാ. നാളെയോ മറ്റന്നാളോ വന്നാ രമേശൻ അവിടെ കാണും...”

“ശമ്പളം എന്തു കിട്ടും അപ്പച്ചീ?”

“അതേക്കുറിച്ചൊന്നും എനിക്കറിയത്തില്ല മോളേ... രമേശൻ പറഞ്ഞുമില്ല... ചെല്ലുമ്പം പറയുമായിരിക്കും.”

“എന്തായാലും അവളുടെ അച്ഛൻ വരട്ടെ. ചോദിച്ചിട്ട് തീരുമാനിക്കാം.” സുകുമാരിയമ്മ പറഞ്ഞു.

“ഇതിനിപ്പം എന്ത് ആലോചിക്കാനാ ചേച്ചീ... ജോലിക്കാര്യമല്ല്യോ.... അതും രമേശന്റെ വീടിനടുത്ത്. കല്യാണം കഴിഞ്ഞാ പിന്നെ വീട്ടീന്ന് നാലടി വച്ച സ്കൂളിന്റെ ഗേറ്റായി.”

ചായ കുടിച്ചിട്ടാണ് വിലാസിനി പോയത്.

“പ്രൈവറ്റ് സ്കൂളല്ലേ അമ്മേ... വണ്ടിക്കൂലിക്കുള്ള ശമ്പളം പോലും അവർ തരുമെന്നു തോന്നുന്നില്ല.” അപർണ പറഞ്ഞു.

“എന്നു വിചാരിച്ച് അവിടം വരെ ഒന്നു പോകുന്നതിൽ തെറ്റൊന്നുമില്ല. ചെല്ലുമ്പം അറിയാമല്ലോ എന്തു തരുമെന്ന്. വെറുതെ വീട്ടിലിരിക്കുന്നതിലും നല്ലതല്ലേ...”

“ഉം...”

"എന്തായാലും അവന് അത്രയെങ്കിലും തോന്നിയല്ലോ. ഇത്രയും പഠിച്ച ഒരു കുട്ടി വീട്ടിലിരുന്ന് ചോറും കറിയും വെക്കണ്ടാ എന്ന് അവൻ ചിന്തിച്ചെങ്കിൽ അത് നല്ല മനസ്സാ."

അപർണ ഒന്നും പറഞ്ഞില്ല.

"എന്തായാലും അച്ഛൻ വന്ന് ചോദിച്ചിട്ട് മതീ."

വൈകുന്നേരം രാമകൃഷ്ണൻ കടയിൽ നിന്ന് വന്നപ്പോൾ സുകുമാരിയമ്മ ഇക്കാര്യം പറഞ്ഞു.

"അവക്ക് താല്പര്യമുണ്ടോ പോകാൻ?" അയാൾ ചോദിച്ചു.

"പഠിപ്പിക്കുന്നത് ഇഷ്ടമാണെന്നാ അവൾ പറഞ്ഞത്."

"ഉം... എന്നാലും ആരെങ്കിലും എന്തെങ്കിലും വന്നു പറഞ്ഞു എന്നു വിചാരിച്ച് സർട്ടിഫിക്കറ്റുമെടുത്ത് ചെല്ലുകയൊന്നും വേണ്ടാ. നാളെ വിലാസിനിയെ വിളിച്ച് ആ സ്കൂളിന്റെ നമ്പർ മേടിക്ക്. മാനേജരോട് സംസാരിച്ച് കാര്യങ്ങൾ അറിഞ്ഞിട്ടു മതി വേണെങ്കിൽ പോകുന്നത്."

അച്ഛൻ പറഞ്ഞതാണ് ശരിയെന്ന് അപർണയ്ക്കും തോന്നി. ഏതു ക്ലാസിലാണ് പഠിപ്പിക്കേണ്ടതെന്ന് അറിയണമല്ലോ. ശമ്പളം എന്തു കിട്ടുമെന്നും. പിറ്റേന്നു രാവിലെ സുകുമാരിയമ്മ വിലാസിനിയെ വിളിച്ചു. സ്കൂളിന്റെ നമ്പർ ഒന്നു മേടിച്ചുതരാൻ വിലാസിനിയെ പറഞ്ഞേൽപ്പിച്ചു.

അല്പനേരം കഴിഞ്ഞപ്പോൾ ഫോൺ ബെല്ലടിച്ചു. അപർണയാണ് ചെന്ന് റിസീവറെടുത്തത്.

"ഹലോ... ഇത് അപർണയുടെ വീടല്ലേ?" ഒരു പുരുഷസ്വരം ചോദിച്ചു.

"അതേ..." അവൾ പറഞ്ഞു.

"ഞാൻ രമേശനാ..." അവൾ ഞെട്ടിപ്പോയി.

"ഞാൻ അമ്മയെ വിളിക്കാം..."

"വേണ്ടാ... എനിക്ക് അപർണയോടാണ് സംസാരിക്കേണ്ടത്." അയാൾ പറഞ്ഞു.

അവൾ മിണ്ടിയില്ല.

"വിലാസിനി ചിറ്റ ഒരു സ്കൂളിന്റെ കാര്യം പറഞ്ഞില്ലേ... എന്താണ് അറിയേണ്ടത്.?" അയാൾ ചോദിച്ചു.

"ഏത് ക്ലാസ്സിലാണ് പഠിപ്പിക്കേണ്ടത്?" അവൾ ചോദിച്ചു.

"ഒന്നുമുതൽ ഏഴു ക്ലാസ് വരെയുണ്ട്. ഏതു ക്ലാസിൽ വേണമെങ്കിലും പഠിപ്പിക്കാം."

"ഇംഗ്ലീഷ് മീഡിയമാണോ?"

"അതേ..."

"സാലറി എത്രയാണെന്ന് പറഞ്ഞോ?"

"ഇല്ല. അത് നേരിട്ടു കണ്ട് സംസാരിക്കേണ്ടി വരും. ഈയാഴ്ച കൂടി ഞാൻ നാട്ടിലുണ്ട്. ഒരു ദിവസം വന്നാൽ ഞാനും കൂടി സ്കൂളിലേക്കു വരാം. മാനേജരെ കാണാം."

"അച്ഛനോട് ചോദിക്കണം."

"കല്യാണം കഴിഞ്ഞാൽ കൂടെ കൊണ്ടു പോണമെന്നാ എന്റെ ആഗ്രഹം. അപർണയ്ക്ക് നാട്ടിൽ നിൽക്കാനാണ് ഇഷ്ടമെങ്കിൽ ബോറടിക്കണ്ടാല്ലോ എന്നു വിചാരിച്ചാ ഞാൻ മാനേജരോട് സംസാരിച്ചത്."

"ഉം."

"അവിടന്ന് നേരിട്ട് ബസ് കിട്ടും. സ്കൂളിന്റെ മുമ്പിൽ ഇറങ്ങാം."

"അച്ഛൻ വന്ന് ചോദിച്ചിട്ട്..."

"അതു മതി. ചിറ്റയെ വിളിച്ചു പറഞ്ഞാൽ മതി. അല്ലെങ്കിൽ എന്റെ നമ്പർ തരാം."

"അപ്പച്ചിയെ വിളിക്കാം."

"ശരി."

അയാൾ കോൾ കട്ട് ചെയ്തു.

"ആരാരുന്നു മോളെ?"

സുകുമാരിയമ്മ പറമ്പിൽ നിന്ന് കയറിവന്നു.

"ആ രമേശൻ."

"എന്തിനാ അവൻ വിളിച്ചെ?"

അയാൾ പറഞ്ഞ കാര്യങ്ങളെല്ലാം അവൾ അമ്മയോട് പറഞ്ഞു.

"എന്തായാലും സ്കൂളിലൊന്നു പോകുന്നത് നല്ലതാ. കണ്ട് കൊള്ളാവുന്നുണ്ടെങ്കിൽ മാത്രം മതിയല്ലോ." സുകുമാരിയമ്മ പറഞ്ഞു.

"ഉം."

അന്ന് രാമകൃഷ്ണൻ വന്നപ്പോൾ സുകുമാരിയമ്മ ഇക്കാര്യം പറഞ്ഞു.

"രമേശൻ ഇന്നിങ്ങോട്ട് വിളിച്ചാരുന്നു. സ്കൂളിന്റെ കാര്യമൊക്കെ പറഞ്ഞു. നേരിട്ടൊന്ന് ചെന്നു കാണാനാ അവൻ പറഞ്ഞത്. ശമ്പളമൊക്കെ അന്നേരം പറയും."

"അങ്ങനാണേൽ ഒന്നു പോയി കാണട്ടെ. എന്തായാലും ഒരു ജോലിക്കാര്യമല്ലേ... വേറെ കിട്ടുമ്പോൾ അത് വേണ്ടെന്നു വയ്ക്കാമല്ലോ..."

"അതേ..."

"എന്തായാലും അവളെ ഒറ്റയ്ക്കു വിടണ്ടാ. നീയും കൂടെ പോകണം."

"പോകാം."

പിറ്റേന്ന് സ്കൂൾ കാണാൻ പോകാമെന്ന് തീരുമാനിക്കപ്പെട്ടു. അപ്പോൾ തന്നെ സുകുമാരി ആ വിവരം വിലാസിനിയെ വിളിച്ച് അറിയിക്കുകയും ചെയ്തു.

൦൦

ഓഫീസിൽ നിന്ന് അന്ന് കുറച്ചു ലേറ്റായിട്ടാണ് നന്ദഗോപാൽ ഇറങ്ങിയത്. കടയിൽ കയറി ചില സാധനങ്ങൾ വാങ്ങി വീട്ടിലെത്തിയപ്പോൾ സന്ധ്യ കഴിഞ്ഞിരുന്നു.

"സാറിന് കാപ്പിയോ ചായയോ വേണോ?" അടുക്കളയിൽ ചെന്ന് കയ്യിലിരുന്ന കിറ്റുകൾ കൊടുക്കുമ്പോൾ വനജ ചോദിച്ചു.

"ഞാൻ വെളിയിൽ നിന്ന് കുടിച്ചു. ഇപ്പം ഒന്നും വേണ്ടാ."

"കുളിക്കാൻ ചൂടുവെള്ളം വേണോ?"

"ഞാൻ പച്ച വെള്ളത്തിലാണ് കുളിക്കുന്നത്."

"അതാ സാറേ നല്ലത്. തണുത്ത വെള്ളത്തിൽ കുളിക്കുന്നതാ സുഖം. എന്നാലും ചില ദിവസം ജോലി ചെയ്തു ക്ഷീണിച്ചു വരുമ്പോൾ ചൂടു വെള്ളത്തിലൊന്നു കുളിച്ചാൽ പെട്ടെന്ന് ഉറക്കം കിട്ടും..."

"കിടന്നാലുടനെ എനിക്ക് ഉറക്കം വരും..."

"പക്ഷേ എനിക്ക് കിടന്നാലുടനെ ഉറക്കം വരത്തില്ല. ഓരോന്ന് ചിന്തിച്ചു കിടക്കും. ഞാൻ ചെറുപ്പമല്ലേ സാറേ... പല ആഗ്രഹങ്ങളും കാണത്തില്ലേ..."

ആ സംസാരം നീട്ടുന്നത് അത്ര നല്ലതല്ലെന്ന് അയാൾക്കു തോന്നി.

"ശരി... ഞാൻ ഷീജയെ ഒന്നു കണ്ടിട്ടു വരട്ടെ."

അയാൾ ഷീജയുടെ അടുത്തേക്ക് ചെന്നു. പതിവിലേറെ സുന്ദരിയായിരുന്നു അവൾ. കുളി കഴിഞ്ഞ് വിതിർത്തിട്ട മുടി. വെളുപ്പിൽ റോസ് പൂക്കളുള്ള നൈറ്റി. നെറ്റിയിൽ ചുവന്ന പൊട്ട്.

സാധാരണ അവൾ പൊട്ട് തൊടാറില്ല.

"ഇന്ന് നല്ല സ്റ്റൈലിലാണല്ലോ..."

അയാൾ സന്തോഷത്തോടെ പറഞ്ഞു.

"ഒക്കെ ആ രശ്മിയുടെ പണിയാ. ഞാൻ പറഞ്ഞതാ പൊട്ടൊ

ന്നും വേണ്ടാന്ന്. അവൾ സമ്മതിക്കത്തില്ല. സുഖമില്ലാത്തവളാണെന്ന ചിന്ത വേണ്ടാന്നാ അവൾ പറയുന്നത്. ഈ നൈറ്റി അവളാ തപ്പിയെടുത്തത്. എന്നെ അവൾ നല്ല പോലെ നോക്കുന്നുണ്ട് നന്ദേട്ടാ."

"എനിക്കത് കേട്ടാൽ മതി. അവൾ ട്രെയിനിംഗ് കിട്ടിയ ഹോം നേഴ്സാ. തന്നേമല്ല ജോലിയിൽ ആത്മാർത്ഥതയുള്ളവളുമാ..."

അയാൾ പറഞ്ഞു.

"വനജയ്ക്ക് അവളെ കണ്ടു കൂടാ. അതാ കുഴപ്പം."

"സാരമില്ല. രണ്ടുപേരെയും ഞാൻ മെരുക്കിക്കോളാം. പക്ഷേ ഒരു ഞാണിന്മേൽ കളിയാണ് ഞാനിപ്പോൾ കളിക്കുന്നത്. വനജയുടെ വിചാരം ഞാൻ അവളുടെ ഭാഗത്താണെന്നാണ്. രശ്മി വിചാരിക്കുന്നത് ഞാൻ അവൾക്കാണ് സപ്പോർട്ട് കൊടുക്കുന്നതെന്ന്..." ഷീജ അതുകേട്ട് ചിരിച്ചു.

"ഞാണ് പൊട്ടി താഴെ വീഴാതെ നോക്കണേ..."

അവൾ കളിയാക്കി.

"അവരൊന്നും സ്ഥിരമായി ഇവിടെ നിൽക്കാനുള്ളവരല്ലല്ലോ. പോകുന്നെങ്കിൽ പൊയ്ക്കോട്ടെ. ഏജൻസിയിൽ പറഞ്ഞാൽ വേറെ ആളിനെ വിട്ടുതരും."

"രശ്മി എന്നെ നല്ല പോലെ നോക്കുന്നുണ്ട് നന്ദേട്ടാ. എന്നും കുഴമ്പു പുരട്ടി അര മുതൽ താഴേയ്ക്ക് മസ്സാജ് ചെയ്യുന്നുണ്ട്. ശമ്പളം കൂടാതെ അവൾക്കെന്തെങ്കിലും കൂടി കൊടുക്കണം."

"കൊടുക്കാം." അയാൾ പറഞ്ഞു.

അപ്പോഴാണ് രശ്മി അവിടേയ്ക്കു കയറിവന്നത്.

"എട്ടുമണിയായല്ലോ... ഷീജയ്ക്ക് ഭക്ഷണം തരട്ടെ?"

അവൾ ചോദിച്ചു.

"വിശപ്പായില്ല..." ഷീജ പറഞ്ഞു.

"അതു സാരമില്ല. പതിവായി നമ്മൾ ഈ നേരത്ത് ഭക്ഷണം കഴിച്ച് ശീലിക്കണം. അപ്പോൾ വിശപ്പ് താനേ വരും."

രശ്മി പറഞ്ഞു.

"ശരി." ഷീജ തലകുലുക്കി.

"എല്ലാർക്കും ഇത് ബാധകമാ. നമ്മൾ ഉറങ്ങും മുമ്പ് രാത്രിയിൽ കഴിച്ച ഭക്ഷണത്തിന്റെ ദഹനം നടന്നിരിക്കണം."

നന്ദഗോപാലിനെ നോക്കി അവൾ പറഞ്ഞു.

"എനിക്ക് അല്പം ഇളവ് വേണം. എട്ടുമണി എന്നുള്ളത് ഒമ്പതു വരെ."

മൂന്നുപേരും ചിരിച്ചു.

ആ ചിരി വനജ കേട്ടു. അക്കാര്യം ആരും അറിഞ്ഞില്ല.

ഭക്ഷണം കഴിക്കാനിരുന്നപ്പോഴാണ് അയാൾ വനജയുടെ മുഖം ശ്രദ്ധിച്ചത്. വീർത്തു കെട്ടി....

നന്ദഗോപാലിന് കാര്യം മനസ്സിലായില്ല. പക്ഷേ അയാൾ ഒന്നും ചോദിച്ചതുമില്ല.

"എന്തു വാരുന്നു വല്യ കളിയും ചിരിയും?"

ഒടുവിൽ അവൾ തന്നെ വായ് തുറന്നു.

അപ്പോൾ അതാണ് കാരണം. രശ്മിയുമായി ചിരിച്ചത് അവൾക്ക് ഇഷ്ടപ്പെട്ടില്ല.

"ഷീജ ഒരു തമാശ പറഞ്ഞതു കേട്ട് ചിരിച്ചതാ."

അയാൾ പറഞ്ഞു.

"നിങ്ങൾ ഭാര്യയും ഭർത്താവും സംസാരിക്കുന്നിടത്ത് അവളെന്തിനാ കേറി വന്നത്?"!

"അവൾ ഹോം നേഴ്സല്ലേ... എപ്പം വേണമെങ്കിലും വരാമല്ലേ... അതൊന്നും നീ കാര്യമാക്കണ്ടാ. വനജേ... ഒരു ചപ്പാത്തികൂടി താ."

അവൾ ഒരു ചപ്പാത്തികൂടി അയാളുടെ പ്ലേറ്റിലേക്ക് വെച്ചുകൊടുത്തു. രാത്രി ഒന്നുറങ്ങിക്കഴിഞ്ഞപ്പോഴാണ് റോഡിൽ ഒരു ബൈക്ക് വന്നു നിൽക്കുന്ന ശബ്ദം നന്ദഗോപാൽ കേട്ടത്.

ബൈക്ക് വന്നു നിന്നതാണോ അതോ ഓടിപ്പോയതാണോ എന്ന് അയാൾക്ക് മനസ്സിലാക്കാൻ കഴിഞ്ഞില്ല. കാതോർത്തു കിടന്നപ്പോൾ അയാൾ കേട്ടു...

ഗേറ്റ് തുറക്കുന്ന നേർത്ത ശബ്ദം.

26

നന്ദഗോപാൽ മെല്ലെ എഴുന്നേറ്റു.

ആരായിരിക്കും ബൈക്കിൽ വന്നത്? വനജ പറഞ്ഞതു പോലെ രശ്മിയുടെ കാമുകൻ രഹസ്യസന്ദർശനത്തിന് എത്തിയതാണോ?

ശബ്ദമുണ്ടാക്കാതെ മുറിയുടെ വാതിൽ തുറന്ന് അയാൾ ഹാളിലേക്ക് ഇറങ്ങി. മനപ്പൂർവം ലൈറ്റിട്ടില്ല. കൈയിൽ മൊബൈൽ ഫോൺ ഉണ്ടായിരുന്നു. അത്യാവശ്യം വന്നാൽ അതിന്റെ ടോർച്ച് ഉപയോഗിക്കാം.

ഒരു നിമിഷം അയാൾ ഹാളിൽ നിന്നു. കണ്ണുകൾ സാവധാനം

ഇരുട്ടുമായി പൊരുത്തപ്പെട്ടു. മുറിയിലെ ഫർണിച്ചർ കറുത്ത രൂപ രേഖ പോലെ കാണാൻ സാധിച്ചു.

രശ്മിയുടെ കാമുകനാണ് വന്നതെങ്കിൽ അവൾ ഇപ്പോൾ വന്ന് പുറത്തേക്കുള്ള വാതിൽ തുറന്നു കൊടുക്കും.

ഒന്നും സംഭവിച്ചില്ല.

നന്ദഗോപാൽ ജനാലയുടെ അടുത്തേക്കു ചെന്ന് വിൻഡോ കർട്ടൻ മാറ്റി പുറത്തേക്കു നോക്കി.

വെളിയിൽ നേർത്ത വെളിച്ചമുണ്ട്.

പെട്ടെന്നാണ് റോഡിൽ നിർത്തിയ ഒരു ബൈക്ക് അയാളുടെ കണ്ണിൽ പെട്ടത്. നല്ല ഉയരമുള്ള ആൾ അതിൽ നിന്ന് ഇറങ്ങി അടുത്തു നിൽക്കുന്നു.

നന്ദഗോപാൽ കണ്ണിമയ്ക്കാതെ നോക്കിനിന്നു.

ബൈക്കിന്റെ അടുത്തു നിന്ന രൂപം മെല്ലെ വിജയലക്ഷ്മിയുടെ വീടിന്റെ ഗേറ്റിനടുത്തേക്ക് ചെന്നു. എന്നിട്ട് ജാഗ്രതയോടെ ഗേറ്റിന്റെ ഒരു പാളി തുറന്നു.

അപ്പോൾ ഗേറ്റ് ഉള്ളിൽ നിന്ന് പൂട്ടിയിട്ടില്ല.

ഗേറ്റിന്റെ പാളി അയാൾ വീണ്ടും അടച്ചു. പിന്നെ സിറ്റൗട്ടിലേക്ക് കയറിച്ചെന്നു. ആ ഭാഗത്ത് നല്ല ഇരുട്ടായിരുന്നതു കൊണ്ട് പിന്നെ സിറ്റൗട്ടിലേക്ക് കയറിച്ചെന്നു. ആ ഭാഗത്ത് നല്ല ഇരുട്ടായിരുന്നതു കൊണ്ട് പിന്നെ ഒന്നും കാണാൻ കഴിഞ്ഞില്ല.

വന്നത് വിജയലക്ഷ്മിയുടെ രഹസ്യ കാമുകനാണെന്ന് നന്ദഗോപാലിന് മനസ്സിലായി. അവൾ മനഃപൂർവം ഗേറ്റ് പൂട്ടാഞ്ഞതാണ്.

വനജയുടെ വാക്കു കേട്ട് വെറുതെ രശ്മിയെ സംശയിച്ചു.

നന്ദഗോപാൽ വീണ്ടും ചെന്ന് കിടന്നു.

എന്തൊരു മണ്ടത്തരമാണ് വിജയലക്ഷ്മി ചെയ്യുന്നത്. പാതിരാ നേരത്ത് വീടിന്റെ ഗേറ്റിനു വെളിയിൽ ബൈക്ക് ഇരിക്കുന്നതു കണ്ടാൽ ആരായാലും അവളെ സംശയിക്കില്ലേ?

ആരായിരിക്കും അയാൾ?

പുറത്തേക്കിറങ്ങി ചെന്ന് ബൈക്കിന്റെ രജിസ്റ്റർ നമ്പർ എഴുതിയെടുത്താൽ ആരാണ് വന്നതെന്ന് നിഷ്പ്രയാസം കണ്ടുപിടിക്കാം. പക്ഷേ അതു വേണോ? അന്തസ്സുള്ളവർ ചെയ്യുമോ അത്തരം കാര്യം? പക്ഷേ നടക്കാൻ പാടില്ലാത്ത എന്തെങ്കിലും അത്യാഹിതം അവിടെയുണ്ടായാൽ ആരാണ് വന്നിട്ടു പോയതെന്ന് ചിലപ്പോൾ ആർക്കും പറയാൻ പറ്റില്ല.

അയൽക്കാരൻ എന്ന നിലയിൽ അതറിഞ്ഞു വയ്ക്കേണ്ടത്

തന്റെ ചുമതലയാണ്.

നന്ദഗോപാൽ വീണ്ടും എഴുന്നേറ്റ് ലൈറ്റിടാതെ ചെന്ന് വാതിൽ തുറന്ന് മുറ്റത്തേക്കിറങ്ങി. അയാൾ ശബ്ദമുണ്ടാക്കാതെ ഗേറ്റിന്റെ പൂട്ടു തുറന്ന് റോഡിലേക്കു ചെന്ന് ബൈക്കിന്റെ നമ്പർ കാണാൻ ഫ്ളാഷ് ഇട്ട് അതിന്റെ ഫോട്ടോയെടുത്തു.

പോയതു പോലെ തിരിച്ച് വീട്ടിൽ വന്നു കയറിയപ്പോൾ ഹാളിൽ പെട്ടെന്ന് ലൈറ്റ് തെളിഞ്ഞു.

നോക്കിയപ്പോൾ രശ്മിയാണ്.

"സാർ എവിടെപ്പോയി?" അവൾ ആശ്ചര്യത്തോടെ ചോദിച്ചു.

"ഗേറ്റിൽ ആരോ വന്ന് തട്ടി വിളിച്ചതു പോലെ തോന്നി. അതാരാണെന്ന് നോക്കാൻ പോയതാ..." അയാൾ ഒരു കള്ളം പറഞ്ഞു.

"സാർ എന്തൊരു മണ്ടത്തരമാ കാണിച്ചത്. രാത്രി അസമയത്ത് ഒരു കാരണവശാലും വാതിൽ തുറന്ന് പുറത്തേക്കിറങ്ങരുത്. അക്രമിയാണെങ്കിൽ അവർ നമ്മളെ തലയ്ക്കടിച്ച് വീഴ്ത്തിയിട്ട് ഒരു തടസ്സവുമില്ലാതെ വീട്ടിൽ കയറും..." അവൾ പറഞ്ഞു.

അയാൾക്ക് അതെല്ലാം അറിയാമായിരുന്നു.

"ഓ... ഞാനത് ഓർത്തില്ല." എങ്കിലും നന്ദഗോപാൽ പറഞ്ഞു.

സംസാരം കേട്ട് വനജ ഉണർന്ന് എഴുന്നേറ്റു വന്നാൽ അവൾ വേറെ തരത്തിലായിരിക്കും ചിന്തിക്കുന്നത്. ഉടൻ മുറിയിൽ കയറി വാതിൽ അടയ്ക്കുന്നതായിരിക്കും ബുദ്ധി.

"ശരി... രശ്മി കിടന്നോളൂ..."

"അല്ല സാർ.. ഞാൻ ഷീജയെ ഒന്ന് നോക്കാൻ വന്നതാണ്. രാത്രിയിൽ ഇടയ്ക്ക് എപ്പോഴെങ്കിലും ഞാൻ ചെല്ലാറുണ്ട്."

അവൾ പറഞ്ഞു.

അവൾ പറഞ്ഞ കാര്യം അയാളെ സന്തോഷിപ്പിച്ചു. ജോലിയിൽ ആത്മാർത്ഥതയുണ്ട് അവൾക്ക്.

"ശരി... ഞാൻ കിടക്കാൻ പോവാണ്."

"ഉം..."

അയാൾ മുറിയിൽ കയറി വാതിലടച്ചു.

വീണ്ടും ഉറങ്ങാനായി കിടന്നപ്പോൾ അയാൾ വിജയലക്ഷ്മിയെക്കുറിച്ചാണ് ചിന്തിച്ചത്.

എന്തൊരു ധൈര്യമാണ് ആ സ്ത്രീക്ക്. ഒരു പക്ഷേ അവളുടെ കുറ്റമല്ലായിരിക്കും. ശരീരത്തിന്റെ ആവശ്യങ്ങളെ അടക്കി നിർത്താനുള്ള കഴിവ് എല്ലാവർക്കും കിട്ടിയെന്നു വരില്ല. അതുകൊണ്ട് അവർ എന്തു സാഹസത്തിനും മുതിരും.

പക്ഷേ, പാവം ഭർത്താവ്.
നന്ദഗോപാൽ എപ്പോഴോ ഉറക്കത്തിലേക്ക് വഴുതിവീണു.

ഠഠ

ക്രിക്കറ്റ് കളിയുണ്ടെന്നു പറഞ്ഞ് പതിവിലും നേരത്തെ കണ്ണൻ അന്ന് സ്കൂളിലേക്കു പോയി. ആശയ്ക്കുള്ള ടിഫിൻ ബോക്സുമായി അപർണ ചെന്നപ്പോൾ കോളേജിലേക്കു പോകാൻ വേഷം ധരിച്ചു കഴിഞ്ഞ അവൾ നിലക്കണ്ണാടിയിൽ നോക്കി സ്റ്റിക്കർ പൊട്ട് നെറ്റിയിൽ ഒട്ടിക്കുകയായിരുന്നു.

"ചേച്ചിയിന്ന് പള്ളിപ്പാട്ട് പോകുന്നുണ്ടോ?" ആശ ചോദിച്ചു.

"ഉം..."

"അമ്മയും വരുന്നുണ്ടല്ലോ?"

"വരും. എനിക്കൊറ്റയ്ക്ക് എന്തായാലും പോകാൻ വയ്യാ. അല്ലെങ്കിൽ തന്നെ അയാളുടെ നാട്ടിലെ സ്കൂളിൽ ജോലി ചെയ്യാനും താല്പര്യമില്ലെടീ.." അപർണ പറഞ്ഞു.

"അതിനെന്താ... അയാൾ രണ്ടു മൂന്നു ദിവസം കഴിഞ്ഞ് ലീവ് തീർന്ന് തിരിച്ചു പോകുമല്ലോ. അതിനു ശേഷം സ്കൂളിൽ ചെന്നാൽ മതി."

"ഉം..."

"പ്രൈവറ്റ് സ്കൂളിൽ ശമ്പളമൊക്കെ കുറവാണ്. എന്റെ കൂട്ടുകാരി അശ്വതിയുടെ ചേച്ചി ഒരു ഇംഗ്ലീഷ് മീഡിയം സ്കൂളിൽ പഠിപ്പിക്കാൻ പോകുന്നുണ്ട്. പുറമേ കാണാൻ നല്ല അടിപൊളി സ്കൂളാണ്. വലിയ കെട്ടിടവും പൂന്തോട്ടവും സ്കൂൾ ബസും ഷൂസും ടൈയുമൊക്കെ കെട്ടിയ കുട്ടികളും... പക്ഷേ ശമ്പളം വെറും ഏഴായിരത്തഞ്ഞൂറ്." ആശ പറഞ്ഞു.

"ഞാനിപ്പോൾ വെറുതെയിരിക്കുവല്ലേ... ട്യൂഷനും കുറഞ്ഞു. ഏഴായിരത്തഞ്ഞൂറ് കിട്ടിയാൽ പോകാം. ഇവിടെ അത്രയും ആശ്വാസമാകുമല്ലോ..."

"ഭാര്യ ടീച്ചറാണെന്നു പറയുന്നത് അയാൾക്ക് ഒരു ഗമയായിരിക്കും. അതിനു വേണ്ടിയാണ്... അല്ലെങ്കിൽ പിന്നെ..."

"അച്ഛനും അമ്മയും എന്തൊക്കെ പറഞ്ഞാലും ചേച്ചിക്ക് ഈ കല്യാണം വേണ്ടാ എന്നാ എന്റെ അഭിപ്രായം."

"അമ്മ കേൾക്കണ്ടാ നീ പറയുന്നത്."

"ചേച്ചിയുടെ സ്ഥാനത്ത് ഞാനായിരുന്നെങ്കിൽ ഞാൻ സമ്മതി

ക്കത്തില്ലാരുന്നു. മനസ്സിനിണങ്ങാത്ത ഒരുത്തന്റെ ഭാര്യയായി ജീവിതകാലം മുഴുവൻ നിരാശപ്പെട്ട് ജീവിക്കാൻ...”

“നീ കേട്ടിട്ടില്ലേ... പുറമേ കാണുന്നതല്ല സൗന്ദര്യം. സ്വഭാവഗുണമാണ് പ്രധാനം.”

അവളെ ചൊടിപ്പിക്കാനായി അപർണ പറഞ്ഞു.

“എന്റെ വായിലിരിക്കുന്നതൊന്നും കേൾക്കണ്ടാ... ഞാൻ പോകുന്നു.” അവൾ അരിശത്തോടെ ബാഗിൽ ടിഫിൻ ബോക്സ് എടുത്തുവച്ച് പുറത്തേക്കിറങ്ങിപ്പോയി.

അപർണ അതു കണ്ട് പുഞ്ചിരിച്ചു.

ആശയെ കുറ്റപ്പെടുത്താൻ പറ്റില്ല. അവളുടെ മനസ്സിൽ ചില സ്വപ്നങ്ങളുണ്ട്. ലോകപരിചയത്തിന്റെ കുറവുമുണ്ട്. പ്രായോഗിക ചിന്ത ഒട്ടുമില്ല താനും.

“എപ്പഴാ മോളേ പോകുന്നത്?” സുകുമാരിയമ്മ വന്ന് ചോദിച്ചു.

“പത്തരയ്ക്ക് ഒരു ബസുണ്ടല്ലോ അമ്മേ... അതിന് പോകാൻ പറ്റുമോ?”

“ഒമ്പതായതല്ലേയുള്ളൂ... എനിക്കൊന്ന് കുളിച്ചാൽ മാത്രം മതി.”

“അതു കിട്ടിയില്ലെങ്കിൽ പതിനൊന്നിന് അടുത്ത ബസുണ്ട്.”

“വിലാസിനിയെ വിളിച്ച് ഒന്നു പറഞ്ഞേക്കാം. നമ്മൾ ചെല്ലുന്നുണ്ടെന്ന്.”

വേണ്ടെന്ന് അവൾ പറഞ്ഞില്ല. പക്ഷേ ആരും അറിയാതെ ചെന്നിട്ടു പോരുന്നതായിരുന്നു അവൾക്കിഷ്ടം. പത്തു മണിയായപ്പോഴേയ്ക്ക് രണ്ടുപേരും പോകാനൊരുങ്ങി. ബാഗിൽ സർട്ടിഫിക്കറ്റുകളും അവൾ എടുത്തു വച്ചു.

പത്തരയുടെ ബസ് അവർക്കു കിട്ടി. പള്ളിപ്പാട്ട് അവൾ ഇതുവരെ പോയിട്ടില്ലായിരുന്നു. പക്ഷേ അമ്മയ്ക്ക് സ്ഥലം അറിയാം. വിലാസിനിയപ്പച്ചിയുടെ വീട്ടിൽ അമ്മ പോയിട്ടുണ്ട്.

അരമണിക്കൂർ യാത്ര.

പള്ളിപ്പാട്ട് ജങ്ഷനിലെത്തിയപ്പോൾ അവർ ബസ്സിറങ്ങി. ഗ്രാമപ്രദേശമാണ്. ജങ്ഷനിൽ മാതം കുറച്ച് കടകളുണ്ട്.

ഭദ്രാ മെമ്മോറിയൽ ഇംഗ്ലീഷ് മീഡിയം സ്കൂൾ. അത് എവിടെയാണെന്ന് അറിയില്ല. ആരോടെങ്കിലും ചോദിക്കണം. ബസ്സിറങ്ങിയാൽ അടുത്തുതന്നെയാണ് സ്കൂൾ എന്ന് വിലാസിനിയപ്പച്ചി പറഞ്ഞതോർമ്മ വന്നു.

“ആരോടെങ്കിലും ചോദിക്കാം. അമ്മേ.” അപർണ പറഞ്ഞു.

“ഉം... അതാ നല്ലത്.”

അവർ ഒരു ഓട്ടോക്കാരനോട് ചോദിച്ചപ്പോൾ അടുത്തുണ്ടായിരുന്ന ബേക്കറിയിൽ നിന്ന് പെട്ടെന്ന് രമേശൻ ഇറങ്ങിവന്നു.

"ഞാൻ നിങ്ങളെ കാത്തു നിൽക്കുവാരുന്നു. വിലാസിനിയമ്മ പറഞ്ഞു നിങ്ങളിന്ന് വരുന്നുണ്ടെന്ന്. വാ ഓരോ ചായ കുടിച്ചിട്ട് പോകാം."

അപർണയുടെ മുഖത്തു നിന്ന് കണ്ണുകളെടുക്കാതെ അയാൾ പറഞ്ഞു.

"ഇപ്പം ഒന്നും വേണ്ടാ രമേശാ... ഞങ്ങൾ വീട്ടിൽ നിന്ന് കുടിച്ചിട്ടാ ഇറങ്ങിയത്..."

"എന്നാൽ ഒരു ജ്യൂസ് ആയാലോ... അപർണ എന്തു പറയുന്നു?" അവളോട് അയാൾ ചോദിച്ചു.

"വേണ്ടാ..." അവൾ പറഞ്ഞു.

"എന്നാൽ നമുക്ക് സ്കൂളിലേക്ക് പോകാം. തൊട്ടടുത്താ... രണ്ടുമിനിറ്റ് നടന്നാ മതി."

അയാളുടെ പിന്നാലെ അവർ ചെന്നു. അവർ റോഡിന്റെ ഓരം ചേർന്നു നടന്നു.

"ഇന്നലേം നാരായണൻ സാർ കണ്ടപ്പം ചോദിച്ചു അപർണ എന്നു മുതൽ വരുമെന്ന്. അവിടെ ഒരു ടീച്ചറിന്റെ കല്യാണമാ. അതു കഴിഞ്ഞാൽ ആ ടീച്ചർ പിന്നെ വരത്തില്ല. അപ്പോഴേയ്ക്ക് പകരം ആൾ വേണമല്ലോ..."

"ഉം..." സുകുമാരിയമ്മ മൂളി.

"സ്കൂളിൽ പോയിട്ട് നമുക്ക് വീട്ടിലൊന്ന് കേറീട്ട് പോയാ മതി. അപർണയെ കാണാൻ അമ്മയ്ക്ക് വല്യ ആഗ്രഹമുണ്ട്. കഷ്ടിച്ച് ഒരു കിലോമീറ്ററേയുള്ളു വീട്ടിലേക്ക്. നമുക്ക് ഓട്ടോയിൽ പോകാം." അയാൾ പറഞ്ഞു.

"കല്യാണം കഴിക്കുന്നതിന്റെ മുമ്പ് ചെറുക്കന്റെ വീട്ടിൽ പെണ്ണ് ചെല്ലാൻ പാടില്ല രമേശാ..." സുകുമാരിയമ്മ പറഞ്ഞു.

"അയ്യോ അങ്ങനെയാണോ ആചാരം... അതെനിക്ക് അറിയത്തില്ലാരുന്നു... അമ്മ പറഞ്ഞുമില്ല."

ആശ പറഞ്ഞത് ശരിയാണ്. മനസ്സു കൊണ്ട് ഇഷ്ടം തോന്നാത്ത രൂപമാണ് രമേശന്റേത്. ആജാനുബാഹു. ഒരുതരം വന്യമായ ആരോഗ്യം. പരുക്കൻ മുഖഭാവത്തിനു ചേരാത്ത വിനയഭാവം. അത് അഭിനയമാണെന്നേ തോന്നൂ.

വഴിക്കു വച്ച് ഒന്നു രണ്ട് പരിചയക്കാർ അയാളെ തടഞ്ഞു നിർത്തി കുശലം ചോദിച്ചു. ആരാണ് കൂടെയുള്ളതെന്ന് അവർ ചോ

ദിച്ചു. എനിക്കു വേണ്ടപ്പെട്ടവരാണ് എന്നാണ് അയാൾ പറഞ്ഞത്.

ഞാൻ കല്യാണം കഴിക്കാൻ പോകുന്ന പെണ്ണാണെന്നു പറഞ്ഞില്ലല്ലോ എന്ന് അവൾ ആശ്വസിച്ചു.

അല്പദൂരം കൂടി നടന്നപ്പോൾ സ്കൂൾ കണ്ടു. മതിൽക്കെട്ടിനുള്ളിൽ അത്ര വലുതല്ലാത്ത ഒരു ഇരുനില കെട്ടിടം. ക്ലാസ്സുകൾ നടക്കുന്നുണ്ടായിരുന്നു. മുൻവശത്തെ കോമ്പൗണ്ടിൽ രണ്ട് സ്കൂൾ ബസ്സുകൾ.

"തുടങ്ങിയിട്ട് നാലഞ്ച് കൊല്ലമായതേയുള്ളൂ. ഓരോ വർഷവും കുട്ടികളുടെ എണ്ണം കൂടിക്കൂടി വരുന്നുണ്ട്."

ഗേറ്റ് കടന്ന് അകത്തേക്കു കയറുമ്പോൾ രമേശൻ പറഞ്ഞു.

കണ്ടിട്ട് നല്ല നിലയിൽ നടക്കുന്ന ഒരു സ്ഥാപനമാണെന്ന് അപർണയ്ക്കു തോന്നി.

"നമുക്ക് പ്രിൻസിപ്പലിനെ കാണാം. അതുകഴിഞ്ഞ് മതി മാനേജരെ കാണുന്നത്." അയാൾ പറഞ്ഞു.

താഴത്തെ നിലയിൽ തന്നെ ഒരു മുറിയുടെ വാതിലിനു മുകളിൽ പ്രിൻസിപ്പൽ എന്ന് എഴുതിവച്ചിരിക്കുന്നത് അപർണ കണ്ടു. രമേശൻ അവരെ അവിടേയ്ക്ക് കൊണ്ടു ചെന്നു.

മുടി നരച്ച വെളുത്തു മെലിഞ്ഞ ഒരാളായിരുന്നു പ്രിൻസിപ്പൽ. രമേശൻ പറഞ്ഞ നാരായണൻ സാർ ആയിരുന്നു അത്.

"അല്ലാ... രമേശനോ... കയറി വാ..." അവരെ കണ്ട് നിറഞ്ഞ ചിരിയോടെ നാരായണൻ സാർ ക്ഷണിച്ചു.

അവർ അകത്തേക്കു കയറിച്ചെന്നു.

"ഇതാണ് സാറേ ഞാൻ പറഞ്ഞ അപർണ..."

രമേശൻ പരിചയപ്പെടുത്തി.

"മനസ്സിലായി... എല്ലാവരും ഇരിക്ക്."

എതിർവശത്തുണ്ടായിരുന്ന കസേരകളിൽ അവർ ഇരുന്നു.

"കേട്ടോ അപർണേ... ഇയാൾടെ കാര്യം കുറച്ചുദിവസമായി രമേശൻ എന്നോട് പറയുന്നു. ഇംഗ്ലീഷ് ടീച്ചറിന്റെ ഒരു വേക്കൻസി വരുന്നുമുണ്ടാരുന്നു. തന്നേമല്ല അപർണ കല്യാണം കഴിക്കാൻ പോകുന്ന കുട്ടിയാണെന്ന് പറഞ്ഞപ്പം ഞാനും വിചാരിച്ചു രമേശനൊരു സഹായമാകുമെന്നും..."

രമേശൻ ആദരവോടെ ചിരിച്ചു.

അപർണയെക്കുറിച്ചുള്ള പൊതുവിവരങ്ങൾ നാരായണൻ സാർ ചോദിച്ചു മനസ്സിലാക്കി. പിന്നെ അവളുടെ സർട്ടിഫിക്കറ്റുകൾ വാങ്ങി നോക്കി.

"അല്ലാ... ഫസ്റ്റ് ക്ലാസിലാണല്ലോ പാസായിരിക്കുന്നത്. ഗുഡ്... മിടുക്കരായ ടീച്ചേഴ്സ് പഠിപ്പിച്ചാലേ കുട്ടികളും മിടുക്കരാകൂ... അപർണയ്ക്ക് നാളെത്തന്നെ ജോയിൻ ചെയ്യാം എന്താ?"

അവൾ അമ്മയെ ഒന്നു നോക്കി. അനുവാദം കൊടുക്കുന്ന മട്ടിൽ സുകുമാരിയമ്മ തലയൊന്ന് കുലുക്കി.

"അതാ നല്ലത്. ഇനി വെറുതെ സമയം കളയണ്ടാ. നാളെത്തന്നെ അപർണ വരും സാറേ." രമേശൻ പറഞ്ഞു.

ശമ്പളത്തിന്റെ കാര്യമൊന്നും സംസാരിച്ചില്ലല്ലോ എന്ന് അവൾ മനസ്സിൽ ഓർത്തു.

"ശരി... നിങ്ങളിനി ചെന്ന് രാമഭദ്രൻ സാറിനെ കാണ്... ബാക്കി കാര്യങ്ങൾ സാർ പറയും..." നാരായണൻ സാർ പറഞ്ഞു.

"ശരി സാറേ... രാമഭദ്രൻ സാർ റൂമിൽ കാണുമോ?"

രമേശൻ ചോദിച്ചു.

"ഉണ്ട്... അങ്ങോട്ട് ചെന്നാൽ മതി. അപർണ വരുന്ന കാര്യം ഇപ്പത്തന്നെ ഞാൻ വിളിച്ചു പറഞ്ഞേക്കാം."

അവർ മൂന്നുപേരും പ്രിൻസിപ്പലിന്റെ മുറിയിൽ നിന്നിറങ്ങി.

നാരായണൻ സാർ ഫോണെടുത്ത് ആരെയോ വിളിക്കുന്നത് അവർ കാണാതിരുന്നില്ല.

"മാനേജരാ രാമഭദ്രൻ സാർ..."

വരാന്തയിലൂടെ നടക്കുമ്പോൾ രമേശൻ പറഞ്ഞു.

അദ്ദേഹമാണല്ലോ ശമ്പളത്തിന്റെ കാര്യം പറയേണ്ടത്.

താഴത്തെ നിലയിൽ തന്നെയായിരുന്നു മാനേജരുടെ മുറി.

ഇന്റർവെല്ലിനുള്ള ബെല്ല് അപ്പോൾ മുഴങ്ങി. യൂണിഫോം ധരിച്ച കുട്ടികൾ അപ്പോൾ തേനീച്ചകൾ കൂട്ടിൽ നിന്ന് പറ്റമായി പറന്നിറങ്ങുന്നതു പോലെ ക്ലാസുകളിൽ നിന്ന് ഓടിയിറങ്ങി.

വെളുത്തു തടിച്ച ഒരു മധ്യവയസ്കനായിരുന്നു മാനേജർ. നെറ്റിയിൽ ചന്ദനക്കുറി. കഴുത്തിൽ സ്വർണം കെട്ടിയ രുദ്രാക്ഷമാല.

"നാരായണൻ സാർ ഇപ്പം വിളിച്ചതേയുള്ളൂ... അപർണ അല്ലേ... ഇരിക്കൂ..." അയൾ അവരെ പുഞ്ചിരിയോടെ സ്വീകരിച്ചു.

ഏഴെട്ടു വർഷം മുമ്പ് സ്കൂൾ തുടങ്ങിയതിനെക്കുറിച്ചും സ്കൂൾ നടത്തിപ്പിന്റെ ചെലവിനെക്കുറിച്ചും അയാൾ ആമുഖമായി സംസാരിച്ചു.

"ഇവിടിപ്പോൾ ഏഴ് ടീച്ചേഴ്സും അഞ്ചു ജോലിക്കാരുമുണ്ട് അപർണേ ഓഫീസ് സ്റ്റാഫായിട്ട്. കഷ്ടിച്ചാണ് സ്കൂൾ നടത്തിക്കൊണ്ടു പോകുന്നത്. കുട്ടികൾ കുറവാണ്..."

അയാൾ പറഞ്ഞു വരുന്നതിന്റെ ഉദ്ദേശം അവൾക്കു മനസ്സിലായി.

“നേരത്തെയുള്ള ടീച്ചേഴ്സിന് നാലായിരത്തഞ്ഞൂറു രൂപയാ ശമ്പളം. തുടക്കക്കാരിയായതു കൊണ്ട് അപർണ നാലായിരം പ്രതീക്ഷിച്ചാൽ മതി. അടുത്ത കൊല്ലം കൂട്ടിത്തരുന്നതിനെക്കുറിച്ച് ആലോചിക്കുകയും ചെയ്യാം. എന്താ സമ്മതമാണോ?”

ഒടുവിൽ അയാൾ ചോദിച്ചു.

സുകുമാരിയമ്മയും അപർണയും പരസ്പരം ഒന്നു നോക്കി.

“വീട്ടിൽ ചെന്ന് ഇവളുടെ അച്ഛനോടൊന്നു ചോദിച്ചിട്ട് വിവരം പറയാം സാറേ...” സുകുമാരിയമ്മ അവളെ രക്ഷപ്പെടുത്തി.

“അതു മതി. പക്ഷേ നാളെത്തന്നെ വിവരം അറിയിക്കണം. അല്ലെങ്കിൽ വേറെ ആളിനെ നോക്കണമല്ലോ...”

“നാളെത്തന്നെ പറയാം.” യാത്ര പറഞ്ഞ് അവർ ഇറങ്ങി.

“വീട്ടുമുറ്റത്ത് നാലായിരത്തഞ്ഞൂറു രൂപ കിട്ടുന്നത് അത്ര കുറവൊന്നുമല്ല അമ്മേ.” റോഡിലേക്ക് ഇറങ്ങുമ്പോൾ രമേശൻ പറഞ്ഞു.

“വീട്ടുമുറ്റത്തോ... ദിവസം ബസ് കൂലി തന്നെ നല്ലൊരു സംഖ്യ വേണ്ടേ രമേശാ?” സുകുമാരിയമ്മ ചോദിച്ചു.

“അതല്ല... കല്യാണം കഴിഞ്ഞാലുള്ള കാര്യമാ ഞാൻ പറഞ്ഞത്...” അയാൾ തിരുത്തി.

“എന്തായാലും അവളുടെ അച്ഛനോടൊന്ന് ചോദിക്കട്ടെ...”

അപ്പോഴാണ് ഒരു ബസ് വന്നത്.

“ഞങ്ങളിതിൽ പോവാ കേട്ടോ...”

“വെള്ളമെന്തെങ്കിലും കുടിച്ചിട്ട് പോയാ പോരായോ... അടുത്ത ബസ് ഉടൻ വരും...” രമേശൻ പറഞ്ഞു.

“വേണ്ടാ... ചെന്നിട്ട് കുറച്ച് ജോലിയുണ്ട് രമേശാ...”

അവർ ബസിൽ കയറി പോകുന്നത് നോക്കി രമേശൻ നിരാശയോടെ നിന്നു.

OO

വനജ ഉച്ചയൂണ് തയാറാക്കിക്കൊണ്ട് നിൽക്കുമ്പോഴാണ് വിജയലക്ഷ്മിയുടെ ഫോൺ വന്നത്. നനഞ്ഞ കൈ നൈറ്റിയുടെ തുമ്പിൽ തുടച്ചിട്ട് അവൾ മൊബൈൽ എടുത്തു.

“നീ വന്നിട്ട് ഇത്രയും ദിവസമായിട്ടും നമ്മൾ തമ്മിൽ ഒന്നു കാ

ഞാൻ പറ്റിയില്ലല്ലോടീ ഇതുവരെ..."

വിജയലക്ഷ്മി പരിഭവം പറഞ്ഞു.

നന്ദഗോപാലിന്റെ വീട്ടിൽ ജോലിക്കു വരുന്നതിന്റെ തലേദിവസം തന്നെ വനജ അവളെ വിളിച്ച് വിവരം അറിയിച്ചിട്ടുണ്ടായിരുന്നു.

"അതെങ്ങനാടീ... ഇവിടത്തെ ജോലി തീർന്നിട്ട് ഒരു അഞ്ചുമിനിറ്റ് പോലും സമയം കിട്ടുന്നില്ലെടീ... അല്ലെങ്കിൽ ഞാനങ്ങോട്ട് വന്നേനെ..." വനജ പറഞ്ഞു.

"ഇങ്ങോട്ട് വരുകയൊന്നും വേണ്ടാ. നമ്മൾ കൂട്ടുകാരികളാണെന്ന് ആ വീട്ടുകാർ അറിയണ്ടാ..." പെട്ടെന്ന് വിജയലക്ഷ്മി പറഞ്ഞു.

"അതെന്താ?"

"ഞാൻ പറഞ്ഞിട്ടില്ലേ... ഞങ്ങൾ തമ്മിൽ അത്ര രസത്തിലല്ല... ഒരു സംഭവമുണ്ടായത് ഞാൻ പറഞ്ഞത് നീ മറന്നോ?"

"ഇല്ലെടീ... പക്ഷേ സാറിന് വല്ല അബദ്ധവും പറ്റിയതായിരിക്കും. പുള്ളി ഇതുവരെ എന്നോട് അർത്ഥം വച്ച് ഒരു വാക്കോ, വേണ്ടാത്ത നോട്ടമോ... ഒന്നുമുണ്ടായിട്ടില്ല." വനജ പറഞ്ഞു.

"പഠിച്ച കള്ളനാ... ആദ്യം വല്യ മാന്യൻ ചമയും... നമ്മുടെ വിശ്വാസം നേടും. അതുകഴിഞ്ഞ് സൂത്രത്തിൽ ഓരോന്ന് തുടങ്ങും..."

"അങ്ങനെയാണോ... എന്തായാലും അറിഞ്ഞത് നന്നായി. മീൻ വറുത്തോണ്ടിരിക്കുവാടീ വിജയേ... നമുക്ക് പിന്നെ സംസാരിക്കാം."

വനജ പറഞ്ഞു.

"വൈകുന്നേരം നീ അമ്പലത്തിലൊന്നു വാ... അരമണിക്കൂറിന്റെ കാര്യമല്ലേയുള്ളൂ. നിന്റെ സാർ വന്നിട്ട് ഇറങ്ങിയാ മതി. അയാൾ വിടും..."

മനസ്സ് തുറന്ന് ആരോടെങ്കിലും ഒന്നു സംസാരിക്കാൻ വനജയ്ക്കും ആഗ്രഹമുണ്ടായിരുന്നു. ഹോം നേഴ്സിനെക്കുറിച്ചുതന്നെ എന്തെല്ലാം പറയാനുണ്ട്...

"ഞാൻ വരാമെടീ... ആറു മണിയാകുമ്പം. അന്നേരത്തേക്ക് എന്റെ ജോലിയൊക്കെ തീരും..."

"ശരി... അന്നേരം കാണാം."

അന്ന് അഞ്ചരയായപ്പോൾ നന്ദഗോപാൽ ഓഫീസിൽനിന്നു വന്നു. അതിനു മുമ്പേ വനജ കുളിച്ചു.

"സാറേ ഞാൻ അമ്പലത്തിലൊന്ന് പൊയ്ക്കോട്ടെ... വേഗം വരാം." അവൾ അയാളോട് പറഞ്ഞു.

"അതിനെന്താ വനജ പോയിട്ടു വാ." അയാൾ അനുവാദം

കൊടുത്തു. അവൾ അപ്പോൾ തന്നെ സാരിയെടുത്ത് ഉടുത്ത് കണ്ണെഴുതി പൊട്ടുതൊട്ട് കവിളിൽ പൗഡറും പൂശി അമ്പലത്തിലേക്ക് പോകാനായി ഇറങ്ങി. അതിനു മുമ്പേ വിജയലക്ഷ്മി അമ്പലത്തിൽ എത്തിയിരുന്നു. രണ്ടുപേരും ഒന്നിച്ച് പോകുന്നത് നന്ദഗോപാൽ കാണാനിട വരണ്ടാ എന്നു വിചാരിച്ചാണ് വിജയലക്ഷ്മി നേരത്തെ പോയത്. വനജ അമ്പലത്തിൽ എത്തിയപ്പോൾ ആൽത്തറയുടെ ചുവട്ടിൽ വിജയലക്ഷ്മി കാത്തുനിൽക്കുന്നുണ്ടായിരുന്നു.

"അയാൾ സമ്മതിച്ചോ?"

അവളെ കണ്ട് വിജയലക്ഷ്മി ചോദിച്ചു.

"സാറൊരു പാവമാടീ... ചോദിച്ചപ്പത്തന്നെ പറഞ്ഞു പോയിട്ട് വരാൻ..."

ആ സമയത്താണ് വനജയുടെ പേഴ്സിലിരുന്ന മൊബൈൽ ബെല്ലടിച്ചത്. അവൾ അതെടുത്തു നോക്കി.

"ഞാനിപ്പം അമ്പലത്തിലാ. രാത്രിയിൽ വിളിക്ക്... പത്തുമണിയാകുമ്പം..." വനജ കോൾ എടുത്തിട്ട് പറഞ്ഞു.

കോൾ കട്ട് ചെയ്തിട്ട് അവൾ മൊബൈൽ വീണ്ടും പേഴ്സിൽ വച്ചു.

"ആരാരുന്നെടീ...? രാത്രി പത്തു മണി കഴിഞ്ഞ് വിളിക്കുന്ന ആൾ?"

കള്ളച്ചിരിയോടെ വിജയലക്ഷ്മി ചോദിച്ചു.

"രമേശനാരുന്നെടീ... നമ്മടാളാ... ഇപ്പം ലീവിൽ നാട്ടിലുണ്ട്..." വനജ പറഞ്ഞു.

"ഗൾഫിലാണോ?"

"അല്ല... പട്ടാളത്തിലാ..."

വിജയലക്ഷ്മി അറിയാതെ ഒന്നു ഞെട്ടി. അത്... അത് ആ രമേശൻ തന്നെയാണോ.. അപർണയെ കല്യാണമാലോചിച്ചു വന്നിരിക്കുന്ന പട്ടാളക്കാരൻ? വിജയലക്ഷ്മി പെട്ടെന്ന് വനജയുടെ കൈയിൽ അമർത്തിപ്പിടിച്ചു.

27

വനജയുടെ കയ്യിൽനിന്ന് വിജയലക്ഷ്മി പിടി വിട്ടില്ല.

അപർണയെ പെണ്ണു കാണാൻ വന്ന രമേശൻ തന്നെയാവണേ വനജയെ ഇപ്പോൾ വിളിച്ചതെന്ന് അവൾ ആ ആൽത്തറയുടെ സാന്നിദ്ധ്യത്തിൽ നിന്നു കൊണ്ട് ഉള്ളുരുകി പ്രാർത്ഥിച്ചു.

"എന്താടീ?" അവളുടെ മുഖത്തെ ഭാവമാറ്റം കണ്ട് വനജ അത്ഭുതത്തോടെ ചോദിച്ചു.

"ഞാനൊരു കാര്യം ചോദിച്ചാൽ നീ സത്യം പറയുമോ?"

വിജയലക്ഷ്മി തിരിച്ചു ചോദിച്ചു.

"നമ്മൾ രണ്ടു പേരും പറയാത്ത രഹസ്യങ്ങളുണ്ടോടീ? നിനക്കെന്തവാ അറിയേണ്ടത്?"

"ആരാ ഇപ്പം വിളിച്ച രമേശൻ?"

"ഓ... അതാണോ പറയാം... അമ്പലത്തിൽ കേറി തൊഴുത് ഇറങ്ങിയിട്ട് ... ഇപ്പം പറയാൻ പറ്റിയ സംഭവമല്ലത്..."

വനജ എന്തോ ഓർത്ത് പുഞ്ചിരിച്ചു.

"എന്നുവച്ചാൽ?"

"ഇപ്പം കേട്ടാൽ നിന്റെ മനസ്സിനും ഇളക്കം തട്ടും. ദേവിയെ തൊഴാൻ പോകുമ്പം അത്തരം ചിന്തകളൊന്നും മനസ്സിൽ വരാൻ പാടില്ലടീ..."

രമേശനും അവളും തമ്മിലുള്ള ബന്ധം ഏതു തരത്തിലുള്ളതാണെന്ന് വിജയലക്ഷ്മിക്ക് പെട്ടെന്ന് പിടികിട്ടി. ഇനി അറിയാനുള്ളത് ഈ രമേശൻ തന്നെയാണോ ആ രമേശൻ എന്നു മാത്രമാണ്.

വിജയലക്ഷ്മി പിന്നെ നിർബന്ധിച്ചില്ല. രണ്ടു പേരും ചുറ്റമ്പലം കടന്ന് അകത്തുകയറി. കുറെ ആണുങ്ങളും പെണ്ണുങ്ങളും തൊഴാൻ വന്നിട്ടുണ്ടായിരുന്നു. അത്ര പരിചിതമല്ലാത്ത വനജയെ പലരും ശ്രദ്ധിക്കാതിരുന്നില്ല. വിജയലക്ഷ്മിയുടെ ബന്ധുവായിരിക്കും അവൾ എന്ന് പലരും വിചാരിച്ചു.

വനജ പറഞ്ഞത് ശരിയായിരുന്നു. വിജയലക്ഷ്മിയുടെ മനസ്സിലേക്ക് ഈശ്വരചിന്തയോ ഭക്തിയോ കടന്നു വന്നതേയില്ല. രമേശനും വനജയും എങ്ങനെയായിരിക്കും ആദ്യമായി പരിചയപ്പെട്ടതും അവർ പിന്നെ എവിടെ വച്ചായിരിക്കും ഒന്നിച്ചുചേർന്നതും എന്നൊക്കെയായിരുന്നു അവളുടെ ചിന്ത.

എത്രയും വേഗം തൊഴുത് ഇറങ്ങാനായിരുന്നു വിജയലക്ഷ്മിയുടെ ധൃതി. പക്ഷേ ഏറെ സമയെടുത്താണ് വനജ തൊഴുതത്. അവൾ പൂജാരിയെ ആരാധനയോടെ നോക്കുകയും പ്രസാദം കിട്ടിയപ്പോൾ പത്തുരൂപയുടെ ഒരു നോട്ട് ദക്ഷിണ നൽകുകയും ചെയ്തു.

"മുമ്പ് കണ്ടിട്ടില്ലല്ലോ ഇവിടെ?"

ദക്ഷിണ വാങ്ങിയ ശേഷം പൂജാരി ലോഹ്യം ചോദിച്ചു.

"ആദ്യമായിട്ടാ..." അവൾ പറഞ്ഞു.

"എന്താ പേര്?"

"വനജ."

"എവിടാ താമസം?"

"അടുത്തു തന്നാ... എന്റെ കൂട്ടുകാരിയാ വിജയലക്ഷ്മി."

അല്പം മാറി കാത്തുനിന്ന വിജയലക്ഷ്മിയെ ഉദ്ദേശിച്ച് അവൾ പറഞ്ഞു.

"ഓ... അറിയാം."

"അവളുടെ വീടിന്റെ എതിർവശത്താ ഞാൻ താമസിക്കുന്നെ..."

"അത് ആ പഞ്ചായത്തിലെ സാറിന്റെ വീടല്ല്യോ..." പൂജാരിക്ക് പെട്ടെന്ന് മനസ്സിലായി.

"അതേ... അവിടാ ഞാൻ..."

"സാറിന്റെ ഭാര്യയാണോ... ഇതുവരെ എന്താ ഇങ്ങോട്ടൊന്നും വരാഞ്ഞത്?"

"ഇനി വരാം തിരുമേനീ... എനിക്ക് ഒരു ആവശ്യമുണ്ടാരുന്നു..."

"പറയൂ..."

"ഒരു ചരട് ജപിക്കാനാണ്..."

"സൗകര്യം പോലെ വന്നോളൂ... തിരക്ക് കുറവുള്ള നേരത്ത്..."

"വരാം."

അവൾ അയാളുടെ നേർക്ക് ഒരു കടക്കണ്ണെറിഞ്ഞിട്ട് വിജയലക്ഷ്മിയുടെ അടുത്തേക്ക് ചെന്നു.

"എന്തവാരുന്നു അയാളോട് ഇത്രയും നേരം.."

ഈർഷ്യ പുറത്തുകാണിക്കാതെ അവൾ ചോദിച്ചു.

"ഒരു വഴിപാടിന്റെ കാര്യം പറയുവാരുന്നു... വാ നമുക്ക് പോകാം."

"അയാൾ വല്യ ശൃംഗാരിയാ... സംസാരത്തിൽ മാത്രമേയുള്ളെടീ... കാര്യത്തോടടുക്കുമ്പം പേടിത്തൊണ്ടനാ.."

വിജയലക്ഷ്മി പുറത്തേക്കു നടക്കുമ്പോൾ പറഞ്ഞു.

"അപ്പോൾ നീ മുട്ടി നോക്കിയിട്ടുള്ളതാ അല്ല്യോ?"

"ഉം..."

"ആണുങ്ങളെ സുഖിപ്പിച്ച് വട്ടം ചുറ്റി നിർത്തുന്നത് എനിക്കൊരു സുഖമാടീ. നമുക്ക് നഷ്ടമൊന്നുമില്ലല്ലോ. നമുക്ക് മനസ്സിനു പിടിച്ചാൽ മാത്രമേ നമ്മള്..." വനജ പറഞ്ഞു.

"ശരിയാ... എനിക്കും അതിഷ്ടമാ. ജീവിതത്തിൽ വേറെന്തു നേരമ്പോക്കാ നമുക്കുള്ളത്? ഒന്നുമില്ല."

വിജയലക്ഷ്മി പറഞ്ഞു.

അവർ അമ്പലത്തിൽ നിന്ന് വെളിയിലിറങ്ങി.

"നമുക്ക് പതിയെ പോയാൽ പതി. നിനക്ക് അവിടെ ചെല്ലാൻ ധൃതിയുണ്ടോ?" ഊരിവച്ചിരുന്ന ചെരുപ്പുകൾ ഇടുമ്പോൾ വിജയലക്ഷ്മി ചോദിച്ചു.

"ഇന്നത്തെ ജോലിയൊക്കെ തീർത്തു. ഇനി കഴിക്കാൻ നേരത്ത് വിളമ്പിക്കൊടുത്താൽ മതി."

അവർ പതിയെ നടന്നു.

"ആ നന്ദഗോപാൽ ആളെങ്ങനുണ്ട്?" വിജയലക്ഷ്മി കാര്യത്തിലേക്ക് കടക്കാൻ വേണ്ടി വെറുതെ ചോദിച്ചു.

"വല്യ മാന്യനാടീ... അല്ലെങ്കിൽ പേടിച്ചിട്ടാ... തന്നേമല്ല ഞാൻ ചെന്നതല്ലേയുള്ളൂ."

"മാന്യനാണെന്ന് നടിക്കുവാടീ... ഒന്നുമല്ലേലും പുരുഷനല്ലേടീ... താഴെ വരാതിരിക്കുമോ. ഞാൻ അത്തരക്കാരനൊന്നുമല്ലെന്ന് നിന്റെ മുമ്പിൽ അഭിനയിക്കുന്നതാ..." വിജയക്ഷ്മി പറഞ്ഞു.

"ആയിരിക്കാം... പക്ഷേ എനിക്ക് തോന്നുന്നെ ആ ഹോംനഴ്സ് ഉള്ളതു കൊണ്ടാണെന്നാ ഈ പേടി. അവളറിഞ്ഞാൽ വല്ലോരോടും പറയില്ലേ എന്ന പേടി..."

"നീ ആ ഹോംനഴ്സിനെ പുകച്ച് ചാടിക്ക്. നിന്നെക്കൊണ്ട് അതു പറ്റും... മനസ്സ് വച്ചാൽ..." വിജയലക്ഷ്മി പ്രോത്സാഹിപ്പിച്ചു.

"എടുത്തുചാടി ഒന്നും ചെയ്യണ്ടാന്ന് വിചാരിച്ചിട്ടാ. ആ ഹോംനഴ്സ് എനിക്കൊരു പാര തന്നാ. അധികം വൈകാതെ ഞാനവളെ അവിടുന്ന് കെട്ടു കെട്ടിക്കും." വനജ പറഞ്ഞു.

രമേശന്റെ കാര്യം അറിയാൻ ഇനി കാത്തിരിക്കാൻ വയ്യാ.

"നീ ആ രമേശന്റെ കാര്യം പറഞ്ഞില്ലല്ലോ..."

"ഓ നീയത് മറന്നില്ല്യോ... രണ്ടുകൊല്ലം മുമ്പ് പന്ത്രണ്ടു വിളക്കിന് ഓച്ചിറ അമ്പലത്തിൽ പോയപ്പോഴാണ് രമേശനെ ആദ്യമായിട്ട് കാണുന്നത്..."

"നീ തനിച്ചാരുന്നോ?" വിജയലക്ഷ്മി ചോദിച്ചു.

"അല്ല... വല്യമ്മാവന്റെ മൂത്ത മോൾ ചെല്ലമ്മച്ചേച്ചിയുമുണ്ടായിരുന്നു. ഞങ്ങളങ്ങനെ കാഴ്ചകൾ കണ്ട് നടക്കുമ്പം ചേച്ചി എന്റെ തോളിലൊന്നു തോണ്ടി. എനിക്ക് കാര്യം മനസ്സിലായില്ല. എന്താവാ ചേച്ചീന്ന് ചോദിച്ചപ്പം അയാളെ നീയറിയുമോന്ന് എന്നോടൊരു ചോദ്യം."

"ആരുടെ കാര്യമാ?"

"കുറെ നേരമായി ഒരുത്തൻ ഞങ്ങടെ പിന്നാലെ കൂടിയിട്ടുണ്ടാ

രുന്നു. ചെല്ലമ്മച്ചേച്ചിയാ അയാളെ ആദ്യം കണ്ട്. എന്നെയാണ് അയാളുടെ നോട്ടം എന്ന് തോന്നിയപ്പോഴാ ചേച്ചി ചോദിച്ചെ..."

വനജ പറഞ്ഞു.

"എന്നിട്ട്?"

"നല്ല തിരക്കുണ്ടാരുന്നു അവിടെ. ഞാൻ പെട്ടെന്ന് തിരിഞ്ഞു നിന്നു. നല്ല തണ്ടും തടിയുമുള്ള ഒരാൾ എന്നെത്തന്നെ നോക്കി നിൽക്കുന്നു. നല്ല ഒത്ത ശരീരം. മുടി പറ്റെ വെട്ടിയിട്ടുണ്ട്. ഒന്നുകിൽ പോലീസ്. അല്ലെങ്കിൽ പട്ടാളം. എനിക്ക് തോന്നി. രണ്ട് വർഗത്തെയും എനിക്കിഷ്ടമാ." വനജ ഒന്ന് ഇളകിച്ചിരിച്ചു.

"ഞാൻ നോക്കുന്ന കണ്ട് അയാൾ അടുത്തേക്ക് വന്നു. ആരാ മനസ്സിലായില്ലല്ലോ. ഞാൻ ചോദിച്ചു. എന്റെ പേര് രമേശൻ എന്നാ. ആർമിയിലാ... ലീവിന് വന്നതാ.. ചേച്ചിയെ കണ്ടപ്പം എന്തോ ഒരിഷ്ടം തോന്നി. അതുകൊണ്ട് നോക്കിയാതാ." അയാൾ പറഞ്ഞു.

"ഞാൻ കല്യാണം കഴിച്ചതാ കൊച്ചനേ... സമയം കളയാതെ വേറെ ആരെയെങ്കിലും നോക്ക്. ഞാൻ പറഞ്ഞു..." അന്നേരം അയാൾ പറയുവാ ഞാൻ കല്യാണം കഴിക്കാൻ വേണ്ടി നോക്കിയതല്ല. നമുക്ക് ഓരോ ചായകുടിച്ചിട്ട് പോകാമെന്ന്."

"ചെല്ലമ്മ ചേച്ചി ഒന്നും പറഞ്ഞില്ല്യോ?"

വിജയലക്ഷ്മി ചോദിച്ചു.

"എന്തു പറയാനാ.. പാവമാ.. എന്നോട് വല്യ ഇഷ്ടമായതുകൊണ്ട് എന്തിനും കൂട്ടു നിൽക്കും. ഞങ്ങൾ ഒരു ചായക്കടയിൽ ചെന്ന് ചായയും ബോണ്ടയും കഴിച്ചു. ചുരുക്കിപ്പറഞ്ഞാ എന്റെ നമ്പരും മേടിച്ചോണ്ടാ രമേശൻ പോയത്." വനജ പറഞ്ഞു.

"എന്നിട്ട്?"

"പിറ്റേന്ന് അവൻ വീട്ടിൽ വന്നു. ഞാനും അമ്മയും മാത്രമേയുള്ളാരുന്നു അന്നേരം. എന്റെ കെട്ടിയോന്റെ ബന്ധത്തിലുള്ള ഒരു അനിയനാണെന്നാ ഞാൻ അമ്മയോട് പറഞ്ഞത്. അമ്മയത് വിശ്വസിച്ചു. അന്ന് ഉച്ചയ്ക്ക് ചോറുമുണ്ട് അമ്മയ്ക്ക് അഞ്ഞൂറു രൂപയും കൊടുത്താ അവൻ പോയത്. അതോടെ അമ്മയ്ക്ക് അവനെയങ്ങ് പിടിച്ചു. ഇനിയും വരണേ മോനേന്ന് പറഞ്ഞാ അവനെ വിട്ടെ..."

"പാവം അമ്മ." വിജയലക്ഷ്മി പറഞ്ഞു.

"രണ്ടുദിവസം കഴിഞ്ഞ് രമേശൻ വീണ്ടും വന്നു. സന്ധ്യയടുപ്പിച്ച്. അവൻ അന്ന് പോയില്ല."

വനജ ഒന്ന് അടക്കിച്ചിരിച്ചു.

"ഈ രമേശന് ഇപ്പം എവിടാ ജോലി?"

വിജയലക്ഷ്മി ചോദിച്ചു.

"അന്ന് പഞ്ചാബിലാണെന്നാ പറഞ്ഞത്. ഇപ്പം ഊട്ടിക്ക് സ്ഥലം മാറ്റം കിട്ടി."

വിജയലക്ഷ്മി ഒന്നു ഞെട്ടി. അപ്പോൾ ആ രമേശൻ തന്നെ ഈ രമേശൻ.

"കല്യാണം കഴിക്കാനുള്ള ആലോചനയുണ്ടെന്നാ അവൻ പറഞ്ഞത്. എന്നാലും ഞാൻ വിളിച്ചാ പാഞ്ഞുവരും."

വനജയോട് പറയണോ നിന്റെ രമേശനാണ് അപർണയെ കല്യാണം കഴിക്കാൻ പോകുന്നതെന്ന്?

വേണ്ടാ... ഒന്നൂടെ ആലോചിച്ചിട്ട് മതി.

അവർ നടന്ന് വീടിന്റെ മുമ്പിലെത്തിയിരുന്നു.

"ശരി വനജേ... പിന്നെ കാണാം." വിജയലക്ഷ്മി പറഞ്ഞു.

"ഇടയ്ക്ക് വിളിക്കണേ..." വനജ ഗേറ്റ് തുറന്ന് നന്ദഗോപാലിന്റെ വീട്ടിലേക്ക് കയറിപ്പോയി.

ആ പെണ്ണു പിടിയനെക്കൊണ്ട് അവളുടെ കല്യാണം നടത്തുകയാണോ നല്ലത് അതോ കേന്ദ്ര ഗവൺമെന്റ് ഉദ്യോഗസ്ഥനാണ് മോളെ കല്യാണം കഴിക്കാൻ പോകുന്നത് എന്ന തള്ളയുടെ വീമ്പു പറച്ചിൽ അവസാനിപ്പിക്കുന്നതാണോ നല്ലത്?

വനജ ഒരു വാക്കു പറഞ്ഞാൽ അർപണയുമായുള്ള രമേശന്റെ കല്യാണം മുടങ്ങും. എന്തു വേണമെന്ന് തീരുമാനിക്കാനാവാതെ വിജയലക്ഷ്മി അന്നു രാത്രിയിൽ ഉറക്കം വരാതെ ഏറെ നേരം കിടന്നു.

oo

ആശ അന്ന് കോളജിൽ നിന്നു വന്നപ്പോൾ അപർണ മുറ്റത്തുണ്ടായിരുന്ന ചെടികൾ നനച്ചു കൊണ്ടു നിൽക്കുകയായിരുന്നു.

"പോയാരുന്നോ?" വീട്ടിലേക്കു കയറാതെ അവൾ അപർണയുടെ അടുത്തേക്കു വന്നു ചോദിച്ചു.

"എവിടെ?"

"പള്ളിപ്പാട്ട്... സ്കൂളിൽ?"

"ഓ അതോ... അമ്മയും ഞാനും കൂടി പോയി. ജോലിയും കിട്ടി." ചിരിയോടെ അവൾ പറഞ്ഞു.

ആ വാർത്ത ആശയ്ക്ക് പക്ഷേ ഒട്ടും ഇഷ്ടപ്പെട്ടില്ല.

"എന്നു മുതലാ പോകുന്നത്?" എന്നിട്ടും അവൾ ചോദിച്ചു.

“വേണമെങ്കിൽ നാളെ മുതൽ പോകാം. എന്നാലും ജ്യോത്സ്യ നെക്കൊണ്ട് നല്ല സമയം നോക്കിച്ചിട്ട് പോകുന്നതല്ലേ നല്ലത്.”

അപർണ പറയുന്നത് കളിയാണോ അതോ കാര്യമാണോ എന്ന് മനസ്സിലാകാതെ ആശ നിന്നു.

“എത്രയാണ് ശമ്പളം?”

“നാലായിരം രൂപ കിട്ടും. അത് അത്ര നിസാര സംഖ്യയൊന്നു മല്ലല്ലോ. വീട്ടുമുറ്റത്ത് നാലായിരം കിട്ടുന്നത്.” അപർണ പറഞ്ഞു.

“വീട്ടുമുറ്റത്തോ?”

“അതേ... കല്യാണം കഴിഞ്ഞാൽ ചേട്ടന്റെ വീട്ടിൽ നിന്ന് നടന്നു പോകാവുന്ന ദൂരമേയുള്ളൂ സ്കൂളിലേക്ക്...”

“ചേട്ടനോ?” വിശ്വാസം വരാതെ ആശ അവളെ നോക്കി.

“അതേ... രമേശൻ ചേട്ടൻ.”

ചേച്ചിയുടെ സംസാരം കേട്ടാൽ നിങ്ങടെ കല്യാണം കഴിഞ്ഞെ ന്നു തോന്നുമല്ലോ.” ആശ പരിഹസിച്ചു.

അപർണ ചിരിച്ചു.

“കല്യാണം കഴിക്കാൻ പോകുന്ന പുരുഷനെ പേര് പറഞ്ഞ് വിളിക്കുന്നത് ബഹുമാനക്കുറവല്ലേ. അതുകൊണ്ടാ ഞാൻ ചേട്ട നെന്നു പറഞ്ഞത്.”

ആശ അരിശത്തോടെ ഒരു നിമിഷം അവളുടെ മുഖത്തേക്ക് നോ ക്കി നിന്നു. എന്നിട്ട് ദേഷ്യം ഉള്ളിലടക്കി വീട്ടിലേക്ക് കയറിപ്പോ യി.

“പാവം പെണ്ണ്.” അപർണ ഊറിച്ചിരിച്ചു.

ചെടികൾ നനച്ചിട്ട് അവൾ വീട്ടിലേക്കു ചെന്നു.

സുകുമാരിയമ്മ ഉണ്ടാക്കിക്കൊടുത്ത ചായ കുടിച്ചു കൊണ്ടിരി ക്കുകയായിരുന്നു ആശ. അവൾ അപർണയുടെ നേർക്ക് നോക്കി യതേയില്ല.

“ഇക്കാലത്ത് തൊഴിലുറപ്പിനു പോയാലും ഇതിനേക്കാൾ കൂലി കിട്ടും. ഡിഗ്രി പാസായ ഒരുത്തി ആഴ്ചയിൽ അഞ്ചു ദിവ സം രാവിലെ പത്തുമുതൽ നാലു വരെ ഒരേ നിൽപ്പ് നിന്ന് വായി ട്ടലച്ചാൽ കിട്ടുന്നത് നാലായിരം ഉലുവ.”

ആരോടെന്നില്ലാതെ ആശ പറഞ്ഞു.

അവൾ പറഞ്ഞതു കേട്ട് അപർണ ചിരിയടക്കി.

“ആ ശമ്പളത്തിന് നിന്നോട് പോകാൻ ആരെങ്കിലും പറഞ്ഞോ?” സുകുമാരിയമ്മ ചോദിച്ചു.

“എന്റെ പട്ടി പോകും. ടൗണിൽ തുണിക്കടയിൽ സെയിൽസ്

ഗേളായിട്ട് പോയാൽ കുറഞ്ഞത് പതിനയ്യായിരം കിട്ടും."

ആശ പറഞ്ഞു.

"നീ അതിനു പോയാൽ മതി."

"അമ്മേ അവൾക്ക് ആ രമേശൻ ചേട്ടനോടാണ് ദേഷ്യം... അതാ ഇങ്ങനൊക്കെ പറയുന്നത്." അപർണ പറഞ്ഞു.

"എനിക്കയാളോട് ഒരു ദേഷ്യവുമില്ല. ഒരു കാട്ടുമാക്കാൻ വന്ന് പെണ്ണിനെ ചോദിച്ചപ്പം സന്തോഷത്തോടെ കൊടുക്കാമെന്നു പറഞ്ഞ ചിലരോടാ."

"കാട്ടുമാക്കാനോ... നിറം ഇത്തിരി കറുപ്പാണെന്നു വച്ച് നല്ല കലയുള്ള മുഖമാ രമേശൻ ചേട്ടന്റേത്." ആശയുടെ കോപത്തിന്റെ എരിതീയിൽ അപർണ എണ്ണയൊഴിച്ചു.

"ദേണ്ടെ... എന്റെ വായിലിരിക്കുന്നതൊന്നും കേൾക്കണ്ടാങ്കിൽ എഴുന്നേറ്റ് പോകുന്നതാ നല്ലത്... അല്ലെങ്കിൽ വേണ്ടാ... ഞാൻ പോയേക്കാം..." ആശ വെളിയിലേക്കിറങ്ങി പോയി.

അപർണയ്ക്ക് കഷ്ടം തോന്നി. ആശയെ അങ്ങനെ പ്രകോപിപ്പിക്കാൻ പാടില്ലായിരുന്നു.

ആശ വരാന്തയിലെ അരമതിലിൽ ഇരിക്കുന്നുണ്ടായിരുന്നു.

"മോളെ..." അപർണ ചെന്ന് അവളുടെ ചുമലിൽ കൈവച്ചു.

"എനിക്കൊന്നും കേൾക്കണ്ടാ.."

ഇടയുന്ന സ്വരത്തിൽ അവൾ പറഞ്ഞു.

"ഞാൻ വെറുതെ തമാശയ്ക്ക് അങ്ങനെ പറഞ്ഞതല്ലേ.... അയാളെ കല്യാണം കഴിച്ചോളാം എന്ന് ഉറപ്പു കൊടുത്തിട്ടൊന്നുമല്ല ആ സ്കൂളിൽ പഠിപ്പിക്കാൻ പോകാമെന്ന് ഞാൻ വിചാരിക്കുന്നത്. പഠിപ്പിക്കുന്നത് എനിക്കിഷ്ടമാ... പ്രത്യേകിച്ചും കൊച്ചുകുട്ടികളെ.."

അപർണ പറഞ്ഞു.

ആശ മിണ്ടിയില്ല.

"പിന്നെ ശമ്പളത്തിന്റെ കാര്യം.. പല സ്കൂളിലും ഇതിനേക്കാൾ കഷ്ടാണ് സ്ഥിതി. ആയിരം രൂപ ബസ് കൂലിക്ക് പോകും. എന്നാലും, ബാക്കി മൂവായിരം ഉണ്ടല്ലോ. അത് നമുക്ക് ഒട്ടും ചെറുതല്ല."

"എന്നാലും അയാൾ വാങ്ങിത്തന്ന ജോലിയല്ലേ... അതിന്റെ ഒരു കടപ്പാട് വരില്ലേ? അതു വേണോന്നാ എന്റെ സംശയം."

ആശ പറഞ്ഞു.

"എന്തു കടപ്പാട്? അയാൾ ശുപാർശ ചെയ്തിട്ടൊന്നുമല്ല അവർ എന്നെ ടീച്ചറായിട്ട് നിയമിച്ചത്. ഞാൻ പഠിപ്പിച്ചാൽ ശരിയാകുമെന്ന് ബോധ്യപ്പെട്ടിട്ടാ..."

"ചേച്ചിയുടെ ഇഷ്ടം പോലെ ചെയ്യ്. വേറൊന്നും എനിക്ക് പറയാനില്ല."

"എന്തായാലും ഒന്നു പോയി നോക്കാം. അതുകഴിഞ്ഞ് തീരുമാനിച്ചാൽ മതിയല്ലോ തുടരണോ വേണ്ടായോ എന്ന്."

വൈകുന്നേരം രാമകൃഷ്ണൻ വന്നപ്പോൾ സുകുമാരിയമ്മ കാര്യങ്ങളൊക്കെ പറഞ്ഞു.

"എന്തായാലും അവൾ പോകട്ടെ. പ്രയാസമൊന്നും തോന്നുന്നില്ലെങ്കിൽ മാത്രം തുടർന്ന് പോയാൽ മതി."

"എങ്കിൽ ഒന്നാം തീയതി മുതൽ പോകുന്നതാ നല്ലത്."

സുകുമാരിയമ്മ പറഞ്ഞു.

"മറ്റേന്നാൾ... അല്ലേ?"

"ഉം."

"ചെല്ലുന്ന കാര്യം നാളെ ഒന്ന് അറിയിച്ചേക്ക്. അതാണ് മര്യാദ." രാമകൃഷ്ണൻ പറഞ്ഞു.

പിറ്റേന്നു രാവിലെ സ്കൂൾ മാനേജരെ അപർണ വിളിച്ചു.

"സാർ നാളെ മുതൽ വരാമെന്നാ ഞാൻ വിചാരിക്കുന്നത്."

"അതു മതി. രാവിലെ ഒമ്പതിന് ഇവിടെ സകൂൾ അസംബ്ലി തുടങ്ങും. ആ സമയത്തേക്ക് വരാൻ പറ്റുമല്ലോ അല്ലേ?"

"അതിനു മുമ്പ് അവിടെ വരുന്ന ബസ് കാണുമെന്ന് തോന്നുന്നു... വരാം സാർ."

"ഓ.കെ."

അന്നു വൈകുന്നേരം അവൾ സുമി മോളെ പഠിപ്പിക്കാൻ നന്ദഗോപാലിന്റെ വീട്ടിലേക്ക് പോയി. ഷീജയുടെ മുറിയിലേക്കാണ് അവൾ ആദ്യം ചെന്നത്.

"ചേച്ചി ഒരു വിശേഷമുണ്ട്. എനിക്കൊരു സ്കൂളിൽ ജോലി കിട്ടി."

"ഏത് സ്കൂളിലാ അപർണേ?"

ഷീജ ഒരു ഞെട്ടലോടെ ചോദിച്ചു.

ജോലി കിട്ടി പോയാൽ സുമി മോളുടെ ട്യൂഷൻ അവസാനിക്കുമല്ലോ എന്നായിരുന്നു അവളുടെ പേടി.

അപർണ വിശദമായി കാര്യങ്ങൾ പറഞ്ഞു.

"എന്നു വിചാരിച്ച് സുമിമോളുടെ ട്യൂഷനൊന്നും മുടങ്ങത്തില്ല കേട്ടോ. മൂന്നര വരെയേ സ്കൂളുള്ളൂ. ബസ് കിട്ടിയാൽ നാലരയ്ക്ക് മുമ്പ് ഞാനിങ്ങെത്തും. അതുകഴിഞ്ഞ് മോളെ പഠിപ്പിക്കാനും വരും."

"അതു മതി. എന്തായാലും സ്കൂളിൽ പോകുന്നത് നല്ലതാ. വീട്ടിൽ വെറുതെയിരിക്കണ്ടാല്ലോ."

എല്ലാം അറിഞ്ഞുകഴിഞ്ഞപ്പോൾ ഷീജയ്ക്ക് സമാധാനമായി.

"ഇവിടെ എങ്ങനെ പോകുന്നു കാര്യങ്ങൾ?"

വനജയെയും രശ്മിയെയും ഉദ്ദേശിച്ച് അപർണ ചോദിച്ചു.

"പുറമേ പ്രശ്നമൊന്നുമില്ല. ബാക്കി കാര്യങ്ങൾ എനിക്കറിയില്ല മോളെ. ഇങ്ങനങ്ങ് പോയാൽ മതിയാരുന്നു."

സുമിമോളെ പഠിപ്പിച്ചു കഴിഞ്ഞിട്ടാണ് നന്ദഗോപാൽ വന്നത്. സ്കൂളിൽ പോകുന്ന കാര്യം അവൾ അയാളോടും പറഞ്ഞു.

"നന്നായി. ഇതൊരു തുടക്കമാണ്. ഇനി ജോലികൾ അപർണ യെ തേടി വരും." അയാൾ ആശംസിച്ചു.

രാവിലെ ഏഴേമുക്കാലിന് ഒരു ബസുണ്ടായിരുന്നു പള്ളപ്പാടി ന്. നേരത്തെ കുളിച്ച് അമ്മ കൊടുത്ത ടിഫിൻ ബോക്സ് ബാഗിൽ വച്ച് കവലയിലേക്കു ചെന്നു. ബസ് കൃത്യസമയത്തുതന്നെ വന്നു. അവൾക്ക് എട്ടരയ്ക്കു മുമ്പ് അവിടെ എത്താൻ കഴിഞ്ഞു. സ്റ്റാഫ് റൂമിൽ അപ്പോൾ ചില ടീച്ചർമാർ ഉണ്ടായിരുന്നു. അവൾ എല്ലാവ രെയും പരിചയപ്പെട്ടു. മിക്കവരും സൗഹൃദത്തോടെയാണ് അവ ളോട് സംസാരിച്ചത്. അല്പനേരം കഴിഞ്ഞപ്പോൾ പ്രിൻസിപ്പൽ അവളെ വിളിപ്പിച്ചു.

"അപർണയ്ക്ക് തേർഡ് സ്റ്റാൻഡേർഡിന്റെ ചാർജാണ്. അതാ യത് ക്ലാസ് ടീച്ചർ. എല്ലാ സബ്ജക്ടും ഓരോ പീരീഡിൽ പഠിപ്പി ക്കേണ്ടി വരും. ബുദ്ധിമുട്ടില്ലല്ലോ."

"ഇല്ല സാർ."

"ടെക്സ്റ്റ് ബുക്ക് ഞാൻ തരാം,. അത് സ്റ്റാഫ് റൂമിൽ സൂക്ഷി ച്ചാൽ മതി. ഇടയ്ക്ക് ടെക്സ്റ്റ് പേപ്പറൊക്ക നടത്തണം. അതേക്കു റിച്ച് ഞാൻ പിന്നീട് പറയാം."

"ശരി സാർ."

"ഇന്ന് ഇവിടത്തെ അമ്പലത്തിൽ ഉത്സവമാ. അതു പ്രാണിച്ച് ഉച്ചവരെയേ ക്ലാസുള്ളൂ."

ബസിറങ്ങിയപ്പോൾ തന്നെ ലൗഡ് സ്പീക്കറിൽ നിന്ന് ഭാഗവ ത പാരായണം ഒഴുകി വരുന്നത് അവൾ കേട്ടിരുന്നു.

സ്കൂൾ അസംബ്ലി കഴിഞ്ഞ് അവൾ മൂന്നാം ക്ലാസിലേക്ക് പോ യി. മൊത്തം പതിനഞ്ച് കുട്ടികൾ മാത്രമേ ഉണ്ടായിരുന്നുള്ളൂ. അവൾ ഓരോരുത്തരുടെയും പേര് വിളിച്ച് ഹാജർ എടുത്തു.

പഠിപ്പിച്ചു തുടങ്ങിയപ്പോൾ കുട്ടികൾക്കെല്ലാം അവളെ ഇഷ്ടമാ

യി. പന്ത്രണ്ടര മണിയായത് അവൾ അറിഞ്ഞതേയില്ല. നീണ്ട മണിയടിച്ച് സ്കൂൾ വിട്ടു. വീട്ടിൽ ചെന്ന് ഭക്ഷണം കഴിച്ചാൽ മതിയെന്ന് അവൾ തീരുമാനിച്ചു. കാരണം അപ്പോൾതന്നെ മറ്റ് ടീച്ചർമാർ സ്ഥലം വിട്ടിരുന്നു.

അപർണ സ്കൂളിൽനിന്ന് ഇറങ്ങിച്ചെന്നപ്പോൾ ഗേറ്റിനടുത്ത് ബൈക്കുമായി രമേശൻ നിൽക്കുന്നുണ്ടായിരുന്നു.

"ഞാൻ അപർണയെ കാത്തു നിൽക്കുകയായിരുന്നു..."

അവൾ ചോദ്യഭാവത്തിൽ അയാളെ നോക്കി.

"ഇന്ന് അമ്പലത്തിലെ ഉത്സവമല്ലേ... വീട്ടിൽ സദ്യ ഉണ്ടാക്കിയിട്ടുണ്ട്. അപർണയെ വിളിച്ചു കൊണ്ടു ചെല്ലണമെന്ന് പറഞ്ഞുവിട്ടതാ അമ്മ. വാ കയറ്."

അയാൾ ആവശ്യപ്പെട്ടു.

എന്തു ചെയ്യണമെന്നറിയാതെ അപർണ സംശയിച്ചു നിന്നു.

28

ബൈക്കിൽ കയറാതെ മടിച്ചു നിന്ന അപർണയെ കണ്ട് രമേശൻ അക്ഷമനായി.

"വേഗം കയറ്. അമ്മയവിടെ കാത്തിരിക്കുവാ. അപർണ ചെന്നിട്ടേ അമ്മ ഊണുകഴിക്കൂ..."

അയാളോടൊപ്പം പോകാൻ അവൾക്ക് ഒട്ടും താല്പര്യമില്ലായിരുന്നു.

"ഞാൻ വരുന്നില്ല..." അവൾ പറഞ്ഞു.

വിശ്വാസം വരാതെ അയാൾ അവളെ നോക്കി.

"അതെന്താ?"

"കല്യാണം തീരുമാനിച്ചു കഴിഞ്ഞാൽ അതിനു മുമ്പ് പെണ്ണ് ആ വീട്ടിൽ വരാൻ പാടില്ല."

അയാളെ ഒഴിവാക്കാനായി അവൾ ഒരു ന്യായം കണ്ടുപിടിച്ചു.

"ആരു പറഞ്ഞു ഇങ്ങനെ?"

"അമ്മ പ്രത്യേകം പറഞ്ഞാരുന്നു. കല്യാണത്തിനു മുമ്പ് ഒരു കാരണവശാലും രമേശന്റെ വീട്ടിൽ പോകരുതെന്ന്. അത് ശരിയായ കാര്യമല്ല. സുമംഗലിയായ ശേഷം നിലവിളക്കുമായി വലതുകാൽ വച്ച് കയറേണ്ടുന്ന വീടാണത്."

അവൾ വളരെ വിശ്വസനീയമായി തന്റെ വാദം അവതരിപ്പിച്ചു.

അതോടെ അയാൾ നിരാശനായി.

“അതൊക്കെ പഴയ ആചാരങ്ങളാ... ഇപ്പം അതൊന്നും ആരും നോക്കാറില്ല. കല്യാണത്തിനു മുമ്പേ ഇപ്പോൾ ആണും പെണ്ണും ചുറ്റിയടിക്കാൻ പോകാറുണ്ട്. പണ്ട് അങ്ങനെയൊന്നും ഇല്ലാരുന്ന ല്ലോ...” അയാൾ പറഞ്ഞു.

“കുടുംബത്തിൽ പിറന്ന പെൺകുട്ടികളാരും അങ്ങനെ പോവു കയില്ല...”

“അമ്മയ്ക്ക് ഞാൻ വാക്കു കൊടുത്തതാ... അപർണയേയും കൊണ്ട് ചെല്ലാമെന്ന്. അമ്മ ഒത്തിരി കഷ്ടപ്പെട്ടാ ചോറും കറിക ളും പപ്പടോം പായസവുമൊക്കെ ഉണ്ടാക്കിയെ... അപർണ വന്നി ല്ലെങ്കിൽ അമ്മയ്ക്ക് വല്യ വിഷമമാകും..”

അയാൾ വീണ്ടും അവളെ നിർബന്ധിച്ചു.

അയാൾ പറയുന്നത് സത്യമാണെങ്കിൽ ആ പാവം അമ്മയ്ക്ക് സങ്കടമാകുമെന്ന് അപർണയ്ക്ക് തോന്നാതിരുന്നില്ല. പക്ഷേ അയാളുടെ പിന്നിലിരുന്നു കൊണ്ട് ബൈക്കിൽ യാത്ര ചെയ്യുന്ന കാര്യം അവൾക്കു ചിന്തിക്കാൻ പോലും കഴിയുമായിരുന്നില്ല.

ഒന്നാമത് ബൈക്കിൽ ഇതുവരെ കയറിയിട്ടില്ല. വണ്ടി ഒന്നു ചരിഞ്ഞാൽ വീഴാതിരിക്കാൻ അയാളെ കെട്ടിപ്പിടിക്കേണ്ടി വരും.

അല്ലെങ്കിൽ തന്നെ കല്യാണമാലോചിച്ചു എന്നു വച്ച് അയാൾ തന്റെ ആരാണ്? ആരുമല്ല. ആ അമ്മ അങ്ങനെയൊന്നും പ്രതീക്ഷി ക്കാനും പാടില്ലല്ലോ. അവൾ അങ്ങനെ ചിന്തിച്ചു നിൽക്കുമ്പോഴാ ണ് നാട്ടിലേക്കുള്ള ബസ് വന്നത്.

“അമ്മയോട് കാര്യം പറഞ്ഞ് ചേട്ടൻ മനസ്സിലാക്കിക്ക്. ഞാൻ പോവുന്നു.”

അപർണ ചെന്ന് വേഗം ബസ്സിൽ കയറി. രമേശൻ അതു കണ്ട് അരിശം കടിച്ചമർത്തി നിന്നു.

ബസ്സ് പോയപ്പോൾ അയാൾ ബൈക്ക് സ്റ്റാർട്ട് ചെയ്തു വീട്ടി ലേക്കു പോയി. അയാൾ ചെന്നപ്പോൾ വരാന്തയിൽ ഭവാനിയമ്മ ഉ ണ്ടായിരുന്നു.

“നീയിതുവരെ എവിടാരുന്നു?” അവർ ചോദിച്ചു.

“ഞാൻ കവലയിൽ ഉണ്ടാരുന്നു അമ്മേ.”

“വിശക്കുന്നെങ്കിൽ ചോറു വിളമ്പിത്തരാം... അതു കഴിഞ്ഞിട്ട് വേണം എനിക്ക് കുളിക്കാൻ...”

“അമ്മ പോയി കുളിച്ചിട്ടു വാ...” അയാൾ പറഞ്ഞു.

ഭവാനിയമ്മ കുളിക്കാനായി പോയി.

മൂന്നു മുറിയും അടുക്കളയും വരാന്തയുമുള്ള വീടായിരുന്നു അത്. പഴയ ഓടിട്ട വീട് പൊളിച്ചു കളഞ്ഞ ശേഷം പുതിയതായി പണിയിച്ച കോൺക്രീറ്റ് വീട്.

രമേശൻ മുറിയിലേക്കു ചെന്ന് വേഷം മാറിയിട്ട് ഒരു ലുങ്കിയെടുത്ത് ഉടുത്തു. എന്നിട്ട് അടുക്കളയിൽ ചെന്ന് ഒരു മഗ് നിറയെ വെള്ളവും ഒരു ഗ്ലാസ്സുമെടുത്ത് മുറിയിലേക്കു വന്നു.

അലമാര തുറന്ന് റം കുപ്പിയെടുത്ത് ഗ്ലാസ്സിലേക്ക് അല്പം പകർന്നിട്ട് നിറയെ വെള്ളമൊഴിച്ച് ഒരു കവിൾ കുടിച്ചു.

അപ്പോഴാണ് തൊട്ടു നക്കാൻ ഒന്നും എടുത്തില്ലല്ലോ എന്ന് അയാൾക്ക് ഓർമ്മ വന്നത്. അയാൾ അടുക്കളയിൽ ചെന്ന് അച്ചാറിന്റെ കുപ്പി പരതിയപ്പോഴാണ് കാച്ചിവച്ചിരിക്കുന്ന പപ്പടം കണ്ടത്. ഒരു പ്ലേറ്റിൽ രണ്ട് പപ്പടമെടുത്ത് അയാൾ തിരികെ മുറിയിൽ വന്നു.

രണ്ടാമത്തെ ലാർജ് കഴിക്കുമ്പോഴാണ് അയാൾക്ക് അംബുജത്തെ ഓർമ്മ വന്നത്. അയാൾ മൊബൈൽ എടുത്ത് അവളെ വിളിച്ചു.

"രമേശാ നീയെവിടാ?" അവൾ ചോദിച്ചു.

"ഞാൻ വീട്ടിലുണ്ട് ചേച്ചീ..." അയാൾ പറഞ്ഞു.

"നീയിന്ന് വരുന്നുണ്ടോ?"

"പിന്നില്ലേ... അക്കാര്യം പറയാനാ വിളിച്ചെ..."

"ഞാനങ്ങോട്ട് വിളിക്കാനിരിക്കുവാരുന്നു. നീയെന്നാ തിരിച്ചു പോകുന്നെ... മറ്റേന്നാളല്ല്യോ?" അംബുജം ചോദിച്ചു.

"ഉം... ഉത്സവത്തിന്റെയന്ന് കാണാമെന്നല്ല്യോ ചേച്ചി പറഞ്ഞത്. അതുകൊണ്ടാ ഞാനിപ്പം..."

"മുരളിച്ചേട്ടൻ ഇവിടുണ്ട്. ഇപ്പം വെളിയിലോട്ട് പോകും. അതു കഴിഞ്ഞ് ഞാനങ്ങോട്ട് വിളിക്കാം."

"ശരി ചേച്ചീ..."

രമേശൻ കോൾ കട്ട് ചെയ്തു.

ഒരു ലാർജ് കൂടി അകത്താക്കി കഴിഞ്ഞപ്പോഴേയ്ക്ക് ഭവാനിയമ്മ കുളി കഴിഞ്ഞ് വന്നു. അമ്പലത്തിൽ നിന്ന് അപ്പോഴും ഭാഗവത പാരായണം ഒഴുകി വരുന്നുണ്ടായിരുന്നു.

"ചോറു വിളമ്പട്ടെ?" അമ്മ ചോദിച്ചു.

"ഉം..."

ഭവാനിയമ്മ ചോറും കറികളും വിളമ്പി. രമേശൻ വന്ന് കഴിക്കാനിരുന്നു. അയാൾ കറികൾ ആകപ്പാടെ ഒന്നു നോക്കി.

"മീനില്ലേ അമ്മേ?"

"ഇന്ന് ഉത്സവമായിട്ട് ആരെങ്കിലും മീൻ കൂട്ടുമോടോ?"

അയാൾ പിന്നെ ഒന്നും പറഞ്ഞില്ല.

"അടുത്ത കൊല്ലം ഉത്സവത്തിന് രണ്ട് ഇലവച്ച് ഞാൻ ചോറു വിളമ്പും." ഭവാനിയമ്മ പറഞ്ഞു.

അമ്മ പറഞ്ഞതിന്റെ അർത്ഥം അയാൾക്കു മനസ്സിലായി.

"ഈ കൊല്ലം തന്നെ പറ്റുമാരുന്നു. ഞാൻ ചെന്ന് അവളോട് പറഞ്ഞതാ ഇങ്ങോട്ടു വരാൻ. ചോറുണ്ടിട്ട് പോകാമെന്ന്..."

ഭവാനിയമ്മ അത്ഭുതഭാവത്തിൽ അയാളെ നോക്കി.

"എന്നിട്ട് ആ കൊച്ച് എന്തോ പറഞ്ഞു?"

"കല്യാണം കഴിയാതെ ചെറുക്കന്റെ വീട്ടിൽ പെണ്ണ് പോകാൻ പാടില്ലെന്ന്..."

"നന്നായിപ്പോയി... എന്നോടൊരു വാക്ക് പറഞ്ഞിട്ട് നിനക്ക് ആ കൊച്ചിനോട് ചോദിച്ചാൽ പോരാരുന്നോ? അവൾ പറഞ്ഞതാ ശരി... നീ അതിന്റെ മുമ്പിൽ നാണംകെട്ടല്ലോ രമേശാ..."

ഭവാനിയമ്മ അയാളെ പരിഹസിച്ചു.

അയാൾ ഒന്നും മിണ്ടിയില്ല.

"എന്നാലും ഒരു ദിവസം ഞാൻ ആ കുട്ടിയെ സ്കൂളിൽ ചെന്നു കാണുന്നുണ്ട്..."

"അമ്മയെ നാളെ ഞാൻ കൊണ്ടുപോകാം..." അയാൾ പറഞ്ഞു.

"അതു വേണ്ടാ... ഞാൻ വിലാസിനിയെ വിളിച്ചോണ്ട് പൊയ്ക്കോളാം... നീ ലീവ് കഴിഞ്ഞ് പോയിട്ട്."

അയാൾ ഊണു കഴിക്കുന്നതിൽ മാത്രം മുഴുകി ഇരുന്നു.

"എത്രയും വേഗം നീ ലീവെടുത്തു വാ. രണ്ടു മാസത്തിനുള്ളിൽ കല്യാണം നടത്തണം. എത്ര ആലോചനകൾ വന്നതാ... എല്ലാം ഓരോ കാരണം പറഞ്ഞ് മുടങ്ങിപ്പോയില്ല്യോ.. ഒക്കെ നിന്റെ കയ്യിലിരിപ്പു കൊണ്ടാ. ഇതെങ്കിലും നടന്നാ മതിയാരുന്നു...."

രമേശൻ മിണ്ടിയില്ല.

ഭവാനിയമ്മ നെടുവീർപ്പിട്ടു.

അയാൾ ഊണു കഴിച്ചിട്ട് മുറിയിൽ ചെന്നു കിടന്നു. മൊബൈൽ അടുത്തു തന്നെ വച്ചു. അംബുജ ചേച്ചി എപ്പോഴാണ് വിളിക്കുന്നതെന്ന് അറിയില്ലല്ലോ. അമ്മയുടെ അകന്ന ബന്ധത്തിൽ പെട്ട ആളാണ് അംബുജ ചേച്ചി. അയാളേക്കാൾ രണ്ടുമൂന്നു വയസ് പ്രായക്കൂടുതലുണ്ട്. കവലയിൽ സൈക്കിൾ റിപ്പയർ ഷോപ്പ് നടത്തുകയാണ് മുരളിച്ചേട്ടൻ. സ്കൂളിൽ പഠിക്കുന്ന ഒരു മോനുമുണ്ട്

അവർക്ക്.

രണ്ടു വർഷം മുമ്പ് ലീവിൽ വന്നപ്പോഴാണ് അംബുജ ചേച്ചിയുമായി കൂടുതൽ അടുത്തത്. ഒരു ദിവസം ചേച്ചി വീട്ടിൽ വന്നു. അമ്മയുണ്ടായിരുന്നു അപ്പോൾ വീട്ടിൽ.

"രമേശാ എന്നെയൊന്ന് സഹായിക്കാമോ?"

റൂമിൽ വന്ന് അംബുജ ചേച്ചി ചോദിച്ചു.

"എന്തു സഹായമാ ചേച്ചീ?"

"എനിക്ക് ഒരു ആയിരം രൂപ കടം തരാമോ?"

"തരാമല്ലോ..." അയാൾ പറഞ്ഞു.

"പക്ഷേ തിരിച്ചു ചോദിക്കരുത്..."

"ഇല്ല..."

"പകരം ഞാൻ വേറൊരു കാര്യം തരാം..."

"എന്താണ്?"

അംബുജം അയാളെ കെട്ടിപ്പിടിച്ച് ഒരു ഉമ്മ കൊടുത്തു.

"മതിയോ?" അവൾ ചോദിച്ചു.

"പോരാ..."

"പിന്നെ...?"

"അമ്മയില്ലാത്ത ഒരു നേരം ചേച്ചി ഇങ്ങോട്ടു വാ. അന്നേരം ഞാൻ പറയാം."

"എന്നാൽ എന്നെ വിളിക്ക്. ഞാൻ വരാം."

രണ്ടുദിവസം കഴിഞ്ഞ് അമ്മ ഷഷ്ഠിവ്രതത്തിന് അമ്പലത്തിൽ പോയപ്പോൾ അയാൾ അംബുജത്തെ വിളിച്ചു. അവൾ വന്നു. അതായിരുന്നു തുടക്കം. പിന്നെ എത്രയോ തവണ. അഞ്ഞൂറും ആയിരവുമൊക്കെ അംബുജം മേടിക്കുകയും ചെയ്തു.

രമേശൻ ഒന്നു മയങ്ങാൻ തുടങ്ങിയപ്പോഴാണ് പെട്ടെന്ന് അംബുജത്തിന്റെ വിളി വന്നത്.

"ഹലോ ചേച്ചീ..." അയാൾ പെട്ടെന്ന് കോൾ എടുത്തു.

"ചേട്ടൻ ഇപ്പഴാ വെളിയിലേക്കു പോയത്." അവൾ പറഞ്ഞു.

"കടയിൽ പോയതാണോ?"

"ഉത്സവമായതു കൊണ്ട് ഇന്ന് കടയില്ല. അമ്പലക്കമ്മിറ്റി മെമ്പർ വന്ന് വിളിച്ചോണ്ടു പോയതാ. രാത്രീൽ എന്തായാലും നീ വാ." അവൾ പറഞ്ഞു.

"എത്ര മണിക്ക്?"

"പത്തു മണിക്കല്ല്യോ ഗാനമേള തുടങ്ങുന്നെ... അച്ചനും മോനും അതിനു മുമ്പേ പോകും. അതു കഴിഞ്ഞ് ഞാൻ വിളി

ക്കാം. അന്നേരമിങ്ങ് വന്നാൽ മതി.”

പെട്ടെന്ന് ചന്ദ്രികാ സോപ്പിന്റെ മണം രമേശന് അനുഭവപ്പെട്ടു. അംബുജ ചേച്ചി ചന്ദ്രികാ സോപ്പ് ഉപയോഗിച്ചാണ് കുളിക്കുന്നത്. കുറേ നേരത്തേക്ക് ശരീരത്തിന് ആ മണം കാണും.

“ചേച്ചി അമ്പലത്തിൽ പോകുന്നില്ലേ?’ സംശയം തീർക്കാനായി അയാൾ ചോദിച്ചു.

“ഇല്ലെടാ... എനിക്ക് തലവേദനയല്ല്യോ... പിന്നെ ഞാനെങ്ങനെ പോകും...” ചിരിച്ചു കൊണ്ട് അംബുജം പറഞ്ഞു. അവളുടെ കള്ളത്തരം പിടി കിട്ടിയപ്പോൾ അയാൾക്കും ചിരി വന്നു.

“ശരി ചേച്ചീ... ഞാനൊന്ന് ഉറങ്ങട്ടെ... രാത്രി മുഴുവൻ ഉറക്കമൊഴിക്കാനുള്ളതല്ല്യോ...”

“പോടാ കള്ളാ...”

ചിരിച്ചു കൊണ്ട് രമേശൻ കോൾ കട്ട്ചെയ്തു. ഉറങ്ങാനായി കണ്ണുകളടച്ച് കിടക്കുമ്പോൾ അയാൾക്ക് അപർണയെ ഓർമ്മ വന്നു. അവൾ വലിയ സൂത്രക്കാരിയാണ്. അല്ലെങ്കിൽ വീട്ടിലേക്ക് വിളിച്ചപ്പോൾ വന്നേനെ. അതോ വെറും പാവമായതു കൊണ്ടാണോ വരാഞ്ഞത്? വന്നിരുന്നെങ്കിൽ അമ്മ കുളിക്കാൻ പോകുന്ന തക്കത്തിൽ... സാരമില്ല. രണ്ടുമാസം കൂടി കഴിഞ്ഞാൽ കയ്യിൽ കിട്ടുമല്ലോ. അതുവരെ ക്ഷമിക്കാം.

ഇന്നത്തെ ഭാഗ്യം അംബുജ ചേച്ചിക്കാണ്. അപർണ അല്ലെങ്കിൽ അംബുജം. തോറ്റു കൊടുക്കുന്നവനല്ല രമേശൻ.

അയാൾ അറിയാതെ ഉറങ്ങിപ്പോയി.

○○

അപർണ ചോറുണ്ണുന്നതു നോക്കി സുകുമാരിയമ്മ അടുത്തിരുന്നു

“ഏയ്... അവന്റെ അമ്മ അങ്ങനെ പറയുമോന്ന് എനിക്കു സംശയമാ മോളെ... കല്യാണത്തിനു മുമ്പ് വീട്ടിലേക്കു ചെല്ലാൻ അവർ പറയത്തില്ല...” സുകുമാരിയമ്മയ്ക്കു തോന്നി.

“അയാളുടെ അമ്മ പറഞ്ഞാലും ഇല്ലെങ്കിലും പോകാൻ എനിക്കിഷ്ടമില്ലായിരുന്നു. അത് ശരിയല്ലല്ലോ അമ്മേ. അയാളുടെ ബൈക്കിന്റെ പിന്നിൽ കേറിയിരുന്ന്... എനിക്കതിനൊന്നും പറ്റത്തില്ല...”

അപർണ പറഞ്ഞു.

“നീ പോകാതിരുന്നത് നന്നായി. നീ ചെയ്തതു തന്നാ മോളേ

ശരി..."

അവൾ ഒന്നും മിണ്ടിയില്ല.

"രണ്ടുമാസം കഴിഞ്ഞാൽ കല്യാണം നടത്തണമല്ലോ. വല്യ ആർഭാടമൊന്നും വേണ്ടെങ്കിലും നല്ലൊരു സംഖ്യ കയ്യിലില്ലാതെ... എല്ലാം നടക്കും എന്ന് അച്ഛനൊരു ആത്മവിശ്വാസമുണ്ട്..."

സുകുമാരിയമ്മ പറഞ്ഞു.

"ഇത്ര പെട്ടെന്ന് എന്റെ കല്യാണം നടത്തേണ്ട കാര്യമില്ലമ്മേ... എന്തായാലും അധികം വൈകാതെ എനിക്കൊരു സർക്കാർ ജോലി കിട്ടും. ആശയുടെ പഠിത്തം കഴിഞ്ഞ് കണ്ണനെ കോളജിൽ ചേർത്ത് വീട് ഒന്ന് പുതുക്കി പണിതിട്ടു മതി എന്നാ എന്റെ ആഗ്രഹം."

അപർണ പറഞ്ഞു.

"സർക്കാർ ജോലി കിട്ടുമെന്ന് എന്താ മോളേ ഉറപ്പ്?"

അതായിരുന്നു സുകുമാരിയമ്മയുടെ സംശയം.

"ഒരെണ്ണത്തിന്റെ റാങ്ക് ലിസ്റ്റിൽ വന്നിട്ടുണ്ടല്ലോ ഞാൻ. ഒരെണ്ണത്തിന്റെ ഉടൻ പ്രസിദ്ധീകരിക്കും. ഏതെങ്കിലുമൊന്ന് കിട്ടാതിരിക്കില്ല."

"രണ്ടു പെൺമക്കൾ കല്യാണപ്രായമായി വരുന്ന അച്ഛനമ്മമാരുടെ മനസ്സ് നിനക്കറിയില്ല. അതു കൊണ്ടാ നീയിങ്ങനെ പറയുന്നത്..." അമ്മയെ എതിർത്ത് അപർണ പിന്നെ ഒന്നും പറഞ്ഞില്ല.

നാലരമണിയായപ്പോൾ അവൾ നന്ദഗോപാലിന്റെ വീട്ടിലേക്കു ചെന്നു. അപ്പോഴേയ്ക്ക് സുമിമോളെ കുളിപ്പിച്ച് ഭക്ഷണം കൊടുത്ത് നിർത്തിയിട്ടുണ്ടായിരുന്നു വനജ. അഞ്ചര വരെ അവൾ സുമിമോളെ പഠിപ്പിച്ചു. അന്നത്തെ ഹോം വർക്കുകൾ എല്ലാം ചെയ്യിച്ചു. അന്നു പഠിപ്പിച്ച പാഠങ്ങൾ ആവർത്തിച്ച് പഠിപ്പിച്ചു.

അതുകഴിഞ്ഞിട്ടാണ് അവൾ ഷീജയുടെ അടുത്തേക്ക് ചെന്നത്. അപ്പോൾ രശ്മി ആ മുറിയിൽ ഉണ്ടായിരുന്നു. അവൾ അവിടെയിരുന്ന് രണ്ടു പേരോടും അല്പനേരം സംസാരിച്ചു. രശ്മിപറഞ്ഞ തമാശ കേട്ട് ചിരിക്കുകയും ചെയ്തു. അടുക്കളയിൽ നിന്നുകൊണ്ട് വനജ അതു കേട്ടു. അടുക്കളക്കാരിയല്ല്യോ ഞാൻ. അവൾക്ക് എന്നെ ഒരു വിലയുമില്ല.

അറിയാതെ വനജയുടെ പല്ലുകൾ ഞെരിഞ്ഞു.

○○

ഒരുപാട് ആലോചിച്ച ശേഷമാണ് വിജയലക്ഷ്മി ആ തീരുമാന

ത്തിലേക്ക് എത്തിച്ചേർന്നത്. ആ പട്ടാളക്കാരനും അപർണയും തമ്മിലുള്ള കല്യാണം നടക്കരുത്.

വനജ വിചാരിച്ചാൽ അത് തടയാൻ പറ്റും.

അതോടെ അവളുടെ അമ്മയുടെ വീമ്പുപറച്ചിൽ അവസാനിക്കും. മോൾടെ ഭർത്താവ് കേന്ദ്ര ഗവൺമെന്റ് ഉദ്യോഗസ്ഥനാണ്. പട്ടാളക്കാർക്ക് ഇപ്പോൾ ഒരുപാട് ആനുകൂല്യങ്ങൾ സർക്കാരിൽ നിന്ന് കിട്ടുന്നുണ്ട്. എന്റെ അപർണമോൾ ഭാഗ്യവതിയാണ്...

അങ്ങനെ ആ തള്ളയും മോളും അത്ര നെഗളിക്കണ്ടാ. കല്യാണം മുടങ്ങിയാൽ അത് ലിയ നാണക്കേട് ഉണ്ടാകും. അവർക്കാർക്കും തലയുയർത്തി നടക്കാൻ പറ്റാതെയാകും.

അതിനുള്ള ഒറ്റമൂലി തയാറാണ്. ഇനി വനജ കൂടി സമ്മതം മൂളിയാൽ മതി. താൻ എന്തു പറഞ്ഞാലും വനജ കേൾക്കും.

അന്നു രാത്രിയിൽ വനജയെ വിജയലക്ഷ്മി വിളിച്ചു.

"എന്താടാീ ഈ നേരത്ത്?" വനജ ചോദിച്ചു.

"എനിക്ക് നിന്നെ അത്യാവശ്യമായിട്ട് ഒന്നു കാണണം. നാളെ വൈകുന്നേരം അമ്പലത്തിൽ ഒന്നു വരാമോ?"

"എന്താടീ കാര്യം?"

"ഒരു പ്രധാനപ്പെട്ട കാര്യം പറയാനാണ്. നിന്റെ രമേശനെ സംബന്ധിക്കുന്ന കാര്യം."

"നീ... നീ അവനെ പരിചയപ്പെട്ടോ?"

ആശങ്കയോടെ വനജ ചോദിച്ചു.

"ഇല്ല.. പക്ഷേ അവനെക്കുറിച്ച് ഒരു കാര്യം അറിഞ്ഞു. അവന്റെ കല്യാണം തീരുമാനിച്ചു."

വനജ ഞെട്ടിപ്പോയി.

"എന്നിട്ട് അവൻ എന്നോടക്കാര്യം പറഞ്ഞില്ലല്ലോ..."

"അവൻ പറയുമോ... നീ വല്ല കുഴപ്പവും ഉണ്ടാക്കുമെന്ന് പേടിച്ചിട്ടാ... തന്നേമല്ല കല്യാണം കഴിഞ്ഞാപ്പിന്നെ അവൻ നിന്നെ തിരിഞ്ഞു നോക്കത്തുമില്ല..."

വിജയലക്ഷ്മി പറഞ്ഞതു ശരിയാണെന്ന് വനജയ്ക്ക് തോന്നി. കല്യാണം കഴിഞ്ഞാപ്പിന്നെ അവൻ നല്ല പിള്ളയായി ജീവിക്കാമെന്ന് വിചാരിച്ചാലോ?

"എവിടുന്നാ അവൻ കല്യാണം കഴിക്കുന്നെ?" വനജ ചോദിച്ചു.

"അതൊക്കെ നാളെ ഞാൻ വിശദമായി പറയാം. വരാമോ നാളെ അമ്പലത്തിൽ?"

"വരാമെടീ..."

പിറ്റേന്ന് വൈകുന്നേരം കുളി കഴിഞ്ഞ് വേഷം മാറി വനജ അമ്പലത്തിലേക്ക് പോകാനിറങ്ങി. അവളെ കണ്ടതിനു ശേഷമാണ് വിജയലക്ഷ്മി വീട്ടിൽ നിന്നിറങ്ങിയത്.

റോഡിലെത്തി അവർ സംസാരിച്ചു കൊണ്ട് മെല്ലെ നടന്നു.

"ആരാടീ രമേശൻ കല്യാണം കഴിക്കാൻ പോകുന്ന പെണ്ണ്?"

കണ്ടപ്പോൾ തന്നെ വനജ ചോദിച്ചു.

"അവളെ നീയും അറിയും." വിജയലക്ഷ്മി പറഞ്ഞു.

"അതാരാ?" ആശ്ചര്യഭാവത്തിൽ വനജ അവളെ നോക്കി.

"വേറാരുമല്ല... ആ പെണ്ണാ... ആ അപർണ."

വിശ്വാസം വരാതെ വനജ പെട്ടെന്നു നിന്നു.

"സാറിന്റെ മോളെ ട്യൂഷൻ പഠിപ്പിക്കാൻ വരുന്ന ആ അഹങ്കാരിയോ?"

"അതേ... അവൾ തന്നെ. അവളുടെ അമ്മയാ ഇക്കാര്യം എന്നോടു പറഞ്ഞത്. അവനിപ്പോൾ പത്തുദിവസത്തെ ലീവിന് നാട്ടിൽ വന്നിട്ടുണ്ടല്ലോ. രണ്ടുമാസം കഴിഞ്ഞ് വീണ്ടും വരും. അന്നേരം കല്യാണം നടത്താനാ പ്ലാൻ."

"കഴിഞ്ഞാഴ്ച അവൻ വീട്ടിൽ വന്നിട്ടുണ്ടാരുന്നു. എന്നിട്ടും ഇക്കാര്യം എന്നോട് പറഞ്ഞില്ല..." വനജയ്ക്ക് ദേഷ്യം വന്നു.

"പട്ടാളക്കാരൻ മരുമോനായി വരുന്നത് നാട് മുഴുവൻ കൊട്ടി ഘോഷിച്ചുകൊണ്ട് നടക്കുവാ ആ തള്ള."

വനജ നിശ്ശബ്ദയായി മെല്ലെ നടന്നു. അവൾ രമേശനെക്കുറിച്ച് ആലോചിക്കുകയായിരുന്നു. അവൻ അത്രയ്ക്കങ്ങ് മിടുക്കനാവാൻ പാടില്ല...

"നീ വിചാരിച്ചാൽ ആ കല്യാണം നടത്താതിരിക്കാൻ പറ്റും." പെട്ടെന്ന് വിജയലക്ഷ്മി പറഞ്ഞു.

"അതെങ്ങനെ?"

"അതു നടക്കട്ടെ എന്നാണ് നിനക്ക് താല്പര്യമെങ്കിൽ ഞാനൊന്നും പറയുന്നില്ല."

"അതു തടയണം വിജയലക്ഷ്മീ... അവനങ്ങനെ മിടുക്കനാകാൻ നോക്കണ്ടാ. തന്നേമല്ല ആ പെണ്ണിനെ എനിക്ക് കണ്ണെടുത്താൽ കണ്ടുകൂടാ..." വെറുപ്പോടെ വനജ പറഞ്ഞു.

"ഒരു വഴിയുണ്ട്. അതു നടക്കും..."

"എന്തു വഴി?"

വിജയലക്ഷ്മി ശബ്ദം താഴ്ത്തി അല്പനേരം വനജയോട് സംസാരിച്ചു. അവൾ തലകുലുക്കി എല്ലാം കേട്ടു.

"വിചാരിച്ച പോലല്ല. നിനക്ക് നല്ല ബുദ്ധിയുണ്ട്. ഞാൻ ഇത്രക്കങ്ങ് കടന്നു ചിന്തിച്ചില്ല..."

എല്ലാം കേട്ടുകഴിഞ്ഞപ്പോൾ വനജ അവളെ പുകഴ്ത്തി.

"ഞാൻ പറഞ്ഞതു പോലെ നീ അവനോട് സംസാരിക്കണം. അവൻ പിന്നെ ഈ നാട്ടിൽ കാലുകുത്തില്ല."

വിജയലക്ഷ്മി പറഞ്ഞു.

"ശരിയാ... അവൻ ഒരു വഷളൻ ആണെങ്കിലും ആത്മാഭിമാനിയാ... ഞാൻ അവനോട് സംസാരിക്കാം..." വനജ ഏറ്റു.

"അവൻ ലീവ് കഴിഞ്ഞ് തിരിച്ചുപോയോ?"

"ഇല്ല. നാളെയേ പോകൂ... ഇപ്പം നാട്ടിൽ കാണും."

"എന്നാൽ ഇപ്പത്തന്നെ വിളിക്ക്..." വിജയലക്ഷ്മി പറഞ്ഞു.

"എടീ ഞാൻ മൊബൈൽ എടുക്കാതാ വന്നത്. ഇങ്ങനെ ഒരാവശ്യം വരുമെന്ന് എനിക്കറിയത്തില്ലാരുന്നല്ലോ..."

വനജ വിഷണ്ണയായി അവളെ നോക്കി.

"സാരമില്ല. നീ വീട്ടിൽ ചെന്നിട്ട് വിളിച്ചാൽ മതി. ഞാൻ പറഞ്ഞതൊക്കെ ഓർമ്മയുണ്ടല്ലോ... അതേപോലെ പറയണം."

"അതൊക്കെ ഞാനേറ്റു. ഞാനത്ര മണ്ടിയൊന്നുമല്ലെടീ. ശരിക്കും പൊലിപ്പിച്ചു പറഞ്ഞോളാം..."

"അവനെ വിളിച്ചിട്ട് എന്നെ വിളിക്കണേ... അവൻ എന്തുപറഞ്ഞൂന്ന് അറിയാനാ..."

"ഞാൻ നിന്നെ വിളിച്ച് പറയാതിരിക്കുമോ? ഞാൻ വിളിക്കാമെടീ..."

അമ്പലത്തിൽ ചെന്ന് തൊഴുതിട്ട് രണ്ടുപേരും മടങ്ങി. വിജയലക്ഷ്മി അവളുടെ വീട്ടിലേക്കും വനജ നന്ദഗോപാലിന്റെ വീട്ടിലേക്കും കയറി. അടുക്കളയിലെ ജോലികളെല്ലാം അവസാനിച്ചപ്പോൾ രമേശന്റെ നമ്പറെടുത്ത് വനജ വിളിച്ചു.

"എന്താ ചേച്ചീ?" അയാൾ ഉടൻ കോൾ എടുത്തു.

"എന്തൊക്കെയുണ്ട് വിശേഷങ്ങൾ. നീ പിന്നെ എന്നെയൊന്ന് വിളിച്ചതേയില്ലല്ലോ..." അവൾ പരിഭവം പറഞ്ഞു.

"ഞാൻ നാളെ ലീവ് കഴിഞ്ഞ് തിരിച്ചു പോവാ ചേച്ചീ... അതിന്റെ തിരക്കിലാരുന്നു. ചെന്നിട്ട് വിളിക്കാമെന്നു വിചാരിച്ചാ..."

"ഞാനിപ്പോൾ വീട്ടിലല്ല..." അവൾ പറഞ്ഞു.

"പിന്നെവിടാ?"

"നന്ദഗോപാൽ സാർ എന്നൊരു എക്സിക്യൂട്ടിവ് ഓഫീസറുണ്ട് പഞ്ചായത്ത് ഓഫീസിലെ... ആ സാറിന്റെ വീട്ടിലാ..."

"അതെന്താ അവിടെ?"

"അതൊരു കഥയാ മോനേ..."

"എന്തു കഥ?"

"നല്ല രസമുള്ള സംഭവമാ... കേൾക്കാൻ നിനക്ക് സമയമുണ്ടോ?"

"ഉണ്ട് ചേച്ചീ..."

"സാറിന്റെ വീട്ടിൽ ഒരു ജോലിക്കാരി പെണ്ണുണ്ടാരുന്നു... ഇവിടെ അടുത്തുതന്നാ അവളുടെ വീട്..."

"അവൾക്കെന്തു പറ്റി?"

"അതുതന്നാ പറഞ്ഞുവരുന്നത്..."

വനജ ഒന്ന് ഊറിച്ചിരിച്ചു. ഇനിയാണ് രസം.

29

വിജയലക്ഷ്മി പറഞ്ഞു കൊടുത്തതെല്ലാം വനജയ്ക്ക് ഓർമ്മ വന്നു. അതേ ക്രമത്തിൽ തന്നെ വേണം എല്ലാം രമേശനോട് സംസാരിക്കാൻ. എന്നാലേ അതിനൊരു സുഖം കിട്ടൂ.

വിജയലക്ഷ്മി ആൾ മിടുമിടുക്കി തന്നെ. അല്ലെങ്കിൽ ഇങ്ങനൊരു കഥ മെനഞ്ഞുണ്ടാക്കാൻ പറ്റുമോ? ഇത് കേട്ടുകഴിഞ്ഞാൽ രമേശൻ ഇന്നുതന്നെ ഊട്ടിയിലേക്ക് ചിലപ്പോൾ വണ്ടികയറും.

"ചേച്ചിയെന്താ മിണ്ടാതിരിക്കുന്നെ... സംഭവം പറ."

രമേശൻ ധൃതികൂട്ടി.

"അല്ലെങ്കിൽ വേണ്ട രമേശാ... ആ സാറിനെക്കുറിച്ച് ഞാൻ വേണ്ടാത്തതൊന്നും പറയത്തില്ല.... സാർ ഒരു മാന്യനാ... ചതിയിൽ പെട്ട് പോയെന്നേയുള്ളൂ... ഞാനായിട്ട് സാറിന്റെ പേര് ചീത്തയാക്കുന്നില്ല..." രമേശന്റെ ആകാംക്ഷ കൂട്ടാൻ വേണ്ടിയാണ് വനജ ആ നമ്പറിട്ടത്.

"കാര്യം പറ ചേച്ചീ... എനിക്കത് കേൾക്കാതെ പറ്റത്തില്ല. അവിടെ വല്ല അവിഹിതവും നടന്നോ? ചേച്ചിയെങ്ങനാ ആ വീട്ടിൽ ചെന്നത്?" ഉത്സാഹത്തോടെ രമേശൻ ചോദിച്ചു.

"അതു തന്നാ ഞാൻ പറയാൻ മടിച്ചെ... നന്ദഗോപാൽ സാർ ചെറുപ്പമാ. കാണാൻ സുന്ദരനുമാ. പക്ഷേ സാറിന്റെ ഭാര്യ മോളെ പ്രസവിച്ചതോടെ എന്തോ കുഴപ്പമുണ്ടായി അരമുതൽ താഴോട്ട് തളർന്ന് നാലഞ്ചുവർഷമായി ഒരേ കിടപ്പാ." വനജ പറഞ്ഞു.

"അപ്പോൾ പുള്ളിക്കാരന്റെ കാര്യങ്ങളൊന്നും നടക്കുന്നില്ല

അല്ല്യോ?" അർത്ഥംവച്ച് രമേശൻ ചോദിച്ചു.

"അതു പിന്നെ പ്രത്യേകിച്ച് പറയണോടാ... സാറിന്റെ മോൾ രണ്ടിലോ മൂന്നിലോ മറ്റോ പഠിക്കുവാരുന്നു. ആ കൊച്ചിനെ ട്യൂഷൻ പഠിപ്പിക്കാൻ വന്ന പെണ്ണാണ് കുഴപ്പമെല്ലാമുണ്ടാക്കിയെ..."

"എന്തു കുഴപ്പം?"

"അവൾക്ക് പത്തിരുപത് വയസ് കാണും. കല്യാണപ്രായമല്ല്യോ... സാറിന്റെ അമ്മ ഒരു ദിവസം കുളിമുറിയിൽ വീണ് കാലൊടിഞ്ഞതോടെ വീട്ടിൽ ആഹാരമുണ്ടാക്കാൻ പോലും ആരുമില്ലാതായി. ആ തക്കത്തിന് ആ പെണ്ണ് അവിടെ പറ്റിക്കൂടി..."

"ആര്... ആ ട്യൂഷനെടുക്കുന്ന പെണ്ണോ?"

"ഉം... അവളിവിടങ്ങ് താമസമായി. അവൾക്ക് സാറിനെ നേരത്തെതന്നെ നോട്ടമുണ്ടാരുന്നു. ഭാര്യേം കിടപ്പ് അമ്മയും കിടപ്പ്. ആഹാരമുണ്ടാക്കി കൊടുത്ത് അവരുടെ കാര്യങ്ങളും നോക്കി രണ്ടുപേരേം അവൾ കയ്യിലെടുത്തു."

"കൊള്ളാമല്ലോ അവൾ..." രമേശൻ പറഞ്ഞു.

"അങ്ങനാടാ മിടുക്കി പെൺപിള്ളേർ... അയാളുടെ രണ്ടാം ഭാര്യയായി അവിടങ്ങ് പൊറുക്കാമെന്നാരുന്നു അവളുടെ മനസ്സിലിരുപ്പ്. പക്ഷേ അതറിയാതെ അവളുടെ അച്ഛനും അമ്മയും അവൾക്ക് വേറെ കല്യാണമാലോചിച്ചു." വനജ പറഞ്ഞു.

"എന്നിട്ട്?"

"അവൾ അവസാനം ഗർഭിണിയാണെന്നറിഞ്ഞപ്പോൾ നന്ദൻ സാർ പേടിച്ചുപോയി. അവളെ രഹസ്യമായി ഒരു ആശുപത്രിയിൽ കൊണ്ടുപോയി. അത് അലസിപ്പിച്ചു കളഞ്ഞു. എന്നിട്ട് അവളെ വീട്ടിലേക്ക് പറഞ്ഞുവിട്ടു."

"അത് കഷ്ടമായിപ്പോയി..." രമേശൻ സഹതപിച്ചു.

"പക്ഷേ ഭാര്യേം അമ്മേം നോക്കാൻ ആരെങ്കിലും വേണ്ടായോ... ആ വീടിന്റെ തൊട്ട് എതിർവശത്താ എന്റെ കൂട്ടുകാരി വിജയലക്ഷ്മി താമസിക്കുന്നെ... നന്ദൻ സാർ വിജയലക്ഷ്മിയോട് കാലുപിടിച്ച് പറഞ്ഞു. കുറച്ചു ദിവസത്തേക്കെങ്കിലും വീട്ടിലെ കാര്യങ്ങൾ നോക്കാൻ ആരെയെങ്കിലുമൊന്ന് കണ്ടുപിടിച്ച് കൊടുക്കാൻ..."

"മനസ്സിലായി... കൂട്ടുകാരി ചേച്ചിയെ വിളിച്ചു പറഞ്ഞു കാണും. ചേച്ചി അങ്ങനെ ആ വീട്ടിൽ ചെന്നു... അല്ല്യോ?"

ബാക്കി രമേശൻ പൂരിപ്പിച്ചു.

"അതാണ് രമേശാ സംഭവിച്ചത്..."

"ചേച്ചി സൂക്ഷിക്കണം... ആ സാറ് ഇപ്പത്തന്നെ ചേച്ചിയെ നോ

ട്ടമിട്ടു കാണും..."

"അങ്ങനൊന്നും ഈ വനജ വീഴത്തില്ല മോനേ... അപർണയല്ല വനജ."

"അപർണയോ?" പെട്ടെന്ന് രമേശൻ ചോദിച്ചു.

ആ പേരിൽ അവൻ കൊത്തി എന്ന് അവൾക്കു മനസ്സിലായി. അപർണയുടെ പേര് അവസാനം മാത്രം പറഞ്ഞത് മനഃപൂർവമായിരുന്നു.

"ആ പെണ്ണിന്റെ പേരാ.... നാലഞ്ച് വീടിനപ്പുറത്താ അവൾ താമസിക്കുന്നെ... കോളജിൽ പഠിക്കുന്ന ഒരു അനിയത്തിയും സ്കൂളിൽ പഠിക്കുന്ന ഒരനിയനുമുണ്ട്..."

ഉദാസീന മട്ടിൽ വനജ പറഞ്ഞു.

"അവളുടെ അമ്മേടെ പേരെന്താ?"

ആന്തലോടെ രമേശൻ ചോദിച്ചു.

"സുകുമാരീന്നാണെന്ന് തോന്നുന്നു. എന്തായാലും അവളുടെ കല്യാണം തീരുമാനിച്ചെന്നാ അറിയുന്നെ. എങ്ങാണ്ട് കിടക്കുന്ന ഒരു പാവം ചെറുപ്പക്കാരന്റെ തലയിൽ അവളെ കെട്ടിവയ്ക്കാൻ പോവാ..."

"ചേച്ചി ഇപ്പറയുന്നതെല്ലാം സത്യമാണോ?"

വിറയ്ക്കുന്ന ശബ്ദത്തോടെ രമേശൻ ചോദിച്ചു.

"ഞാനെന്തിനാടാ നിന്നോട് കള്ളം പറയുന്നെ... എന്തായാലും വേറെ ജോലിക്കാരിയെ കിട്ടുന്നതു വരെയേ ഞാനിവിടെ നിൽക്കൂന്ന് വിജയലക്ഷ്മിയോട് ഇന്നും ഞാൻ പറഞ്ഞിട്ടുണ്ട്. സാറ് നല്ലവനാ. പക്ഷേ എപ്പഴാ സ്വഭാവം മാറുന്നേന്ന് അറിയാൻ പറ്റത്തില്ലല്ലോ..."

"ശരി ചേച്ചീ... ഞാൻ പിന്നെ വിളിക്കാം."

രമേശൻ പെട്ടെന്ന് കോൾ കട്ട് ചെയ്തു.

വനജ ഒന്നു ചിരിച്ചു. കൊള്ളേണ്ടിടത്തുതന്നെ കൊണ്ടിട്ടുണ്ട്. പാവം രമേശൻ. ഞാനറിയാതെ അവനങ്ങനെ പെണ്ണു കെട്ടണ്ടാ.

വനജ ഉടൻതന്നെ വിജയലക്ഷ്മിയെ വിളിച്ചു. പക്ഷേ അവളുടെ നമ്പർ എൻഗേജ്ഡ് ആയിരുന്നു. അല്പനേരം കഴിഞ്ഞ് വീണ്ടും വിളിച്ചു. ചൂടോടെ എല്ലാം അവളോട് പറയണമല്ലോ.

അപ്പോഴും വിജയലക്ഷ്മി ആരോടോ സംസാരിച്ചുകൊണ്ടിരിക്കുകയായിരുന്നു. വനജയ്ക്ക് അരിശം വന്നു. ഈ രാത്രിയിൽ അവൾ ആരുമായിട്ടാണ്... പക്ഷേ ഉടൻ തന്നെ വിജയലക്ഷ്മി തിരിച്ചുവിളിച്ചു.

"ഞാൻ എത്രനേരം കൊണ്ട് നിന്നെ വിളിക്കുവാ... നിന്റെ ഹസ്ബന്റ് ആരുന്നോ അതോ..."

"എന്റെ കെട്ടിയോൻ ആഴ്ചയിലൊരു ദിവസം മാത്രമേ വിളിക്കത്തൊള്ളെടീ... വെള്ളിയാഴ്ച. ബാക്കിയുള്ള ദിവസം പിന്നെ ഞാനെന്തു ചെയ്യും. എനിക്കും ചിലരുണ്ടെടീ എന്നെ വിളിക്കാൻ...."

ചിരിയോടെ വിജയലക്ഷ്മി പറഞ്ഞു.

"അതിൽ ഒരു കുഴപ്പവുമില്ല. ഞാനിപ്പം ആ രമേശനെ വിളിച്ചാരുന്നു... നീ പറഞ്ഞതു പോലെ എല്ലാം പറഞ്ഞു.

അവന് വല്യ അടി കിട്ടിയതുപോലായി അത്. ഒരു കണക്കിന് അതാവശ്യം തന്നെയാരുന്നു. എന്നോട് പറയാതെ അവൻ രഹസ്യമായി പെണ്ണുകെട്ടാൻ പോയില്ലേ..."

പകരം വീട്ടിയ സുഖത്തോടെ വനജ പറഞ്ഞു.

"അവൻ വിശ്വസിച്ചുകാണും എല്ലാം... അല്ല്യോ?'

"പിന്നില്ലേ... ഞാൻ പറഞ്ഞു എന്റെ കൂട്ടുകാരി വിജയലക്ഷ്മി തൊട്ട് എതിർവശത്താ താമസിക്കുന്നെ.... അവൾക്കും എല്ലാ കാര്യങ്ങളും അറിയാമെന്ന്."

"എന്നോട് ചോദിക്കാനോ മറ്റോ രമേശൻ വരുമോടീ?"

വിജയലക്ഷ്മി ചോദിച്ചു.

"വന്നാൽ നിനക്ക് അവനെ കാര്യങ്ങൾ പറഞ്ഞ് മനസ്സിലാക്കാൻ പറ്റത്തില്ല്യോ?"

"കൊള്ളാം. ഞാനവനെ വേണ്ടപോലെ കൈകാര്യം ചെയ്തോളാം. അക്കാര്യത്തിൽ നിനക്ക് ഒരു സംശയോം വേണ്ടാ."

വിജയലക്ഷ്മി പറഞ്ഞു.

വനജ അതുകേട്ട് ചിരിച്ചു.

"നീയാരാ മോൾ... എനിക്കറിയത്തില്ലേ നിന്നെ. ചിലപ്പോ അവൻ വന്നെന്നിരിക്കും... അല്ലെങ്കിൽ നിന്റെ നമ്പർ ചോദിക്കുമായിരിക്കും... കൊടുത്തേക്കട്ടെ?" അവൾ ചോദിച്ചു.

"ധൈര്യമായിട്ട് കൊടുക്ക്. എനിക്കൊരു പ്രശ്നോമില്ല..."

"ശരിയെടീ... നാളെ വിളിക്കാം."

"അതുമതി."

കോൾ കട്ട് ചെയ്തിട്ട് വനജ ഒരുനിമിഷം ചിന്തിച്ച് ഇരുന്നു.

നാളെ ഇനി എന്തൊക്കെ പുകിലാണോ ഉണ്ടാകാൻ പോകുന്നത്? രമേശൻ അടങ്ങിയിരിക്കത്തില്ല.

൦൦

രമേശൻ സമയം നോക്കി. എട്ടുമണി കഴിഞ്ഞ് നാല്പതു മിനിറ്റ്.

രാത്രിയാണ്. എന്നാലും... ഇപ്പോൾ തന്നെ വിലാസിനി ചേച്ചിയോട് ചോദിക്കാതിരിക്കാൻ വയ്യ. രണ്ടിലൊന്ന് അറിയണം. നാളെ രാവിലെ ഊട്ടിയിലേക്ക് തിരിച്ചു പോകാനുള്ളതാണ്.

സകല സ്വപ്നോം തീർന്നു. സുന്ദരിയായ ഒരു പെണ്ണിനെ ഭാര്യയായിട്ട് കിട്ടുമെന്ന് ഒരു വിചാരോം ഇല്ലായിരുന്നു. അപർണയെ കാണുന്നതു വരെ. തന്നേമല്ല വിദ്യാഭ്യാസവുമുണ്ട്. ജോലി കിട്ടാനും സാധ്യതയുണ്ട്.

താൻ ആർമിയിൽ നിന്നു പിരിഞ്ഞു വന്നാലും അവൾക്ക് സർക്കാർ ജോലിയുണ്ടെങ്കിൽ പിന്നെ ഒരു മുട്ടും വരത്തില്ല.

പക്ഷേ ഒറ്റയടിക്ക് എല്ലാം തകർന്നു.

വനജ പറഞ്ഞതെല്ലാം സത്യമായിരിക്കും. ആളറിയാതെ പറഞ്ഞതല്ലേ. ആ പെണ്ണിനെ താൻ കെട്ടാനിരിക്കുവാണെന്ന് ആ സ്ത്രീക്ക് അറിയില്ലല്ലോ.

രമേശൻ റമ്മിന്റെ കുപ്പിയെടുത്തു. അവസാനത്തെ രണ്ട് ലാർജ് ബാക്കിയുണ്ടായിരുന്നു. അത്താഴത്തിനു മുമ്പ് കഴിക്കാൻ വച്ചിരുന്നതാണ്. അയാൾ അടുക്കളയിലേക്ക് ചെന്നു.

"ചോറ് വിളമ്പട്ടെ രമേശാ?"

അയാളെ കണ്ട് ഭവാനിയമ്മ ചോദിച്ചു.

"കുറച്ചു കഴിഞ്ഞ് മതി. എനിക്ക് വെളീലോട്ടൊന്ന് പോണം..."

അയാൾ പറഞ്ഞു.

"എന്നാപ്പിന്നെ കഴിച്ചിട്ട് പോകരുതോടാ?"

കഴിച്ചാൽ ഒരു ഉരുള പോലും താഴേയ്ക്ക് ഇറങ്ങില്ലെന്ന് അമ്മയ്ക്ക് അറിയില്ലല്ലോ.

"വിശപ്പില്ലമ്മേ."

അയാൾ ഗ്ലാസ്സും മഗ്ഗ് നിറയെ വെള്ളവുമായി മുറിയിലേക്കു ചെന്നു. ഒരു ലാർജിന് പിറകെ ഒരു ലാർജ് എന്ന കണക്കിൽ കുപ്പിയിലുണ്ടായിരുന്ന റം അയാൾ പെട്ടെന്ന് കുടിച്ചു തീർത്തു.

വിലാസിനി ചേച്ചിയോട് ചോദിച്ചിട്ടു തന്നെ കാര്യം. അയാൾ ബൈക്കെടുത്ത് പുറപ്പെട്ടു. കഷ്ടിച്ച് ഒരു കിലോമീറ്റർ ദൂരമേയുള്ളൂ അവരുടെ വീട്ടിലേക്ക്. രമേശൻ ചെന്നപ്പോൾ വീട്ടിൽ വെളിച്ചമുണ്ട്. ആരും ഉറങ്ങിയിട്ടില്ല. നാണുക്കുട്ടൻ ചേട്ടൻ വരാന്തയിലെ ഈസി ചെയറിലിരുന്ന് ബീഡി വലിക്കുന്നു.

ലീവിനു വരുമ്പോഴൊക്കെ നാണുക്കുട്ടൻ ചേട്ടന് ഒരു കുപ്പി റം സമ്മാനിക്കാറുണ്ട്. അതിന്റെ നന്ദിയും സ്നേഹവുമുണ്ട് അയാൾ

ക്ക്. ബൈക്ക് മുറ്റത്ത് വന്നു നിന്നപ്പോൾ നാണുക്കുട്ടൻ എഴുന്നേറ്റു. വന്നത് രമേശനാണെന്ന് ബൈക്ക് കണ്ടപ്പോൾ അയാൾക്ക് മനസ്സിലായി.

"എന്താ രമേശാ... ഈ നേരത്ത്?" നാണുക്കുട്ടൻ ചോദിച്ചു.

"വിലാസിനി ചേച്ചി എന്തിയേ... ഒന്നു വിളിച്ചേ."

രമേശന്റെ പരുക്കൻ മട്ടിലുള്ള സ്വരം കേട്ടപ്പോൾ എന്തോ പ്രശ്നമുണ്ടെന്ന് അയാൾക്ക് പെട്ടെന്ന് മനസ്സിലായി.

"അവളിവിടുണ്ട്... ചോറുണ്ണുവാ... എന്താ രമേശാ കാര്യം?"

"കാര്യമൊക്കെ പറയാം. ചേട്ടൻ ചെന്ന് ചേച്ചിയിങ്ങോട്ട് വരാൻ പറ." രമേശന്റെ സംസാരം കേട്ട് എച്ചിൽ കൈയോടെ വിലാസിനി വരാന്തയിലേക്ക് ഇറങ്ങി വന്നു.

"എന്താ രമേശാ?" കാര്യം മനസ്സിലാവാതെ അവർ ചോദിച്ചു.

"എന്നോട് ഈ ചതി കാണിക്കണ്ടാരുന്നു ചേച്ചീ. ഒന്നുമില്ലേലും നമ്മൾ ബന്ധുക്കളല്യോ... തന്നേമല്ല എന്റെ കൈയിൽ നിന്ന് നിങ്ങൾ ഒരുപാട് കാശ് മേടിച്ചിട്ടുമില്ലേ എനിക്കു വേണ്ടി പെണ്ണാലോചിക്കാൻ. എന്നിട്ടും നിങ്ങളെന്നെ ചതിച്ചല്ലോ ചേച്ചീ..."

"ഞാനെന്തു ചതിച്ചെന്നാ രമേശാ നീയീ പറയുന്നത്? നീ കുടിച്ചിട്ടുണ്ടോ? ഇവിടെ വന്ന് വെളിവില്ലാതെ ഓരോന്നു പറയാതെ..."

അപ്പോഴും വിലാസിനിക്ക് കാര്യം മനസ്സിലായില്ല.

"ആ പെണ്ണിനെക്കുറിച്ച് ശരിക്കും അന്വേഷിച്ചിട്ടു തന്നെയാണോ അവളെ നിങ്ങളെനിക്ക് കല്യാണമാലോചിച്ചെ?"

രമേശൻ ചോദിച്ചു.

"അപർണേടെ കാര്യമാണോ നീ ചോദിക്കുന്നെ?"

"അവളെയല്ലേ നിങ്ങളെന്റെ തലയിൽ പിടിച്ചുവയ്ക്കാൻ പോകുന്നത്... അല്ലാതെ വേറെയാരുമല്ലല്ലോ."

"അതിനിപ്പം എന്തുപറ്റി രമേശാ? സ്വർണോം പണോം കുറഞ്ഞു പോയതു കൊണ്ടാണോ... നീയല്ലേ പറഞ്ഞത് ആ പെണ്ണായതു കൊണ്ട് അക്കാര്യത്തിൽ കണക്കു പറയണ്ടാന്ന്. ഇത്രേമായ സ്ഥിതിക്ക് എനിക്കവരോട് പറയാൻ വയ്യ സ്വർണം പോരാന്ന്."

വിലാസിനി കൈ മലർത്തി.

"എനിക്കവളുടെ സ്വർണോം വേണ്ട പണവും വേണ്ടാ. എനിക്ക് അവളേം വേണ്ട. അവൾ സ്വഭാവദൂഷ്യമുള്ള പെണ്ണാണെന്ന് നിങ്ങൾക്കറിയത്തില്ലാരുന്നോ?"

രമേശൻ പറഞ്ഞതു കേട്ട് വിലാസിനി ഞെട്ടിപ്പോയി.

"അപർണ സ്വഭാവദൂഷ്യമുള്ള പെണ്ണാണെന്നോ. ഇല്ലാ വചനം

പറയല്ലേ രമേശാ... അവിടെങ്ങാനും ചെന്നു നിന്നാ നീയീ പറഞ്ഞതെങ്കിൽ നാട്ടുകാരെല്ലാരും കൂടി നിന്നെ കൈ വെച്ചേനെ. അവളെപ്പോലെ സ്വഭാവഗുണമുള്ള ഒരു പെൺകുട്ടി ആ കരയിൽ വേറെയില്ല." അവർ ഉറപ്പിച്ചു പറഞ്ഞു.

"അടുത്ത വീട്ടിൽ ആരോടെങ്കിലും ചോദിച്ചിട്ടാണോ നിങ്ങളീ പറയുന്നത്? നിങ്ങളുടെയും ബന്ധുവല്യോ അവളുടെ അച്ഛൻ. അതല്യോ നിങ്ങൾ എല്ലാം മറച്ചു വച്ചത്. എന്നോടിതു വേണ്ടാരുന്നു കേട്ടോ..." മനസ്സ് തകർന്ന് രമേശൻ പറഞ്ഞു.

"ആ കൊച്ചിനെക്കുറിച്ച് നീയെന്തവാ രമേശാ അറിഞ്ഞത്? അതു പറ. അല്ലാതെ വിലാസിനിയെ എന്തിനെ കുറ്റപ്പെടുത്തുന്നെ?"

അതുവരെ മിണ്ടാതിരുന്ന നാണുക്കുട്ടൻ പറഞ്ഞു.

"അവൾ വേറൊരു വീട്ടിൽ വേലയ്ക്കു നിൽക്കുവാരുന്നു. അതുവല്ലതും നിങ്ങളറിഞ്ഞോ?" രമേശൻ ചോദിച്ചു.

"വീട്ടുവേലയ്ക്കോ... അത്രയ്ക്ക് ഗതി കെട്ടിട്ടൊന്നുമില്ല രാമകൃഷ്ണൻ ചേട്ടൻ. അവൾ കുട്ടികൾക്ക് ട്യൂഷനെടുക്കുന്നുണ്ട്. അല്ലാതെ അന്യ വീട്ടിൽ അടിച്ചുതളിക്ക് പോകേണ്ട കാര്യമില്ല അവൾക്ക്. അവൾ ഡിഗ്രി പാസായ പെണ്ണാ."

അഭിമാനപൂർവം വിലാസിനി പറഞ്ഞു.

"നിങ്ങക്ക് ഒരു ചുക്കും അറിയത്തില്ല തള്ളേ. പഞ്ചായത്ത് എക്സിക്യൂട്ടീവ് ഓഫീസർ ഒരു നന്ദഗോപാൽ അവരുടെ അടുത്താണ് താമസിക്കുന്നത്. അയാളുടെ ഭാര്യ തളർന്നു കിടക്കുവാ. ആ വീട്ടിലെ പണിക്കാരിയായിരുന്നു അവൾ."

വിശ്വസിക്കാനാവാതെ വിലാസിനി നിന്നുപോയി.

"അതു മാത്രമല്ല. അവൾ ഗർഭിണിയായപ്പോൾ ആ വീട്ടിൽ നിന്ന് അവളെ അടിച്ചോടിച്ചു. ആശുപത്രിയിൽ കൊണ്ടുചെന്ന് ആരുമറിയാതാ അത് ഇല്ലാതാക്കിയത്."

ശബ്ദിക്കാൻ കഴിഞ്ഞില്ല വിലാസിനിക്ക്.

"നിന്നോടാരാ രമേശാ ഇതൊക്കെ പറഞ്ഞത്?"

ദുർബല സ്വരത്തിൽ നാണുക്കുട്ടൻ ചോദിച്ചു.

"ഇന്നാണ് ഞാൻ ഇതൊക്കെ അറിഞ്ഞത്. അത് എന്റെ ഭാഗ്യം. വേറൊരുത്തൻ ചവച്ചു തുപ്പിയ പെണ്ണിനെ എനിക്കാവശ്യമില്ല. ഞാൻ നാളെ രാവിലെ പോകും. എനിക്കിനി മേലിൽ നിങ്ങൾ പെണ്ണാലോചിക്കേണ്ട. കിട്ടിയ സഹായമൊക്കെ മതി."

അപ്പോൾ തന്നെ രമേശൻ ബൈക്ക് സ്റ്റാർട്ട് ചെയ്ത് ഓടിച്ചു പോയി.

തളർച്ചയോടെ വിലാസിനി വരാന്തയിലുണ്ടായിരുന്ന ബഞ്ചിൽ ഇരുന്നു.

"അവൻ പറഞ്ഞതൊന്നും വിശ്വസിക്കണ്ടാ വിലാസിനീ... കല്യാണം മുടക്കാൻ ആരാണ്ട് കളി കളിച്ചതാ."

നാണുക്കുട്ടൻ അവരെ ആശ്വസിപ്പിച്ചു.

"എനിക്കറിയത്തില്ല നാണുക്കുട്ടൻ ചേട്ടാ. എന്നാലും ആരാരിക്കും ഈ പണിയൊപ്പിച്ചത്? കള്ളമാണേലും സത്യമാണേലും ഇനി അവന്റെ മനസ്സ് മാറ്റാൻ പറ്റുമെന്ന് എനിക്കു തോന്നുന്നില്ല."

വിലാസിനി പറഞ്ഞു.

"എന്നു വിചാരിച്ച് സത്യം നമുക്കറിയണ്ടായോ... ഒരു കാര്യം ചെയ്യ്. നാളെ രാവിലെ നീ അവിടെ വരെ ഒന്നു പോയിട്ടു വാ..."

അയാൾ പറഞ്ഞു.

"എനിക്കു വയ്യാ... ഇത് വല്ലതും ചോദിച്ചാൽ അവരെന്നെ ആട്ടിയിറക്കും..."

"നീ ഉപായത്തിൽ കാര്യങ്ങൾ ചോദിച്ചു മനസ്സിലാക്കിയാൽ മതി. ഇങ്ങനൊരു സാറ് അവരുടെ വീടിനടുത്ത് താമസമുണ്ടോന്ന് അന്വേഷിക്ക്. ഉണ്ടെങ്കിൽ തൊട്ടടുത്ത വീടുകളിൽ ചോദിച്ചാൽ മതിയല്ലോ ആ പെണ്ണ് അവിടെ വേലയ്ക്കു നിന്നിട്ടുണ്ടോന്ന്..."

നാണുക്കുട്ടൻ പറഞ്ഞു.

"ഉം..." വിലാസിനി ഒന്നു മൂളി.

നാണുക്കുട്ടൻ പറഞ്ഞ വഴിക്ക് അന്വേഷിക്കുന്നതാണ് നല്ലതെന്ന് അവർക്കു തോന്നി. രാമകൃഷ്ണൻ ചേട്ടന്റെ വീട്ടിൽ ചെന്ന് ഇതൊക്കെ ചോദിച്ചറിയാനുള്ള ധൈര്യമില്ല.

"ചേട്ടൻ രമേശനെ ഒന്നു വിളിക്ക്. നാളെ ഞാൻ പോയി അന്വേഷിക്കാമെന്നു പറ. സത്യം അറിയാതെ തീരുമാനമൊന്നും എടുക്കരുതെന്നും..." വിലാസിനി പറഞ്ഞു.

രമേശിനെ നേരിട്ട് വിളിക്കാനുള്ള ധൈര്യം അവർക്ക് ഇല്ലായിരുന്നു. നാണുക്കുട്ടൻ അപ്പോൾ തന്നെ രമേശനെ വിളിച്ചു. വീട്ടിൽ ചെന്ന് ചോറുണ്ണാൻ കൈ കഴുകുകയായിരുന്നു അയാൾ.

"എന്താ ചേട്ടാ?"

ഒട്ടും താല്പര്യമില്ലാത്ത സ്വരത്തിൽ രമേശൻ ചോദിച്ചു.

"നാളെ രാവിലെ വിലാസിനി അങ്ങോട്ട് പോകുന്നുണ്ട്... വിവരങ്ങളൊക്കെ തിരക്കാൻ. സത്യം എന്താണെന്ന് അറിയണമല്ലോ... അതിരിക്കട്ടെ. രമേശനോട് ആരാ ഈ കാര്യങ്ങളൊക്കെ പറഞ്ഞത്?"

“ആ നാട്ടിൽതന്നെയുള്ള ഒരാളാ. വിശ്വസിക്കാവുന്ന ആളാ... ഞാൻ പറഞ്ഞതിൽ ഒരു കള്ളവുമില്ല ചേട്ടാ. എല്ലാം നടന്നിട്ടുണ്ട്... ആ പെണ്ണിനെ എനിക്കിനി വേണ്ടാ.”

കൂടുതൽ സംസാരിക്കാതെ രമേശൻ ഫോൺ വച്ചു.

“ആ നാട്ടിൽ തന്നെയുള്ള ആരോ ആണ് അവനോടിക്കാര്യം പറഞ്ഞത്.” നാണുക്കുട്ടൻ അറിയിച്ചു.

“ആരാ പറഞ്ഞതെങ്കിലും അത് കല്യാണം മുടക്കാൻ വേണ്ടി ത്തന്നാ. എന്തായാലും നാളെ രാവിലെ ഞാൻ അവിടംവരെ ഒന്നു പോയിട്ട് വരാം.” വിലാസിനി പറഞ്ഞു.

പിറ്റേന്ന് രാവിലെ ആദ്യത്തെ ബസിൽ തന്നെ വിലാസിനി യാത്ര പുറപ്പെട്ടു. എട്ടുമണിക്കു മുമ്പ് കവലയിൽ വണ്ടിയിറങ്ങി.

പഞ്ചായത്ത് എക്സിക്യൂട്ടീവ് ഓഫീസർ നന്ദഗോപാൽ എന്നൊ രാളുണ്ടെങ്കിൽ അയാളുടെ വീടാണ് ആദ്യം കണ്ടുപിടിക്കേണ്ടത്. നടന്ന് അന്വേഷിക്കാൻ പറ്റില്ലല്ലോ. ഓട്ടോക്കാരൻ കൊണ്ടുചെന്ന് വിടും. കവലയിൽ മൂന്ന് ഓട്ടോ ഒന്നിനു പിറകെ ഒന്നായി കിടക്കു ന്നുണ്ടായിരുന്നു. വിലാസിനി അങ്ങോട്ടു ചെന്നു.

“എവിടെപ്പോകാനാ ചേച്ചീ?” ഏറ്റവും മുന്നിൽ കിടന്നിരുന്ന ഓട്ടോയിലെ ഡ്രൈവർ ചോദിച്ചു.

“പഞ്ചായത്താപ്പീസിൽ ജോലിയുള്ള ഒരു സാറുണ്ടല്ലോ. ആ സാറിന്റെ വീട്ടിൽ പോകാനാ.” വിലാസിനി പറഞ്ഞു.

“രണ്ടുമൂന്നു സാറന്മാർ ഉണ്ട്. അതിലാരാ... പേരറിയത്തില്യോ?”

“അവിടത്തെ ആപ്പീസറാ.”

“നന്ദഗോപാൽ സാറിന്റെ വീടാരിക്കുമെടാ.” പിന്നിൽ കിടന്നി രുന്ന ഓട്ടോയുടെ ഡ്രൈവർ പറഞ്ഞു.

“അതേ... ആ സാറിന്റെ വീട്ടിലാ.”

വിലാസിനിക്ക് പെട്ടെന്ന് ഓർമ്മ വന്നു.

“എന്നാൽ കേറ്.”

അയാൾ വിലാസിനിയെ നന്ദഗോപാലിന്റെ വീടിന്റെ ഗേറ്റിനു മുന്നിൽ കൊണ്ടുചെന്ന് വിട്ടു.

“ഇതാ വീട്.”

അവർ വണ്ടിയിൽ നിന്നിറങ്ങിയിട്ട് കൂലി കൊടുത്തു. ഓട്ടോ പോയി. ഗേറ്റ് അടഞ്ഞുകിടക്കുന്നു. വെളിയിൽ ആരെയും കാണു ന്നില്ല. വിലാസിനി ചുറ്റിനും ഒന്നു നോക്കി. തൊട്ടടുത്ത വീട്ടിൽ പാല് കൊടുത്തിട്ടു വന്ന വിജയലക്ഷ്മി അപ്പോഴാണ് വിലാസിനി യെ കണ്ടത്. അവൾ പക്ഷേ അത്ര ശ്രദ്ധ കൊടുക്കാതെ ഗേറ്റ് തുറ

ന്ന് അകത്തേക്കു കയറി.

"ഒന്ന് നിന്നേ മോളേ..."

അവളെ കണ്ട് വിലാസിനി പെട്ടെന്നു വിളിച്ചുപറഞ്ഞു.

വിജയലക്ഷ്മി പെട്ടെന്നു നിന്നു.

വിലാസിനി അടുത്തേക്കു ചെന്നു.

"നന്ദഗോപാൽ സാറിന്റെ വീട് ആ കാണുന്നതല്ല്യോ?"

അങ്ങോട്ട് കൈ ചൂണ്ടി വിലാസിനി ചോദിച്ചു.

"അതേ..." വിജയലക്ഷ്മി പറഞ്ഞു.

"എനിക്കൊരു കാര്യമറിയാനാരുന്നു..."

"ചേച്ചി വാ... നമുക്ക് വീട്ടിലിരുന്ന് സംസാരിക്കാം."

ഉത്സാഹത്തോടെ വിലാസിനിയെയും കൊണ്ട് അവൾ അകത്തേക്ക് കയറിപ്പോയി.

30

വിലാസിനിയെ സ്വീകരണമുറിയിലെ സെറ്റിയിൽ ഇരുത്തിയിട്ട് വിജയലക്ഷ്മി ഫാനിട്ട് കൊടുത്തു. നന്ദഗോപാലനെക്കുറിച്ചുള്ള കാര്യങ്ങൾ തിരക്കാൻ വന്ന ഈ സ്ത്രീയിൽ നിന്ന് ഗുണമുള്ള എന്തെങ്കിലും കിട്ടാതിരിക്കില്ല എന്ന് അവൾക്കു തോന്നി.

"ചേച്ചി എവിടുന്നാ വരുന്നെ?" എതിർവശത്തെ സെറ്റിയിൽ ഇരുന്നു കൊണ്ട് വിജയലക്ഷ്മി താല്പര്യപൂർവം ചോദിച്ചു.

"എന്റെ വീട് പള്ളിപ്പാട്ടാ മോളേ... ഞാനൊരു കല്യാണബ്രോക്കറാ. എന്റെ പേര് വിലാസിനീന്നാ..."

"നന്ദഗോപാൽ സാറിനെ എങ്ങനെ പരിചയം?"

"നേരിട്ട് പരിചയമൊന്നുമില്ല. സാറിന് ഒരു അനിയത്തിയുണ്ട്. എന്റെ പരിചയത്തിലുള്ള ഒരു കൊച്ചന് ആ കുട്ടീടെ ആലോചന വന്നിട്ടുണ്ട്. അപ്പോ അവരുടെ കുടുംബത്തെക്കുറിച്ചൊക്കെ ഒന്നറിയണ്ടായോ... അതിന് ഇറങ്ങിയതാ ഞാൻ."

വിലാസിനി ഒരു കഥയുണ്ടാക്കി അവതരിപ്പിച്ചു.

"അതിന് സാറിന്റെ നാട് ഇവിടല്ലല്ലോ... സാറിവിടെ വാടകയ്ക്ക് താമസിക്കുവാ..." വിജയലക്ഷ്മി പറഞ്ഞു.

"എന്നാലും സാറിനെക്കുറിച്ചുള്ള കാര്യങ്ങളൊക്കെ അയൽപക്കക്കാർക്ക് അറിയാമാരിക്കുമല്ലോ. ബാക്കി കാര്യങ്ങൾ ഞാൻ അവിടെച്ചെന്ന് അന്വേഷിച്ചോളാം."

കൊള്ളാം സാറിനെക്കുറിച്ച് ചോദിച്ചാൽ പറയാൻ ഒരുപാടുണ്ട്

ചേച്ചി... വിജയലക്ഷ്മി മനസ്സിൽ പറഞ്ഞു.

"മോൾടെ പേരെന്തുവാ?" വിലാസിനി ചോദിച്ചു.

"വിജയലക്ഷ്മീന്നാ..."

"ഭർത്താവ്?"

"ഗൾഫിലാ ചേട്ടൻ. രണ്ടു മക്കളുണ്ട്. വേറാരുമില്ല..."

"നന്ദഗോപാൽ സാറിന്റെ വീടുമായിട്ടെങ്ങനാ... അടുപ്പത്തിലാണോ?"

"അടുപ്പത്തിലാരുന്നു. അവിടെ പാല് കൊടുത്തോണ്ടിരുന്നത് ഞാനാ. ഇപ്പം കൊടുക്കാറില്ല."

"അതെന്താ?"

"വേണ്ട ചേച്ചീ... അതൊന്നും പറയാൻ പറ്റാത്ത കാര്യങ്ങളാ. സാറാണെങ്കിൽ വല്യ ഉദ്യോഗസ്ഥൻ. ഞാനായിട്ട് സാറിന്റെ മുഖത്ത് കരിവാരി തേക്കത്തില്ല. ഒന്നുമില്ലേലും ഞാൻ അടുത്ത വീട്ടിൽ താമസിക്കുന്നവളല്യോ..." വിജയലക്ഷ്മി മടി അഭിനയിച്ചു.

"എന്താണേലും എന്നോടു പറ... ഞാനാരോടും പറഞ്ഞുനടക്കുന്ന സ്വഭാവക്കാരിയല്ല മോളേ..." വിലാസിനി പറഞ്ഞു.

"സാറിന്റെ ഭാര്യ ഷീജ അഞ്ചു വർഷത്തിലേറെയായി തളർന്നു കിടക്കുവാ. അപ്പം അതിന്റേതായ പ്രശ്നം കാണുമല്ലോ സാറിന്..."

അപ്പോ രമേശൻ പറഞ്ഞ ഒരു കാര്യം സത്യമാണെന്ന് വിലാസിനിക്കു മനസ്സിലായി. അയാളുടെ ഭാര്യ കിടപ്പു രോഗിയാണ്.

"എന്നെ കണ്ടപ്പം അയാൾക്ക് ഒരു ഇളക്കം വന്നു. ഭർത്താവ് നാട്ടിലില്ലെങ്കിലും മാനം മര്യാദയ്ക്ക് ജീവിക്കുന്നവളാ ചേച്ചീ ഞാൻ. ഒരു ദിവസം അയാൾ എന്നെ കയറിപ്പിടിച്ചു. കരണത്ത് ഒരടി കൊടുത്തിട്ടാ ഞാനവിടുന്ന് ഇറങ്ങിയത്... പിന്നെ ആ പടി കേറീട്ടില്ല..."

"അയ്യോ അത്തരക്കാരനാണോ അയാൾ..."

"നാണംകെട്ട കഥകളാ ചേച്ചീ... ഒന്നും പറയാൻ കൊള്ളത്തില്ല..."

നന്ദഗോപാലിന്റെ അനിയത്തിയുടെ കല്യാണം മുടങ്ങിയതു തന്നെ. വിജയലക്ഷ്മി ആശ്വസിച്ചു. ഇങ്ങനെയൊക്കെയല്ലാതെ അയാളോട് എങ്ങനെ പകരംവീട്ടാനാണ്?

"അപ്പോൾ ആ വീട്ടിലെ കാര്യങ്ങളൊക്കെ നോക്കുന്നതാരാ... ചോറും കറിയുമൊക്കെ ഉണ്ടാക്കുന്നത്..." വിലാസിനി ചോദിച്ചു.

"അയാളുടെ അമ്മയുണ്ട്. വയസ്സായ സ്ത്രീയാ. പക്ഷേ അവർ ഒരു ദിവസം വീണ് കാലിന്റെ അസ്ഥിയൊടിഞ്ഞ് കിടപ്പായി. തൊട്ടടുത്ത വീട്ടിലെ ഒരു പെണ്ണ് അയാളുടെ മോളെ ട്യൂഷൻ പഠിപ്പി

ക്കാൻ വരുന്നുണ്ടായിരുന്നു. അവളെ മയക്കിയെടുത്ത് അന്നു മുതൽ അവിടെ നിർത്തി."

"വീട്ടുവേലക്കാരിയായിട്ടോ?" വിലാസിനി ചോദിച്ചു.

"വീട്ടുവേലക്കാരിയെന്ന നിലയിലാ അവളെ നിർത്തിയതെങ്കിലും അങ്ങനെയൊന്നുമല്ലാരുന്നു ചേച്ചീ... അന്തിക്കൂട്ടിന് അയാൾക്ക് ഒരു പെണ്ണിനെയും കിട്ടി അതുകൊണ്ട്..."

"ആ പെണ്ണിന്റെ വീട്ടുകാർ അതിനൊക്കെ സമ്മതിച്ചോ?"

"പാവപ്പെട്ട വീടാ ചേച്ചീ... തന്ത ടൗണിൽ ഒരു കടയിലെ കണക്കപ്പിള്ളയാ. അവൾക്ക് ഇളയതായിട്ട് ഒരു പെണ്ണും ചെറുക്കനുമുണ്ട്. അയാൾ കാശ് കൊടുത്തു കാണും. അവർ പിന്നെ വല്ലതും പറയുമോ?"

വിലാസിനി അറിയാതെ ഒന്നു ഞെട്ടി. ടൗണിലെ കടയിൽ കണക്കെഴുത്താണല്ലോ രാമകൃഷ്ണൻ ചേട്ടന്. അപർണയ്ക്ക് ഒരു അനിയനും അനിയത്തിയുമുണ്ട്.

"എന്താണ് അവളുടെ പേര്?"

ആകാംക്ഷ അടക്കാൻ വയ്യാതെ അവർ ചോദിച്ചു.

"അപർണയെന്നാ..."

ശബ്ദിക്കാനാവാതെ വിലാസിനി ഇരുന്നു. അപ്പോൾ രമേശൻ പറഞ്ഞതെല്ലാം സത്യമാണ്.

"പക്ഷേ ഇപ്പം അവളവിടില്ല..." വിജയലക്ഷ്മി പറഞ്ഞു.

"എവിടെപ്പോയി?"

"പോയതല്ല... പറഞ്ഞുവിട്ടതാ... അവൾക്ക് വയറ്റിലുണ്ടായെന്നൊക്കെ കേൾക്കുന്നു.... സത്യം എനിക്കറിയാൻ വയ്യ ചേച്ചീ... അവരുടെ വീട്ടുകാർ വന്ന് അവളെ പിടിച്ചു കൊണ്ടു പോയി..."

വിലാസിനി സ്തബ്ധയായി ഇരുന്നു.

"അവരൊക്കെ വല്യ വീട്ടുകാരാ... പഞ്ചായത്ത് എക്സിക്യൂട്ടീവ് ഓഫീസർ എന്നൊക്കെ പറയുന്നത് നിസ്സാര ഉദ്യോഗമാണോ. കല്യാണാലോചന വിട്ടുകളയണ്ട ചേച്ചീ... ആരാ ഇപ്പം അത്ര നല്ലവർ. രഹസ്യമായി എല്ലാരും എല്ലാം ചെയ്യുന്നുണ്ട്...."

വിജയലക്ഷ്മി വെറുതെ ഒരു നമ്പർ കൂടി ഇട്ടു.

നന്ദഗോപാലിന്റെ പെങ്ങളുടെ കല്യാണം നടക്കുമോ എന്നറിയണമല്ലോ.

"വേണ്ട മോളേ... ആ കുടുംബത്തീന്ന് ഒരു കല്യാണവും വേണ്ട. പെമ്പിള്ളേരെ പിഴപ്പിക്കുന്ന ആങ്ങളയുടെ പെങ്ങൾക്കും ആ സ്വഭാവം കുറച്ചൊക്കെ കാണാതിരിക്കുവോ... ഇത്രയും കാര്യങ്ങൾ

അറിയാൻ കഴിഞ്ഞല്ലോ മോളേ... സന്തോഷം. ഞാനിനി ഇറങ്ങു വാ..." വിലാസിനി എഴുന്നേറ്റു.

"ഇരിക്ക് ചേച്ചീ... ചായയിട്ട് തരാം..."

വിജയലക്ഷ്മിക്കു സന്തോഷമായി.

"വേണ്ട മോളേ... ഒരു ഗ്ലാസ്സ് വെള്ളം തന്നാൽ മതി."

"ചേച്ചി ഇരിക്ക്... ഞാനിപ്പം വരാം."

വിജയലക്ഷ്മി അടുക്കളയിലേക്കു പോയി. വിലാസിനി ചെന്ന് സിറ്റൗട്ടിൽ നിന്നു കൊണ്ട് എതിർവശത്തെ വീട്ടിലേക്കു നോക്കി.

വനജയുടെ തല മതിലിനു മുകളിലൂടെ അവർ കണ്ടു. പുതിയ വേലക്കാരിയായിരിക്കും. അവൾ പോകുമ്പോൾ വേറൊരുത്തി. വിലാസിനി പുച്ഛത്തോടെ ഒന്നു ചിരിച്ചു. നാണം കെട്ടവൻ...

ഠഠ

സ്കൂളിലേക്കു പോകാൻ അപർണ വേഷം ധരിച്ച് വന്നപ്പോഴാണ് സുകുമാരിയമ്മ ടിഫിൻ ബോക്സിൽ ചോറും ബീൻസ് തോരനും ചമ്മന്തിയും ചെറിയ കുപ്പിയിൽ തൈരും വിളമ്പി വച്ചിരുന്നു.

നിന്നുകൊണ്ടുതന്നെ രണ്ടു ദോശ പ്ലേറ്റിലെടുത്ത് സാമ്പാറൊഴിച്ച് അവൾ തിന്നു. ആശയും കണ്ണനും ഒരുങ്ങുന്നതേയുള്ളായിരുന്നു. രാമകൃഷ്ണൻ പ്രാതൽ കഴിച്ചിട്ട് പോകാൻ തുടങ്ങുകയായിരുന്നു.

"ബസിന്റെ സമയമാകുന്നമ്മേ... ഞാൻ ഇറങ്ങുവാ."

ടിഫിൻ ബോക്സെടുത്ത് ബാഗിൽ വച്ച് അപർണ യാത്ര പറഞ്ഞ് ഇറങ്ങി.

"പട്ടാളക്കാരൻ കല്യാണമാലോചിച്ചു വന്നതു കൊണ്ട് ഒരു ഉപകാരമുണ്ടായി. ചേച്ചി എന്തു ചെയ്യുന്നു എന്ന് ആരെങ്കിലും ചോദിച്ചാൽ ജോലിയൊന്നും ആയില്ലെന്ന് പറയേണ്ടി വരത്തില്ല. ടീച്ചറാണ് എന്ന് അഭിമാനപൂർവം പറയാം."

ആശ ശബ്ദം താഴ്ത്തിയാണ് അതു പറഞ്ഞതെങ്കിലും സുകുമാരിയമ്മ അതുകേട്ടു. അവൾ പരിഹസിച്ചതാണെന്ന് മനസ്സിലായെങ്കിലും അമ്മ പ്രതികരിക്കാൻ പോയില്ല. രാവിലെ എന്തിനാണ് ഒരു വഴക്കിനു കളമൊരുക്കുന്നത്...

രമേശനും അപർണയും തമ്മിയുള്ള കല്യാണം നടക്കുന്നതിൽ ആശയ്ക്കാണ് എതിർപ്പ് കൂടുതൽ. അവന് പ്രായക്കൂടുതലുണ്ടെന്നതു ശരി തന്നെ. കാണാൻ സൗന്ദര്യവും കുറവാണ്. പക്ഷേ

അവനൊരു സർക്കാർ ജോലിയുണ്ട്. വീട്ടിൽ വേറെ പ്രാരാബ്ധങ്ങളുമില്ല. ഒരു ദോഷമുണ്ടെങ്കിൽ വേറൊരു ഗുണവും കാണും. അതല്ലേ നോക്കേണ്ടത്. നല്ല ജോലിയുള്ള സുന്ദരനായ ഒരു പയ്യനെ അവൾക്കു കിട്ടിയെന്നു വരാം. പക്ഷേ ലക്ഷങ്ങൾ സ്ത്രീധനമായി കൊടുക്കേണ്ടി വരും...

രാമകൃഷ്ണൻ സൈക്കിളെടുത്ത് ടൗണിലേക്കു പോയി. അതു കഴിഞ്ഞ് ആശയും കണ്ണനും പോയി. രാവിലത്തെ ജോലികളെല്ലാം തീർന്നതിന്റെ ആശ്വാസത്തിൽ ഭക്ഷണം കഴിക്കാൻ സുകുമാരിയമ്മ ഇരുന്നപ്പോഴാണ് വിലാസിനി കയറിവന്നത്.

"വിലാസിനിയോ. വാ ഇരിക്ക്... ചായ കുടിക്കാം... ഞാൻ കഴിക്കാൻ തുടങ്ങുവാരുന്നു."

സന്തോഷത്തോടെ സുകുമാരിയമ്മ ക്ഷണിച്ചു.

"ചായ കുടിക്കാൻ വന്നതല്ല ഞാൻ..."

വിലാസിനിയുടെ ഭാവം കണ്ടപ്പോൾ എന്തോ പന്തികേടുണ്ടല്ലോ എന്ന് സുകുമാരിയമ്മയ്ക്കു മനസ്സിലായി. അവർ മെല്ലെ എഴുന്നേറ്റു.

"എന്താ വിലാസിനീ... എന്താ കാര്യം?"

"കാര്യമെല്ലാം നിങ്ങൾക്ക് അറിയാമല്ലോ. ബന്ധുക്കളല്ല്യോ... ഒരു പെങ്കൊച്ച് രക്ഷപ്പെടുന്നെങ്കിൽ പെട്ടോട്ടെ എന്നൊക്കെ വിചാരിച്ചാ ഞാനീ കല്യാണാലോചനയും കൊണ്ട് വന്നത്... എന്നാലും നിങ്ങളീ ചതി എന്നോട് ചെയ്യണ്ടാരുന്നു സുകുമാരീ..."

ക്ഷോഭത്തോടെയാണ് വിലാസിനി സംസാരിച്ചത്.

സുകുമാരിയമ്മയ്ക്ക് കാര്യമൊന്നും പിടികിട്ടിയതുമില്ല.

"കാര്യമെന്താണെന്നു വച്ചാൽ പറ വിലാസിനീ..."

"പഠിത്തമെല്ലാം കഴിഞ്ഞ് കൊച്ച് ട്യൂഷനൊക്കെയെടുത്ത് കഴിയുവാന്നല്ല്യോ നിങ്ങൾ എന്നോടു പറഞ്ഞിട്ടുള്ളത്?"

"അതേ..."

"അവളെ വീട്ടുജോലിക്ക് വിട്ടിട്ടില്ല്യോ നിങ്ങൾ?"

സുകുമാരിയമ്മ ഒന്നു പകച്ചു.

"വിലാസിനിയോട് ആരു പറഞ്ഞു ഇങ്ങനെ?"

"പലരും പറഞ്ഞു... പഞ്ചായത്ത് ആപ്പീസിലെ സാറിന്റെ വീട്ടിൽ അവൾ ജോലിക്ക് നിന്നിട്ടുണ്ടോ... അതറിഞ്ഞാൽ മതി എനിക്ക്."

"അവിടെ വീട്ടുജോലിക്കൊന്നും അവൾ പോയിട്ടില്ല. ഇവിടെ ചേട്ടന് ഹാർട്ട് അറ്റാക്കുണ്ടായപ്പം ആ സാറാ ചേട്ടനെ ആശുപത്രി

യിൽ കൊണ്ടുപോയതും ബാക്കി സഹായങ്ങളൊക്കെ ചെയ്തതും. ആ സാറിന്റെ അമ്മ കുളിമുറിയിൽ വീണ് കാലൊടിഞ്ഞപ്പം അവിടെ വേറാരും ഇല്ലാത്തതുകൊണ്ട് അവൾ കുറച്ചുദിവസം സഹായത്തിനു ചെന്നാരുന്നു. അല്ലാതെ സുകുമാരി പറയുന്നതു പോലൊന്നും..."

"അവൾക്ക് വയറ്റിലൊണ്ടായപ്പം നിങ്ങൾ ഏത് ആശുപത്രിയിലാ കൊണ്ടുപോയത്?" വിലാസിനി ചോദിച്ചു.

തലയ്ക്ക് അടിയേറ്റതുപോലെ സുകുമാരിയമ്മ നിന്നുപോയി.

"എന്തവാ നീ പറഞ്ഞത്?"

വിശ്വാസം വരാതെ അവർ ചോദിച്ചു.

"മോൾടെ ഗർഭം അലസിപ്പിക്കാൻ നിങ്ങൾ ഏത് ആശുപത്രിയിലാ കൊണ്ടു പോയതെന്നാ ചോദിച്ചത്. ഞാനിതൊന്നും അറിയത്തില്ലെന്നു വിചാരിച്ചോ നിങ്ങൾ?"

സുകുമാരിയമ്മയ്ക്ക് പിന്നെ സഹിക്കാൻ കഴിഞ്ഞില്ല. അവർ കൈവീശി വിലാസിനിയുടെ കവിളത്ത് ആഞ്ഞടിച്ചു.

"എന്റെ വീട്ടിൽ കേറിവന്ന് എന്റെ മോളെക്കുറിച്ച് അനാവശ്യം പറയാനും മാത്രം ധൈര്യമുണ്ടായോടീ നിനക്ക്... ഇറങ്ങെടീ..."

കൈചൂണ്ടി അവർ ആജ്ഞാപിച്ചു.

അടികൊണ്ട കവിളത്ത് കൈ ഒന്നു വച്ചിട്ട് വിലാസിനി അവരെ ഒന്നു നോക്കി.

"പെൺമക്കളെ പിഴപ്പിക്കാൻ വിട്ടിട്ട് ബാക്കിയുള്ളോരുടെ അടുത്ത് മെക്കിട്ടു കേറാൻ വന്നിട്ട് ഒരു കാര്യോമില്ല സുകുമാരീ... ഈ അടി നിന്റെ മോൾക്ക് കൊടുത്തിരുന്നെങ്കിൽ അവൾ ആ പണിക്ക് പോകത്തില്ലാരുന്നു. താഴെ ഒരെണ്ണം വളർന്നു വരുന്നുണ്ടല്ലോ. ചേച്ചിയെ കണ്ട് അനിയത്തിയും പഠിച്ചോളും..."

അവജ്ഞയോടെ വിലാസിനി പറഞ്ഞു.

സുകുമാരിയമ്മ ഓടിച്ചെന്ന് ചൂലെടുത്തു കൊണ്ടു വന്നു വിലാസിനിയെ തല്ലാൻ. പക്ഷേ അതിനു മുമ്പ് അവർ വഴിയിലേക്കിറങ്ങി രക്ഷപ്പെട്ടു.

സുകുമാരിയമ്മ തളർച്ചയോടെ കസേരയിലേക്കിരുന്നു.

അപർണ മോളെക്കുറിച്ച് ഇങ്ങനൊരു അപവാദം കേൾക്കേണ്ടി വന്നല്ലോ എന്നോർത്തപ്പോൾ അവരുടെ നെഞ്ചു പൊട്ടിപ്പോയി.

ആരോ എന്തോ ചെന്നു പറഞ്ഞിട്ടുണ്ട് വിലാസിനിയോട്. അതു കൊണ്ടാണ് അവൾ ചോദിക്കാൻ വന്നത്. ആരായിരിക്കും ഈ കൊലച്ചതി ചെയ്തത്? കല്യാണം നടന്നില്ലെങ്കിലും വേണ്ടി

ല്ല. എന്റെ കുഞ്ഞിനെക്കുറിച്ചു പറയാൻ പാടില്ലാത്തതല്ലേ പറഞ്ഞത്. ഇനിയിപ്പം ആ തെറ്റിദ്ധാരണ മാറിയാൽതന്നെ ആ കല്യാണം വേണ്ടാ. അവൻ അവന്റെ പാട്ടിനു പോകട്ടെ.

പാവം അപർണ വേറെ ഒരു നിവർത്തിയുമില്ലാതെയാണ് ഈ കല്യാണത്തിനു സമ്മതിച്ചത്. ചിലപ്പോൾ അവളുടെ നന്മയ്ക്കായിരിക്കും ഇതു മാറിപ്പോയത്. എന്നാലും ആ പറഞ്ഞ അപവാദം.

രാമകൃഷ്ണൻ ചേട്ടനോട് സത്യം പറയണ്ടാ. പറഞ്ഞാൽ പള്ളിപ്പാട്ടു ചെന്ന് വിലാസിനിയെ തല്ലും. അല്ലെങ്കിൽ തന്നെ മകളെക്കുറിച്ച് അച്ചരനോട് അതു വല്ലതും പറയാൻ പാടുണ്ടോ?

ആരായിരിക്കു ഇതിന്റെ പിന്നിൽ?

സമാധാനത്തോടെ ചോദിച്ചിരുന്നെങ്കിൽ വിലാസിനി പറഞ്ഞേനെ. പക്ഷേ സമാധാനത്തോടെ ഇരിക്കാൻ പറ്റിയ കാര്യമാണോ അവൾ പറഞ്ഞത്.

"വൈകുന്നേരം ആദ്യം വന്നത് അപർണയാണ്. അമ്മയുടെ മൂടിക്കെട്ടിയ മുഖം കണ്ടപ്പോൾ അരുതാത്തതെന്തോ സംഭവിച്ചിട്ടുണ്ടെന്ന് അവൾക്കു മനസ്സിലായി.

"എന്തു പറ്റിയമ്മേ?" അവൾ ചോദിച്ചു.

"ആ രമേശനുമായുള്ള കല്യാണം വേണ്ടെന്നു വച്ചു മോളെ..." സുകുമാരിയമ്മ പറഞ്ഞു.

"എന്താണ് കാരണം?" ആശ്ചര്യത്തോടെ അവൾ തിരക്കി.

"വിലാസിനി ഇന്നു രാവിലെ ഇവിടെ വന്നിട്ടുണ്ടാരുന്നു. നിങ്ങളൊക്കെ പോയ ശേഷം... അവൾ വന്ന് ഒരു കാര്യം പറഞ്ഞു നിന്നെക്കുറിച്ച്. ഞാനവളെ തല്ലി... ഒന്നേ അടിക്കാൻ സാധിച്ചുള്ളൂ. അപ്പോഴേയ്ക്കും അവൾ ഓടിപ്പോയി..."

വിലാസിനിയപ്പച്ചിയെ അമ്മ അടിച്ചെങ്കിൽ അതിന് തക്കതായ കാരണം കാണാതിരിക്കില്ലെന്ന് അപർണയ്ക്ക് തോന്നി.

"അപ്പച്ചി എന്താണ് വന്നു പറഞ്ഞത്?"

മനസ്സില്ലാമനസ്സോടെ അതെല്ലാം അപർണയോട് സുകുമാരിയമ്മ പറഞ്ഞു. അപർണ ഞെട്ടിപ്പോയി.

"നമ്മളെക്കുറിച്ച് ആരോ ചെന്നു പള്ളിപ്പാട്ട് പറഞ്ഞിട്ടുണ്ട്. അതാ വിലാസിനി ചാടിത്തുള്ളി വന്നത്. ആരായിരിക്കുമെന്ന് ആലോചിച്ചിട്ട് എനിക്ക് ഒരു പിടിയും കിട്ടുന്നില്ല മോളേ..."

ഒരാളിന്റെ പേരു മാത്രമേ അവളുടെ മനസ്സിൽ തെളിഞ്ഞുള്ളു. വിജയലക്ഷ്മി. പക്ഷേ ആ സ്ത്രീയുമായി വിലാസിനിയപ്പച്ചിക്ക് എന്തു ബന്ധം? ഒന്നുമില്ല. പിന്നെ എങ്ങനെയാണ്.

"അമ്മ വിഷമിക്കണ്ടാ... അത് പോയതു നന്നായി. എനിക്കും ഒന്നും താല്പര്യമില്ലായിരുന്നു. പിന്നെ അച്ഛനെയും അമ്മയെയും വിഷമിപ്പിക്കണ്ടാ എന്നു വിചാരിച്ചാണ് ഞാൻ എതിർപ്പൊന്നും പറയാതിരുന്നത്.

"എന്റെ മോളേ..."

സുകുമാരിയമ്മ അവളെ കെട്ടിപ്പിടിച്ച് കരഞ്ഞു.

"സാരമില്ലമ്മേ... എനിക്കുടനെ കല്യാണം വേണ്ടാ. ജോലി കിട്ടിയിട്ടു മതി. ആശ പഠിച്ചു കൊണ്ടിരിക്കുവല്ലേ. അതും കഴിയട്ടെ."

"തൽക്കാലം ഇതൊന്നും വേറെ ആരും അറിയണ്ട... വിലാസിനി വന്ന് ഇങ്ങനെ പറഞ്ഞിട്ടു പോയ കാര്യം ആശയോടു പോലും പറയരുത്."

"ഇല്ലമ്മേ..."

"അവർക്ക് ഉടൻ കല്യാണം നടത്താൻ പറ്റില്ലെന്ന് വിലാസിനി വിളിച്ചു പറഞ്ഞെന്ന് ഞാൻ അച്ഛനോടു പറഞ്ഞോളാം."

"അതു മതി."

"അച്ഛൻ അതു വിശ്വസിക്കുമോന്നാ എന്റെ സംശയം. പള്ളിപ്പാട്ടു ചെന്ന് വിലാസിനിയോട് നേരിട്ടു കാര്യം ചോദിച്ചാലാണ് പ്രശ്നം." സുകുമാരിയമ്മ ഭയന്നു.

"ഏയ്... അതിനൊന്നും അച്ഛൻ മെനക്കെടത്തില്ല. പോയത് പോട്ടമ്മേ.... ഒരു വിഷമോം വേണ്ടാ."

അവൾ സുകുമാരിയമ്മയെ സമാധാനിപ്പിച്ചു.

ആശ കോളജിൽ നിന്നു വന്നപ്പോൾ കല്യാണം നടക്കാൻ സാധ്യതയില്ലെന്ന് അപർണ തന്നെയാണ് ആശയോടു പറഞ്ഞത്.

"സത്യമാണോ ചേച്ചീ... എന്താണ് കാരണം?"

സന്തോഷം സഹിക്കാൻ വയ്യായിരുന്നു ആശയ്ക്ക്.

"എന്താണെന്നറിയില്ല. ഞാൻ വീട്ടു ജോലിക്കു പോയിട്ടുണ്ടോ എന്ന് അപ്പച്ചി വന്ന് ചോദിച്ചു. അമ്മ സത്യം പറഞ്ഞു. അപ്പഴാ അവർ പറഞ്ഞത് വീട്ടുജോലി ചെയ്യാൻ പോയ പെണ്ണിനെ രമേശനു വേണ്ടെന്ന്."

"അപ്പോൾ ഇതിൽ ആരോ ഒരു കളി കളിച്ചിട്ടുണ്ട്. അക്കാര്യത്തിൽ ഒരു സംശയവുമില്ല." ആശ ഉറപ്പിച്ചു.

"എന്തെങ്കിലുമാകട്ടെ... കല്യാണം മാറിപ്പോയല്ലോ. അതു മാത്രം നമ്മൾ ഓർത്താൽ മതി..." അപർണ പറഞ്ഞു.

"എനിക്ക് സംശയം മുഴുവൻ ആ വിജയലക്ഷ്മിയെയാ.."

"അവർക്കെങ്ങനാ വിലാസിനി അപ്പച്ചിയെ പരിചയം?"

"അതെനിക്കറിയത്തില്ല. സത്യം എപ്പഴായാലും വെളിയിൽ വരും ചേച്ചീ..."

"വരട്ടെ നമുക്കു നോക്കാം."

ചായ കുടിച്ചിട്ട് നന്ദഗോപാലിന്റെ വീട്ടിലേക്ക് അപർണ പോയി. ഒരു ദിവസത്തെ പോലും ട്യൂഷൻ മുടക്കിയിട്ടില്ല അവൾ ഇതു വരെ. അവൾ ചെന്നപ്പോൾ കുളി കഴിഞ്ഞു വന്ന് ഷീജയുടെ അടുത്ത് ഇരിക്കുന്നുണ്ടായിരുന്നു സുമിമോൾ. അപർണ വന്നതറിഞ്ഞ് അവൾ ഓടിവന്നു.

ഡൈനിങ് റൂമിലിരുന്നു കൊണ്ടാണ് അപർണ അവളെ പതിവു പോലെ പഠിപ്പിച്ചത്. ട്യൂഷൻ കഴിഞ്ഞ് അവൾ ഷീജയുടെ അടുത്തേക്കു ചെന്നു.

"ഒരു സന്തോഷവാർത്തയുണ്ട് ചേച്ചീ..."

അവൾ ഷീജയോടു പറഞ്ഞു.

"എന്താണ്... നിനക്ക് ജോലിക്കുള്ള ഓർഡർ വല്ലതും വന്നോ?"

ഷീജ ചോദിച്ചു.

"അതല്ല. എന്റെ കല്യാണം മുടങ്ങി."

"അയ്യോ അതെങ്ങനെ?"

വിശ്വസിക്കാനാവാതെ ഷീജ ചോദിച്ചു.

"സ്വഭാവദൂഷ്യം." അപർണ പറഞ്ഞു.

"ആരുടെ... അയാളുടെയോ?"

വാതിലിനടുത്ത് ഒരു നിഴൽ അനങ്ങിയതു പോലെ അപർണയ്ക്കു തോന്നി. വനജയുടെ നൈറ്റിയുടെ താഴത്തെ തുമ്പ് അവൾ കാണുകയും ചെയ്തു.

"അല്ല... എന്റെ.സ്വഭാവം മോശമാണെന്ന് അയാൾ എങ്ങനെയോ അറിഞ്ഞു. അയാൾ അതു കൊണ്ട് കല്യാണത്തിൽ നിന്നു പിന്മാറി. വാതിലിനു വെളിയിൽ നിന്നു കൊണ്ട് വനജ ആ സംഭാഷണം വ്യക്തമായി കേട്ടു.

അവൾ അപ്പോൾ തന്നെ അടുക്കളയിലേക്കു ചെന്നു. ചൂടുവാർത്ത ചൂടോടെതന്നെ വിജയലക്ഷ്മിയെ അറിയിക്കണമല്ലോ.

അവൾ മൊബൈൽ എടുത്ത് വിജയലക്ഷ്മിയെ വിളിച്ചു.

"എന്താ വനജേ?" വിജയലക്ഷ്മി കോൾ എടുത്തു.

"നമ്മുടെ സൂത്രപ്പണി ഫലിച്ചു മോളേ... രമേശൻ അവളെ വേണ്ടാന്ന് അറിയിച്ചിരിക്കുന്നു."

"നീയെങ്ങനെ അറിഞ്ഞു അത്?"

വിജയലക്ഷ്മി ആഹ്ളാദത്തോടെ ചോദിച്ചു.

"അവൾ മോളെ ട്യൂഷൻ പഠിപ്പിക്കാൻ വന്നപ്പോൾ ഷീജയോടു പറഞ്ഞത് ഞാനിപ്പോൾ കേട്ടതേയുള്ളൂ..."

ആരോ പിന്നിൽ വന്നു നിൽക്കുന്നുണ്ട് എന്നു തോന്നിയപ്പോൾ വനജ പെട്ടെന്ന് തല തിരിച്ചു നോക്കി.

അവളെത്തന്നെ നോക്കിക്കൊണ്ട് അപർണ പിന്നിൽ നിൽക്കുന്നുണ്ടായിരുന്നു.

31

വനജയുടെ മുഖം വിളറിയതു കണ്ട് അപർണ ഒന്ന് ചിരിച്ചു.

"പട്ടാളക്കാരൻ രമേശനും ഈ പാവം ഞാനുമായുള്ള കല്യാണം മുടക്കിയത് വനജ ചേച്ചിയാണ് അല്ലേ? കൊള്ളാം... വിചാരിച്ചപോലല്ല... ചേച്ചി മിടുക്കിയല്ല. മിടുമിടുക്കിയാണ്."

അവൾ പറഞ്ഞു.

"നിന്റെ കല്യാണം മുടക്കാൻ ഞാനെന്തു ചെയ്തെന്നാ. ഇല്ലാവചനം പറയല്ലേ പെണ്ണേ."" വനജ ഉരുണ്ടു കളിച്ചു.

"ഇല്ലാ വചനം പറയുന്നത് ചേച്ചിയാ. ഞാനെന്റെ ഈ ചെവി രണ്ടും കൊണ്ടാ കേട്ടത് നിങ്ങൾ രണ്ടുപേരും കൂടി ഒപ്പിച്ച സൂത്രപ്പണി ഫലിച്ചെന്ന് ചേച്ചി പറഞ്ഞത്."

"ആരോട് പറഞ്ഞെന്നാ. നിനക്ക് തോന്നിയതാ."

"തോന്നിയതൊന്നുമല്ല. വിജയലക്ഷ്മി ചേച്ചിയോടല്ലേ ഇപ്പം സംസാരിച്ചത്. ഞാനത്ര പൊട്ടിയാണെന്ന് വിചാരിക്കല്ലേ."

വനജ ഒന്നു ഞെട്ടി.

"ആരു പറഞ്ഞു ഞാൻ വിജയലക്ഷ്മിയോടാ സംസാരിച്ചതെന്ന്. നീ നിന്റെ പാടുനോക്കി പോ പെണ്ണേ. സാറിന്റെ മോളെ പഠിപ്പിക്കാൻ വന്നവർ ആ പണി മാത്രം ചെയ്താൽ മതി. അടുക്കളേലോട്ട് വലിഞ്ഞു കേറി വരണ്ടാ." പുച്ഛത്തോടെ വനജ പറഞ്ഞു.

അപർണ വീണ്ടും ഒന്നു ചിരിച്ചു.

"എനിക്കു പറയാനുള്ളത് പറഞ്ഞിട്ടേ ഞാൻ പോകൂ വനജ ചേച്ചി. നിങ്ങൾ ചെയ്തത് വലിയൊരു ഉപകാരമാ. എനിക്ക് ഒരിക്കലും തീരാത്ത നന്ദിയുണ്ട് ചേച്ചിയോട് കേട്ടോ."

മനസ്സിലാകാത്ത മട്ടിൽ വനജ അവളെ ഒന്നു നോക്കി.

"ഈ പട്ടാളം രമേശൻ ശരിക്കും ആരാണെന്ന് ഇന്നാണ് എനിക്കു മനസിലായത്. നാട്ടിൽ തന്നെ നാലഞ്ച് സ്ത്രീകളുമായി

ബന്ധമുണ്ട്. പിന്നെ മറ്റു സ്ഥലങ്ങളിൽ വേറെയും അടുപ്പക്കാരികൾ. ഒരു കുപ്പി റം ഒറ്റയിരിപ്പിൽ അകത്താക്കും. ഇത്രയും അനുയോജ്യനായ ഒരു ഭർത്താവിനെ ഏതു പെണ്ണാ കൊതിക്കാത്തത്?"

"ആരു പറഞ്ഞു നിന്നോടിതെല്ലാം?"

വിശ്വാസം വരാതെ വനജ ചോദിച്ചു.

"ചേച്ചി അറിഞ്ഞു കാണത്തില്ലാരിക്കും. ഈ രമേശൻ അയാളുടെ നാട്ടിലെ സ്കൂളിൽ എനിക്കൊരു ജോലി മേടിച്ചു തന്നു. ടീച്ചറാ ഇപ്പം ഞാനവിടെ. ഇന്നും പോയിട്ടുണ്ടാരുന്നു. അവിടുത്തെ ഒരു ടീച്ചറാ പട്ടാളം രമേശന്റെ ഗുണഗണങ്ങൾ പറഞ്ഞുതന്നത്."

വനജ മിണ്ടിയില്ല.

"എന്നാലും ചേച്ചി നല്ല സൂപ്പർ കഥയാണ് പട്ടാളം രമേശനോട് പറഞ്ഞു കൊടുത്തത് കേട്ടോ. ഞാനൊരു വീട്ടിൽ ജോലിക്കു നിന്നിട്ടുണ്ടെന്നും എന്നെ ഗർഭിണിയാക്കിയെന്നും അതറിഞ്ഞ സാറിന്റെ ഭാര്യ എന്നെ അവിടുന്ന് തല്ലിയിറക്കിയെന്നും. ചേച്ചിയാണോ ഈ കഥയുണ്ടാക്കിയത്. അതോ കൂട്ടുകാരി പറഞ്ഞു തന്നതാണോ?"

"ഞാനിങ്ങനൊന്നും ആരോടും പറഞ്ഞിട്ടില്ല.'

"ഇല്ലേ? പട്ടാളം രമേശൻ നാളെ രാവിലെ ഇവിടെ വരും. ഞാനൊരു വാക്കു പറഞ്ഞാൽ. ചേച്ചിയോട് ചോദിക്കാൻ. വരാൻ പറയട്ടെ?" വനജ ഒന്നു ഞെട്ടി.

"ഈ കല്യാണം മുടക്കിയത് ചേച്ചിയാണെന്നറിഞ്ഞാൽ അയാൾ നിങ്ങളെ ഇവിടെന്ന് വിളിച്ചിറഞ്ഞി റോഡിലിട്ട് തല്ലിച്ചതയ്ക്കും. നിങ്ങളെ മാത്രമല്ല കൂട്ടുകാരി വിജയലക്ഷ്മിയെയും."

വനജ മിണ്ടിയില്ല.

അവരുടെ സംസാരം മുഴുവൻ കേട്ടുകൊണ്ട് അടുക്കള വാതിലിനടുത്ത് രശ്മി നിൽക്കുന്നുണ്ടായിരുന്നു. രണ്ടുപേരും അവളെ കണ്ടില്ല.

"എന്താ അയാളെ വിളിക്കട്ടെ ഞാൻ?"

"എന്റെ കൊച്ചേ ഇതൊക്കെ ചെയ്തത് ഞാനല്ല. ആ വിജയലക്ഷ്മിയാ. അവൾ പറഞ്ഞു തന്നത് ഞാൻ രമേശനെ അറിയിച്ചു. അത്രയേ ഞാൻ ചെയ്തുള്ളൂ. അതു കൊണ്ട് എന്നെ വിട്ടേക്ക്. പിന്നെ ഒരു കാര്യം. രമേശൻ ഇവിടെ വന്ന് വഴക്കുണ്ടാക്കിയാൽ അതിന്റെ നാണക്കേട് എനിക്കല്ല. നന്ദഗോപാൽ സാറിനാ. നാട്ടുകാർ മൊത്തം ഇതെല്ലാം അറിയും."

സ്വയം രക്ഷപ്പെടാനായി വനജ പറഞ്ഞു.

"നാട്ടുകാർ മൊത്തം അറിയട്ടെ. നിങ്ങളും നിങ്ങടെ കൂട്ടുകാരി

യും ചെയ്ത പണി. എല്ലാരുംകൂടി രണ്ടിനേം തല്ലിക്കൊല്ലും,"

അപർണ പിന്നെ അവിടെ നിന്നില്ല. അവൾ തിരിഞ്ഞു നടന്നു. അതിനു മുമ്പേ രശ്മി അവിടെനിന്ന് മാറിക്കളഞ്ഞു. എന്തു ചെയ്യണമെന്നറിയാതെ വനജ ഒരു നിമിഷം ചിന്തിച്ചു നിന്നു. ആ പെണ്ണ് രമേശിനെ വിളിച്ച് ഇതൊക്കെ പറഞ്ഞാൽ അവൻ പാഞ്ഞെത്തും. പിന്നെ എന്തൊക്കെ നടക്കും എന്ന് പറയാൻ പറ്റില്ല.

അവൾ ആലോചിച്ചു നിൽക്കുമ്പോൾ പെട്ടെന്ന് മൊബൈലിൽ ബെല്ലടിച്ചു. അവൾ ഞെട്ടിപ്പോയി. നോക്കിയപ്പോൾ വിജയലക്ഷ്മിയാണ് വിളിക്കുന്നത്. അടുക്കള വാതിൽ തുറന്ന് മുറ്റത്തേക്കിറങ്ങി നിന്നു കൊണ്ടാണ് അവൾ കോൾ എടുത്തത്.

"എന്താടീ നി പെട്ടെന്ന് ഫോൺ കട്ട് ചെയ്തത്?"

വിജയലക്ഷ്മി ചോദിച്ചു.

"ഞാൻ സംസാരിച്ചോണ്ടിരുന്നപ്പം ആ പെണ്ണ് വന്നു. ആ അപർണ. ഞാൻ പറഞ്ഞത് അവൾ കേട്ടു."

"എന്നിട്ട്?"

"അവളുടെ കല്യാണം മുടക്കിയത് നമ്മളാണെന്ന് അവൾക്കു മനസിലായി. രമേശനെ വിളിച്ച് സത്യം പറയുമെന്ന് പറഞ്ഞിട്ടാ അവൾ പോയത്."

"അവർ പറയുമോ?" ഭീതിയോടെ വിജയലക്ഷ്മി ചോദിച്ചു.

"അറിയത്തില്ല. എന്തായാലും നീ ഒന്ന് കരുതിയിരുന്നോ. അവൻ വന്ന് ബഹളം വല്ലതും ഉണ്ടാക്കിയാൽ ഉടൻ പോലീസിനെ വിളിക്കണം."

"ഈശ്വരാ ഇതു വല്ലതും ചേട്ടനറിഞ്ഞാൽ. അവനെ ഇങ്ങോട്ട് വരുത്താതിരിക്കാൻ വല്ല വഴിയുമുണ്ടോന്ന് നീ ഒന്ന് ആലോചിക്ക്." വിജയലക്ഷ്മി പറഞ്ഞു.

"ശരിയെടീ.'

കോൾ കട്ട് ചെയ്തിട്ട് ഉടൻതന്നെ വനജ രമേശിനെ വിളിച്ചു. നിങ്ങൾ വിളിക്കുന്ന നമ്പർ പരിധിക്കു പുറത്ത് എന്നായിരുന്നു കിട്ടിയ മറുപടി.

വനജയുടെ മനസമാധാനം നഷ്ടപ്പെട്ടു.

OO

സുമിമോൾക്ക് ട്യൂഷനെടുത്തു കഴിഞ്ഞ് വീട്ടിൽ ചെന്നപ്പോൾ കോളജിൽ നിന്ന് ആശ വന്നിരുന്നു. അമ്മ കൊടുത്ത ചായ കുടിച്ചശേ

ഷം അവൾ പത്രമെടുത്ത് വായിക്കുകയായിരുന്നു.

"ചേച്ചീ." പടികയറി വന്ന അപർണയെ കണ്ട് പത്രം മടക്കിവച്ച് ആശ പെട്ടെന്ന് എഴുന്നേറ്റു.

"എന്താടീ?"

"ആ കല്യാണം മാറിപ്പോയി. അല്ലേ?"

വിടർന്ന ചിരിയോടെ അവൾ ചോദിച്ചു.

"ഉം. നിന്നോടാരു പറഞ്ഞു?" അമ്മയായിരിക്കും. പറഞ്ഞതെന്ന് അറിയാമായിരുന്നെങ്കിലും അപർണ തിരക്കി.

"അമ്മ. പക്ഷേ കാരണമൊന്നും അമ്മ തെളിച്ചുപറഞ്ഞില്ല. വിലാസിനിയപ്പച്ചി രാവിലെ വന്നിട്ടുണ്ടാരുന്നെന്നും ഈ കല്യാണത്തിന് അവർക്ക് താല്പര്യമില്ലന്നും പറഞ്ഞിട്ട് പോയീന്ന്."

"വേറൊന്നും അമ്മ പറഞ്ഞില്ലേ?"

"ഇല്ല."

"അപ്പച്ചിയെ കരണത്തടിച്ചാണ് അമ്മ ഇറക്കിവിട്ടത്."

ആശ ഞെട്ടിപ്പോയി

"എന്തിന്?"

"എന്റെ ഗർഭം അലസിപ്പിക്കാൻ ഏത് ആശുപത്രിയിലാ കൊണ്ടുപോയതെന്ന് ആ സ്ത്രീ അമ്മയോട് ചോദിച്ചു. തല്ല് കൊടുക്കാതിരിക്കുമോ അമ്മ?"

ആശ സ്തബ്ധയായി ഒരു നിമിഷം നിന്നു.

"എന്തിനാ അവരങ്ങനെ ചോദിച്ചത്? ഒരു കാരണവുമില്ലാതെ."

"കാരണമുണ്ട് മോളെ. അതല്ലേ അവർ വന്ന് ഇങ്ങനെ ചോദിച്ചത്. പട്ടാളക്കാരൻ രമേശന് സുകുമാരിയമ്മയുടെ മോളെ കല്യാണം കഴിക്കുന്നത് ചിലർക്കൊന്നും ഇഷ്ടപ്പെട്ടില്ല. ഞാൻ പിഴച്ചവളാണെന്ന് അവർ രമേശനെ അറിയിച്ചു. സദ്ഗുണ സമ്പന്നനായ രമേശൻ പിന്നെ എന്നെ കല്യാണം കഴിക്കുമോ? ആ സ്ത്രീയെ പറഞ്ഞുവിട്ടു കല്യാണം നടക്കില്ലെന്നു പറയാൻ."

"ആരാ ചേച്ചീ കല്യാണം മുടക്കിയത്?"

"രണ്ടുപേർ ചേർന്നാണ്. നന്ദഗോപാൽ സാറിന്റെ വീട്ടിലെ പുതിയ ജോലിക്കാരി വനജയും എതിർവശത്തെ പതിവ്രതയായ വിജയലക്ഷ്മി എന്ന സ്ത്രീയും. അവർ കൂട്ടുകാരികളാണെന്ന് ഇപ്പഴാ മനസിലായത്."

അപർണ അവൾക്ക് അറിയാവുന്ന കാര്യങ്ങളെല്ലാം ആശയോട് പറഞ്ഞു.

"കല്യാണം മുടങ്ങിയത് നന്നായി. പക്ഷേ ചേച്ചിയെക്കുറിച്ച്

അവർ പറഞ്ഞതൊക്കെ. അതെനിക്ക് സഹിക്കാൻ പറ്റുന്നില്ല. അമ്മ ചെയ്തതുപോലെ ആ രണ്ടു പെണ്ണുങ്ങളുടെയും കവിളത്ത് ഓരോന്ന് പൂശിയാലേ എനിക്ക് തൃപ്തി വരൂ."

രോഷത്തോടെ ആശ പറഞ്ഞു.

"അത്തരം കടും കൈയൊന്നും ചെയ്യണ്ടാ നീ. വേണമെങ്കിൽ പട്ടാളത്തെക്കൊണ്ട് തന്നെ അവരെ ശിക്ഷിപ്പിക്കാവുന്നതേയുള്ളൂ. ഈ രണ്ടു പെണ്ണുങ്ങളാണ് ഈ കളി കളിച്ചതെന്നറിഞ്ഞാൽ അയാൾ വന്ന് രണ്ടിനെയും വീടുകയറി തല്ലും."

അപർണ പറഞ്ഞു.

"പക്ഷേ കല്യാണം നടത്തണമെന്ന് അയാൾ ആവശ്യപ്പെട്ടാൽ നമ്മൾ എന്തു ചെയ്യു?" ആശ ചോദിച്ചു.

"ഇനി ഒരിക്കലും ഞാനതിന് സമ്മതിക്കത്തില്ല മോളെ. ഇന്ന് വളരെ യാദൃച്ഛികമായി സ്കൂളിൽ വച്ച് രമേശനെക്കുറിച്ച് അവിടത്തെ ഒരു ടീച്ചർ ഒരു കാര്യം പറഞ്ഞു. ആ ടീച്ചറിന്റെ തൊട്ടടുത്ത വീട്ടിലെ അംബുജം എന്ന സ്ത്രീയുമായി ആ രമേശന് അരുതാത്ത ബന്ധമുണ്ട്. ആ ടീച്ചർ നേരിട്ട് കണ്ടിട്ടുണ്ടത്രെ."

"ദൈവമേ."

"ആ സ്ത്രീയുമായിട്ട് മാത്രമല്ല നാട്ടിലെ പല പെണ്ണുങ്ങളുമായിട്ടും. അതൊക്കെ അങ്ങാടിപ്പാട്ടാണ്. ഞാൻ മിണ്ടാതെ എല്ലാം കേട്ട് ഇരുന്നു. കല്യാണാലോചനയുടെ കാര്യമൊന്നും ഭാഗ്യത്തിന് ആ ടീച്ചർ അറിഞ്ഞിട്ടില്ല."

"ചേച്ചിയിനി ആ സ്കൂളിൽ പോകണ്ട." ആശ പറഞ്ഞു.

"ഇല്ല മോളെ... നാളെ രാവിലെ ഹെഡ്മാസ്റ്ററെ വിളിച്ച് പറയാം. എന്തായാലും വലിയ ഒരു അപകടത്തിൽനിന്ന് നമ്മൾ രക്ഷപ്പെട്ടു. അക്കാര്യത്തിൽ വനജയോടും വിജയലക്ഷ്മിയോടും നന്ദി പറയണം."

"ചക്കിനു വച്ചത് കൊക്കിന് കൊണ്ടു എന്ന് കേട്ടിട്ടുണ്ട്. ഇതിപ്പൊ കൊക്കിനു വച്ചത് ചക്കിനു കൊണ്ടതു പോലെയായി പോയി അല്ലേ ചേച്ചീ."

"അതേ." ചിരിച്ചുകൊണ്ട് അപർണ പറഞ്ഞു.

സന്ധ്യ കഴിഞ്ഞിട്ടാണ് രാമകൃഷ്ണൻ വന്നത്. വിലാസിനി വന്നിട്ടു പോയ കാര്യം എങ്ങനെ അവതരിപ്പിക്കും എന്ന് ഭയമുണ്ടായിരുന്നു സുകുമാരിയമ്മയ്ക്ക്. ഒരു അറ്റാക്ക് കഴിഞ്ഞ ആളാണ്. മൂത്തമകളുടെ കല്യാണം തീരുമാനമായ സന്തോഷത്തിൽ ഇരിക്കുകയുമാണ്.

പക്ഷേ പറയാതിരിക്കാനും പറ്റില്ലല്ലോ.

അയാൾ കുളി കഴിഞ്ഞ് വേഷംമാറി വന്നപ്പോഴാണ് സുകുമാരിയമ്മ അടുത്തുചെന്ന് ഇരുന്നത്.

"എന്താ സുകുമാരീ?" അവരുടെ മുഖഭാവം കണ്ടപ്പോൾ തന്നെ എന്തോ പറയാൻ വന്നതാണെന്ന് അയാൾക്കു തോന്നി.

"ഇന്നുരാവിലെ സുകുമാരി വന്നിട്ടുണ്ടാരുന്നു."

"ഉം?"

"കല്യാണം നടക്കുമെന്ന് തോന്നുന്നില്ല ചേട്ടാ."

"അതെന്താ?" അയാൾ ഒന്നു ഞെട്ടി.

"അവന് എന്തോ താല്പര്യക്കുറവ്."

"അതെന്താ ഈ അവസാന നിമിഷത്തിൽ. ഒരു കാരണവുമില്ലാതെ അങ്ങനങ്ങ് പിന്മാറുമോ? നീ വിലാസിനിയോട് ചോദിച്ചില്ലേ?"

"ചോദിച്ചു പക്ഷേ അവൾ ഒന്നും വിട്ടു പറഞ്ഞില്ല."

വിലാസിനി പറഞ്ഞ കാര്യങ്ങൾ അറിഞ്ഞാൽ രാവിലെ തന്നെ അയാൾ പള്ളിപ്പാട്ട് ചെല്ലുമെന്ന് സുകുമാരിയമ്മയ്ക്ക് അറിയാമായിരുന്നു.

എന്തിനാണ് കാര്യങ്ങൾ കൂടുതൽ വഷളാക്കുന്നത്? അല്ലെങ്കിൽ തന്നെ സ്വന്തം മോളെക്കുറിച്ച് ഇങ്ങനൊക്കെ അപവാദം കേട്ടാൽ ഏത് അച്ഛനാണ് സഹിക്കാൻ പറ്റുക?"

"നമ്മടെ മോള് നന്ദഗോപാൽ സാറിന്റെ വീട്ടിൽ ചെന്ന് കുറച്ചു ദിവസം നിന്നത് സാറിന് സഹായമാകട്ടെ എന്നു വിചാരിച്ചല്ലേ?"

സുകുമാരിയമ്മ ചോദിച്ചു.

"അതേ."

"അല്ലാതെ വീട്ടുജോലിക്കല്ലല്ലോ?"

"അല്ല. ആ രീതിയിൽ നമ്മളവളെ വിടുമോ സുകുമാരീ?"

"അവർ എങ്ങനോ അതറിഞ്ഞു. അവളെ നമ്മൾ വീട്ടുജോലിക്കു വിട്ട് അതിന്റെ ശമ്പളത്തിലാ ജീവിക്കുന്നതെന്നൊക്കെ ആരോ അവനെ അറിയിച്ചു. അങ്ങനുള്ള പെണ്ണിനെ അവന് വേണ്ടാന്നാ വിലാസിനി പറഞ്ഞത്."

കാര്യങ്ങൾ കഴിയുന്നത്ര മയപ്പെടുത്തി സുകുമാരിയമ്മ പറഞ്ഞു.

"ആരാ ഈ ചെറ്റത്തരം അവനോട് പറഞ്ഞത്?"

രാമകൃഷ്ണന്റെ ശബ്ദം ഉയർന്നു.

മുറിയിലിരുന്നു കൊണ്ട് അപർണയും ആശയും കണ്ണനും ആ സംസാരം കേൾക്കുന്നുണ്ടായിരുന്നു.

"ആരാണെന്ന് വിലാസിനിക്കും അറിയില്ല. അവൻ പറഞ്ഞില്ലാന്ന്."

"അവന് വേണ്ടെങ്കിൽ വേണ്ടാ. ഇത്ര വലിയ അഭിമാനിയാണെങ്കിൽ അവനെ എന്റെ മരുമകനായി എനിക്കും വേണ്ടാ. അഥവാ വീട്ടുജോലിക്ക് പോയാലും അതിന് ഒരന്തസുണ്ട്."

രാമകൃഷ്ണൻ വല്ലാതെ ക്ഷോഭിക്കുന്നുണ്ടായിരുന്നു. അതു കണ്ട് സുകുമാരിയമ്മ ഭയന്നു. ദുർബലമായ ഹൃദയമാണ്.

"മോളും അതു തന്നെയാണ് പറഞ്ഞത്. ദുരഭിമാനിയായ ഒരുത്തനെ അവൾക്കും വേണ്ടാന്ന്."

അതു കേട്ടപ്പോൾ അയാൾക്ക് അല്പംകൂടി ആശ്വാസമായി.

"നീ നോക്കിക്കോ സുകുമാരീ. എല്ലാം നല്ലതിനാണെന്നാ ഞാൻ വിചാരിക്കുന്നത്. എന്റെ മോൾക്ക് അവനേക്കാൾ യോഗ്യനായ ഒരു പയ്യനെ കിട്ടും."

സുകുമാരിയമ്മയ്ക്ക് സമാധാനമായി. മല പോലെ വന്നത് എലി പോലെ പോയല്ലോ. എങ്കിലും എന്നെങ്കിലും വിലാസിനിയുമായി ചേട്ടൻ കണ്ടു മുട്ടുമ്പോൾ കള്ളി വെളിച്ചത്താകുമെന്ന് അവർക്ക് അറിയാമായിരുന്നു.

തൽക്കാലം എല്ലാം ശാന്തമായല്ലോ. അതുതന്നെ ഭാഗ്യം.

സുകുമാരിയമ്മ ആശ്വസിച്ചു.

○○

രാത്രിയിൽ ഉറങ്ങാൻ പോകുന്നതിനു മുമ്പ് ഷീജയുടെ അടുത്തേക്ക് നന്ദഗോപാൽ ചെന്നു. അപ്പോൾ ഹോം നഴ്സ് ആ മുറിയിൽ ഇല്ലായിരുന്നു.

"നന്ദേട്ടനിരിക്ക്." ഷീജ പറഞ്ഞു.

അയാൾ കിടക്കയുടെ വക്കിൽ ഇരുന്നു.

"ഞാൻ ഒരു കാര്യം ആവശ്യപ്പെട്ടാൽ നന്ദേട്ടൻ പറ്റില്ലാ എന്നു പറയരുത്."

"എന്താണ്?"

"പറയാം. അത്ര സീരിയസായ ഒരു കാര്യമായതു കൊണ്ടാണ്. ഇത് നന്ദേട്ടനെയും കൂടി ബാധിക്കുന്ന ഒരു കാര്യമാണ്. അതുകൊണ്ടാണ്."

അയാൾ അവളുടെ മുഖത്തേക്ക് ഒന്നു നോക്കി. ഗൗരവം നിറഞ്ഞ മുഖമായിരുന്നു അവളുടേത്.

"എന്താണെങ്കിലും പറ. ഞാൻ നിന്നെ നിരാശപ്പെടുത്തുകയില്ല." അയാൾ അവൾക്ക് ഉറപ്പുകൊടുത്തു.

"വനജയെ നാളെത്തന്നെ ഇവിടന്ന് പറഞ്ഞു വിടണം."

അയാൾ ഒട്ടും പ്രതീക്ഷിക്കാതിരുന്ന കാര്യമാണ് ഷീജ ആവശ്യപ്പെട്ടത്.

"അതിനും മാത്രം അവൾ എന്താണ് ചെയ്തത്?"

"ചെയ്തില്ല. പക്ഷേ പറഞ്ഞുണ്ടാക്കി. നന്ദേട്ടൻ ഒരു പെണ്ണിനെ പിഴപ്പിച്ച് ഗർഭിണിയാക്കിയെന്ന്."

നന്ദഗോപാൽ ഒന്നു ഞെട്ടി.

"ആരെ?"

"അത് ഞാൻ എന്റെ നാവു കൊണ്ട് പറയുകയില്ല. അവളോട് ചോദിച്ചാ മതി. അവൾ പറയും."

"നീ ഈ പറയുന്നതിൽ എന്തെങ്കിലും സത്യമുണ്ടോ ഷീജേ?" വിവശനായി അയാൾ ചോദിച്ചു.

"സത്യമാണ് ഞാൻ പറഞ്ഞത്. വനജ ആരോടൊക്കെയോ അങ്ങനെ പറഞ്ഞിട്ടുണ്ട്. അത് നന്ദേട്ടന്റെ അഭിമാനത്തിന് ഹാനികരമല്ലേ? അങ്ങനെയുള്ള ഒരു സ്ത്രീയെ ഈ വീട്ടിൽ ഇനി വച്ചുകൊണ്ടിരിക്കണോ?"

"ഇത്രയും അറിഞ്ഞ സ്ഥിതിക്ക് ഞാൻ പിഴപ്പിച്ച പെണ്ണ് ആരാണെന്നും നീ അറിഞ്ഞുകാണും. പറ ആരാണവൾ?"

ഷീജ പറയാൻ മടിച്ചു.

"അപർണ." ഒടുവിൽ അവൾ വെളിപ്പെടുത്തി.

നന്ദഗോപാൽ നടുങ്ങിപ്പോയി.

"അവളുടെ കല്യാണം തീർച്ചപ്പെടുത്തിയിരിക്കുകയായിരുന്നല്ലോ. ആ പയ്യനോടാണ് വനജ ഇക്കാര്യം പറഞ്ഞത്."

"അത് നീയെങ്ങനെ അറിഞ്ഞു?"

"അതോടെ അപർണയുടെ കല്യാണം മുടങ്ങി. അതിന്റെ കാരണമെന്താണെന്ന് അവൾ അറിഞ്ഞു. നമ്മുടെ രശ്മിയാണ് എല്ലാം എന്നോടു വന്നു പറഞ്ഞത്."

വിശ്വസിക്കാനാവാതെ അയാൾ ഇരുന്നു.

"രണ്ടുപേർ ചേർന്നാണ് ഈ നാടകം നടത്തിയത്. വനജയും അപ്പുറത്തെ വീട്ടിലെ വിജയലക്ഷ്മിയും. അവർ രണ്ടുപേരും കൂട്ടുകാരികളാ. ഇപ്പഴല്ലേ ഇതൊക്കെ നമ്മൾ അറിയുന്നത്."

മിണ്ടാൻ കഴിഞ്ഞില്ല നന്ദഗോപാലിന്.

"ഇത്തരം വിഷമുള്ള ഒരു പാമ്പിനെ നമ്മൾ ഈ വീട്ടിൽ

വെച്ചോണ്ടിരിക്കണോ? നാളെത്തന്നെ അവളെ ഇവിടന്ന് പറഞ്ഞു വിടണം. നമുക്ക് വേറൊരാളെ കണ്ടുപിടിക്കാം." ഷീജ പറഞ്ഞു.

ആ രാത്രിയിൽ ഉറക്കം വരാതെ നന്ദഗോപാൽ തിരിഞ്ഞും മറിഞ്ഞും കിടന്നു.

അപർണയ്ക്ക് എന്തു തോന്നിക്കാണും ഇതൊക്കെ കേട്ടപ്പോൾ. അവളുടെ വീട്ടിലുള്ളവർ ഇതൊക്കെ അറിഞ്ഞിട്ടുണ്ടെങ്കിൽ ഇനി എങ്ങനെ അവരടെ മുഖത്തു നോക്കും.

വിജയലക്ഷ്മിക്ക് മുമ്പേ വിരോധമുണ്ടെന്ന് അറിയാം.

അവൾ വനജയുമായി ചേർന്ന് പകവീട്ടിയിരിക്കുന്നു.

എന്തായാലും വനജ ഈ വീട്ടിൽ ഇനി വേണ്ടാ.

നാളെത്തന്നെ അവളോട് സംസാരിക്കണം. അവൾക്ക് പറയാനുള്ള വിശദീകരണം കേൾക്കണം.

പിറ്റേന്നു രാവിലെ നന്ദഗോപാൽ പത്രം വായിച്ചു കൊണ്ട് ഇരുന്നപ്പോൾ വനജ ഒരു ഗ്ലാസ് ചായ കൊണ്ടു വന്ന് അയാൾക്ക് കൊടുത്തു.

നന്ദഗോപാൽ ഒന്നും അറിഞ്ഞു കാണുകയില്ല എന്ന ധാരണയിലായിരുന്നു അവൾ.

"എനിക്ക് വനജയോട് ഒരു കാര്യം സംസാരിക്കാനുണ്ടായിരുന്നു." നന്ദഗോപാൽ പറഞ്ഞു.

"എന്തവാ സാറേ?"

അവൾ ചോദിച്ചു.

അയാൾ സിറ്റൗട്ടിലാണ് ഇരുന്നിരുന്നത്. അവിടെ വച്ച് സംസാരിക്കുന്നത് ബുദ്ധിയല്ലെന്ന് അയാൾക്കു തോന്നി.

"ജോലി തീരുമ്പോൾ എന്റെ മുറിയിലേക്കു വന്നാൽ മതി."

അയാൾ പറഞ്ഞു.

"ആ രശ്മിയൊക്കെ എന്തു വിചാരിക്കും."

"എന്തു വേണമെങ്കിലും വിചാരിച്ചോട്ടെ. സുമിമോളെ സ്കൂളിൽ വിട്ടിട്ടു മതി."

"ഉം."

അവൾ മൂളി.

സ്കൂൾ ബസ് വന്നപ്പോൾ അയാൾ സുമിയെ വണ്ടിയിൽ കയറ്റി വിട്ടു.

അതുകഴിഞ്ഞ് ബെഡ്റൂമിൽ ഇരുന്നു.

അല്പനേരം കഴിഞ്ഞപ്പോൾ വനജ വാതിലിനടുത്ത് പ്രത്യക്ഷപ്പെട്ടു.

32

"കയറി വാ വനജേ..." അവളെ കണ്ട് നന്ദഗോപാൽ പറഞ്ഞു.

വനജ ബെഡ്റൂമിലേക്കു കയറിച്ചെന്നു.

അയാൾ കിടക്കയിൽ ഇരിക്കുകയായിരുന്നു.

"എന്താ സാറേ?" അവൾ ചോദിച്ചു.

"ഞാൻ ഒരു കാര്യം അറിഞ്ഞു. അതിന്റെ സത്യാവസ്ഥ വനജയ്ക്കു മാത്രമേ അറിയൂ. അത് ചോദിച്ചറിയാൻ വേണ്ടിയാണ് നീ വരാൻ പറഞ്ഞത്..."

വനജ ഒന്നു പതറി. എന്തായിരിക്കും സാറിന് അറിയാനുള്ളത്? അപർണയുടെ കാര്യമാണോ? അവൾ ചെന്ന് സാറിനോട് എല്ലാം പറഞ്ഞോ?"

"എന്നെക്കുറിച്ച് വനജയുടെ അഭിപ്രായം എന്താണ്?"

നന്ദഗോപാൽ ചോദിച്ചു.

"സാറെന്താ ഇങ്ങനെ ചോദിക്കുന്നെ... സാറിനെപ്പോലൊരു നല്ല മനുഷ്യനെ ഞാനെന്റെ ജീവിതത്തിൽ കണ്ടിട്ടില്ല."

അവൾ പറഞ്ഞു.

"ഞാനൊരു ചീത്ത മനുഷ്യനാണെന്ന് ആരെങ്കിലും പറഞ്ഞാൽ വനജ വിശ്വസിക്കുമോ?"

"ഒരിക്കലും വിശ്വസിക്കത്തില്ല."

"ഞാനൊരു പെണ്ണിനെ പിഴപ്പിച്ച് ഗർഭിണിയാക്കിയിട്ടുള്ള കാര്യം വനജയ്ക്ക് അറിയാമോ?"

അവൾ ഒന്നു ഞെട്ടി.

"ഇല്ല... സാറങ്ങനെയൊന്നും ചെയ്യത്തില്ല..."

"ചെയ്തു... വനജയ്ക്ക് അവളെ അറിയാം. അപർണ എന്നാണവളുടെ പേര്." വനജ വീണ്ടും ഞെട്ടി.

"സാർ വെറുതെ പറയുവാ... സാർ അങ്ങനെയൊന്നും ചെയ്യത്തില്ല..." അവൾ പറഞ്ഞു.

"ഉറപ്പാണോ?" നന്ദഗോപാൽ ചോദിച്ചു.

"ഉറപ്പാണ്."

അയാൾ വനജയുടെ മുഖത്തേക്കു തന്നെ നോക്കി ഒരു നിമിഷം ഇരുന്നു. അയാളുടെ കണ്ണുകളെ നേരിടാനാകാതെ അവൾ മുഖം കുനിച്ചു.

"പിന്നെ എന്തിനാണ് അപർണ പിഴച്ചവളാണെന്ന് നീ രമേശനോട് പറഞ്ഞത്... അവളെ പിഴപ്പിച്ചത് ഞാനാണെന്നും... ഹോസ്

പിറ്റലിൽ കൊണ്ടു പോയാണ് അബോർഷൻ നടത്തിയതെന്നും."

"അയ്യേ അങ്ങനൊന്നും ഞാൻ രമേശനോട് പറഞ്ഞിട്ടില്ല..."

അവൾ ആ ആരോപണം പെട്ടെന്ന് നിഷേധിച്ചു.

"രമേശനുമായി വനജയ്ക്ക് പരിചയമുണ്ടോ?"

അയാൾ ചോദിച്ചു.

"എന്റെ അകന്ന ബന്ധത്തിലുള്ള ആളാ രമേശൻ."

അവൾ പറഞ്ഞു.

"അതല്ലാതെ നിങ്ങൾ തമ്മിൽ വേറെ ഒരു ബന്ധവുമില്ല?"

"ഇല്ല സാറേ..."

"വിജയലക്ഷ്മി വനജയുടെ കൂട്ടുകാരിയാണോ?"

"ഞങ്ങൾ തമ്മിൽ പരിചയമുണ്ട്."

"വിജയലക്ഷ്മിയും വനജയും അപ്പോൾ അപർണയുടെ കല്യാണം മുടക്കിയതിൽ നിരപരാധികളാണ് എന്നാണോ പറയുന്നത്?"

"അതേ സാറേ... ഞങ്ങൾ മനസ്സാ വാചാ അറിഞ്ഞ കാര്യങ്ങളല്ല ഇതൊന്നും... സാറിപ്പോൾ ഇങ്ങനെയൊക്കെ ചോദിക്കുന്നതിന്റെ കാരണമെനിക്ക് മനസ്സിലായി. ഞാൻ ഫോൺ ചെയ്യുന്നതു കേട്ട് ആ പെണ്ണ് തെറ്റിദ്ധരിച്ച് സാറിനോട് ഏതാണ്ടൊക്കെ വന്നു പറഞ്ഞു കാണും..." പരിഭവസ്വരത്തിൽ അവൾ പറഞ്ഞു.

"അറിഞ്ഞതെല്ലാം കള്ളത്തരമാണെന്ന് അപർണയുടെ അച്ഛൻ ചെന്ന് രമേശനോട് ഇന്നലെ പറഞ്ഞു. ലീവ് നീട്ടി രമേശൻ ഇപ്പോൾ അപർണയുടെ വീട്ടിൽ വന്നിട്ടുണ്ട്."

നന്ദഗോപാൽ വെറുതെ ഒരു നമ്പർ ഇറക്കി.

വനജ ഞെട്ടിപ്പോയി.

"കല്യാണം നടത്താൻ അവർ തീരുമാനിച്ചു. എന്നെ തെറ്റിദ്ധരിച്ചതിൽ മാപ്പ് പറയാൻ രമേശൻ ഇപ്പോൾ ഇങ്ങോട്ട് വരും."

എന്തു പറയണമെന്നറിയാതെ ഭയന്ന് വനജ നിന്നു.

"വനജയ്ക്ക് ഇതിൽ ഒരു പങ്കുമില്ലെന്ന് രമേശൻ പറഞ്ഞാൽ നിനക്ക് ഇവിടെ ജോലിയിൽ തുടരാം. അല്ലെങ്കിൽ ആ നിമിഷം ഇവിടന്ന് ഇറങ്ങേണ്ടി വരും." വിളറി വെളുത്ത് വനജ നിന്നു.

"രമേശൻ പറഞ്ഞത് അയാളുടെ പരിചയക്കാരിയായ ഒരു സ്ത്രീയാണ് അതൊക്കെ പറഞ്ഞതെന്നാണ്... രമേശൻ പറയാൻ വരട്ടെ?"

"വേണ്ട സാറേ... എനിക്ക് അയാളെ കാണണ്ടാ."

അവൾ പെട്ടെന്ന് പറഞ്ഞു.

"അതെന്താ?"

"സാറിന് എന്നെ വിശ്വാസമില്ലെന്ന് എനിക്കു മനസ്സിലായി. ഞാനിനി ഒരു നിമിഷം പോലും ഇവിടെ നിൽക്കത്തില്ല. ഞാനെന്റെ വീട്ടിലേക്ക് പോവാ."

വനജ അവളുടെ മുറിയിലേക്കു പോയി. അവൾ രമേശനെ വിളിച്ച് സംസാരിക്കുമോ എന്ന് നന്ദഗോപാലിന് സംശയം തോന്നാതിരുന്നില്ല. സംസാരിച്ചാൽ തന്റെ കള്ളം മുഴുവൻ പൊളിയും.

പക്ഷേ അഞ്ചു മിനിറ്റെടുത്തില്ല. അതിനു മുമ്പ് നൈറ്റി മാറ്റി ചുരിദാർ അണിഞ്ഞ് അവളുടെ സാധനങ്ങളെല്ലാം എയർബാഗിൽ നിറച്ച് പോകാനായി വന്നു.

"ഞാൻ പോവാ സാറെ... പക്ഷേ സാറിനെ ഞാൻ മറക്കത്തില്ല. അത്രയ്ക്ക് സ്നേഹിച്ചു പോയി."

കൂടുതലൊന്നും പറയാതെ അവൾ പുറത്തേക്കിറങ്ങി ഗേറ്റ് തുറന്ന് റോഡിലേക്ക് അപ്രത്യക്ഷയായി. അയാൾ തിരിഞ്ഞു നോക്കിയപ്പോൾ പിന്നിൽ രശ്മി നിൽക്കുന്നുണ്ടായിരുന്നു.

"എന്താ സാറേ... പെട്ടെന്ന്..."

മനസ്സിലാവാതെ അവൾ ചോദിച്ചു.

"വനജ ഒന്നും പറഞ്ഞില്ലേ?"

"ഇല്ല..."

"ചെയ്യാൻ പാടില്ലാത്ത ഒരു കുറ്റം അവൾ ചെയ്തു. ഇനി ഇവിടെ നിന്നാൽ കുഴപ്പമാകുമെന്നു മനസ്സിലായപ്പോൾ പെട്ടെന്ന് പോയതാണ്."

"എന്തു കുറ്റം?"

"ഞാൻ ഒരു പെണ്ണിനെ ഗർഭിണിയാക്കിയെന്ന് അവൾ ചിലരോടൊക്കെ പറഞ്ഞു." രശ്മി ഞെട്ടിപ്പോയി.

"കയ്യോടെ കള്ളം പിടികൂടിയപ്പോൾ അവൾക്ക് പിന്നെ ഇവിടെ തുടരാൻ കഴിയുമോ?"

അയാൾ ഷീജയുടെ മുറിയിലേക്കു ചെന്നു.

"എന്തായിരുന്നു സംസാരം കേട്ടത്?" അവൾ ചോദിച്ചു.

"വനജയെ ഇവിടുന്ന് ഇറക്കി വിടേണ്ടി വന്നില്ല. അവൾ സ്വയം ഇറങ്ങിപ്പോയി..."

ആശ്ചര്യഭാവത്തിൽ അവൾ അയാളെ നോക്കി.

"അതെങ്ങനെ സംഭവിച്ചു?"

നടന്ന കാര്യങ്ങളെല്ലാം അയാൾ ഷീജയോട് പറഞ്ഞു.

"ഇപ്പഴാ ആശ്വാസമായത് നന്ദേട്ടാ. അവൾ ഈ വീട്ടിൽ കാലു കുത്തിയ അന്ന് എന്റെ മനഃസമാധാനം നഷ്ടപ്പെട്ടതാണ്..."

"പക്ഷേ ഒരു പ്രശ്നം അവശേഷിക്കുന്നു ഷീജാ."

അയാൾ പറഞ്ഞു.

"എന്തു പ്രശ്നം?"

"ഭക്ഷണം ഉണ്ടാക്കണ്ടേ... വീട്ടിലെ മറ്റു കാര്യങ്ങൾ നോക്കണ്ടേ... അതൊക്കെ ആരു ചെയ്യും?"

അവൾക്ക് മറുപടി പറയാൻ കഴിഞ്ഞില്ല.

"ഏജൻസിയിൽ ചെന്നു പറഞ്ഞാൽ ആരെയെങ്കിലും അയച്ചു തരും. പക്ഷേ ഇന്നോ നാളെയോ കിട്ടിയെന്നു വരത്തില്ല."

"തൽക്കാലത്തേക്ക് അപർണ വരും... ഞാൻ പറഞ്ഞാൽ..."

"വേണ്ടാ. നമ്മൾ കാരണം ആ കുട്ടിയും ആ വീട്ടുകാരും ആവശ്യത്തിലേറെ അപമാനം സഹിച്ചു കഴിഞ്ഞു. ഇനി അവൾ വരാൻ സമ്മതിച്ചാൽ തന്നെ അവളുടെ അച്ഛനും അമ്മയും ഒരിക്കലും സമ്മതിക്കില്ല."

"പിന്നെ എന്തു ചെയ്യും നന്ദേട്ടാ...?"

"ഞാൻ ലീവെടുക്കാം. അത്യാവശ്യം കുക്കിങ് എനിക്കറിയാമല്ലോ... പിന്നെ നിന്റെയും അമ്മയുടെയും കാര്യങ്ങൾ നോക്കാൻ രശ്മിയുണ്ടല്ലോ..."

"നന്ദേട്ടാ..." അവൾ വേദനയോടെ വിളിച്ചു.

"വേറെ എന്താ നിവർത്തി? രണ്ടു ദിവസം കഴിഞ്ഞാൽ അമ്മയുടെ കാലിലെ പ്ലാസ്റ്റർ റിമൂവ് ചെയ്യുമല്ലോ. അമ്മ നടക്കാൻ തുടങ്ങിയാൽ അത്രയും ആശ്വാസമാകുമല്ലോ..."

"എന്തായാലും അമ്മയെ ഇനി കഷ്ടപ്പെടുത്തണ്ടാ. വേറെ ജോലിക്കാരിയെ എത്രയും വേഗം കണ്ടുപിടിക്കണം."

ഷീജ പറഞ്ഞു.

"ഉം..."

നന്ദഗോപാൽ മുറിയിൽ നിന്ന് ഇറങ്ങിപ്പോയി.

"എന്തൊരു ജന്മമാണ് എന്റേത്. സുമിമോൾക്ക് അമ്മയില്ലാതാകുമല്ലോ എന്നോർത്താണ്. അല്ലെങ്കിൽ എന്നേ ഞാനിത് അവസാനിപ്പിച്ചേനെ..." ഷീജ കണ്ണുകൾ അടച്ചു.

എങ്കിലും രണ്ടു നീർത്തുള്ളികൾ അവളുടെ കൺകോണുകളിലേക്ക് ഊറിച്ചെന്നു.

○○

ആശ കോളജിലേക്ക് പോകാൻ ഒരുങ്ങുന്നതു കണ്ടു കൊണ്ട്

അപർണ അടുത്ത് ഇരിക്കുന്നുണ്ടായിരുന്നു.

"അപ്പോൾ ചേച്ചിയിനി സ്കൂളിൽ പോകുന്നില്ലേ?"

കണ്ണാടിയിൽ നോക്കി പൊട്ടു കുത്തുമ്പോൾ ആശ ചോദിച്ചു.

"പോകുന്നില്ല..." അപർണ പറഞ്ഞു.

"അപ്പോൾ ടീച്ചറുദ്യോഗം വേണ്ടാ?"

"വേണ്ടാ..."

"മാസം പത്തുനാലായിരം രൂപ കൈയിൽ കിട്ടുമായിരുന്നു..."

"ദിവസം നാലുമണിക്കൂർ ട്യൂഷനെടുത്താൽ അതിലും കൂടുതൽ മാസം ഉണ്ടാക്കാൻ പറ്റും."

തിരിഞ്ഞു നിന്ന് ആശ പൊട്ടിച്ചിരിച്ചു.

"അത്രയ്ക്ക് വെറുപ്പോ നമ്മുടെ രമേശൻ ചേട്ടനോട്?"

"എന്നാടി ആ ആഭാസൻ നിന്റെ ചേട്ടനായത്?"

അരിശത്തോടെ അപർണ ചോദിച്ചു.

"അയാൾ ആരുമായിക്കോട്ടെ... നമ്മൾ ജോലി ചെയ്യുന്നു. അതിന്റെ ശമ്പളം മേടിക്കുന്നു. അതിലെന്താ തെറ്റ്?"

"എങ്കിൽ നീ ചെന്ന് ഹെഡ്മാസ്റ്ററോട് പറ... രമേശൻ ചേട്ടന്റെ അനിയത്തിയാ... നിന്നെ ടീച്ചറായിട്ട് നിയമിക്കാൻ. എന്നിട്ട് നാലായിരം നീ വാങ്ങിച്ചെടുത്തോ..."

"ഡിഗ്രി പരീക്ഷ കഴിയട്ടെ. അതു കഴിഞ്ഞ് ഞാനൊന്ന് പോകുന്നുണ്ട്... ശരി ചേച്ചീ... വരട്ടെ?"കുസൃതിയോടെ അപർണയുടെ കവിളിൽ ഒന്ന് നുള്ളിയിട്ട് ആശ കോളജ് ബാഗെടുത്ത് ഇറങ്ങിപ്പോയി.

അവൾ കളി പറഞ്ഞതാണെന്ന് അപർണയ്ക്കും അറിയാമായിരുന്നു. രമേശന്റെ പേര് കേട്ടാൽ പോലും അവൾക്ക് ഛർദ്ദിക്കാൻ വരുമായിരുന്നു.

പഴയതുപോലെ ഇനി വീണ്ടും കുട്ടികൾക്ക് ട്യൂഷനെടുത്ത് തുടങ്ങണം. രാവിലെ കുറച്ച് സമയം കണ്ടെത്താൻ പ്രയാസമില്ല. വൈകുന്നേരം സുമി മോളെ പഠിപ്പിക്കാം.

നാലായിരമല്ല അയ്യായിരം രൂപ മാസം തോറും ഉണ്ടാക്കാൻ ഒരു പ്രയാസവുമില്ല. അപർണ അടുക്കളയിലേക്ക് ചെന്നു. പറമ്പിൽ നിന്ന് അടർത്തിയെടുത്ത ഓമയ്ക്കയുടെ തൊലി ചെത്തുകയായിരുന്നു സുകുമാരിയമ്മ.

"തേങ്ങ പൊട്ടിച്ചതുണ്ടോ അമ്മേ?" അവൾ ചോദിച്ചു.

"ഇല്ല മോളേ... ഒരെണ്ണം എടുത്ത് പൊട്ടിക്ക്."

സുകുമാരിയമ്മ പറഞ്ഞു.

ഓമയ്ക്ക തോരനുണ്ടാക്കാൻ അവൾ തേങ്ങ ചിരകി വച്ചു.

"വീണ്ടും ഞാൻ ട്യൂഷൻ തുടങ്ങാമെന്ന് വിചാരിക്കുന്നു അമ്മേ... പലരും ചോദിക്കുന്നുണ്ട്..." അവൾ പറഞ്ഞു.

"അതാ മോളെ നല്ലത്... എന്തെങ്കിലുമൊരു ജോലികിട്ടുന്നതു വരെ വെറുതെ ഇരിക്കണ്ടാ."

"കല്യാണം മാറിപ്പോയതിൽ അമ്മയ്ക്ക് വിഷമമുണ്ടോ?"

"വിഷമമോ... സന്തോഷമേയുള്ളൂ മോളെ... അത്തരം ഒരു വൃത്തികെട്ടവനിൽ നിന്ന് നമ്മൾ രക്ഷപ്പെട്ടല്ലോ. സത്യത്തിൽ ഒന്നുമറിയാതാ ഞാനും അച്ചരനും കൂടി... അവന്റെ പ്രായമോ, തടിയോ ഒന്നും ഞങ്ങൾ നോക്കിയില്ല. സർക്കാരുദ്യോഗം ഉണ്ട ല്ലോ എന്നതു മാത്രമാ ഞങ്ങൾ.."

"എനിക്ക് എന്തെങ്കിലും ജോലി കിട്ടിക്കഴിഞ്ഞ് ആശയുടെ പഠി ത്തവും കഴിഞ്ഞിട്ടു മതിയമ്മേ ഇനി കല്യാണം ആലോചിക്കുന്ന ത്..." അപർണ പറഞ്ഞു.

"ഇനി ടെസ്റ്റ് വല്ലതും ഉണ്ടോ ഉടനെയെങ്ങാനും?"

"ഇതുവരെ അറിയിപ്പൊന്നും വന്നില്ല. പക്ഷേ വൈകാതെ വരും."

"ഇപ്പോ കോച്ചിങ് ക്ലാസ്സിൽ പോകുന്നവർക്കേ ടെസ്റ്റിൽ ജയി ക്കാൻ പറ്റുള്ളൂ എന്നാണല്ലോ കേൾക്കുന്നത്. വീട്ടിലിരുന്നല്ലേ ഇതുവരെ നീ തയാറെടുത്തിട്ടുള്ളൂ."

അമ്മ പറയുന്നത് കുറെയൊക്കെ ശരിയാണ്. ശ്രീജിത്ത് വെറും ആറു മാസമേ ബാങ്ക് കോച്ചിങ് ക്ലാസിൽ പോയുള്ളൂ. അവന് ബാങ്കിൽ ജോലി കിട്ടുകയും ചെയ്തു. കുറെ നാളായി അവൻ വിളിച്ചിട്ട്. അവൻ തിരക്കിലായിരിക്കും. അല്ലെങ്കിൽ വേറെ കൂട്ട് കിട്ടിക്കാണും. ജോലിയുള്ള ആണുങ്ങൾക്ക് കല്യാണം കഴിക്കാൻ താല്പര്യം ജോലിയുള്ള പെണ്ണുങ്ങളെയാണ്.

അന്ന് വൈകുന്നേരം പതിവ് സമയത്തു തന്നെ അവൾ നന്ദ ഗോപാലിന്റെ വീട്ടിൽ സുമിമോളെ പഠിപ്പിക്കാൻ ചെന്നു. അപ്പോൾ നന്ദഗോപാൽ അവിടെ ഉണ്ടായിരുന്നു.

"സാറിന്ന് ഓഫീസിൽ പോയില്ലേ?" അവൾ ചോദിച്ചു.

"ഇല്ല... ലീവെടുത്തു."

"എന്താ ചേച്ചിക്ക് സുഖമില്ലേ?"

"ഏയ് അതൊന്നുമല്ല. അടുക്കളപ്പണിക്ക് ആരുമില്ല. ഞാനത് സ്വയം ഏറ്റെടുത്തു." ചിരിച്ചു കൊണ്ട് അയാൾ പറഞ്ഞു.

"വനജ ചേച്ചി..."

"അവൾ രാവിലെ തന്നെ സ്ഥലംവിട്ടു..."

"എന്നു വച്ചാൽ?" മനസ്സിലാകാതെ അവൾ അയാളെ നോക്കി.

"അവൾ ഇവിടത്തെ ജോലി മതിയാക്കി പോയി."

"കാരണം?"

"അവളുടെ കള്ളത്തരം മുഴുവൻ പൊളിച്ച് ഞാൻ കൈയിൽ കൊടുത്തു. നിൽക്കക്കള്ളിയില്ലാതെ അവൾ അപ്പോൾ തന്നെ ബാഗുമെടുത്ത് പോയി."

നടന്ന സംഭവങ്ങൾ അയാൾ അവളോട് പറഞ്ഞു.

"സാർ ഇത്രയും ബുദ്ധിമാനാണെന്ന് ഞാൻ വിചാരിച്ചില്ല കേട്ടോ." അപർണയ്ക്ക് ചിരിവന്നു.

"ചക്കിനു വച്ചത് കൊക്കിനു കൊണ്ടു എന്നു പറഞ്ഞതു പോലെയായി എന്റെ ബുദ്ധിക്കൂടുതൽ. അവൾ പോയതു കൊണ്ട് ലീവെടുത്ത് എനിക്ക് വീട്ടിലിരിക്കേണ്ടി വന്നു.

"അതു സാരമില്ല. ഭക്ഷണമുണ്ടാക്കുന്ന കാര്യമല്ലേയുള്ളൂ. സാർ അതിനു വേണ്ടി ലീവെടുക്കണ്ടാ. ഞാൻ വന്ന് എല്ലാം ഉണ്ടാക്കി ത്തരാം. പുതിയ ആളിനെ കിട്ടുന്നതു വരെ." അവൾ പറഞ്ഞു.

"അതു വേണ്ടാ... ഇത്രയുമൊക്കെ പ്രശ്നം ഉണ്ടായ സ്ഥിതിക്ക് ഇനി അപർണ ഇവിടെ വരുന്നത് മോളെ പഠിപ്പിക്കാൻ മാത്രം മതി." അയാൾ ശഠിച്ചു.

"എത്ര ദിവസം സാർ ലീവെടുക്കും?"

"ഇന്ന് ഏജൻസിയിൽ വിളിച്ചു പറഞ്ഞിട്ടുണ്ട്. രണ്ടു മൂന്നു ദിവസത്തിനകം ഒരു സെർവന്റിനെ വിടാമെന്ന് അവർ പറഞ്ഞു."

"അതുവരെ ഞാൻ വരാം. രാവിലെ വന്നിട്ട് മോളെ പഠിപ്പിച്ചിട്ട് പൊയ്ക്കോളാം. അപ്പോഴേയ്ക്ക് സാർ ഓഫീസിൽ നിന്ന് വരുമല്ലോ..."

പാതിമനസോടെ നന്ദഗോപാൽ നിന്നു.

"വേണ്ട അപർണാ. നിന്റെ അച്ഛനും അമ്മയും അതിഷ്ടമാകില്ല. അവരുടെ സമ്മനസ്സു കൊണ്ടു മാത്രമാ മോളെ പഠിപ്പിക്കാൻ നിന്നെ അവർ ഇങ്ങോട്ട് വിട്ടതു തന്നെ."

"കാര്യങ്ങൾ പറഞ്ഞാൽ മനസ്സിലാവുന്നവരാ സാർ എന്റെ അച്ഛനും അമ്മയും. അവർക്കെന്നെ പൂർണ വിശ്വാസവുമാ. നമ്മൾ തെറ്റ് ചെയ്യുന്നുവെങ്കിൽ മാത്രം ഭയന്നാൽ മതി."

അവൾ പറഞ്ഞു.

"അപർണയ്ക്ക് ലോകപരിചയം കുറവാ. അതു കൊണ്ടാ അങ്ങനെ തോന്നുന്നത്. നമ്മൾ തെറ്റു ചെയ്യുന്നോ, ചെയ്യുന്നില്ല

യോ എന്നതല്ല കാര്യം. നമ്മൾ തെറ്റ് ചെയ്യുന്നില്ല എന്ന് മറ്റുള്ളവരെ ബോധ്യപ്പെടുത്തുകയും വേണം." അയാൾ പറഞ്ഞു.

"സാർ പറഞ്ഞത് ശരിയായിരിക്കാം. പക്ഷേ മറ്റുള്ളവരുടെ നാവിനെ നിയന്ത്രിക്കാൻ നമുക്ക് പറ്റുമോ? വനജേച്ചിയും വിജയലക്ഷ്മി ചേച്ചിയും കൂടി എന്തൊക്കെയാ പറഞ്ഞു പിടിപ്പിച്ചത്..."

"പക്ഷേ നമുക്ക് അതു കൊണ്ട് നന്മ മാത്രമല്ലേ ഉണ്ടായുള്ളൂ. സത്യം ജയിക്കും അപർണേ..."

അപ്പോഴേയ്ക്ക് സുമിമോൾ പഠിക്കാനായി വന്നു.

അവളെ പഠിപ്പിച്ചു കഴിഞ്ഞിട്ടാണ് ഷീജയെ കാണാൻ അപർണ ചെന്നത്.

"നന്ദേട്ടൻ ഇന്ന് ലീവെടുത്തു മോളെ..."

അവളെ കണ്ട് ഷീജ പറഞ്ഞു.

"അറിഞ്ഞു ചേച്ചീ..." സാർ പറഞ്ഞു.

"പുതിയ ജോലിക്കാരി രണ്ടു മൂന്നു ദിവസത്തിനകം വന്നേക്കും. അതിനി എന്തു തരക്കാരിയാണെന്ന് വരുമ്പോഴറിയാം."

"നല്ലവരും ഉണ്ട് ചേച്ചീ." അപർണ പറഞ്ഞു.

"എല്ലാം അനുഭവിക്കേണ്ടി വരുന്നത് ഞാൻ..."

"ചേച്ചി മാത്രമോ.... അപ്പോൾ സാറിന് സന്തോഷമാണെന്നാണോ ചേച്ചി വിചാരിക്കുന്നത്. സാറിന് വല്ല മനഃസമാധാനവുമുണ്ടോ."

"ഞാൻ ആ അർത്ഥത്തിലല്ല മോളെ പറഞ്ഞത്. നന്ദേട്ടൻ ഒരുപാട് മനഃപ്രയാസം അനുഭവിക്കുന്നുണ്ട്. വീട്ടിലെ കാര്യങ്ങൾ... ഓഫീസിലെ തിരക്കുകൾ... ലീവെടുത്തിട്ടും ഓഫീസിൽ നിന്ന് ഒരുപാട് തവണ അവർ ഓരോ കാര്യങ്ങൾക്ക് വിളിച്ചിട്ടുണ്ടായിരുന്നു." ഷീജ പറഞ്ഞു.

"എന്തായാലും നാളെ രാവിലെ ഞാൻ വരും ചേച്ചീ... സാർ ലീവെടുക്കണ്ടാ. വൈകുന്നേരം ഞാൻ വീട്ടിലേക്ക് പൊയ്ക്കൊള്ളാം. പുതിയ സെർവന്റ് വരുന്നതുവരെ മതിയല്ലോ..."

"അമ്മയുടെയും അച്ഛന്റെയും സമ്മതം കിട്ടിയാൽ മാത്രം വന്നാൽ മതി കേട്ടോ."

"ഉം."

അവൾ നന്ദഗോപാലിന്റെ വീട്ടിൽ നിന്ന് ഇറങ്ങിയപ്പോൾ വിജയലക്ഷ്മി വീടിന്റെ ഗേറ്റിനടുത്ത് നിൽക്കുന്നുണ്ടായിരുന്നു. അവൾ രൂക്ഷഭാവത്തിൽ അപർണയെ ഒന്നു നോക്കി.

വിവരങ്ങളൊക്കെ വനജ വിളിച്ചു പറഞ്ഞ് കാണുമെന്ന് അപർ

ണയ്ക്ക് മനസ്സിലായി.

"നീ മൊബൈൽ എടുക്കാതാണോ മോളെ പോയത്?"

വീട്ടിൽ ചെന്നപ്പോൾ സുകുമാരിയമ്മ ചോദിച്ചു.

സുമിമോളെ പഠിപ്പിക്കാൻ പോകുമ്പോൾ അവൾ മൊബൈൽ എടുക്കാറില്ലായിരുന്നു. ഒരു മണിക്കൂറിനുള്ളിൽ തിരിച്ചുവരുമല്ലോ.

"ഇല്ലമ്മേ... എന്താ ചോദിച്ചെ?"

"രണ്ടുമൂന്നു വട്ടം ബെല്ലടിക്കുന്നത് കേട്ടാരുന്നു..."

ആരോ വിളിച്ചിട്ടുണ്ടാവും. അപർണ ചെന്ന് മൊബൈൽ എടുത്തുനോക്കി. ഒമ്പത് മിസ്ഡ് കോളുകൾ. എല്ലാം വിളിച്ചിരിക്കുന്നത് ശ്രീജിത്ത്.

എന്തോ അർജന്റ് കാര്യമുണ്ടായിരിക്കുമല്ലോ. അതായിരിക്കുമല്ലോ അവൻ വീണ്ടും വീണ്ടും വിളിച്ചത്.

അറിയാതെ അവളുടെ ഉള്ളിലൂടെ ഒരു മിന്നൽ പാഞ്ഞുപോയി.

33

ശ്രീജിത്തിന്റെ നമ്പറിലേക്ക് അപർണ തിരിച്ചു വിളിച്ചു. ബെല്ലടിക്കുന്നതു കേട്ട് അവൾ ഉയരുന്ന നെഞ്ചിടിപ്പുമായി നിന്നു.

ഫോൺ ബെല്ലടിച്ചു നിന്നതല്ലാതെ അവൻ കോൾ എടുത്തില്ല. അറിയാളെ അവളുടെ ഉള്ളിൽ ഒരു ഭീതി നിറഞ്ഞു. അവൾ വീണ്ടും വിളിക്കാൻ തുടങ്ങുമ്പോൾ ശ്രീജിത്തിന്റെ വിളി വന്നു.

"ഹലോ..." അവൾ പെട്ടെന്ന് കോൾ എടുത്തു.

"ഞാനെത്ര തവണ വിളിച്ചു... എവിടെയാരുന്നു നീ?"

പരിഭവം ഉയർന്ന സ്വരത്തിൽ അവൻ ചോദിച്ചു.

"ഞാൻ... ഞാൻ... അടുത്ത വീട്ടിൽ എനിക്കൊരു ട്യൂഷനുണ്ട്. അവിടെയായിരുന്നു. എന്താ ശ്രീജിത്ത്?"

"ഒരു സന്തോഷവാർത്ത പറയാൻ വിളിച്ചാൽ നിന്നെ കിട്ടില്ല..."

"എന്താ നിന്റെ കല്യാണം തീരുമാനിച്ചോ?" ഒരു കുസൃതി ചോദ്യം ചോദിക്കാനാണ് അവൾക്കു തോന്നിയത്.

"നിനക്ക് സകല സമയത്തും കല്യാണത്തിന്റെ കാര്യം മാത്രമേയുള്ളോ ചിന്ത? പ്രായത്തിന്റെ കുഴപ്പമാണ്. അച്ഛനും അമ്മയ്ക്കും ഒരു സൂചന കൊടുക്ക്. അവർ എത്രയും വേഗം അത് നടത്തിത്തരും..."

"സൂചനയൊന്നും കൊടുക്കണ്ട. സംഭവം തുടങ്ങിക്കഴിഞ്ഞു.

ഒരു പട്ടാളക്കാരൻ കാണാൻ വന്നു. ഏതാണ്ട് ഉറപ്പിച്ചതാണ്. പക്ഷേ ഒടുവിൽ മാറിപ്പോയി...." അവൾ പറഞ്ഞു.

"അതെന്താ?"

"എനിക്ക് അയാളെ പിടിച്ചില്ല. അയാൾക്ക് എന്നെയും പിടിച്ചി ല്ല. അതാണ് കാരണം."

"അയാൾ വല്ല കണ്ണുപൊട്ടനുമായിരിക്കും..." അവൻ പറഞ്ഞു.

"അതെന്താ?" അവൾക്ക് മനസ്സിലായില്ല.

"നിന്നെ ശരിക്ക് കണ്ടുകാണത്തില്ല. നിന്നെ കണ്ടാൽ ആർക്കാ ഇഷ്ടപ്പെടാതെ വരിക?"

അപർണ പൊട്ടിച്ചിരിച്ചു.

"അതേയതേ... നാട്ടിലെ ഐശ്വര്യാ റായ് അല്ലേ ഞാൻ..."

"ഞാൻ വിളിച്ചതെന്തിനാണെന്ന് നീയിതുവരെ ചോദിച്ചില്ല ല്ലോ..." ശ്രീജിത്ത് കാര്യത്തിലേക്കു വന്നു.

"എന്താണ് പറ..."

"നിനക്ക് സന്തോഷമുണ്ടാക്കുന്ന ഒരു വാർത്തയാണ്..."

"കാര്യമെന്താണെന്നു വച്ചാൽ ഒന്നു പറ മോനേ..."

"നിനക്ക് ഒരു സർക്കാർ ജോലി ശരിയാകാൻ പോകുന്നു..."

"എവിടെ?" വിശ്വാസം വരാതെ അവൾ ചോദിച്ചു.

"സെക്രട്ടേറിയറ്റ് അസിസ്റ്റന്റ് ടെസ്റ്റ് നീ എഴുതിയിരുന്നില്ല. ഇന്നലെ അതിന്റെ റാങ്ക് ലിസ്റ്റ് പബ്ലിഷ് ചെയ്തിട്ടുണ്ട്. എന്റെ യൊരു ഫ്രണ്ട് പറഞ്ഞാണ് ഞാനറിഞ്ഞത്. നീയും അത് എഴുതി യിട്ടുണ്ടെന്ന് പറഞ്ഞ ഓർമ്മ എനിക്കുണ്ടായിരുന്നു. ഞാനിന്ന് വെ ബ്സൈററിൽ നോക്കി. നിനക്ക് എഴുപത്തിയെട്ടാമത്തെ റാങ്കാണ്..."

"സത്യം പറ... നീ ശരിക്കും നോക്കിയോ... ഞാൻ റാങ്ക് ലിസ്റ്റി ലുണ്ടോ?" തുള്ളിച്ചാടാൻ തോന്നിയെങ്കിലും സന്തോഷം നിയന്ത്രി ച്ച് അവൾ ചോദിച്ചു.

"ഞാൻ നിന്നോട് കള്ളം പറയുമോ അപർണേ... നീ ആർ.എ സ്. അപർണ അല്ലേ?"

"അതേ..."

"രജിസ്റ്റർ നമ്പർ ഞാൻ പറഞ്ഞുതരാം. എഴുതിയെടുക്ക്. എന്നിട്ട് ഹാൾടിക്കറ്റുമായി ഒത്തുനോക്ക്."

അവൻ പറഞ്ഞു കൊടുത്ത നമ്പർ അവൾ എഴുതിയെടുക്ക്. എന്നിട്ട് ഹാൾടിക്കറ്റുമായി ഒത്തുനോക്ക്."

അവൻ പറഞ്ഞു കൊടുത്ത നമ്പർ അവൾ എഴുതിയെടുത്തു. എന്നിട്ട് കോൾ കട്ട് ചെയ്തിട്ട് അലമാരയിൽ നിന്ന് അവളുടെ

ഫയൽ എടുത്ത് അതിലുണ്ടായിരുന്ന ഹാൾ ടിക്കറ്റുമായി ഒത്തു നോക്കി.

അതേ നമ്പർ.

ഉടൻ തന്നെ അവൾ ശ്രീജിത്തിനെ വിളിച്ചു.

"ശരിയാണ്. നമ്പർ കറക്ടാണ്." അവൾ പറഞ്ഞു.

"ഈ സന്തോഷവാർത്ത വിളിച്ചുപറഞ്ഞതിന് എനിക്കെന്തു തരും?" അവൻ ചോദിച്ചു.

"എന്തു വേണം നിനക്ക്?"

"അത് ഞാൻ സൗകര്യം പോലെ പറയാം."

"അതു മതി. ആദ്യത്തെ ശമ്പളം കിട്ടിക്കഴിഞ്ഞിട്ട് പറഞ്ഞാലേ ചെലവ് ചെയ്യാൻ പറ്റൂ."

"കളിയാക്കാൻ നീ പണ്ടേ മിടുക്കിയാണല്ലോ..." അവൻ പറഞ്ഞു.

"കളിയാക്കിയതല്ല ശ്രീജിത്ത്. നീ ആഗ്രഹിക്കുന്ന എന്തും ഞാൻ വാങ്ങിച്ചുതരും... എന്റെ കൊക്കിലൊതുക്കുന്നതാണെങ്കിൽ..."

"അത് വിട്ടേക്ക്. പിന്നെ നമുക്ക് അതേക്കുറിച്ച് സംസാരിക്കാം. ഇരുനൂറിലേറെ വേക്കൻസി ഇപ്പോൾ തന്നെയുണ്ടെന്നാണ് അറിയുന്നത്. അപ്പോൾ ആദ്യത്തെ ബാച്ചിൽ തന്നെ നിനക്കും അപ്പോയിന്റ്മെന്റ് കിട്ടും." അവൻ പറഞ്ഞു.

"വൈകുമായിരിക്കും അല്ലേ...?"

"സെക്രട്ടേറിയറ്റിലെ കാര്യമല്ലേ... വേഗം നടക്കും. ആദ്യം അഡ്വൈസ് മെമ്മോ കിട്ടും. പിന്നാലെ ഓർഡർ വരും..."

"താങ്ക്സ് ശ്രീജിത്ത്. ഞാൻ അമ്മയോട് ഇക്കാര്യമൊന്ന് പറയട്ടെ. പിന്നെ വിളിക്കാം."

"ശരി..."

കോൾ കട്ട് ചെയ്തിട്ട് അപർണ അടുക്കളയിലേക്ക് ഓടി. പക്ഷേ സുകുമാരിയമ്മ അവിടെ ഉണ്ടായിരുന്നില്ല. അവൾ മുറ്റത്തേക്ക് ഇറങ്ങിച്ചെന്നു. സന്ധ്യക്ക് നിലവിളക്ക് കത്തിക്കുമ്പോൾ ദേവീദേവന്മാരുടെ ചിത്രങ്ങളിൽ ചാർത്താൻ മാല കെട്ടാനുള്ള പൂക്കൾ നുള്ളുകയായിരുന്നു അമ്മ.

"അമ്മേ..."

അവൾ ഓടിച്ചെന്ന് സുകുമാരിയമ്മയെ കെട്ടിപ്പിടിച്ചു.

"എന്താടീ?" അവർക്ക് കാര്യം മനസ്സിലായില്ല.

"അമ്മേ എനിക്ക് ജോലി കിട്ടാൻ പോകുന്നു. അക്കാര്യം പറയാനാ എന്റെ കൂടെ പഠിച്ച ശ്രീജിത്ത് വിളിച്ചത്."

"എവിടാ മോളെ ജോലി?"

ആഹ്ളാദത്തോടെ സുകുമാരിയമ്മ ചോദിച്ചു.

"സർക്കാർ ജോലിയാണമ്മേ... തിരുവനന്തപുരത്ത് സെക്രട്ടേറിയറ്റിൽ..." അറിയാവുന്ന കാര്യങ്ങളെല്ലാം അവൾ പറഞ്ഞു.

"ദേവി എന്റെ പ്രാർത്ഥന കേട്ടു മോളേ... ആ കല്യാണം മാറിപ്പോയപ്പോൾ എന്റെ നെഞ്ചുരുകിയതാണ്. നമുക്ക് മോശം സമയമാണെന്നാ ഞാൻ വിചാരിച്ചെ... അച്ഛൻ വരട്ടെ. എന്തു സന്തോഷമായിരിക്കുമെന്ന് അറിയാമോ..."

സുകുമാരിയമ്മ അവളുടെ കവിളിൽ ഒരു ഉമ്മ കൊടുത്തു.

ആശ ബാത്റൂമിലായിരുന്നു. അവൾ കുളി കഴിഞ്ഞ് ഇറങ്ങിവരാൻ അപർണ കാത്തു.

കണ്ണനെ ചില സാധനങ്ങൾ വാങ്ങാൻ സുകുമാരിയമ്മ കടയിൽ വിട്ടിരിക്കുകയായിരുന്നു. കണ്ണൻ വന്നപ്പോൾ ആശയാണ് ചേച്ചിക്ക് ജോലി കിട്ടാൻ പോകുന്നു എന്ന കാര്യം അവനെ അറിയിച്ചത്.

"ചേച്ചീ ഇപ്പഴേ ഞാനൊരു കാര്യം പറഞ്ഞേക്കാം. ആദ്യത്തെ ശമ്പളം കിട്ടുമ്പത്തന്നെ എനിക്കൊരു സൈക്കിൾ മേടിച്ചു തരണം."

അവൻ അപർണയുടെ അടുത്തുചെന്ന് പറഞ്ഞു.

"ഒരു സൈക്കിളിന് എത്ര രൂപയാകും?" അവൾ ചോദിച്ചു.

"ഏഴായിരം മുതൽ മുകളിലേക്ക് പോകും. പഴയത് മേടിച്ചുതരാൻ നോക്കണ്ട. എനിക്ക് പുതിയതു തന്നെ വേണം."

അവർ പറഞ്ഞു.

"എന്റെ കണ്ണന് ഒരു പുതിയ സൈക്കിൾ മേടിച്ചു തന്നിട്ടേയുള്ളു വേറെന്തും." അവൾ അവന്റെ ശിരസ്സിൽ തലോടി.

സുകുമാരിയമ്മ അതു കണ്ട് പുഞ്ചിരിച്ചു. നല്ലകാലം തുടങ്ങുകയാണെന്ന് അവർക്ക് തോന്നി. രാമകൃഷ്ണൻ വന്നുകയറിയപ്പോൾത്തന്നെ സുകുമാരിയമ്മ അക്കാര്യം അയാളോട് പറഞ്ഞു.

"നിയമന ഉത്തരവ് കിട്ടിയോ?" രാമകൃഷ്ണൻ ചോദിച്ചു.

"ഇല്ല. റാങ്ക് ലിസ്റ്റ് വന്നതേയുള്ളൂ. വൈകാതെ നിയമന ഉത്തരവ് കിട്ടും എന്നാ മോൾ പറഞ്ഞത്."

രാമകൃഷ്ണൻ ദീർഘമായി ഒന്നു നിശ്വസിച്ചു.

"എല്ലാറ്റിനും അതിന്റേതായ സമയമുണ്ട് സുകുമാരീ. നമ്മൾ എത്ര ധൃതി കൂട്ടിയാലും നടക്കേണ്ട സമയം വന്നാലേ..."

"തൽക്കാലം ആരോടും പറയണ്ടാ. സർക്കാർ കാര്യമല്ലേ... അപ്പോയിന്റ്മെന്റ് ഓർഡർ എന്നു കിട്ടുമെന്ന് അറിയാൻ പറ്റത്തില്ല. പിറ്റേന്നു മുതൽ ആളുകൾ ചോദിച്ചു തുടങ്ങും എന്നാ പോകുന്നതെന്ന്..." ആശ പറഞ്ഞു.

അതു ശരിയാണെന്ന് അപർണയ്ക്കും തോന്നി. ആരോടും ഒന്നും പറയണ്ട. അടുത്ത ദിവസം നന്ദഗോപാലിന്റെ വീട്ടിൽ പോയെങ്കിലും ഷീജയോട് പോലും ജോലിക്കാര്യം പറഞ്ഞില്ല.

"അമ്പലത്തിലൊന്ന് പോകണ്ടായോ മോളെ... നിന്റെ പേരിൽ ഒരു ഗണപതി ഹോമം കഴിപ്പിക്കണം. തടസങ്ങളൊന്നും ഉണ്ടാകാതിരിക്കാൻ..."

സുകുമാരിയമ്മ പറഞ്ഞു.

"ഉം..." അപർണ മൂളി.

"മറ്റേന്നാൾ നിന്റെ നക്ഷത്രമല്ലേ... അന്നു മതി. ഇന്നു ഞാൻ പോയി ചീട്ട് എഴുതിക്കാം. രാവിലെ നീ ചെന്ന് പ്രസാദം മേടിച്ചാൽ മതി."

വൈകുന്നേരം അമ്പലത്തിലേക്ക് പോയപ്പോൾ സുകുമാരിയമ്മ പല പരിചയക്കാരെയും അവിടെ വച്ച് കണ്ടു. മോൾക്ക് ജോലി കിട്ടാൻ പോവാണെന്ന് പറയാൻ അവർക്ക് നാക്ക് തരിച്ചെങ്കിലും പണിപ്പെട്ട് അടക്കി.

പിറ്റേന്നു രാവിലെ അവൾ നന്ദഗോപന്റെ വീട്ടിൽ ചെന്നപ്പോൾ അയാൾ സിറ്റൗട്ടിൽ പത്രം വായിച്ചു കൊണ്ട് ഇരിക്കുന്നുണ്ടായിരുന്നു.

"നാളെ മുതൽ അപർണ രാവിലെ ഇങ്ങനെ വരണ്ടാ?"

അവളെ കണ്ട് അയാൾ പറഞ്ഞു.

"അതെന്താ സാർ?"

"ഏജൻസിയിൽ നിന്ന് ഇന്നലെ വിളിച്ചിട്ടുണ്ടായിരുന്നു. ഇന്ന് ഒരു സെർവന്റിനെ അവർ അയയ്ക്കും."

"ആരാണെന്ന് വല്ലതും പറഞ്ഞോ?"

"ഇല്ല. പേര് വൈജയന്തി. വയസ്സ് നാല്പത്തിമൂന്ന്."

അയാൾ പറഞ്ഞു.

"നല്ല സ്ത്രീയായിരിക്കും..." അപർണ പ്രതീക്ഷിച്ചു.

"ഉം... എന്തായാലും വനജയെപ്പോലെ ആയിരിക്കത്തില്ലെന്ന് പ്രതീക്ഷിക്കാം."

അന്നു രാവിലെ നന്ദഗോപാൽ ഓഫീസിലേക്ക് പോയി അല്പനേരം കഴിഞ്ഞപ്പോൾ വീടിന്റെ മുമ്പിൽ ഒരു ഓട്ടോറിക്ഷ വന്നു നിന്നു. ചുരിദാർ ധരിച്ച മധ്യവയസ്കയായ ഒരു സ്ത്രീ എയർബാഗുമായി ഇറങ്ങി.

ആ സമയത്ത് വിജയലക്ഷ്മി അവളുടെ വീടിന്റെ ഗേറ്റിനടുത്ത് നിൽക്കുന്നുണ്ടായിരുന്നു. ഓട്ടോയിൽ നിന്നിറങ്ങിയ സ്ത്രീയെ

അവൾ കണ്ണിമയ്ക്കാതെ നോക്കി.

വന്ന സ്ത്രീ ഓട്ടോക്കൂലി കൊടുത്തു കൊണ്ടു നിൽക്കുമ്പോൾ വിജയലക്ഷ്മി റോഡ് മുറിച്ചു കടന്ന് അവരുടെ അടുത്തേക്ക് വന്നു. അവൾ ആ സ്ത്രീയോട് സൗഹൃദഭാവത്തിൽ ചിരിച്ചു.

"നന്ദഗോപാൽ സാറിന്റെ വീട്ടിൽ വന്നതാണോ?"

അവർ തിരക്കി.

"അതേ..." അവർ പറഞ്ഞു.

"സാറിന്റെ ബന്ധുവാണോ?"

"അല്ല... ഞാനിവിടെ ജോലി ചെയ്യാൻ വന്നതാണ്... ഹൗസ്മെയ്ഡ്...."

ഓ വീട്ടുജോലിക്കാരി.

വിജയലക്ഷ്മിക്ക് പെട്ടെന്ന് മനസ്സിലായി.

"എന്റെ പേര് വിജയലക്ഷ്മി... ചേച്ചിയുടെ പേര്..."

"വൈജയന്തി."

"ചേച്ചിയെ കണ്ടപ്പോൾ എന്റെ ബന്ധത്തിലുള്ള ഉഷാകുമാരി ചേച്ചിയെപ്പോലെ തോന്നി. അതാ ഞാനോടി വന്നത്. എന്തായാലും ചേച്ചിയൊന്ന് കരുതലോടെ ഇരിക്കണേ..."

ഒരു മുന്നറിയിപ്പ് പോലെ വിജയലക്ഷ്മി പറഞ്ഞു.

"അതെന്താ?" വൈജയന്തി സംശയത്തോടെ അവളെ നോക്കി.

"ജോലിക്കാരികൾ വാഴാത്ത വീടാ ഇത്. ഒന്നോ രണ്ടോ ആഴ്ച കഴിയുമ്പോൾ വന്നവരൊക്കെ സ്ഥലം വിട്ടിട്ടുണ്ട്. ഏറ്റവുമൊടുവിൽ ഒരു വനജയാരുന്നു. അവൾ കരഞ്ഞോണ്ടാ ഇറങ്ങിപ്പോയത്..." വൈജയന്തി ഒന്നു ഞെട്ടി.

"എന്താ കാരണം?"

"ഇല്ല ചേച്ചീ. തൊട്ടടുത്ത വീട്ടിൽ താമസിച്ചു കൊണ്ട് ആരെക്കുറിച്ചും ഞാൻ കുറ്റപ്പെടുത്തി സംസാരിക്കത്തില്ല. ചേച്ചി ഒന്ന് ശ്രദ്ധിച്ചാൽ മാത്രം മതി."

ഓട്ടോ റിക്ഷ പോയി. എന്തു ചെയ്യണമെന്നറിയാതെ വൈജയന്തി ബാഗുമായി നിന്നു.

"വിജയലക്ഷ്മി കാര്യം പറ..."

അവർ ഉത്കണ്ഠയോടെ അവളെ നോക്കി.

"ഒന്നുമില്ല ചേച്ചി... ആ സാറിന്റെ ഭാര്യ നാലഞ്ചുവർഷമായി തളർന്നു കിടക്കുകയാ... പരസഹായമില്ലാതെ ഒന്ന് എഴുന്നേറ്റ് ഇരിക്കാൻ പോലും വയ്യ. ഒരു ഹോംനഴ്സ് വന്നിട്ട് രണ്ടാഴ്ച പോലുമായില്ല. ആ സ്ത്രീ എന്നാണ് എല്ലാം ഇട്ടെറിഞ്ഞിട്ട് പോകുന്ന

തെന്നറിയില്ല.” വൈജയന്തി അവളെ പകച്ചുനോക്കി.

“അവിടെ എന്തെങ്കിലും കുഴപ്പമുണ്ടോ?”

“ആ സാർ പറയുന്നതൊക്കെ എതിർപ്പൊന്നുമില്ലാതെ അനുസരിച്ചാൽ മതി. എങ്കിൽ കുഴപ്പമൊന്നുമില്ല.”

വിജയലക്ഷ്മി പറഞ്ഞതെന്തൊണെന്ന് വൈജയന്തിക്കു മനസിലായി.

“അതിനൊന്നും എന്നെ കിട്ടത്തില്ല. ഇവിടല്ലെങ്കിൽ എനിക്ക് വേറെ നല്ല അന്തസുള്ള ആളുകളുടെ വീട്ടിൽ ജോലികിട്ടും.”

അവർ പറഞ്ഞു.

“ഞാൻ പറഞ്ഞില്ലേ... ചേച്ചിയെ കണ്ടപ്പോൾ ഉഷച്ചേച്ചിയെ ഓർമ്മ വന്നു. അതു കൊണ്ടാണ് ഞാൻ വന്നു പറഞ്ഞത്. നമ്മൾ തമ്മിൽ സംസാരിച്ച കാര്യം ആരോടും പറയണ്ട.. കേട്ടോ. എന്തെങ്കിലും പ്രശ്നമുണ്ടായാൽ എന്നോട് പറയണം. എപ്പോൾ വേണമെങ്കിലും ചേച്ചിക്ക് എന്റെ വീട്ടിലോട്ട് വരാം. ഞാനും മക്കളും മാത്രമേയുള്ളൂ... ഹസ്ബന്റ് ഗൾഫിലാ...”

“ഉം.” വൈജയന്തി തല കുലുക്കി.

വെളുത്ത് അല്പമൊന്ന് തടിച്ച ശരീരമായിരുന്നു വൈജയന്തിയുടേത്.

“ചേച്ചി നല്ല സൗന്ദര്യമുള്ള സ്ത്രീയല്ലേ... കാണാൻ കൊള്ളാവുന്ന സ്ത്രീകൾക്ക് മനസമാധാനത്തോടെ ജീവിക്കാൻ പാടാ ചേച്ചീ നമ്മുടെ നാട്ടിൽ.” വിജയലക്ഷ്മി പറഞ്ഞു.

“സൗകര്യം കിട്ടുമ്പോ ഞാനങ്ങോട്ട് വരാം. കേട്ടോ... എന്തായാലും വന്ന് പോയില്ലേ... എങ്ങനുണ്ടെന്ന് നോക്കട്ടെ.”

“ശരി ചേച്ചീ...”

ഗേറ്റ് തുറന്ന് വൈജയന്തി അകത്തേക്ക് കയറിയപ്പോൾ അടക്കിയ ചിരിയോടെ വിജയലക്ഷ്മി അവളുടെ വീട്ടിലേക്ക് പോയി.

കോളിങ് ബെല്ലിന്റെ ശബ്ദം കേട്ട് അപർണയാണ് ചെന്ന് വാതിൽ തുറന്നത്. എയർബാഗുമായി നിൽക്കുന്ന അപരിചിതയായ സ്ത്രിയെ കണ്ടപ്പോൾ പുതിയ സെർവന്റ് ആണെന്ന് അവൾക്ക് മനസ്സിലായി.

“നന്ദഗോപാൽ സാറിന്റെ വീടല്ലേയിത്?”

വൈജയന്തി ചോദിച്ചു.

“അതേ.”

“എന്റെ പേര് വൈജയന്തി.. ഏജൻസിയിൽ നിന്ന് വന്നതാണ് ഞാൻ.”

"അകത്തേക്ക് വരൂ... സാർ പറഞ്ഞിട്ടുണ്ടാരുന്നു."

അപർണ ക്ഷണിച്ചു.

"സാറിന്റെ അനിയത്തിയാണോ?"

ഉള്ളിലേക്ക് കയറി വന്ന് വൈജയന്തി ചോദിച്ചു.

"അല്ല... ഇവിടത്തെ മോൾടെ ട്യൂഷൻ ടീച്ചറാണ്... അപർണ."

"സാറിനെ വിളിച്ചിട്ട് കിട്ടിയില്ല. അതാ നേരെ ഇങ്ങോട്ടു പോന്നത്.."

"സാറിനി ഉച്ചക്കേ വരൂ... അതു കുഴപ്പമില്ല ചേച്ചി വരൂ. സാറിന്റെ വൈഫുണ്ട്."

വൈജയന്തിയെ അവൾ ഷീജയുടെ മുറിയിലേക്ക് കൊണ്ടു ചെന്നു. അപ്പോൾ അവിടെ രശ്മിയും ഉണ്ടായിരുന്നു.

"എജൻസിയിൽ നിന്ന് വിട്ട ആളാണ്."

അപർണ അവരോട് പറഞ്ഞു.

ഷീജയും വൈജയന്തിയും തമ്മിൽ അല്പനേരം സംസാരിച്ചു. വൈജയന്തിയെക്കുറിച്ചുള്ള കൂടുതൽ വിവരങ്ങൾ ഷീജ ചോദിച്ച് മനസിലാക്കുകയായിരുന്നു. വൈജയന്തിക്ക് ഭർത്താവും രണ്ടു മക്കളുമുണ്ട്. മക്കൾ സ്കൂളിൽ പഠിക്കുന്നവരാണ്. ഭർത്താവ് പണിയൊന്നും ചെയ്യാതെ വീട്ടിലിരിപ്പാണ്.

എന്തു കൊണ്ട് വീട്ടുജോലി ചെയ്യാൻ ഏജൻസിയിൽ പേര് രജിസ്റ്റർ ചെയ്തതെന്ന് മനസിലാക്കാൻ കഴിയുമായിരുന്നു അവരുടെ കുടുംബത്തെക്കുറിച്ചുള്ള വിവരം കേട്ടപ്പോൾ.

"നന്ദേട്ടനോട് ഞാൻ വിളിച്ചു പറയാം. അമ്മയുടെ മുറിയിൽ ചേച്ചിക്ക് ബാഗ് വെക്കാം." ഷീജ പറഞ്ഞു.

വൈജയന്തി തലകുലുക്കി.

"അമ്മയുടെ മുറിയിലേക്ക് അപർണ കൂടി ചെല്ല്."

ഷീജ പറഞ്ഞു.

ദാക്ഷായണിയമ്മയുടെ മുറിയിലേക്ക് വൈജയന്തിയെ അപർണ കൊണ്ടു പോയി. അമ്മ കിടക്കുകയായിരുന്നു. വൈജയന്തിയെ അമ്മയ്ക്ക് അവൾ പരിചയപ്പെടുത്തിക്കൊടുത്തു.

"അമ്മയും കിടപ്പാണോ?" വൈജയന്തി ചോദിച്ചു.

"അല്ല. കാലൊടിഞ്ഞ് പ്ലാസ്റ്ററിട്ടതാ. നാളെയേ ആശുപത്രിയിൽ പോയി പ്ലാസ്റ്റർ എടക്കൂ..." ദാക്ഷായണിയമ്മ പറഞ്ഞു.

"ഇവിടിപ്പോ കാര്യങ്ങളൊക്കെ ചെയ്യുന്നത് ആരാ?"

വൈജയന്തി ചോദിച്ചു.

"ഈ കുട്ടിയാ... രാവിലെ വരും. വൈകുന്നേരം പോകും. അപർ

ണയുള്ളത് ഞങ്ങൾക്ക് വലിയ ആശ്വാസമാ..." അപർണ അടുക്കളയിലേക്ക് പോയി. അരി അടുപ്പത്തുവച്ചത് തിളച്ചു മറിയുന്നുണ്ടായിരുന്നു. അല്പനേരം കഴിഞ്ഞപ്പോൾ വൈജയന്തി അടുക്കളയിലേക്ക് വന്നു. ചുരിദാർ മാറ്റി അവർ നൈറ്റി ധരിച്ചിരുന്നു.

"ഇവിടെ നേരത്തെ ജോലിക്കാരി ഉണ്ടാരുന്നോ?"

അവർ ചോദിച്ചു.

"ഒരാൾ ഉണ്ടാരുന്നു." അപർണ പറഞ്ഞു.

"അവരെന്താ പോയത്?"

എന്തു മറുപടി പറയും? അപർണ ഒരുനിമിഷം നിശ്ശബ്ദയായി നിന്നു. സത്യം പറയാൻ പറ്റില്ലല്ലോ.

"ആ ചേച്ചിക്ക് എന്തോ അസൗകര്യമുണ്ടായി. അതാണ് പോയത്." അവൾ പറഞ്ഞു.

"അതിനു മുമ്പ് ആരെങ്കിലും ഉണ്ടാരുന്നോ?"

"ഇല്ലാരുന്നു. അമ്മയാണ് വീട്ടിലെ ജോലികൾ ചെയ്തിരുന്നത്. വീണ് കാലൊടിഞ്ഞപ്പോഴാ ഒരാൾ വന്നത്."

അടുക്കളയിലെ കാര്യങ്ങളെല്ലാം അവൾ വൈജയന്തിക്ക് പരിചയപ്പെടുത്തിക്കൊടുത്തു. ഉച്ചയായപ്പോൾ നന്ദഗോപാൽ വന്നു. അതിനു മുമ്പേ വൈജയന്തിയുടെ കാര്യം ഷീജ അയാളോട് വിളിച്ചുപറഞ്ഞിരുന്നു. വൈജയന്തി അയാളെ ഒന്നു തുറിച്ചു നോക്കി. കണ്ടിട്ട് കുഴപ്പക്കാരനാണെന്ന് അവൾക്ക് തോന്നിയില്ല. പക്ഷേ കാണുന്നപോലല്ലല്ലോ പലരും...

അന്ന് സുമിമോൾ സ്കൂളിൽ നിന്ന് വന്നപ്പോൾ അവൾക്ക് ട്യൂഷനെടുത്ത ശേഷമാണ് അപർണ വീട്ടിലേക്കു പോയത്.

വീട്ടിൽ ചെന്ന ശേഷം അവൾ ശ്രീജിത്തിനെ വിളിച്ചു. വിവരം ഒന്നും പിന്നീട് അറിഞ്ഞില്ലല്ലോ.

അവൻ കോൾ എടുത്തു.

"പിന്നെ നീ വിളിച്ചില്ലല്ലോ..." അവൾ പരിഭവം പറഞ്ഞു.

"തിരക്കായിപ്പോയി... അതുകൊണ്ടാ..."

"പി.എസ്.സി.യിൽ നിന്ന് അഡ്വൈസ് മെമ്മോ കിട്ടാൻ വൈകുമോ?" അവൾ ചോദിച്ചു.

"ഒരു ചെറിയ പ്രശ്നമുണ്ട് അപർണ..."

താഴ്ന്ന സ്വരത്തിൽ ശ്രീജിത്ത് പറഞ്ഞു.

"എന്താണ്?"

"ആ റാങ്ക് ലിസ്റ്റിൽ അപാകതയുണ്ടെന്നു പറഞ്ഞ് ചിലർ ഹൈക്കോടതിയിൽ പോയിട്ടുണ്ട്. റാങ്ക് ലിസ്റ്റ് ക്യാൻസൽ ആയിപ്പോ

കുമോ എന്ന് പലർക്കും സംശയമുണ്ട് ഇപ്പോൾ..."

തലയ്ക്ക് അടിയേറ്റതു പോലെ അപർണ ഇരുന്നു.

ലോകം അവൾക്കു ചുറ്റും കറങ്ങി.

രണ്ടുതുള്ളി കണ്ണീർ അവളുടെ കൺകോണുകളിൽ വന്ന് വീഴാൻ മടിച്ചു നിന്നു.

34

"അപർണാ..."

അവളുടെ ശബ്ദം കേൾക്കാതെ വന്നപ്പോൾ ശ്രീജിത്ത് വിളിച്ചു.

"ഉം..."

അപർണ ദുർബലമായി മൂളി.

"വിഷമിക്കരുത്. റാങ്ക്ലിസ്റ്റിൽ പേരു വരാത്ത ചില ഉദ്യോഗാർത്ഥികൾ നിരാശയുടെ പേരിൽ കൊടുത്ത ഹർജിയായിരിക്കും അത്. അവർക്ക് അനുകൂലമായ വിധി കിട്ടണമെന്നില്ല."

ശ്രീജിത്ത് അവളെ സമാധാനിപ്പിച്ചു.

"അത് നമ്മുടെ വിചാരമല്ലേ... റാങ്ക്ലിസ്റ്റ് ഉണ്ടാക്കിയതിൽ എന്തെങ്കിലും പാകപ്പിഴ ഉണ്ടായിട്ടുണ്ടോന്ന് നമുക്കറിയില്ലല്ലോ."

അവൾ പറഞ്ഞു.

"അങ്ങനെ ചിന്തിക്കരുത്. പ്രതീക്ഷ വേണം. നല്ലതേ വരൂ എന്നു വിശ്വസിക്കണം."

"ഞാൻ അങ്ങനെയല്ല ശ്രീജിത്ത്... നല്ലതൊന്നും പ്രതീക്ഷിക്കില്ല. അപ്പോൾ ദുഃഖിക്കേണ്ടി വരില്ലല്ലോ. നല്ലതു മാത്രം പ്രതീക്ഷിച്ചിരുന്നിട്ട് ഒടുവിൽ ചീത്ത റിസൽട്ടാണുണ്ടാകുന്നതെങ്കിൽ... അത് താങ്ങാൻ പറ്റില്ല. ഉയരത്തീന്നുള്ള വീഴ്ചയേക്കാൾ ഭേദം താഴെ നിന്നുള്ള വീഴ്ചയാ..."

"അതും ശരിയാ... പക്ഷേ തീരെ പ്രതീക്ഷയില്ലാതിരിക്കണ്ട. ഒരു ഫിഫ്റ്റി ഫിഫ്റ്റി ചാൻസ്..." അവൻ പറഞ്ഞു.

"വീട്ടിലെല്ലാരും വലിയ സ്വപ്നം കണ്ടിരിക്കുവാ... അതോർക്കുമ്പഴാ എനിക്കു സഹിക്കാൻ പറ്റാത്തത്. അവരെ എന്തുപറഞ്ഞ് ആശ്വസിപ്പിക്കും?"

"നിന്റെ വിഷമം എനിക്കു മനസിലാകുന്നുണ്ട് അപർണാ... കോടതി ലിസ്റ്റ് ക്യാൻസൽ ചെയ്തില്ലല്ലോ. അങ്ങനെ ചെയ്യുക

യാണെങ്കിൽ നിരാശപ്പെട്ടാൽ മതിയല്ലോ. ഞാൻ വെക്കുവാ... എന്തെങ്കിലും പുതിയ വിവരം അറിഞ്ഞാൽ വിളിക്കാം."

"ഓരോന്നു പറഞ്ഞ് ഞാൻ നിന്നെ ബോറടിപ്പിച്ചു അല്ലേ? സോറി..." അപർണ പറഞ്ഞു.

"ഏയ്... നിന്നോടു സംസാരിക്കുമ്പോൾ എന്റെ ബോറടി മാറുകയാ ചെയ്യുന്നത്."

"ശരി ശ്രീജിത്ത്... വെച്ചോളൂ." അവൾ കോൾ കട്ട്ചെയ്തു.

വീട്ടിൽ ഇക്കാര്യം അറിഞ്ഞാൽ എല്ലാവർക്കും സങ്കടമാകും. അവരുടെ സ്വപ്നങ്ങൾ തകരും.

പക്ഷേ ഒരു സൂചന കൊടുക്കുന്നതാണു നല്ലത്.

അവൾ ആശയോടു മാത്രം കാര്യം പറഞ്ഞു.

"ലിസ്റ്റ് ക്യാൻസലാകുമോ ചേച്ചീ?"

ഞെട്ടലോടെ ആശ ചോദിച്ചു.

"അറിയില്ല. ശ്രീജിത്ത് പറഞ്ഞ വിവരം മാത്രമേ എനിക്കറിയൂ."

"ഇതൊരു വല്യ അടിയായിപ്പോയല്ലോ. എന്തായാലും തൽക്കാലം വേറാരോടും പറയണ്ട. എന്തിനാ അവരേക്കൂടി നിരാശപ്പെടുത്തുന്നത്?" ആശ പറഞ്ഞു.

ശരിയാണ്. അവരുടെ സ്വപ്നങ്ങൾ പെട്ടെന്ന് തല്ലിക്കൊഴിക്കണ്ട. പിറ്റേന്ന് നന്ദഗോപാലിന്റെ വീട്ടിൽ ചെന്നപ്പോൾ ഷീജ അവളുടെ മുഖം ശ്രദ്ധിച്ചു.

"എന്തു പറ്റി അപർണാ... ഒരു ചൊടിയില്ലല്ലോ നിനക്കിന്ന്."

"ഒന്നുമില്ല ചേച്ചീ..." അവൾ ചിരിച്ചു:

"ആരുടെയെങ്കിലും മൂഡ് എപ്പഴും ഒരുപോലെ ആയിരിക്കുമോ?"

"അതു ശരിയാ... പക്ഷേ മുമ്പൊരിക്കലും നിന്നെ ഇതുപോലെ ഒരു വിഷാദഭാവത്തിൽ കണ്ടിട്ടില്ല."

അപർണ ഒന്നും മിണ്ടിയില്ല.

അപ്പോൾ ഷീജ വീണ്ടും ചോദിച്ചു:

"സന്തോഷിക്കേണ്ട സമയമല്ലേ ഇത്? നീ സർക്കാർ ഉദ്യോഗസ്ഥയാകാൻ പോവല്ലേ? നല്ലൊരു ജോലി കിട്ടുക എന്നത് നിന്റെ പ്രായത്തിലുള്ള എല്ലാവരുടേം ആഗ്രഹമല്ലേ?"

എന്തു പറയും ഷീജച്ചേച്ചിയോട്?

"തിരുവനന്തപുരത്തല്ലേ പോസ്റ്റിങ് കിട്ടുക... അവിടെ താമസസൗകര്യമൊക്കെ നേരത്തെ നോക്കി വയ്ക്കുന്നതാ നല്ലത്."

ഷീജ തുടർന്നു.

"അപ്പോയ്ൻമെന്റ് ഓർഡർ കിട്ടട്ടെ ചേച്ചീ... എന്നിട്ടു മതിയ

ല്ലോ അതൊക്കെ അന്വേഷിക്കുന്നത്."

അപർണ പറഞ്ഞു.

"അല്ല കുട്ടീ... നിനക്കറിയാഞ്ഞിട്ടാ... ഓർഡർ കിട്ടിയിട്ട് അതും കൊണ്ടു ചെല്ലുന്ന ദിവസം നീ എവിടെ താമസിക്കും? ഹോട്ടലിലോ ലോഡ്ജിലോ ഒന്നു രണ്ടു ദിവസം പറ്റുമാരിക്കും. അതു കഴിഞ്ഞാൽ നിന്റച്ചനു ഇങ്ങു പോരാതെ പറ്റുമോ?"

"സിറ്റിയല്ലേ... ലേഡീസ് ഹോസ്റ്റൽ കാണാതിരിക്കുമോ അവിടെ? ധാരാളം ഹോസ്റ്റലുകൾ കാണും."

അവൾ വെറുതെ പറഞ്ഞു.

"ഉണ്ടായിരിക്കും. പക്ഷേ കൊച്ചു മുറികളിൽ നാലും അഞ്ചും പേരുമാ താമസിക്കുന്നെ. എന്റെയൊരു കുഞ്ഞമ്മയുടെ മോൾക്ക് നാലഞ്ചു വർഷം മുമ്പ് തിരുവനന്തപുരത്ത് ബാങ്കിൽ ജോലി കിട്ടിയപ്പം സിറ്റിയിലൊന്നും താമസസൗകര്യം ശരിയായില്ല. പത്തു കിലോമീറ്റർ ദൂരെ ഒരു വീട് വാടകയ്ക്കെടുത്താ ആ ചേച്ചി താമസിച്ചത്."

അപർണ മിണ്ടിയില്ല. ജോലിക്കാര്യം ത്രിശങ്കുവിലാണെന്ന് പാവം ഷീജ ച്ചേച്ചിക്കറിയില്ലല്ലോ.

"നന്ദേട്ടന്റെ ബന്ധത്തിലുള്ള ഒരു ഹരിയേട്ടൻ തിരുവനന്തപുരത്തുണ്ട്. വാട്ടർ അതോറിട്ടിയിലാ ജോലി. വൈഫിന് ചീഫ് എൻജിനീയറുടെ ഓഫീസിലും. കേശവദാസപുരത്താ അവർ താമസിക്കുന്നെ. ആ ചേച്ചിയുടെ ഓഫീസിൽ ലേഡീസ് ഹോസ്റ്റലിൽ താമസിക്കുന്ന സ്ത്രീകൾ കാണുമല്ലോ. അവിടെ ഒഴിവു വല്ലതുമുണ്ടോന്ന് നന്ദേട്ടനെക്കൊണ്ടു ഞാൻ ചോദിപ്പിക്കാം."

"ധൃതി വെക്കണ്ട ചേച്ചീ... ഓർഡർ കിട്ടിയിട്ടു മതി. ചിലപ്പോൾ രണ്ടോ മൂന്നോ മാസമൊക്കെ കഴിയും."

അപർണ അവരെ നിരുത്സാഹപ്പെടുത്തി.

"എന്നാലും നേരത്തെ എല്ലാം അറിഞ്ഞുവയ്ക്കുന്നതാ നല്ലത്."

വിഷയം മാറ്റുന്നതായിരിക്കും ഉചിതമെന്ന് അപർണയ്ക്കു തോന്നി.

"പുതിയ ജോലിക്കാരി എങ്ങനുണ്ട് ചേച്ചീ?"

അവൾ പെട്ടെന്ന് ചോദിച്ചു.

"പാവമാണെന്നു തോന്നുന്നു. അങ്ങനൊരാൾ ഇവിടെയുണ്ടെന്നു പോലും തോന്നത്തില്ല. അധികം സംസാരമൊന്നുമില്ല. പക്ഷേ എല്ലാ കാര്യങ്ങളും നോക്കിക്കണ്ട് ചെയ്യും."

"നന്നായി. പറ്റിയ ഒരാളെ കിട്ടിയല്ലോ. ആ ചേച്ചി രശ്മിച്ചേച്ചി

യുമായി യോജിപ്പിലാണോ?"

"രശ്മി ഇതു വരെ പരാതിയൊന്നും പറഞ്ഞില്ല. അപ്പോൾ അവര് തമ്മിൽ പ്രശ്നമൊന്നുമില്ലെന്നു വേണം വിചാരിക്കാൻ. എന്തായാലും വനജ പോയതു നന്നായി." ഷീജ പറഞ്ഞു.

ട്യൂഷൻ കഴിഞ്ഞ് അപർണ വീട്ടിലേക്കു മടങ്ങി.

രാമകൃഷ്ണൻ അന്ന് ജോലി കഴിഞ്ഞു വന്നപ്പോൾ അവളെ വിളിപ്പിച്ചു. അത് പതിവില്ലാത്തതാണ്.

"എന്താ അച്ഛാ?"

അപർണ അയാളുടെ അടുത്തേക്കു ചെന്നു.

"മോളേ, ആ റാങ്ക്‌ലിസ്റ്റ് റദ്ദാക്കണമെന്നു പറഞ്ഞ് ഹൈക്കോടതിയിൽ ഒരു കേസുണ്ട്. അറിഞ്ഞോ നീ?"

അച്ഛൻ പറഞ്ഞതു കേട്ട് അവളൊന്ന് അന്ധാളിച്ചു. അച്ഛൻ എങ്ങനറിഞ്ഞു ഇക്കാര്യം?

"അച്ഛനോടാരു പറഞ്ഞു?"

"കടേൽ വരുത്തുന്ന പേപ്പറിൽ വായിച്ചതാ... നാളെ കേസ് പരിഗണിക്കുമെന്നാ വാർത്ത."

"ഞാനൊന്നും അറിഞ്ഞില്ലച്ഛാ..."

അവൾക്ക് നുണ പറയേണ്ടി വന്നു. അറിഞ്ഞിട്ടും എന്താ പറയാഞ്ഞതെന്ന് അച്ഛൻ ചോദിച്ചാൽ...

"ഇനിയിപ്പോൾ കോടതിയുടെ വിധി വന്നാലേ നിയമനം നടക്കൂന്നാ തോന്നുന്നെ."

അപർണ എങ്ങും തൊടാത്ത മട്ടിൽ പറഞ്ഞു.

"സർക്കാർ ഉണ്ടാക്കിയ റാങ്ക്‌ലിസ്റ്റല്ലേ... അതിൽ പിഴവു വരുമോ?" സുകുമാരിയമ്മ ചോദിച്ചു.

"വരാൻ സാധ്യതയില്ല. ലിസ്റ്റിൽ വരാത്തതിന്റെ വിരോധം കൊണ്ട് ആരെങ്കിലും ഹർജി കൊടുത്തതാരിക്കും. കുറച്ചു കാലതാമസമുണ്ടായേക്കും. അല്ലാതെ കുഴപ്പമൊന്നും വരില്ലെന്നാ എനിക്കു തോന്നുന്നെ..." അവൾ പറഞ്ഞു.

ശ്രീജിത്ത് തന്നെ ആശ്വസിപ്പിച്ചതു പോലെ താൻ അച്ഛനെയും അമ്മയെയും ആശ്വസിപ്പിക്കുന്നു!

"ഹൈക്കോടതി ആയതു കൊണ്ട് വിധി ഉടൻ വരും. അക്കാര്യത്തിൽ പേടിക്കണ്ട മോളേ..." രാമകൃഷ്ണൻ പറഞ്ഞു.

"എന്തായാലും മോൾടെ പേരിൽ ഒരു ഗണപതി ഹോമം കഴിക്കണം. തടസങ്ങളൊന്നും ഉണ്ടാകാതിരിക്കട്ടെ."

സുകുമാരിയമ്മ പറഞ്ഞു.

പക്ഷേ വീട്ടിൽ പൊതുവേ ഒരു മൂകത ഉണ്ടായി. എല്ലാവരുടെയും സന്തോഷത്തിനു മങ്ങലേറ്റു. പിറ്റേന്ന് അപർണയുടെ പേരും നാളും പറഞ്ഞ് സുകുമാരിയമ്മ അമ്പലത്തിൽ ചെന്ന് ഒരു ഗണപതി ഹോമത്തിനു ചീട്ടെടുത്തു.

"ഭഗവാനേ... എന്റെ കുട്ടിക്ക് ഒരു ജോലി കിട്ടണേ... അതിനുള്ള തടസങ്ങൾ എത്രയും വേഗം മാറിപ്പോണേ..."

അവർ ഉള്ളുരുകി പ്രാർത്ഥിച്ചു.

രണ്ടു മൂന്നു ദിവസത്തേക്ക് ഒന്നും സംഭവിച്ചില്ല. ശ്രീജിത്തിനെ ഒന്നു വിളിച്ചാലോ എന്ന് പലവട്ടം അപർണ ആലോചിച്ചു. പക്ഷേ വിളിക്കാൻ ഭയമായിരുന്നു. ലിസ്റ്റ് ക്യാൻസലായി കാണും. വിളിച്ചു പറയാനുള്ള മടി കൊണ്ടായിരിക്കും അവൻ വിളിക്കാത്തത്. താൻ അങ്ങോട്ടു വിളിച്ചാൽ പറയാതിരിക്കാനും പറ്റില്ലല്ലോ.

പക്ഷേ നാലാമത്തെ ദിവസം ഉച്ച കഴിഞ്ഞപ്പോൾ ശ്രീജിത്തിന്റെ വിളി വന്നു. അവൾ ഞെട്ടിപ്പോയി. മോശം വാർത്ത കേൾക്കാനുള്ള മാനസികാവസ്ഥ അവൾക്കില്ലായിരുന്നു. അതുകാരണം അവൾ കോൾ അറ്റൻഡ് ചെയ്തില്ല.

പക്ഷേ വീണ്ടും ശ്രീജിത്തിന്റെ വിളി വന്നു.

"ഹലോ..." ധൈര്യം സംഭരിച്ച് അവൾ കോൾ എടുത്തു.

"എന്താ... ഞാനാദ്യം വിളിച്ചത് നീ കേട്ടില്ലേ?"

അവൻ ചോദിച്ചു.

"കേട്ടു... പക്ഷേ..."

"ഇത്ര ഭീരുവാകാൻ പാടില്ല കേട്ടോ... ഇന്ന് ഹൈക്കോടതിയിൽ നടന്നതെന്താണെന്ന് അറിയാമോ... അവർ കൊടുത്ത ഹർജികൾ തള്ളി."

"എന്റെ ഈശ്വരാ..." അവൾ അറിയാതെ വിളിച്ചുപോയി.

"ഇപ്പഴാ വിവരം അറിഞ്ഞത്. അപ്പോൾത്തന്നെ ഞാൻ നിന്നെ വിളിച്ചതാ... നാളത്തെ പത്രത്തിൽ വാർത്ത വരും."

"എടാ ശ്രീജിത്ത്..." അവൾ വിളിച്ചു.

"എന്താടീ?"

"ഒന്നുമില്ല..."

"അല്ല... എന്തോ ഉണ്ട്. പറ വേഗം." അവൻ നിർബന്ധിച്ചു.

"പറയാം. പക്ഷേ നീ ഞെട്ടുമോ?"

"ഇല്ല."

"ഇപ്പോൾ നീ അടുത്തുണ്ടായിരുന്നേൽ നിന്നെ കെട്ടിപ്പിടിച്ച് ഞാനൊരു ഉമ്മ തന്നേനെ..."

അവൾ പറഞ്ഞു. അവൻ ഒന്നും മിണ്ടിയില്ല.

"എന്താ ഒന്നും പറയാത്തത്?"

"ഞാൻ അവിടെയില്ലല്ലോ. ഇവിടെ നിന്നു കൊണ്ട് നിന്റെ ഉമ്മ ഏറ്റു വാങ്ങുകയായിരുന്നു. പക്ഷേ ഇനി കാണുമ്പോൾ അത് നേരിട്ടു തരണം." അവൻ പറഞ്ഞു.

"തരും... അപർണ വാക്കു പറഞ്ഞാൽ വാക്കാ..."

"ഇനി വേഗം കാര്യങ്ങൾ നീങ്ങും. ഒരുമാസത്തിനുള്ളിൽ നിനക്ക് സെക്രട്ടേറിയറ്റിൽ ജോയ്ൻ ചെയ്യാൻ കഴിയുമെന്നുതോന്നുന്നു."

"എനിക്കൊരു പരിചയവുമില്ലാത്ത നാടാ തിരുവനന്തപുരം."

"അതു സാരമില്ല. പെട്ടെന്ന് പരിചയമായിക്കോളും. സർക്കാർ ഉദ്യോഗസ്ഥർക്ക് ജീവിക്കാൻ പറ്റിയ സ്ഥലമാ തിരുവനന്തപുരം."

"നീ അവിടെ താമസിച്ചിട്ടുണ്ടോ?" അവൾ ചോദിച്ചു.

"ഇല്ല. പക്ഷേ അവിടെ പോയിട്ടുണ്ട്."

"നീ ട്രാൻസ്ഫർ മേടിച്ച് അങ്ങോട്ടു വാ... എനിക്കൊരു കൂട്ടായല്ലോ." അവൾ പറഞ്ഞു.

"ബാങ്കല്ലേ മോളേ... മൂന്നു വർഷം കഴിയാതെ ഞങ്ങൾക്ക് വേറൊരു സ്ഥലത്തേക്ക് ട്രാൻസ്ഫർ കിട്ടത്തില്ല. ഇനി ഒരു രണ്ടര വർഷം കൂടി കാത്തിരിക്കണം."

"എന്നാലും ഇടയ്ക്ക് നിനക്കങ്ങോട്ടു വരാമല്ലോ... എന്നെ കാണാൻ." അവൾ പറഞ്ഞു.

"കൊള്ളാം. വരാതിരിക്കുമോ... എത്ര നാളായി നിന്നെ കണ്ടിട്ട്? കോളജ് വിട്ട ശേഷം... ഇപ്പോൾ രണ്ടു വർഷത്തിലേറെയായില്ലേ?"

"അതേ... ഞാനിപ്പോൾ ആ പഴയ കോളജ് കുമാരിയൊന്നുമല്ല. പക്വതയുള്ള പെണ്ണാ..."

"പിന്നേ... ഇരുപത്തിരണ്ടുകാരീടെ പക്വതയൊക്കെ എത്ര വരുമെന്ന് എനിക്കറിയാം." അവൻ പറഞ്ഞു.

"എന്തായാലും നിന്നേക്കാൾ പക്വതയുണ്ട് എനിക്ക്."

"ഞാൻ തർക്കിക്കുന്നില്ല പൊന്നേ... സ്വൽപ്പം ഇടവേള കിട്ടിയപ്പോൾ നിന്നെ വിളിച്ചതാ... ബാങ്കിൽ ഒരുനിമിഷം പോലും കിട്ടില്ല വെറുതെയിരിക്കാൻ."

"താങ്ക്സ് ശ്രീജിത്ത്... ഫ്രീയാകുമ്പോൾ വിളിക്ക്."

"ശരിയെടാ... പിന്നെക്കാണാം."

അപർണ ഓടിച്ചെന്ന് ആ സന്തോഷവാർത്ത സുകുമാരിയമ്മയോടു പറഞ്ഞു.

"ഗണപതിഹോമം കഴിച്ചതിന്റെ ഫലം കണ്ടില്ലേ മോളേ... മനസ്സുരുകി പ്രാർത്ഥിച്ചാൽ ഭഗവാൻ അത് നടത്തിത്തരും."

സുകുമാരിയമ്മയുടെ വിശ്വാസം ഇരട്ടിച്ചു.

"അമ്മ ഗണപതിഹോമം കഴിപ്പിച്ചതു കൊണ്ട് ഒരുപാടു പേർക്ക് അതിന്റെ ഫലം കിട്ടി." അവൾ തമാശമട്ടിൽ പറഞ്ഞു.

"ആയിക്കോട്ടെ... എന്തായാലും നമ്മുടെ കാര്യം നടന്നല്ലോ. അതുമതി."

വീട്ടിൽ വീണ്ടും ആഹ്ളാദം അലയടിച്ചു. എല്ലാവരും പുതിയ പുതിയ സ്വപ്നങ്ങൾ നെയ്തുകൂട്ടാൻ തുടങ്ങി.

"ഒരു ചിട്ടിക്കു ചേരണം. മൂന്നുവർഷം കൊണ്ടേ അത് തീരൂ. എന്നാലും നറുക്ക് നേരത്തെ വീണാൽ ആ പൈസ വാങ്ങിച്ച് നമുക്ക് വീടൊന്നു പുതുക്കണം." രാമകൃഷ്ണൻ പറഞ്ഞു.

"അതൊക്കെ പിന്നീടായാലും മതി ചേട്ടാ... നല്ല നിലയിൽ നമുക്ക് അപർണേടെ കല്യാണം നടത്തണം... രണ്ടുവർഷത്തിനുള്ളിൽ. അതിനകം ആശയ്ക്ക് എന്തെങ്കിലും ജോലികിട്ടും. പിന്നെ കണ്ണന്റെ കാര്യമല്ലേയുള്ളൂ. അവനൊരു ആൺകുട്ടിയാ... എങ്ങനേലും രക്ഷപ്പെട്ടോളും."

"നീ പറയുന്നതും ശരിയാ സുകുമാരീ..."

ഒരാഴ്ച കഴിഞ്ഞപ്പോൾ അപർണയ്ക്ക് പി.എസ്.സിയിൽനിന്ന് അഡ്വൈസ് മെമ്മോ കിട്ടി. സെക്രട്ടേറിയറ്റ് അസിസ്റ്റന്റായി സെലക്ഷനുണ്ടെന്നും ഉടൻ നിയമനം കിട്ടുമെന്നും അറിയിച്ചുകൊണ്ടുള്ള കത്ത്.

"ഇനി പേടിക്കാനൊന്നുമില്ലമ്മേ..."

അപർണ ധൈര്യത്തോടെ പറഞ്ഞു.

"തിരുവനന്തപുരത്ത് നമുക്കാരെയും പരിചയമില്ലല്ലോ മോളേ... അവിടെച്ചെന്ന് നീ എവിടെ താമസിക്കും."

"ഓഫീസിൽ ധാരാളം സ്ത്രീകൾ കാണുമല്ലോ. അവരിൽ പലരും ലേഡീസ് ഹോസ്റ്റലിലായിരിക്കും താമസിക്കുന്നത്. അവിടെ വേക്കൻസി കാണാതിരിക്കത്തില്ല." അവൾ പറഞ്ഞു.

"കുറച്ച് നല്ല ഡ്രസ് എടുക്കണം ചേച്ചീ... ഓഫീസിൽ ചെല്ലുമ്പോൾ നമ്മളെ കണ്ടാൽ എല്ലാവർക്കും ഒരു ഇംപ്രഷൻ ഉണ്ടാവണം. നാട്ടിൻപുറത്തുകാരിയാണെന്നറിഞ്ഞാൽ അവർക്കൊക്കെ ഒരു അവജ്ഞ ആയിരിക്കും." ആശ പറഞ്ഞു.

"ശമ്പളം കിട്ടുമ്പോൾ നല്ല ഡ്രസൊക്കെ എടുക്കാം. അതു മതി. നാട്ടുകാരിയായിപ്പോയത് ഒരു കുറവൊന്നുമല്ല മോളേ."

അപർണ പറഞ്ഞു.

“ആ അർത്ഥത്തിലല്ല ചേച്ചീ ഞാൻ പറഞ്ഞത്..”

“അതെനിക്ക് മനസ്സിലായി മോളേ. എന്നാലും അത്യാവശ്യത്തിന് ചിലതൊക്കെ മേടിക്കാം.”

അന്നുതന്നെ അപർണ അക്കാര്യം ശ്രീജിത്തിനെ വിളിച്ചുപറഞ്ഞു.

“ജോയിൻ ചെയ്യാൻ ചെല്ലുമ്പോൾ സർട്ടിഫിക്കറ്റ് വേരിഫിക്കേഷൻ കാണും. അതു കൊണ്ട് എല്ലാ പരീക്ഷകളുടെയും മാർക്ക് ലിസ്റ്റുകളും സർട്ടിഫിക്കറ്റുകളും ഒരു ഫയലിലാക്കി കൊണ്ടുപോണം.”

“ഉം...”

“മെഡിക്കൽ ഫിറ്റ്നസ് സർട്ടിഫിക്കറ്റും വേണ്ടി വരും. രജിസ്ട്രേഷനുള്ള ഏതെങ്കിലും ഡോക്ടറെ കണ്ട് അതും നേരത്തെ തന്നെ വാങ്ങി വെക്കണം. അല്ലെങ്കിൽ തക്കസമയത്ത് അത് കിട്ടിയെന്നു വരില്ല.” അവൻ പറഞ്ഞു.

“ശരി... ശ്രീ.”

“തിരുവനന്തപുരത്തുള്ള രണ്ട് ലേഡി സ്റ്റാഫ് ഞങ്ങളുടെ ബ്രാഞ്ചിൽ വർക്ക് ചെയ്യുന്നുണ്ട്. ലേഡീസ് ഹോസ്റ്റലിന്റെ കാര്യം അവരുടെ ഫ്രണ്ട്സിനെക്കൊണ്ട് അന്വേഷിപ്പിക്കാമെന്ന് ഏറ്റിട്ടുണ്ട്.”

“താങ്ക്സ് ശ്രീ... എനിക്കുവേണ്ടി നീ ഒരുപാട് ബുദ്ധിമുട്ടുന്നുണ്ട്.” അവൻ പറഞ്ഞു.

“ഇതൊന്നും എനിക്കൊരു ബുദ്ധിമുട്ടല്ല. നിനക്കു വേണ്ടി എന്തുചെയ്യുന്നതും സന്തോഷമുള്ള കാര്യമാണെനിക്ക്.”

പിറ്റേന്ന് നന്ദഗോപാലിന്റെ വീട്ടിൽ ചെന്നപ്പോൾ അപർണ ഇക്കാര്യം അയാളോട് പറഞ്ഞു.

“എങ്കിൽ അപ്പോയിൻമെന്റ് ഓർഡർ ഏതു ദിവസവും വരാം... എത്രയും വേഗം... പറ്റുമെങ്കിൽ പിറ്റേന്നു തന്നെ അവിടെ ഓഫീസിൽ ചെന്ന് ജോയിൻ ചെയ്യണം.” അയാൾ പറഞ്ഞു.

“ശരി സർ.”

“അതിനു മുമ്പ് താമസസൗകര്യം കണ്ടുപിടിക്കുന്നതാണ് ബുദ്ധി.”

“ഏതെങ്കിലും ഹോസ്റ്റലിൽ അക്കോമഡേഷൻ കിട്ടുമോന്ന് ശ്രമിക്കുന്നുണ്ട്.” അവൾ പറഞ്ഞു.

“എന്റെയൊരു ബന്ധു തിരുവനന്തപുരത്തുണ്ട്. ഫാമിലിയായിട്ടാ താമസിക്കുന്നത്. ഞാൻ വേണമെങ്കിൽ വിളിച്ചു പറയാം.”

"വേറെ ഒരിടത്തും കിട്ടിയില്ലെങ്കിൽ അത് നോക്കാം സർ."

അവൾ പറഞ്ഞു. വീട്ടിൽ വന്ന് അപർണ ഇക്കാര്യം സുകുമാരിയമ്മയോട് പറഞ്ഞു.

"എങ്കിൽ അതാ മോളേ നല്ലത്. നന്ദൻ സാറിന്റെ ബന്ധുവല്ലേ. ഹോസ്റ്റലിലേക്കാൾ എന്തുകൊണ്ടും നല്ലതാരിക്കും. ഹോസ്റ്റലിൽ കൊടുക്കുന്ന കാശ് അവർക്ക് കൊടുക്കുകേം ചെയ്യാം. ഒന്നുമില്ലെങ്കിലും വീട്ടിലുണ്ടാക്കുന്ന ആഹാരം കിട്ടുമല്ലോ."

അമ്മ പറഞ്ഞത് നിഷേധിക്കണ്ടാ എന്ന് അവൾക്കു തോന്നി. പിറ്റേന്ന് നന്ദഗോപാലിനെ കണ്ടപ്പോൾ അവൾ അക്കാര്യം അറിയിച്ചു.

"പേയിങ് ഗസ്റ്റായിട്ടാണെങ്കിൽ അവിടെ നോക്കാം സർ. അവർക്ക് അസൗകര്യമൊന്നുമില്ലെങ്കിൽ..."

"ഹരിച്ചേട്ടനും ഇന്ദുകലയ്ക്കും ഒരു അസൗകര്യവും കാണത്തില്ല. കേശവദാസപുരത്ത് മൂന്ന് ബെഡ്റൂം ഉള്ള വീടാ അവരുടേത്. മക്കൾ ആറിലും എട്ടിലും പഠിക്കുന്നവരുമാ. ഇന്നു തന്നെ ഞാൻ ചോദിക്കാം..." അയാൾ ഏറ്റു.

"ശരി സർ."

ഓഫീസിൽ ചെന്നപ്പോൾ മുതൽ നന്ദഗോപാലിന് തിരക്കായിരുന്നു. പക്ഷേ അല്പം ഒഴിവു കിട്ടിയപ്പോൾ അയാൾ ഹരികുമാറിനെ വിളിച്ച് അപർണയുടെ കാര്യം പറഞ്ഞു.

"എനിക്ക് നേരിട്ടറിയാവുന്ന കുട്ടിയാ ഹരിയേട്ടാ. സുമിമോൾക്ക് ട്യൂഷനെടുക്കാൻ വരുന്നുണ്ട് വീട്ടിൽ. സാധുവും സൽസ്വഭാവിയുമാണ്. പേയിങ് ഗസ്റ്റായിട്ട് അവിടെ അവൾക്ക് താമസസൗകര്യം കൊടുത്താൽ വലിയ ഉപകാരമായിരുന്നു."

"ഞാൻ ഇന്ദുവിനോട് ഒന്നു സംസാരിക്കട്ടെ. എന്നിട്ട് നന്ദനെ വിളിക്കാം." അയാൾ പറഞ്ഞു.

"അതുമതി. അപർണയെക്കൊണ്ട് നിങ്ങൾക്കാർക്കും ഒരു ബുദ്ധിമുട്ടും ഉണ്ടാകത്തില്ല. ഞാൻ ഗാരണ്ടി."

"ശി... ഞാൻ വിളിക്കാം."

ഹരികുമാർ ഒരു നിമിഷം ആലോചിച്ചിരുന്നു. പിന്നെ ഇന്ദുകലയെ വിളിച്ചു.

"ഇന്ദു ഒരു സന്തോഷവാർത്തയുണ്ട്. നിന്റെ പരാതികൾക്ക് ഒരു പരിഹാരം ഉടൻ ഉണ്ടാവും." അയാൾ പറഞ്ഞു.

"എന്തു പരിഹാരം?"

"അടുക്കളപ്പണിക്ക് സഹായത്തിന് ആളില്ല... വീട് വൃത്തിയാ

ക്കാനും തറ തുടയ്ക്കാനും സമയം കിട്ടുന്നില്ല. വീട്ടിൽ വന്നാൽ വിശ്രമിക്കാൻ നേരമില്ല എന്നൊക്കെയല്ലേ നിന്റെ പരാതി... ഒരാളെ കിട്ടിയിട്ടുണ്ട്."

"പാർട്ട് ടൈം ആണോ?" അവൾ ചോദിച്ചു.

"അല്ല... ഫുൾടൈം."

"പാർട്ട്ടൈം സെർവന്റ്സ് തന്നെ താങ്ങാൻ പറ്റാത്ത ശമ്പളാ ചോദിക്കുന്നത്. അപ്പഴാ ഫുൾടൈം..."

അവൾ പരിഹാസത്തോടെ പറഞ്ഞു.

"ശമ്പളം കൊടുക്കേണ്ടി വരില്ല. എന്നുതന്നെയല്ല നല്ലൊരു തുക മാസം തോറും നമുക്ക് തരികയും ചെയ്യും..."

അയാൾ പറഞ്ഞു.

"അതാരാ?" സംശയത്തോടെ ഇന്ദുകല ചോദിച്ചു.

"ഒരു പേയിങ് ഗസ്റ്റ്. പേര് അപർണ. സെക്രട്ടേറിയറ്റിൽ അസിസ്റ്റന്റായി ജോലി കിട്ടി വരുന്നു. നമ്മുടെ നന്ദന്റെ നാട്ടുകാരിയാ. അവൻ റെക്കമന്റ് ചെയ്തു ഇന്ന്..."

ഇന്ദുകല ഒന്നും മിണ്ടിയില്ല.

"എന്താ നീ ഒന്നും പറയാത്തത്?"

"ശരി... അവൾ വരട്ടെ." മറുപടി ഉടൻ കിട്ടി.

"ഓ.കെ. ഇന്നു തന്നെ ഞാൻ നന്ദനെ വിളിച്ചു പറയാം."

ഹരികുമാർ കോൾ കട്ട് ചെയ്തു.

അപർണ. നല്ല പേര്. അയാൾ ഒന്ന് പുഞ്ചിരിച്ചു.

35

ഉച്ചയ്ക്ക് ഊണു കഴിഞ്ഞ് അപർണ സെക്രട്ടേറിയറ്റിലെ ജോലിയെക്കുറിച്ച് വെറുതെ സ്വപ്നം കണ്ട് ഇരിക്കുമ്പോഴാണ് ശ്രീജിത്തിന്റെ വിളി വന്നത്.

"ഹലോ... ശ്രീ..." അവൾ ഉടൻ കോൾ എടുത്തു.

"അപ്പോയിന്റ്മെന്റ് ഓർഡർ വന്നില്ലല്ലോ?" അവൻ ചോദിച്ചു.

"ഇല്ല. സെലക്ഷൻ മെമ്മോ മാത്രമേ വന്നുള്ളൂ..."

അവൾ പറഞ്ഞു.

"അപ്പോയിന്റ്മെന്റ് ഓർഡർ വരുന്നത് ഗവൺമെന്റിൽനിന്നാണ്. അതിനി അധികം വൈകില്ല."

"കാത്തിരിക്കുകയാണ് ഞാൻ."

"അവിടെ രണ്ടു മൂന്നു ലേഡീസ് ഹോസ്റ്റലുകളിൽ അന്വേഷി

ച്ചു. ഒരിടത്തും ഇപ്പോൾ ഒഴിവില്ല എന്നാണറിയുന്നത്."

ശ്രീജിത് പറഞ്ഞു.

"ഞാനിപ്പോൾ ട്യൂഷനെടുക്കുന്ന വീട്ടിലെ സാറിന്റെ ഒരു ബന്ധു അവിടെ ഫാമിലിയായിട്ട് താമസിക്കുന്നുണ്ട്. അവിടെ പേയിങ് ഗസ്റ്റായിട്ട് താമസിക്കാൻ പറ്റുമോ എന്ന് അന്വേഷിക്കാമെന്ന് സാർ പറഞ്ഞിട്ടുണ്ട്."

"ആ വീട്ടിൽ ആരൊക്കെയുണ്ട്?"

"ഹസ്ബന്റും വൈഫും രണ്ടു മക്കളും മാത്രമേയുള്ളെന്നാ അറിഞ്ഞത്. മക്കൾ സ്കൂൾ കുട്ടികളാ."

"ഞാൻ വെറുതെ ചോദിച്ചെന്നേയുള്ളൂ... എവിടെയായാലും നിന്റെ സേഫ്റ്റി നീയാണ് നോക്കേണ്ടത്. ഞാൻ പറഞ്ഞത് മനസ്സിലായോ?" അവൻ ചോദിച്ചു.

"മനസ്സിലായി..." അവൾ പറഞ്ഞു.

"ഇക്കാലത്ത് ആരെയും വിശ്വസിക്കാൻ പറ്റില്ല. പുറമേ നല്ല സ്വഭാവക്കാരെന്ന് തോന്നിക്കുന്ന പലരും ഉള്ളിൽ ദുരുദ്ദേശവുമായി നടക്കുന്നവരാണ്. നാട്ടിൻപുറത്തേപ്പോലെയല്ല സിറ്റി."

"നാട്ടിൻപുറത്തുമുണ്ട് അത്ര മോശമല്ലാത്ത ചില ജന്മങ്ങൾ..."

അവൾ പറഞ്ഞു.

"ഞാൻ വെറുതെ വിളിച്ചെന്നേയുള്ളൂ. ഊണുകഴിക്കാനിറങ്ങിയതാരുന്നു. ബാങ്കിൽ കേറാൻ സമയമായി..."

"ശരി... സമയം കിട്ടുമ്പോൾ വിളിക്കണേ..."

"വിളിക്കാം..." അവൻ കോൾ കട്ട് ചെയ്തു.

പാവം ശ്രീ. സിറ്റിയിൽ മാത്രമേ വിഷജന്മങ്ങളുള്ളൂ എന്നാണ് അവന്റെ വിചാരം...

അന്നു വൈകുന്നേരം സുമിമോൾക്ക് ട്യൂഷനെടുക്കാൻ ചെന്നപ്പോൾ പുതിയ ജോലിക്കാരി വൈജയന്തി അവളെ കുളിപ്പിക്കുകയായിരുന്നു. അവൾ വരുന്നതു വരെ ഷീജയുടെ അടുത്ത് അപർണ ഇരുന്നു.

"ഇന്നലെ ഇന്ദു ചേച്ചി വിളിച്ചിട്ടുണ്ടാരുന്നു. അപർണ എന്നാണ് ചെല്ലുന്നതെന്നറിയാൻ..." ഷീജ പറഞ്ഞു.

"നിയമന ഉത്തരവ് കിട്ടിയാലല്ലേ അതറിയാൻ പറ്റൂ..."

അപർണ പറഞ്ഞു.

"അക്കാര്യം ഞാൻ ചേച്ചിയോട് പറഞ്ഞു. അപർണയ്ക്ക് താമസിക്കാനുള്ള റൂം ഒരുക്കിയിടാൻ വേണ്ടിയാണെന്ന് ചോദിച്ചു. ഡ്രസ്സ് മാത്രം കൊണ്ടുപോയാൽ മതി. വേറൊന്നും വേണ്ട

കേട്ടോ... ബാക്കിയെല്ലാം അവിടെ കാണും..."

"ഉം... അമ്മയോട് ഞാനിക്കാര്യം പറഞ്ഞു ചേച്ചീ... അമ്മ പറയുന്നത് മാസം എത്ര രൂപ വച്ച് കൊടുക്കണം എന്ന കാര്യം ചോദിച്ചു വെക്കണം എന്നാണ്. എല്ലാം നേരത്തെ തന്നെ തീരുമാനിക്കണമല്ലോ..." അപർണ പറഞ്ഞു.

"അവർ പൈസയൊന്നും വാങ്ങുമെന്ന് എനിക്ക് തോന്നുന്നില്ല. അപർണയ്ക്ക് അവിടെ ഒരു കുടുംബാംഗത്തെപ്പോലെ കഴിയാം. നന്ദേട്ടന്റെ ബന്ധുവല്ലേ... നമ്മളിൽ ഒരാളെപ്പോലെയേ ഇന്ദു ചേച്ചിയും ഹരിചേട്ടനും അപർണയെ കണ്ടൂ..."

സൗജന്യമായി താമസിക്കാൻ അവൾക്ക് ഒട്ടും താല്പര്യമില്ലായിരുന്നു. ഒന്നോ രണ്ടോ ദിവസമല്ലല്ലോ... ചിലപ്പോൾ ഒന്നോ രണ്ടോ വർഷം.

"ഞാൻ ചോദിക്കാം. അക്കാര്യത്തിൽ അപർണ വിഷമിക്കേണ്ട..."

"എന്നെക്കൊണ്ട് ആർക്കും ഒരു ബുദ്ധിമുട്ടും ഉണ്ടാവരുതെന്നാണ് എന്റെ ആഗ്രഹം.. സ്വസ്ഥമായി ജീവിക്കുന്ന കുടുംബമായിരിക്കും അവരുടേത്. അപരിചിതയായ ഞാൻ അവിടെ താമസിക്കാൻ ചെന്നാൽ അവരുടെ പതിവ് രീതികൾ പലതും തെറ്റിയെന്നു വരാം ചേച്ചീ... അതുപോലെ പ്രൈവസിയും കുറെയൊക്കെ ഇല്ലാതാകും. അതാണെന്റെ പേടി." അപർണ പറഞ്ഞു.

"നീ ഒരു സാധു കുട്ടിയാ അപർണേ. അതു കൊണ്ടാ ഇങ്ങനൊക്കെ ചിന്തിക്കുന്നത്. എല്ലാവരുമായി സഹകരിച്ചു പോയാലേ എല്ലാവർക്കും ഈ ലോകത്ത് ജീവിക്കാൻ പറ്റൂ. മറ്റുള്ളവരുടെ അസൗകര്യങ്ങളൊക്കെ ചിലപ്പോൾ നമുക്ക് വിസ്മരിക്കേണ്ടി വരും."

അപ്പോഴേയ്ക്ക് കുളികഴിഞ്ഞ് പുതിയ ഉടുപ്പുകൾ അണിഞ്ഞ് സുമിമോൾ ഓടിവന്നു.

"നമുക്ക് പഠിക്കാം മോളേ?" അപർണ ചോദിച്ചു.

"ഇന്ന് ഒത്തിരി ഹോംവർക്ക് ഉണ്ട് ടീച്ചറേ..." അവൾ പറഞ്ഞു.

"അതിനെന്താ... എല്ലാം നമുക്ക് ചെയ്യാമല്ലോ..."

അപർണ അവളെ സമാധാനിപ്പിച്ചു.

"അപർണ പോയിക്കഴിഞ്ഞാൽ കഷ്ടപ്പെടാൻ പോകുന്നത് സുമിമോളാ..."ഷീജ പറഞ്ഞു.

അവൾ പറഞ്ഞതിന്റെ അർത്ഥം അപർണയ്ക്ക് മനസിലായി.

"ചേച്ചി വിഷമിക്കണ്ടാ. എനിക്ക് പകരം വേറെ ഒരു ട്യൂഷൻ ടീച്ചറെ ഏർപ്പാടാക്കിയേ ഞാൻ പോകൂ..." അവൾ പറഞ്ഞു.

"പക്ഷേ അപർണയെപ്പോലാകുമാ വേറാര് വന്നാലും..."

"മോൾ മിടുക്കിയാണ്. ആര് പഠിപ്പിച്ചാലും ക്ലാസിൽ നമ്പർ വൺ ആകും സുമിമോൾ."

സുമിയേയും കൊണ്ട് അപർണ ഊണുമുറിയിലേക്ക് പോയി.

ഇന്ദു ചേച്ചിയെ ഇപ്പോൾ ഒന്നു വിളിച്ചാലോ എന്ന് ഷീജയ്ക്കു തോന്നി. മണി നാലരയല്ലേ ആയുള്ളൂ. ചേച്ചി ഇപ്പോൾ ഓഫീസിലായിരിക്കും. സംസാരിക്കാൻ സൗകര്യം ഉണ്ടാവില്ലെങ്കിലോ...

○○

തിരുവനന്തപുരത്ത് മ്യൂസിയത്തിന്റെ അടുത്തായിരുന്നു ഇന്ദുകല ജോലി ചെയ്യുന്ന ചീഫ് എൻജിനീയറുടെ ഓഫീസ്. അതിന്റെ അടുത്തു തന്നെയായിരുന്നു ഹരികുമാർ ജോലി ചെയ്യുന്ന വാട്ടർ അതോറിട്ടിയുടെയും ഓഫീസ്.

അഞ്ചുമണി കഴിഞ്ഞപ്പോൾ സ്കൂട്ടറുമായി ഹരികുമാർ ചീഫ് എൻജിനീയറുടെ ഓഫീസിന്റെ ഗേറ്റിനടുത്തെത്തി. ഇന്ദുകല അവിടെ വന്ന് കാത്തു നിൽക്കുന്നുണ്ടായിരുന്നു.

അവളെ വണ്ടിയിൽ കയറ്റി അയാൾ നേരെ കേശവദാസപുരത്തേക്കു പോയി.

മെയിൻ റോഡിൽ നിന്ന് കുറച്ച് ഉള്ളിലായിരുന്നു മൂന്നു സെന്റിൽ പണിത അവരുടെ ഒറ്റനില വീട്. മുകളിലത്തെ നില കൂടി പണിതിട്ട് അത് വാടകയ്ക്ക് കൊടുക്കാനാണ് അവരുടെ പ്ലാൻ.

അവർ ചെന്നപ്പോൾ പതിവു പോലെ ഉണ്ണിയും ശ്രീക്കുട്ടിയും സ്കൂളിൽ നിന്ന് വീട്ടിലെത്തിയിരുന്നു. തൊട്ടടുത്തുള്ള സ്കൂളിലാണ് അവർ പഠിക്കുന്നത്. ഉണ്ണി മൂന്നിലും ശ്രീക്കുട്ടി ഒന്നിലും. സ്കൂൾ വാൻ ഗേറ്റിനു മുന്നിൽ രണ്ടുപേരെയും കൊണ്ടുവന്നു വിടും. അച്ഛനും അമ്മയും വരുന്നതു വരെ അവർ സിറ്റൗട്ടിലിരുന്ന് കളിക്കും.

ഹരികുമാറിന്റെ സ്കൂട്ടർ ഗേറ്റിനു വെളിയിൽ വന്നു നിന്നപ്പോൾ ഉണ്ണിയും ശ്രീക്കുട്ടിയും ചാടിയെഴുന്നേറ്റു. ഇന്ദുകല വണ്ടിയിൽ നിന്നിറങ്ങി ഗേറ്റ് തുറന്നു വച്ചു. അയാൾ വണ്ടിയോടിച്ച് പോർച്ചിൽ കൊണ്ടു വന്നു വച്ചു.

പോർച്ച് ഉണ്ടാക്കിയിട്ടുണ്ടെങ്കിലും കാർ വാങ്ങിയിട്ടില്ല ഇതുവരെ. മുകളിലത്തെ നില കൂടി പണിയിച്ചതിനു ശേഷം മതി കാർ വാങ്ങുന്നത് എന്നാണ് തീരുമാനം.

എന്നാലും ഒരു സെക്കന്റ്ഹാൻഡ് കാർ ചെറിയ വിലയ്ക്ക് കിട്ടിയാൽ വാങ്ങണമെന്നുമുണ്ട് ഇന്ദുകലയ്ക്ക്. കുട്ടികളുമൊത്ത് പുറത്തു പോകാൻ സ്കൂട്ടർ പോരാ.

“രണ്ടുപേരും ഇരുന്ന് തമ്മിൽ തല്ലുകയാരുന്നോ അതോ ഹോം വർക്ക് ചെയ്യുവാരുന്നോ?” ബാഗിൽ നിന്ന് താക്കോലെടുത്ത് വാതിൽ തുറക്കുന്നതിനിടയിൽ ഇന്ദുകല ചോദിച്ചു.

“ഞങ്ങൾ വഴക്കൊന്നും ഉണ്ടാക്കിയില്ലമ്മേ...” ഉണ്ണി പറഞ്ഞു.

‘നീയിങ്ങനെ വന്നു കയറുമ്പോത്തന്നെ അവരെ ശാസിക്കാതെ...”

ഹരികുമാർ പറഞ്ഞു.

“മക്കളുടെ കാര്യത്തിൽ അച്ഛന് ഒരു ശ്രദ്ധയുമില്ലല്ലോ.. ഞാനെങ്കിലും അവരുടെ കാര്യങ്ങൾ നോക്കണ്ടേ?”

പിന്നെ ഹരികുമാർ അതിനെക്കുറിച്ച് ഒരക്ഷരം പോലും പറഞ്ഞില്ല. ഓഫീസ് ബാഗ് ബെഡ്റൂമിൽ കൊണ്ടു ചെന്ന് വച്ചിട്ട് ഇന്ദുകല വേഷം മാറ്റി ഒരു നൈറ്റിയെടുത്ത് ധരിച്ചു.

“എന്തെല്ലാം ജോലികളാ കിടക്കുന്നെ. ഇന്നും ഉറങ്ങാൻ കിടക്കുമ്പം പതിനൊന്നുമണിയെങ്കിലുമാകും.”

അവൾ സ്വയമെന്നപോലെ പറഞ്ഞു

അടുത്തു നിന്നു കൊണ്ട് ഡ്രസ് മാറുന്ന ഹരികുമാർ അത് കേൾക്കാതിരുന്നില്ല.

“നീയൊന്ന് ക്ഷമിക്കൂ ഇന്ദു. ആ പെണ്ണ് ഒന്ന് വന്നോട്ടെ... നിന്റെ പകുതി ജോലിയും അവൾ ചെയ്തോളും.”

“ഉം... അങ്ങനെ സ്വപ്നം കണ്ടോണ്ടിരുന്നാ മതി. അവൾ വല്ല കെട്ടിലമ്മയും ചമഞ്ഞ് ഇരുന്നാൽ ഒറ്റമാസം... അതു കഴിഞ്ഞാൽ ഞാൻ പറഞ്ഞുവിടും...”

“അതെന്താ ഒരു മാസം..”

“ഒരു മാസമാകാതെ ഒരു മാസത്തെ കാശ് മേടിക്കാൻ പറ്റുമോ?”

“അതൊന്നും വേണ്ടി വരത്തില്ല. നാട്ടിൻ പുറത്തുകാരിയല്ലേ. നമ്മുടെയടുത്ത് പോസൊന്നും കാണിക്കത്തില്ല. തന്നേമല്ല നന്ദന്റെ ഏർപ്പാടല്ലേ. അവളുടെ സ്വഭാവം അറിഞ്ഞിട്ടു തന്നെയാ റെക്കമന്റ് ചെയ്തത്.” ഹരികുമാർ പറഞ്ഞു.

“വരട്ടെ നോക്കാം.”

“മാസം തോറും ഒരു സംഖ്യ കിട്ടുമല്ലോ. അതോർത്തു മാത്രമാ ഞാൻ. പുതിയതായി ഒരു ചിട്ടി അടുത്ത മാസം ഞങ്ങളുടെ സൊസൈറ്റിയിൽ തുടങ്ങുന്നുണ്ട്. അതിന് ചേരണം.”അവൾ പറഞ്ഞു.

“എത്രയാ മാസത്തവണ?”

"ആദ്യമാസം പതിനായിരമാ... അതു കഴിഞ്ഞ് ഏഴായിരമെങ്കിലും അടയ്ക്കേണ്ടി വരും."

"ഇപ്പത്തന്നെ കഷ്ടിച്ചാ വീട്ടു ചെലവുകൾ നടക്കുന്നത്."

അയാൾ ഓർമ്മിപ്പിച്ചു.

"അതെനിക്കറിയില്ലേ... അവൾ താമസത്തിന് വന്നാലുള്ള കാര്യമാ ഞാൻ പറയുന്നെ..."

ഇന്ദുകല ചായയുണ്ടാക്കാൻ അടുക്കളയിലേക്ക് പോയി. ഹരികുമാർ പിന്നാലെ ചെന്നു.

"അപ്പോൾ ആ പെണ്ണിനോട് നീ എത്ര രൂപ വച്ചാ മേടിക്കാൻ പോകുന്നെ?"

ഞങ്ങടെ ഓഫീസിലെ ശാലിനിയുടെ ഹോസ്റ്റൽ ഫീസ് പന്ത്രണ്ടായിരം രൂപയാ. അതും ഒരു റൂമിൽ രണ്ടുപേർ. ഇവിടെ അവൾക്ക് ഒറ്റയ്ക്ക് ഒരു മുറി കൊടുക്കാൻ പോവല്ലേ നമ്മൾ. ഉറപ്പായിട്ടും പന്ത്രണ്ടായിരം ചോദിക്കാം."

"അത് കൂടുതലല്ലേ... ഹോസ്റ്റലിൽ അവർക്ക് ഒരു ജോലിയും ചെയ്യണ്ടാ. സമയമാകുമ്പോൾ ചെന്ന് മേശയുടെ മുമ്പിലിരുന്നാൽ മതി... ആഹാരം കിട്ടും." അയാൾ പറഞ്ഞു.

ഫ്രിഡ്ജിൽനിന്ന് പാലെടുത്ത് ഇന്ദു ചായയുണ്ടാക്കാൻ പാത്രം സ്റ്റൗവിൽ വച്ചു.

"ശരി... പതിനായിരം രൂപ. അതിൽ ഒട്ടും കുറയാൻ പറ്റത്തില്ല. നിങ്ങടെ ബന്ധുവിന്റെ റെക്കമെന്റേഷനാണെന്നു പറഞ്ഞിട്ട് ഒരു കാര്യവുമില്ല..."

വെട്ടൊന്ന് മുറി രണ്ട്... അതാണ് ഇന്ദുകലയുടെ പ്രകൃതം. അതറിയാവുന്നതു കൊണ്ട് അയാൾ ഒന്നും പറഞ്ഞില്ല.

കഴിയുന്നതും ആ പെണ്ണിനെ ഇവിടെ താമസിപ്പിക്കണം. വീട്ടിൽ ഒരു പുതിയ പെണ്ണ് താമസിക്കാൻ വരുന്നത് സുഖമുള്ള കാര്യമല്ലേ. അല്പം തട്ടലും മുട്ടലും തലോടലും ആഗ്രഹിക്കുന്നവളാണെങ്കിൽ പിന്നത്തെ കാര്യം പറയുകയും വേണ്ടാ.

ചായയുണ്ടാക്കി ഇന്ദുകല എല്ലാവർക്കും കൊടുത്തു. രാവിലത്തെ ചായയുടെ ബാക്കി കുറച്ച് ഉപ്പുമാവ് ഉണ്ടായിരുന്നു. അത് ഉണ്ണിക്കും ശ്രീക്കുട്ടിക്കും കഴിക്കാൻ കൊടുത്തു.

പിന്നെ പതിവു പോലെയാണ് വീട്ടുജോലികൾ നടന്നത്. ഉണ്ണിയെയും ശ്രീക്കുട്ടിയെയും ഹരികുമാർ കുളിപ്പിച്ചു വേഷം ധരിപ്പിച്ചു. അവരെ അടുത്തടുത്ത് ഇരുത്തി അന്നത്തെ ഹോംവർക്ക് ചെയ്യിച്ചു.

രാവിലെ ഭക്ഷണം കഴിച്ച പാത്രങ്ങൾ കിച്ചൻ സിങ്കിൽ കിടക്കുന്നുണ്ടായിരുന്നു. ഇന്ദുകല അതെല്ലാം കഴുകി വച്ചു. കുട്ടികളെ സ്കൂളിൽ വിടണം, ഓഫീസിൽ പോകാൻ ഒരുങ്ങണം, അതിന്റെ തിരക്കിൽ പാത്രങ്ങൾ കഴുകിവയ്ക്കാൻ പലപ്പോഴും സമയം കിട്ടില്ല. രാവിലെ വച്ച ചോറ് ബാക്കിയുണ്ടായിരുന്നു. അവൾ അത് അടപ്പുള്ള ഒരു വലിയ പാത്രത്തിൽ വിളമ്പിയെടുത്ത് ഫ്രിഡ്ജിൽ വച്ചു. നാളെ രാവിലെ അത് ചൂടു വെള്ളത്തിൽ തിളപ്പിച്ചെടുത്ത് ടിഫിൻ എല്ലാവർക്കും കൊടുത്തയയ്ക്കും.

രാത്രിയിൽ ചപ്പാത്തിയാണ്. മാവ് കുഴച്ചുവച്ച് കഴിഞ്ഞപ്പോഴാണ് മൊബൈൽ ബെല്ലടിച്ചത്. അവൾ ചെന്ന് അതെടുത്തു നോക്കി. ഷീജയാണ് വിളിക്കുന്നത്. അവൾക്ക് പെട്ടെന്ന് കാര്യ മനസ്സിലായി. ആ പെണ്ണിനെക്കുറിച്ച് പറയാനാണ് വിളിക്കുന്നത്.

"ഹലോ ഷീജാ..." അവൾ കോൾ എടുത്തു.

"വീട്ടുപണിയുടെ തിരക്കിലായിരിക്കും ചേച്ചി... അല്ലേ?"

ഷീജ ചോദിച്ചു.

"കൊള്ളാം അതു പിന്നെ പറയണോ... അടുക്കളയിൽ ഞാൻ തന്നെയല്ലേയുള്ളൂ... ഹരിയേട്ടൻ ഇങ്ങോട്ട് തിരിഞ്ഞു നോക്കത്തില്ല. ഇനി ചപ്പാത്തിയുണ്ടാക്കണം. കറിയുണ്ടാക്കണം. മക്കളുടെ യൂണിഫോം ഇസ്തിരിയിട്ടു വയ്ക്കണം. എല്ലാം കഴിഞ്ഞ് കുളിച്ച് അത്താഴം കഴിച്ചാലും പാത്രങ്ങൾ കഴുകാൻ ബാക്കി കിടക്കും..."

"എങ്കിൽ ഞാൻ വിളിച്ച കാര്യം പെട്ടെന്ന് പറഞ്ഞേക്കാം ചേച്ചീ..."

"അയ്യോ ഷീജയോട് എത്രനേരം വേണെങ്കിലും സംസാരിക്കാൻ എനിക്ക് സമയമുണ്ട്. വല്ലപ്പോഴുമല്ലേ നീ എന്നെ വിളിക്കുന്നത്. സുഖമല്ലേ എന്ന് ഞാൻ ചോദിക്കുന്നില്ല. അവിടുത്തെ കാര്യങ്ങളൊക്കെ എനിക്കറിയാമല്ലോ..."

"കിടപ്പാണെന്നതൊഴിച്ചാൽ എനിക്ക് വേറെ കുഴപ്പമൊന്നുമില്ല ചേച്ചി. ഹോം നേഴ്സും സെർവന്റുമുണ്ട്. അവർ കാര്യങ്ങളൊക്കെ നോക്കിക്കോളും.."

"അയ്യോ രണ്ടു പേരുടെ ശമ്പളം തന്നെ നല്ലൊരു തുക വരുമല്ലോ..."

"നന്ദേട്ടന് അതൊന്നും നോട്ടമില്ല. വീട്ടിലെ കാര്യങ്ങൾ ഭംഗിയായി നടക്കണം ആ വിചാരമേയുള്ളൂ. ചേച്ചീ ഞാനിപ്പം വിളിച്ചത് വേറൊരു കാര്യം പറയാനാ. ഇന്നും അപർണ വന്നിട്ടുണ്ടാരുന്നു ഇവിടെ. സുമിമോൾക്ക് ട്യൂഷനെടുക്കാൻ..."

"ആ കുട്ടി ട്യൂഷനുമെടുക്കുമോ?" ഇന്ദുകല ചോദിച്ചു.

"പിന്നില്ലേ... മിടുക്കിയാ... അവൾ മോളെ പഠിപ്പിക്കാൻ വന്ന ശേഷം മോളാ ക്ലാസിലെ ഒന്നാംറാങ്കുകാരി."

"അതു കൊള്ളാമല്ലോ..."

ഉണ്ണിക്കും ശ്രീക്കുട്ടിക്കും ട്യൂഷൻ ഏർപ്പാട് ചെയ്യണമെന്ന് വിചാരിച്ചിരിക്കുകയായിരുന്നു. ക്ലാസിൽ രണ്ടുപേരും അത്ര മിടുക്കരൊന്നും അല്ല. ആ വകയിൽ മൂവായിരം രൂപയെങ്കിലും ലാഭിക്കാം.

"പേയിങ് ഗസ്റ്റായിട്ട് താമസിക്കാനാ അവൾക്കിഷ്ടം. മാസം എത്ര രൂപ വച്ച് കൊടുക്കണമെന്ന് അപർണ ചോദിച്ചു. ഞാൻ പറഞ്ഞു ചേച്ചിയോട് ചോദിച്ചിട്ട് പറയാമെന്ന്..."

"എന്റെ ഷീജേ... എന്തു പറച്ചിലാ ഇത്? കാശ് മേടിക്കാനൊന്നുമല്ല ഞങ്ങൾ ആ കുട്ടിയെ ഇവിടെ താമസിപ്പിക്കാമെന്നു പറഞ്ഞത്. ഷീജയും നന്ദനും ഒരു കാര്യം ആവശ്യപ്പെട്ടാൽ ഞങ്ങളത് സന്തോഷത്തോടെ ചെയ്യും. ഞങ്ങളിൽ ഒരാളെപ്പോലെ ആ കുട്ടിക്ക് എത്രനാൾ വേണമെങ്കിലും ഇവിടെ താമസിക്കാം. ഒരു രൂപ പോലും തരണ്ടാ." ഇന്ദുകല പറഞ്ഞു.

"അവൾ അഭിമാനിയാ ചേച്ചീ... അവളതിന് സമ്മതിക്കത്തില്ല. കാശ് മേടിച്ചില്ലെങ്കൽ ഹോസ്റ്റൽ വല്ലതും നോക്കാമെന്നാ അവൾ പറഞ്ഞത്. വീടു വിട്ട് വെളിയിൽ ഇതുവരെ പോയിട്ടില്ല അവൾ. നിങ്ങൾ രണ്ടുപേരും അവിടെയുള്ളപ്പോൾ അവൾക്കൊരു സഹായമാകുമല്ലോ എന്നു വിചാരിച്ചാ നന്ദേട്ടൻ..."

"എന്റെ കൂട്ടുകാരികളിൽ രണ്ടുമൂന്നു പേരുടെ വീടുകളിൽ പേയിങ് ഗസ്റ്റായിട്ട് ചിലരെ താമസിപ്പിക്കുന്നുണ്ട്. ഒരാൾ പന്ത്രണ്ടായിരം രൂപയാ മേടിക്കുന്ന്. വേറൊരാൾ പതിനായിരം. ഞാൻ പറഞ്ഞെന്നേയുള്ളൂ. ആ കുട്ടിക്ക് നിർബന്ധമാണെങ്കിൽ ഇഷ്ടമുള്ളതു തരട്ടെ.." ഇന്ദുകല പറഞ്ഞു.

"പാവങ്ങളാ ചേച്ചീ... വലിയ സംഖ്യയൊന്നും മേടിക്കണ്ടാ. പതിനായിരമെന്ന് ഞാൻ പറയട്ടെ?"

"ഞാൻ പറഞ്ഞില്ലേ ഷീജേ... എന്തെങ്കിലും തന്നാൽ മതി. എന്തായാലും തുടക്കത്തിൽ ഇരുപത്തയ്യായിരമെങ്കിലും ശമ്പളം കിട്ടും. ഹോസ്റ്റലിലായാലും എണ്ണായിരത്തിൽ കുറയില്ല. പക്ഷേ ഒരു കൊച്ചു മുറിയിൽ നാലു പേരെങ്കിലും കാണുമെന്ന് മാത്രം."

"ശരി ചേച്ചീ... ഞാൻ അപർണയോട് ഇക്കാര്യം പറയാം... എന്നിട്ട് വിളിക്കാം."

"ഓ... മതി."

ഇന്ദുകല പുഞ്ചിരിയോടെ കോൾ കട്ട് ചെയ്തു. പതിനായിരം ഉറപ്പ്. പിന്നെ കുട്ടികളുടെ ട്യൂഷൻ നടക്കും. വീട്ടുജോലികൾക്കും വേറെ ആളിനെ നോക്കേണ്ടി വരില്ല. നാലു ലക്ഷത്തിന്റെ ചിട്ടി യിൽ നാളെത്തന്നെ ചേരാൻ പേര് കൊടുക്കണം.

അവൾ അടുക്കളയിലേക്കു മടങ്ങി.

"ആരാ വിളിച്ചത്?" ഹരികുമാർ വന്ന് ചോദിച്ചു.

"ഷീജ. ആ പെണ്ണ് ചോദിച്ചെന്ന് മാസം എത്ര രൂപ വച്ച് നമുക്ക് തരേണ്ടി വരുമെന്ന്. ഞാൻ പറഞ്ഞു കാശ് മോഹിച്ചല്ല നമ്മൾ സമ്മതിച്ചതെന്ന്. അവൾക്ക് എത്രകാലം വേണമെങ്കിലും ഇവിടെ കഴിയാമെന്ന്.."

"അതു നന്നായി."

"നിർബന്ധിച്ചപ്പോൾ പറഞ്ഞു പന്ത്രണ്ടായിരവും പതിനായിര വുമൊക്കെ ഓരോരുത്തര് വാങ്ങിക്കുന്നുണ്ടെന്ന്. പത്തെങ്കിലും കിട്ടാതിരിക്കില്ല."

"നീ ആൾ മിടുക്കിയാ. എനിക്കറിയാം."

അയാൾ അവളെ അഭിനന്ദിച്ചു.

ഇന്ദു ഒരു വിടർന്ന ചിരി ചിരിച്ചു.

ഠഠ

രണ്ടു ദിവസം കഴിഞ്ഞപ്പോൾ സർക്കാർ മുദ്രയുള്ള ഒരു കവർ രജിസ്ട്രേഡ് പോസ്റ്റിൽ അപർണയ്ക്ക് കിട്ടി. അവൾ അത് തുറ ന്നു നോക്കി. നിയമന ഉത്തരവായിരുന്നു അത്.

"ഒന്നു നിൽക്കണേ..." അവൾ പോസ്റ്റ്മാനോട് പറഞ്ഞു.

അവൾ ഓടിച്ചെന്ന് സുകുമാരിയമ്മയെ വിവരം അറിയിച്ചു.

"പോസ്റ്റുമാന് എന്തെങ്കിലും കൊടുക്കണ്ടേ അമ്മേ?"

"വേണം. ഒരു സന്തോഷം കൊണ്ടു വന്നു തന്നതല്ലേ..."

സുകുമാരിയമ്മ അയാൾക്ക് നൂറു രൂപ കൊടുത്താണ് വിട്ടത്.

"പതിനാലു ദിവസത്തെ സമയമുണ്ട് ജോയിൻ ചെയ്യാൻ."

അപർണ പറഞ്ഞു.

"അത്രയും നാൾ കാത്തരിക്കണ്ടാ. നാളെയോ മറ്റന്നാളോ..."

"നാളെ പോയി മെഡിക്കൽ ഫിറ്റ്നസ് സർട്ടിഫിക്കറ്റ് മേടിക്ക ണം. മറ്റേന്നാൾ ശനിയാഴ്ചയല്ലേ... ഞായറാഴ്ച അച്ഛനും ഞാനും കൂടി പോകാം. അന്ന് ആ ചേച്ചിയും സാറും വീട്ടിൽ

കാണുമല്ലോ." അവൾ പറഞ്ഞു.

"അതാ നല്ലത്. തിങ്കളാഴ്ച മുതൽ നിനക്ക് ജോലിക്ക് പോകാമല്ലോ." പിറ്റേന്നു തന്നെ അപർണ സർക്കാർ ഹോസ്പിറ്റലിൽ പോയി മെഡിക്കൽ സർട്ടിഫിക്കറ്റ് വാങ്ങി.

ഞായറാഴ്ച അപർണയും അച്ഛനും ചെല്ലുമെന്ന് നന്ദഗോപാൽ ഹരികുമാറിനെ വിളിച്ചുപറഞ്ഞു.

ഞായറാഴ്ച രാവിലെ ടൗണിൽ നിന്ന് അപർണയും രാമകൃഷ്ണനും തിരുവനന്തപുരത്തിന് ബസ് കയറി.

36

ബസിൽ സൈഡ് സീറ്റാണ് അപർണയ്ക്കു കിട്ടിയത്. ആദ്യമായിട്ടായിരുന്നു തിരുവനന്തപുരം യാത്ര. അതുകാരണം വഴിവക്കിലെ കാഴ്ചകൾ കണ്ട് അവൾ കൗതുകത്തോടെ ഇരുന്നു.

"പന്ത്രണ്ടുമണി കഴിയും നമ്മൾ അവിടെയെത്താൻ."

രാകൃഷ്ണൻ പറഞ്ഞു.

തൊട്ടടുത്ത സീറ്റിലാണ് അച്ഛൻ ഇരുന്നത്.

"നമുക്ക് എന്തെങ്കിലും കഴിച്ചിട്ട് ആ വീട്ടിലേക്ക് പോയാൽ മതി." അപർണ പറഞ്ഞു.

"ഞാനും അങ്ങനെയാണ് വിചാരിച്ചത്. ഉച്ചയൂണിന്റെ സമയത്ത് രണ്ടുപേർ കയറിച്ചെല്ലുന്നത് ശരിയല്ലല്ലോ."

"നമ്മൾ രാവിലെ പുറപ്പെടുമെന്ന് നന്ദൻ സാർ വിളിച്ചു പറഞ്ഞിട്ടുണ്ടല്ലോ. എന്നാലും കഴിച്ചിട്ട് പോണതാണ് നല്ലത്."

അവൾ വീണ്ടും പറഞ്ഞു.

"തിരുവനന്തപുരത്ത് എത്തും മുമ്പാണ് കേശവദാസപുരം. ആ സ്റ്റോപ്പിലാണ് നമുക്ക് ഇറങ്ങേണ്ടത്. ആ ഭാഗത്ത് ഹോട്ടൽ കാണുമോന്ന് അറിയില്ല..." രാമകൃഷ്ണൻ പറഞ്ഞു.

"ഊണു കിട്ടിയില്ലെങ്കിലും വേണ്ടില്ല. എന്തെങ്കിലും കഴിക്കാൻ കിട്ടാതിരിക്കുമോ അവിടെ?" അവൾക്ക് സംശയമുണ്ടായിരുന്നില്ല.

വീട് കണ്ടുപിടിക്കാൻ പ്രയാസം വരില്ലെന്ന് അപർണയ്ക്ക് തോന്നി. ബസിറങ്ങിയിട്ട് ഓട്ടോ പിടിച്ച് കാവേരി നഗർ എന്നു പറഞ്ഞാൽ മതി. ഹൗസ് നമ്പർ ഫിഫ്റ്റി നയൻ. അമ്പത്തൊമ്പതാം നമ്പർ വീടിന്റെ മുമ്പിൽ ചെന്ന് ഓട്ടോ നിൽക്കും.

"അച്ഛൻ ഇന്നു തന്നെ തിരിച്ചു പോകുന്നുണ്ടോ?"

അവൾ ചോദിച്ചു.

"അങ്ങനെയാണ് വീട്ടിൽ നിന്നിറങ്ങും മുമ്പേ തീരുമാനിക്കപ്പെട്ടത്."

"ഞാനിന്ന് അവിടെ നിൽക്കണോ മോളെ?" അയാൾ ചോദിച്ചു.

"വേണ്ടച്ഛാ. എന്നെ അവിടെ കൊണ്ടു ചെന്നു വിട്ടിട്ട് അച്ഛൻ പൊയ്ക്കോ. അവരെ എന്തിനാ ബുദ്ധിമുട്ടിക്കുന്നത്. എനിക്ക് വിഷമമൊന്നുമില്ല." അവൾ പറഞ്ഞു.

'അതാണ് നല്ലത്. പേടിക്കാനൊന്നുമില്ല. നന്ദൻ സാർ ഏർപ്പെടുത്തിയതല്ലേ... പോരാത്തതിന് സാറിന്റെ ബന്ധുവും."

'ഉം..."

"നിന്നോട് പ്രത്യേകിച്ച് ഒന്നും പറയേണ്ടതില്ലെന്ന് അച്ഛനറിയാം. എന്നാലും എല്ലാവരോടും സ്നേഹത്തോടെയേ പെരുമാറാവൂ. ഓഫീസിൽ കഴിയുന്നതും എല്ലാവരെയും സഹായിക്കണം. എന്തെങ്കിലും സംശയം വന്നാൽ അറിയാവുന്നവരോട് ചോദിച്ച് മനസിലാക്കണം..."

"ഉം..."

"അതിരുകടന്ന് ആരെയും വിശ്വസിക്കരുത്. നമ്മുടെ സുരക്ഷിതത്വം നമ്മളാണ് നോക്കേണ്ടത്."

"ഉം..."

"നീ നാട്ടിൻപുറത്ത് വളർന്നവളാ. രണ്ടുമൂന്നു വർഷം കോളജിൽ പഠിച്ചെങ്കിലും വലിയ പട്ടണത്തിലൊന്നും ജീവിച്ചിട്ടില്ല. ആളുകൾ പല തരക്കാരാണ്. നല്ലവരെപ്പോലെ ചീത്ത ആളുകളും കാണും. നമ്മളെ പറ്റിക്കാൻ കാത്തിരിക്കുന്നവരുമുണ്ട് എന്ന ഓർമ്മ വേണം."

അമ്മയും ഇതൊക്കെ പറഞ്ഞിരുന്നു അവളോട്.

മൂന്നുനാല് മണിക്കൂർ യാത്ര. ഒടുവിൽ നഗരത്തിലേക്ക് പ്രവേശിക്കുന്നതിന്റെ സൂചനകൾ കണ്ടുതുടങ്ങി. വലിയ കെട്ടിടങ്ങൾ. കടകൾ. നിരത്ത് നിറയെ വാഹനങ്ങൾ.

"കേശവദാസപുരം..." ഒടുവിൽ കണ്ടക്ടർ പറഞ്ഞു.

സ്ഥലം ആകുമ്പോൾ പറയണം എന്ന് കണ്ടക്ടറോട് നേരത്തെ പറഞ്ഞിരുന്നു. സ്റ്റോപ്പിൽ ബസ് നിന്നപ്പോൾ രാമകൃഷ്ണനും അപർണയും ഇറങ്ങി. സ്യൂട്ട്കെയ്സ് അയാളാണ് എടുത്തത്. എയർബാഗ് അവളും എടുത്തു

നോക്കിയപ്പോൾ അല്പം മാറി ഒരു ഹോട്ടൽ കണ്ടു.

റോഡിന്റെ എതിർവശത്താണ്.

ഇടതടവില്ലാതെ വാഹനങ്ങൾ കടന്നുപോകുന്നു.

റോഡ് മുറിച്ചുകടക്കൻ എത്രനേരം നിന്നാലും പറ്റില്ലെന്ന് അപർണയ്ക്കു തോന്നി.

രണ്ടുമൂന്നുപേർ റോഡിന്റെ മറുവശത്തേക്ക് പോകാൻ കാത്തു നിൽക്കുന്നതു കണ്ടപ്പോൾ അവരും കുടെച്ചെന്നു നിന്നു.

ഒടുവിൽ രണ്ടും കൽപ്പിച്ച് റോഡിന്റെ എതിർവശത്തേക്ക് എല്ലാവരും ഒരുമിച്ച് നടന്നു. വാഹനങ്ങൾ വേഗത കുറച്ച് അവരെ കടത്തിവിട്ടു.

നഗരം എന്താണെന്ന് അപർണയെ മനസിലാക്കി കൊടുത്ത ആദ്യത്തെ അനുഭവമായിരുന്നു അത്.

രണ്ടുപേരും ഹോട്ടലിൽ കയറി ഊണു കഴിച്ചു.

"കുട്ടികളുള്ള വീടല്ലേയത്. നമ്മൾ എന്തെങ്കിലും മേടിച്ചോണ്ടു പോകണ്ടേ?" ഹോട്ടലിൽ നിന്നിറങ്ങിയപ്പോൾ അവൾ ഓർത്തു.

"ഉം... അതു ശരിയാ..."

അടുത്ത് ഒരു പഴക്കടയുണ്ടായിരുന്നു. അവർ അവിടെച്ചെന്ന് ഓരോ കിലോ ആപ്പിളും ഓറഞ്ചും വാങ്ങി.

ഓട്ടോറിക്ഷകൾ ചീറിപ്പാഞ്ഞു പോകുന്നുണ്ടായിരുന്നു. ഒഴിഞ്ഞ ഓട്ടോകൾ വന്നപ്പോൾ രാമകൃഷ്ണൻ കൈ കാട്ടി. പക്ഷേ ഒന്നും നിർത്തിയില്ല.

ഒടുവിൽ ഒരെണ്ണം കിട്ടി.

"കാവേരി നഗർ അമ്പത്തൊമ്പത്."

വണ്ടിയിൽ കയറിയിരുന്നിട്ട് രാമകൃഷ്ണൻ പറഞ്ഞു.

മെയിൻ റോഡിലൂടെ അല്പദൂരം ഓടിയിട്ട് വണ്ടിതിരക്കു കുറഞ്ഞ സൈഡ് റോഡിലേക്ക് തിരിഞ്ഞു. അതൊരു ഹൗസിങ് കോളനിയിലേക്കുള്ള റോഡായിരുന്നു. കാവേരി ഹൗസിങ് നഗർ എന്ന ബോർഡ് അവർ കണ്ടു.

അമ്പത്തിയൊമ്പതാം നമ്പർ വീടിന്റെ ഗേറ്റിനു മുന്നിൽ ചെന്ന് ഓട്ടോ നിന്നു. ഗേറ്റ് അടഞ്ഞുകിടക്കുകയായിരുന്നു.

സ്യൂട്ട്കെയ്സും എയർബാഗുമായി രണ്ടുപേരും വണ്ടിയിൽ നിന്നിറങ്ങി. വെള്ള പെയിന്റ് അടിച്ച ഒറ്റനില വീട്. ഇതു തന്നെയായിരിക്കും ഇന്ദുകല ചേച്ചിയുടെ വീട്.

കൂലി കൊടുത്ത് രാമകൃഷ്ണൻ ഓട്ടോ വിട്ടു. എന്നിട്ട് ഗേറ്റ് തുറന്ന് അകത്തേക്കു കയറി. ഇനി ഈ വീട്ടിലാണ് താൻ താമസിക്കാൻ പോകുന്നത്. അപർണയും പിന്നാലെ ചെന്നു.

ഗേറ്റ് തുറക്കുന്ന ശബ്ദം കേട്ട് എട്ടോ ഒമ്പതോ വയസ് പ്രായം

തോന്നിക്കുന്ന ഒരു ആൺകുട്ടി വാതിൽ തുറന്ന് പുറത്തേക്ക് വന്നു നോക്കി. വന്നത് ആരാണെന്ന് മനസിലായതു പോലെ അവൻ ഉടൻതന്നെ അകത്തേക്കോടി.

ഊണുകഴിഞ്ഞ് പ്ലേറ്റുകൾ കഴുകി വയ്ക്കുകയായിരുന്നു ഇന്ദുകല.

"അമ്മേ... അവര് വന്നു..." ഉണ്ണി ഓടിവന്ന് അമ്മയോട് പറഞ്ഞു.

"ആര്?" ഇന്ദുകലയ്ക്ക് പെട്ടെന്ന് ഓർമ്മ വന്നില്ല.

"ഇവിടെ താമസിക്കാൻ വരുന്ന ചേച്ചിയും ഒരു അപ്പൂപ്പനും..."

"ഓ... അപർണ വന്നോ..."

നനഞ്ഞ കൈവിരലുകൾ തുടച്ചിട്ട് അവൾ വെളിയിലേക്ക് വന്നു. സിറ്റൗട്ടിലേക്ക് കയറാൻ മടിച്ച രാമകൃഷ്ണനനും അപർണയും മുറ്റത്ത് നിൽക്കുന്നുണ്ടായിരുന്നു.

"അപർണയല്ലേ?" ഇന്ദുകല ചോദിച്ചു.

"അതേ..."അവൾ മെല്ലെ തലകുലുക്കി.

"പിന്നെന്താ അവിടെത്തന്നെ നിന്നുകളഞ്ഞത്... കയറി വരൂ... ഇത് അച്ഛനാണോ?"

"അതേ ചേച്ചീ..."

അവർ സിറ്റൗട്ടിലേക്ക് കയറി.

"നന്ദൻ ഇന്ന് രാവിലെ വിളിച്ചിട്ടുണ്ടായിരുന്നു. നിങ്ങൾ അവിടന്ന് പുറപ്പെട്ടിട്ടുണ്ട് എന്നു പറയാൻ. അകത്തേക്ക് വാ..."

അവർ സ്വീകരണമുറിയിലേക്ക് കയറി. അത്ര വലിയ മുറിയൊന്നുമായിരുന്നില്ല അത്. പക്ഷേ നല്ല അടുക്കും ചിട്ടയും.

"ഇരിക്ക്... വീട് കണ്ടുപിടിക്കാൻ പ്രയാസമൊന്നും വന്നില്ലല്ലോ..."

ഇന്ദു ചോദിച്ചു.

"ഇല്ല ചേച്ചീ... ഓട്ടോക്കാരൻ കൃത്യമായി കൊണ്ടുവന്നു വിട്ടു."

"അച്ഛൻ എന്തു ചെയ്യുന്നു?"

"ടൗണിലെ ഹോൾസെയിൽ കടയിലെ അക്കൗണ്ടുകൾ നോക്കുന്നത് അച്ഛനാണ്..." അപർണ പറഞ്ഞു.

രണ്ടുപേരും ഇരുന്നു.

സംസാരം കേട്ട് ഹരികുമാർ ബെഡ്റൂമിൽനിന്ന് ഇറങ്ങിവന്നു.

"എന്റെ ഹസ്ബന്റാണ്. ഹരികുമാർ.." ഇന്ദു അയാളെ പരിചയപ്പെടുത്തി. ആദരവോടെ അപർണ എഴുന്നേറ്റു. പെണ്ണ് വിചാരിച്ചതിലും സുന്ദരിയാണല്ലോ എന്ന് അയാൾ മനസ്സിൽ പറഞ്ഞു.

ഇന്ദുവിന്റെ പിന്നിൽ നാണത്തോടെ മറഞ്ഞുനിന്നതേയുള്ളൂ ഉണ്ണി.

"ചേച്ചിക്ക് ഒരു മോളും കൂടിയുണ്ടെന്ന് ഷീജ ചേച്ചി പറഞ്ഞിരുന്നു."

"ശ്രീക്കുട്ടി ഉറക്കമാണ്. അവൾ ഒന്നാം ക്ലാസിലാണ്."

ഇന്ദു പറഞ്ഞു.

ഹരികുമാറും രാമകൃഷ്ണനും തമ്മിൽ സംസാരിച്ചു കൊണ്ടിരുന്നപ്പോൾ അപർണ എഴുന്നേറ്റ് ഇന്ദുവിന്റെ അടുത്തേക്ക് ചെന്നു.

"ഞാൻ ചോറെടുത്ത് വയ്ക്കാം. കഴിച്ചിട്ട് മതി സംസാരിക്കുന്നത്." ഇന്ദുകല പറഞ്ഞു.

"ഞങ്ങൾ കഴിച്ചതാ ചേച്ചീ... അച്ഛന് വിശപ്പ് സഹിക്കാൻ പറ്റത്തില്ല. ബസിറങ്ങിയപ്പോൾ ഒരു ഹോട്ടൽ കണ്ടു."

"അയ്യോ രണ്ടുപേരും ഉച്ചയ്ക്ക് ഊണിനു കാണുമെന്നാ ഞാൻ വിചാരിച്ചത്. അപർണയുടെ മുറി ഞാൻ റെഡിയാക്കിയിട്ടുണ്ട്. വാ കാണിക്കാം." ഇന്ദുകല പറഞ്ഞു.

മൂന്ന് ബെഡ്റൂമാണ് ഉണ്ടായിരുന്ന്. ഒന്ന് ഇന്ദുകലയുടെയും ഹരികുമാറിന്റെയും മറ്റേത് ഉണ്ണിയും ശ്രീക്കുട്ടിയും കിടക്കുന്ന മുറി. മൂന്നാമത്തെ മുറി ഉപയോഗിക്കാതെ കിടക്കുകയായിരുന്നു. ഇന്ദുകല അത് വൃത്തിയാക്കി ബെഡ്ഡിൽ പുതിയ ഷീറ്റ് വിരിച്ചിരുന്നു. അപർണയെ അവൾ അവിടേയ്ക്ക് കൊണ്ടുപോയി.

"ഇതാണ് അപർണേടെ റൂം."

കട്ടിൽ ഒരു മേശ കസേര, അലമാര. നല്ല മുറി. കാറ്റും വെളിച്ചവും കിട്ടും. അവൾക്ക് ഇഷ്ടമായി.

"ബാത്റൂം കോമണാ... ഞങ്ങളുടെ ബെഡ്റൂമിൽ മാത്രമേ അറ്റാച്ച്ഡ് ബാത്റൂം ഉള്ളൂ."

"ഞങ്ങൾക്ക് വീടിനു വെളിയിലാ ബാത്റൂം... പൈപ്പൊന്നുമില്ല. കിണറ്റിൽ നിന്ന് വെള്ളം കോരണം. നാട്ടിൻപുറമല്ലേ."

അപർണ പറഞ്ഞു.

"സൗകര്യങ്ങൾ ഏറെയുണ്ട് സിറ്റിയിൽ പക്ഷേ താമസിക്കാൻ സുഖം നാട്ടിൻപുറം തന്നാ." ഇന്ദുകല പറഞ്ഞു.

അപർണ ചിരിച്ചു.

"പെട്ടിയും ബാഗുമൊക്കെ എടുത്ത് ഇങ്ങോട്ട് വെച്ചോളൂ..."

ഇന്ദുകല പറഞ്ഞു.

അപർണ പെട്ടിയും ബാഗും മുറിയിൽ കൊണ്ടു വന്നു വച്ചു.

"മക്കൾ ഏതു ക്ലാസിലാ ചേച്ചീ പഠിക്കുന്നത്?"

"ഉണ്ണി മൂന്നിലും മോൾ ഒന്നിലും. തൊട്ടടുത്താ സ്കൂൾ. രാവിലെ സ്കൂൾ ബസ് വരും. വൈകുന്നേരം നാലുമണിക്ക് കൊണ്ടുവ

ന്നു വിടും. ഞങ്ങൾ വരുന്നതുവരെ അവർ സിറ്റൗട്ടിൽ ഇരിക്കും..."

"അയ്യോ കുഞ്ഞുങ്ങൾ തനിച്ച് അതുവരെ..."

അപർണയ്ക്ക് പേടി തോന്നി.

"ഏയ്... അതവർക്ക് ശീലമായി ഒരു വിഷമവുമില്ല രണ്ടാൾക്കും."

അവർ സ്വീകരണമുറിയിലേക്കു ചെന്നു.

"എങ്കിൽ ഞാനിറങ്ങുകയാണ്. ഇപ്പോൾ ബസ് കിട്ടിയാൽ സന്ധ്യയാകുമ്പോഴേയ്ക്ക് വീട്ടിലെത്താം..."

രാമകൃഷ്ണൻ എഴുന്നേറ്റു.

"അയ്യോ അച്ഛന് ഇന്നു പോണോ... നാളെ മോളെ ഓഫീസിലൊക്കെ കൊണ്ടു ചെന്നാക്കിയിട്ട് സാവകാശം പോയാൽ പോരേ?" ഇന്ദുകല ചോദിച്ചു.

"അതു സാരമില്ല. ഇനി ഇടയ്ക്കൊക്കെ വരാമല്ലോ. അന്നേരം ഓഫീസ് കാണാൻ ചെല്ലാം. ഇന്നു ചെന്നാലേ നാളെ ജോലിക്ക് പോകാൻ പറ്റൂ..."

"അതിനെന്താ അച്ഛൻ പൊയ്ക്കോട്ടെ. ഞങ്ങളിലാരെങ്കിലും അപർണയെ നാളെ ഓഫീസിൽ കൊണ്ടു ചെന്നു വിടാം. പോകാനും വരാനും ഒരു പ്രയാസവുമില്ല. എപ്പോഴും ബസ് കിട്ടും."

ഹരികുമാർ പറഞ്ഞു.

"എന്നാൽ ഞാൻ ചായ എടുക്കാം. വന്നിട്ട് ഒരു ഗ്ലാസ് വെള്ളം പോലും കുടിക്കാതെ ഞാൻ വിടത്തില്ല..." ഇന്ദുകല പറഞ്ഞു.

രാമകൃഷ്ണൻ എതിർത്തില്ല.

ഇന്ദുകലയോടൊപ്പം അപർണയും അടുക്കളയിലേക്ക് ചെന്നു. അപർണയെക്കുറിച്ച് കുടുതൽ കാര്യങ്ങൾ മനസിലാക്കാൻ ഇന്ദുകല സംസാരിച്ചു കൊണ്ടേയിരുന്നു.

ചായ കുടിച്ചു കഴിഞ്ഞ് രാമകൃഷ്ണൻ പോകാനൊരുങ്ങി. അച്ഛൻ പോകാൻ തുടങ്ങിയപ്പോൾ അപർണയുടെ ഉള്ളിൽ ഒരു നീറ്റൽ അനുഭവപ്പെട്ടു.

"ഹരികുമാറിനെയും ഇന്ദുകലയെയും എന്റെ മോളെ ഏൽപ്പിച്ചിട്ടാണ് ഞാൻ പോകുന്നത്. അവൾ ഇവിടെ സുരക്ഷിതമായിരിക്കും എന്ന് എനിക്കറിയാം. അല്ലെങ്കിൽ നന്ദൻ സാർ അവളെ ഇങ്ങോട്ട് വിടത്തില്ലാരുന്നു. എന്നുകരുതി അവളുടെ ഭാഗത്ത് എന്തെങ്കിലും തെറ്റുകുറ്റങ്ങൾ കണ്ടാൽ ശാസിക്കാനും തിരുത്താനുമുള്ള അവകാശം രണ്ടുപേർക്കുമുണ്ട്." രാമകൃഷ്ണൻ പറഞ്ഞു.

"അപർണയുടെ കൈയിൽ നിന്ന് ഒരു തെറ്റും ഉണ്ടാകത്തില്ലെന്ന് ഞങ്ങൾക്കറിയാം ചേട്ടാ. നന്ദഗോപാൽ അതു പോലെയാണ്

അപർണയെക്കുറിച്ച് ഞങ്ങളോട് പറഞ്ഞിട്ടുള്ളത്."

ഹരികുമാർ പറഞ്ഞു.

അഭിമാനത്തോടെ രാമകൃഷ്ണൻ പുഞ്ചിരിച്ചു.

"ചേട്ടനെ ഞാൻ ബസ് സ്റ്റോപ്പിൽ കൊണ്ടുചെന്നു വിടാം. കേശവദാസപുരത്ത് മിക്ക ഫാസ്റ്റും സൂപ്പർ ഫാസ്റ്റും നിർത്തും."

ഹരികുമാർ തയാറായി.

"അതേ... ചേട്ടനെ ബസ് കയറ്റി വിട്ടിട്ട് വന്നാൽ മതി."

ഇന്ദുകലയും പറഞ്ഞു.

എല്ലാവരോടും യാത്ര പറഞ്ഞ് ഹരികുമാറിന്റെ സ്കൂട്ടറിന്റെ പിന്നിലിരുന്ന് രാമകൃഷ്ണൻ ബസ് സ്റ്റോപ്പിലേക്കു പോയി.

ഉണ്ണിയും ശ്രീക്കുട്ടിയും പെട്ടെന്ന് അപർണയുമായി അടുത്തു. രണ്ടു കുട്ടികളെയും അവൾക്കും ഇഷ്ടപ്പെട്ടു.

രാമകൃഷ്ണനെ ബസ് കയറ്റി വിട്ടിട്ട് ഹരികുമാർ വന്നു.

ആ വീട്ടിൽ പുതിയ ആളായിരുന്നെങ്കിലും അപരിചിതത്വം മാറ്റിവച്ച് അപർണ ഇന്ദുകലയോടൊപ്പം അടുക്കളയിൽ സഹായത്തിനു ചെന്നു. സ്വന്തം വീട്ടിലെ രീതികളിൽ നിന്ന് വളരെ വ്യത്യസ്തമായിരുന്നു ആ വീട്ടിലെ രീതികളും പതിവുകളും. പക്ഷേ അവൾ അതൊക്കെ ഒട്ടും പ്രയാസം കൂടാതെ സ്വീകരിച്ചു.

രാത്രി ഭക്ഷണം കഴിഞ്ഞപ്പോൾ അപർണ വീട്ടിലേക്ക് വിളിച്ചു. അച്ഛൻ അവിടെ എത്തിയെന്ന് അപ്പോൾ അവൾക്ക് അറിയാൻ കഴിഞ്ഞു. പുതിയ താമസസ്ഥലത്തെക്കുറിച്ച് ആശ ചോദിച്ചെങ്കിലും വന്നതല്ലേയുള്ളൂ കുറച്ചുദിവസം കഴിഞ്ഞിട്ട് എങ്ങനെയുണ്ടെന്ന് പറയാൻ പറ്റൂ എന്ന് അപർണ പറഞ്ഞു. പക്ഷേ ഒറ്റനോട്ടത്തിൽ ഒരു കുഴപ്പവുമില്ല.

അന്നു രാത്രി ഉറങ്ങാൻ കിടന്നപ്പോൾ അപർണയെക്കുറിച്ചാണ് ഇന്ദുകലയും ഹരികുമാറും സംസാരിച്ചത്.

"കണ്ടിട്ട് പാവമാണെന്ന് തോന്നുന്നു." അയാൾ പറഞ്ഞു.

"പാവങ്ങളെയാ അന്ധമായി സ്നേഹിപ്പിക്കാൻ എളുപ്പം."

ഇന്ദുകല പറഞ്ഞു.

"അതുകൊണ്ടെന്തു പ്രയോജനം?"

"സ്വന്തം വീടാണെന്ന് തോന്നിപ്പിച്ചു കഴിഞ്ഞാൽ അവൾ ഇവിടത്തെ ചെലവുകൾ പലതും സ്വയം ഏറ്റെടുത്തുകൊള്ളും... മാസം തോറും നമുക്ക് തരുന്ന സംഖ്യക്ക് പുറമേ..." ഇന്ദുകല പറഞ്ഞു.

"അതു നേരാ... അതിന് നമ്മൾ അവളെ അത്രയധികം സ്നേഹിക്കണം."

"സ്നേഹം അഭിനയിച്ചാൽ മാത്രം മതി. അവളെ സ്നേഹിക്കാൻ അവൾ നമ്മുടെ ആരാണ്? വെറും വാടകക്കാരി മാത്രം."

"ഉം..." അയാൾ വെറുതെ മൂളി.

"നാളെ രാവിലെ കുറച്ച് നേരത്തെ ഓഫസിൽ പോകാനിറങ്ങണം. അവളെ സെക്രട്ടറിയേറ്റിൽ കൊണ്ടു വിട്ടിട്ടു വേണം എനിക്ക് തിരിച്ചു വരാൻ..." അവൾ പറഞ്ഞു.

"അത് നല്ല ഐഡിയ ആണ്. അവൾക്ക് നിന്നോട് കൂടുതൽ ഇഷ്ടം തോന്നും." അയാൾ പ്രശംസിച്ചു.

"അങ്ങനെ ഓരോ നമ്പറുകൾ ഞാൻ പുറത്തെടുക്കും ഹരിയേട്ടാ..."

ഹരികുമാർ അവളെ കെട്ടിപ്പിടിച്ചു. ഒരു ചുവരിനപ്പുറം അപർണ കിടക്കുന്നുണ്ട് എന്ന ഓർമ്മ അയാളുടെ രക്തത്തെ പെട്ടെന്ന് ചുടു പിടിപ്പിച്ചു.

പിറ്റേന്നു രാവിലെ പതിവിലും നേരത്തെ ഓഫീസിൽ പോകാൻ ഇന്ദുകല തയാറായി.

"ഇന്ന് ഞാൻ അപർണയ്ക്ക് ചോറ് പൊതിഞ്ഞുകെട്ടി തരാം. വൈകുന്നേരം ഒരു ടിഫിൻ ബോക്സ് മേടിക്കണം. വെള്ളം കൊണ്ടുപോകാൻ ഒരു കുപ്പിയും..." അവൾ അപർണയോട് പറഞ്ഞു.

"ശരി ചേച്ചീ..."

ഒമ്പതു മണിയായപ്പോൾ അപർണയെയും കൊണ്ട് ഇന്ദുകല വീട്ടിൽ നിന്നിറങ്ങി. നടന്നാണ് അവർ ബസ് സ്റ്റോപ്പ് വരെ ചെന്നത്.

"വഴിയൊക്കെ പഠിച്ചു വെക്കണം. തനിച്ച് പോകാനും വരാനും അറിയണമല്ലോ." ഇന്ദുകല പറഞ്ഞു.

"നടക്കുന്നത് എനിക്കിഷ്ടമാ ചേച്ചീ..."

കേശവദാസപുരത്തു നിന്ന് അവർ സ്റ്റാച്ച്യൂവിലേക്ക് സിറ്റി ബസിലാണ് പോയത്. കിഴക്കോട്ട് ബോർഡ് വച്ച് വരുന്ന സകല ബസും സെക്രട്ടേറിയറ്റ് വഴിയാണ് പോകുന്നത്. സ്റ്റാച്ച്യൂവിലേക്കാണ് ടിക്കറ്റ് എടുക്കേണ്ടത്. തിരിച്ച് അവിടെ നിന്ന് ഇഷ്ടം പോലെ ബസുണ്ട്. ബോർഡിൽ കേശവദാസപുരം എന്ന് എഴുതിയിട്ടുണ്ടെങ്കിൽ ധൈര്യമായിട്ട് കയറാം."

എല്ലാം പറഞ്ഞു കൊടുത്ത ഇന്ദുകലയോട് സ്വന്തം ചേച്ചിയോടെന്ന പോലെ അപർണയ്ക്ക് സ്നേഹം തോന്നി.

പത്തു മണിയായിരുന്നില്ല സമയം. ജീവനക്കാർ വന്നു തുടങ്ങുന്നതേയുള്ളായിരുന്നു. പ്രൗഢിയോടെ നിൽക്കുന്ന വലിയ സെക്ര

ട്ടേറിയറ്റ് മന്ദിരം കണ്ടപ്പോൾ അവൾക്ക് അഭിമാനം അനുഭവപ്പെട്ടു. ഇന്നു മുതൽ താനും ഇവിടത്തെ സ്റ്റാഫാണ്.

അപ്പോയിന്റ്മെന്റ് ഓർഡർ സെക്യൂരിറ്റിയെ കാണിച്ചപ്പോഴാണ് അവളെയും ഇന്ദുകലയെയും ഉള്ളിലേക്ക് കടത്തിവിട്ടത്. അഡ്മിനിസ്ട്രേഷൻ വിഭാഗം അണ്ടർ സെക്രട്ടറിയുടെ മുന്നിൽ ഹാജരാകണമെന്നാണ് ഉത്തരവിൽ ഉണ്ടായിരുന്നത്.

പത്തരയ്ക്കു മുമ്പേ അണ്ടർ സെക്രട്ടറി വന്നു. തല നരച്ച ഒരു മെല്ലിച്ച മനുഷ്യനായിരുന്നു അണ്ടർ സെക്രട്ടറി. അദ്ദേഹം ഉത്തരവ് വാങ്ങി നോക്കിയിട്ട് ഇനീഷ്യൻ ചെയ്ത് ഒരു സെക്ഷന്റെ നമ്പർ അതിൽ കുറിച്ചു കൊടുത്തു.

"ഈ സെക്ഷനിലേക്ക് ചെന്നാൽ മതി." അദ്ദേഹം പറഞ്ഞു.

രണ്ടു പേരും ആ മുറിയിൽ നിന്നിറങ്ങി.

"ഇത് ഫൈനാൻസ് സെക്ഷനാണ്." ഇന്ദുകല പറഞ്ഞു.

പലരോടും ചോദിച്ച് മനസിലാക്കി അവർ ഫൈനാൻസ് സെക്ഷനിൽ എത്തി. നൂറുകണക്കിന് സെക്ഷനുകളാണ് ഉണ്ടായിരുന്നത്. ആ സെക്ഷനിലെ ഓഫീസർ അവളുടെ സർട്ടിഫിക്കറ്റുകൾ വാങ്ങി പരിശോധിച്ചിട്ട് അവിടെ ഡ്യൂട്ടിയിൽ പ്രവേശിപ്പിച്ചു.

"ഇനി ഞാൻ പൊയ്ക്കോട്ടെ. പേടിക്കനൊന്നുമില്ലല്ലോ?"

ഒടുവിൽ ഇന്ദുകല ചോദിച്ചു.

"താങ്ക്സ് ചേച്ചീ... ഇനി കുഴപ്പമൊന്നുമില്ല."

അവൾ നന്ദിപൂർവം ഇന്ദുകലയുടെ കൈപിടിച്ചു.

ഇന്ദുകല പോയി.

സെക്ഷൻ ഓഫീസറടക്കം പന്ത്രണ്ടു പേരുള്ള സെക്ഷനായിരുന്നു അത്. പല ഗ്രേഡിലുള്ള അസിസ്റ്റന്റുമാർ. അപർണ ഗ്രേഡ് രണ്ടിലുള്ള അസിസ്റ്റന്റ്. പകുതിയിലേറെ പുരുഷന്മാർ.

ഒഴിഞ്ഞുകിടന്നിരുന്ന ഒരു മേശയും കസേരയും അപർണയ്ക്ക് കിട്ടി. മേശപ്പുറത്ത് ചുറ്റു ചുവപ്പ് നാടയുള്ള ഫയലുകൾ അടുക്കി വച്ചിട്ടുണ്ടായിരുന്നു മിക്കവരുടെയും മേശപ്പുറത്ത്.

അപർണ എല്ലാവരെയും പരിചയപ്പെട്ടു. സ്വയം പരിചയപ്പെടുത്തി.

"ആദ്യമായി ജോലി കിട്ടിയതല്ലേ... ശമ്പളം വാങ്ങുമ്പോൾ ഞങ്ങൾക്ക് പാർട്ടി നടത്തണം." വസന്ത എന്ന സ്ത്രീ പറഞ്ഞു.

"നടത്താമല്ലോ ചേച്ചീ..." അവൾ പറഞ്ഞു.

അപ്പോഴേയ്ക്കും സുന്ദരിയായ ഒരു സ്ത്രീ സെക്ഷനിലേക്കു വന്നത്. അത്ര മനോഹരമായി സാരിയുടുത്ത സ്ത്രീകളെ അപർ

ണ മുമ്പ് കണ്ടിട്ടുണ്ടായിരുന്നില്ല. ചുമലൊപ്പം മുടി മുറിച്ചിരുന്നു.

"പുതിയതായി ജോയിൻ ചെയ്തതാണോ?" അവൾ ചോദിച്ചു.

"അതേ." അപർണ പറഞ്ഞു.

അവൾ എഴുന്നേറ്റു. പേരറിയാത്ത ഒരു സുഗന്ധം അവൾക്ക് അപ്പോൾ അനുഭവപ്പെട്ടു.

"എന്റെ പേര് വന്ദന." പുഞ്ചിരിയോടെ അവൾ പറഞ്ഞു.

മറ്റുള്ളവർ അവരവരുടെ ജോലികളിൽ ശ്രദ്ധിച്ച് ഇരുന്നതേയുള്ളൂ.

അവർ പരസ്പരം മുഖത്തേക്ക് നോക്കി ഒരു നിമിഷം നിന്നു. വന്ദനയുടെ കണ്ണുകളിലുണ്ടായിരുന്ന ഒരുതരം മാസ്മരിക ഭാവത്തിൽ ലയിച്ച് അപർണ നിന്നു.

37

"എവിടെയാണ് അപർണയുടെ വീട്?" വന്ദന ചോദിച്ചു.

അവൾ സ്ഥലപ്പേര് പറഞ്ഞു.

"ടൗണല്ല... അല്ലേ?"

"ഗ്രാമപ്രദേശമാണ്." അപർണ പറഞ്ഞു.

വന്ദന ഒന്നു പുഞ്ചിരിച്ചു.

"അപർണയെ കണ്ടപ്പോൾ തന്നെ എനിക്കത് തോന്നി. ഗ്രാമത്തിന്റെ ലാളിത്യവും നൈർമല്യവുമുണ്ട് അപർണയ്ക്ക്. വേഷത്തിലും ഭാവത്തിലും. ഇത് സിറ്റിയാണ്. പ്രലോഭിപ്പിക്കുന്ന നഗരം. ജന്മനാ കിട്ടിയ സൗഭാഗ്യങ്ങളൊന്നും അടിയറവ് വെക്കരുത്."

ഇല്ലെന്ന് അവൾ പുഞ്ചിരിയോടെ തല ചലിപ്പിച്ചു.

"നമുക്ക് പിന്നെ വിശദമായി പരിചയപ്പെടാം..." വന്ദന പറഞ്ഞു.

"ശരി."

"പുതിയ ആളല്ലേ... ജോലിയിൽ ഒരുപാട് സംശയങ്ങൾ വരും. എന്നോട് ചോദിച്ചാൽ മതി. ഞാൻ പറഞ്ഞു തരാം. കേട്ടോ."

"ശരി..."

വന്ദന അവളുടെ സീറ്റിലേക്ക് ചെന്ന് ഇരുന്നു.

അപർണയ്ക്ക് ആശ്വാസം തോന്നി. ഇന്നലെ ഈ നാട്ടിൽ വന്നതിനു ശേഷം മോശം അനുഭവം ഒന്നും ഉണ്ടായിട്ടില്ല. എല്ലാവരും സ്നേഹത്തോടെയാണ് പെരുമാറിയത്.

എങ്കിലും അമ്മ വീട്ടിൽ വച്ച് പറഞ്ഞ ഒരു കാര്യം അവൾക്ക് ഓർമ്മ വന്നു. ആരെയും അതിരു വിട്ട് വിശ്വസിക്കരുത്. നിന്റെ

സുരക്ഷ നീ തന്നെയാണ് നോക്കേണ്ടത്. ചിരിക്കുന്ന മുഖങ്ങൾക്കു പിന്നിൽ സ്വാർത്ഥതാല്പര്യങ്ങൾ ഉണ്ടായെന്നു വരാം.

"സാറിനെ എസ്.ഒ. വിളിക്കുന്നു."

പ്യൂൺ രമണൻ വന്ന് അവളോട് പറഞ്ഞു.

എസ്.ഒ. എന്നു പറഞ്ഞാൽ സെക്ഷൻ ഓഫീസർ. പ്രത്യേകം ക്യൂബിക്കിളിലായിരുന്നു സെക്ഷൻ ഓഫീസർ ലളിതാംബിക.

അപർണ അവരുടെ അടുത്തേക്ക് ചെന്നു. വെളുത്തു തടിച്ച ഒരു മധ്യവയസ്കയായിരുന്നു ലളിതാംബിക. സ്വർണഫ്രെയിമുള്ള കണ്ണടയ്ക്കുള്ളിലൂടെ അവർ അവളെ നോക്കി.

"അപർണ ആദ്യമായി ജോലി കിട്ടി വരികയല്ലേ... ഓഫീസിലെ പ്രവർത്തനങ്ങളെക്കുറിച്ച് ഒരു രൂപവും കാണുകയില്ലെന്ന് എനിക്കറിയാം. ബേസിക്കായിട്ടുള്ള കാര്യങ്ങൾ ഞാൻ പറഞ്ഞു തരാം. ബാക്കിയെല്ലാം താനേ പഠിച്ചോളും."

അവൾ തല കുലുക്കി.

ഫയലുകളെക്കുറിച്ചും അത് എങ്ങനെ പുട്ടപ്പ് ചെയ്യണമെന്നതിനെക്കുറിച്ചും നോട്ടുകളെക്കുറിച്ചുമൊക്കെ ലളിതാംബിക ഒരു സാമാന്യ വിവരണം അവൾക്കു കൊടുത്തു.

കേൾക്കുമ്പോൾ ഒന്നും മനസിലായില്ലെങ്കിലും ചെയ്യുമ്പോൾ ഈസിയായി തോന്നും" അവർ പറഞ്ഞു.

"ഞാൻ പഠിച്ചോളാം മാഡം."

"വെരിഗുഡ്. പൊയ്ക്കോളൂ..."

അവൾ സ്വന്തം സീറ്റിലേക്ക് നടന്നു.

മേശപ്പുറത്തുണ്ടായിരുന്ന ഫയലുകൾ നോക്കിയും വായിച്ചും അപർണ ഓഫീസ് ജോലികളുമായി പരിചയപ്പെടാൻ ശ്രമിച്ചു. പലതും അവൾക്ക് മനസിലായില്ല.

ഒരു മണിയായപ്പോൾ ഉച്ചയൂണിന് എല്ലാവരും തയാറായി. ചിലർ ഭക്ഷണം കഴിക്കാൻ പുറത്തേക്കു പോയി. ചിലർ വീട്ടിൽ നിന്നു കൊണ്ടുവന്ന ടിഫിൻ ബോക്സുമായി അവരവരുടെ ടേബിളിൽ തന്നെ സ്ഥലമുണ്ടാക്കിയിരുന്ന് കഴിച്ചു.

ആ സമയത്താണ് വസന്തയേയും ദിവ്യയേയും ജീനയേയുമൊക്കെ അവൾ പരിചയപ്പെട്ടത്. വസന്ത വിവാഹിതയാണ്. കരമനയിൽ താമസിക്കുന്നു. ദിവ്യയും വിവാഹിതയാണ്. വീട് തൃപ്പൂണിത്തുറയിൽ. വർക്കിങ് വിമൻസ് ഹോസ്റ്റലിലാണ്. ജീനയുടെ വീട് കൊല്ലത്താണ്. ദിവസവും ട്രെയിനിൽ പോയി വരുന്നു.

വന്ദന വെളിയിൽ പോയി കഴിച്ചിട്ടു വന്നു.

"അപർണ ടിഫിൻ കൊണ്ടു വന്നു അല്ലേ?" അവൾ ചോദിച്ചു.

"ഉം... ഇന്ദുചേച്ചി തന്നയച്ചു."

കസേര നീക്കിയിട്ട് വന്ദന അവളുടെ അടുത്ത് ഇരുന്നു.

"ചോദിച്ചില്ലല്ലോ... അപർണ എവിടെയാണ് താമസിക്കുന്നത്? ഹോസ്റ്റൽ കിട്ടിയോ?"

"ഇല്ല... പേയിങ് ഗസ്റ്റായിട്ടാണ്... കേശവദാസപുരത്ത്."

അവൾ പറഞ്ഞു.

ഇന്ദുകലയുടെ വീട്ടിൽ താമസസൗകര്യം കിട്ടിയത് എങ്ങനെയാണെന്ന് അവൾ വന്ദനയോട് പറഞ്ഞു.

"നന്നായി. മിക്ക ലേഡീസ് ഹോസ്റ്റലുകളും നരകമാണ്. ഞാൻ കുറച്ച് അനുഭവിച്ചതാണ്." വന്ദന പറഞ്ഞു.

"ഇപ്പോൾ എവിടെയാണ് താമസം?"

"ഒരു ഫ്രണ്ടിന്റെ കൂടെയാണ്. വഴുതക്കാട് എന്ന സ്ഥലത്ത്. ഫ്രണ്ട് എന്നു പറഞ്ഞതു കൊണ്ട് സംശയിക്കണ്ടാ. കൂട്ടുകാരനല്ല. കൂട്ടുകാരിയാണ്." ചിരിച്ചു കൊണ്ട് വന്ദന പറഞ്ഞു.

അപർണയ്ക്കും ചിരി വന്നു.

'ഇന്ദുചേച്ചിയും ഹരികുമാർ സാറും എങ്ങനെയുണ്ട്... നല്ലവരാണോ?" വന്ദന ചോദിച്ചു.

"അതെ..."

"അങ്ങനെ തന്നെയാവട്ടെ. സ്വന്തമായി ഒരു മുറിയും വീട്ടിലുണ്ടാക്കുന്ന ഭക്ഷണവും കിട്ടുമല്ലോ. അത് നിസ്സാര കാര്യമല്ല. താമസം തുടങ്ങിയതല്ലേ അതു കൊണ്ട് ആരെയും വിലയിരുത്താൻ സമയമായിട്ടില്ല."

അല്പനേരം കൂടി സംസാരിച്ച് ഇരുന്നിട്ടാണ് വന്ദന അവളുടെ സീറ്റിലേക്ക് മടങ്ങിയത്. രണ്ടുമണി ആയപ്പോഴേയ്ക്ക് പുറത്തു പോയവരൊക്കെ മടങ്ങി വന്നു. എല്ലാവരും ജോലിയിൽ മുഴുകി.

"വാ നമുക്ക് പോയി ഒരു ചായ കുടിച്ചിട്ടു വരാം..."

മൂന്നരയായപ്പോൾ വന്ദന വന്നു ക്ഷണിച്ചു.

എതിർപ്പൊന്നും പറയാതെ അപർണ എഴുന്നേറ്റ് ചെന്നു. പുറത്ത് ഏതെങ്കിലും ഹോട്ടലിലേക്കായിരിക്കും പോകുന്നതെന്നാണ് അവൾ വിചാരിച്ചത്. പക്ഷേ ഓഫീസ് കോമ്പൗണ്ടിൽ തന്നെയുള്ള കാന്റീനിലേക്കാണ് വന്ദന അവളെ കൊണ്ടു പോയത്. അവിടെ കാന്റീൻ ഉണ്ട് എന്ന് അപ്പോൾ മാത്രമാണ് അവൾ അറിഞ്ഞത്.

നല്ല തിരക്കുണ്ടായിരുന്നു അവിടെ. എങ്കിലും ഒഴിഞ്ഞ രണ്ടു സീറ്റ് വന്ദന കണ്ടുപിടിച്ചു. അവർ അടുത്തടുത്ത് ഇരുന്നു.

ചായയും പഴം പൊരിയും വന്ദനയാണ് ഓർഡർ ചെയ്തത്. അത് കഴിക്കുന്നതിനിടയിൽ ചില പരിചയക്കാർ വന്ദനയ്ക്ക് ഹായ് പറയുന്നത് അവൾ കണ്ടു. വന്ദനയുടെ കുടുംബത്തെക്കുറിച്ച് കൂടുതൽ അറിയണമെന്നുണ്ടായിരുന്നു അപർണയ്ക്ക്. പക്ഷേ ചോദിക്കാൻ മടിച്ചു. കല്യാണം കഴിച്ചതല്ലെന്നു മാത്രമേ ഉറപ്പുള്ളായിരുന്നു.

"പുറത്തു പോയി ഭക്ഷണം കഴിക്കുന്ന ശീലമുണ്ടായിരുന്നോ അപർണയ്ക്ക്?" വന്ദന ചോദിച്ചു.

"ഇല്ല."

"വീട്ടിൽ നിന്ന് മാറി ജീവിക്കാൻ തുടങ്ങുമ്പോൾ പുതിയ ശീലങ്ങളൊക്കെ സ്വീകരിക്കേണ്ടി വരും. അതിൽ തെറ്റൊന്നുമില്ല. സാഹചര്യമനുസരിച്ച് പെരുമാറണം. അതാണ് ബുദ്ധി."

വന്ദന പറയുന്നത് ശരിയാണെന്ന് അവൾക്കു തോന്നി. സാഹചര്യമനുസരിച്ച് രീതികളും സ്വഭാവങ്ങളും മാറിയേ പറ്റൂ.

ചായ കുടിച്ചു കഴിഞ്ഞ് അവർ സെക്ഷനിലേക്ക് മടങ്ങി. ചിലരൊക്കെ ചായ കുടിക്കാൻ പോയിരുന്നു. അപ്പോൾ. വന്ദനയോട് ആരും സംസാരിക്കുന്നതായി അവൾ കണ്ടില്ല. വേറെ ആരുമായിട്ടും അവൾക്ക് അത്ര അടുപ്പമില്ലെന്ന് അപർണയ്ക്ക് തോന്നി.

അഞ്ചു മണിയാകും മുമ്പ് പലരും ഫയലുകൾ അടച്ചു വച്ച് പോകാനിറങ്ങി.

"നാളെ കാണാം..." വന്ദനയും യാത്ര പറഞ്ഞ് ഇറങ്ങി.

എല്ലാവരും പോകാനിറങ്ങിയപ്പോൾ അപർണയും അവരോടൊപ്പം ചേർന്നു. കോളജ് വിട്ട് കുട്ടികൾ പോകുന്നതു പോലെയായിരുന്നു ഓഫീസിൽ നിന്ന് നൂറുകണക്കിന് ജീവനക്കാർ ഇറങ്ങിയത്.

മെയിൻ റോഡ് മുറിച്ചു കടന്ന് അപർണ എതിർവശത്തുള്ള ബസ് സ്റ്റോപ്പിൽ നിന്നു. കേശവദാസപുരം വഴിയുള്ള ബസിലാണ് കയറേണ്ടത്.

നോക്കിയപ്പോൾ ഉത്സവത്തിന് ആളുകൾ വന്നതു പോലെ തിരക്കുണ്ടായിരുന്നു ബസ് സ്റ്റോപ്പിൽ. ഓരോ മിനിറ്റ് ഇടവിട്ട് ബസുകൾ വന്നു കൊണ്ടിരുന്നു. തിങ്ങി ഞെരുങ്ങിയാണ് ആളുകൾ ബസ്സിൽ കയറിയത്. കണ്ടപ്പോൾ തന്നെ അപർണയ്ക്ക് പേടി തോന്നി. കേശവദാസപുരം എന്ന ബോർഡുള്ള ഒരു ബസും അവിടെ വന്നു നിന്നില്ല. മറ്റ് സ്ഥലങ്ങളുടെ ബോർഡ് വച്ച വണ്ടികളായിരുന്നു എല്ലാം.

"ഇവിടെ നിന്നാൽ കേശവദാസപുരത്തിന് ബസ് കിട്ടില്ലേ?"

തൊട്ടടുത്തു നിന്നിരുന്ന ഒരു പെൺകുട്ടിയോട് കുറേനേരം കഴിഞ്ഞപ്പോൾ അവൾ തിരക്കി.

"കേശവദാസപുരത്തിനുള്ള ബസ് ഇവിടെയല്ല ചേച്ചീ നിർത്തുന്നത്. ദാ... ആ പ്രതിമ കണ്ടില്ലേ... അതിന്റെ അടുത്തു ചെന്ന് നിൽക്കണം." ആ കുട്ടി പറഞ്ഞു.

അവൾ നിന്ന സ്ഥലത്തു നിന്ന് കുറെ മാറിയായിരുന്നു പ്രതിമ. അവൾ അവിടെ ചെന്നു നിന്നു.

പെൺകുട്ടി പറഞ്ഞത് ശരിയായിരുന്നു. കേശവദാസപുരത്തിനുള്ള ബസുകൾ ഓരോന്നായി അവിടെ വന്നു നിന്നു. താരതമ്യേന തിരക്ക് കുറവുള്ള ഒരു ബസിൽ അവൾ കയറി.

ടിക്കറ്റെടുത്ത് അവൾ പുറത്തേക്കു തന്നെ ശ്രദ്ധാപൂർവം നോക്കി നിന്നു. ഇറങ്ങാനുള്ള സ്റ്റോപ്പ് കടന്നു പോയാൽ എന്തു ചെയ്യും?

ഭാഗ്യത്തിന് ഇറങ്ങാനുള്ള സ്റ്റോപ്പ് കണ്ടപ്പോൾ അവൾക്ക് പെട്ടെന്ന് പിടികിട്ടി. അവൾ വേഗം ബസിൽ നിന്ന് ഇറങ്ങി.

സമയം ആറു മണിയാകുന്നു.

ഇന്ദു ചേച്ചിയും ഹരിസാറും വീട്ടിലെത്തിക്കാണും. അല്ലെങ്കിൽ തന്നെ മക്കൾ നേരത്തെ വരുമല്ലോ. നടന്നാണ് അവൾ വീട്ടിലേക്കു പോയത്. നടക്കാനുള്ള ദൂരമേയുള്ളൂ. തന്നെയുമല്ല ഓട്ടോയിൽ പോയാൽ നല്ലൊരു തുക അതിന് ചെലവാകും.

അപർണ ചെന്നപ്പോൾ ഇന്ദുകലയും ഉണ്ണിയും ശ്രീക്കുട്ടിയും വീട്ടിലുണ്ടായിരുന്നു.

"എന്താ അപർണേ വൈകിയേ?" ഇന്ദുകല ചോദിച്ചു.

"ബസ് കിട്ടാൻ വൈകി ചേച്ചീ. ശരിയായ സ്റ്റോപ്പിലല്ലായിരുന്നു ഞാൻ നിന്നത്..."

"സാരമില്ല. ഒക്കെ പരിചയമാകും... തുടക്കത്തിൽ ഇങ്ങനൊക്കെ സംഭവിക്കും.'

"ഹരിസാർ വന്നില്ലേ?" അവൾ ചോദിച്ചു.

"വന്നിട്ട് മലക്കറി വാങ്ങാൻ പോയി. എന്തെങ്കിലും കറികൾ ഉണ്ടാക്കണ്ടേ..."

മലക്കറി എന്നുപറഞ്ഞത് പച്ചക്കറിയെ ഉദ്ദേശിച്ചാണെന്ന് അവൾക്ക് മനസിലായി.

"ഹരിയേട്ടൻ വന്നിട്ട് ചായയുണ്ടാക്കാം. പോരേ?"

ഇന്ദുകല ചോദിച്ചു.

"മതി ചേച്ചീ... ഒരു മിനിറ്റ്... ഞാനീ ഡ്രസ്സ് മാറീട്ട് വരാം."

അവൾ വേഗം റൂമിൽ ചെന്ന് വേഷം മാറിയിട്ട് ഒരു പഴയ ചുരിദാറും ടോപ്പും ധരിച്ചു. എന്നിട്ട് അടുക്കളയിലേക്ക് ചെന്നു. പറയുമ്പോൾ ഗസ്റ്റ് ആണെങ്കിലും സത്യത്തിൽ വീട്ടുകാരിയല്ലേ... ജോലികൾ ചെയ്യാൻ സഹായിക്കുന്നതിൽ ഒരു തെറ്റുമില്ല.

"ഞാൻ ചായയുണ്ടാക്കാം ചേച്ചീ." അവൾ പറഞ്ഞു.

"അപർണ വന്നിട്ട് ഹോം വർക്ക് ചെയ്യാമെന്നും പറഞ്ഞ ഇരിക്കുകയാ ഉണ്ണി. ഇന്നലെ വരെ ഞാനാ ഹെൽപ്പ് ചെയ്തത്. ഇനി അപർണയാന്റി മതിയെന്നാ അവൻ പറയുന്നത്..."

"അതിനെന്താ ഉണ്ണീടേം ശ്രീക്കുട്ടീടേം സ്കൂളിലെ കാര്യങ്ങൾ ഞാൻ നോക്കിക്കോളാം." അവൾ പറഞ്ഞു.

അപർണയാണ് ചായയുണ്ടാക്കിയത്. അപ്പോഴേയ്ക്ക് ഹരികുമാർ ഒരു സഞ്ചി നിറയെ പച്ചക്കറികളുമായി വന്നു.

രാത്രി ഭക്ഷണം ചപ്പാത്തിയാണെന്ന് ഇന്ദുകല പറഞ്ഞു.

ചപ്പാത്തിയുണ്ടാക്കാൻ അപർണ മാവ് കുഴച്ചു വച്ചു.

"ഞാൻ നിലവിളക്ക് കത്തിക്കാൻ ഒരുക്കട്ടെ. ചപ്പാത്തിക്ക് നമുക്ക് കിഴങ്ങുകറി ഉണ്ടാക്കാം." ഇന്ദുകല പറഞ്ഞു.

"ശരി ചേച്ചീ..."

കറിയുണ്ടാക്കാൻ ഉരുളക്കിഴങ്ങും കാരറ്റും തൊലികളഞ്ഞ് അപർണ കഷണങ്ങളാക്കി. ഇന്ദുകല മുറികൾ അടിച്ചുവാരി അയ്യപ്പന്റെ ചിത്രത്തിനു മുമ്പിൽ നിലവിളക്ക് കത്തിച്ചു.

അപർണ കറിയുണ്ടാക്കി കഴിഞ്ഞിട്ടാണ് ഇന്ദുകല അടുക്കളയിലേക്കു വന്നത്.

"അയ്യോ... ഞാൻ വന്നിട്ട് കറിയുണ്ടാക്കാമായിരുന്നല്ലോ..."

അവൾ പറഞ്ഞു.

"എനിക്ക് വേറെന്താ ചേച്ചീ പണി... ഞാനുണ്ടാക്കിയത് നന്നായിട്ടുണ്ടോ എന്നറിയില്ല." അപർണ പറഞ്ഞു.

ഇന്ദുകല അല്പം എടുത്ത് രുചിച്ചു നോക്കി.

"നല്ല ടേസ്റ്റുണ്ട്. അമ്മയാണോ അപർണയെ കുക്കിങ് പഠിപ്പിച്ചത്." ഇന്ദുകല അവളെ പുകഴ്ത്തി.

"അമ്മ എന്നേം അനിയത്തിയേം പാചകം പഠിപ്പിച്ചിട്ടുണ്ട്... സ്കൂളിൽ പഠിക്കുന്ന കാലം തൊട്ടേ..."

"അങ്ങനെ വേണം. കുക്കിങ് അറിഞ്ഞിരുന്നാൽ എവിടെ ചെന്നാലും നിന്നു പിഴയ്ക്കാം. ഇക്കാലത്തെ പെൺകുട്ടികൾ കോളജിൽ ഫസ്റ്റ് ക്ലാസിൽ പാസാകും. പക്ഷേ ഒരു കാപ്പിയുണ്ടാക്കാൻ പോലും അവർക്ക് അറിയില്ല."

കുഴച്ചു വച്ചിരുന്ന മാവെടുത്ത് അപർണ ചപ്പാത്തിയുണ്ടാക്കാൻ തുടങ്ങി.

"അപർണയ്ക്ക് കുളിക്കണ്ടേ... ബാക്കി പണികൾ ഞാൻ ചെയ്തോളാം..."

"ചപ്പാത്തി പരത്തിത്തന്നിട്ട് ഞാൻ പൊയ്ക്കോളാം. പിന്നെ ചൂടോടെ ചുട്ടുകൊടുത്താൽ മതിയല്ലോ..." അപർണ പറഞ്ഞു.

വീട്ടിൽ ഒരു ബാത്റൂം മാത്രമേ ഉണ്ടായിരുന്നുള്ളു. അവൾ വേഗം കുളിച്ച് വേഷം മാറിയിട്ട് ഉണ്ണിയെ മുറിയിലേക്ക് വിളിച്ച് അവന്റെ ഹോംവർക്ക് ചെയ്യാൻ സഹായിച്ചു. പിന്നെ ക്ലാസിലെ പാഠങ്ങൾ പഠിപ്പിച്ചു.

ഒന്നാം ക്ലാസിൽ പഠിക്കുന്ന ശ്രീക്കുട്ടിയും അതു കണ്ട് ബുക്കുമായി വന്നു. അവളെയും അപർണ പഠിപ്പിച്ചു. അന്ന് രാത്രിയിൽ ഭക്ഷണം കഴിച്ചപ്പോൾ ചപ്പാത്തിക്കും കറിക്കും ഒരു പ്രത്യേക രുചിയുണ്ടെന്ന് ഹരികുമാറിന് അനുഭവപ്പെട്ടു.

അപർണയെ ഒന്നു പ്രശംസിക്കണമെന്നുണ്ടായിരുന്നു അയാൾക്ക്. പക്ഷേ ഇന്ദുകലയ്ക്ക് അത് ഇഷ്ടപ്പെട്ടില്ലെങ്കിലോ എന്ന് ഭയന്ന് മിണ്ടിയില്ല. വീട്ടിലേക്ക് വിളിച്ചില്ലല്ലോ എന്ന് പലവട്ടം അപർണ ഓർത്തതാണ്. പക്ഷേ ഓരോരോ ജോലി കാരണം അവൾക്ക് സൗകര്യം കിട്ടിയില്ല. ഭക്ഷണം കഴിക്കും മുമ്പേ അവൾ വിളിച്ചു.

ആശയാണ് ഫോൺ എടുത്തത്.

"പറ ചേച്ചീ അവിടത്തെ വിശേഷങ്ങൾ..."

അവൾ ആവശ്യപ്പെട്ടു.

ഓഫീസിൽ ചെന്ന സമയം മുതലുള്ള കാര്യങ്ങൾ അപർണ അവളോട് പറഞ്ഞു. വീട്ടിലെ കാര്യങ്ങൾ അത്ര വിശദമായി പറഞ്ഞില്ല.

"സുഖമല്ലേ അവിടെ?" ആശ ചോദിച്ചു.

"സുഖമാണ്..."

"ബുദ്ധിമുട്ടൊന്നുമില്ലല്ലോ?"

"ഇല്ല... അച്ഛനോടും അമ്മയോടും പറഞ്ഞേക്കണേ... ഇവിടെ എനിക്ക് സുഖമാണ്..."

"ശരി ചേച്ചീ... നാളെ വിളിക്കണേ... ഇതേ നേരത്ത് മതീ."

"വിളിക്കാം മോളെ..."

അപർണയും ഇന്ദുകലയും കൂടിയാണ് ഭക്ഷണം കഴിക്കാനിരുന്നത്. ഇന്ദുവും ശ്രീക്കുട്ടിയും വന്ന് അവരെ ചുറ്റിപ്പറ്റി നിന്നു.

"എന്താ മോനേ?" അവനെ കണ്ട് ഇന്ദുകല ചോദിച്ചു.

"അമ്മേ ഞങ്ങൾ ആന്റിയുടെ കൂടെ കിടന്നോട്ടെ?"

ഉണ്ണി ആഗ്രഹം വെളിപ്പെടുത്തി.

"വേണ്ടാ... ആന്റിക്കത് ബുദ്ധിമുട്ടാരിക്കും.."

ഇന്ദുകല എതിർത്തു.

"ഒരു ബുദ്ധിമുട്ടുമില്ല ചേച്ചീ... രണ്ടുപേരും എന്റെ കൂടെ കിടന്നോട്ടെ..." അപർണ പറഞ്ഞു.

"ആന്റിക്ക് ഒത്തിരി കഥകൾ അറിയാം. അമ്മേ..."

ഉണ്ണി ഉദ്ദേശം വെളിപ്പെടുത്തി.

"എന്റെ അപർണേ... കഥ പറഞ്ഞു കൊടുത്ത് ഞാൻ മടുത്തു. രണ്ടു പേർക്കും ഉറങ്ങണമെങ്കിൽ കഥ കേൾക്കണം. കേട്ടത് വീണ്ടും പറയാനും പാടില്ല. പിന്നെ ഞാനെന്തു ചെയ്യു?"

ഇന്ദുകല പറഞ്ഞു.

"സാരമില്ല ചേച്ചീ... രണ്ടുപേരും ഇനി എന്റെ കൂടെ കിടന്നോട്ടെ..."

"ഉം... ഡബിൾ കോട്ടല്ലേ... സ്ഥലമുണ്ട്." ഇന്ദുകല സമ്മതിച്ചു.

ഉണ്ണിയും ശ്രീക്കുട്ടിയും ഉറങ്ങാനായി അപർണയുടെ മുറിയിലെത്തി. അവൾ വാതിലടച്ചിട്ട് അവരോടൊപ്പം കിടന്നു. എന്നിട്ട് പഞ്ചതന്ത്രത്തിലെ ഒരു കഥ പറഞ്ഞു കൊടുക്കാൻ തുടങ്ങി.

ടി.വി. ന്യൂസ് കണ്ടിട്ട് ഹരികുമാർ ഉറങ്ങാൻ ബെഡ്റൂമിൽ ചെന്നപ്പോൾ ഇന്ദുകല ബെഡ്ഷീറ്റ് വിരിക്കുകയായിരുന്നു.

"പിള്ളാരെവിടെ?" അയാൾ ചോദിച്ചു.

"അവർ അപർണയുടെ റൂമിലാ കിടക്കുന്നതെന്ന്..."

ആ ഐഡിയ അയാൾക്കു നന്നേ ബോധിച്ചു.

"എന്നാൽ വാ കിടക്കാം.."

ലൈറ്റണച്ച് അവർ ഉറങ്ങാൻ കിടന്നു.

"സമാധാനമായി... പിള്ളാർ ഉറങ്ങുന്നതു വരെ ഇരി കാത്തിരിക്കണ്ടാല്ലോ..." അയാൾ ഇന്ദുകലയെ മുറുകെ പുണർന്നു.

"കൊതിയൻ..." അവൾ ചിരിച്ചു.

"എന്നാലും മനസ്സമാധാനമുണ്ടോ... ഉണർന്നാലോ എന്ന പേടിയല്ലേ..."

"പിള്ളാർ ഇല്ലെന്നു വിചാരിച്ച് ബഹളമൊന്നും ഉണ്ടാക്കരുത്. അപ്പുറത്തെ മുറിയിൽ കല്യാണപ്രായമായ ഒരു പെണ്ണ് കിടക്കുന്നുണ്ടെന്നുള്ള ഓർമ്മ വേണം..." അവൾ മുന്നറിയിപ്പ് കൊടുത്തു.

അടുത്ത മുറിയിൽ അപർണയുണ്ട് എന്ന ഓർമ്മ പക്ഷേ അയാളുടെ ആവേശം വർദ്ധിപ്പിക്കുകയാണ് ചെയ്തത്.

ഒരാഴ്ച കഴിഞ്ഞപ്പോഴേയ്ക്ക് ഓഫീസും വീടുമായും ബസ് യാത്രയുമായും അപർണ പരിചയപ്പെട്ടു. രണ്ടു തവണ ശ്രീജിത്ത് വിളിച്ച് സുഖ വിവരങ്ങൾ അന്വേഷിച്ചു. ഓഫീസിലുള്ള മിക്കവരുമായി അവൾ സൗഹൃദം സ്ഥാപിച്ചു.

പക്ഷേ, വന്ദനയുമായിട്ടാണ് അവൾ കൂടുതൽ അടുത്തത്. അവർ ഒന്നിച്ചാണ് ചായ കുടിക്കാൻ പോകാറുള്ളത്. സ്വന്തം കാര്യങ്ങൾ മാത്രം വന്ദന അവളോട് പറഞ്ഞില്ല.

വന്ദന സ്വന്തം കാറിലാണ് വരുന്നതും പോകുന്നതും എന്നുമാത്രം സംസാരത്തിൽ നിന്ന് അവൾക്ക് മനസ്സിലാക്കാൻ കഴിഞ്ഞു.

ഒരുദിവസം വന്ദന ഓഫീസിൽ വന്നില്ല. അന്ന് ലീവാണെന്ന് സെക്ഷൻ ഓഫീസറെ അവൾ വിളിച്ച് അറിയിച്ചു.

"എന്തിന വന്ദന ഇന്ന് ലീവെടുത്തത്?"

വസന്ത വന്ന് അപർണയോട് ചോദിച്ചു.

"അറിയില്ല ചേച്ചീ..." അവൾ പറഞ്ഞു.

"നിങ്ങൾ വല്യ കൂട്ടുകാരികളല്ലേ... പറയാതിരിക്കുമോ?"

"പറഞ്ഞില്ല..."

വസന്ത ഒരു നിമിഷം നിശ്ശബ്ദയായി നിന്നു.

"കുട്ടിയുടെ നന്മയ്ക്കു വേണ്ടി ഞാനൊരു കാര്യം പറയാം. അവളുമായി അത്ര വലിയ അടുപ്പത്തിനൊന്നും പോകണ്ടാ. കുട്ടി പാവമാ... ചതിയിൽ ചെന്ന് ചാടാതിരിക്കാൻ വേണ്ടി ഞാൻ പറയുന്നതാ..." വസന്ത പിന്നെ പറഞ്ഞു.

കാര്യം മനസ്സിലാകാതെ അപർണ അവരെ മിഴിച്ചു നോക്കി.

38

വന്ദനയെക്കുറിച്ച് എന്തു കൊണ്ടാണ് അങ്ങനെ പറഞ്ഞതെന്ന് അപർണ വീണ്ടും ചോദിച്ചെങ്കിലും വസന്ത വ്യക്തമായ ഒരു ഉത്തരം കൊടുത്തില്ല.

"ഞാനിങ്ങനെ പറഞ്ഞ കാര്യം കൂട്ടുകാരി അറിയണ്ടാ കേട്ടോ. ഇപ്പത്തന്നെ ഞങ്ങളാരോടും അത്ര അടുപ്പമില്ല അവൾക്ക്."

വസന്ത വീണ്ടും പറഞ്ഞു.

അത് ശരിയാണെന്ന് അപർണയ്ക്കു തോന്നി. കാര്യമാത്ര പ്രസക്തമായ കാര്യങ്ങൾക്ക് മാത്രമേ സെക്ഷനിലുള്ള മറ്റ് സ്റ്റാഫിനോട് വന്ദന സംസാരിക്കാറുള്ളൂ. ആരോടും അത്ര അടുപ്പമുള്ളതായി കണ്ടിട്ടില്ല.

പിറ്റേന്ന് വന്ദന ഓഫീസിൽ വന്നു.

"ഇന്നലെ എന്തുപറ്റി?"

വെറുതെ വിശേഷം ചോദിക്കുന്ന പോലെ അപർണ ആരാഞ്ഞു.

"നാട്ടിലൊന്നു പോയി. അമ്മയ്ക്ക് നല്ല സുഖമില്ലെന്ന് മൂത്ത ചേട്ടൻ വിളിച്ചു പറഞ്ഞു. അമ്മയ്ക്ക് പ്രത്യേകിച്ച് അസുഖമൊന്നുമില്ല. ഇത്തിരി ബി.പി.യുണ്ട്. പക്ഷേ പേടിയാ... മക്കളെയൊക്കെ കാണണമെന്ന് ഇടയ്ക്ക് പറയും... അതാ പോയത്."

വന്ദനയുടെ കുടുംബത്തെക്കുറിച്ച് അറിയാൻ ഇതാണ് പറ്റിയ അവസരമെന്ന് അവൾക്കു തോന്നി.

"വീട്ടിൽ ആരൊക്കെയുണ്ട്?"

"ഞങ്ങൾ നാല് ആൺമക്കളും ഒരു മോളുമാണ്. അതായത് ഏറ്റവും ഇളയ ആളാണ് ഞാൻ. അച്ഛൻ പണ്ടേ മരിച്ചു. പിന്നെ അമ്മയാണ് ഞങ്ങളെ വളർത്തിയത്. ആങ്ങളമാരിൽ രണ്ടുപേർ വിദേശത്താ. രണ്ടുപേർ നാട്ടിലുണ്ട്. ഇളയ ആങ്ങളയ്ക്കാ കുടുംബവീട് കൊടുത്തിരിക്കുന്നത്. അമ്മ ആ ബ്രദറിന്റെ കൂടാ..."

വന്ദന പറഞ്ഞു.

"ഇവിടെ താമസിക്കുന്നത് വാടക വീട്ടിലാണോ?"

"ഉം... എന്റെ കൂട്ടുകാരിയാണ് ആ വീടെടുത്തത്. അന്ന് അവളുടെ ഹസ്ബന്റ് ഉണ്ടായിരുന്നു. പുള്ളി കുറേനാൾ കഴിഞ്ഞ് കുവൈറ്റിലേക്കു പോയി. അന്നേരം അവൾ എന്നെ കൂട്ടിനു വിളിച്ചു. അതുവരെ ഞാൻ ഹോസ്റ്റലിലാരുന്നു."

"കൂട്ടുകാരിക്ക് മക്കളില്ലേ?"

"ഇല്ല. കല്യാണം കഴിഞ്ഞിട്ടിപ്പോ രണ്ടു കൊല്ലമായി. ഹസ്ബന്റ് പോയിട്ട് ഒരു കൊല്ലവും. വീട്ടുവാടകയും മറ്റ് ചെലവുകളും ഞങ്ങൾ പകുതി വച്ച് ഷെയർ ചെയ്യും?" വന്ദന പറഞ്ഞു.

"കൂട്ടുകാരിയുടെ ഹസ്ബന്റ് വരുമ്പോൾ എന്തു ചെയ്യും?"

പുഞ്ചിരിയോടെ അപർണ ചോദിച്ചു.

"രണ്ട് ബെഡ്റൂമുണ്ട്. ഒരെണ്ണം മതിയല്ലോ അവർക്ക്."

പുഞ്ചിരിയോടെ വന്ദന പറഞ്ഞു.

അതു ശരിയാ..."

"പേടിക്കേണ്ടവരല്ല ആണുങ്ങൾ. അവരെ നിർത്തേണ്ടിടത്തു നിർത്താൻ പല പെണ്ണുങ്ങൾക്കും കഴിവില്ല. അവരാണ് പേടിക്കേണ്ടത്?"

ഒരു പക്ഷേ അതു കൊണ്ടായിരിക്കും ഓഫീസിലെ പല സ്ത്രീകൾക്കും വന്ദനയെ കണ്ടു കൂടാത്തത്.

ദിവസങ്ങൾ ഓരോന്നായി കടന്നു പൊയ്ക്കൊണ്ടിരുന്നു. ഓഫീസും ബസ് യാത്രയും താമസിക്കുന്ന വീടും അവിടുത്തെ അംഗങ്ങളും അപർണയ്ക്ക് കൂടുതൽ പരിചിതമായി. അതു കാരണം ആദ്യമുണ്ടായിരുന്ന അസൗകര്യങ്ങളും ബുദ്ധിമുട്ടുകളും സാവധാനം ഇല്ലാതായി.

ഇടയ്ക്ക് രണ്ടു മൂന്നു തവണ ശ്രീജിത്ത് വിളിച്ചു. ഓഫീസ് സമയത്ത് അവൾ വിളിക്കാറില്ല. വീട്ടിലാകുമ്പോൾ അധിക നേരം സംസാരിക്കാറുമില്ല. എങ്കിലും അവനോട് സംസാരിക്കുന്നത് സുഖമുള്ള ഒരു കാര്യമായിരുന്നു. ഇഷ്ടമാണെന്ന് പറഞ്ഞിട്ടില്ലെങ്കിലും അവന് ഇഷ്ടമാണെന്ന് അവൾക്ക് അറിയാമായിരുന്നു.

വീട്ടിൽനിന്ന് അമ്മയോ, ആശയോ എന്നും വിളിക്കും. അന്നത്തെ വിശേഷങ്ങളൊക്കെ അവർ പറയും. ഓഫീസിലെ വിശേഷങ്ങൾ അവളും.

"ചേച്ചി പോയ ശേഷം ഷീജ ചേച്ചിക്കും നന്ദഗോപാൽ സാറിനും വലിയ വിഷമമാണ്. സുമിമോളെ പഠിപ്പിക്കാൻ വേറാരെയും കിട്ടിയില്ല ഇതു വരെ." ഒരു ദിവസം ആശ പറഞ്ഞു.

"ഞാനൊരു കാര്യം പറഞ്ഞാൽ നീ കേൾക്കുമോ മോളെ?"

അപർണ ചോദിച്ചു.

"എന്താണ്?"

"വൈകുന്നേരം നീ നാലരയാകുമ്പോഴേയ്ക്ക് കോളജിൽ നിന്ന് വരുമല്ലോ. അതു കഴിഞ്ഞ് സുമിമോളെ കുറച്ചു നേരം പഠിപ്പിക്കരുതോ? സാർ ചെയ്തു തന്നിട്ടുള്ള സഹായങ്ങൾ നമ്മൾ മറക്കാൻ പാടുണ്ടോ?"

"ഞാൻ ചെല്ലാം ചേച്ചീ... ട്യൂഷനെടുക്കുന്ന കാര്യത്തെക്കുറിച്ച് ഞാനിതു വരെ ചിന്തിച്ചിട്ടില്ല. അല്ലായിരുന്നെങ്കിൽ ചേച്ചി പറയുന്നതിനു മുമ്പേ തന്നെ..."

"സാരമില്ല. ഇനിയായാലും മതി. അച്ഛനും അമ്മയും എതിർപ്പൊന്നും പറയത്തില്ല. നാളെത്തന്നെ നീ ചെല്ല്."

"ശരി ചേച്ചീ.... അതിരിക്കട്ടെ... എന്നാ ഇങ്ങോട്ട് വരുന്നത്?"

ആശ ചോദിച്ചു.

"ആദ്യത്തെ ശമ്പളം കിട്ടട്ടെ. സെക്കന്റ് സാറ്റർഡേ ഹോളിഡേയാണല്ലോ. ശനിയും ഞായറും അടുപ്പിച്ച് രണ്ടു ദിവസം കിട്ടുമല്ലോ. അന്നേരം വരാം."

"അതു മതി. ഞങ്ങൾക്കെല്ലാർക്കും ചേച്ചിയെ കാണാൻ കൊതിയായി." ആശ പറഞ്ഞു.

"എനിക്ക് കൊതിയില്ലെന്നാണോ?"

"അവിടെ സുഖമല്ലേ ചേച്ചിക്ക്?"

"എനിക്കിവിടെ ഒരു കുഴപ്പവുമില്ല മോളെ...'

സ്വന്തം വീട് പോലെയാണ് അപർണയ്ക്ക് ഇന്ദുകലയുടെ വീട് അനുഭവപ്പെട്ടത്. അവളാണ് എന്നും രാവിലെ ഉണരുന്നതും അടുക്കളയിൽ ചെന്ന് ബ്രേക്ഫാസ്റ്റ് ഉണ്ടാക്കുന്നതും. അതു കഴിഞ്ഞേ ഇന്ദുകല എഴുന്നേറ്റ് വരാറുള്ളൂ. അവൾക്ക് അതിലൊന്നും ഒരു ബുദ്ധിമുട്ടും ഇല്ലായിരുന്നു.

വൈകുന്നേരം ഓഫീസിൽ നിന്ന് വന്നു കഴിഞ്ഞാലും അവൾ അടുക്കളയിലേക്കു ചെന്ന് ഭക്ഷണമുണ്ടാക്കും. അവൾക്ക് ഇന്ദുകല സകല സ്വാതന്ത്ര്യവും കൊടുക്കുകയും ചെയ്തു.

ഉണ്ണിയേയും ശ്രീക്കുട്ടിയേയും പഠിപ്പിക്കാനും അവൾ സമയം കണ്ടെത്താറുണ്ട്. അതോടെ ക്ലാസ്സിലെ പഠനം അവർക്ക് രണ്ടുപേർക്കും വളരെ എളുപ്പമാവുകയും ചെയ്തു. അതിൽ വളരെ സന്തുഷ്ടരാവുകയും ചെയ്തു ഇന്ദുകലയും ഹരികുമാറും.

ഉണ്ണിയും ശ്രീക്കുട്ടിയും രാത്രിയിൽ ഉറക്കവും അപർണയുടെ മുറിയിലായി.

"ഞാൻ പറഞ്ഞതു പോലെ നടന്നില്ലേ കാര്യങ്ങൾ..." ഉറങ്ങും മുമ്പ് ഇന്ദുകലയെ കെട്ടിപ്പിടിച്ചു കിടക്കുമ്പോൾ ഹരികുമാർ പറഞ്ഞു.

"എന്തു കാര്യങ്ങൾ?"

അയാൾ ഉദ്ദേശിച്ചത് അവൾക്കു പിടികിട്ടിയില്ല.

"ഫ്രീയായിട്ട് നമുക്കൊരു ജോലിക്കാരിയെ കിട്ടുമെന്ന്..."

"അതു ശരിയാ..." അവൾ ഉടൻ സമ്മതിച്ചു.

"അതു മാത്രമോ... ട്യൂഷൻ ടീച്ചറെയും കിട്ടിയില്ലേ... അവർക്ക് ആദ്യ ശമ്പളം കിട്ടുമ്പോൾ നമുക്ക് വരുമാനവും ഉണ്ടായിത്തുടങ്ങും..."

ഇന്ദുകല ഒന്നു ചിരിച്ചു.

"ശമ്പളം കിട്ടട്ടെ. അതിനു വേണ്ടി വെയ്റ്റ് ചെയ്യുകയാ ഞാൻ... വീട്ടു ചെലവുകൾ കൂടി ബുദ്ധിപൂർവം ചെയ്യിക്കണം. എന്തു വേണമെന്ന് എനിക്കറിയാം."

"ഞാൻ അവളെ ഒരു ചിട്ടിയിൽ ചേർക്കട്ടെ. അവൾ ചേരാതിരിക്കുമോ?"

"അതു കൊണ്ട് നമുക്കെന്താ കാര്യം?"

"ചിട്ടിയിൽ ആളെ ചേർത്താൽ അതിന്റെ കമ്മീഷൻ കിട്ടും..."

"പക്ഷേ അവൾ നിങ്ങളുടെ സ്റ്റാഫ് അല്ലല്ലോ..."

ഇന്ദുകല പറഞ്ഞു.

"സർക്കാരുദ്യോഗസ്ഥരുടെ കോ-ഓപ്പറേറ്റീവ് സൊസൈറ്റിയല്ലേ ചിട്ടി നടത്തുന്നത്. എല്ലാ സർക്കാരുദ്യോഗസ്ഥർക്കും മെമ്പർഷിപ്പെടുത്താൽ ചിട്ടിയിൽ ചേരാൻ പറ്റും..."

"എന്നാൽപ്പിന്നെ ചേർക്ക്."

"നമ്മൾ അവളുടെ ഭാവി കാര്യങ്ങളിലും ശ്രദ്ധ കൊടുക്കുന്നുണ്ടെന്ന് ഒരു തോന്നൽ ഉണ്ടാവുകയും ചെയ്യും." അയാൾ പറഞ്ഞു.

"ഉം..."

"അത് നമുക്ക് ഗുണമേ ചെയ്യൂ..."

"ഉം..."

അപർണയുമായി ഒന്ന് സൗഹൃദത്തിലാകണമെന്ന് അവൾ വന്ന അന്നുതന്നെ ഹരികുമാർ ആഗ്രഹിച്ചു തുടങ്ങിയതാണ്. വളച്ചെടുക്കാൻ വലിയ പ്രയാസമൊന്നും വരില്ല. അതിനുള്ള എട്ടടവുകളൊക്കെ കയ്യിലുണ്ട്.

പക്ഷേ വളച്ചെടുത്തിട്ട് എന്തു ചെയ്യാനാ? കാവൽ യക്ഷിയെപ്പോലെ സകലസമയത്തും ഇന്ദു വീട്ടിലുണ്ട്. അവൾ ഇല്ലാതെ ഒരൊറ്റ ദിവസം കിട്ടിയാലും മതിയായിരുന്നു.

അങ്ങനെ ഒരവസരം കിട്ടില്ലെന്ന് ആരറിഞ്ഞു?

പിറ്റേന്ന് വൈകുന്നേരം ഓഫീസിൽനിന്ന് വന്ന് വീട്ടുജോലികൾ തീർത്ത ശേഷം ഇന്ദുകല കുളിക്കാൻ ബാത്റൂമിൽ കയറിയപ്പോൾ അയാൾ അപർണയുടെ അടുത്തേക്ക് ചെന്നു. കുട്ടികളോടൊപ്പം ബെഡ്ഡിൽ ഇരിക്കുകയായിരുന്നു അവൾ.

ഹരികുമാറിനെ കണ്ട് അവൾ പെട്ടെന്ന് എഴുന്നേറ്റു.

"അപർണ വാ ഒരു കാര്യം സംസാരിക്കാനുണ്ട്..."

അയാൾ മുൻവശത്തെ ഇരിപ്പു മുറിയിലേക്ക് ചെന്നു.

എന്താണ് കാര്യമെന്നറിയാതെ അപർണ പിന്നാലെ ചെന്നു.

അയാൾ സെറ്റിയിൽ ഇരുന്നിട്ട് അവളെ ഒന്നു നോക്കി.

ചുരിദാർ പാന്റ്സും ടോപ്പുമായിരുന്നു അവളുടെ വേഷം. നല്ല ഭംഗിയുള്ള മാറിടങ്ങൾ.

"അപർണയ്ക്ക് കാത്തിരുന്ന് ഒരു സർക്കാർ ജോലി തന്നെ കിട്ടി. ഭാഗ്യവതിയാ അപർണ. എത്രയോ പേർ സ്വപ്നം കണ്ട് നടക്കുകയാ ഇപ്പഴും..." അവൾ ഒന്നും മിണ്ടിയില്ല.

"വലിയ വലിയ പ്രതീക്ഷകൾ ഇനി സാക്ഷാൽക്കരിക്കാനുണ്ട്. വീട് വലുതാക്കണം. താഴെയുള്ളവരെ പഠിപ്പിക്കണം. പിന്നെ കല്യാണം... വലിയ ചെലവുള്ള കാര്യങ്ങളാ ഇതെല്ലാം..."

"ഉം..."

"അപർണ വന്ന അന്നു മുതൽ ഇന്ദുവും ഞാനും ഇതേക്കുറിച്ച് ആലോചിക്കുന്നുണ്ട്. കിട്ടുന്ന ശമ്പളത്തിൽ കുറച്ച് സമ്പാദിക്കണം. പെട്ടെന്ന് ഒരാവശ്യം വന്നാൽ ബാങ്കിലിടുന്ന പൈസ കൊണ്ടു മാത്രം കാര്യം നടക്കില്ല."

അയാൾ പറയുന്നതെല്ലാം ശരിയാണെന്ന് അവൾക്ക് അറിയാമായിരുന്നു.

"ചിട്ടിക്ക് ചേരുന്നതാ ഏറ്റവും നല്ലത്. സർക്കാർ ഉദ്യോഗസ്ഥർക്കു വേണ്ടി നടത്തുന്ന ഒരു സഹായ സഹകരണസംഘം സൊസൈറ്റിയുടെ സെക്രട്ടറിയാ ഞാൻ. ഞങ്ങൾ ചിട്ടി നടത്തുന്നുണ്ട്. അടുത്ത മാസം പുതിയ ചിട്ടികൾ തുടങ്ങുന്നുണ്ട്. അപർണ ഒരെണ്ണത്തിൽ ചേരണം." അയാൾ പറഞ്ഞു.

"വീട്ടിലൊന്ന് ചോദിച്ചിട്ട്..."

"ചോദിക്കണം... അതു കഴിഞ്ഞ് മതി. രണ്ട് ജാമ്യക്കാർ വേണം. ചിട്ടി പിടിക്കുമ്പോൾ പണം കിട്ടാൻ.

"സൊസൈറ്റിയാകുമ്പോൾ രണ്ടു മെമ്പർമാരെ കണ്ടുപിടിച്ചു തരും. നമുക്ക് ഒരു തലവേദനയുമില്ല..."

"ഉം..."

"പണം അത്യാവശ്യമാണെങ്കിൽ നറുക്കെടുപ്പിൽ ചേരണം. മുപ്പത് ശതമാനം കുറച്ചേ അപ്പോൾ കിട്ടൂ... അത്യാവശ്യക്കാർ ഇല്ലെങ്കിൽ ലേലമായിരിക്കും."

"എനിക്ക് അതേക്കുറിച്ചൊന്നും അറിയില്ല സാർ..."

അവൾ പറഞ്ഞു.

"അപർണ ഒന്നും അറിയണ്ടാ. ഞാനുണ്ടല്ലോ സഹായത്തിന്. പത്തു ലക്ഷം, അഞ്ചു ലക്ഷം, മൂന്നു ലക്ഷം, രണ്ടു ലക്ഷം... അങ്ങനെ പല സലയുള്ള ചിട്ടികളുണ്ട്. അഞ്ചിന്റെയെങ്കിലും ചേരണം..."

"ഉം..."

"ശരി... ശമ്പളം കിട്ടിയിട്ട് ഞാൻ ആപ്ലിക്കേഷൻ ഫോം കൊണ്ടു വന്നു തരാം. അത് ഒപ്പിട്ടു തന്നാൽ മതി. അപർണ പൊയ്ക്കോളൂ..."

അവൾ മുറിയിലേക്കു മടങ്ങി.

ചിട്ടികളെക്കുറിച്ച് അവൾക്ക് ഒന്നും അറിയില്ലായിരുന്നു. പക്ഷേ ഒരെണ്ണത്തിൽ ചേരുന്നതിൽ തെറ്റില്ലെന്ന് അവൾക്കു തോന്നി. വീട് ഒന്ന് പരിഷ്കരിക്കണം. ലോൺ എടുത്താൽ കൊള്ളപ്പലിശ കൊടുത്ത് നരകിക്കും എന്ന് കേട്ടിട്ടുണ്ട്.

ഒന്നാം തീയതി അപർണയ്ക്ക് ആദ്യത്തെ ശമ്പളം കിട്ടി. അഭിമാനത്തോടെയും സന്തോഷത്തോടെയുമാണ് അവൾ അത് ഒപ്പിട്ടു വാങ്ങിയത്.

"എപ്പോഴാണ് ഞങ്ങൾക്ക് പാർട്ടി തരുന്നത്?"

വസന്ത ചോദിച്ചു.

"നാളെത്തന്നെ തരാമല്ലോ." അവൾ പറഞ്ഞു.

"രാഹുലിനോട് പറഞ്ഞാൽ മതി. അവൻ പാഴ്സലായി ഓരോരുത്തർക്കുമുള്ളത് വാങ്ങിക്കൊണ്ടു വരും. നമുക്ക് ഇവിടിരുന്ന് കഴിക്കാം."

"ഇന്നിപ്പോ ആദ്യത്തെ ശമ്പളമായതു കൊണ്ടാ കയ്യിൽ കിട്ടിയത്. ബസിൽ പോകുമ്പോൾ സൂക്ഷിക്കണം. ബ്ലേഡ് കൊണ്ട് ബാഗ് അറുത്ത് മുറിക്കുന്ന വീരന്മാർ ഉണ്ട് ഇവിടെ..."

ദിവ്യ പറഞ്ഞതു കേട്ട് അവൾ ഞെട്ടി.

"അടുത്ത മാസം മുതൽ ബാങ്ക് അക്കൗണ്ടിൽ സാലറി വരും. എ.ടി.എം. കാർഡ് ഉപയോഗിച്ച് ആവശ്യത്തിന് എടുത്താൽ മതി."

"എനിക്ക് ബാങ്ക് അക്കൗണ്ട് ഇല്ല."

"അത് സാരമില്ല... നാളെ എന്റെ കൂടെ ബാങ്കിൽ വന്നാൽ മതി. രണ്ട് ഫോട്ടോയും ആധാറും പാൻകാർഡും വേണം..."

"പാൻ കാർഡ് ഇല്ല എനിക്ക്..."

വന്ദന ചിരിച്ചു.

"തൽക്കാലം പാൻകാർഡ് വേണ്ടാ. പക്ഷേ എടുക്കേണ്ടി വരും. അതിനും ആപ്ലിക്കേഷൻ കൊടുക്കാം." വന്ദന പറഞ്ഞു.

പുതിയ കാര്യങ്ങൾ പുതിയ രീതികൾ. എല്ലാം പഠിക്കേണ്ടിയിരിക്കുന്നു. പക്ഷേ സഹായിക്കാൻ ആളുണ്ടല്ലോ...

അന്ന് അപർണ വീട്ടിൽ വന്നപ്പോൾ ഇന്ദുകലയും ഹരികുമാറും ഉണ്ടായിരുന്നു. ചെന്നപ്പോൾ തന്നെ ഇന്ദുകല അവൾക്ക് ചായയും പഴംപൊരിയും കൊടുത്തു.

"നമ്മൾ മെയിൻ റോഡിൽ നിന്ന് തിരിയുമ്പോൾ ഒരു ബെസ്റ്റ് ബേക്കറിയില്ലേ... അവിടെ നല്ല പഴം പൊരിയും സമോസയും ബജ്ജിയും പഫ്സുമൊക്കെ ചൂടോടെ കിട്ടും. അവിടുന്ന് മേടിച്ചതാ... പിള്ളാർക്ക് വല്യ ഇഷ്ടമാ ആ ബേക്കറീലേ സാധനങ്ങൾ..."

ഇന്ദുകല പറഞ്ഞു.

"ഞങ്ങൾ വരുമ്പോ വല്യ തിരക്കാരിക്കും അവിടെ. അതു കൊണ്ട് കേറാൻ പറ്റാറില്ല. വീട്ടിൽ വരാനുള്ള ധൃതിയല്ല്യോ..."

ഹരികുമാർ പറഞ്ഞു.

ഇനി ഓഫീസ് വിട്ട് വരുമ്പോൾ ബേക്കറിയിൽ കയറി എന്തെങ്കിലും മേടിക്കണമെന്ന് അപർണ മനസ്സിലോർത്തു.

"ഇന്നെനിക്ക് സാലറി കിട്ടി ചേച്ചീ..."

"അതേയോ... അപ്പോൾ ഇന്നൊരു സ്പെഷ്യൽ ഡേ ആണല്ലോ... ആദ്യത്തെ ശമ്പളം ഒരിക്കലും മറക്കാൻ പറ്റില്ല..."

ഇന്ദുകല പറഞ്ഞു.

"വീട്ടിൽ വിളിച്ചു പറഞ്ഞോ?"

ഹരികുമാർ ചോദിച്ചു.

"ഇല്ല... പറയണം."

"ആദ്യ ശമ്പളത്തിൽ നിന്ന് ഒരു വിഹിതം വീട്ടിൽ എല്ലാവർക്കും കൊടുക്കണം..." ഇന്ദുകല പറഞ്ഞു.

"ഞാനുമത് മനസ്സിൽ ഉദ്ദേശിച്ചിട്ടുണ്ട് ചേച്ചീ... വീട്ടിൽ ചെല്ലുമ്പോഴാകട്ടെ..."

അപർണ മുറിയിൽ ചെന്ന് ശമ്പളത്തിൽ നിന്ന് പതിനായിരം രൂപ എണ്ണിയെടുത്തു. അതിലേറെ ബാക്കിയുണ്ട്. അവൾ അത്രയും പണം കൊണ്ടു ചെന്ന് ഇന്ദുകലയെ ഏൽപ്പിച്ചു.

മടി അഭിനയിച്ചാണ് ഇന്ദുകല അത് വാങ്ങിയത്.

"പണം മോഹിച്ചല്ല അപർണേ നിന്നെയിവിടെ താമസിപ്പിക്കാൻ ഞങ്ങൾ തീരുമാനിച്ചത്. എന്റെ സ്വന്തം അനിയത്തിയെപ്പോലെയാണ് നീ. അക്കാര്യം ഞാൻ നന്ദഗോപാലിനോട് പറയുകയും ചെയ്തു. അപ്പോൾ നന്ദൻ പറഞ്ഞു അപർണ ഒരു സംഖ്യ തരും അത് മേടിച്ചാലേ അവൾ അവിടെ താമസിക്കൂന്ന്... നിന്നെയിവിടുന്ന് വിടാൻ മനസ്സില്ലാത്തതു കൊണ്ടാ ഞാനിത് മേടിക്കുന്നെ..."

"ചേച്ചിക്ക് ഞാൻ സ്വന്തം അനിയത്തിയെപ്പോലാണെന്ന് എനിക്കറിയാം. എന്നാലും ഇത് വാങ്ങിക്കണം. ഏതെങ്കിലും ഹോസ്റ്റലിൽ താമസിക്കുകയാണെങ്കിലും ഫീസ് കൊടുക്കണമല്ലോ..."

അപർണ പറഞ്ഞു.

അവൾ പോയപ്പോൾ ഇന്ദുകല ആ തുക എണ്ണിനോക്കി.

കൃത്യം പതിനായിരം. അവൾ ഒന്നു പുഞ്ചിരിച്ചു.

"എന്താണ് പ്ലാൻ? എല്ലാ മാസവും ഇതുപോലെ കിട്ടിക്കൊണ്ടിരിക്കും. ബാങ്കിലിടാനാണോ ഉദ്ദേശം?" ഹരികുമാർ ചോദിച്ചു.

"നമുക്കൊരു പെങ്കൊച്ചല്ലേയുള്ളത്. ഒരു പവനുള്ള സംഖ്യ തികയുമ്പോൾ അതിന് സ്വർണം മടിക്കും. അങ്ങനെ എല്ലാ മാസവും കൂട്ടിവച്ച്...."

"അവൾ കല്യാണം കഴിച്ച് പോകുമ്പോഴോ... ഇവിടുന്ന് താമ

സം മാറില്ലേ...”

“അവളെ കല്യാണം കഴിപ്പിക്കത്തില്ല. അഥവാ കല്യാണം കഴിച്ചാലും അവൾ ഇവിടുന്ന് പോകാത്ത രീതിയിലുള്ള കല്യാണമായിരിക്കും നടത്തുന്നത്...”

“നീയല്ല... അവളുടെ അച്ഛനും അമ്മയുമാ അവൾ ആരെ കല്യാണം കഴിക്കണമെന്ന് തീരുമാനിക്കുന്നത്. നീ വെറുതെ മണ്ടത്തരം പറയാതെ...”

ഹരികുമാർ അവളെ പരിഹസിച്ചു.

“എന്റെ ഹരിയേട്ടാ... നടക്കാൻ പോകുന്നത് കണ്ടറിഞ്ഞോ... ഇന്ദുകല ചിലതൊക്കെ തീരുമാനിച്ചിട്ടുണ്ട്...”

അവൾ പറഞ്ഞത് എന്താണെന്ന് അയാൾക്ക് മനസ്സിലായില്ല. പക്ഷേ എന്താണെന്ന് അയാൾ ചോദിച്ചതുമില്ല.

രാത്രിയിൽ അപർണ വീട്ടിലേക്കു വിളിച്ചു.

ആദ്യ ശമ്പളം കിട്ടിയ കാര്യം പറഞ്ഞു.

“അവിടെ പൈസ കൊടുത്തോ?” സുകുമാരിയമ്മ ചോദിച്ചു.

“കൊടുത്തമ്മേ...”

“അവിടെ രണ്ടു കുഞ്ഞുങ്ങളുണ്ടെന്നല്ലേ പറഞ്ഞത്. അതുങ്ങൾക്കും എന്തെങ്കിലും മേടിച്ചു കൊടുക്കണം...”

“ചോക്കലേറ്റ് മതിയോ?”

“പോരാ... ഓരോ ഉടുപ്പ് മേടിച്ചു കൊടുക്കണം...”

“കൊടുക്കാം അമ്മേ...”

“പിന്നെ ഇവിടെ അമ്പലത്തിൽ ചില വഴിപാടുകളുണ്ട്. അത് നീ വന്നിട്ടു മതി.”

“സുമി മോളെ പഠിപ്പിക്കാൻ ആശ പോകുന്നുണ്ടല്ലോ അല്ലേ?”

“പോകുന്നുണ്ട്. അതു പറഞ്ഞപ്പഴാ ഓർത്തത് നന്ദൻ സാറിനേം ഷീജയേയും ഒന്നു വിളിച്ചേക്കണേ... അവരുടെ ഏർപ്പാടിലല്ലേ നീ അവിടെ താമസിക്കുന്നത്.”

“വിളിക്കാം.”

“നീയെന്താ മോളെ ഇങ്ങോട്ടു വരുന്നത്?”

“മറ്റേന്നാൾ ശനിയാഴ്ചയല്ലേ. അതു കഴിഞ്ഞുള്ള ശനിയാഴ്ച വരും... ശനിയാഴ്ചയല്ല വെള്ളിയാഴ്ച വൈകുന്നേരം ഇവിടിന്നിറങ്ങും. ടൗണിൽ വരുമ്പോൾ രാത്രിയാകും. അച്ഛൻ ബസ് സ്റ്റാന്റിൽ വന്ന് നിന്നാൽ മതി.”

“ശരി മോളെ... അച്ഛനോട് പറയാം.”

അമ്മയോടും ആശയോടും സംസാരിച്ചു കഴിഞ്ഞപ്പോൾ അവൾ

ക്ക് ആശ്വാസമായി.

പിറ്റേന്ന് ഓഫീസിൽ പാർട്ടി നടത്തി. അതിന് ചെലവായ സംഖ്യ അപ്പോൾ തന്നെ അവൾ രാഹുലിനെ ഏൽപ്പിച്ചു.

അന്നു പതിവു പോലെ അഞ്ചുമണിയായപ്പോഴാണ് അവൾ ഓഫീസിൽ നിന്ന് ഇറങ്ങിയത്.

ധാരാളം സ്റ്റാഫ് പുറത്തേക്ക് ഇറങ്ങിക്കഴിഞ്ഞിരുന്നു.

"ഹലോ..."

അവൾ ഗെയ്റ്റിനു നേരെ നടക്കുമ്പോൾ പിന്നിൽ നിന്ന് ആരോ വിളിക്കുന്നതു കേട്ടു.

തന്നെയാണോ വിളിക്കുന്നതെന്ന് അറിയില്ലായിരുന്നെങ്കിലും അവൾ തിരിഞ്ഞു നോക്കി.

തൊട്ടു പിന്നിൽ സുമുഖനായ ഒരു ചെറുപ്പക്കാരൻ. അയാൾ അവളെ നോക്കി പുഞ്ചിരിച്ചു.

"ഞാനാണ് വിളിച്ചത്... അപർണയെന്നല്ലേ പേര്?"

അയാൾ ചോദിച്ചു.

"അതേ..."

"ഞാനും ഇവിടെത്തന്നെയാണ് വർക്ക് ചെയ്യുന്നത്. പേര് സന്തോഷ്കുമാർ."

അയാൾ പറഞ്ഞു.

എന്തിനാണ് അയാൾ വിളിച്ചതെന്ന് എന്നിട്ടും പറഞ്ഞില്ല.

"അപർണയ്ക്ക് പോകാൻ തിടുക്കം കാണുമെന്ന് എനിക്കറിയാം. അതു കൊണ്ട് പൊയ്ക്കോളൂ. നമുക്ക് നാളെ കാണാം. എനിക്ക് വളരെ പ്രധാനപ്പെട്ട ഒരു കാര്യം പറയാനുണ്ട്. നാളെ ഞാൻ സെക്ഷനിലേക്ക് വരാം."

സെക്ഷനിലേക്ക് ഇയാൾ വന്നാൽ അവിടെയുള്ള എല്ലാവരും കാണും. എന്താണ് കാര്യമെന്ന് അവർ ചോദിക്കും. പലരും സംശയിക്കും.

"എനിക്ക് ധൃതിയില്ല. എന്താണ് സംസാരിക്കാനുള്ളത്?"

അവൾ ചോദിച്ചു.

"നാളെ സംസാരിച്ചാൽ പോരേ?"

അയാൾ ഒന്നു മടിച്ചു.

"സാരമില്ല... എനിക്ക് സമയമുണ്ട്."അവൾ പറഞ്ഞു.

"ശരി.. നടന്നു കൊണ്ട് നമുക്ക് സംസാരിക്കാം. ഇവിടിങ്ങനെ നിന്നാൽ പലരും ശ്രദ്ധിക്കും."

അയാളോടൊപ്പം അവൾ മെല്ലെ ഗേറ്റിനുനേരെ നടന്നു.

39

നടക്കുന്നതിനിടയിൽ സന്തോഷ്കുമാർ സംസാരിച്ചു തുടങ്ങി.

"ഒരു ദിവസം ഞാൻ നിങ്ങളുടെ സെക്ഷനിൽ വന്നിരുന്നു. പക്ഷേ അപർണ എന്നെ ശ്രദ്ധിച്ചു കണ്ടില്ല. കണ്ടപ്പോൾ തന്നെ അപർണയിൽ ഒരു പ്രത്യേകതയുണ്ടെന്ന് എനിക്ക് തോന്നി. എനിക്കവിടെ ചില പരിചയക്കാരുണ്ട്. അതിലൊരാളിൽനിന്നാണ് അപർണയുടെ പേര് ഞാൻ മനസിലാക്കിയത്."

അയാളെ കണ്ട ഓർമ്മ അപർണയ്ക്ക് ഉണ്ടായിരുന്നില്ല.

"തുറന്നു പറയുന്നതിൽ വേറൊന്നും തോന്നരുത്. എനിക്ക് അപർണയെ ഇഷ്ടമായി. വിവാഹം ചെയ്യാൻ ആഗ്രഹമുണ്ട്."

അവൾ മുഖം ചരിച്ച് അയാളെ ഒന്നു നോക്കി. സുന്ദരനാണ്. ആവശ്യത്തിന് പൊക്കവും വണ്ണവുമുണ്ട്. ആര് കണ്ടാലും ഇഷ്ടപ്പെടും. പക്ഷേ അവൾക്ക് ഒരു താല്പര്യവും തോന്നിയില്ല.

"സോറി... ഞാൻ ജോലി കിട്ടി വന്നിട്ട് ഒരു മാസം പോലും തികഞ്ഞിട്ടില്ല. ഉടനെ ഞാൻ വിവാഹത്തെക്കുറിച്ച് ചിന്തിക്കുന്നില്ല. എനിക്ക് കുറച്ച് ബാധ്യതകളുണ്ട്. അത് തീർത്തിട്ടു മാത്രമേ..."

അവൾ പറഞ്ഞു.

"അതിനെന്താ.. എത്രനാൾ വേണമെങ്കിലും കാത്തിരിക്കാൻ ഞാൻ തയാറാണ്. രണ്ടോ മൂന്നോ വർഷം ആയാലും കുഴപ്പമില്ല. പക്ഷേ ഞാൻ തീരുമാനിച്ചു കഴിഞ്ഞു. അപർണയ്ക്ക് സമ്മതമാണെങ്കിൽ..."

അയാൾ പെട്ടെന്ന് പറഞ്ഞു.

"തൽക്കാലം എനിക്ക് ഒന്നും പറയാൻ പറ്റില്ല. എന്നു മാത്രമല്ല എന്റെ വീട്ടിലുള്ളവരാണ് എന്റെ വിവാഹത്തെക്കുറിച്ച് തീരുമാനമെടുക്കേണ്ടത്."

"അതു മതി. അങ്ങനെയാണ് വേണ്ടതും. എനിക്ക് അച്ഛനില്ല. പക്ഷേ അമ്മയുണ്ട്. വീട്ടിലെ നമ്പർ തന്നാൽ അമ്മയെക്കൊണ്ട് വിളിപ്പിക്കാം." അയാൾ പറഞ്ഞു.

"ഞാൻ പറഞ്ഞില്ലേ... ഇപ്പോൾ വിളിച്ചിട്ടും കാര്യമില്ല."

അവൾ വീണ്ടും ഒഴിഞ്ഞു. അവർ നടന്ന് മെയിൻ ഗേറ്റിനടുത്ത് എത്തിയിരുന്നു. വീതിയുള്ള റോഡ് മുറിച്ച് അപ്പുറത്ത് കടക്കണം. അവിടെയാണ് കേശവദാസപുരത്തിനുള്ള ബസ് സ്റ്റോപ്പ്. വൈകുന്നേരത്തെ ആ സമയത്ത് ഇടതടവില്ലാതെ വാഹനങ്ങൾ ഒഴുകുന്നു.

“ശരി... വീട്ടിൽ പിന്നെ വിളിച്ചോളാം. തൽക്കാലം അപർണയുടെ നമ്പർ തന്നാൽ മതി. ഇടയ്ക്ക് സംസാരിക്കാമല്ലോ...”

സന്തോഷ് കുമാർ പറഞ്ഞു.

റോഡ് മുറിച്ചുകടക്കാൻ ജാഗ്രതയോടെ നിൽക്കുകയായിരുന്നതിനാൽ അവൾ അത് കേട്ടില്ലെന്നു നടിച്ചു.

കുറെപ്പേർ ഒപ്പം നിൽക്കുന്നുണ്ടായിരുന്നു. ചെറിയ ഒരു വിടവ് കിട്ടിയപ്പോൾ അവൾ മുന്നോട്ടു നീങ്ങി. അവളും ധൃതിയിൽ അവരോടൊപ്പം കൂടി. അയാൾ കൂടെയുണ്ടോയെന്ന് അവൾ നോക്കിയില്ല. പക്ഷേ റോഡിന്റെ മറുവശത്തെത്തിയപ്പോൾ അവൾ ഇടംകണ്ണിട്ട് ഒന്ന് നോക്കി. അയാൾ വന്നിട്ടില്ല. എതിർവശത്ത് അവളെത്തന്നെ നോക്കി നിൽക്കുന്നു. ഭാഗ്യത്തിന് അവൾക്കുള്ള ഒരു ബസ് വന്നു. അവൾ അതിൽ കയറി. കേശവദാസപുരത്ത് ബസിറങ്ങിയപ്പോഴാണ് ഇന്ദുകല പറഞ്ഞ ബേക്കറി അവൾ കണ്ടത്.

പറഞ്ഞ സ്ഥിതിക്ക് എന്തെങ്കിലും വാങ്ങിക്കൊണ്ടു പോകാതിരിക്കുന്നത് ശരിയല്ലല്ലോ. ആദ്യത്തെ ശമ്പളം കിട്ടിയ സമയമല്ലേ... അതിന്റെ ചെലവ് ചെയ്യണം.

ബേക്കറിയിൽ കയറി അവൾ ചിലതൊക്കെ വാങ്ങി. ബില്ല് വന്നപ്പോൾ ഇരുനൂറ്റി നാല്പതു രൂപ. സാരമില്ല. കുട്ടികൾക്കു വേണ്ടിയല്ലേ...

വീട്ടിൽ ചെന്നപ്പോൾ ഉണ്ണി ഓടിവന്ന് അവളുടെ കയ്യിലുണ്ടായിരുന്ന കിറ്റിൽ പിടിയിട്ടു. അവൾ അതു കൊടുത്തു. ശ്രീക്കുട്ടിയും ഒപ്പം കൂടി. അവൾ അത് അവൾ അവർക്ക് കൊടുത്തു.

രണ്ടുപേരും കൂടി കിറ്റിൽ നിന്ന് ഓരോ ഐറ്റം എടുത്ത് ഊണുമേശയിൽ നിരത്തി. ഇന്ദുകല വന്ന് നോക്കി.

“കൊള്ളാമല്ലോ... ഉണ്ണീടേം ശ്രീക്കുട്ടീടേം മനസ്സറിഞ്ഞതുപോലെ അപർണ അവർക്കിഷ്ടമുള്ളതൊക്കെയാണല്ലോ മേടിച്ചോണ്ടു വന്നത്...” അവൾ അപർണയെ പുകഴ്ത്തി.

“ഒരു ഊഹത്തിന് ഞാൻ മേടിച്ചതാ ചേച്ചീ...”

അവൾ പറഞ്ഞു.

“ഇത് പക്ഷേ കൂടുതലാ മോളെ... നാളെ മേടിക്കണ്ടാ കേട്ടോ. ഇത് തിന്ന് തീർത്തിട്ടു മതി. എന്നാലും നാളെക്കൊണ്ട് അവരിത് തീർക്കും.”

വാത്സല്യഭാവത്തിൽ കുട്ടികളെ നോക്കി ഇന്ദുകല പറഞ്ഞു.

ഹരികുമാർ അതുകേട്ട് ഉള്ളിൽ ചിരിച്ചു. നാളെകഴിഞ്ഞാൽ അപർണ ഓഫീസിൽ നിന്ന് വരുമ്പോൾ പിള്ളാർ രണ്ടുപേരും

ഓടിച്ചെല്ലും. അവൾക്കിനി വെറുംകയ്യോടെ വരാൻ പറ്റുമോ?

പിറ്റേന്ന് ഓഫീസിൽ ചെന്നപ്പോൾ ഒഴിവു കിട്ടിയ നേരത്ത് സന്തോഷ് കുമാറിനെക്കുറിച്ച് വന്ദനയോട് അപർണ പറഞ്ഞു.

"അവൻ അപർണയെയും മുട്ടാൻ വന്നോ... കൊള്ളാമല്ലോ... എന്തൊരു ധൈര്യം. പുതിയതായി ജോലി കിട്ടി വരുന്ന ഒരു പെണ്ണിനെയും അവൻ വെറുതെ വിടത്തില്ല." വന്ദന പറഞ്ഞു.

"അപ്പോൾ വന്ദനയ്ക്ക് അറിയാമോ അയാളെ?"

അത്ഭുതത്തോടെ അവൾ ചോദിച്ചു.

"പിന്നില്ലേ... ഞരമ്പ് രോഗിയാ. അവന് ഭാര്യയും മക്കളുമുണ്ട്. ഞാനിവിടെ ജോലി കിട്ടി വന്ന കാലത്തും എന്നെ കല്യാണം കഴിക്കാൻ താല്പര്യമുണ്ടെന്ന് അവൾ വന്നു പറഞ്ഞിട്ടുണ്ട്."

"എടാ ഭയങ്കരാ..."അപർണ അത്ഭുതപ്പെട്ടു.

"അവനെപ്പോലെ ഒരുപാട് കഥാപാത്രങ്ങളുണ്ട് ഈ സിറ്റിയിൽ. അപർണ പെട്ടു പോവുകയില്ലെന്ന് എനിക്കറിയാം. നിനക്ക് എടുത്തുചാട്ടമില്ല. പ്രായത്തിൽ കവിഞ്ഞ പക്വതയുമുണ്ട്."

വന്ദന പറഞ്ഞു.

"അയാൾ ആൾ ശരിയല്ലെന്ന് കണ്ടപ്പോൾ തന്നെ എനിക്ക് തോന്നി. അല്ലെങ്കിൽ ഒരു പരിചയവുമില്ലാത്ത ഒരു പെണ്ണിനോട് കല്യാണാഭ്യർത്ഥന നടത്തുമോ?"

"ഇനിയും അവൻ നമ്മുടെ കയ്യിൽ തന്നെ വരും. അപ്പോൾ നമുക്ക് കണക്ക് തീർക്കാം."

"വരുന്ന വെള്ളിയാഴ്ച ഞാൻ വീട്ടിൽ പോകുന്നുണ്ട്. എല്ലാവർക്കും ഡ്രസ് എടുത്തു കൊണ്ട് പോകണമെന്ന് ആഗ്രഹമുണ്ട്. എനിക്കാണെങ്കിൽ ഇവിടെ ഒരു കടയും പരിചയവുമില്ല."

"നാളെയാട്ടെ. ഞാൻ കൊണ്ടു പോകാം. വൈകുന്നേരം ഓഫീസിൽനിന്ന് ഇറങ്ങിയിട്ടു മതി. വീട്ടിൽ ചെല്ലുമ്പോൾ അല്പം വൈകിയേക്കും. നേരത്തെ തന്നെ അവരോട് ഒന്നു പറഞ്ഞേക്ക്."

"ശരി..."

അന്ന് വരാൻ ചിലപ്പോൾ അല്പം വൈകും എന്ന് ഇന്ദുകലയോട് പറഞ്ഞിട്ടാണ് പിറ്റേന്നു രാവിലെ അവൾ ഓഫീസിലേക്കു പോയത്.

വൈകുന്നേരം ഒരു മണിക്കൂർ പെർമിഷൻ വാങ്ങി നാലുമണിയായപ്പോൾ അപർണയും വന്ദനയും ഓഫീസിൽ നിന്നിറങ്ങി. അതു കണ്ട് വസന്തയും ദിവ്യയും പരസ്പരം നോക്കി അർത്ഥഗർഭമായി ഒന്നു ചിരിച്ചു.

വന്ദനയുടെ കാറിലാണ് അവർ ഓവർബ്രിഡ്ജിന് അടുത്തുള്ള വലിയ തുണിക്കടയിലേക്ക് പോയത്. അതു പോലെയുള്ള ഒരു തുണിക്കട അപർണ ആദ്യമായി കാണുകയായിരുന്നു.

വന്ദനയുടെ സഹായത്തോടെ അച്ഛനും അമ്മയ്ക്കും ആശയ്ക്കും കണ്ണനും അവൾ ഡ്രസ്സെടുത്തു.

"ഞാൻ താമസിക്കുന്ന വീട്ടിൽ രണ്ടു കുട്ടികളുണ്ട്. അവർക്കും എന്തെങ്കിലും വാങ്ങിക്കണം" ഒടുവിൽ അപർണ പറഞ്ഞു.

"താമസച്ചെലവിന് ആ വീട്ടിൽ പൈസ കൊടുത്തതല്ലേ?"

"അതേ... എന്നാലും ആദ്യമായി ശമ്പളം കിട്ടിയതല്ലേ..."

"അതിന് തെറ്റൊന്നുമില്ല. പക്ഷേ വരവറിഞ്ഞ് ചെലവ് ചെയ്യാൻ അപർണ പഠിക്കണം. നമുക്ക് പണത്തിന്റെ ഒരാവശ്യം വന്നാൽ ഇനി ആരുടെയും മുന്നിൽ കൈ നീട്ടാനിടവരരുത്..."

"ഇല്ല. വന്ദന പറഞ്ഞത് എനിക്ക് മനസ്സിലായി."

അപർണ പറഞ്ഞു.

ഉണ്ണിക്കു വേണ്ടി ജീൻസും ഷർട്ടും ശ്രീക്കുട്ടിക്ക് കൊടുക്കാൻ ഫ്രോക്കും വാങ്ങി. അതുതന്നെ രണ്ടായിരത്തിന്റെ അടുത്തെത്തി.

അപ്പോഴാണ് വന്ദന പറഞ്ഞതിന്റെ പ്രാധാന്യം അവൾക്ക് മനസ്സിലായത്. വീട്ടിൽ ചെല്ലുമ്പോൾ അച്ഛനും അമ്മയ്ക്കും ആദ്യ ശമ്പളത്തിന്റെ ഒരു വിഹിതം കൊടുക്കണം. അതോടെ കയ്യിൽ ബാക്കി കാര്യമായിട്ടൊന്നും കാണുകയില്ല.

വന്ദന അവളുടെ കാറിൽ അപർണയെ കേശവദാസപുരത്ത് കൊണ്ടുചെന്ന് വിട്ടിട്ടാണ് പോയത്.

ഉണ്ണിയുടെയും ശ്രീക്കുട്ടിയുടെയും ഉടുപ്പുകൾ കണ്ടപ്പോൾ എല്ലാവർക്കും വലിയ സന്തോഷമായി.

"എന്തിനാ അപർണേ ഇത്ര വില കൂടിയതൊക്കെ മേടിച്ചത്? കയ്യിലെ കാശെല്ലാം തീർന്നാൽ വീട്ടിലും വല്ലതും കൊടുക്കണ്ടേ?"

സ്നേഹഭാവത്തിൽ ഇന്ദുകല അവളെ ശാസിച്ചു.

അതൊന്നും സാരമില്ല ചേച്ചീ.. എന്റെ ആഗ്രഹം കൊണ്ട് മേടിച്ചതാ..." അപർണ പറഞ്ഞു.

"എന്തിനാ ഇന്ദൂ ആ കുട്ടിയെ നീ വഴക്കു പറയുന്നത്? നിനക്ക് ഒരു ചുരിദാർ മേടിച്ചു തരാൻ അപർണയ്ക്ക് ആഗ്രഹം കാണും. നീയായിട്ടത് തടയരുത് കേട്ടോ.."

ഹരികുമാർ ഇന്ദുകലയെ വഴക്കു പറഞ്ഞു.

"എനിക്ക് അങ്ങനെയുള്ള ആഗ്രഹങ്ങളൊന്നുമില്ല ഹരിയേട്ടാ. നമ്മളെ വിശ്വസിച്ചാ അപർണയെ നന്ദഗോപാൽ ഇങ്ങോട്ട് വിട്ടത്.

നമ്മളല്ലേ അവൾക്ക് നല്ലതും ചീത്തയും വേർതിരിച്ച് പറഞ്ഞു കൊടുക്കേണ്ടത്?"

ഇന്ദുകലയോട് അപർണയ്ക്ക് ബഹുമാനം തോന്നി.

നല്ല സ്ഥലത്തു തന്നെയാണ് താൻ എത്തിച്ചേർന്നിരിക്കുന്നത്. തന്റെ കാര്യത്തിൽ ഇന്ദു ചേച്ചിക്ക് എത്ര കരുതലാണ്...

ആ വെള്ളിയാഴ്ച വൈകുന്നേരം അവൾ നാട്ടിലേക്ക് പോയി. ടൗണിൽ ബസിറങ്ങിയപ്പോൾ മണി എട്ടര. ലാസ്റ്റ് ബസ് പോയിട്ടില്ലായിരുന്നു. അവരുടെ സ്ഥലത്തേക്ക് അത് കിട്ടി.

ഒമ്പതായപ്പോൾ അപർണ വീട്ടിലെത്തി. സുകുമാരിയമ്മയും ആശയും കണ്ണനും അവളെ കാത്തിരിക്കുകയായിരുന്നു. അവൾ വന്നതോടെ വീട്ടിൽ ഉത്സവമായി.

കുളി കഴിഞ്ഞാണ് അവൾ എല്ലാവരോടുമൊപ്പം ഭക്ഷണം കഴിച്ചത്. ഏറെ ദിവസത്തിനു ശേഷം അമ്മയുടെ ചോറിനും മീൻകറിക്കും പുളിശേരിക്കുമൊക്കെ കൂടുതൽ സ്വാദ് തോന്നി.

ഓഫീസിലെയും താമസിക്കുന്ന വീട്ടിലെയും വിശേഷങ്ങൾ അവൾ പറഞ്ഞു കൊണ്ടിരുന്നു. പിന്നെയും ആശയുടെ ചോദ്യങ്ങൾ ബാക്കി നിന്നു. വളരെ വൈകിയാണ് ചേച്ചിയും അനുജത്തിയും ഉറങ്ങിയത്. പിറ്റേന്നു രാവിലെയാണ് അച്ഛനും അമ്മയ്ക്കും ആശയ്ക്കും കണ്ണനും ശമ്പളത്തിന്റെ അവശേഷിപ്പിൽനിന്ന് ഓരോ തുക അവൾ കൊടുത്തത്.

"ഇത്തവണ നല്ല ചെലവുണ്ടായിരുന്നു. അടുത്ത മാസം മുതൽ അച്ഛന്റെ കയ്യിൽ ഞാൻ കൂടുതൽ തുക തരാം. അച്ഛനത് വേണ്ടപോലെ ഉപയോഗിക്കണം."

അവൾ പറഞ്ഞു.

"ആദ്യ ശമ്പളം വീതം വയ്ക്കാനുള്ളതാണ് മോളെ. അതിൽ തെറ്റൊന്നുമില്ല. അനാവശ്യമായ ചെലവുകളൊന്നും നീ ചെയ്യുകയില്ലെന്ന് ഞങ്ങൾക്കെല്ലാവർക്കും അറിയാം."

സുകുമാരിയമ്മ പറഞ്ഞു.

സുമിമോൾക്ക് കൊടുക്കാൻ ചോക്കലേറ്റുമായിട്ടാണ് അവൾ നന്ദഗോപാലിന്റെ വീട്ടിലേക്ക് പോയത്. ഓഫീസിൽ ഒഴിവുള്ള ദിവസമായിരുന്നതു കൊണ്ട് അന്ന് നന്ദഗോപാൽ വീട്ടിലുണ്ടായിരുന്നു.

"ഇതാര് അപർണയോ... വരൂ... സുഖമാണോ തിരുവനന്തപുരം ജീവിതം?" അവളെ കണ്ട് അയാൾ സന്തോഷത്തോടെ ചോദിച്ചു.

"സുഖമാണ് സാർ." അവൾ പറഞ്ഞു.

"ഇന്ദുവിന്റെ വീട്ടിൽ ബുദ്ധിമുട്ടൊന്നുമില്ലല്ലോ?"

"ഇല്ല."

"ഹരിച്ചേട്ടൻ എന്നെ വിളിച്ചിട്ടുണ്ടാരുന്നു. അവർക്ക് അപർണ യെ ഒരുപാട് ഇഷ്ടപ്പെട്ടു. നല്ല സ്നേഹമുള്ള കുട്ടി എന്നാണ് എന്നോട് പറഞ്ഞത്."

"അവർക്കെല്ലാവർക്കും എന്നെയും സ്നേഹമാണ് സാർ."

അവൾ പറഞ്ഞു.

സുമിമോൾ ഓടി വന്നപ്പോൾ അവൾ കയ്യിലിരുന്ന പാക്കറ്റ് ഏൽ പ്പിച്ചു.

"ടീച്ചറിന് ജോലി കിട്ടിയതിന്റെ ചോക്കലേറ്റാ മോളെ."

"ആശ ടീച്ചറാ എന്നെ ഇപ്പം പഠിപ്പിക്കുന്നെ..."

സുമി മോൾ പറഞ്ഞു.

"ആശ ടീച്ചറെ മോൾക്ക് ഇഷ്ടപ്പെട്ടോ?"

"ഉം... ഒത്തിരി ഇഷ്ടമാ.. നല്ലോണം പഠിപ്പിക്കും."

അതു കേട്ടപ്പോൾ അപർണയ്ക്ക് സമാധാനമായി. താൻ പോയ തുകൊണ്ട് സുമിമോൾക്ക് ഒരു കുഴപ്പവുമുണ്ടായില്ലല്ലോ..."

അവൾ പിന്നെ ഷീജയുടെ മുറിയിലേക്ക് ചെന്നു.

"അപർണ കൂടുതൽ സുന്ദരിയായിട്ടുണ്ട്."

കണ്ടപാടെ ഷീജ പറഞ്ഞു.

"പോ ചേച്ചീ കളിയാക്കാതെ..." അവൾ ചിരിച്ചു.

"അല്ല മോളെ സത്യമാ... നാട്ടിൻപുറത്തു നിന്ന് നമ്മൾ സിറ്റി യിൽ താമസിക്കാൻ ചെന്നാൽ നമ്മൾ കുറച്ച് പോളീഷ്ഡ് ആകും. ഉടുപ്പിലും നടപ്പിലും സംസാരത്തിലുമൊക്കെ."

"ചേച്ചി പറയുന്നത് ശരിയായിരിക്കും. പക്ഷേ മനഃപൂർവം ഞാൻ ഒന്നും ചെയ്തിട്ടില്ല."

"ജോലിയൊക്കെ സുഖമാണോ?"

"പ്രയാസമൊന്നുമില്ല ചേച്ചീ... ആദ്യമൊക്കെ കുറച്ച് ബുദ്ധിമുട്ടാ യിരുന്നു. പിന്നെ പരിചയമായപ്പോൾ എല്ലാം എളുപ്പമായി."

ഹോം നഴ്സ് രശ്മിയും ജോലിക്കാരി വൈജയന്തിയും അപ്പോ ഴും അവിടെ ഉണ്ടായിരുന്നു. അവർ അവളോട് പരിചിതഭാവം കാണിച്ചതല്ലാതെ സംസാരിക്കാനൊന്നും ശ്രമിച്ചില്ല.

അടുത്ത മാസം വരുമ്പോൾ കാണാമെന്നു പറഞ്ഞാണ് അവൾ നന്ദഗോപാലിന്റെ വീട്ടിൽ നിന്ന് ഇറങ്ങിയത്.

സുകുമാരിയമ്മ അവളെ അമ്പലത്തിൽ കൊണ്ടു പോയി നേർ ച്ചകളൊക്കെ നടത്തി. പൂജാരിയെക്കൊണ്ട് ഒരു ചരട് ജപിപ്പിച്ചു

വാങ്ങി.

"ഇത് കയ്യിൽ കെട്ടണം. ഒരു ആപത്തും വരത്തില്ല."

അവൾക്ക് അതിലൊന്നും വിശ്വാസമില്ലായിരുന്നെങ്കിലും അമ്മയെ നിരാശപ്പെടുത്താതിരിക്കാനായി അവൾ അതു വാങ്ങിച്ചു.

തിങ്കളാഴ്ച വെളുപ്പിനുള്ള ബസിൽ അവൾ തിരുവനന്തപുരത്തേക്ക് മടങ്ങി. ഒമ്പതുമണി കഴിഞ്ഞപ്പോൾ കേശവദാസപുരത്ത് ചെന്നു. ബാഗ് വീട്ടിൽ കൊണ്ടുചെന്ന് വച്ചിട്ടാണ് അവൾ ഓഫീസിലേക്ക് പോയത്.

"ചിട്ടിയുടെ കാര്യം വീട്ടിൽ സംസാരിച്ചോ?"

വൈകുന്നേരം കണ്ടപ്പോൾ ഹരികുമാർ അവളോട് ചോദിച്ചു.

"കഴിഞ്ഞ മാസം അച്ഛൻ നാട്ടിൽ ഒരു ചിട്ടിയിൽ ചേർന്നിട്ടുണ്ട്. അടുത്ത മാസത്തിലേ അത് തുടങ്ങൂ.. അഞ്ചുലക്ഷത്തിന്റെയാണ്. അതു കാരണം ഒരെണ്ണംകൂടി ഉടനെ പ്രയാസമാ സാർ.."

അവൾ പറഞ്ഞു.

അയാൾക്ക് നിരാശയായി.

"ചെറിയ ഒരെണ്ണമായാലും മതി. ഇരുപത്തഞ്ച് മാസം കൊണ്ട് അവസാനിക്കുന്ന ഇരുപത്തി അയ്യായിരത്തിന്റെ ഉണ്ട്. അമ്പതിനായിരത്തിന്റേമുണ്ട്..." എന്നിട്ടും അയാൾ പറഞ്ഞു.

"നോക്കാനൊന്നുമില്ല. ഇരുപത്തയ്യായിരത്തിന്റെയാണെങ്കിൽ മാസം എഴുന്നൂറു വച്ച് അടച്ചാൽ മതി. അത് ഈസിയല്ലേ... നാളെ ഞാൻ ആപ്ലിക്കേഷൻ ഫോം കൊണ്ടുവരാം."

അവൾക്ക് പിന്നെ എതിർക്കാൻ കഴിഞ്ഞില്ല.

മാസം എഴുന്നൂറു രൂപ വച്ച് കൊടുക്കുന്നത് അത്ര പ്രയാസമുള്ള കാര്യമല്ല. എന്തായാലും അതും ഒരു സമ്പാദ്യമല്ലേ. വെറുതെ കളയുന്നതല്ലല്ലോ. ഇരുപത്തി അയ്യായിരത്തിനടുത്ത് ശമ്പളം കിട്ടുന്ന ജോലി. അത് കൂടുകയല്ലാതെ കുറയാനും പോകുന്നില്ല.

"ശരി സാർ... ഞാനും ചേരാം..." അവൾ പറഞ്ഞു.

"അപർണയുടെ നന്മയ്ക്കായിട്ടാണ് ഞാൻ പറഞ്ഞത്. ഇനി വലിയ ചെലവുകൾ വരും ജീവിതത്തിൽ. അനിയത്തിയുടെയും അനിയന്റെയും പഠനം... അപർണയുടെ കല്യാണം. അതുപോലെ പലതും. അപ്പോൾ കുറച്ച് പണം കയ്യിലുണ്ടായിരിക്കുന്നത് നല്ലതല്ലേ..." അയാൾ പറയുന്നതിലും കാര്യമുണ്ട്.

അടുത്ത ദിവസം ഹരികുമാർ ചിട്ടിയിൽ ചേരാനുള്ള തലവര്യോല കൊണ്ടു വന്നു കൊടുത്തു. അവൾ അത് ശ്രദ്ധാപൂർവം പൂരിപ്പിച്ച് കൊടുത്തു.

"ആദ്യത്തെ ചിട്ടിക്ക് ആയിരം രൂപതന്നെ അടയ്ക്കണം. പിന്നീടുള്ള മാസങ്ങളിൽ എഴുന്നൂറു രൂപവച്ചേ ആകൂ... നറുക്ക് തീരുന്നതുവരെ..." അയാൾ പറഞ്ഞു.

"ഇപ്പോൾ ആയിരം രൂപ എടുക്കാൻ എന്റെ കയ്യിൽ ഇല്ല സാർ."

"അത് സാരമില്ല. അടുത്ത മാസം തന്നാൽ മതി. ഇപ്പോൾ ആളിനെ ചേർക്കുന്നു എന്നെയുള്ളൂ. അമ്പതു പേര് തികയുമ്പോഴേ ചിട്ടി തുടങ്ങൂ. ചിലപ്പോൾ അടുത്ത മാസം..."

വൈകുന്നേരം ഓഫീസിൽ നിന്ന് വന്നു കഴിഞ്ഞാൽ അവൾ അടുക്കളയിൽ ഇന്ദുകലയെ സഹായിക്കും. അതു കഴിഞ്ഞ് കുട്ടികളെ പഠിക്കാൻ സഹായിക്കും. അവൾക്ക് ഒന്നും ബുദ്ധിമുട്ടായി തോന്നിയില്ല. വീട്ടിൽ എല്ലാ ജോലികളും ചെയ്യാറുള്ളതാണല്ലോ.

അന്ന് അവൾ അടുക്കളയിൽ നിൽക്കുമ്പോൾ ഉണ്ണി വന്ന് അവളുടെ ഉടുപ്പിൽ പിടിച്ച് വലിച്ചു.

"ആന്റി വാ...ഞങ്ങളെ ഇന്ന് പുതിയ ലെസ്സൻ പഠിപ്പിച്ചു. അതൊന്നു പറഞ്ഞു താ...."

"വരാം മോനെ... ദേഹം മുഴുവൻ വിയർപ്പാ. ആന്റി കുളിച്ചിട്ട് വരാം." അവൾ പറഞ്ഞു.

"അപർണ ചെല്ല്... അവന് ഉറക്കം വന്നാൽ പിന്നെ ഒരു രക്ഷയുമില്ല." ഇന്ദുകല പറഞ്ഞു.

അപർണ ചെന്ന് കുളിച്ചു. ഉടുത്തിരുന്ന വസ്ത്രങ്ങൾ കഴുകി മുകളിൽ ടെറസ്സിൽ ചെന്ന് അയയിൽ വിരിച്ചു. എന്നിട്ട് ഉണ്ണിയെ പഠിപ്പിക്കാനിരുന്നു.

ഹരികുമാർ ടി.വി.യുടെ മുന്നിലായിരുന്നു. അപ്പോഴാണ് അയാളുടെ മൊബൈലിൽ ഒരു കോൾ വന്നത്. നോക്കിയപ്പോൾ സുജാതയാണ്."

"ഇപ്പോൾ ഫ്രീയാണോ?" കോൾ എടുത്ത് അയാൾ ചോദിച്ചു.

"അതേ..."

"ഒരു മിനിറ്റ്... ഞാനങ്ങോട്ട് വിളിക്കാം."

"ശരി സാർ..."

അവൾ കോൾ കട്ട് ചെയ്തു.

ട്രഷറി ഡിപ്പാർട്ടുമെന്റിലെ കാഷ്യറാണ് സുജാത. ഉച്ചയ്ക്ക് ഒന്നു വിളിച്ചിരുന്നു. അവൾ ചിട്ടിയിൽ ചേർന്നിട്ടുണ്ട്. കാശിന് എന്തോ അത്യാവശ്യം. രാത്രിയിൽ വിളിക്കാൻ പറഞ്ഞിരുന്നു അയാൾ. ഇന്ദുകല അടുക്കളയിലുണ്ട്. തൊട്ടടുത്ത മുറിയിലിരുന്ന് ഉണ്ണിയെ അപർണ പഠിപ്പിക്കുന്നു. സംസാരിച്ചാൽ രണ്ടുപേരും

കേൾക്കും. ശബ്ദം താഴ്ത്തി സംസാരിച്ചാൽ അത് സംശയമുണ്ടാക്കും.

ഹരികുമാർ മൊബൈലുമായി വെളിയിലിറങ്ങി സ്റ്റെപ്പ് കയറി മുകളിലേക്കു പോയി. ടെറസ്സിലേക്കുള്ള സ്റ്റെപ്പ് വെളിയിൽ കൂടിയാണ്.

അയാൾ ടെറസ്സിൽ ചെന്നപ്പോൾ അയയിൽ അപർണയുടെ വസ്ത്രങ്ങൾ വിരിച്ചിരിക്കുന്നത് മങ്ങിയ വെളിച്ചത്തിൽ കണ്ടു.

ചുരിദാർ ടോപ്പ്, പാന്റ്സ്, ബ്രാ, പാന്റീസ്....

അറിയാതെ അയാളുടെ ശരീരം ഒന്ന് ഉണർന്നു.

40

അപർണയുടെ തോരാനിട്ട ആ ഈറൻ വസ്ത്രങ്ങളിൽ നോക്കി ഹരികുമാർ ഒരുനിമിഷം നിന്നു. അവളുടെ വടിവുള്ള ആ ശരീരം അയാൾക്ക് ഓർമ്മവന്നു.

കയ്യെത്തും ദൂരത്ത് അവളുണ്ട്. കൗശലത്തോടെ നീങ്ങിയാൽ അധികം വൈകാതെ...

സുജാത കാത്തിരിക്കുകയാണെന്ന കാര്യം അയാൾ പെട്ടെന്ന് ഓർത്തു.

അയാൾ ഉടൻതന്നെ അവളുടെ നമ്പരിലേക്ക് വിളിച്ചു. ബെല്ലടിച്ചപ്പോൾ തന്നെ അവൾ കോൾ എടുത്തു.

"ഉച്ചയ്ക്ക് വിളിച്ചപ്പോൾ ഞാൻ നല്ല തിരക്കിലായിരുന്നു. അതാ വീട്ടിൽ ചെന്നു കഴിഞ്ഞ് വിളിക്കാൻ പറഞ്ഞത്."

അയാൾ സംഭാഷണത്തിന് തുടക്കമിട്ടു.

"മനസ്സിലായി സാർ... ചിട്ടിയുടെ കാര്യം ഞാൻ പറഞ്ഞിരുന്നില്ലേ... അത് എത്രയും വേഗം കിട്ടിയാൽ വല്യ ഉപകാരമാരുന്നു..."

സുജാത പറഞ്ഞു.

"എത്രയാണ് സല?"

"മൂന്നു ലക്ഷം..."

"ഓ അത് തുടങ്ങിയിട്ട് രണ്ടുമാസമല്ലേ ആയുള്ളൂ... കുറഞ്ഞത് ഒരു വർഷമെങ്കിലും നറുക്കെടുപ്പായിരിക്കും" അയാൾ പറഞ്ഞു.

"നറുക്കിന് എഴുതിക്കൊടുത്തിട്ടുണ്ട്. പക്ഷേ ഭാഗ്യമുള്ളവർക്കല്ലേ കിട്ടൂ?" അവൾ ചോദിച്ചു.

"അതേ... പഴവങ്ങാടിയിൽ ചെന്ന് ഗണപതിക്ക് ഒരു തേങ്ങയടിക്ക്... ചിലപ്പോൾ പ്രയോജനം കിട്ടിയെന്നു വരും."

അയാൾ പറഞ്ഞു.

"കളിയാക്കല്ലേ സാർ... ഞാൻ അത്രയ്ക്ക് ഒരു വിഷമസ്ഥിതിയിലാണ്... അതുകൊണ്ടാണ്... അല്ലെങ്കിൽ...'

അവൾ ദയനീയ സ്വരത്തിൽ പറഞ്ഞു.

"സുജാതയുടെ ഹസ്ബന്റ് എന്തു ചെയ്യുന്നു?"

"കെ.എസ്.ആർ.ടി.സി.യിലെ കണ്ടക്ടറാണ്. കൃത്യമായി ശമ്പളം കിട്ടുന്നുമില്ല. ചെറിയ വീടാണ് സാർ ഞങ്ങളുടേത്. ആകെ രണ്ട് ബെഡ്റൂമേയുള്ളൂ. അച്ഛനും അമ്മയുമുണ്ട്. അവർക്ക് ഒരു മുറി വേണം. മറ്റേ ബെഡ്റൂമിലാ ഞാനും ഹസ്ബന്റും മോളും കിടക്കുന്നത്. അവളെ വേറെ മാറ്റിക്കിടത്താൻ സമയമായി. അതിനുവേണ്ടി ബ്ലെയിഡിൽ നിന്ന് രണ്ടു ലക്ഷം രൂപയെടുത്തു..."

"മോൾക്ക് എത്ര വയസ്സായി?" ഹരികുമാർ ചോദിച്ചു.

"ഏഴ്..."

"അയ്യോ എപ്പോഴേ മാറ്റി കിടത്തേണ്ട സമയമായി. കാര്യങ്ങളൊക്കെ മനസ്സിലാക്കാനുള്ള പ്രായം എന്നേ കഴിഞ്ഞു..."

അയാൾ പറഞ്ഞു.

"ബ്ലെയിഡിന്റെ തിരിച്ചടവ് പല മാസങ്ങളിലും മുടങ്ങുന്നുണ്ട്. അമ്മയോ അച്ഛനോ സുഖമില്ലാതെ ഹോസ്പിറ്റലിലായാൽ ബഡ്ജറ്റ് താളം തെറ്റുന്നു. രണ്ടു ലക്ഷം കിട്ടിയാൽ ബ്ലെയിഡുകാരന്റെ കാശ് കൊടുത്തു തീർക്കാം. അവർ വല്ലാതെ ശല്യം ചെയ്യുന്നുണ്ട്."

"സുജാത എവിടെയാ താമസിക്കുന്നത്?"

"പരുത്തിപ്പാറയിൽ."

"എന്തെങ്കിലും വഴിയുണ്ടോ എന്ന് ഞാൻ നോക്കാം."

അയാൾ പറഞ്ഞു.

"നോക്കിയാൽ പോരാ. അടുത്ത മാസം അല്ലെങ്കിൽ പിന്നത്തെ മാസമെങ്കിലും..." അവൾ അപേക്ഷിച്ചു.

"എനിക്ക് സുജാതയുടെ മുഖമങ്ങോട്ട് ഓർമ്മ വരുന്നില്ല. ഓഫീസിൽ പലരും വരാറുള്ളതല്ലേ... വാട്സാപ്പ് നമ്പരാണോ ഇത്?"

"അതേ സാർ..."

"അപ്പോൾ വാട്സാപ്പ് നോക്കിയാൽ പ്രൊഫൈൽ ഫോട്ടോ കാണാമല്ലോ അല്ലേ?" അയാൾ ചോദിച്ചു.

"പ്രൊഫൈൽ ഫോട്ടോ മോളുടേതാണ് സാർ..."

അയാൾ സുജാതയെ കണ്ടിട്ടുണ്ടായിരുന്നു. കാണാനൊക്കെ കൊള്ളാവുന്ന ഒരു സ്ത്രീയാണവൾ. മുപ്പത്തഞ്ച് വയസ്സെങ്കിലും

കണും.

"അപ്പോൾ പിന്നെ അത് നടക്കത്തില്ല..."

നിരാശാ സ്വരത്തിൽ അയാൾ പറഞ്ഞു.

അത് അയാളുടെ ഒരു നമ്പർ ആയിരുന്നു. താല്പര്യമുണ്ടെങ്കിൽ ഫോട്ടോ അയച്ചു തരാമെന്ന് അവൾ തന്നെ പറയും. അത്യാവശ്യക്കാരി അവളാണല്ലോ.

"അതു സാരമില്ല സാർ. ഞാൻ എന്റെ ഫോട്ടോ അയച്ചു തരാം. സാറിന്റെ വാട്സാപ്പ് നമ്പരല്ലേ ഇത്?"

"അതേ..."

"അയച്ചുതരാം. അത് കാണുമ്പോൾ സാറിന് എന്നെ ഓർമ്മ വരും."

"മിക്കവാറും..."

"ഇപ്പോൾ കുറച്ച് തിരക്കുണ്ട്...പിന്നെ അയ്ക്കാം."

അവൾ പറഞ്ഞു.

"അതു മതി."

അയാൾ കോൾ കട്ട് ചെയ്തിട്ട് ഒന്നു പുഞ്ചിരിച്ചു.

എറിഞ്ഞു കൊടുത്ത ചൂണ്ടയിൽ അവൾ കൊത്തിക്കഴിഞ്ഞു. ഇനി സാവധാനം ചൂണ്ടനൂൽ പിടിച്ച് വലിച്ചാൽ മാത്രം മതി.

ഹരികുമാർ മൊബൈൽ ഫോൺ പോക്കറ്റിലിട്ട് സാവധാനം പടികൾ ഇറങ്ങിച്ചെന്നു. എന്നിട്ട് അല്പനേരം മുറ്റത്ത് ഉലാത്തി. അതു കഴിഞ്ഞിട്ടാണ് വീട്ടിലേക്ക് കയറിച്ചെന്നത്.

അടുക്കളപ്പണികൾ കഴിഞ്ഞ് ഇന്ദുകല കുളിക്കാൻ പോയിരുന്നു.

അയാൾ അപർണയുടെ മുറിയിലേക്ക് ചെന്നു.

ബെഡിൽ അവളുടെ ഇരുവശത്തും ഇരിക്കുന്നുണ്ടായിരുന്നു ഉണ്ണിയും ശ്രീക്കുട്ടിയും.

അയാളെ കണ്ട് അപർണ എഴുന്നേൽക്കാൻ ശ്രമിച്ചു.

"വേണ്ടാ... ഇരുന്നോളൂ... ഇവർ രണ്ടുപേരും ഇക്കൊല്ലം രക്ഷപ്പെടുമോ അപർണേ?" തമാശ മട്ടിൽ അയാൾ ചോദിച്ചു.

"രണ്ടുപേരും മിടുക്കരാണ് സാർ. അടുത്ത കൊല്ലം ക്ലാസ്സിൽ ഫസ്റ്റായിരിക്കും രണ്ടുപേരും..." അവൾ പറഞ്ഞു.

"ഫസ്റ്റായില്ലെങ്കിലും കുഴപ്പമില്ല നന്നായി പഠിച്ചാൽ മതി. അപർണ ഇവിടെയുള്ളതു കൊണ്ട് അക്കാര്യത്തിൽ ഞങ്ങൾക്ക് വല്യ ആശ്വാസമുണ്ട്..." ചിരിച്ചതല്ലാതെ അവൾ മിണ്ടിയില്ല.

പലപ്പോഴും ഞാനും ഇന്ദുവും അപർണയുടെ കാര്യം സംസാരിക്കാറുണ്ട്. നേരത്തെ ഒരു പരിചയവുമില്ലായിരുന്നെങ്കിലും എത്ര

വേഗമാണ് അപർണ ഈ വീട്ടില ഒരു അംഗമായത്. സ്വന്തം വീടു പോലെ അപർണ ഇവിടുത്തെ എല്ലാ കാര്യങ്ങളും നോക്കുന്നു. അപർണ സ്വന്തം അനിയത്തിയാണെന്നാ ഇന്ദു പറയുന്നത്..."

അവൾക്ക് സന്തോഷമായി. ഒരു അന്യവീട്ടിൽ താൻ അംഗീകരിക്കപ്പെട്ടല്ലോ. ഒരു ചേച്ചിയുടെയും ചേട്ടന്റെയും സ്നേഹം കിട്ടുന്നുണ്ടല്ലോ...

ഇന്ദുകല കുളി കഴിഞ്ഞ് വന്നു. ഹരികുമാർ ബെഡ്റൂമിലേക്ക് ചെന്നു.

"ഞാനിപ്പം അവളെ കുറച്ച് പൊക്കി പറഞ്ഞിട്ടുണ്ട്..."

"ആരെ?" ഇന്ദുകലയ്ക്ക് മനസ്സിലായില്ല.

"അപർണയെ... ഇന്ദുവിന് സ്വന്തം അനിയത്തിയെപ്പോലെയാണ് എന്നൊക്കെ..." ഇന്ദുകല ഒന്നു പുഞ്ചിരിച്ചു.

"സ്വന്തം വീട് പോലെയാണ് അപർണ ഇവിടുത്തെ കാര്യങ്ങളൊക്കെ ചെയ്യുന്നതെന്നും..."

"അവളാ ഇപ്പം ദിവസവും പാലു വാങ്ങിക്കുന്നതും ബേക്കറിയിൽ നിന്ന് ചായക്കുള്ളത് വാങ്ങിച്ചു കൊണ്ടു വരുന്നതും..."

അവൾ പറഞ്ഞു.

"അതെനിക്കറിയില്ലേ... കറന്റ് ചാർജിന്റെ ബില്ലും കൂടി ഒരു ദിവസം കാണിക്കണം... ചിലപ്പോ അതും അവൾ അടച്ചെന്നു വരും..."

"ധൃതി വയ്ക്കേണ്ട... പതിയെ മതി."

"ഉം..."

ഹരികുമാറും മക്കളും ആണ് ആദ്യം ഭക്ഷണം കഴിച്ചത്. അതു കഴിഞ്ഞ് അപർണയും ഇന്ദുകലയും ഇരുന്നു. അയാൾ ഇരിപ്പുമുറിയിൽ വന്ന് മൊബൈൽ എടുത്ത് നോക്കിയപ്പോൾ വാട്സാപ്പിൽ സുജാത ഒരു ഫോട്ടോ അയച്ചിരിക്കുന്നു.

അയാൾ അതെടുത്ത് നോക്കി. ഫാമിലി ഫോട്ടോയാണ്. സുജാതയും ഭർത്താവും മോളും... രണ്ടുമൂന്നു വർഷം മുമ്പ് എടുത്ത ഫോട്ടോയാണെന്ന് ഒറ്റനോട്ടത്തിൽ തന്നെ അയാൾക്കു മനസ്സിലായി.

"ഇതു പോരാ... പുതിയതാണ് വേണ്ടത്."

അയാൾ അപ്പോൾ തന്നെ അതിന് മറുപടി കൊടുത്തു.

ഉറങ്ങാൻ കിടക്കുമ്പോഴും സുജാത ആ മെസ്സേജ് കണ്ടിട്ടില്ലെന്ന് അയാൾക്കു മനസ്സിലായി.

"പുതിയ ഫോട്ടോ ഇല്ല. അതുകൊണ്ടാണ്..."

അവളുടെ മറുപടി രാവിലെ വന്നു.

"ഒരു സെൽഫി എടുത്തു കൂടേ?" അയാൾ ചോദിച്ചു.

"ഉം..." അവളുടെ മെസ്സേജ് വന്നു.

അന്നുച്ചയ്ക്ക് അപർണ ഊണു കഴിഞ്ഞ് സ്വന്തം സീറ്റിൽ ഇരിക്കുമ്പോഴാണ് ശ്രീജിത്തിന്റെ കോൾ വന്നത്. അപ്പോൾ സെക്ഷനിലുള്ള പലരും ഊണു കഴിക്കാൻ പോയിരിക്കുകയായിരുന്നു. അതിന്റെ സ്വാതന്ത്ര്യം ഉണ്ടായിരുന്നതു കൊണ്ട് അവൾ സീറ്റിലിരുന്നു കൊണ്ടു തന്നെ കോൾ എടുത്തു.

"ഹലോ..."

"ഊണു കഴിച്ചോ?" ശ്രീജിത്ത് ചോദിച്ചു.

"കഴിച്ചു."

"അപ്പോൾ ഫ്രീയാണല്ലോ..."

"അതേ..."

"അടുത്ത് ആരെങ്കിലുമുണ്ടോ?"

"ഇല്ല..."

"അപ്പോൾ സംസാരിക്കാമല്ലോ?"

അവൾക്ക് ചിരി വന്നു.

"അടുത്ത് ആരുമില്ലെങ്കിൽ മാത്രമേ സംസാരിക്കുകയുള്ളോ?" അവൾ ചോദിച്ചു.

"അതല്ല... വേറാരും കേൾക്കാതെ സംസാരിക്കാനല്ലേ ഒരു സുഖം..."

"ആണോ?" അവൾ കളിയായി ചോദിച്ചു.

"അല്ലേ?"

"അതേന്നു തോന്നുന്നു..."

"അത്രയും മനസ്സിലായല്ലോ... സമാധാനമായി." അവൻ പറഞ്ഞു.

ഇത്തവണ അവൾ ശരിക്കും ചിരിച്ചു.

"അതിരിക്കട്ടെ എന്താ ഇപ്പോൾ വിളിച്ചേ?"

അപർണ ചോദിച്ചു.

"ഒന്നുമില്ല... വെറുതെ..."

"അല്ല... എന്തോ ഉണ്ട്." അവൾ പറഞ്ഞു.

"ഞാൻ തിരുവനന്തപുരത്ത് വരുന്നുണ്ട്..."

"എന്ന്?" അത്ഭുതത്തോടെ അവൾ ചോദിച്ചു.

"അടുത്ത ശനിയാഴ്ച വരും... എന്റെ ബാങ്കിലുള്ള ഒരു സ്റ്റാഫിന്റെ കല്യാണം. ഞായറാഴ്ച രാവിലെ അവിടെ ഒരു കല്യാണമണ്ഡപത്തിൽ വച്ച്. അതിൽ പങ്കെടുക്കാൻ..." അവൾ പറഞ്ഞു.

"എന്ന് തിരിച്ചു പോകും?"

"ഞായറാഴ്ച വൈകുന്നേരമുള്ള ട്രെയിനിൽ."

"അപ്പോൾ നമുക്കൊന്ന് കാണാൻ പറ്റില്ലേ?"

നിരാശയോടെ അവൾ ചോദിച്ചു.

"നിന്നെ കാണാൻ വേണ്ടിയാണ് ഞാൻ കല്യാണത്തിന് പങ്കെടുക്കാൻ വരുന്നത്. ഉച്ചയ്ക്ക് പന്ത്രണ്ടു മണിയാകുമ്പോഴേയ്ക്ക് ഞാൻ ഫ്രീയാകും. വൈകുന്നേരം ആറേമുക്കാൽ വരെ സമയമുണ്ട്..."

"അപ്പോൾ ഉച്ചകഴിഞ്ഞ് കാണാം അല്ലേ?" അവൾ ചോദിച്ചു.

"അതേ..."

"എവിടെവച്ച് കാണും നമ്മൾ?" അവൾ ചോദിച്ചു.

"നീ താമസിക്കുന്ന വീട്ടിലേക്ക് വരട്ടെ?"

"അയ്യോ വേണ്ട..." അവൾ ഭയന്നു.

"അതെന്താ...?"

"ആ ചേട്ടനും ചേച്ചിയുമൊക്കെ എന്തു വിചാരിക്കും?"

"കൂടെ പഠിച്ച ആളാണെന്ന് പറഞ്ഞാൽ പോരേ?"

"അതൊന്നും ശരിയാവത്തില്ല."

"എന്നാൽ ഞാനൊരു ഐഡിയ പറയാം. ഒരു കൂട്ടുകാരിയെ കാണാൻ സിറ്റിയിലേക്ക് പോവാണെന്നു പറഞ്ഞു ഉച്ചയൂണ് കഴിഞ്ഞ് നീ വീട്ടിൽ നിന്നിറങ്ങണം. എന്നിട്ട് ബസിൽ സ്റ്റാച്യൂവിൽ ഇറങ്ങുക. ഞാനവിടെ കാണും. നമുക്ക് മ്യൂസിയത്തിൽ പോയിരുന്ന് സംസാരിക്കാം." ശ്രീജിത്ത് പറഞ്ഞു.

"മ്യൂസിയമോ...അതെന്താണ്?"

"വലിയ പൂന്തോട്ടം പോലെ ഒരു സ്ഥലം. ചെടികളും മരങ്ങളും ഇരിക്കാൻ ചാരുബഞ്ചുകളും..."

അതൊരു നല്ല ഐഡിയ ആണെന്ന് അവൾക്കു തോന്നി.

"ശരി ഞാൻ വരാം." അവൾ സമ്മതിച്ചു.

ഇന്ന് ബുധൻ. മൂന്നുദിവസം കൂടി കഴിഞ്ഞാൽ ശ്രീജിത്ത് വരും. അവൾക്ക് സന്തോഷം തോന്നി. കോളജ് വിട്ടതിനു ശേഷം അവനെ ആദ്യമായി കാണുകയാണ്. അന്നത്തെ ആ ആൺകുട്ടിയിൽ നിന്ന് അവൻ മൂന്നു വർഷം കൊണ്ട് ഒരു ചെറുപ്പക്കാരനായി കാണും. പഴയ കോളജ് കുമാരിയല്ലല്ലോ താനും.

അന്ന് മൂന്നരയായപ്പോൾ ചായ കുടിക്കാനായി വന്ദനയോടൊപ്പം അവർ കാന്റീനിലേക്ക് പോയി. സാമാന്യം നല്ല തിരക്കുണ്ടായിരുന്നു അവിടെ. അവർ ഒരു മേശയുടെ അടുത്തു ചെന്ന് ഇരുന്നു.

അപ്പോഴാണ് കാന്റീനിലേക്ക് സന്തോഷ്കുമാർ കയറി വന്നത്.

അപർണയാണ് അയാളെ ആദ്യം കണ്ടത്.

"വന്ദനേ... ദേ അയാൾ..."

അപർണ അവളുടെ കയ്യിലൊന്ന് തോണ്ടി.

"ആര്?"

"ആ സന്തോഷ് കുമാർ..."

വന്ദന അയാളെ കണ്ടു.

"ഒരു പണി ചെയ്യാം. ഞാൻ ഇവിടുന്ന് മാറി ഇരിക്കാം. അപർണയെ കണ്ടാൽ അവൻ വരും ഇങ്ങോട്ട്."

അപർണയ്ക്ക് എന്തെങ്കിലും പറയാൻ കഴിയും മുമ്പ് വന്ദന വേഗം എഴുന്നേറ്റ് രണ്ട് മേശകൾക്കപ്പുറത്തു ചെന്ന് പുറംതിരിഞ്ഞ് ഇരുന്നു. വന്ദന പറഞ്ഞതു പോലെ തന്നെ സംഭവിച്ചു. ഒരു കസേര കണ്ടുപിടിക്കാൻ കണ്ണുകൾ കൊണ്ട് തിരഞ്ഞ സന്തോഷ്കുമാർ പെട്ടെന്നാണ് അപർണയെ കണ്ടത്. അയാൾ തിടുക്കത്തിൽ അവളുടെ അടുത്തേക്കു വന്ന് വന്ദന പോയ കസേരയിൽ ഇരുന്നു.

"ഹലോ അപർണ..."

അയാൾ സന്തോഷത്തോടെ അവളെ നോക്കി.

അവൾ ഒന്ന് ചിരിച്ചെന്നു വരുത്തി.

"എന്നും ഇവിടെ ഈ നേരത്ത് വരാറുണ്ടോ?"

അയാൾ ചോദിച്ചു.

"ഉം."

"ഒറ്റയ്ക്കാണോ അതോ..."

"ചില ദിവസം ഒറ്റയ്ക്ക്... ചില ദിവസം സെക്ഷനിലെ ഏതെങ്കിലും കൂട്ടുകാരി കാണും..." അവൾ പറഞ്ഞു.

"ഭാഗ്യം... ഇന്ന് ഒറ്റയ്ക്കാണല്ലോ... അപർണയോട് ഒന്നു സംസാരിക്കാൻ ഞാൻ കാത്തിരിക്കുകയായിരുന്നു..."

അവൾ ഒന്നും മിണ്ടിയില്ല.

"അപർണയ്ക്ക് ചായയാണോ അതോ കാപ്പിയോ..."

അയാൾ ചോദിച്ചു.

"ചായയും കാപ്പിയും കുടിക്കും ഞാൻ..." അവൾ പറഞ്ഞു.

സപ്ലൈയർ വന്നപ്പോൾ അയാൾ രണ്ടു കാപ്പിക്ക് ഓർഡർ കൊടുത്തു.

"കഴിക്കാൻ ബജി പറയട്ടെ?" അയാൾ ചോദിച്ചു.

"എനിക്ക് ഒന്നും വേണ്ടാ..." സപ്ലൈയർ പോയി.

"ഞാൻ എന്നും അപർണയെക്കുറിച്ച് ഓർക്കാറുണ്ട്... അല്ല... സ്വപ്നം കാണാറുണ്ട്."

അയാൾ പ്രേമഭാവത്തിൽ അവളെ ഒന്നു നോക്കി.

അപർണ ഇടംകണ്ണിട്ട് വന്ദനയെ ഒന്നു നോക്കി. വന്ദന ഒന്നുമറി

യാത്ത ഭാവത്തിൽ ഇരിക്കുകയാണ്.

"ഈ വരുന്ന സൺഡേ അപർണ ഫ്രീയാണോ?"

അയാൾ ചോദിച്ചു.

"അല്ല..."

"ഫ്രീയാണെങ്കിൽ നമുക്ക് ഒരു മോർണിങ് ഷോയ്ക്ക് പോകാം... അല്ലെങ്കിൽ മാറ്റിനി. നല്ല മലയാളസിനിമകൾ കളിക്കുന്നുണ്ട് രണ്ടു മൂന്ന് തിയേറ്ററുകളിൽ..."

"ഞാൻ ഫ്രീയല്ല..."

"എങ്കിൽ പിന്നത്തെ സൺഡേ... ഇപ്പോൾ തന്നെ ഞാൻ ബുക്ക് ചെയ്തിരിക്കുകയാണ്. അന്ന് വേറെ അസൗകര്യങ്ങളൊന്നും പറയല്ലേ..."

"ഞാൻ സിനിമകളൊന്നും കാണാറില്ല." അവൾ പറഞ്ഞു.

"നല്ല ഒരു ലവ്സ്റ്റോറിയുണ്ട്. കണ്ടാൽ അപർണയ്ക്ക് ഇഷ്ടപ്പെടും..."

അപ്പോഴാണ് വന്ദന എഴുന്നേറ്റ് അവരുടെ അടുത്തേക്ക് വന്നത്. അവളെ കണ്ട് സന്തോഷ് കുമാറിന്റെ മുഖം വിളറി.

ഒഴിഞ്ഞു കിടന്നിരുന്ന ഒരു കസേരയിൽ അവൾ ഇരുന്നു.

"അല്ലാ... ഇതാര്... പ്രേമസാഗരനോ?"

അയാളെ കണ്ട് അത്ഭുതഭാവത്തിൽ അവൾ ചോദിച്ചു.

"അയാൾ മിണ്ടിയില്ല.

"അപർണ എന്റെ സെക്ഷനിലാണ് വർക്ക് ചെയ്യുന്നത്. പ്രേമസാഗരന് അതു മനസ്സിലായി കാണില്ല. കേട്ടോ അപർണേ ഈ വിദ്വാൻ കുറേനാൾ മുമ്പ് എന്റെ പിറകേ നടന്നതാ... മുന്തിരിങ്ങ പുളിക്കും എന്നു പറഞ്ഞ് വേറെ പല പെൺപിള്ളേരുടെയും പിറകെ നടന്നിട്ടുണ്ട്... ഇദ്ദേഹത്തിന് ഇതാണ് ഹോബി..."

സന്തോഷ് കുമാർ ഒരക്ഷരം പോലും പറയാതെ പെട്ടെന്ന് എഴുന്നേറ്റ് സ്ഥലംവിട്ടു. അതുകണ്ട് വന്ദന ചിരിച്ചു. അപർണയും ചിരിച്ചു.

"ഇനി അയാൾ നിന്നെ ശല്യപ്പെടുത്താൻ വരില്ല കേട്ടോ..."

"അടുത്ത സൺഡേ സിനിമയ്ക്ക് പോകാൻ എന്നെ ക്ഷണിച്ചു കൊണ്ടിരിക്കുകയായിരുന്നു അയാൾ."

"എങ്കിൽ എന്നെ ശപിച്ചു കാണും ആ ശപ്പൻ. സിനിമയ്ക്ക് കൊണ്ടുപോയിക്കഴിഞ്ഞാൽ പിന്നെ ക്ഷണിക്കുന്നത് ഉല്ലാസ യാത്രയ്ക്കായിരിക്കും..." വന്ദന പറഞ്ഞു.

"എന്തായാലും താൻ എന്നെ രക്ഷപ്പെടുത്തി..."

ശനിയാഴ്ച. അന്നു രാത്രിയിൽ ഇന്ദുകലയോട് അപർണ ആ കാര്യം പറഞ്ഞു.

“ചേച്ചീ നാളെ ഉച്ചകഴിഞ്ഞ് എനിക്ക് സിറ്റി വരെ ഒന്നു പോണം...”

“എന്തിനാ അപർണേ?”

“വൈ.ഡബ്ലിയു.സി.എ.യിൽ എന്റെ ഒരു കൂട്ടുകാരി താമസിക്കുന്നുണ്ട്. അവളെ ഒന്നു കാണാനാണ്.”

“വെറുതെ കാണാൻ പോവാണോ?”

“പ്രത്യേകിച്ച് കാര്യമൊന്നുമില്ല ചേച്ചീ...”

അപർണ പറഞ്ഞത് ഇന്ദുകലയ്ക്ക് അത്ര വിശ്വാസമായില്ല. അവൾ അക്കാര്യം ഹരികുമാറിനോട് പറഞ്ഞു.

“വൈ.ഡബ്ലിയു.സി.എ.യിൽ റൂം നോക്കാനോ മറ്റോ ആയിരിക്കുമോ? അവിടെ അടുത്തല്ലേ... നടന്നു പോകാനുള്ള ദൂരമേയുള്ളൂ...” ഇന്ദുകല പറഞ്ഞു.

“അതോ ഇനി വേറെ ആരെയെങ്കിലും കാണാനായിരിക്കുമോ? എന്തായാലും ഞാനൊരു കാര്യം ചെയ്യാം. ഞാൻ പിന്നാലെ സ്കൂട്ടറിൽ ചെല്ലാം. രഹസ്യം വല്ലതുമുണ്ടെങ്കിൽ അറിയാമല്ലോ...”

അയാൾ പറഞ്ഞു.

“അതു ശരിയാ...”

പിറ്റേന്ന് ഉച്ചയൂണ് കഴിഞ്ഞ് ഭംഗിയായി വേഷം ധരിച്ച് അപർണ വീട്ടിൽ നിന്നിറങ്ങി. അവൾ ബസ് സ്റ്റോപ്പിൽ വന്നു നിന്നപ്പോൾ പിന്നാലെ അവളുടെ ശ്രദ്ധയിൽ പെടാതെ ഹരികുമാറും ചെന്നു. കിഴക്കേക്കോട്ട ബസ് വന്നപ്പോൾ അവൾ അതിൽ കയറി. ബസിന്റെ പിന്നാലെ ഹരികുമാർ സ്കൂട്ടറിൽ ചെന്നു.

41

സെക്രട്ടേറിയറ്റിന് മുന്നിലുള്ള സ്റ്റാച്ച്യൂ സ്റ്റോപ്പിൽ ബസ് ചെന്നു നിന്നു. അപർണ അവിടെ ഇറങ്ങി.

ഞായറാഴ്ചയായതു കാരണം തിരക്ക് വളരെ കുറവായിരുന്നു ആ ഭാഗത്ത്.

അവൾ ഫുട്പാത്തിലേക്ക് കയറിനിന്നു. ശ്രീജിത്തിനെ അവിടെയൊന്നും കാണാനുണ്ടായിരുന്നില്ല. അല്പം മാറി അവളുടെ കണ്ണിൽ പെടാതെ സ്കൂട്ടർ നിർത്തി ഹരികുമാർ വണ്ടിയിൽ തന്നെ ഇരുന്നു.

വൈ.ഡബ്ല്യു.സി.എ.യിലേക്ക് പോകുന്നതിനു പകരം ആരെയോ പ്രതീക്ഷിച്ച മട്ടിൽ അവൾ നിൽക്കുന്നതു കണ്ടപ്പോൾ അയാളുടെ സംശയം ഇരട്ടിച്ചു. റോഡ് മുറിച്ചുകടന്ന് അപ്പോൾ ശ്രീജിത്ത് അവളുടെ അടുത്തേക്കു വന്നു. അയാളെ കണ്ട് അവൾ അത്ഭുതപ്പെട്ടു.

"പഴയ കോളജ് കുമാരന്റെ ലുക്കൊക്കെ പോയല്ലോ..."

അവൾ പറഞ്ഞു.

"നീ പഴയ കോളജ് കുമാരിയുമല്ല.."

ചിരിച്ചു കൊണ്ട് അയാളും പറഞ്ഞു.

"നീ പണ്ടത്തെതിലും കൂടുതൽ സുന്ദരനായിട്ടുണ്ട്. അവൾക്ക് പറയാതിരിക്കാൻ കഴിഞ്ഞില്ല.

"പകരം ഞാനൊന്നും പറയുന്നില്ല. പുകഴ്ത്തുകയാണെന്ന് നീ വിചാരിക്കും." ശ്രീജിത്ത് പറഞ്ഞു.

"ഒന്നും പറയണ്ടാ. എന്താണ് ഇനി പ്രോഗ്രാം?"

അവൾ ചോദിച്ചു.

"നമുക്ക് മ്യൂസിയത്തിൽ പോകാം. അവിടെ സ്വസ്ഥമായിരിക്കാനുള്ള സൗകര്യമുണ്ട്."

രണ്ടുപേരെയും കണ്ണെടുക്കാതെ നോക്കി നിൽക്കുകയായിരുന്നു ഹരികുമാർ. വൈ.ഡബ്ല്യു.സി.എ.യിൽ താമസിക്കുന്ന കൂട്ടുകാരിയെ കാണാനാണെന്നു പറഞ്ഞത് അപ്പോൾ ഇതിനായിരുന്നു. കള്ളി. ഏതാണവൻ? ഒഴിഞ്ഞുവന്ന ഒരു ഓട്ടോ ശ്രീജിത്ത് കൈകാട്ടി നിർത്തി.

"കയറൂ..." അയാൾ പറഞ്ഞു. ആദ്യം അപർണയും പിന്നാലെ ശ്രീജിത്തും ഓട്ടോയിൽ കയറി.

"മ്യൂസിയം." അയാൾ പറഞ്ഞു.

വണ്ടി മുന്നോട്ടുനീങ്ങി. ഗവൺമെന്റ് പ്രസിന്റെ സമീപത്തുകൂടി അത് മ്യൂസിയത്തേക്ക് ഓടി. പിന്നാലെ സ്കൂട്ടറിൽ ഹരികുമാറും ചെന്നു.

"തിരുവനന്തപുരത്തു വന്നിട്ട് ഇതുവരെ മ്യൂസിയത്തിൽ പോയിട്ടില്ല എന്നു പറയുന്നത് നാണക്കേടാണ്."

ചിരിച്ചു കൊണ്ട് ശ്രീജിത്ത് പറഞ്ഞു.

"വീടു വിട്ടാൽ ഓഫീസ്... ഓഫീസ് വിട്ടാൽ വീട്. അതാണെന്റെ ജീവിതം. ഇവിടെ അല്ലെങ്കിൽ തന്നെ എവിടെ സമയം? ഓഫീസിൽ നിന്നിറങ്ങുമ്പോൾ തന്നെ അഞ്ചുമണിയാകും."

അവൾ പറഞ്ഞു.

"ഞായറും മറ്റ് ഹോളി ഡേയ്സും."

"വീട്ടിൽ തന്നെ ഇരിക്കും. പരിചയമില്ലാത്ത നാടല്ലേ. കൂട്ടിന് ആളില്ലാതെ എങ്ങനെ പുറത്തു പോകും?"

"ഇവിടെ പോകാൻ ഒരുപാട് സ്ഥലങ്ങളുണ്ട്. പഴവങ്ങാട് ഗണ തി കോവിൽ കേട്ടിട്ടില്ലേ? പിന്നെ ആറ്റുകാൽ ക്ഷേത്രം, ശംഖുമു ഖം ബീച്ച്, കനകക്കുന്ന് കൊട്ടാരം, എത്രയോ സിനിമാ തിയേറ്റ റുകൾ..."

"ഒക്കെ കാണാനും ആഗ്രഹമുണ്ട്. പക്ഷേ..."

"നിനക്ക് പറ്റിയ കുഴപ്പം ആ വീട്ടിൽ ചെന്ന് താമസിക്കേണ്ടി വന്നു എന്നുള്ളതാണ്. ഒരു സ്വാതന്ത്ര്യവുമില്ല. വല്ല ഹോസ്റ്റലിലു മായിരുന്നെങ്കിൽ കൂട്ടുകാരികളെ കിട്ടിയേനെ. എവിടെ വേണമെ ങ്കിലും പോകാമായിരുന്നു." ശ്രീജിത്ത് പറഞ്ഞു.

"ശരിയാ... പക്ഷേ ഒരു ഹോസ്റ്റലിലും ഒഴിവുണ്ടായിരുന്നില്ല. എങ്കിലും ഇപ്പോൾ താമസിക്കുന്ന വീട് എനിക്കിഷ്ടമാണ്. സ്വന്തം വീടു പോലെയാണ്. വീട്ടിലുള്ളവർ സ്വന്തം ചേട്ടനും ചേച്ചിയും പോലെ. ഓഫീസിലേക്ക് പോകാൻ എപ്പോഴും ബസുമുണ്ട്."

അവൾ പറഞ്ഞു.

"ലോകപരിചയവും ആത്മവിശ്വാസവും നേടണമെങ്കിൽ ഒറ്റയ് ക്കു തന്നെ ജീവിക്കണം. ആ വീട്ടിൽ നിനക്കത് കിട്ടില്ല."

"ശരിയായിരിക്കും. പക്ഷേ ആ വീട്ടിൽ ഞാൻ സേഫ് ആണ്. അവിടുന്ന് മാറാൻ എനിക്ക് ഒട്ടും താല്പര്യമില്ല." അവൾ പറഞ്ഞു.

"ഞാൻ പറഞ്ഞെന്നേയുള്ളൂ... നിന്റെ ഇഷ്ടമാണ് പ്രധാനം."

അയാൾ അതോടെ ആ വിഷയം വിട്ടു.

മ്യൂസിയത്തിന്റെ മുന്നിൽ ചെന്ന് ഓട്ടോ നിന്നു. രണ്ടുപേരും ഇറങ്ങി. അല്പം മാറി ഹരികുമാറിന്റെ സ്കൂട്ടറും വന്നു നിന്നു.

മ്യൂസിയത്തിന്റെ ഗേറ്റ് കടന്ന് ശ്രീജിത്തും അപർണയും ഉള്ളി ലേക്ക് കടന്നു. വലിയ പാർക്ക് പോലെ ഒരു സ്ഥലം. പുരാതന മായ ഒരു മ്യൂസിയം മന്ദിരം ചുറ്റിപ്പോകുന്ന റോഡ്. ധാരാളം വൃക്ഷ ങ്ങൾ. പുൽത്തകിടി. ഒഴിവുദിവസമായിരുന്നതു കൊണ്ട് ധാരാളം സന്ദർശകർ ഉണ്ടായിരുന്നു അവിടെ. തണലിലുള്ള ഒരു സിമന്റ് ബഞ്ച് കണ്ടുപിടിച്ച് ശ്രീജിത്തും അപർണയും ഇരുന്നു.

"ജോലി നിനക്ക് ഒരു സ്വപ്നമായിരുന്നില്ലേ... ഇപ്പോൾ എന്തു തോന്നുന്നു?" ശ്രീജിത്ത് ചോദിച്ചു.

"അതേ... സ്വപ്നമായിരുന്നു. കിട്ടിയപ്പോൾ അന്തസുള്ള ഒരു ജോലി തന്നെ കിട്ടി. സാധാരണ ഒരു ഓഫീസല്ല സെകട്ടേറിയറ്റ്.

ശരിക്കും അഭിമാനമാണിപ്പോൾ.” അവൾ പറഞ്ഞു.

ഒരു മരത്തിന്റെ മറവിൽ നിന്നു കൊണ്ട് ഹരികുമാർ അവരെ നിരീക്ഷിച്ചു. അപ്പോൾ കാണുന്ന പോലെയല്ല പെണ്ണ്. മഹാ കള്ളിയാണ്. അവൾക്ക് ഒരു രഹസ്യമുണ്ട്. ആ രഹസ്യം ഇപ്പോൾ തനിക്കറിയാം. ഇനി അതാണ് തന്റെ തുറുപ്പുചീട്ട്. അയാൾക്ക് സന്തോഷം തോന്നി.

“സാധാരണ പെൺകുട്ടികൾക്കുള്ള ആർഭാട മോഹമൊന്നും നിനക്കില്ലെന്ന് എനിക്കറിയാം. എങ്കിലും പറയുകയാണ് നിനക്ക് ബാങ്ക് അക്കൗണ്ടില്ലെങ്കിൽ ഒരെണ്ണം ഇപ്പോൾ ചെയ്യണം. പണം അവിടെ സുരക്ഷിതമായിരിക്കും. അത്യാവശ്യത്തിനു മാത്രം എ.ടി.എം. കാർഡ് ഉപയോഗിച്ച് പിൻവലിക്കണം. രണ്ട് ഇളയ സഹോദരങ്ങൾ പഠിക്കുന്നുണ്ട്. പിന്നെ വീട്ടിലുള്ളവരുടെ ചെലവ്. നിന്റെ ചെലവ്. എല്ലാ കാര്യങ്ങളിലും കണക്ക് വയ്ക്കണം. കുറച്ച് സമ്പാദ്യവും വേണം.”

അയാൾ പറഞ്ഞതു കേട്ട് അവൾ പുഞ്ചിരിച്ചു.

“ഒരു സാമ്പത്തിക വിദഗ്ദ്ധനെ കൂട്ടുകാരനായി കിട്ടിയത് നന്നായി. അത്യാവശ്യം ഉപദേശങ്ങൾ സൗജന്യമായി കിട്ടുമല്ലോ...’

“കളിയാക്കണ്ടാ. ഞാൻ സീരിയസ്സായി പറഞ്ഞതാണ്.”

“ഞാൻ കളിയാക്കിയതല്ല ശ്രീ.. എനിക്ക് സത്യത്തിൽ സന്തോഷമുണ്ട്. ഇങ്ങനെ ഒരാൾ എന്റെ കൂടെയുള്ളത്.”

“എന്നും ഉണ്ടായിരിക്കും ഞാൻ നിന്റെ കൂടെ.”

അയാൾ പറഞ്ഞു.

“എന്നും?” അവൾ ചോദിച്ചു.

“അതേ... നീയത് ആഗ്രഹിക്കുന്നുണ്ടെങ്കിൽ...”

“എനിക്കാഗ്രഹമുണ്ട്.”

ശ്രീജിത്ത് അപ്പോൾ അവളുടെ കൈ എടുത്തു പിടിച്ചു.

“എങ്കിൽ നമ്മൾ ഒന്നിച്ചാണ് ഇനിയുള്ള കാലം. എനിക്ക് ചില ബാധ്യതകൾ ഉണ്ട്. നിനക്കും ഉണ്ടല്ലോ. രണ്ടോ മൂന്നോ വർഷം കഴിഞ്ഞ്... എന്താ?” അയാൾ ചോദിച്ചു.

“അതേ... രണ്ടു മൂന്നു വർഷത്തെ സമയം എനിക്കും വേണം.”

അവർ ഏറെ നേരം സംസാരിച്ചിരുന്നു. സമയം പോയത് രണ്ടു പേരും അറിഞ്ഞില്ല. ഒരു ഓട്ടോയിൽ അവർ വീണ്ടും മെയിൻറോഡിലുള്ള ബസ് സ്റ്റോപ്പിൽ വന്നു. ഒരു ഹോട്ടലിൽ ചെന്ന് കാപ്പി കുടിച്ച ശേഷമാണ് ശ്രീജിത്ത് അവളെ ബസ് കയറ്റി വിട്ടത്.

അതിനു മുമ്പേ ഹരികുമാർ വീട്ടിലെത്തിയിരുന്നു.

"അവൾ വൈ.ഡബ്ലിയു.സി.എ.യിലേക്കാണ് പോയത്."

വീട്ടിൽ ചെന്ന് അയാൾ ഇന്ദുകലയ്ക്ക് റിപ്പോർട്ട് കൊടുത്തു.

സ്ത്രീകൾ മാത്രം താമസിക്കുന്ന ഹോസ്റ്റലല്ലേ അത്. അപ്പോൾ അവൾ കള്ളം പറഞ്ഞതല്ല. ഇന്ദുകല മനസ്സിൽ ഓർത്തു.

വൈകുന്നേരം ആറുമണിയായപ്പോഴാണ് അപർണ തിരിച്ചെത്തിയത്.

"കൂട്ടുകാരിയെ കണ്ടോ?" ഇന്ദുകല ചോദിച്ചു.

"കണ്ടു ചേച്ചീ... സംസാരിച്ചിരുന്ന് സമയം പോയതറിഞ്ഞില്ല."

അവിടെ റൂം ഒഴിവുണ്ടെങ്കിൽ അപർണയ്ക്ക് അങ്ങോട്ട് മാറാമല്ലോ. തൊട്ടടുത്തല്ലേ ഓഫീസ്."

അവളെ ഒന്നു പരീക്ഷിക്കാനായി ഇന്ദുകല ചോദിച്ചു.

"വേണ്ട ചേച്ചീ.... എനിക്ക് ഹോസ്റ്റലിൽ താമസിക്കാൻ ഇഷ്ടമില്ല." അപർണ പറഞ്ഞു.

ഇന്ദുകലയ്ക്ക് സന്തോഷമായി. ഈ സംഭാഷണം കേട്ടുകൊണ്ട് ഹരികുമാർ മുൻവശത്തെ മുറിയിൽ ഇരിക്കുന്നുണ്ടായിരുന്നു.

അപ്പോഴാണ് അയാളുടെ വാട്ട്സാപ്പിൽ ഒരു മെസ്സേജ് വരുന്ന ടോൺ കേട്ടത്. അത് ഓപ്പൺ ചെയ്തു നോക്കിയപ്പോൾ സുജാതയാണ്. അവൾ ഓൺലൈനിൽ ഉണ്ട്.

"സർ..."

അവൾ ചിട്ടിയുടെ കാര്യം ചോദിക്കാനാണ് വിളിക്കുന്നതെന്ന് അയാൾക്ക് മനസ്സിലായി. അത് ശരിയാക്കുന്നതു വരെ അവൾ പിന്നാലെ വരും.

"എന്താ സുജാതേ...?" അയാൾ മെസ്സേജ് എഴുതി

"ചിട്ടിയുടെ കാര്യം എന്തായി സാർ?"

"ശരിയാക്കാൻ പറ്റുമെന്ന് തോന്നുന്നു.."

"എങ്ങനെ?"

"മൊത്തം അമ്പതു പേരാണ് ചിട്ടിയിൽ ചേർന്നിട്ടുള്ളത്. അതിൽ പന്ത്രണ്ടു പേർ മാത്രമാണ് നറുക്കിൽ പേരെഴുതി തന്നിരിക്കുന്നത്. ബാക്കി മുപ്പത്തിയെട്ട് പേരുടെയും പേരെഴുതി നറുക്കിടും. അതിൽ ഒരാൾക്ക് കിട്ടിയാൽ അയാൾ അത് അറിയാൻ പോകുന്നില്ല. അയാളുടെ പേരിനു പകരം സുജാതയുടെ പേരായിരിക്കും രജിസ്റ്ററിൽ എഴുതി വയ്ക്കുന്നത്."

"അതു കൊള്ളാം സാർ... ഗുഡ് ഐഡിയ. താങ്ക്യു. സാർ."

പെട്ടെന്ന് അവളുടെ നന്ദിപ്രകടനം വന്നു.

"പക്ഷേ എനിക്ക് അതു റിസ്കാണ്. ഞാൻ കള്ളത്തരം കാണി

ച്ചു എന്നറിഞ്ഞാൽ അതോടെ എന്റെ കാര്യം..."

"അങ്ങനൊന്നും സംഭവിക്കില്ല സർ."

"സുജാതയ്ക്കു വേണ്ടി ഞാനിത്ര റിസ്ക്കെടുക്കാൻ തയാറാണെങ്കിലും ഞാൻ പറഞ്ഞ ഒരു നിസ്സാരകാര്യം പോലും ചെയ്തില്ലല്ലോ." അയാൾ മെസ്സേജ് അയച്ചു.

"എന്താണ് സാർ?"

"ഒരു സെൽഫി..."

"അയ്യോ അതോ... മറന്നിട്ടില്ല സാർ. ഇപ്പോൾ തന്നെ ഞാനയയ്ക്കാം."

"ശരി."

അവൾ കോൾ കട്ട് ചെയ്തു. ഒരു മിനിറ്റ് കഴിഞ്ഞപ്പോൾ അവളുടെ ഒരു ഫോട്ടോ വന്നു. ഹാഫ് സൈസ് ഫോട്ടോ.. സാരിയും ബ്ലൗസും വേഷം. നല്ല ഫോട്ടോ.

"ഇപ്പോൾ എടുത്തതാണോ ഇത്?"

"അതേ സാർ."

"സാരിയും ബ്ലൗസുമാണോ വീട്ടിൽ വേഷം?"

"ഇന്ന് കുളിച്ചു കഴിഞ്ഞ് സാരിയുടുത്തതാണ്."

"നന്നായിരിക്കുന്നു..."

"താങ്ക് യു. സാർ."

"പക്ഷേ എനിക്കൊരാഗ്രഹം. പറയട്ടെ?" അയാൾ ചോദിച്ചു.

"ഉം..."

അയാൾ ചുറ്റും ഒന്നു നോക്കി. ഉണ്ണിയും ശ്രീക്കുട്ടിയും പഠിക്കുകയാണ്. ഇന്ദുകലയും അപർണയും അടുക്കളയിൽ സംസാരിച്ചു കൊണ്ട് എന്തോ ജോലിയിലാണ്.

"മാറത്ത് സാരി വേണ്ടാ... അങ്ങനെ ഒരു ഫോട്ടോ.. തരാമോ?"

"അയ്യോ സാർ."

"പേടിയുണ്ടെങ്കിൽ വേണ്ടാ."

"പേടിയല്ല സാർ... ആരെങ്കിലും കണ്ടാൽ... സാറിന്റെ വീട്ടിൽ..."

"ഏയ്... കണ്ടിട്ട് അപ്പോൾ തന്നെ ഞാൻ ഡിലീറ്റ് ചെയ്യും... നല്ല സുന്ദരിയാണ് സുജാത. ഈ സൗന്ദര്യം ഇങ്ങനെ ഒളിച്ചു വച്ച് നഷ്ടപ്പെടുത്തണോ? വേറാരുമല്ലല്ലോ ചോദിക്കുന്നത്? മടിയാണെങ്കിൽ ഞാൻ നിർബന്ധിക്കുന്നില്ല."

ഹരികുമാർ പെട്ടെന്ന് വാട്ട്സാപ്പിൽനിന്ന് പുറത്തിറങ്ങി. അത് അയാളുടെ ഒരു നമ്പർ ആയിരുന്നു. അയാൾ പ്രതീക്ഷിച്ചതു പോലെ അല്പനേരം കഴിഞ്ഞപ്പോൾ ഒരു മെസ്സേജ് വന്ന ശബ്ദം

കേട്ടു. അത് അയച്ചത് സുജാതയായിരിക്കുമെന്ന് അയാൾക്ക് ഉറപ്പുണ്ടായിരുന്നു.

മനഃപൂർവം അല്പനേരം കഴിഞ്ഞിട്ടാണ് അയാൾ ആ മെസ്സേജ് തുറന്നുനോക്കിയത്. സുജാത അയച്ചതായിരുന്നു അത്. അവളുടെ ഫോട്ടോ. കറുത്ത ബ്ലൗസ് മാത്രം ധരിച്ച്... മാറിടങ്ങൾ വല്ലാതെ വീർപ്പുമുട്ടുന്നു...

"താങ്ക്സ്..." അയാൾ പെട്ടെന്ന് ഒരു മറുപടി കാത്തിരുന്നതുപോലെ അവൾ പെട്ടെന്ന് ഓൺലൈനിൽ വന്നു.

'ഡിലീറ്റ് ചെയ്യണേ സാർ..."

"ഇന്നുതന്നെ ഡിലീറ്റ് ചെയ്യും. ഒന്നുകൊണ്ടും പേടിക്കണ്ടാ..."

"അപ്പോൾ ചിട്ടിയുടെ കാര്യം..."

"അടുത്ത നറുക്കെടുപ്പിൽ വീഴുന്ന പേര് സുജാതയുടേതായിരിക്കും."

"ഒത്തിരി നന്ദിയുണ്ട് സർ."

"ശരി... നാളെ കാണാം."

അയാൾ മൊബൈൽ തിരികെവച്ചു. നാളെ അടുത്ത മെസ്സേജ് കൊടുക്കും. വേറൊരു ആഗ്രഹം.

അതോർത്ത് അയാൾ ഒന്നു പുഞ്ചിരിച്ചു.

അടുക്കളയിൽ നിന്ന് അപർണ അവളുടെ മുറിയിലേക്ക് പോകുന്നത് അയാൾ അപ്പോൾ കണ്ടു. കുളിക്കാനായി ഇന്ദുകല ബാത്റൂമിലേക്കും കയറി. ഇതാണ് സംസാരിക്കാൻ ഏറ്റവും പറ്റിയ സമയം. അയാൾ അവളുടെ മുറിയിലേക്കു ചെന്നു. കട്ടിലിൽ ഇരുന്നുകൊണ്ട് അവൾ മൊബൈൽ നോക്കുകയായിരുന്നു.

ഹരികുമാറനെ കണ്ട് അവൾ പെട്ടെന്ന് എഴുന്നേറ്റു. അയാൾ അകത്തേക്കു കയറിച്ചെന്നു.

"ഇനി എന്നാണ് കൂട്ടുകാരിയെ കാണാൻ വൈ.ഡബ്ലിയു.സി.എ.യിൽ പോകുന്നത്?"

അത് ഒരു ആവശ്യമില്ലാത്ത ചോദ്യമാണെന്ന് തോന്നിയെങ്കിലും അപർണ സംശയിച്ചില്ല.

"തീരുമാനിച്ചില്ല." എങ്കിലും അവൾ പറഞ്ഞു.

"കൂട്ടുകാരിയെ കണ്ടതും സംസാരിച്ചിരുന്ന് സമയം പോയതറിഞ്ഞില്ലെന്നും ഇന്ദുവിനോട് പറയുന്നത് ഞാൻ കേട്ടു..."

അപർണ ഒന്നും മിണ്ടിയില്ല.

"ഇന്ദുവിന് ഒരു സ്വഭാവമുണ്ട്... ആരെങ്കിലും അവളോട് മനഃപൂർവം കള്ളം പറഞ്ഞാൽ അവൾക്കത് സഹിക്കാൻ പറ്റത്തില്ല.

പിന്നെ ഒരിക്കലും അവൾ അവർക്ക് മാപ്പു കൊടുക്കില്ല."

അവൾ ഒന്നു ഞെട്ടി.

ഹരിച്ചേട്ടൻ ഇത് പറയാൻ എന്താണ് കാരണം.

"ഞാൻ കണ്ടു രണ്ടുപേരും കൂടി ഓട്ടോയിൽ മ്യൂസിയത്തിലേക്ക് പോകുന്നത്..."

കള്ളം കണ്ടു പിടിച്ചതു പോലെ പെട്ടെന്ന് അവളുടെ മുഖം വിളറി.

"ആരാണത്?"

"അത്... അത് ശ്രീജിത്താണ്..." അവൾ മടിച്ചു മടിച്ചു പറഞ്ഞു.

"എങ്ങനാണ് നിങ്ങൾ തമ്മിൽ പരിചയം?"

"കോളജിൽ ഒന്നിച്ചു പഠിച്ചതാണ്..."

"ഇവിടെ എവിടെയാണ് ജോലി?"

"ഇവിടെയല്ല... തൃശൂരിൽ... ബാങ്കിലാണ്. ഇവിടെ ഒരു കല്യാണത്തിൽ പങ്കെടുക്കാൻ വന്നതാണ്. അപ്പോൾ എന്നെ കാണണമെന്നു പറഞ്ഞു..." അവൾ സത്യം പറഞ്ഞു.

"പക്ഷേ അതൊന്നുമല്ലല്ലോ ഇന്ദുവിനോട് പറഞ്ഞത്..."

"ചേച്ചി വെറുതെ സംശയിക്കണ്ടാ എന്നു വിചാരിച്ചാണ്..."

"ഇന്ദു ഇതറിഞ്ഞാൽ പിന്നെ ഒരു നിമിഷം പോലും അപർണയെ ഈ വീട്ടിൽ താമസിപ്പിക്കുകയില്ല. രാവിലെ തന്നെ പെട്ടിയെടുത്ത് ഇറങ്ങാൻ പറയും. അത്രയ്ക്ക് കലിയാണ് അവൾക്ക് നുണ പറയുന്നവരോട്."

എന്തു പറയണമെന്നറിയാതെ അവൾ പരിഭ്രമത്തോടെ നിന്നു.

"പേടിക്കണ്ടാ.. ഞാൻ അവളോട് ഇക്കാര്യം പറയാൻ പോകുന്നില്ല. കാരണം അപർണ ഈ വീട്ടിൽ ഉണ്ടാവണമെന്ന് എനിക്കാഗ്രഹമുണ്ട്..." അയാൾ പറഞ്ഞു.

അവൾ ചോദ്യഭാവത്തിൽ അയാളെ ഒന്നു നോക്കി.

"അപർണയ്ക്ക് ഞാൻ ഒരു സഹായം ചെയ്യുമ്പോൾ പകരം ഒരു സഹായം അപർണ എനിക്ക് ചെയ്യണം... അതാണല്ലോ മര്യാദന."

"എന്തു സഹായം?" അവൾ ചോദിച്ചു.

"അത് ഞാൻ സൗകര്യം പോലെ പറയാം. കേട്ടോ..."

അവളെ നോക്കി അർത്ഥഗർഭമായ ഒരു ചിരി ചിരിച്ചിട്ട് ഹരികുമാർ മുറിയിൽ നിന്നിറങ്ങി പോയി.

അയാൾ എന്താണ് ഉദ്ദേശിച്ചത്? അവൾക്ക് മനസിലായില്ല. ഇതുവരെ അപമര്യാദയായി ഒരക്ഷരം പോലും ഹരിച്ചേട്ടൻ

സംസാരിച്ചിട്ടില്ല. അപ്പോൾ സഹായമെന്നു പറഞ്ഞത് വേറെ എന്തെങ്കിലുമായിരിക്കും. അപ്പോൾ തന്നെ അവൾ ആ വിഷയം മനസ്സിൽ നിന്നു വിട്ടു. പക്ഷേ ശ്രീജിത്ത് പറഞ്ഞ ഒരു കാര്യം അവൾ മറന്നില്ല. വരവുചെലവ് കണക്കുകൾ സൂക്ഷിക്കണം.

അന്നു രാത്രിയിൽ തന്നെ അവൾ ഒരു കടലാസിൽ ആ മാസം ഒന്നാംതീയതി കിട്ടിയ ശമ്പളം എത്ര രൂപയാണെന്ന് എഴുതിവച്ചു.

അതിനു താഴെ ഓരോ ദിവസവും ചെലവായ തുക ഇനംപ്രതി ഓർമ്മയിൽ നിന്ന് എഴുതി വച്ചു. അന്ന് സിറ്റിയിൽ പോകാൻ ചെലവായ ബസ് ചാർജ് വരെ.

പിറ്റേന്ന് ഓഫീസിലിരിക്കുമ്പോൾ ശ്രീജിത്ത് അവളെ വിളിച്ചു.

"ഇന്നു രാവിലെ തൃശൂർ എത്തി. നേരെ റൂമിൽ പോയി കുളിച്ച് വേഷം മാറിക്കഴിഞ്ഞപ്പോൾ നിന്നെ വിളിക്കണമെന്നു വിചാരിച്ചതാണ്. അപ്പോൾ ബ്രേക്ക്ഫാസ്റ്റ് കഴിക്കാൻ പോകാൻ അടുത്ത റൂമിലെ ഫ്രണ്ട് വന്നു വിളിച്ചു. പിന്നെ വിളിക്കാൻ പറ്റിയില്ല."

"അു സാരമില്ല. എന്നെ ഓർത്തല്ലോ. അതു മതി."

അവൾ പറഞ്ഞു.

"മനസ്സിൽ ഉണ്ടല്ലാ. എപ്പോഴും..."

"സന്തോഷം. പിന്നെ ഇന്നലെ നീ പറഞ്ഞ കാര്യം ഞാൻ അക്ഷരംപ്രതി പാലിച്ചു. വരവുചെലവ് കണക്കുകൾ ഇന്നലെത്തന്നെ എഴുതിവച്ചു."

"ഗുഡ്. അനാവശ്യമായ ചെലവുകൾ കണ്ടുപിടിക്കാനും അടുത്ത മാസം അത് പരിഹരിക്കനും അത് സഹായിക്കും."

അവർ അല്പനേരം സംസാരിച്ചു. വീട്ടിലെ ഹരിച്ചേട്ടൻ കള്ളത്തരം കണ്ടുപിടിച്ച കാര്യം അവൾ പറഞ്ഞില്ല. എന്തിന് പറയണം?

ദിവസങ്ങൾ പെട്ടെന്നാണ് കടന്നുപോയത്. ആ മാസം അവസാനത്തെ ദിവസം അവൾ അതു വരെ ചെലവായ തുക പരിശോധിച്ചു. അത് കണ്ടപ്പോൾ അവൾ അറിയാതെ ഒന്നു ഞെട്ടി.

ഇന്ദുകലയ്ക്ക് കൊടുത്ത പതിനായിരം രൂപയ്ക്കു പുറമേ ആവീട്ടിൽ ആ മാസം ആറായിരത്തി ഇരുന്നൂറു രൂപ വരെ ചെലവാക്കിയിട്ടുണ്ട്. ബേക്കറി, പച്ചക്കറി, കുട്ടികൾക്ക് ചില സമ്മാനങ്ങൾ, ഒഴിവു ദിവസങ്ങളിൽ മത്സ്യം....

ആറായിരത്തി ഇരുന്നൂറു രൂപ ഒഴിവാക്കേണ്ടതാണ്. താമസച്ചെലവിനുള്ള പതിനായിരം രൂപയിൽ അത് ഒതുക്കേണ്ടതാണ്.

എങ്ങനെ ആ നഷ്ടം നികത്തും?

അവൾ ഉറക്കം വരാതെ കിടന്നു.

42

അന്നു സന്ധ്യക്ക് കുളി കഴിഞ്ഞ് വന്ന് വാതിലടച്ച് വസ്ത്രം മാറിക്കഴിഞ്ഞിട്ട് അപർണ മൊബൈൽ എടുത്ത് വീട്ടിലേക്കു വിളിച്ചു.

അച്ഛൻ ടൗണിൽ നിന്നു വന്നു കാണുകയില്ലെന്ന് അവൾക്ക് അറിയാമായിരുന്നു. ആശയായിരിക്കും ഫോൺ എടുക്കുന്നത്.

അമ്മ അടുക്കളയിൽ എന്തെങ്കിലും ജോലിയിലായിരിക്കും.

"ഹലോ..."

പ്രതീക്ഷിച്ചതു പോലെ ആശയാണ് റിസീവറെടുത്തത്.

"ചേച്ചിയാ മോളേ..." അപർണ പറഞ്ഞു.

"എന്തുണ്ട് ചേച്ചീ വിശേഷം?"

"ഒന്നുമില്ലെടീ..."

"ഇനിയെന്നാ ചേച്ചി വരുന്നത്?"

"അടുത്ത മാസം ശമ്പളം കിട്ടീട്ട്. എന്താ പോരേ?"

അപർണ ചോദിച്ചു.

"മതി. ആദ്യത്തെ ശമ്പളം എല്ലാവർക്കും വീതം വച്ച് കൊടുത്തതു പോലെ ഇനി അങ്ങനൊന്നും ചെയ്യരുത് കേട്ടോ..."

മുതിർന്ന ആളിനെപ്പോലെ ആശ ഉപദേശിച്ചു.

"ഇല്ലെടീ... ആദ്യശമ്പളം സമ്പാദിക്കാനുള്ളതല്ല... ചെലവഴിക്കാനുള്ളതാ.... അതിൽ എനിക്ക് ഖേദമൊന്നുമില്ല.. പക്ഷേ..."

"എന്താ ഒരു പക്ഷേ?" ആശ ചോദിച്ചു.

"അക്കാര്യം പറയാൻ വേണ്ടിയാണ് ഞാനിപ്പോൾ വിളിച്ചത്. ആരെങ്കിലുമുണ്ടോ നിന്റെ അടുത്ത്... അമ്മയോ കണ്ണനോ..."

ശബ്ദം താഴ്ത്തി അപർണ ചോദിച്ചു.

ആശ അറിയാതെ ഒന്നു ഞെട്ടി.

"ആരുമില്ല... എന്താ ചേച്ചീ?"

"ചെറിയ പ്രശ്നമുണ്ട് മോളെ... സാലറി കിട്ടിയതിന്റെ ബാക്കി കുറച്ച് പൈസ കയ്യിലുണ്ടായിരുന്നു. ഒരു ഏഴായിരം രൂപ. അതിപ്പോൾ ഏതാണ്ട് തീരാറായി..."

"എങ്ങനെ?"

"ഈ വീട്ടിൽ ചെലവാക്കേണ്ടി വന്നു.."

"എന്തിന്? പതിനായിരം രൂപയല്ലേ അവിടെ കൊടുക്കേണ്ടത്... അത് ചേച്ചി കൊടുക്കുകയും ചെയ്തല്ലോ. പിന്നെന്ത് ചെലവാണ്?"

ആശയ്ക്ക് മനസിലായില്ല.

അപർണ കാര്യങ്ങൾ തുറന്നു പറഞ്ഞു. എല്ലാം കേട്ടു കഴിഞ്ഞ

പ്പോൾ ആശയ്ക്ക് ദേഷ്യം വന്നു.

"ഇത്ര പൊട്ടിയായിപ്പോയല്ലേ ചേച്ചി... അവര് നമ്മുടെ ബന്ധുവാണോ? അല്ലല്ലോ. അവരുടെ വീട്ടിൽ താമസിക്കുന്നതിന്റെ വാടകയും ആഹാരത്തിന്റെ വിലയുമായി അവർ തന്നെ ആവശ്യപ്പെട്ട പതിനായിരം രൂപ എണ്ണിക്കൊടുത്തതല്ലേ."

"അതേ... പക്ഷേ..."

"പിന്നെന്തിനാ അവിടെ വേണ്ടുന്ന പാലും പച്ചക്കറിയും മീനും ബേക്കറി സാധനങ്ങളും വാങ്ങിച്ചു കൊടുക്കുന്നത്? ദാനം ചെയ്യാൻ ചേച്ചിയാരാ കർണ്ണന്റെ മൂത്ത മോളാണോ?"

അരിശത്തോടെ ആശ ചോദിച്ചു.

"അവർ ഓരോന്നു പറയുമ്പോൾ വയ്യാ എന്ന് പറയാൻ എനിക്കു പറ്റുന്നില്ല. ദിവസവും മൂന്നുകവർ പാല്... ബസിറങ്ങുമ്പം മേടിച്ചോണ്ട് വരാമോന്ന് ചോദിച്ചു. ഞാൻ മേടിച്ചോണ്ടു കൊടുത്തു. അതിന്റെ പൈസ ആ ചേച്ചി എടുത്തു തന്നപ്പോൾ ഞാൻ മേടിച്ചില്ല... മൂന്നു പാലിന്റെ വില മേടിക്കുന്നത് മര്യാദയല്ലെന്ന് എനിക്കു തോന്നി..." അപർണ പറഞ്ഞു.

"എന്നിട്ട്?"

"പിറ്റേന്ന് ഞാൻ പാല് മേടിക്കാതെയാണ് ചെന്നത്. എന്താ പാല് മേടിക്കാത്തതെന്ന് ചോദിച്ചു. ഞാനൊന്നും പറഞ്ഞില്ല. അടുത്ത ദിവസം മൂന്നു കവർ പാലുമായിട്ടാണ് ഞാൻ വന്നത്. പക്ഷേ പൈസയുടെ കാര്യം മിണ്ടിയില്ല. പിന്നെ എന്നും..."

"വീട്ടിൽ ചേച്ചി ചെലവാക്കിയ സംഖ്യ കണക്കുകൂട്ടി അത് പതിനായിരത്തിൽനിന്നും കുറവ് ചെയ്യും എന്ന് ചേച്ചിക്ക് തോന്നുന്നുണ്ടോ?" ആശ ചോദിച്ചു.

"ഇല്ല. ഞാൻ ചെലവാക്കുന്ന പൈസയുടെ കണക്ക് വെക്കത്തില്ലല്ലോ അവർ." അപർണ പറഞ്ഞു.

"അടുത്ത മാസം മുതൽ ഈ അബദ്ധം പറ്റരുത്. മനസ്സിലായില്ലേ..."

"ഈ മാസം മുഴുവൻ എല്ലാം ചെയ്തിട്ട്... പെട്ടെന്ന് നിർത്താൻ പറ്റില്ല. അവർ എന്തു വിചാരിക്കും?"

"ഒരു വഴിയേയുള്ളൂ ഇനി. എത്രയും വേഗം ആ വീട്ടിൽ നിന്ന് താമസം മാറണം."

"എങ്ങോട്ട്?"

"വേറെ എവിടേയ്ക്കെങ്കിലും. ഇപ്പോൾ ചേച്ചിക്ക് ഓഫീസിൽ കുറച്ച് ഫ്രണ്ട്സ് കാണുമല്ലോ... ചിലരൊക്കെ ലേഡീസ് ഹോസ്റ്റ

ലിലായിരിക്കുമല്ലോ താമസം. അവരോട് ചോദിച്ചാ മതി. അവർ കണ്ടുപിടിച്ച് തരും."

"ഉം." അപർണ മൂളി.

"ആവശ്യത്തിലധികം ആരോടും സ്നേഹത്തിനൊന്നും പോകരുത്. ചേച്ചിയൊരു മണ്ടിയാണെന്ന് ആ സ്ത്രീക്ക് മനസിലായിട്ടുണ്ട്. കുറച്ച് പുകഴ്ത്തിയാൽ ചേച്ചി അതിൽ വീണുപോകുമെന്നും..."

ആശ അവളെ കുറ്റപ്പെടുത്തി.

മണ്ടിയായിരിക്കും. പക്ഷേ പ്രശംസയിൽ വീണുപോകുന്നവളല്ല താൻ എന്ന് അപർണയ്ക്ക് അറിയാമായിരുന്നു.

"ശരി മോളെ... താമസം മാറാൻ പറ്റുമോ എന്ന് ഞാനൊന്ന് നോക്കട്ടെ. തൽക്കാലം നീയിത് ആരോടും പറയണ്ടാ... അറിഞ്ഞാൽ അമ്മയ്ക്ക് വിഷമമാകും...."

"ആരോടും ഞാൻ പറയത്തില്ല. ചേച്ചി വിഷമിക്കരുത്. പോയകാശ് പോട്ടെ. ആ കെണിയിൽ നിന്ന് എത്രയും വേഗം രക്ഷപ്പെടാൻ എന്താണ് ചെയ്യേണ്ടതെന്ന് ആലോചിക്ക്."

"ശരി മോളെ..."

അപർണ കോൾ കട്ട് ചെയ്തു. അവിടെയിരുന്നു കൊണ്ട് അധികം സംസാരിക്കാനും വയ്യാ. മുറിയുടെ വെളിയിൽ വന്നു നിന്ന് ആരെങ്കിലും കാതോർത്താൽ...

ആരും അങ്ങനെ ചെയ്യില്ലെന്നും കരുതാൻ വയ്യാ. ഹരിച്ചേട്ടൻ ശ്രീജിത്തിന്റെ കാര്യം അറിയാവുന്നതു കൊണ്ട് ഉള്ളിലെ സംസാരം കേട്ടാൽ ചെവി വട്ടം പിടിച്ചെന്നും വരും.

ഇന്ദു ചേച്ചി അറിഞ്ഞോ അറിയാതെയോ ആയിരിക്കും തന്നെക്കൊണ്ട് വീട്ടുചെലവുകൾ ചെയ്യിക്കുന്നത്. പക്ഷേ വെറുക്കാൻ വയ്യാ. അത്രയ്ക്ക് സ്നേഹത്തോടെയാണ് തന്നോട് പെരുമാറുന്നത്. ഓഫീസിലെ ദിവ്യ ഹോസ്റ്റലിലാണ് താമസിക്കുന്നതെന്ന് അറിയാം. നാളെ ഒന്നു സംസാരിക്കണം.

പിറ്റേന്ന് വന്ദന ഓഫീസിൽ വന്നില്ല. ലീവായിരുന്നു. ലീവാണെന്ന കാര്യം തലേദിവസം പോലും വന്ദന പറഞ്ഞില്ല.

അപർണയ്ക്ക് അതിൽ പ്രത്യേകിച്ച് ഒന്നും തോന്നിയതുമില്ല. പക്ഷേ ഓഫീസിൽ അവളെക്കുറിച്ച് പലതും അർത്ഥം വച്ച് പറയുന്നതും അമർത്തി ചിരിക്കുന്നതും അപർണ കാണാതിരുന്നില്ല. അവൾക്ക് ഒന്നും മനസിലായില്ല. ഉച്ചയ്ക്ക് ഇടവേള സമയത്ത് ദിവ്യയുടെ സീറ്റിനടുത്തേക്ക് അപർണ ചെന്നു.

"എന്താ അപർണേ?" ദിവ്യ ചോദിച്ചു.

"ഒന്നുമില്ല. ദിവ്യ ഏത് ഹോസ്റ്റലിലാണ് താമസിക്കുന്നത്?"

"വഴുതക്കാട് ഒരു സരസ്വതിവിലാസം ലേഡീസ് ഹോസ്റ്റലുണ്ട്. അവിടെയാണ്."

"അവിടെ റൂം വല്ലതും ഒഴിവുള്ളതായിട്ട് അറിയാമോ?"

അപർണ തിരക്കി.

ദിവ്യ ഒന്നു ചിരിച്ചു.

"റൂമോ... ഒരു റൂമിൽ നാലുപേർ വച്ചാണ് അവിടെ താമസം. ലേഡീസ് ഹോസ്റ്റലിൽ റൂം കിട്ടില്ല അപർണേ... ബെഡ് മാത്രം..."

"ഞാൻ ചോദിച്ചത് ആ അർത്ഥത്തിലാണ്. ഒരു ബെഡ് കിട്ടിയാലും മതിയാരുന്നു."

"ആർക്ക്... അപർണയ്ക്കാണോ?"

"അതേ..."

"അപർണ കേശവദാസപുരത്ത് ഒരു വീട്ടിൽ പേയിങ് ഗസ്റ്റായിട്ട് താമസിക്കുകയല്ലേ?" ദിവ്യ ചോദിച്ചു.

"അതേ..."

"അവിടെ സ്വന്തമായി റൂം ഇല്ലേ?"

"ഉണ്ട്."

"പിന്നെന്തിനാ ഇപ്പോൾ ഹോസ്റ്റലിലേക്ക് മാറുന്നത്?"

"അതോ... അതു പിന്നെ... ചെറിയ വീടാണ്. ഞാനവിടുള്ളത് അവരുടെ പ്രൈവസിയെ ബാധിക്കുന്നുണ്ടെന്ന് എനിക്കൊരു തോന്നൽ..." അവൾ ഒരു കാരണം മെനഞ്ഞുണ്ടാക്കി.

"അതിന് നമുക്കെന്താ... അവരുടെ സമ്മതത്തോടെയല്ലേ നമ്മളവിടെ താമസിക്കുന്നത്. തന്നേമല്ല അവർ ചോദിക്കുന്ന കാശ് എണ്ണിക്കൊടുക്കുന്നുമുണ്ടല്ലോ. അവരുടെ പ്രൈവസിയൊന്നും നമ്മൾ നോക്കേണ്ട കാര്യമില്ല." ദിവ്യ പറഞ്ഞു.

"എന്നാലും..."

"അപർണ ഏതെങ്കിലും ലേഡീസ് ഹോസ്റ്റലിൽ താമസിച്ചിട്ടുണ്ടോ?"

"ഇല്ല."

"അതിന്റെ സുഖം അറിയാത്തതു കൊണ്ടാ ഹോസ്റ്റലിലേക്ക് മാറണമെന്ന് ആഗ്രഹിക്കുന്നത്." മനസിലാകാത്ത പോലെ അവൾ ദിവ്യയുടെ മുഖത്തേക്ക് നോക്കി.

"ഒരു മുറിയിൽ നാല് കട്ടിലുകൾ. ഒന്ന് നിന്നുതിരിയാൻ പോലും പിന്നെ അവിടെ സ്ഥലം കാണില്ല. വസ്ത്രങ്ങൾ മടക്കിയിടാൻ ഒരു സ്റ്റാന്റോ മടക്കി വയ്ക്കാൻ ഒരു അലമാരയോ ഇല്ല.

രാവിലെ ബാത്റൂമിൽ പോകാൻ അരമണിക്കൂറിലേറെ ക്യൂ നിൽക്കേണ്ടി വരും. ഒരു ടേസ്റ്റുമില്ലാത്ത ഫുഡ് മൂന്നു നേരവും കഴിക്കണം...”

തന്നെ നിരുത്സാഹപ്പെടുത്താനാണോ അവൾ ഇങ്ങനെയൊക്കെ പറയുന്നതെന്ന് അപർണയ്ക്ക് സംശയം തോന്നി.

“മാസം തോറും എണ്ണായിരം രൂപയാണ് ഞാൻ കൊടുക്കുന്നത്. അതിന്റെ ഒരു ക്വാളിറ്റിയും അവിടത്തെ താമസത്തിനില്ല. വേറെ നിവർത്തിയൊന്നും ഇല്ലാത്തതു കൊണ്ടു മാത്രമാണ് ഞാനവിടെ താമസിക്കുന്നത്.”

സത്യമായിരിക്കും ദിവ്യ പറയുന്നതെന്ന് അപർണയ്ക്ക് അപ്പോൾ തോന്നി.

“ബെഡ് ഉണ്ടോയെന്ന് എനിക്ക് അറിയില്ല. ഇന്ന് ചെല്ലുമ്പോൾ ഞാൻ അന്വേഷിക്കാം. ഉണ്ടെങ്കിൽ തന്നെ അപർണ വന്ന് അവസ്ഥ നേരിട്ടു കണ്ട് മനസിലാക്കിയിട്ട് മതി അഡ്മിഷൻ എടുക്കുന്നത്.”

“ഉം...” അവൾ ദുർബലമായി തല കുലുക്കി.

“സരസ്വതി വിലാസത്തിലെ മാത്രമല്ല സിറ്റിയിലെ മിക്ക ഹോസ്റ്റലുകളിലും ഇതാണ് സ്ഥിതി. അതു കൊണ്ട് ഒരുദിവസം അപർണ സരസ്വതി മന്ദിരത്തിലേക്ക് വാ... നേരിൽ കണ്ടിട്ട് മതി...”

അപർണ വിഷണ്ണയായി ചിരിച്ചു.

അവൾ വേറെ ചില കൂട്ടുകാരികളോടും ഹോസ്റ്റലുകളെക്കുറിച്ച് അന്വേഷിച്ചു. ഒഴിവില്ല എന്ന മറുപടിയാണ് മിക്കവരിൽ നിന്നും കിട്ടിയത്.

രണ്ടുപേർ മാത്രം ഷെയർ ചെയ്യുന്ന ചില ഹോസ്റ്റലുകൾ ഉണ്ടായിരുന്നു. അവിടെ ഒരുമാസത്തെ ഫീസ് പതിനയ്യായിരം രൂപയായിരുന്നു. അഡ്വാൻസായി കൊടുക്കുകയും വേണം. അവൾ വലിയ വിഷമത്തിലായി. ഇന്ദുകലയുടെ വീട്ടിൽനിന്ന് ഈ മാസം അവസാനത്തോടെയെങ്കിലും മാറണം.

അല്ലെങ്കിൽ ചെലവുകൾ പിടിച്ചാൽ കിട്ടാതെയാകും. ചിലവുകൾ നിയന്ത്രിക്കാൻ ശ്രമിച്ചാൽ അത് നീരസത്തിന് കാരണമാകാനും സാധ്യതയുണ്ട്. പിന്നെ ആ വീട്ടിൽ തുടരുന്ന കാര്യവും പ്രയാസമാകും.

അപർണ ഉരുകി ഇരുന്നു.

○○

വൈകുന്നേരം നാലുമണിയായപ്പോഴാണ് ഹരികുമാറിന്റെ മൊബൈലിൽ ഇന്ദുകലയുടെ വിളി വന്നത്.

"എന്താ ഇന്ദൂ?" അയാൾ കോൾ എടുത്തു.

"ഞങ്ങളുടെ ഓഫീസിലുള്ള മായയെ അറിയില്ലേ ഹരിയേട്ടന്. അവളുടെ അമ്മ കുറച്ചു മുമ്പേ വിളിച്ചു. കുറച്ചുദിവസമായി സുഖമില്ലാതെ കിടപ്പിലായിരുന്നു. അവൾ വീട്ടിലാണ്. ഓഫീസിൽ നിന്ന് ഞങ്ങൾ കുറേപ്പേർ അങ്ങോട്ട് പോകാൻ തുടങ്ങുവാണ്..."

"എവിടാ അവളുടെ വീട്?"

"കാട്ടാക്കടയിലാ... നാളെ രാവിലെ സംസ്കാരം നടക്കും. അതിനു മുമ്പ് പോയി കാണണമല്ലോ..."

"എങ്ങനാ പോകുന്നത്?" അയാൾ ചോദിച്ചു.

"ഓഫീസിൽ കാറുള്ള ചിലരുണ്ടല്ലോ. അവരുടെ വണ്ടിയിലായിരിക്കും പോകുന്നത്." അവൾ പറഞ്ഞു.

"കാട്ടാക്കടയിൽ വരെ പോയിട്ട് വരണ്ടേ...അപ്പോൾ വൈകുമല്ലോ വരാൻ..."

"ഉം. എട്ടുമണിയെങ്കിലുമാകും. എന്നെ വീട്ടിൽ കൊണ്ടുവിടും. അക്കാര്യത്തിൽ വിഷമിക്കണ്ടാ..."

"ഉം..."

"അതുകൊണ്ട് ഹരിയേട്ടൻ നേരെ വീട്ടിലേക്ക് പൊയ്ക്കോളൂ... കുട്ടികൾ മാത്രമല്ലേയുള്ളൂ. അപർണ വരുമ്പോൾ ആറുമണിയെങ്കിലുമാകില്ലേ..."

അപ്പോൾ അയാൾക്ക് ഒരു കാര്യമാണ് ഓർമ്മ വന്നത്.

ഇന്ദുകല വീട്ടിലില്ലാത്ത ഒരു സുവർണാവസരം കയ്യിൽ വന്നിരിക്കുന്നു. അപർണയെ വരുതിയിലാക്കാൻ തന്റെ കയ്യിൽ ഒരു തുറുപ്പുചീട്ടുമുണ്ട്. അവളുടെ രഹസ്യകാമുകൻ ശ്രീജിത്ത്.

"ശരി... ഞാൻ നേരത്തെ പോകാം. നീ അവരുടെ കൂടെ വന്നാൽ മതി. ധൃതിവയ്ക്കണ്ട കേട്ടോ..." ഹരികുമാർ പറഞ്ഞു.

"ശരി ഹരിയേട്ടാ." ഇന്ദുകല കോൾ കട്ട് ചെയ്തു.

അയാൾ അന്ന് പതിവിലും നേരത്തെ വീട്ടിലെത്തി. അപ്പോൾ ഉണ്ണിയും ശ്രീക്കുട്ടിയും മാത്രമേ വീട്ടിലുണ്ടായിരുന്നുള്ളൂ അവിടെ.

അയാൾ രണ്ടുപേരെയും കുളിപ്പിച്ചു.

"അച്ഛൻ ചായയുണ്ടാക്കി തരാം."

അയാൾ അവരോട് പറഞ്ഞു.

"വേണ്ടച്ഛാ... ആന്റി വന്നിട്ടു മതി. ആന്റി സമോസയും പഫ്സുമൊക്കെ മേടിച്ചോണ്ടു വരും..." ഉണ്ണി പറഞ്ഞു.

അയാൾ ഒന്ന് ചിരിച്ചു. ആറുമണിയായപ്പോൾ അപർണ വന്നു. അന്നും അവൾ ബേക്കറിയിൽ കയറിയിട്ടാണ് വന്നത്. കയ്യിൽ ഒരു കിറ്റുണ്ടായിരുന്നു.

"ആന്റി പഫ്സും സമോസയും വാങ്ങിച്ചു കൊണ്ടു വരുമെന്ന് പറഞ്ഞ് രണ്ടുപേരും കാത്തിരിക്കുകയായിരുന്നു."

അവളെ കണ്ട് ഒരു ചിരിയോടെ ഹരികുമാർ പറഞ്ഞു.

കുട്ടികളുടെ മുഖത്തേക്ക് നോക്കിയപ്പോൾ അവൾക്ക് സഹതാപം തോന്നി. പ്രതീക്ഷയോടെ അവരുടെ മുന്നിലേക്ക് വെറും കയ്യോടെ കയറിവരാൻ പറ്റില്ലെന്ന് അവൾക്കു മനസിലായി.

കിറ്റിൽ ഉണ്ടായിരുന്ന പഫ്സ് എടുത്ത് പ്ലേറ്റുകളിൽ വച്ച് അവൾ കുട്ടികൾക്ക് കൊടുത്തു.

"പഴംപൊരി കിട്ടില്ലേ ആ ബേക്കറിയിൽ?"

പഫ്സ് ഒരെണ്ണമെടുത്തുകൊണ്ട് ഹരികുമാർ ചോദിച്ചു.

"ഉം." അവൾ വെറുതെ മൂളി.

"നാളെ പഴംപൊരി മേടിച്ചാൽ മതി. പിള്ളാർക്കും അതിഷ്ടമാ." അവൾ ഒന്നും പറഞ്ഞില്ല. അടുക്കളയിൽ ഇന്ദുകല ഇല്ലല്ലോ എന്നകാര്യം അപ്പോഴാണ് അവൾ ശ്രദ്ധിച്ചത്.

"ചേച്ചിയെവിടെ?"

"ഇന്ദുവിന്റെ ഓഫീസിലെ ഒരു സ്റ്റാഫിന്റെ അമ്മ മരിച്ചു. അവൾ കാട്ടാക്കടയിൽ പോയിട്ടേ വരൂ... കുറച്ച് വൈകും."

അയാൾ പറഞ്ഞു.

വേഷം മാറിയിട്ട് അവൾ അടുക്കളയിൽ ചെന്ന് ചപ്പാത്തിയും കറിയുമുണ്ടാക്കി വച്ചിട്ട് കുളിക്കാൻ പോയി. ഹരികുമാർ വാട്സാപ്പ് എടുത്ത് നോക്കിയപ്പോഴാണ് സുജാതയുടെ ഒരു മെസേജ് വന്നു കിടക്കുന്നത് അയാൾ കണ്ടത്.

"നാളെയല്ലേ സാർ ചിട്ടിയുടെ നറുക്കെടുപ്പ്... എന്റെ കാര്യം മറക്കല്ലേ... സാറിലാണ് എന്റെ പ്രതീക്ഷ മുഴുവനും..."

അയാൾ ഒന്ന് ഊറിച്ചിരിച്ചു.

"അത് ഞാനേറ്റു. സുജാത കഴിഞ്ഞ തവണ അയച്ച ഫോട്ടോ സൂപ്പർ ആയിരുന്നു. കറുത്ത ബ്ലൗസൊക്കെയിട്ട്..."

അയാൾ മെസ്സേജ് വിട്ടു.

"അത് ഡിലീറ്റ് ചെയ്തില്ലേ സാർ?"

"കണ്ട് കൊതി തീരാതെ അന്നുതന്നെ അത് ഡിലീറ്റ് ചെയ്തു. ഇപ്പോൾ വേറൊരാഗ്രഹം." അയാൾ പറഞ്ഞു.

"എന്താണ് സാർ?"

'അല്ലെങ്കിൽ വേണ്ട.... പറയുന്നില്ല..." അയാൾ മടി അഭിനയിച്ചു.

"അതെന്താ?"

"സുജാത എന്നോട് പിണങ്ങും..."

"സാറിനോട് ഞാൻ പിണങ്ങാനോ... ഒരിക്കലുമില്ല. സഹായം ചെയ്യുന്ന വരെ ഞാൻ ദൈവത്തെപ്പോലെയേ കാണൂ..."

അവൾ മെസ്സേജ് വിട്ടു.

"എന്നാലും ഞാൻ ഒരാഗ്രഹം പറയുമ്പോൾ... സുജാതയ്ക്ക് അതു ചെയ്യാൻ പറ്റില്ലെങ്കിൽ... സുജാതയ്ക്ക് വിഷമമാകും. എനിക്കും വിഷമമാകും."

"എന്നെക്കൊണ്ട് പറ്റുന്ന എന്താണെങ്കിലും... സാറിന്റെ ആഗ്രഹം ഞാൻ സാധിച്ചുതരും."

"പിണങ്ങില്ലല്ലോ?"

"ഇല്ല..."

"എങ്കിൽ ഒരു ഫോട്ടോ കൂടി എനിക്ക് വേണം... ഇത്തവണ ബ്ലൗസ് ഇല്ലാതെ..."

"അയ്യോ സാർ..." പെട്ടെന്ന് അവളുടെ പ്രതികരണം വന്നു.

"ഞാൻ പറഞ്ഞില്ലേ... സുജാതയ്ക്ക് പറ്റില്ല... അതാ ഞാൻ... നിർബന്ധിച്ചതു കൊണ്ടു മാത്രമാ ഞാൻ പറഞ്ഞത്... സോറി..."

അയാൾ വാട്സാപ്പിൽനിന്ന് പുറത്തുവന്നു. അവൾക്ക് നാളെ ചിട്ടി വേണമെന്നുണ്ടെങ്കിൽ... അപ്പോഴാണ് അയാൾ സമയത്തെക്കുറിച്ച് ബോധവാനായത്. മണി ഏഴര. എട്ടുമണി കഴിയും ഇന്ദുകല വരാൻ. ചിലപ്പോൾ എട്ടരയായെന്നും വരും. എന്തായാലും ഇനി സമയം കളയാനില്ല. ഇതുപോലെ വേറൊരവസരം ഇനി കിട്ടിയെന്നും വരില്ല. ഊണുമുറിയിലെ മേശപ്പുറത്ത് ബുക്കുകൾ തുറന്നുവച്ച് ഉണ്ണിയും ശ്രീക്കുട്ടിയും എന്തൊക്കെയോ എഴുതുകയോ, വായിക്കുകയോ ആണ്. അവരുടെ കണ്ണിൽ പെടാതെ അയാൾ അപർണയുടെ മുറിയുടെ അടുത്തേക്ക് ചെന്നു. വാതിൽ അടച്ചിരിക്കുകയായിരുന്നു. ഇന്ന് തുടക്കമിടുകയെങ്കിലും വേണം. അവൾക്ക് എതിർക്കാനൊന്നും പറ്റില്ല. അയാൾ വാതിലിൽ ഒന്നു മുട്ടി.

ഒരു നിമിഷം കഴിഞ്ഞപ്പോൾ അപർണ വാതിൽ തുറന്നു. കുളി കഴിഞ്ഞ് വന്ന് അവൾ വസ്ത്രം മാറിക്കഴിഞ്ഞിരുന്നു.

"എന്താ സാർ?" അവൾ ചോദിച്ചു.

മറുപടി പറയാതെ അയാൾ മുറിയിലേക്ക് കയറിച്ചെന്നു.

ഈറൻ മുടിയുടെ ഗന്ധവും ചന്ദനസോപ്പിന്റെ മണവും അപ്പോൾ അയാളുടെ മൂക്കിലേക്ക് കയറിച്ചെന്നു. അയാൾ ഒന്ന് ഉണർന്നു.

43

അപർണയെ നോക്കി ഹരികുമാർ ഒന്നു ചിരിച്ചു.

"കുറേ ദിവസമായി ആഗ്രഹിക്കുന്നു അപർണയോടൊന്ന് സംസാരിക്കണമെന്ന്. നമ്മൾ രണ്ടുപേരും മാത്രമായിട്ട്... എന്നും ഇന്ദു കാണുമല്ലോ ഇവിടെ... അപ്പോൾ ഫ്രീയായി സംസാരിക്കാൻ ഒരു ബുദ്ധിമുട്ടുണ്ട്."

അയാളുടെ നോട്ടവും ഭാവവും സംസാരവുമൊക്കെ അവളിൽ സംശയമുണ്ടാക്കി. എന്തോ ഒരു പന്തികേട്.

"സാറിന് എന്താണ് എന്നോട് സംസാരിക്കാനുള്ളത്?"

എങ്കിലും അയാളുടെ ഉള്ളറിയാനായി അവൾ ചോദിച്ചു.

"അപർണ വന്ന അന്നു മുതൽ ഞാൻ ശ്രദ്ധിക്കുന്നു. നാട്ടിൻ പുറത്തു നിന്ന് വന്നതായതുകൊണ്ടായിരിക്കും അപർണേടെ സൗന്ദര്യം വളരെ നാച്ചറലാ... എന്നുവച്ചാൽ സ്വാഭാവിക സൗന്ദര്യം. ഒട്ടും ആർട്ടിഫിഷ്യൽ അല്ല."

ഒരുതരം ആരാധനയോടെ ഹരികുമാർ പറഞ്ഞു.

അവൾ ഒന്നും മിണ്ടിയില്ല.

"സിറ്റിയിലുള്ള പെണ്ണുങ്ങളുടെ സൗന്ദര്യം മുഴുവൻ മേക്കപ്പും ഡ്രസ്സുമാ. എനിക്കത് കണ്ണെടുത്താൽ കണ്ടു കൂടാ..."

"സാറിന് എന്താണ് എന്നോട് സംസാരിക്കാനുള്ളത്?"

ക്ഷമയോടെ അവൾ ചോദിച്ചു.

"അതല്ലേ പറഞ്ഞു വരുന്നത്. ഞാൻ കല്യാണം കഴിക്കുന്നതിനു മുമ്പ് അപർണയെ കണ്ടിരുന്നെങ്കിൽ..."

അയാൾ ഒന്നു നിർത്തി.

"കണ്ടിരുന്നെങ്കിൽ?" അവൾ വിട്ടില്ല.

"ഞാൻ അപർണയെ കല്യാണം കഴിച്ചേനെ."

'സാർ ഇന്ദുകല ചേച്ചിയെ കല്യാണം കഴിച്ചിട്ട് എത്ര വർഷമായി?"

"എട്ടു വർഷം."

"അപ്പോൾ സാറിന്റെ ആഗ്രഹം നടക്കത്തില്ലാരുന്നു. എട്ടുവർഷം മുമ്പ് എനിക്ക് പ്രായം പതിനഞ്ച്. പ്രായപൂർത്തിയാകാത്ത കുട്ടിയെ കല്യാണം കഴിച്ചിരുന്നെങ്കിൽ സാറിന്ന് ജയിലിലായിരുന്നേനെ." അവൾ പരിഹാസത്തോടെയാണ് പറഞ്ഞത്. അയാളുടെ മുഖം വിളറിപ്പോയി.

"അല്ല... ഞാൻ അത്രയ്ക്ക് അപർണയെ ഇഷ്ടപ്പെടുന്നുണ്ടെന്ന്

ബോധ്യപ്പെടുത്താൻ ഒരു ഉദാഹരണം പറഞ്ഞെന്നേയുള്ളൂ."

അയാൾ ചിരിക്കാൻ ശ്രമിച്ചു.

"ഇപ്പോൾ എനിക്ക് ഇരുപത്തിമൂന്ന് വയസുണ്ട്. ഇപ്പം വേണെങ്കിൽ കല്യാണം നടക്കും..."

അപർണ ഗൗരവം നടിച്ചാണ് പറഞ്ഞത്. അയാൾ അത് കാര്യമായിട്ടു തന്നെ എടുത്തു.

"സത്യമാണോ അപർണ പറഞ്ഞത്?"

"ഇരുപത്തിമൂന്നു വയസിൽ കല്യാണം കഴിച്ചാൽ പോലീസ് പിടിക്കത്തില്ല."

"പക്ഷേ ഒരു പ്രശ്നമുണ്ട്. ഇന്ദുകല അറിഞ്ഞാൽ കൊന്നുകളയും." അയാൾ വിഷണ്ണനായി.

"ഇന്ദു ചേച്ചിയെ സാറിന് അത്ര പേടിയോ?"

"അയ്യോ അവൾ ഭയങ്കരിയാ. അവളുടെ സ്വഭാവം അപർണയ്ക്ക് അറിയാത്തോണ്ടാ. ദേഷ്യം വന്നാൽ അവൾ എന്തും ചെയ്യും."

"കൊല്ലുമോ?"

"അതിനും മടിക്കത്തില്ല."

"സാറിങ്ങനെ എന്റെ റൂമിൽ വന്ന് ഇതു പോലൊക്കെ സംസാരിച്ചെന്നറിഞ്ഞാൽ സാറിനെ ചേച്ചി കൊല്ലത്തില്ലേ?"

അവൾ ചോദിച്ചു.

"പക്ഷേ അവൾ ഇതൊന്നും അറിയാൻ പോകുന്നില്ലല്ലോ."

"ഞാൻ പറഞ്ഞാലോ?"

അയാൾ സംശയ ഭാവത്തിൽ അവളെ ഒന്നു നോക്കി.

"പറഞ്ഞാൽ നിന്റെ ഒളിച്ചു കളിയെക്കുറിച്ച് ഞാനും പറയും. കൂട്ടുകാരിയെ കാണാനാണെന്നു പറഞ്ഞ് ഞായറാഴ്ച ഇവിടന്നു പോയത് കാമുകനെ കാണാനാണെന്ന് അറിഞ്ഞാൽ അന്ന് നിന്റെയിവിടത്തെ താമസം അവസാനിക്കും."

അയാൾ ഭീഷണിപ്പെടുത്തി.

"എനിക്ക് പേടിയൊന്നുമില്ല. ഞാൻ വേറെ താമസസ്ഥലം കണ്ടുപിടിക്കും." അപർണ പറഞ്ഞു.

"ഞാനതൊന്നും പറയാൻ പോകുന്നില്ല പെണ്ണേ. നമുക്കൊരു കോംപ്രമൈസിൽ പോകാം. എന്താ?"

"എന്തു കോംപ്രമൈസ്?" അവൾ ചോദിച്ചു.

"എനിക്ക് ഒരു ഉമ്മ തരണം... കെട്ടിപ്പിടിച്ച്... അല്ലെങ്കിൽ നീ കള്ളം പറഞ്ഞ് കാമുകനെ കാണാൻ പോയ കാര്യം ഞാൻ ഇന്ദുവിനോട് പറയും. അതോടെ നിനക്ക് ഈ വീട്ടിലെ താമസം അവസാ

നിപ്പിക്കേണ്ടി വരും." അയാൾ പറഞ്ഞു.

"ഞാൻ ഈ വീട്ടിലെ താമസം അവസാനിപ്പിച്ചാൽ നിങ്ങൾക്ക് മാസം എത്ര രൂപ നഷ്ടം വരുമെന്ന് അറിയാമോ?"

അയാൾ ഒന്നു പകച്ചു. അങ്ങനൊരു മറുചോദ്യം അയാൾ ഒട്ടും പ്രതീക്ഷിച്ചിരുന്നില്ല.

"എന്നാലും വല്ല ഹോസ്റ്റലിലും ചെന്നു കിടന്ന് നിനക്ക് നരകിക്കേണ്ടി വരും. അത് മറക്കണ്ടാ."

"ഞാനിപ്പോൾ ചെയ്യാൻ പോകുന്നത് അതല്ല. നിങ്ങളുടെ ഭാര്യ വരുമ്പോൾ നടന്നതൊക്കെ ഞാൻ പറയും. നിങ്ങൾ എന്റെ മുറിയിൽ വന്നതും ഞാൻ അങ്ങനൊക്കെ ചെയ്യണമെന്ന് ആവശ്യപ്പെട്ടതും..."

അവൾ പറഞ്ഞതു കേട്ട് അയാൾ ഒന്നു ഞെട്ടി.

"ശരി... ഞാൻ ഒന്നും പറയാൻ പോകുന്നില്ല. നീയും ഒന്നും പറയണ്ട."

അയാൾ അപ്പോൾ തന്നെ മുറിയിൽ നിന്ന് ഇറങ്ങിപ്പോയി.

ദൈവമേ ഇതായിരുന്നല്ലോ ഇയാളുടെ മനസിലിരിപ്പ്. എത്രയും പെട്ടെന്ന് ഈ വീട്ടിൽ നിന്ന് താമസം മാറണം. ഭാര്യ ഒരു തരത്തിൽ ചൂഷണം ചെയ്യുന്നു. മറ്റൊരു തരത്തിൽ ചൂഷണം ചെയ്യാൻ ഭർത്താവ് ശ്രമിക്കുന്നു. അപർണ തളർച്ചയോടെ കട്ടിലിൽ ഇരുന്നു. ഹരികുമാർ ചെന്ന് മൊബൈൽ എടുത്ത് നോക്കിയപ്പോൾ സുജാതയുടെ ഒരു മെസ്സേജ് വാട്സാപ്പിൽ വന്നുകിടക്കുന്നുണ്ടായിരുന്നു. ഒരു ഫോട്ടോ. അയാൾ ആവശ്യപ്പെട്ടതു പോലെയുള്ള ഫോട്ടോ.

അതു കണ്ട് അയാൾ ഊറിച്ചിരിച്ചു.

"താങ്ക്സ് സുജാത..." അയാൾ ഒരു മറുപടി കൊടുത്തു. അല്പ നേരം കഴിഞ്ഞപ്പോൾ അവളുടെ ഒരു മെസ്സേജ് വന്നു.

"കണ്ടിട്ട് ഉടനെ ഡിലീറ്റ് ചെയ്യണേ സാർ."

"ഇന്നു തന്നെ ഞാൻ ഡിലീറ്റ് ചെയ്യും. സുജാത ഒന്നുകൊണ്ടും പേടിക്കണ്ട." അയാൾ മറുപടി കൊടുത്തു.

"സർ ചിട്ടിയുടെ കാര്യം..."

"നാളത്തെ നറുക്ക് സുജാതയ്ക്കുള്ളതാണ്. അത് ഞാനേറ്റു. പോരെ?"

"മതി."

"പക്ഷേ, ഈ സഹായം എപ്പോഴും ഓർമ്മയുണ്ടായിരിക്കണം. അതോ മറക്കുമോ?"

"ഒരിക്കലും മറക്കില്ല സാർ."അവൾ പറഞ്ഞു.

"ശരി.. നാളെ ഞാൻ വിളിക്കാം."

"ഓ.കെ. സാർ."

അല്പനേരം കഴിഞ്ഞപ്പോൾ ഒരു കാർ വന്ന് ഗേറ്റിനു വെളിയിൽ നിന്നു. കാറിൽ നിന്ന് ഇന്ദുകല ഇറങ്ങി. മരണ വീട്ടിൽ പോയിട്ട് ഓഫീസിലുള്ള സ്റ്റാഫ് തന്നെ അവളെ കൊണ്ടുവന്ന് വിട്ടതായിരുന്നു. ഹരികുമാർ ഇറങ്ങിച്ചെന്നു.

"ഞാൻ കുളിച്ചിട്ടു വരാം ഹരിയേട്ടാ...മരിച്ച വീട്ടിൽ പോയതല്ലേ..." അവൾ പറഞ്ഞു.

"ഉം..."

"കഴിക്കാൻ വല്ലതും ഉണ്ടാക്കിയിട്ടുണ്ടോ അവൾ?"

ഇന്ദുകല തിരക്കി.

"ചപ്പാത്തി ഉണ്ടാക്കിയിട്ടുണ്ട്."

"നന്നായി. കഴിച്ചിട്ട് കിടക്കണം. നല്ല ക്ഷീണം."

ഹരികുമാർ റൂമിൽ വന്ന് അങ്ങനെയൊക്കെ സംസാരിച്ചു എന്ന് ഇന്ദുകലയോട് പറഞ്ഞാലോ എന്ന് പലവട്ടം അപർണ ചിന്തിക്കാതിരുന്നില്ല.

പക്ഷേ അതോടെ അവിടത്തെ താമസം അവസാനിപ്പിക്കേണ്ടി വരുമല്ലോ എന്ന് ഓർത്തപ്പോൾ മിണ്ടാതിരിക്കുന്നതാണ് നല്ലതെന്ന് അവൾക്കു തോന്നി.

പിറ്റേദിവസം ഓഫീസിൽ ചെന്നപ്പോൾ അവൾ ആരോടും അധികമൊന്നും സംസാരിച്ചില്ല. അവളുടെ മ്ലാനമായ മുഖം പക്ഷേ വന്ദന ശ്രദ്ധിക്കാതിരുന്നില്ല.

"അപർണാ... എന്തു പറ്റിയെടോ തനിക്ക്?" വന്ദന ചോദിച്ചു.

"ഒന്നും പറ്റിയില്ല. എന്നെ കണ്ടിട്ട് അങ്ങനെ തോന്നിയോ?"

"ഇത്ര സന്തോഷമില്ലായ്മ ഇതുവരെ തന്റെ മുഖത്ത് ഞാൻ കണ്ടിട്ടില്ല."

"എപ്പോഴും നമ്മുടെ മൂഡ് ഒരുപോലെയിരിക്കത്തില്ലല്ലോ വന്ദനാ." അവൾ എങ്ങും തൊടാതെ മറുപടി പറഞ്ഞു.

അന്നുച്ചയ്ക്ക് അവൾ ശ്രീജിത്തിനെ വിളിച്ചു. സങ്കടങ്ങൾ പറയാൻ വേറാരാ ഉള്ളത്?"

"എന്താ അപർണ?" അയാൾ കോൾ എടുത്തു.

"തിരക്കിലാണോ?"

"അല്ല പറയൂ... എന്തെങ്കിലും കാര്യമില്ലാതെ താനെന്നെ വിളിക്കത്തില്ലെന്ന് അറിയാം."

"ഒരു പ്രോബ്ലമുണ്ട് ശ്രീ. ഞാൻ ഇപ്പോൾ താമസിക്കുന്ന വീടില്ലേ... എനിക്ക് അവിടുന്ന് മാറണം. മാറിയേ പറ്റൂ..."

അവൾ പറഞ്ഞു.

"അതിനും മാത്രം എന്താണ് സംഭവിച്ചത്?"

"അവിടുത്തെ ഭാര്യയും ഭർത്താവും ഒന്നിനൊന്നു മെച്ചമാണ്. രണ്ടു പേരും മാറിമാറി എനിക്ക് തലവേദന തന്നു കൊണ്ടിരിക്കുകയാണ്."

"തെളിച്ചു പറ നീ..."

വീട്ടിലെ അധികച്ചെലവിനെക്കുറിച്ച് മാത്രം അവൾ പറഞ്ഞു. ഹരികുമാറിന്റെ വൃത്തികെട്ട സംസാരത്തെക്കുറിച്ച് മാത്രം അവൾ പറഞ്ഞില്ല. അത് ശ്രീജിത്ത് നിസാരമായി എടുക്കുകയില്ലെന്ന് അവൾക്കു തോന്നി.

"ശ്രീക്ക് പരിചയമുള്ള ആരെങ്കിലുമുണ്ടോ ഇവിടെ? ഒരു വീടിന്റെ പോർഷൻ കിട്ടിയാൽ മതിയാരുന്നു. ഫുഡ് സ്വയം ഉണ്ടാക്കി കഴിക്കാൻ സൗകര്യമുള്ള ഒരു സ്ഥലം." അവൾ പറഞ്ഞു.

"എനിക്ക് തിരുവനന്തപുരത്ത് കുറച്ച് ഫ്രണ്ട്സ് ഉണ്ട്. ഞാൻ ഒന്ന് അന്വേഷിക്കാം. നീ ടെൻഷനടിക്കണ്ടാ. ഈ മാസം തന്നെ ആ വീട്ടിൽ നിന്ന് ഇറങ്ങാനുള്ള സൗകര്യം ഞാനുണ്ടാക്കിത്തരാം."

അയാൾ സമാധാനിപ്പിച്ചു.

"സാരമില്ല. അതു വരെ ഞാൻ പിടിച്ചുനിന്നോളാം. ശ്രീ... നല്ല ഉദ്ദേശത്തോടു തന്നെയാണ് നന്ദഗോപാൽ സാറും ഷീജ ചേച്ചിയും എന്നെ ഇവരുടെ വീട്ടിലാക്കാൻ ആഗ്രഹിച്ചത്. പക്ഷേ..."

പുറമേ കാണുന്നതു പോലെയല്ല ആരും... പ്രത്യേകിച്ച് സിറ്റിയിൽ. ചിരിക്കുന്ന മുഖങ്ങൾക്കു പിന്നിൽ ചതി ഒളിഞ്ഞിരിക്കുന്നുണ്ടാവും. അതു കൊണ്ട് ആരെയും കണ്ണുമടച്ച് വിശ്വസിക്കരുത്. ആൾ ശരിയല്ലന്ന ഒരു തോന്നൽ ഉണ്ടായിക്കഴിഞ്ഞാൽ കഴിയുന്നതും അവരിൽ നിന്ന് അകലം സൂക്ഷിക്കണം. അതാണ് ബുദ്ധി.

അമ്മ പറഞ്ഞ ഉപദേശങ്ങളാണ് അവൾക്ക് അപ്പോൾ ഓർമ്മ വന്നത്. ആരെയും അതിരു കവിഞ്ഞ് വിശ്വസിക്കരുത്. ആരെയും പരിധി വിട്ട് സ്നേഹിക്കരുത്.

"ഇനി ഞാൻ ശ്രദ്ധിച്ചോളാം... ഓരോന്നും പഠിച്ചു വരുന്നതേയുള്ളു ഞാൻ. ശ്രീ വിഷമിക്കരുത്. ഞാൻ പിടിച്ചു നിന്നോളാം..."

"ശരി. ഞാൻ പിന്നെ വിളിക്കാം."

ശ്രീജിത്തിനോട് സംസാരിച്ചു കഴിഞ്ഞപ്പോൾ അപർണയ്ക്ക് കുറച്ച് ആശ്വാസം തോന്നി. അവൻ കൂട്ടിനുണ്ടല്ലോ.

അന്ന് ഉച്ചകഴിഞ്ഞ് പതിവു പോലെ വന്ദന അവളെയും കൊണ്ട് ചായ കുടിക്കാൻ കാന്റീനിലേക്ക് പോയി. ഒരു മേശയുടെ ഇരുവശത്തുമായി അവർ ഇരുന്നു. വന്ദനയാണ് പരിപ്പുവടയ്ക്കും ചായയ്ക്കും ഓർഡർ കൊടുത്തത്.

"വരുന്ന സാറ്റർഡേ അപർണയ്ക്ക് എന്തെങ്കിലും പ്രോഗ്രാമുണ്ടോ?" വന്ദന ചോദിച്ചു.

"ഇല്ല..."

"എങ്കിൽ നമുക്ക് ഒന്നിച്ച് ലഞ്ച് കഴിച്ചാലോ?"

അപർണ ആശ്ചര്യഭാവത്തിൽ നോക്കി.

"എവിടുന്ന്?"

"അത് സസ്പെൻസ്. അന്നു രാവിലെ പതിനൊന്നു മണിയാകുമ്പോൾ ഞാൻ വീട്ടിൽ വന്ന് തന്നെ കൊണ്ടുപോകാം. റെഡിയായി നിൽക്കണം"

അവൾ ഒന്നാലോചിച്ചു. കഴിഞ്ഞ ഞായറാഴ്ച ഹരികുമാർ തന്നെ പിന്തുടർന്നു വന്ന് ശ്രീജിത്തിനെ കാണാൻ പോയതാണെന്ന് കണ്ടുപിടിച്ചു. വരുന്ന ഞായറാഴ്ച വീട്ടിൽ നിന്ന് പോയാലും അതു പോലെ ആരെയെങ്കിലും കാണാനാണെന്ന് അയാൾ സംശയിക്കും. അങ്ങനെ സംശയിക്കണം. അതിന് വന്ദന വീട്ടിൽ വന്നാൽ പറ്റില്ല.

"കേശവദാസപുരം ജങ്ഷനിൽ വന്നാൽ മതി വന്ദന. വീട്ടിലേക്ക് വരണ്ടാ." അവൾ പറഞ്ഞു.

"അതെന്താ?"

"അതിന് കാരണമുണ്ട്. അത് പിന്നെ പറയാം."

"എങ്കിൽ ഞാൻ അവിടെ വരാറാകുമ്പോൾ വിളിക്കാം. വീട്ടിൽ നിന്ന് റോഡിൽ വരാൻ എത്ര സമയമെടുക്കും?" വന്ദന ചോദിച്ചു.

"നാലോ അഞ്ചോ മിനിറ്റ്."

"ഒ.കെ. അങ്ങനെ ചെയ്യാം."

ശനിയാഴ്ച വൈകുന്നേരമാണ് അവൾ അക്കാര്യം ഇന്ദുകലയോട് പറഞ്ഞത്.

"ചേച്ചീ നാളെ ഞാനൊരു കൂട്ടുകാരിയുടെ കൂടെ സിറ്റിയിൽ പോകുന്നുണ്ട്."

"എന്തിനാ അപർണേ?"

"വെറുതെ. അവൾക്ക് എന്തൊക്കെയോ പർച്ചേസ് ഉണ്ട്. കൂട്ടിന് വിളിച്ചതാ."

ഹരികുമാർ ആ സംഭാഷണം കേൾക്കുന്നുണ്ടായിരുന്നു. അയാൾ

അവളെ ഒന്നു നോക്കി. അവൾ അത് അവഗണിച്ചു.

ഇന്ദുകല കൂടുതൽ വിശദീകരണമൊന്നും ആവശ്യപ്പെട്ടില്ല.

പക്ഷേ ഹരികുമാറിന്റെ മനസ്സമാധാനം ഇല്ലാതായി. അവൾ നാളെ കാണാൻ പോകുന്നത് ഏതവനെയാണ്?

ഞായറാഴ്ച രാവിലെ പതിനൊന്നുമണിക്കു മുമ്പേ അപർണ പുറത്തുപോകാൻ വേഷം ധരിച്ച് ഒരുങ്ങി. അപ്പോഴേയ്ക്ക് വന്ദന യുടെ വിളി വന്നു.

"ഞാൻ വന്നു കൊണ്ടിരിക്കുകയാണ്. താൻ വീട്ടിൽ നിന്ന് ഇറ ങ്ങിക്കോ..."

"ശരി,.."

അപർണ മെയിൻ റോഡിലെത്തിയപ്പോൾ അല്പം മാറി ഒരു ഷോപ്പിങ് കോംപ്ലക്സിന്റെ അടുത്തായി വന്ദനയുടെ കാർ കിടക്കു ന്നതു കണ്ടു. അവൾ വേഗം ചെന്ന് കാറിന്റെ ഫ്രണ്ട് ഡോർ തുറന്ന് അകത്തുകയറി.

വന്ദന അവളെ നോക്കി പുഞ്ചിരിച്ചു.

"പോകാം അല്ലേ?"

"പോകാം."

കാർ പട്ടം വഴി സിറ്റിയിലേക്ക് പോയി.

"നമ്മൾ എങ്ങോട്ടാണ് പോകുന്നത്?" അപർണ ചോദിച്ചു.

"നമ്മൾ വഴുതക്കാടിന് പോകുന്നു... എന്റെ വീട് കണ്ടിട്ടില്ലല്ലോ അപർണ?"

"ഇല്ല. അതിനുള്ള സൗകര്യം കിട്ടിയിട്ടില്ലല്ലോ ഇതുവരെ."

അപർണ പറഞ്ഞു.

"അതു കൊണ്ടാണ് ഇന്ന് കൊണ്ടുപോകാമെന്ന് വിചാരിച്ചത്."

"വന്ദനയുടെ വീട് കാണാൻ എനിക്ക് ആഗ്രഹമുണ്ടായിരുന്നു. എന്റെ മനസ്സറിഞ്ഞതു പോലെയാണ് വന്ദന ഇന്ന്."

വന്ദന ചിരിച്ചു.

അവൾ അനായാസേന കാറോടിക്കുന്നത് നോക്കി അത്ഭുതത്തോ ടെ നോക്കി ഇരുന്നു. സുന്ദരി. നല്ല ജോലി. സ്വന്തമായി വീട്. എന്നിട്ടും എന്താണ് കല്യാണം കഴിക്കാത്തത്?

"കൂട്ടുകാരി വീട്ടിലുണ്ടോ?" അപർണ ചോദിച്ചു.

"ഇല്ല. രേണു വർക്കലയിൽ പോയി. അവളുടെ വീട് അവിടെ യാണ്."

"കൂട്ടുകാരി എവിടെയാണ് വർക്ക് ചെയ്യുന്നത്?"

"ബാങ്കിലാണ്."

"മാരീഡാണോ?"

"അല്ല. അവൾക്ക് വയസ് ഇരുപത്തെട്ടു കഴിഞ്ഞു. കല്യാണം കഴിക്കില്ല എന്നുപറഞ്ഞ് നടക്കുകയാണ്... ആണുങ്ങളെ അവൾക്കത്ര പിടുത്തമല്ല." ചിരിച്ചു കൊണ്ട് വന്ദന പറഞ്ഞു.

ഒടുവിൽ വഴുതക്കാട് ചെന്ന് ഭംഗിയുള്ള ഒരു വീടിന്റെ മുന്നിൽ കാർ നിന്നു. ഒരുനില വീട്. മുമ്പിൽ ഒരു പൂന്തോട്ടം.

"ഇതാണ് എന്റെ കൊട്ടാരം... ഇറങ്ങി വാ."

കാറിൽ നിന്നിറങ്ങി വന്ദന പറഞ്ഞു.

അപർണ കാറിൽ നിന്ന് ഇറങ്ങി. വന്ദന ഹാൻഡ് ബാഗിൽനിന്ന് താക്കോലെടുത്ത് മുൻവശത്തെ വാതിൽ തുറന്നു. നന്നായി ഫർണിഷ് ചെയ്ത സ്വീകരണമുറിയിലേക്കാണ് അവർ കയറിയത്.

"ഇരിക്ക്. ഞാൻ കുടിക്കാനെന്തെങ്കിലും എടുക്കാം."

വന്ദന പറഞ്ഞു.

"ഇപ്പോൾ ഒന്നും വേണ്ടാ." അപർണ

അവർ രണ്ടുപേരും സെറ്റിയിൽ ഇരുന്ന് സംസാരിച്ചു.

"ഇനി എന്നാണ് അപർണ വീട്ടിൽ പോകുന്നത്?"

"ഒന്നാം തീയതി കഴിഞ്ഞേയുള്ളൂ." അപർണ പറഞ്ഞു.

"സെക്കന്റ് സാറ്റർഡേ ആണോ?"

"ഉം."

"എന്റെ വീട് കാണണ്ടേ? എഴുന്നേറ്റ് വാ."

വന്ദന പറഞ്ഞു.

അപർണ അവളുടെ കൂടെ ചെന്നു. സിറ്റൗട്ടും സ്വീകരണമുറിയും കിച്ചനും കൂടാതെ മൂന്ന് കിടപ്പുമുറികളാണ് ഉണ്ടായിരുന്നത്. തിളങ്ങുന്ന തറ. ഭംഗിയുള്ള ഫർണിച്ചർ. നല്ല വൃത്തിയും വെടിപ്പുമുള്ള മുറികൾ.

"ഇതാണ് എന്റെ ബെഡ്റൂം. മറ്റേത് രേണുവിന്റെ. അങ്ങേയറ്റത്തുള്ളത് ഗസ്റ്റ് ബെഡ്റൂമാണ്. എന്റെ വീട്ടിൽ നിന്നോ അവളുടെ വീട്ടിൽ നിന്നോ ആരെങ്കിലും വന്നാൽ അവർക്കുള്ളതാണത്."

"സ്വന്തം വീടായിത്?" അപർണ ചോദിച്ചു.

"അതേ... എന്റെ അച്ഛൻ പണ്ട് വാങ്ങിയ വീടാണ്. ഞാൻ മോടി പിടിപ്പിച്ചെന്നു മാത്രം. രേണുവിന്റെയും എന്റെയും ചില കൂട്ടുകാരികൾ ഇവിടെ താമസിക്കാൻ വരാൻ ആഗ്രഹിച്ചിട്ടുണ്ട്. പക്ഷേ ഞങ്ങൾ കൊടുക്കുമോ... നല്ല കാര്യമായി." വന്ദന പറഞ്ഞു.

അവർ കിച്ചനിലേക്ക് ചെന്നു.

"നമുക്ക് പുറത്തെവിടെയെങ്കിലും പോയി ലഞ്ച് കഴിക്കാം.

അതിനു മുമ്പ് ഞാൻ നിനക്കൊരു ജ്യൂസ് ഉണ്ടാക്കിത്തരാം.”

വന്ദന ഫ്രിഡ്ജിൽനിന്ന് നാലഞ്ച് ഓറഞ്ച് എടുത്തു. എന്നിട്ട് നാടകീയമായി അപർണയുടെ നേർക്ക് എറിഞ്ഞു.

“ഞാൻ നിന്നെ അവിടന്ന് വിളിച്ചിറക്കി കൊണ്ടുവന്നത് ലഞ്ച് വാങ്ങിത്തരാൻ മാത്രമാണെന്ന് നീ വിശ്വസിക്കുന്നുണ്ടോ?”

വന്ദനയുടെ ചോദ്യം കേട്ട് അപർണ ഒന്നു പകച്ചു.

“പിന്നെ?”

“അതിന്റെ പിന്നിൽ ഒരു രഹസ്യമുണ്ട്... ഒരു രഹസ്യ അജണ്ട.”

ഒന്നും മനസ്സിലാകാതെ അപർണ അവളുടെ മുഖത്തേക്ക് ഉറ്റു നോക്കി.

44

വന്ദന എന്താണുദ്ദേശിച്ചതെന്ന് അപർണയ്ക്ക് മനസിലാക്കാൻ കഴിഞ്ഞില്ല.

“എന്താണ് രഹസ്യം?” അവൾ ഉത്കണ്ഠയോടെ ചോദിച്ചു.

“പറയാം. അതിനുമുമ്പ് ഒരു ചോദ്യം. നീ എന്തിനാണ് ദിവ്യ യോട് ഹോസ്റ്റലിന്റെ കാര്യം അന്വേഷിച്ചത്?”

“അത്... അത് വന്ദന എങ്ങനറിഞ്ഞു?”

നേരിയ ചമ്മലോടെ അപർണ ചോദിച്ചു.

“ചില കാര്യങ്ങളൊക്കെ ആരും പറയാതെ തന്നെ നമ്മൾ അറി യും. വേണ്ട കാര്യങ്ങൾ മാത്രമല്ല വേണ്ടാത്ത കാര്യങ്ങളും. നിന ക്കു വേണ്ടിയാണോ ഹോസ്റ്റലിന്റെ കാര്യം തിരക്കിയത്?”

“ഉം...” അവൾ മെല്ലെ തല കുലുക്കി.

“എന്താ ഇപ്പോൾ അങ്ങനെ... താമസിക്കുന്ന വീട്ടിൽ എന്തെങ്കി ലും പ്രോബ്ലമുണ്ടോ?”

“ഉണ്ട്.” അവൾക്ക് സമ്മതിക്കേണ്ടി വന്നു.

“മാന്യരും സ്നേഹമുള്ളവരുമാണ് ആ വീട്ടിലെ ഇന്ദുകല ചേ ച്ചിയും ഭർത്താവ് ഹരികുമാർ സാറും എന്നാണ് ഞാൻ ആദ്യമൊ ക്കെ വിചാരിച്ചത്. അവർ രണ്ടു പേരും അങ്ങനെയല്ലെന്ന് സാവ ധാനമാണ് എനിക്കു മനസിലാക്കാൻ കഴിഞ്ഞത്...”

“നീ തെളിച്ചു പറ അപർണേ..” വന്ദന ആവശ്യപ്പെട്ടു.

“മാസം പതിനായിരം രൂപ കൊടുക്കണം എന്ന നിബന്ധനയോ ടെയാണ് ഞാൻ ആ വീട്ടിൽ താമസം തുടങ്ങിയത്. അതു കൊടു

ക്കാറുണ്ട്. പക്ഷേ അധികപ്പറ്റായി ആറായിരത്തിലേറെ എനിക്കവിടെ ചെലവാകാറുണ്ട്." അപർണ പറഞ്ഞു.

"അതെങ്ങനെ?"

"ബസിറങ്ങി വൈകുന്നേരം വീട്ടിലേക്ക് ചെല്ലുമ്പോൾ ബേക്കറിയിൽ നിന്ന് മൂന്നു കവർ പാലും പിന്നെ ചായയുടെ കൂടെ കഴിക്കാനുള്ളതും പച്ചക്കറി കടയിൽനിന്ന് പലതരം വെജിറ്റബിൾസും അവധി ദിവസങ്ങളിൽ മീൻകാരികൾ കൊണ്ടു വരുന്ന മത്സ്യവും... അതിനെല്ലാം ഞാനാണ് പണം കൊടുക്കുന്നത്."

വന്ദന വിശ്വസിക്കാനാവാതെ അവളെ നോക്കി.

"നീയെന്തിനാ ഇതിനൊക്കെ കാശ് കൊടുക്കുന്നെ?"

"വൈകുന്നേരം വരുമ്പോൾ അതെല്ലാം മേടിച്ചു കൊണ്ടു വരാൻ ചേച്ചിയെന്നോട് പറയും. എല്ലാ കടകളിലും പരിചയമായതുകൊണ്ട് കടം തരും. ശമ്പളം കിട്ടുമ്പോൾ ഞാനാണ് അതെല്ലാം വീട്ടുന്നത്. ബില്ലുമായി ചെന്നപ്പോൾ ചേച്ചി പറഞ്ഞു നീ തന്നെ കൊടുത്തേക്ക് മോളെ... ഇവിടെ വലിയ ചെലവാണ്... ശമ്പളം കിട്ടിയതെല്ലാം തീർന്നെന്ന്."

"ഈ മാസവും അതു തന്നെ സംഭവിക്കും അല്ലേ?"

"ഉം..." അപർണ മുഖം കുനിച്ചു.

"ഒക്കെ നിന്റെ കുഴപ്പം തന്നാ... നാക്കെടുത്ത് സംസാരിക്കണം. പറ്റില്ല എന്നു പറയേണ്ടിടത്ത് അങ്ങനെ തന്നെ പറയണം."

അപർണ മിണ്ടിയില്ല.

"അതുകൊണ്ടാണോ താമസം മാറാമെന്ന് നീ തീരുമാനിച്ചെ?"

"ഉം."

"വേറെ പ്രശ്നമൊന്നുമില്ല?"

"വേറെ പ്രശ്നം... അവിടത്തെ ആ സാർ ആളത്ര ശരിയല്ല..."

അവൾ പറഞ്ഞു.

"എന്നുവച്ചാൽ?"

"ഒരു ദിവസം ചേച്ചിയില്ലാത്ത നേരത്ത് എന്റെ റൂമിൽ കയറി വന്നു."

"എന്തെങ്കിലും ചെയ്തോ നിന്നെ?"

"ഇല്ല. ഞാനത് ചെറുത്തു നിന്നു. ചേച്ചി വരുമ്പോൾ പറയുമെന്ന് ഭീഷണിപ്പെടുത്തി. അതു കൊണ്ട് അയാൾ തിരിച്ചുപോയി."

"അയാളുടെ പേരെന്താണ്?"

"ഹരികുമാർ."

"നമ്പറുണ്ടോ നിന്റെ കയ്യിൽ?"

"ഉണ്ട്."

"അതൊന്നു തരണം. അയാളെ ഞാൻ കൈകാര്യം ചെയ്തോളാം."

"അയ്യോ ചേച്ചീ..." അപർണയ്ക്ക് പേടിയായി.

"നിനക്കൊരു കുഴപ്പവും വരില്ല. നീ ചിത്രത്തിലില്ല. പോരെ?"

"എന്നാലും?"

"കുറച്ച് ധൈര്യം വേണം പെണ്ണേ സിറ്റിയിൽ ജീവിക്കുമ്പോൾ. കുറുക്കന്മാരും ചെന്നായ്ക്കളും ഏറെ കാണും. അവരെ തിരിച്ചറിയുമ്പോൾ അകറ്റി നിർത്തണം. അതിനുള്ള തന്റേടം കാണിക്കണം."

വന്ദന പറഞ്ഞു. അപർണ മിണ്ടിയില്ല.

"ദിവ്യയുടെ ഹോസ്റ്റലിലേക്ക് നീ മാറുന്നുണ്ടോ?"

"ഇല്ല. അവിടെ അക്കോമഡേഷൻ ഉടനെ കിട്ടില്ലെന്നാണ് അറിഞ്ഞത്. വേറെ അന്വേഷിക്കുന്നുണ്ട്."

"അപ്പോൾ എന്നോടു മാത്രം നീ ഇക്കാര്യമൊന്നും ഇതു വരെ പറഞ്ഞില്ലല്ലോ. ഞാൻ നിനക്ക് അന്യയാണ് അല്ലേ?"

പരിഭവസ്വരത്തിൽ വന്ദന ചോദിച്ചു.

"അയ്യോ... അങ്ങനെ വിചാരിക്കല്ലേ... വന്ദന ഹോസ്റ്റലിൽ അല്ലല്ലോ താമസിക്കുന്നത്. ഹോസ്റ്റലിൽ താമസിക്കുന്നവരോട് ചോദിച്ചാലല്ലേ അവിടെ സൗകര്യം ഉണ്ടോ എന്ന് അറിയാൻ പറ്റൂ..."

വന്ദനയുടെ കൈ പിടിച്ച് അവൾ ദയനീയഭാവത്തിൽ പറഞ്ഞു.

"ഉം... ഞാനെന്തായാലും ക്ഷമിച്ചിരിക്കുന്നു. അവരോടൊക്കെ പറഞ്ഞിട്ടും നടക്കാത്ത കാര്യം ഞാൻ നിനക്ക് സാധിച്ചു തരാൻ പോവാണ്. നിനക്കു വേണ്ടി ഒരു താമസസ്ഥലം ഞാൻ കണ്ടുപിടിച്ചിട്ടുണ്ട്."

"എവിടെ?" വിശ്വാസം വരാതെ അപർണ അവളെ നോക്കി.

"എന്തായാലും ഈ മാസം മുഴുവൻ താമസിച്ചിട്ടല്ലേ നീയാ വീട്ടിൽ നിന്ന് മാറുന്നുള്ളൂ. ഒന്നാം തീയതി മുതൽ നിനക്ക് പുതിയ സ്ഥലത്തേക്ക് മാറാം. അതു പോരെ?"

"അതു മതി."

"ഞാൻ എല്ലാം പറഞ്ഞു വച്ചിട്ടുണ്ട്. ഒന്നാം തീയതി ശമ്പളം വാങ്ങിച്ച് വീട്ടിൽ ചെന്ന് അവർക്ക് കൊടുക്കാനുള്ളതെല്ലാം കൊടുത്തു കഴിഞ്ഞ് അന്നു തന്നെ നീ അവിടുന്ന് സലാം പറഞ്ഞ് പുതിയ സ്ഥലത്തേക്ക് പോകുന്നു."

"ഹോസ്റ്റലാണോ?"

"എന്താ അറിയാനിത്ര ധൃതി? അവിടെ കുറെ സ്ത്രീകൾ താമ

സമുണ്ട്. നിനക്ക് അവിടെ ഒരു മുട്ടും ഉണ്ടാവത്തില്ല. ആരും നിന്നെ പറ്റിക്കാനോ ശല്യപ്പെടുത്താനോ വരില്ല."

"താങ്ക്സ് വന്ദന." നിറകണ്ണുകളോടെ അപർണ പറഞ്ഞു.

"നമുക്ക് ഇനി പോയി ലഞ്ച് കഴിക്കാം."

അപർണയെയും കൊണ്ട് വന്ദന ഒരു റെസ്റ്റോറന്റിലേക്ക് ഉച്ച ഭക്ഷണം കഴിക്കാനായി പോയി.

ഠഠ

സമയം അഞ്ചു മണിയായി.

ഹരികുമാർ അടുക്കളയിലേക്കു ചെന്നു.

"എന്താ ചായയുണ്ടാക്കുന്നില്ലേ?"

അയാൾ ഇന്ദുകലയോട് ചോദിച്ചു.

"അവൾ വന്നിട്ട് ഉണ്ടാക്കാമെന്നു വിചാരിച്ചാ ഇതുവരെ..."

അപർണയുടെ കാര്യമാണ് ഇന്ദുകല ഉദ്ദേശിച്ചതെന്ന് അയാൾക്ക് മനസിലായി.

"അവൾ എപ്പോഴെങ്കിലും വരട്ടെ... വീട്ടിലുണ്ടെങ്കിൽ ചായ കൊടുക്കണം. രണ്ടാമത് അവൾക്കു വേണ്ടി ഉണ്ടാക്കുകയൊന്നും വേണ്ട."

അപർണ അങ്ങനെ പോയതിൽ അയാൾക്ക് നല്ല അമർഷമുണ്ടായിരുന്നു. ഞായറാഴ്ച രാവിലെ അവൾ സിറ്റിയിൽ പോകുന്നത് കാമുകനെ കാണാനാണ് എന്നായിരുന്നു അയാളുടെ വിശ്വാസം.

"അതല്ല ഹരിയേട്ടാ... അവൾ വരുമ്പോൾ ബേക്കറിയിൽ നിന്ന് എന്തെങ്കിലും മേടിച്ചോണ്ടു വരുമല്ലോ. മോനും മോൾക്കും ചായയുടെ കൂടെ കൊടുക്കാൻ ഇവിടെ ഒന്നുമിരിപ്പില്ല."

"ഓ... അങ്ങനെയാണോ കാര്യം."

വിഷണ്ണനായി അയാൾ ചോദിച്ചു.

"അല്ലെങ്കിൽ പോയി എന്തെങ്കിലും മേടിച്ചോണ്ടു വാ..."

ഇന്ദുകല പറഞ്ഞു.

"എന്നാൽ പിന്നെ അരമണിക്കൂർ കൂടി നോക്കാം. ഇന്നിപ്പം ഞാൻ പോയി മേടിച്ചാൽ നാളെയും ഞാൻ മേടിക്കുമെന്ന് അവൾ വിചാരിക്കും. അതു വേണ്ടാ."

"ശരിയാ... പതിവ് തെറ്റിക്കാതിരിക്കുന്നതാ നല്ലത്."

ഇന്ദുകല അയാളോട് യോജിച്ചു.

ആറു മണിയായി അപർണ വീട്ടിൽ വന്നപ്പോൾ. കേശവദാസ പുരത്ത് കൊണ്ടു വന്നു വിട്ടിട്ടാണ് വന്ദന പോയത്.

അപർണ വെറും കയ്യോടെയാണ് വന്നതെന്ന് ഇന്ദുകലയും ഹരികുമാറും കണ്ടു.

"നീയെന്താ ഇത്ര വൈകിയത്?"

വലിയ താല്പര്യമൊന്നുമില്ലാത്ത മട്ടിൽ ഇന്ദുകല ചോദിച്ചു.

"അവൾ വിട്ടില്ല. വെറുതെ സംസാരിച്ചിരുന്നു. അല്ലെങ്കിൽ തന്നെ നേരത്തെ വന്നിട്ട് ഇവിടെ എന്തു ചെയ്യാനാ?"

കൂസലില്ലാത്ത അവളുടെ മറുപടി കേട്ട് ഇന്ദുകലയും ഹരികുമാറും ഒന്നു പകച്ചു. ഇത്ര നിസാര മട്ടിൽ അവൾ ഇതുവരെ സംസാരിച്ചിട്ടില്ല.

"ചായയിട്ടില്ല. നീ ബേക്കറിയിൽ നിന്ന് എന്തെങ്കിലും കഴിക്കാൻ മേടിച്ചോണ്ടു വരുമെന്ന് വിചാരിച്ചാ."

ഇന്ദുകല ഇത്തിരി ഈർഷ്യയോടെ പറഞ്ഞു.

"ഓ... ഞാനതങ്ങ് മറന്നു.. അല്ലെങ്കിൽ തന്നെ ഇത്രയും സമയമായ സ്ഥിതിക്ക് സാറിന് ചെന്ന് എന്തെങ്കിലും മേടിക്കാമായിരുന്നല്ലോ..."

അവളുടെ കൂസലില്ലായ്മ ഇന്ദുകലയെയും ഹരികുമാറിനെയും ചെറുതായി ഒന്ന് ഞെട്ടിക്കാതിരുന്നില്ല.

"ഞാൻ ചായ കുടിച്ചിട്ടാ വരുന്നത്. നല്ല ക്ഷീണം. ഇത്തിരി റെസ്റ്റെടുക്കട്ടെ."

അപർണ അവളുടെ മുറിയിലേക്കു പോയി. ഇന്ദുകലയും ഹരികുമാറും പരസ്പരം ഒന്നു നോക്കി.

"നീർക്കോലി തല പൊക്കിത്തുടങ്ങിയല്ലോ ഹരിയേട്ടാ."

അവൾ പറഞ്ഞു.

"അവൾ ആരെയാ കാണാൻ പോയതെന്ന് അറിയണം. ആരോ അവൾക്ക് സപ്പോർട്ട് കൊടുക്കുന്നുണ്ടെന്ന് തോന്നുന്നു."

ഹരികുമാർ പറഞ്ഞു.

"വല്ല ആണുങ്ങളുടെയും കയ്യിലാണ് ചെന്നു വീഴുന്നതെങ്കിൽ അവൾ പഠിച്ചോളും. ഒടുവിൽ അബോർഷൻ നടത്താൻ ആശുപത്രിയിൽ പോകേണ്ടി വരുമെന്നു മാത്രം."

"ഞാൻ പോയി വല്ലതും കഴിക്കാൻ മേടിച്ചോണ്ടു വരാം."

അയാൾ പറഞ്ഞു.

"നമുക്ക് മാത്രം കഴിക്കാനുള്ളത് മേടിച്ചാൽ മതി."

"ഉം."

അയാൾ സ്കൂട്ടറെടുത്ത് മെയിൻ റോഡിലേക്ക് പോയി.

അവർ രണ്ടുപേർക്കും മക്കൾക്കും കഴിക്കാനുള്ളത് മാത്രമേ അയാൾ വാങ്ങിയുള്ളൂ. ചായ കുടിക്കാൻ അപർണയെ വിളിച്ചതുമില്ല. പിറ്റേന്ന് ഹരികുമാർ ഓഫീസിലിരിക്കുമ്പോൾ അയാളുടെ മൊബൈലിൽ പരിചിതമല്ലാത്ത ഒരു നമ്പരിൽനിന്ന് ഒരു കോൾ വന്നു.

"ഹലോ..." അയാൾ അതെടുത്തു.

"ഹരികുമാർ എന്ന ആളാണോ?" ഒരു പെൺസ്വരം ചോദിച്ചു.

നല്ല ഇമ്പമുള്ള സ്വരം. അയാൾക്ക് ഉത്സാഹമായി.

"അതേ... ആരാ വിളിക്കുന്നെ?"

അയാൾ സന്തോഷപൂർവം തിരക്കി.

"സ്ത്രീശക്തി എന്ന സംഘടനയുടെ സെക്രട്ടറിയാണ് ഞാൻ. പേര് വന്ദന."

സ്ത്രീശക്തി എന്നു കേട്ടപ്പോൾ അയാളുടെ സന്തോഷത്തിന് കുറച്ച് മങ്ങലേറ്റു.

"എന്താണ് കാര്യം?" അയാൾ ചോദിച്ചു.

"നിങ്ങളെക്കുറിച്ച് ചില സ്ത്രീകളിൽനിന്ന് കംപ്ലെയിന്റ് കിട്ടിയിട്ടുണ്ട്. നിങ്ങൾ അവരെ പലതരത്തിൽ ശല്യപ്പെടുത്തുന്നുണ്ടെന്നും പ്രലോഭിപ്പിച്ചും ഭീഷണിപ്പെടുത്തിയും അവരെ വശത്താക്കാൻ ശ്രമിക്കുന്നുണ്ടെന്നും... ശരിയാണോ?"

അയാൾ ഒന്നു ഞെട്ടി. ആരാണ് ഒറ്റുകൊടുത്തത്? കാര്യം കണ്ടുകഴിയുമ്പോൾ തിരിഞ്ഞു കൊത്തുന്നത് ആരാണ്?

"ശരിയല്ല. നിങ്ങളെ ആരോ തെറ്റിദ്ധരിപ്പിച്ചതാണ്. മാനം മര്യാദയ്ക്ക് ജീവിക്കുന്ന ഒരു സർക്കാർ ഉദ്യോഗസ്ഥനും കുടുംബനാഥനുമാണ് ഞാൻ. ആരെങ്കിലും പരാതി തന്നിട്ടുണ്ടെങ്കിൽ അത് എന്നോടുള്ള വിരോധംകൊണ്ടാണ്."

അയൾ പറഞ്ഞു.

"നിങ്ങളോടെന്തിന് അവർക്ക് വിരോധമുണ്ടാകണം? വാട്ടർ അതോറിട്ടിയിലെ വെറുമൊരു ഉദ്യോഗസ്ഥൻ മാത്രമല്ലേ നിങ്ങൾ?"

"ശരിയാ... പക്ഷേ ഗവൺമെന്റ് സ്റ്റാഫിന്റെ സൊസൈറ്റിയുടെ സെക്രട്ടറിയാ ഞാൻ. സൊസൈറ്റി നടത്തുന്ന ചിട്ടി ലേലത്തിൽ പിടിച്ചു കൊടുക്കാൻ സഹായിക്കണമെന്നു പറഞ്ഞ് ചില ലേഡി സ്റ്റാഫ് വിളിക്കാറുണ്ട്. അവരെ സഹായിക്കാൻ പറ്റില്ലെന്നു പറയുമ്പോൾ അതിന്റെ വിരോധം കൊണ്ടാണ്.."

"അപ്പോൾ നിങ്ങൾ ഒരു തെറ്റും ചെയ്തിട്ടില്ല?"

"ഇല്ല..."

"വിളിച്ചിട്ടുള്ള സ്ത്രീകളുമായി നിങ്ങൾ ചാറ്റ് ചെയ്തിട്ടുണ്ടോ?"

"അതു പിന്നെ... ഞാനല്ല... അവരാണ് ചാറ്റ് ചെയ്യുന്നത്?"

"നോക്കണം മി. ഹരികുമാർ... തെളിവുകൾ ഉണ്ട്.. അതു വച്ചിട്ടാണ് നിങ്ങളെ ഞാൻ വിളിച്ചത്. തൽക്കാലം ഞാൻ പോലീസിൽ കംപ്ലെയിന്റ് കൊടുക്കുന്നില്ല. ഇനി ഏതെങ്കിലും സ്ത്രീ നിങ്ങൾക്കെതിരെ പരാതിപ്പെട്ടാൽ അന്നു നിങ്ങളെ പോലീസ് അറസ്റ്റ് ചെയ്യും. അതിനു വേണ്ടുന്ന എല്ലാം ഞാൻ ചെയ്തിരിക്കും."

കോൾ പെട്ടെന്ന് കട്ടായി.

ഹരികുമാർ പേടിച്ചുപോയി. അയാൾ ഉടൻ തന്നെ മൊബൈലിൽ ഉണ്ടായിരുന്ന കുറെയേറെ ഫോട്ടോകൾ ഡിലീറ്റ് ചെയ്തു.

എന്നിട്ടും പേടി മാറിയില്ല. ഏതെങ്കിലുമൊരുത്തി...

ഠഠ

പതിവു പോലെ രാത്രിയിൽ ഭക്ഷണം കഴിഞ്ഞ് പാത്രങ്ങൾ കഴുകിയെടുക്കാനും അടുക്കള വൃത്തിയാക്കാനും ഇന്ദുകലയെ അപർണ സഹായിച്ചു. എല്ലാം കഴിഞ്ഞപ്പോൾ അവൾ സ്വന്തം മുറിയിൽവന്ന് വാതിലടച്ച് ബോൾട്ടിട്ടു.

നാളെ ഒന്നാം തീയതിയാണ്. വളരെ പ്രധാനപ്പെട്ട ദിവസം. ഈ വീട്ടിലെ താമസം അവസാനിപ്പിച്ച് രക്ഷപ്പെട്ട് പോകുന്ന ദിവസം.

അവൾ സ്യൂട്ട്കേസ് എടുത്ത് കട്ടിലിൽ തുറന്നു വച്ചു.

എന്നിട്ട് വസ്ത്രങ്ങൾ ഓരോന്നായി മടക്കി ഭംഗിയായി അതിൽ അടുക്കി വച്ചു. രാവിലെ ഓഫീസിലേക്ക് പോകും മുമ്പ് എല്ലാ സാധനങ്ങളും സ്യൂട്ടികേസിലും എയർബാഗിലുമാക്കി വയ്ക്കണം.

വൈകുന്നേരം ഓഫീസ് വിടുമ്പോൾ വന്ദനയുമൊത്ത് അവളുടെ കാറിൽ ഇവിടേയ്ക്കു വരും. കണക്കുതീർത്ത് പണം കൊടുത്ത് പെട്ടിയും ബാഗുമെടുത്ത് അപ്പോൾതന്നെ ഇവിടെ നിന്ന് ഇറങ്ങും. അപ്പോൾ മാത്രമേ ഹരികുമാറും ഇന്ദുകലയും അറിയൂ താൻ അവിടത്തെ താമസം അവസാനിപ്പിക്കുന്ന കാര്യം.

അന്ന് വന്ദനയുടെ വീട്ടിലായിരിക്കും താമസിക്കുന്ന്. തനിക്കു വേണ്ടി കണ്ടു വച്ചിരിക്കുന്ന ഹോസ്റ്റലിലേക്ക് പിറ്റേന്ന് വന്ദന കൊണ്ടു ചെന്നാക്കും. സിംഗിൾ റൂമാണ്. അതു കൊണ്ട് ആരെയും സഹിക്കേണ്ടി വരില്ല.

താമസം മാറ്റത്തെക്കുറിച്ച് വീട്ടിലേക്ക് വിളിച്ചുപറഞ്ഞിട്ടുണ്ട്. അവർക്കെല്ലാവർക്കും സന്തോഷമായി. ശ്രീജിത്തിനോടും പറഞ്ഞു. അവനും ആശ്വാസമായി.

ലൈറ്റണച്ച് അപർണ ഉറങ്ങാൻ കിടന്നു. പെട്ടെന്നൊന്നും അവൾക്ക് ഉറക്കം വന്നില്ല. രണ്ടു മാസം താമസിച്ച വീട്. ആദ്യമൊക്കെ എത്ര സന്തോഷകരമായ ദിവസങ്ങളായിരുന്നു. പക്ഷേ പോകെപ്പോകെ താനൊരു കെണിയിൽ പെട്ടിരിക്കുകയാണെന്ന് മനസ്സിലായി.

"ഇന്ന് സാലറി ഡേ ആണല്ലോ വൈകുന്നേരം. വരുമ്പോ ബേക്കറിയിലും വെജിറ്റബിൾ ഷോപ്പിലും കേറാൻ മറക്കല്ലേ..."

രാവിലെ ഇന്ദുകല അവളെ ഓർമ്മിപ്പിച്ചു.

"ഉം..." അവൾ മൂളി.

ഒരുമാസത്തെ പറ്റ് രണ്ടിടത്തും എഴുതി വച്ചിട്ടുണ്ട്. കണക്കു കൂട്ടി അവർ ബില്ല് തരും. അതനുസരിച്ചുള്ള പണം കൊടുക്കണം. അതാണ് ഇന്ദുകല ഓർമ്മിച്ചതെന്ന് അവൾക്കു മനസ്സിലായി.

അതേ... ഇന്ന് സകല കണക്കുകളും തീർക്കുന്ന ദിവസമാണ്.

അവൾ അന്ന് ഓഫീസിലെത്തിയപ്പോൾ വന്ദന വന്നിരുന്നില്ല. അവൾക്ക് ചെറിയ ഭയം തോന്നാതിരുന്നില്ല. വന്ദന ഇന്നു വന്നില്ലെങ്കിൽ സകല പ്ലാനും തെറ്റും. വസ്ത്രങ്ങളും മറ്റ് സാധനങ്ങളും പായ്ക്ക് ചെയ്തു വച്ചിരിക്കുകയാണ്. അതു കാണുമ്പോൾ ഇന്ദുകലയ്ക്കും ഹരികുമാറിനും സംശയമുണ്ടാകും.

എന്തുപറയും അവരോട്?

പത്തുമണിക്കു മുമ്പ് വന്ദന വന്നു. അവളെ കണ്ടപ്പോഴാണ് അപർണയ്ക്ക് ആശ്വാസമായത്.

"എല്ലാം റെഡിയല്ലേ?" വന്ദന ചോദിച്ചു.

"ഉം..." അപർണ പുഞ്ചിരിച്ചു.

ഉച്ചകഴിഞ്ഞപ്പോൾ ബാങ്ക് അക്കൗണ്ടിൽ ശമ്പളം എത്തിയിട്ടുണ്ട് എന്നറിയിക്കുന്ന മെസ്സേജ് മൊബൈലിൽ വന്നു.

"പോകുന്ന വഴി നമുക്ക് എ.ടി.എമ്മിൽ നിന്ന് ആവശ്യത്തിന് പണമെടുക്കാം കേട്ടോ." വന്ദന പറഞ്ഞു.

"ഉം."

അപർണ മനസ്സു കൊണ്ട് ഒന്നു കണക്കുകൂട്ടി. പതിനായിരം രൂപ വീട്ടിൽ കൊടുക്കണം. പച്ചക്കറി കടയിലും ബേക്കറിയിലുമായി നാലായിരം രൂപയെങ്കിലും ആയിക്കാണും. എ.ടി.എമ്മിൽ നിന്ന് പതിനയ്യായിരം എടുക്കാം. തൽക്കാലം അത്രയേ വേണ്ടി

വരൂ. അഞ്ചരമണിയാകുമ്പോൾ ഹരികുമാറും ഇന്ദുകലയും വീട്ടിൽ വരുമെന്ന് അവൾക്കറിയാമായിരുന്നു. രണ്ടുപേരും വീട്ടിലുള്ളപ്പോൾ വേണം യാത്ര പറയാൻ.

അഞ്ചു മണിയായിട്ടാണ് വന്ദനയും അപർണയും ഓഫീസിൽ നിന്നിറങ്ങിയത്. കേശവദാസപുരത്തേക്ക് പോകുന്ന വഴി പട്ടത്തുള്ള ഒരു എ.ടി.എം. കൗണ്ടറിന്റെ അടുത്ത് വന്ദന കാർ നിർത്തി. അപർണ ചെന്ന് പതിനയ്യായിരം രൂപയെടുത്ത് ഹാൻഡ്ബാഗിൽ വച്ചുകൊണ്ടു വന്നു.

"പോകാം അല്ലേ?" വന്ദന ചോദിച്ചു.

"ഉം."

"വഴി പറഞ്ഞു തരണം."

"തരാം."

"ബേക്കറിയുടെയും പച്ചക്കറി കടയുടെയും മുമ്പിലെത്തുമ്പോൾ പറയണം. ബില്ല് വാങ്ങിക്കാനാണ്." വന്ദന പറഞ്ഞു.

"പണം കൊടുക്കണ്ടേ?" അപർണ ചോദിച്ചു.

"വേണ്ട. പിന്നെ കൊടുക്കാമെന്ന് പറഞ്ഞാൽ മതി."

"അയ്യോ അതിന് വീണ്ടും വരേണ്ടി വരില്ലേ..."

അപർണ സംശയിച്ചു.

"ഇപ്പോൾ ഞാൻ പറയുന്നത് അനുസരിച്ചാൽ മതി നീ."

അവൾ പിന്നെ എതിർത്തില്ല.

ബേക്കറിയിൽ നിന്നും വെജിറ്റബിൾ ഷോപ്പിൽ നിന്നും ആ മാസത്തെ പറ്റ് ബില്ല് വാങ്ങിക്കൊണ്ടാണ് അവർ ഹരികുമാറിന്റെ വീട്ടിലേക്ക് ചെന്നത്.

അപർണ കാറിൽ നിന്നിറങ്ങി ഗേറ്റ് തുറന്നു കൊടുത്തു.

വന്ദന കാർ മുറ്റത്തേക്ക് കയറ്റിയിട്ടു.

കാറിന്റെ ശബ്ദം കേട്ട് ഹരികുമാറും ഇന്ദുകലയും ഉണ്ണിയും ശ്രീക്കുട്ടിയും പുറത്തേക്കിറങ്ങി വന്നു. അപർണയോടൊപ്പം വന്ന വന്ദനയെക്കണ്ട് അവർ ഒന്നു പകച്ചു. അപർണയുടെ പിന്നാലെ വന്ദനയും സിറ്റൗട്ടിലേക്ക് കയറിച്ചെന്നു.

"ഇത് എന്റെ കൂട്ടുകാരിയാണ്. എന്നെ കൂട്ടിക്കൊണ്ടു പോകാൻ വന്നതാണ്." അപർണ അവരോട് പറഞ്ഞു.

മനസ്സിലാകാത്ത മട്ടിൽ ഹരികുമാറും ഇന്ദുകലയും അവളെ നോക്കി.

വന്ദനയുടെ ഊഴമായിരുന്നു പിന്നെ.

"അപർണ ഇവിടത്തെ താമസം അവസാനിപ്പിക്കുകയാണ്.

അവളെ ഞാൻ കൊണ്ടു പോവുകയാണ്."

"എന്താ പെട്ടെന്നിങ്ങനെ... ഒരു മുന്നറിയിപ്പുമില്ലാതെ."

അല്പമൊന്ന് അന്ധാളിച്ച് ഹരികുമാർ ചോദിച്ചു.

"സ്വരം നന്നാവുമ്പോൾ തന്നെ പാട്ട് നിർത്തുന്നതല്ലേ നല്ലത്. ഇനി ഇവൾ ഇവിടെ താമസിച്ചാൽ നിങ്ങൾ ഇവളെക്കൊണ്ട് കുത്തുപാളയെടുപ്പിക്കും." വന്ദന പറഞ്ഞു.

ആരും ഒന്നും മിണ്ടിയില്ല.

"നീ ചെന്ന് നിന്റെ സാധനങ്ങൾ എടുത്തുകൊണ്ടു വാ പെണ്ണേ..."

വന്ദന പറഞ്ഞു.

അപർണ അവളുടെ മുറിയിൽ ചെന്ന് സ്യൂട്ട്കേസും ബാഗും എടുത്തു കൊണ്ടു വന്നു. എല്ലാം നേരത്തെ പ്ലാൻ ചെയ്തതാണെന്ന് അപ്പോഴാണ് ഹരികുമാറിനും ഇന്ദുകലയ്ക്കും മനസ്സിലായത്.

"മനുഷ്യരായാൽ കുറച്ച് അന്തസ് വേണം. വാക്കിന് വില കല്പിക്കണം. മാസം പതിനായിരം രൂപ തന്നാൽ മതിയെന്നു പറഞ്ഞുറപ്പിച്ചിട്ടല്ലേ നിങ്ങൾ ഇവളെ ഇവിടെ താമസിപ്പിച്ചത്. എന്നിട്ട് അവളെക്കൊണ്ട് വീട്ടിൽ ആവശ്യമുള്ള പലതും സൂത്രത്തിൽ വാങ്ങിപ്പിച്ചു... കഷ്ടം." വന്ദന പരിഹസിച്ചു.

"ഞങ്ങളൊന്നും നിർബന്ധിച്ചിട്ടല്ല... അവൾ സ്വന്തം ഇഷ്ടപ്രകാരം മേടിച്ചു കൊണ്ടു വന്നതാ..." ഇന്ദുകല എതിർത്തു.

"അങ്ങനാണോ... എങ്കിൽ ഇതു പിടിക്ക്."

വന്ദന നീട്ടിയ ബില്ലുകൾ ഇന്ദുകല യാന്ത്രികമായി വാങ്ങി.

"പച്ചക്കറി കടയിലെയും ബേക്കറിയിലെയും ബില്ലുകളാണ്. രണ്ടുംകൂടി മൂവായിരത്തി എണ്ണൂറ്. അത് നിങ്ങൾ തന്നെ അങ്ങ് കൊടുത്താൽ മതി."

ആരും ഒന്നും മിണ്ടിയില്ല.

"അപർണ ഒരു പതിനായിരം രൂപയിങ്ങ് തന്നേ."

വന്ദന ആവശ്യപ്പെട്ടു.

അപർണ ബാഗിൽ നിന്ന് പതിനായിരം രൂപയെടുത്ത് വന്ദനയെ ഏൽപ്പിച്ചു. വന്ദന അത് ഇന്ദുകലയുടെ കയ്യിൽ പിടിപ്പിച്ചു.

"അപ്പോൾ ഗുഡ്ബൈ... അവൾക്ക് ചെയ്തു കൊടുത്ത ഉപകാരങ്ങൾക്കു നന്ദി."

അപർണയെയും കൊണ്ട് വന്ദന ചെന്ന് കാറിൽ കയറി..

ബാഗും സ്യൂട്ട്കേസും ബാക്സീറ്റിൽ വച്ചു.

"ഹരികുമാർ സാറേ... ഒരു കാര്യം പറയാൻ മറന്നു. സ്ത്രീശക്തിയിൽ നിന്ന് ഒരു വന്ദന വിളിച്ചിരുന്നില്ലേ... ആ വന്ദനയാണ് ഞാൻ.

സൂക്ഷിച്ച് ജീവിച്ചാൽ നിങ്ങൾക്കു കൊള്ളാം."

വന്ദന വിളിച്ചു പറഞ്ഞു.

ഹരികുമാറിന്റെ മുഖം വിളറി.

ഇന്ദുകല കാര്യം മനസിലാകാതെ അയാളെ തുറിച്ചു നോക്കി.

കാർ നേരെ വന്ദനയുടെ വീട്ടിലേക്ക് ഓടി. കഴിഞ്ഞതൊക്കെ ഒരു സ്വപ്നം പോലെയാണ് അപർണയ്ക്ക് തോന്നിയത്. അവൾക്ക് വന്ദനയോടുള്ള ആരാധന വർദ്ധിച്ചു.

വീട്ടിൽ ചെന്നപ്പോൾ വന്ദനയുടെ കൂട്ടുകാരി രേണു അവിടെ ഉണ്ടായിരുന്നു. സുന്ദരിയായ ഒരു ചെറുപ്പക്കാരി.

വന്ദന അവളെ അപർണയ്ക്ക് പരിചയപ്പെടുത്തിക്കൊടുത്തു.

"ഇവൾ പറയാറുണ്ട് അപർണയുടെ കാര്യം... അത്ര പാവമായാൽ കൊള്ളില്ല കേട്ടോ..." ചിരിച്ചു കൊണ്ട് രേണു പറഞ്ഞു.

അപർണ ചിരിച്ചതേയുള്ളൂ.

"ഇവളെ ഞാൻ മിടുക്കിയാക്കിയെടുക്കും. നീ നോക്കിക്കോ..."

വന്ദന പറഞ്ഞു.

ഗസ്റ്റ് റൂമിലേക്കാണ് അപർണയെ അവൾ കൊണ്ടു പോയത്.

"ഇനി ഞാൻ നിന്നെ ഞെട്ടിക്കുന്ന കാര്യം പറയാം.... നിനക്കു വേണ്ടി ഞാൻ ഹോസ്റ്റലോ വേറെ താമസസ്ഥലമോ ഏർപ്പാടാക്കിയിട്ടില്ല. ഇന്നു മുതൽ സ്ഥിരമായി നീ ഇവിടെയാണ് താമസിക്കാൻ പോകുന്നത്. ഇന്നുമുതൽ നീ കണ്ണീർപൂവല്ല. ചിരിക്കുന്ന സൂര്യകാന്തിയാണ്."

വന്ദന പറഞ്ഞു.

വിശ്വസിക്കാനാവാതെ അപർണ അവളെ നോക്കി.

വന്ദന പുഞ്ചിരിയോടെ അവൾക്കു നേരെ രണ്ടു കൈകളും നീട്ടി. അപർണ അവളുടെ കൈകൾക്കുള്ളിലേക്കു ചെന്നു. രണ്ടു പേരും ദൃഢമായ ഒരു ആലിംഗനത്തിൽ അമർന്നു നിന്നു.

ഠഠ

www.ingramcontent.com/pod-product-compliance
Lightning Source LLC
LaVergne TN
LVHW040556051026
849519LV00004B/1371
9789391085308